தாயுமான சுவாமி பாடல்கள் மூலமும் உரையும்

உரை
புலவர் வீ. சிவஞானம்

முனைவர். தேமொழி பாலசுப்பிரமணியன்
அவர்களால் மேற்பார்வை செய்யப்பட்டது

விஜயா பதிப்பகம்
20, ராஜ வீதி,
கோயம்புத்தூர் - 641 001.
vijayapathippagam2007@gmail.com

© விஜயா பதிப்பகம்

தாயுமானவ சுவாமி பாடல்கள் - மூலமும் உரையும்
Thayumanava Swami Padalgal - Moolamum Uraiyum

ஆசிரியர் : புலவர் வீ.சிவஞானம்

இரண்டாம் பதிப்பு : 2016

விஜயா பதிப்பகம்
20, ராஜ வீதி, கோயம்புத்தூர் - 641 001.
℅ 0422 - 2382614 / 2385614
www.vijayapathippagam.org

ஒளியச்சு / புத்தக வடிவமைப்பு : ஐரிஸ் கிராபிக்ஸ், கோவை.
அட்டை வடிவமைப்பு : ஆர்.சி. மதிராஜ், சென்னை.
அச்சாக்கம் : ஜோதி எண்டர்பிரைசஸ், சென்னை - 5.
ISBN - 81-8446-430-4 / பக்கம் : 816/ விலை : ரூ. 510/-

உ

சிவமயம்

முன்னுரை

''எல்லாரும் இன்புற்று இருக்க நினைப்பதுவே
அல்லாமல் வேறுஒன்று அறியேன் பராபரமே''

என்று ஒருவர், எல்லா உயிர்கள் குறித்தும் கவலைப்படுகிறார் என்றால், 'அவர் யார்?' என்பது குறித்தும், 'அவர் நமக்காகச் சொல்லியுள்ள செய்திதான் யாது?' என்பது குறித்தும், அறிய வேண்டியது நமது கடமை அல்லவா?

திருச்சிராப்பள்ளி மலைக்கோட்டை மீது கோவில் கொண்டு எழுந்தருளி இருக்கும் இறைவனது பெயர் தாயுமான சுவாமிகள் என்பது. உயிர்களுக்கு ஆண்டானாகவும், தந்தையாகவும், நண்பனாகவும், காதலனாகவும் விளங்கும் இறைவன், ஒரு செட்டிப் பெண்ணுக்குப் பிரசவம் பார்த்ததால், தாயும் ஆனார். எனவே அவர் தாயுமானவர் என அழைக்கப்பட்டார்.

அந்த இறைவன் பெயரைத் தன் பெயராகத் தாங்கியுள்ள ஓர் அடியார்தான் மேற்கூறிய பாடலைப் பாடியவர். அவரும் அந்த இறைவனைப் போலவே உயிர்களிடத்து இரக்கம் உடையவராய், 'தான் மட்டும் இறைவனது திருவடி இன்பம் நுகர்ந்தால் போதாது; இவ்வுலகில் உள்ள அனைவரும் அந்த இன்பத்தை நுகரவேண்டும்; அதனை வேண்டுவதுதவிர, வேறுஒன்றும் அறியாதவன் யான்' என்பதாகப் பேசுகிறார்.

அந்தத் திருவடி இன்பம் நுகர, உயிர் எப்படிப்பட்ட முயற்சிகளை மேற்கொள்ள வேண்டும்? அந்த முயற்சிக்குத் தடையாய் இருப்பன எவை? தடைகளை விலக்கி முன்னேறும் போது ஏற்படும் அனுபவங்கள் எப்படி இருக்கும்? இந்த அனுபவம் எளிதில் கைகூட வேண்டுமாயின், அதற்கு எந்த நெறியில் பயணிக்க வேண்டும்? இறைவனது இயல்பு யாது? உயிரின் இயல்பு யாது? தடைகளாய் விளங்கும் தளைகளின் இயல்பு எப்படிப்பட்டது?

எனப் பலவிதமான வினாக்களுக்கு விடைபகர்வதாய் அவரது பாடல்கள் அமைந்துள்ளன. அவ்வாறு அவர் பாடிய பாடல்களின் தொகை, கண்ணி முதல் அகவல் வரை சிறியதும் பெரியதுமாக 1452 ஆகும். இவற்றை 56 தலைப்புகளில் வகைப்படுத்தி நம் முன்னோர், நமக்குத் தந்துள்ளனர். நாமும் அதனை அந்த வகையில் வைத்துப் பார்ப்பதே பொருத்தம் உடையதாக இருக்கும்.

சாந்தலிங்க அடிகளார் அருளிய வைராக்கிய சதகம் - சாத்திரம் 49ஆம் பாடலில், 'பிறவியாகிய பகை விரைந்து ஒழிந்துபோக வேண்டுமாயின், பேரறிவாளர்கள் முன்னாளில் தோத்திரம் பண்ணிய பாடல்களை, நீயும் தோத்திரம் பண்ணுவாயாக! இது ஒரு காமுகனுக்கு இளம்பெண் ஒருத்தி கொஞ்சிப் பேசும் மொழி போலச் சிவனுக்கு விருப்பம் உடையதாய் இருக்கும். இதனை உபசார மொழிஎன்று கொள்ளாதே! உண்மை என்று கொள்வாயாக!' என்று குறிப்பிட்டுள்ளார். அவரது அந்தப் பாடல் இதோ:

''ஒழித்திடும் பவப்பகை விரைந்து உள்ளமே
ஓது மூதுணர் வோர்முன்
பழிச்சு பாடலை அரற்குஅவை விடர்க்குஇளம்
பாவை யர்உரை போலும்
கழித்திடேல் உபசாரம் என்று; இதனைநீ
கட்டு ரைஎனக் கொள்வாய்;
விழித்து மாரனை எரித்ததே அருள்பெறும்
விருப்பினர் விருப்பு ஈதே''

இதற்கு உரைஎழுதிய திருப்போரூர் சிதம்பர சுவாமிகள் 'மூதுணர்வோர்' என்னும் சொல்லுக்கு, '(தேவார) மூவர், மாணிக்கவாசகர் முதலிய பேரறிவினை உடையோர்' என்று குறிப்பிட்டுள்ளார்கள். ''அப்பாலும் அடிசார்ந்த அடியார்க்கும் அடியேன்'' என்னும் சுந்தரர் வாக்கின்படி, அந்த மூதுணர்வோர் வரிசையில் பின்னாளில் இடம்பிடித்தவர் தாயுமானவர் என்பதை மனம் கொள்ளல் வேண்டும்.

இறைவனது இயல்பினை விளக்குவதில் மாணிக்கவாசகருக்கு நிகராக விளங்குபவர் தாயுமான சுவாமிகள் என்பதை நம்மால் அறிய முடிகிறது.

''காரிட்ட ஆணவக் கருஅறையில் அறிவுஅற்ற
கண்இலாக் குழவியைப் போல் கட்டுண்டு''

கிடந்த உயிருக்கு உடல், கருவி, உலகம், நுகர்ச்சிப் பொருள்களைத் தந்து உதவியவன் இறைவன். அந்த உயிர் நான்கு வகைப் பிறப்பில், ஏழுவகைத் தோற்றத்தில், 84 இலட்சம் யோனி பேதங்களில், ஒவ்வொன்றிலும் பலமுறை வந்து பிறந்து இறந்து, ஆக கோடிக் கணக்கில் பிறப்பு இறப்பைச் சந்தித்திருக்கிறது. இதனை,

''பார்முதல் அண்டப் பரப்புஎலாம் நிறுவி
அண்டசம் முதல்ஆம் எண்தரு நால்வகை
ஏழு பிறவியில் தாழாது ஓங்கும்
அனந்த யோனியின் இனம்பெற மல்க''

என்று தாயுமானவர் பேசியுள்ளார்.

எடுத்த பிறவிகள் பலவற்றுள்ளும் மானுடப்பிறவி கிடைத்தல் என்பது எவ்வளவு அரியது? என்பதை, அறிவானந்த சித்தியார் என்னும் நூல்,

''தேரில் சதுரயுகம் இரண்டாயிரம் நாள்திங்கள் ஆண்டு
ஓரில் அந்நூற்றின் அயன்மாண்டு உகாந்தமும்உற்றுத் தென்பால்
சேரும்நுகத் துளையில் வடபால் கழிசெல் எளிது
சாரும் பிறப்பு ஒழித்து இம்மானுடத்தில் சனிக்குஅரிதே''

என்று பேசுகிறது.

'பிரம்மாவுக்கு வயது நூறு என்றும்; அது எவ்வாறு எனில், யுகங்கள் நான்குக்கும் உரிய ஆண்டினைக் கூட்ட வரும் 43 இலட்சத்து 20 ஆயிரத்தை, 2000ஆல் பெருக்க வரும் ஆண்டின் தொகை, ஒரு நாள் என்றும், இதனை மாதமாக்கிப், பின்னர் ஆண்டாக்கி, அவ்வாறு வரும் ஆண்டு நூறு, பிரம்மாவின் வயது என்றும்; அந்த நூறு வயது முடியும்போது பிரம்மாவும் இறந்துபடுவார் என்றும்; அப்போது உலகில் அழிவு ஏற்படும் என்றும்; அந்த அழிவின்போது கடல்கள் ஒன்றுசேர, பூமி நீரில் மூழ்கும் என்றும்; அந்த யுக முடிவில் தென்துருவத்தில் கிடந்த துளையுடைய பலகையில், வடதுருவத்தில் கிடந்த கழி (குச்சி) நுழையுமாயின், அது எவ்வளவு அரிய நிகழ்வோ, அதைவிட அரிய நிகழ்வு மானுடப் பிறப்பு கிடைப்பது என்பது' என்றும் விளக்கப்பட்டுள்ளது.

VI

இதனைத் தாயுமானவர்,

"எண்ணரிய பிறவிதனில் மானிடப் பிறவிதான்
யாதினும் அரிது அரிதுகாண்; இப்பிறவி
தப்பினால் எப்பிறவி வாய்க்குமோ?
ஏதுவருமோ? அறிகிலேன்"

என்று குறிப்பிடுவார்.

இப்படி அரிதாய்ப் பெற்ற பிறப்பை முறையாகப் பயன்படுத்தி முதல்வனை அறியமுயலாது, உண்டும் உறங்கியும் வறிதே காலம் கழிகிறது என்பதை,

"எல்லாம் தீர யோசிக்கும் வேளையில்
உண்பதும் உறங்குவதும் ஆக முடியும்"

என்றும் பேசுவார்.

ஆனால் இறைவனோ,

"ஐவகை எனும்பூதம் ஆதியை வகுத்து,
அதனுள் அசரசர பேதம் ஆன
யாவையும் வகுத்து, நல்அறிவையும் வகுத்து,
மறைஆதி நூலையும் வகுத்து,
சைவம் முதல்ஆம் அளவில் சமயமும்
வகுத்து, மேல்சமயம் கடந்த மோன
சமரசமும் வகுத்தவன்"

எனும்படியாக விளங்குகிறான். எனவே அவன் வகுத்தளித்த வேதம், ஆகமம் ஆகியவற்றின் துணைகொண்டு, மனிதன் கடைத்தேற முயல வேண்டும்.

அவ்வாறு சுவாமிகள் தாம் கடைத்தேற முயன்றபோது, அவரது குருநாதர் மௌனகுரு சுவாமிகள் தாம் காட்டிய பாதையில் பயணிக்க, அவர் கண்ட உண்மைகளாக நம் முன் பகிர்ந்துகொள்ளும் செய்திகள்:

"வைதிக சைவம் அழகு" என்பதும்; "தக்கநெறி இந்நெறியே தான் சன்மார்க்கம்" என்பதும்; "தில்லை மன்றுள் பார்த்தபோது, அங்கு என்மார்க்கம் இருக்குது, எல்லாம் வெளியே" என்பதும்; "சைவ சமயமே சமயம்" என்பதும்; "தேட்டம் ஒன்றுஅற அருள்

VII

செயலில் நிற்றியேல் வீட்டறம் துறவறம் இரண்டும் மேன்மையே'' என்பதும்; ''சந்ததமும் எனது செயல் நினது செயல், யான் எனும் தன்மை நினைஅன்றி இல்லாத் தன்மையால் வேறுஅலேன், வேதாந்த சித்தாந்த சமரச சுபாவம் இதுவே'' என்பதும்; ஆக இப்படி இந்தப் பட்டியல் நீண்டு கொண்டே போகிறது. அதுபோல சீவனும்சிவனும் ஒன்றா? இரண்டா? ஒன்றற்ற இரண்டா? இரண்டற்ற ஒன்றா? என்றெல்லாம் குழம்பி நிற்போருக்கு விடையாக,

''ஒன்றுஇரண்டும் இல்லதுவாய், ஒன்றுஇரண்டும் உள்ளதுவாய்,
நின்ற சமத்துநிலை நேர்பெறுவது எந்நாளோ?''

என்று பேசுகிறார்.

ஒன்றும்இல்லை, இரண்டும்இல்லை, இரண்டற்ற ஒன்றும் இல்லை, ஒன்றற்ற இரண்டும்இல்லை, என்று விலக்கி, ''இரண்டு அற்றது'' என்று சாமர்த்தியமாய்ப் புரிந்துகொள்ள வேண்டும் என்கிறார். ''இதுதான் சித்தாந்த முத்தி; இதனை அளிப்பவன் தான் சித்தாந்த முத்தி முதல்வன்'' என்பதை அறிய வேண்டும்.

சீவன், சிவனை அடைய வகுக்கப்பட்ட நெறிகள் சரியை, கிரியை, யோகம், ஞானம் என நான்காக இருப்பினும், அவற்றுள் ஞானநெறியே பரமுத்தியைத் தரும்; எனவே அதனை அடையவே முயலுதல் வேண்டும்; ஒரேவழி அதில் தோல்வி ஏற்பட்டாலும், ஏனைய பதமுத்திகள் மூன்றனுள் ஏதேனும் ஒன்று கிடைக்கும் என்பதை,

''ஞானநெறி தானே நழுவிடினும் முப்பதத்துள்
ஆனமுத்தி நல்கும்என அன்புறுவது எந்நாளோ''

என்று பேசுகிறார்.

மேற்கூறிய சரியை அரும்பு என்றும், கிரியை மலர் என்றும், யோகம் காய் என்றும், ஞானம் கனி என்றும், கனிதானே முடிந்த நிலை என்றும், புரியவைக்கிறார்.

''விரும்பும் சரியைமுதல் மெய்ஞ்ஞானம் நான்கும்
அரும்புமலர் காய்கனி போல்அன்றோ பராபரமே''

என்பது அது.

உடல் இருக்க முத்தி அடைவதும் (உருவம்), உடல் சிவ லிங்கமாக மாற முத்தி அடைவதும் (அருவுருவம்), உடலைக்

கற்பூரம்போல் கரையுமாறு செய்து முத்தி அடைவதும் (அருவம்) என முத்தியில் உடலுக்கு மூன்று நிலை உண்டு என்பதை,

''முத்தியிலும் தேகமிசை மூவிதம்ஆம் சித்திபெற்றோர்''

என்று குறிப்பிட்டுள்ளார்.

இருள்நிலையில் (கேவல அவத்தையில்) இருந்த உயிர், மருள்நிலையில் (சகல அவத்தையில்) வந்து, பின்னர் அருள்நிலை (சுத்த அவத்தை) பெறும்வரை, ஓர் ஆத்மசாதகனுக்கு வேண்டிய அனைத்து செய்திகளையும் தன்னகத்தே கொண்ட, ஓதிக் கடைத் தேற தோத்திரமாகவும், உணர்ந்து கடைத்தேற சாத்திரமாகவும் விளங்கும் தாயுமான சுவாமிகளின் பாடல் திரட்டுக்கு, கால நடைக்கு ஏற்ப ஓர்உரை வேண்டும் என்று அன்பர்கள் விருப்பங் கொள்ள, அதனுக்குத் திருவருளும் குருவருளும் துணைநிற்க, இப்பொழுது, இது உங்கள் கைகளில் தவழ்கிறது.

மூலநூல் ஒன்றை அடியேனின் கையில் திணித்து, உரை எழுதப் பணித்த அன்பர் வீரண்ணன் அவர்களுக்கும், அச்சகத்தார்க்கும் அடியேனுக்கும் இணைப்புப் பாலமாய் இருந்து ஓடிஆடி உழைப்பு நல்கிய அன்பர் ஆர்.எஸ். செந்தில்குமார் எம்.ஏ., எம்.பி.எ., அவர்களுக்கும்; அச்சுப்படிகளைச் சரிபார்க்கும் பணியில் உடன் இருந்து படித்து உதவிய ரேகா பிரியதர்ஷினி பி.காம்., எம்.ஐ.பி., எம்.பி.எ., எம்.பில்., அவர்களுக்கும்; பிழையே இல்லாமல் தட்டச்சு செய்து, வடிவமைத்து, அழகுசெய்த ஐரிசு கிராபிக்ஸ் ராஜாராமன் அவர்களுக்கும் நன்றிகள்.

ஆன்மீக அன்பர்களுக்குக் கலங்கரை விளக்கமாய் இருந்து, தொடர்ந்து நம்முடைய உரைநூல்களை அச்சில் கொண்டு வரும் விஜயா பதிப்பகத்தார்க்கு நன்றி.

கரைஒதுங்கிய முத்துக்களே இவ்வளவு எனில், மூழ்க எவ்வளவு முத்துக்கள் கிடைக்கும்? என்பது ஓர்ந்து, மூழ்கத் துடிக்கும் மெய்யன்பர்களுக்கு எல்லா நலமும் கிடைக்க சிவப் பரம்பொருளை இறைஞ்சுவோர்மாக!

அடித்தொண்டன்
வீ. சிவஞானம்

திருச்சிற்றம்பலம்

உ

சிவமயம்

தாயுமான சுவாமிகள் வரலாறு

சோழநாட்டின் கடற்கரையில் வேதாரண்யம் என்னும் ஓர் ஊர் உள்ளது. இதனைத் திருமறைக்காடு என்று கூறுவர். வேதம் அடைத்த கதவை, தமிழ்வேதம் பாடித் திருநாவுக்கரசு நாயனார் திறக்கவும், திறந்த கதவு மூடத் திருஞானசம்பந்தநாயனார் பதிகம் பாடியும் வழிபட்ட பெருமை உடைய ஊர் இது. இவ்வூரில் ஏறத்தாழ முந்நூறு ஆண்டுகளுக்கு முன்பு சைவ வேளாளர் குலத்தில் சகோதரர் இருவர் வாழ்ந்து வந்தனர். மூத்தவர் பெயர் வேதாரண்யப் பிள்ளை; இளையவர் பெயர் கேடிலியப்பப் பிள்ளை. இவர் தம் பெயருக்கேற்ப குற்றம் சிறிதுமின்றி நல்வாழ்வு வாழ்ந்து வந்தார். கல்வி கேள்விகளால் சிறப்புற்று விளங்கிய இவர் குலத்தொழிலாகிய வேளாண் தொழிலைத் திறம்படச் செய்து வந்தார். இவரது நற்பண்புகளையும் திறமையையும் கண்ட, ஊர்க்காரர்கள் அந்த ஊரிலுள்ள கோயில் நிர்வாகத்தை இவரிடம் ஒப்படைத்தனர். அவரும் அப்பணியை மிகவும் சிறப்பாகச் செய்து வரலானார்.

அந்நாளில் திருச்சிராப்பள்ளியை ஆட்சிசெய்து வந்த விஜய ரங்க சொக்கநாத நாயக்கர் என்பார் கடலில் நீராடும்பொருட்டு வேதாரண்யம் வந்தார். அவ்வாறு தீர்த்தயாத்திரை மேற்கொண்ட நாயக்கர் அவர்கள் திருக்கோவிலுக்கு வந்து, சுவாமி தரிசனம் செய்தார். அப்பொழுது கேடிலியப்பப் பிள்ளை அவருக்கு உரிய மரியாதைகள் செய்து வரவேற்று, வழிபாட்டுக்கு உதவி செய்து, சிறப்பித்தார். இவ்வாறு நாயக்கர் வேதாரண்யம் வரும்போதெல்லாம் தக்க உபசாரங்கள் செய்து வந்தார். இதுகண்ட நாயக்கர் இவரது நிர்வாகத் திறமையை மனதுள்கொண்டு, தனது அரண்மனையில் சம்பிரதி உத்தியோகம் பார்க்க வருமாறு கேட்டுக்கொண்டார். அரசரது உத்தரவை மீறமுடியாத பிள்ளையவர்கள், கோவில் நிர்வாகத்தைப் பொறுப்புள்ள வேறொருவரிடம் ஒப்படைத்துவிட்டு, திருச்சிராப்பள்ளி சென்றார்.

X

கேடிலியப்பப் பிள்ளை அவர்களின் துணைவியார் பெயர் கெஜவல்லி அம்மையார் என்பது. இவர்களுக்கு முதலில் பிறந்த ஆண் குழந்தைக்கு சிவசிதம்பரம் எனப் பெயர் வைத்தனர். இக்குழந்தையை குழந்தையின் பெரியப்பாவும் பெரியம்மாவும் மிகவும் நேசித்தனர். அக்குழந்தையும் அவர்களிடம் மிகுந்த அன்பு காட்டியது. எனவே கேடிலியப்பப் பிள்ளை அவர்கள், தன் அண்ணனுக்குக் குழந்தை பாக்கியம் இல்லாத குறை நீங்குமாறு, தன் பிள்ளையைச் சுவீகாரம் செய்துவைத்தார்.

திருச்சிராப்பள்ளியில் உத்தியோகம் பார்த்த பிள்ளையவர்கள், மலைக்கோட்டையில் எழுந்தருளியிருக்கும் தாயுமான சுவாமி களிடத்து பக்திமிகுந்தவராய் தம்மனைவியுடன் காலை மாலை என இரண்டு வேளைகளிலும் சுவாமி தரிசனம் செய்துவந்தார். அப்பொழுது தங்களுக்கு ஒரு மகப்பேறு வேண்டும் என வேண்டிக்கொள்ள, ஓர் ஆண்மகவு பிறந்தது. அந்தக் குழந்தைக்கு, அந்த இறைவன் பெயரையே பெயராகவைத்து, கல்வி கேள்விகளில் சிறந்து விளங்குமாறு வளர்த்து வந்தனர்.

தாயுமானவனும் அந்த இறைவன்மீதும் திருவானைக்கா அகிலாண்டநாயகி மீதும் பேரன்பு பூண்டு நாளும் வழிபட்டு வந்தார். ஒருநாள் மலைக்கோட்டை இறைவரைத் தரிசனம் செய்துவிட்டுத் திரும்பி வரும்போது, இடையில் அருளாளர் ஒருவரைக் கண்டார். தமிழ், சமஸ்கிருதம், ஜோதிடம், கணிதம், தேவாரம், திருவாசகம், திருப்புகழ், சைவஆகமங்கள் என அனைத்திலும் புலமைப் பெற்று விளங்கிய தாயுமானவர், தாம் கண்ட அந்த அருளாளரே தமக்கு குரு என்பதை உணர்ந்து, அவரது திருவடிகளில் விழுந்து வணங்கினார். அவர் தேவை ஏற்பட்டால் ஒன்றிரண்டு சொற்கள் பேசுவது தவிர, மற்றபடி எப்போதும் மௌனமாகவே இருப்பார்; அதனால் அவர் மௌனகுரு என்று அழைக்கப்பட்டார். அவர் திருமூலர் மரபில் வந்தவர். இதனை தாயுமான சுவாமிகள் ''மூலன் மரபில் வரு மௌன குருவே'' என்று தனது பாடலில் பதிவு செய்துள்ளார்.

தாயுமானவர் தன்னுடைய குருநாதனுக்குப் பணிவிடை செய்து, அவரது உபதேசம் கேட்டு, ஒரு தலைமை மாணாக்கனாகவே திகழ்ந்தார். இதற்கிடையில் குருவும் சீடனும் பிரிந்திருக்க

வேண்டிய ஒரு நிலை ஏற்பட்டது; அவ்வாறு பிரியும் வேளையில் குருநாதர் பெரிய அளவில் உபதேசம் எதுவும் செய்யாது, ''சும்மா இரு'' என்று கூறிவிட்டுப் போனார். இதனை உறுதியாகப் பிடித்துக் கொண்ட சுவாமிகள், தன் பாடல்களில் பல இடங்களில் அதனைப் பதிவு செய்துள்ளார்.

இதற்கிடையில் பெற்றோர்கள் மட்டுவார்குழலிஅம்மை என்னும் பெண்ணை இவருக்குத் திருமணம் செய்துவைத்தார்கள்; இல்லறக் கடமைகளை இனிதே நிறைவேற்றி வரும் நாளில், இவர்களுக்கு ஓர் ஆண்மகவு பிறந்தது; அப்பிள்ளைக்குக் கனக சபாபதி எனப் பெயர் சூட்டினர்; இல்லற வாழ்வில் தாயுமானவருக்கு விருப்பம் அவ்வளவாக இல்லை; தாயார் அரவணைப்பில் கனகசபாபதி வளர்ந்து வந்தான் என்றாலும், அவன் வளர்ந்து பெரியவனாகும் முன்பே, தாயார் மறைந்தார்; அதன்பிறகு தாயுமானவரின் அண்ணன் சிவசிதம்பரமும் அவரது மனைவியும் கனகசபாபதியை வளர்க்கும் பொறுப்பினை மேற்கொண்டனர். இல்வாழ்க்கை என்பது தாயுமானவரைப் பொறுத்தவரை பிராரத்த வினையாய்க் குறுகிய காலத்தில் கழிந்தது.

தாயுமானவரின் தந்தையார் சம்பரதியாக உத்தியோகம் பார்க்கும்போதே மறைந்தார். அந்த இடத்தை நிரப்ப தாயுமானவனே பொருத்தமானவன் என மன்னர் முடிவு செய்து, அப்பொறுப்பில் இவரை அமர்த்தினார்; தாயுமானவரும் அந்த வேலையை மிகவும் சிறப்பாகச் செய்துவந்தார். இதற்கிடையே அரசர் காலமானார். அப்பொழுது அரசியார் மீனாட்சியம்மை என்பார் பொறுப்பு ஏற்றார். அவரும் தாயுமானவர் மீது மிகுந்த மதிப்புடையவராய் நடந்து கொண்டார். இருப்பினும் இவருடைய மனம் ஆட்சி அதிகாரத்தில் இலயிக்கவில்லை.

ஒரு நாள் தன் கையில் இருந்த அரசாங்க சம்பந்தமான குறிப்புகள் எழுதிய பனைஓலையைத் திடீரென கசக்கித் தூள்தூள் ஆக்கினார். இந்நிகழ்வை உடன்இருந்தவர்கள் அவருடைய கவனத்துக்கு கொண்டு வந்தனர். தன்னை மறந்த நிலையில் தாம் திருவானைக்கா அம்பிகையின் ஆடையில் பற்றிய கற்பூரத் தீயை அணைக்க முயன்றதை, சற்றே நினைவு திரும்பியவராய், எடுத்துரைத்தார். சற்றுநேரத்தில் கோயிலிலிருந்து இதுபோன்றதொரு அசம்பாவிதம் நடந்துவிட்டதாகத் தகவல் வந்தது.

இரண்டையும் கேள்விபட்ட அரசியார், அவரது விருப்பப்படி அவரைப் போக அனுமதித்தார். உலகவாழ்க்கையில் இருந்த பற்று முழுவதையும் துறந்து, கோவணதாரியாக சுவாமிகள் வெளியேறினார். அதன் பிறகு மௌனகுருவும் தன் சீடனைச் சந்தித்தார். தட்சிணாமூர்த்தியின் பிரதிநிதியாக மானுட சட்டை தாங்கிய மௌனகுரு வந்ததால், ஒரு விடியற்காலை நேரத்தில் பிரபஞ்ச இரகசியம் அனைத்தும் தாயுமானவருக்குத் தானே தெற்றென விளங்கியது. இதன்பிறகு குருவும் சீடனும் சேர்ந்திருக்கவில்லை.

இவரும் ஏனைய அருளாளர்கள் போலவே தலயாத்திரை மேற்கொண்டார். வேதாந்தம், சித்தாந்தம் இரண்டும் தேர்ந்து, இரண்டுக்கும் ஒரு பொதுமை கண்டு, அந்நெறியில் நின்று இறைவன்மீது பல தோத்திரங்கள் பாடினார். இராமேசுவரம் முதலிய தலங்களுக்குச் சென்று வழிபட்டு, இராமநாதபுரம் வந்துசேர்ந்தார். அங்குப் பலநாட்கள் தங்கி நிட்டை கூடிவந்தவர், ஒரு சுபகிருது ஆண்டு, தை மாதம் விசாக நட்சத்திரத்தன்று மகாசமாதி அடைந்தார்.

இராமநாதபுரத்துக்கு வெளியே உள்ள இலட்சுமிபுரம் என்னும் பகுதியில் இவரது சமாதிக்கோயில் உள்ளது.

இவர் வாழ்ந்த காலம் 18ஆம் நூற்றாண்டு.

திருச்சிற்றம்பலம்

பொருளடக்கம்

		பாடல் எண் முதல்-முடிய
1.	பரசிவ வணக்கம்	1 - 3
2.	பரிபூரணானந்தம்	4 - 13
3.	பொருள் வணக்கம்	14 - 25
4.	சின்மயானந்த குரு	26 - 36
5.	மௌனகுரு வணக்கம்	37 - 46
6.	கருணாகரக் கடவுள்	47 - 56
7.	சித்தர் கணம்	57 - 66
8.	ஆனந்தமான பரம்	67 - 76
9.	சுகவாரி	77 - 88
10.	எங்கும் நிறைகின்ற பொருள்	89 - 99
11.	சச்சிதானந்த சிவம்	100 - 110
12.	தேஜோ மயானந்தம்	111 - 121
13.	சிற்சுகோதய விலாசம்	122 - 131
14.	ஆகார புவனம் - சிதம்பர ரகசியம்	132 - 164
15.	தேன் முகம்	165 - 174
16.	பன்மாலை	175 - 184
17.	நினைவு ஒன்று	185 - 193
18.	பொன்னை மாதரை	194 - 271
19.	ஆரணம்	272 - 281
20.	சொல்லற்கு அரிய	282 - 291

		பாடல் எண் முதல்-முடிய
21.	வம்பனேன் (முரடனாகிய நான்)	292 - 301
22.	சிவன் செயல்	302 - 311
23.	தன்னை ஒருவர்	312 - 321
24.	ஆசை எனும்	322 - 361
25.	எனக்கு எனச் செயல்	362 - 389
26.	மண்டலத்தின்	390 - 400
27.	பாயப்புலி	401 - 459
28.	உடல்பொய் உறவு	460 - 542
29.	ஏசற்ற அந்நிலை	543 - 552
30.	காடும் கரையும்	553 - 555
31.	எடுத்த தேகம்	556 - 557
32.	முகம்எலாம்	558 - ....
33.	திடம் உறவே	559 - 568
34.	தன்னை	569 - ....
35.	ஆக்குவை	570 - ....
36.	கற்புறுசிந்தை	571 - 577
37.	மலைவளர் காதலி	578 - 585
38.	அகிலாண்ட நாயகி	586 - ....
39.	பெரிய நாயகி	587 - ....
40.	தந்தை தாய்	588 - 594
41.	பெற்றவட்கே	595 - 605
42.	கல்ஆலின்	606 - 635
43.	பராபரக் கண்ணி	636 - 1024
44.	பைங்கிளிக் கண்ணி	1025 - 1082
45.	எந்நாள் கண்ணி	1083 - 1314

		பாடல் எண் முதல் - முடிய
46.	காண்பேனோ என் கண்ணி	1315 - 1351
47.	ஆகாதோ என் கண்ணி	1352 - 1372
48.	இல்லையோ என் கண்ணி	1373 - 1378
49.	வேண்டாவோ என் கண்ணி	1379 - 1384
50.	நல்லறிவே என் கண்ணி	1385 - 1388
51.	பலவகைக் கண்ணி	1389 - 1412
52.	நின்ற நிலை	1413 - 1415
53.	பாடுகின்ற பனுவல்	1416 - 1420
54.	வண்ணம்	1421 - .....
55.	அகவல்	1422 - .....
56.	ஆனந்தக் களிப்பு	1423 - 1452
	அருளையர் அகவல்	
	பாட்டு முதற்குறிப்பு அகரவரிசை	

பாடல் – தொகை

1 முதல் 39 முடிய பாடல்கள்	587
40 முதல் 53 முடிய கண்ணிகள்	833
54 அகவல்	1
55 வண்ணம்	1
56 ஆனந்தக் களிப்பு - கண்ணிகள்	30
ஆக	__1452__

உ

சிவமயம்

துதிப்பாடல்கள்

சிராப்பள்ளி மலைமேவும் தட்சிணா
  மூர்த்திஅருள் நல்கப் பெற்றுப்
பராபரமும் எந்நாளும் பைங்கிளியும்
  பலபாவும் பாடிப் பாடித்
தராதலமா னிடர்க்குஎல்லாம் தண்அமிர்தாய்த்
  தந்துஅருளும் தாயு மான
நிராமயனார் அருள்பெரிய கவிதையினால்
  பொருள்அதனை நினைந்து வாழ்வாம்.

உலகினுக்கு அணியாம் இராமநாத புரத்து
  உயர்நறை வாவியின் குணபால்
மலர்நிறை வனத்தில் சிவத்துறு நிட்டை
  மருவிய தாயுமா னவனே
இலகிய பொருளால் வானமாய் நிறையும்
  எந்தையே எனதுபந் தமும்போய்
நிலையுற நினது திருவருள் அளிப்பாய்
  நின்மலா னந்தமே போற்றி

திருச்சிற்றம்பலம்

உ

சிவமயம்

தாயுமான சுவாமி பாடல்கள் மூலமும் உரையும்

1. திருவருள் விலாசப் பரசிவ வணக்கம்

பன்னிருசீர் கழிநெடிலடி ஆசிரிய விருத்தம்

..1..

அங்குஇங்கு எனாதபடி எங்கும் ப்ரகாசமாய்,
ஆனந்த பூர்த்திஆகி,
அருளொரு நிறைந்ததுஎது? தன்அருள் வெளிக்குளே
அகிலாண்ட கோடிஎல்லாம்
தங்கும் படிக்குஇச்சை வைத்து,உயிர்க்கு உயிராய்த்
தழைத்ததுஎது? மனவாக்கினில்
தட்டாமல் நின்றதுஎது? சமயகோ டிகள்எலாம்
தம்தெய்வம் எம்தெய்வம்என்று
எங்கும் தொடர்ந்துஎதிர் வழக்குஇடவும் நின்றதுஎது?
எங்கணும் பெருவழக்காய்,
யாதினும் வல்லஒரு சித்துஆகி, இன்பமாய்,
என்றைக்கும் உள்ளதுஎது?மேல்
கங்குல்பகல் அறநின்ற எல்லைஉளது எது?அது
கருத்திற்கு இசைந்ததுஅதுவே;
கண்டன எலாம்மோன உருவெளியது ஆகவும்
கருதிஅஞ் சலிசெய்குவாம். 1

அருஞ்சொற்பொருள்:

ப்ரகாசமாய் - ஒளியாய். ஆனந்த பூர்த்தியாகி பேரின்ப நிறைவாகி. அருளொடு நிறைந்தது - திருவருளாகிய சக்தியோடு கூடி இருப்பது.

அருள்வெளி - அருளாகிய ஆகாயம். அகிலாண்ட கோடி - அண்டகோடிகள் அனைத்தும். இச்சை வைத்து - விருப்பங்கொண்டு. தட்டாமல் - தட்டுப் படாமல். எதிர்வழக்கு இடவும் - வாதப் பிரதிவாதம் செய்யவும். எங்கணும் - எல்லா இடங்களிலும். பெருவழக்காய் - பெரிதும் பேசப் படுவதாய். வல்ல ஒரு சித்து ஆகி - வல்லமை உடைய அறிவாய் விளங்கி. கங்குல்பகல் - இரவுபகல். எல்லை உளது - எல்லையில் உள்ளது. கண்டன எலாம் - கண்ணால் காணும் பொருள்கள் அனைத்தும். மோன உருவெளி - மௌனமே உருவமாகிய வெட்டவெளி. அஞ்சலி செய்குவாம் - வணங்குதல் செய்வோம்.

பொழிப்புரை:

அங்கு இங்கு என்று சொல்ல முடியாதபடி, அண்டவெளி முழுவதும் எங்கும் நிறைந்து விளங்கும் ஒளிமயமாகி, உயிர்களுக்குப் பேரின்பத்தை நல்கும் நிறைவான ஒன்றாகி, தனது திருவருளாகிய சத்தியோடு கூடி, எங்குமாய் நிறைந்து நின்ற பொருள் எது?

தனது திருவருளாக விளங்கும் ஆகாயத்தின்கண் அண்ட கோடிகள் அனைத்தும் தங்குமாறு விரும்பி இடம் கொடுத்து, உயிருக்கு உயிராய் நின்று, அவ்வுயிர்களைத் தழைக்கச் செய்தது எது?

மனத்துக்கும் வாக்குக்கும் தட்டுப்படாமல் நின்றது எது?

சமயகோடிகள் பலவும், 'இது எங்கள் தெய்வம், இது எங்கள் தெய்வம்!' என்று எவ்விடத்தும் தங்களுக்குள் தொடர்ந்து எதிர்வழக்கு ஆடும்படி செய்த பொருள் எது?

எல்லா இடங்களிலும் பேசப்படுவதும், எல்லாப் பொருள் களையும் இயக்கும் அறிவாய் விளங்குவதும், உயிர்களுக்கு இன்பப்பேற்றினை வழங்குவதும், எல்லா காலத்திலும் நிலைத்து நிற்பதும், ஆகிய பொருள் எது?

மேலான இரவுபகல் அற்ற எல்லையில் உள்ள பொருள் எது?

அது நம்முடைய கருத்திற்கு இசைந்த பொருளே; அந்தப் பொருளையே கண்ணால் காணும் பொருள்கள் அனைத்து மாகவும், மௌனமே உருவமான வெளியாகவும் நினைத்து, வணங்குதல் செய்வோம்.

..2..

ஊர்அனந் தம்;பெற்ற பேர்அனந் தம்; சுற்றும்
உறவுஅனந் தம்;வினையினால்
உடல்அனந் தம்;செயும் வினைஅனந் தம்;கருத்
தோஅனந் தம்;பெற்றபேர்

சீர்அனந் தம்;சொர்க்க நரகமும் அனந்தம்;நல்
தெய்வமும் அனந்தம்,பேதம்
திகழ்கின்ற சமயமும் அனந்தம்;அத னால்ஞான
சிற்சக்தி யால்உணர்ந்து,

கார்அனந் தம்கோடி வருஷித்தது எனஅன்பர்
கண்ணும்விண் ணும்தேக்கவே,
கருதரிய ஆனந்த மழைபொழியும் முகிலை;நம்
கடவுளைத்; துரியவடிவைப்;

பேர்அனந் தம்பேசி மறைஅனந் தம்சொலும்
பெரியமௌ னத்தின்வைப்பைப்;
பேசரும் அனந்தபத ஞான ஆனந்தம்ஆம்
பெரியபொரு ளைப்பணிகுவாம். 2

அருஞ்சொற்பொருள்:

அனந்தம் - பல. பேர் - பெயர். சுற்றும் உறவு - சூழ இருக்கும் உறவு. வினையினால் - நல்வினை தீவினைகளால். செயும் வினை - செய்யும் செயல்கள். பெற்ற பேர்சீர் - பெற்ற பேரும் புகழும். பேதம் திகழ்கின்ற - கருத்து வேறுபாடுடைய. ஞான சிற்சத்தி - ஞானத்தைத் தரும் உயிருக்கு ஒளியாய் விளங்கும் சத்தி. கார் - மேகம். வருஷித்தது என - மழை பொழிந்ததுபோல. அன்பர் கண்ணும் - அன்பரது கண்களிலும். விண்ணும் - மனமாகிய ஆகாயத்திலும். முகிலை - மேகத்தை. துரிய வடிவை - நாலாம் நிலையாகிய துரிய வடிவத்தை. மௌனத்தின் வைப்பை - மௌனமாகிய நிதிக்குவியலை. பேசரும் - பேசுவதற்கு அரிய. அனந்த பத ஞான ஆனந்தம் - எல்லையற்ற உயர்ந்த நிலையிலான ஞானமாகிய பேரின்பம்.

பொழிப்புரை:

(உயிர்கள் பல பிறவிக்குள் சென்று வந்துள்ளமையால்) பிறந்த ஊர்கள் பல; பெற்ற பெயர்கள் பல; சூழ இருந்த உறவுகள் பல; செய்த நல்வினை தீவினைகளின் பயனாய்ப்

பெற்ற உடல்கள் பல; செய்யும் செயல்கள் பல; எழுந்த எண்ணங்களும் பல; பெற்ற பேரும்புகழும் பல; சென்று வந்த சொர்க்க நரகங்களும் பல; வழிபட்ட நன்மை செய்யும் தெய்வங்களும் பல; வேறுபட்ட கருத்துகளுடன் கூடிய சமயங்களும் பல;

அதனால் ஞானத்தைத் தரும் பராசத்தியின் அருளால் உணர்ந்து, மேகக்கூட்டம் பெருமளவில் திரண்டு வந்து மழையினைப் பொழிவதுபோல அன்பர்களது கண்ணிலும், மனமாகிய விண்ணிலும் திருவருளாகிய நீரைத் தேக்கி, எண்ணுதற்கரிய பேரின்பமாகிய மழையினைப் பொழியும் மேகத்தை; நமது கடவுளை; நாலாம் நிலையாகிய துரிய வடிவத்தை; பல பெயர்களால் புகழ்ந்து பேசப்படுவதும், பல வேதங்களாலும் சிறப்பித்துச் சொல்லப்பட்டதும், ஆகிய மௌனம் என்னும் நிதிக்குவியலை; பேசுவதற்கு அருமை உடையதும், எல்லையற்றதும், ஞானமயமானதும் ஆன பெரிய பொருளைப் பணிந்து வணங்குவோம்.

..3..

அத்வைத வஸ்துவைச்; சொல்பிரகா சத்தனியை;
அருமறைகள் முரசுஅறையவே
அறிவினுக்கு அறிவுஆகி, ஆனந்த மயம்ஆன
ஆதியை; அநாதி;ஏக

தத்துவ சொரூபத்தை; மதசம்ம தம்பெறாச்
சாலம்ப ரகிதம்ஆன
சாசுவத புஷ்கல நிராலம்ப ஆலம்ப
சாந்தபத வ்யோமநிலையை;

நித்தநிர் மலசகித நிஷ்ப்ரபஞ் சப்பொருளை;
நிர்விஷய சுத்தம்ஆன
நிர்விகா ரத்தைத்; தடஸ்தமாய் நின்றுஒளிர்
நிரஞ்சன நிராமயத்தைச்;

சித்தஅறி யாதபடி சித்தத்தில் நின்றுஇலகு
திவ்யதே ஜோமயத்தைச்;
சித்பர வெளிக்குள்வளர் தற்பரமது ஆனபர
தேவதையை அஞ்சலிசெய்வாம். 3

அருஞ்சொற்பொருள்:

அத்வைதம் - இரண்டற்றது. வஸ்துவை - பொருளை. சொல் பிரகாசம் - ஓம் என்னும் பிரணவம். தனியை - சிறப்பை. ஆனந்தமயம் - பேரின்பமயம். ஆதியை - மூலத்தை. அனாதியை - தொடக்கமற்றதை. ஏக தத்துவ சொரூபத்தை - ஒன்று என்னும் உண்மை வடிவத்தை. (சிவசத்தியாய் விளங்கும் ஒரு சிவத்தை) சாலம்ப ரகிதம் - பற்றுக் கோடு இல்லாதது. சாசுவதம் - என்றும் நிலைத்து நிற்பது. புஷ்கலம் - நிறைவு. நிராலம்ப ஆலம்பம் - தனக்கு ஆதரவு தேவை இல்லை என்றாலும் உலகுக்கு ஆதரவாய் இருப்பது. வ்யோமம் - வெட்டவெளி. நித்தம் - நிலைத்து நிற்பது. நிர்மலம் - மலமற்றது. நிஷ்ப்ரபஞ்சப் பொருளை - உலகுக்கு அப்பாற்பட்ட பொருளை. நிர்விஷயம் - புலப் படாதது. நிர்விகாரம் - மாறுபடாதது. தடஸ்தம் - முத்தொழில் மூலம் தன்னை விளக்கும் பொருள். நிரஞ்சனம் - குற்றமற்றது. நிராமயம் - பழுதுபடாதது. திவ்ய தேஜோமயம் - தெய்வத்தன்மை பொருந்திய ஒளி வடிவமானது. சித்பரவெளி - அறிவுமயமான பராகாயம். தற்பரம் - தனக்குத் தானே மேலாய் விளங்குவது. பர தேவதை - மேலான தெய்வத்தை (பரசிவனை).

பொழிப்புரை:

(உயிரும் தானும் வேறு வேறாய் இருப்பினும், உயிர் மலபரிபாகம் உற்றபின்பு, தன்னுடன் இரண்டறக் கலக்கச் செய்யும்) இரண்டற்ற பொருளை; ஓம் என்னும் பிரணவ ஒளியாக விளங்கும் சிறப்பு உடையதை; அரிய வேதங்கள் பறைசாற்ற அறிவுக்கு அறிவாய் விளங்குவதை; பேரின்ப மயமாய் விளங்கும் மூலத்தை; தொடக்கம் என்ற ஒன்று இல்லாததை; சிவம் என்னும் ஒரு பொருள் தான் உண்டு என்னும் உண்மையை; மதம் என்ற ஒன்றை ஏற்றுக் கொள்ளாததும், எதனையும் பற்றி நிற்காததும், என்றைக்கும் நிலைத்து நிற்பதும், நிறைவாய் விளங்குவதும், தனக்கென ஒரு பற்றுக்கோடு இல்லை ஆயினும் உலகு அனைத்துக்கும் பற்றுக்கோடாய் விளங்குவதும், ஆகிய வெட்டவெளியை; நிலைபேறு உடையதும், மலமற்றதும், எல்லா உயிர்களுக்கும் அப்பாற்பட்டு நிற்பதும் ஆகிய பொருளை; கண்ணுக்குப் புலப்படாததும், தன்னிலையில் மாறுபாடு கொள்ளாததும், ஆகிய பொருளை; படைத்தல், காத்தல், அழித்தல் என்னும் முத்தொழில் மூலம் தன் உண்மையை வெளிப்படுத்திக் கொள்வதும், குற்றமற்றதும்,

பழுது இல்லாததும் ஆகிய பொருளை; சித்தத்தால் ஆராய்ந்து அறிய முடியாது ஆயினும் அச்சித்தத்தின் உள்ளே தெய்வத்தன்மையுடனும், ஒளியாயும் விளங்கும் பொருளை; சிதாகாசத்தில் நிலைத்து நிற்கும் மேலான தெய்வத்தைக் (பரசிவனைக்) கைகூப்பி வணங்குவோம்.

2. பரிபூரணானந்தம்

..4..

வாசா கயிங்கரியம் அன்றிஒரு சாதனம்
மனோவாயு நிற்கும்வண்ணம்
வாலாயம் ஆகவும் பழகிஅறி யேன்;துறவு
மார்க்கத்தின் இச்சைபோல

நேசானு சாரியாய் விவகரிப் பேன்;அந்த
நினைவையும் மறந்தபோது
நித்திரைகொள் வேன்; தேகம் நீங்கும்என எண்ணிலோ
நெஞ்சம் துடித்துஅயருவேன்

பேசாத ஆனந்த நிஷ்டைக்கும் அறிவுஇலாப்
பேதைக்கும் வெகுதூரமே;
பேய்க்குணம் அறிந்துஇந்த நாய்க்கும்ஒரு வழிபெரிய
பேரின்ப நிஷ்டைஅருள்வாய்;

பாசா டவிக்குளே செல்லா தவர்க்குஅருள்
பழுத்துஒழுகு தேவதருவே!
பார்க்கும்இடம் எங்கும்ஒரு நீக்கம்அற நிறைகின்ற
பரிபூர ணானந்தமே! 1

அருஞ்சொற்பொருள்:

வாசா கயிங்கரியம் - வாயினால் செய்யப்படும் பணிவிடை. *சாதனம்* - முயற்சி. *மனோவாயு* - மனமும் பிராணனும். *வாலாயம் ஆகவும்* - படிப்படியாகவும். *இச்சை போல* - விருப்பம் இருப்பது போல. *நேசானுசாரியாய்* - அவரவர் தன்மைக்கு ஏற்ப அனுசரித்து நடந்து கொள்பவனாய். *விவகரிப்பேன்* - விரித்துப் பேசுவேன். *நித்திரை* - உறக்கம். *தேகம்* - உடல். *அயருவேன்* - சோர்வு அடைவேன்.

பேசாத ஆனந்த நிஷ்டைக்கும் - பேசாத பேரின்ப தியானத்துக்கும். பாசாடவி - (பாச + அடவி) - பற்றால் விளையும் பிறவியாகிய காடு. அடவி - காடு. தேவதரு - கற்பக மரம். பரிபூரண ஆனந்தம் - எங்கும் நிறைந்த பேரின்பம்.

பொழிப்புரை:

பற்றுக்களால் தொடர்ந்துவரும் பிறவியாகிய காட்டுக்குள் செல்லாதவர்க்கு, அருளாகிய பழம்பழுத்து சாற்றை ஒழுக விடும் கற்பக மரமே! பார்க்கின்ற இடங்கள்தோறும் நீக்கமற நிறைந்து விளங்குகின்ற முழுமையான பேரின்பமே!

மனத்தையும் பிராணனையும் படிப்படியாகக் கட்டுக்குள் கொண்டு வரவேண்டும் என்பது குறித்து வாயினால் மட்டும் பேசுவேனே தவிர, அதற்குரிய முயற்சி எதையும் மேற்கொள்ளாதவன்; துறவுநெறியில் விருப்பம் கொண்டு இருப்பவன்போல கேட்பவர் தன்மைக்கேற்ப விவரித்துப் பேசுவேன்; அந்த நினைவும் மறந்தபோது, உறங்கி விடுவேன்; 'இந்த உடம்பு ஒருநாள் நம்மைவிட்டு நீங்கிவிடும்' என்ற எண்ணம் வரும்போது மட்டும் துடிதுடித்துச் சோர்ந்து போவேன்; பேசாத பேரின்ப தியானம் என்பது இந்த அறிவில்லாத பேதைக்கு எட்டாத தூரத்தில் இருக்கும் ஒன்றே.

இந்த நாயின் பேய்க்குணத்தை அறிந்து, பெரிய பேரின்ப தியானம் கைகூட ஒருவழியைக்கூறி அருளுவாயாக!

..5..

தெரிவாக ஊர்வன நடப்பன பறப்பன
செயல்கொண்டு இருப்பனமுதல்
தேகங்கள் அத்தனையும் மோகம்கொள் பௌதிகம்
ஜென்மித்த ஆங்குஇறக்கும்;
விரிவாய பூதங்கள் ஒன்றோடுஒன் றாய்அழியும்
மேல்கொண்ட சேஷம் அதுவே;
வெறுவெளி; நிராலம்பம்; நிறைசூன்யம்; உபசாந்த
வேதவே தாந்தஞானம்;

பிரியாத பேரொளி பிறக்கின்ற அருள்;அருள்
பெற்றோர்கள் பெற்றபெருமை;
பிறவாமை, என்றைக்கும் இறவாமை யாய்வந்து
பேசாமை ஆகும்,எனவே
பரிவாய் எனக்குநீ அறிவிக்க வந்ததே
பரிபாக காலம்அலவோ?
பார்க்கும்இடம் எங்கும்ஒரு நீக்கம்அற நிறைகின்ற
பரிபூர ணானந்தமே! 2

அருஞ்சொற்பொருள்:

தெரிவாக - கண்ணால் காணுமாறு. தேகங்கள் அத்தனையும் - உடல்கள் அனைத்தும். மோகம் கொள் - விருப்பம் கொள்கின்ற. பௌதிகம் ஜென்மித்த - பஞ்சபூதங்களால் ஆகிய உடல்கொண்டு பிறந்த. சேஷம் - எஞ்சிநிற்கும் பொருள். அதுவே - அதுதானே. வெறுவெளி - வெட்டவெளி. நிராலம்பம் - பற்றுக்கோடு இல்லாதது. நிறைசூன்யம் - முழுப்பாழ். உபசாந்த வேத வேதாந்த ஞானம் - அருள் பிறக்க ஏதுவாய் விளங்கும் வேதமும் வேதாந்தமும் கூறும் மெய்ஞ் ஞானம். பரிவாய் - இரக்கமுடன். பரிபாக காலம் - உயிர் மலபரிபாகம் நிகழ்த்தும் காலம்.

பொழிப்புரை:

பார்க்கும் இடங்கள்தோறும் நீக்கமற நிறைந்துவிளங்குகின்ற முழுமையான பேரின்பமே!

கண்ணால் காணுமாறு ஊர்வன, நடப்பன, பறப்பன, பல்வேறு வினைகளைச் செய்து இருப்பன முதலிய உடல்கொண்டு பிறந்த உயிர்கள் அனைத்தும், பஞ்ச பூதங்களால் ஆகிய உடல்கொண்டு பிறந்த அதனால், பின்னர் அவை இறக்கும். பூதங்களும் முறையே நிலம் நீரிலும், நீர் நெருப்பிலும், நெருப்பு காற்றிலும், காற்று ஆகாயத்திலும், ஆக ஒன்றில் ஒன்று மறையும்.

அதற்கு மேலும் எஞ்சி நிற்கும் பொருள் ஒன்று உண்டு. அதுதான் வெட்டவெளி; எதையும் பற்றி நில்லாதது; முழுப்பாழ்; அருள் பிறக்க ஏதுவாய் விளங்கும் வேத வேதாந்தம் கூறும் மெய்ஞ்ஞானம்; அம்மெய்ஞ்ஞானத்தால்

பெற்ற பிரிப்பில்லாத பேரொளியாக விளங்கும் திருவருள்; அவ்வருளைப் பெற்றவர்கள் பெற்ற பெருமை மீண்டும் உடல்கொண்டு பிறவாமை; அதுவும் என்றும் இறவாத தன்மை வந்து பொருந்த, பேசாமையே ஆகும்.

எனவே என்மீது இரக்கம் காட்டி இதனை நீ அறிவிக்க வந்த காலம், மலபரிபாகம் நிகழும் காலம் அல்லவா?

..6..

ஆராயும் வேளையில் பிரமாதி ஆனாலும்
ஐய!ஒரு செயலும்இல்லை;
அமைதியொடு பேசாத பெருமைபெறு குணசந்த்ரர்
ஆம்என இருந்தபேரும்
நேராக ஒருகோபம் ஒருவேளை வரஅந்த
நிறைவுஒன்றும் இல்லாமலே
நெட்டுயிர்த் துத்தட்டு அழிந்துஉளறு வார்;வசன
நிர்வாகர் என்றபேரும்
பூராய மாய்ஒன்று பேசும்இடம் ஒன்றைப்
புலம்புவார்; சிவராத்திரிப்
போதுதுயி லோம்என்ற விரதியரும் அறிதுயில்
போலேஇருந்து துயில்வார்;
பாராதி தனில்உள்ள செயல்எலாம் முடிவிலே
பார்க்கில்நின் செயல்அல்லவோ?
பார்க்கும்இடம் எங்கும்ஒரு நீக்கம்அற நிறைகின்ற
பரிபூர ணானந்தமே! 3

அருஞ்சொற்பொருள்:

பிரமாதி ஆனாலும் - பிரம்மா முதலியவர் ஆனாலும். ஐய - ஐயனே! குணசந்த்ரர் - நற்குணம் உடையவர். நெட்டுயிர்த்து - பெருமூச்சு விட்டு. தட்டு அழிந்து - நிலை குலைந்து. உளறுவார் - தகாத சொற்களைக் கூறுவர். வசன நிர்வாகர் - வாக்குவன்மை உடையவர். பூராயமாய் - பொருத்தமாய். துயிலோம் - தூங்கமாட்டோம். விரதியரும் - விரதம் மேற்கொண்டு இருப்பவரும். பாராதி தனில் - உலகம் முதலிய இடங்களில்.

பொழிப்புரை:

பார்க்கும் இடங்கள்தோறும் நீக்கமற நிறைந்துவிளங்குகின்ற முழுமையான பேரின்பமே!

ஐயனே! ஆராய்ந்து பார்க்கும்பொழுது, பிரம்மா முதலிய எவரும், உமது செயலன்றி, தமது செயல் என எதுவும் செய்வதில்லை. பேசாத பெருநிலை உற்று மௌனமாய் இருக்கும் நற்குணம் உடையவரும், ஒரு கோபம் என வரும்போது, பெருமூச்சு விட்டு, நிலைகுலைந்து, தகாத சொற்களைக் கூறிவிடுவர். வாக்கு வன்மை உடையவர் எனப் பெயர் எடுத்தவரும், ஒரு பொருள் குறித்து முழுமையாகப் பேச முற்படும்போது, பொருந்தாத சில சொற்களை இடையில் சொல்லிக் குழப்பிவிடுவர். சிவராத்திரி நாளில் தூங்கமாட்டோம் என விரதம் மேற்கொண்டவரும், இடையில் அறிதுயில் கொண்டவர் போல சிறிதே உறங்கிவிடுவர்.

இந்நிலவுலகம் தொடங்கி எல்லா உலகங்களிலும் நிகழும் செயல்களின் முடிவினைப் பார்க்கும்போது, எல்லாம் உமது செயல் என்பது தெரியவரும் அல்லவா?

..7..

அண்டபகி ரண்டமும் மாயா விகாரமே;
அம்மாயை இல்லாமையே
ஆம்எனவும் அறிவும்உண்டு; அப்பாலும் அறிகின்ற
அறிவினை அறிந்துபார்க்கின்,
எண்திசை விளக்கும்ஒரு தெய்வஅருள் அல்லாமல்
இல்லைஎனும் நினைவும்உண்டு;இங்கு
யான்எனது அறத்துரிய நிறைவுஆகி நிற்பதே
இன்பம்எனும் அன்பும்உண்டு;
கண்டன எலாம்அல்ல என்றுகண் டனைசெய்து
கருவிகர ணங்கள்ஓயக்,
கண்மூடி ஒருகணம் இருக்கஎன் றால்பாழ்த்த
கர்மங்கள் போர்ஆடுதே;

பண்டைஉள கர்மமே கர்த்தா எனும்பெயர்ப்
	பக்ஷம்நான் இச்சிப்பனோ?
பார்க்கும்இடம் எங்கும்ஒரு நீக்கம்அற நிறைகின்ற
	பரிபூரணானந்தமே!					4

அருஞ்சொற்பொருள்:

பகிரண்டம் - பேரண்டம். மாயா விகாரமே - மாயையின் வெளிப் பாடே. எண்திசை - எட்டு திசை. துரிய நிறைவு - ஆத்மாவின் பரிபூரண நிலை. கண்டன எலாம் - ஐம்பொறிகளுக்கு எட்டுபவை யாவும். கண்டனை செய்து - நிராகரித்து, கர்மமே கருத்தா - வினையே அதன் பயனை ஊட்டும் கருத்தா. எனும் பெயர்ப் பக்ஷம் - என்று கூறும் தத்துவத்தின் பக்கம். நான் இச்சிப்பேனோ - நான் விருப்பம் கொள்வேனோ?

பொழிப்புரை:

பார்க்கும் இடங்கள்தோறும் நீக்கமற நிறைந்துவிளங்குகின்ற முழுமையான பேரின்பமே!

இந்த அண்டமும் பேரண்டமும் மாயையின் காரியமே; அந்த மாயை என்பது பொய்யை மெய்யாகக் காட்டுவது என அறிய, ஓர் அறிவும் தோன்றுகிறது; அதற்கு மேலும் அந்த அறிவு கொண்டு ஆராய்ந்து பார்க்குமிடத்து, எட்டு திசைகளையும் விளக்கமுறச் செய்யும் ஒரு தெய்வத்தின் திருவருள் அன்றி வேறு ஒன்று இல்லை என்ற நினைவும் உண்டாகிறது; இவ்விடத்தில் யான் எனது என்னும் அகப்புறப் பற்றுக்களை விட்டு துரியத்தில் நிற்பதே இன்பம் என்று உணரும் ஓர் அன்பும் தோன்றுகிறது.

ஐம்பொறிகளுக்குப் புலப்படும் அனைத்தும் பொய்ப் பொருள்களே என நிராகரித்து, புறக்கருவிகளும் அந்தக் கரணங்களும் அடங்க வேண்டும் என்று, கண்மூடி ஒரு கணம் தியானிக்கலாம் என்றால், வீணான பழைய வினைகள் வந்து, போராடுகின்றனவே. வினையே அதன் பயனை ஊட்டும் கருத்தா என்னும் கொள்கையை நான் விரும்பி ஏற்பேனோ? (ஏற்கமாட்டேன் என்பது கருத்து).

..8..

சந்ததமும் எனதுசெயல் நினதுசெயல், யான்எனும்
தன்மைநினை அன்றிஇல்லாத்
தன்மையால் வேறுஅலேன்; வேதாந்த சித்தாந்த
சமரச சுபாவம்இதுவே;

இந்தநிலை தெளியநான் நெக்குஉருகி வாடிய
இயற்கைதிரு உளம்அறியுமே;
இந்நிலையி லேசற்று இருக்கஎன் றால்மடமை
ஹிதசத்ரு ஆகவந்து

சிந்தைகுடி கொள்ளுதே; மலமாயை கர்மம்
திரும்புமோ? தொடுவழக்காய்
ஜென்மம்வரு மோ?எனவும் யோசிக்கு தேமனது;
சிரத்தைஎனும் வாளும்உதவிப்,

பந்தம்அற மெய்ஞ்ஞான தீரமும் தந்து,எனைப்
பாதுகாத்து அருள்செய்குவாய்;
பார்க்கும்இடம் எங்கும்ஒரு நீக்கம்அற நிறைகின்ற
பரிபூர ணானந்தமே! 5

அருஞ்சொற்பொருள்:

சந்ததமும் - எப்பொழுதும். அலேன் - அல்லேன். சமரச சுபாவம் - பொதுத்தன்மை காணும் குணம். நெக்கு உருகி - நெகிழ்ந்து உருகி. வாடிய இயற்கை - வாட்டமுற்ற இயல்பை. திருஉளம் அறியுமே - இறைவனது உள்ளத்திற்குத் தெரியும். மடமை - அறியாமை. ஹிதசத்ரு - நன்மை செய்பவர் போல் காட்டிக் கொள்ளும் பகைவர். மல மாயை கர்மம் - ஆணவம் மாயை கன்மம். தொடுவழக்காய் - பற்றிக்கொண்டு. ஜென்மம் - பிறப்பு. சிரத்தை எனும் வாளும் - ஊக்கம் என்னும் வாளாயுதமும். பந்தம் அற - பாசம் நீங்குமாறு. மெய்ஞ்ஞான தீரமும் - மெய்ஞ்ஞான வலிமையும்.

பொழிப்புரை:

பார்க்கும் இடங்கள்தோறும் நீக்கமற நிறைந்துவிளங்குகின்ற முழுமையான பேரின்பமே!

எப்பொழுதும், என்னுடைய செயல், நின்னுடைய செயல் என்றும்; யான் என்று சொல்லும் தன்மை நின்னை

அல்லாத வேறு தன்மை அல்ல என்றும்; காணும் இதுவே, வேதாந்தத்துக்கும் சித்தாந்தத்துக்கும் பொதுத்தன்மை காணும் இடமாகும்.

இந்த நிலையை யான் அறிந்துகொள்ள, அடியேன் நெகிழ்ந்து உருகி வாட்டமுற்ற தன்மையைத் தேவரீரது திருவுள்ளம் அறிந்திருக்குமே! இந்நிலையில் சற்றே நிலைத்து நில் என்று சொன்னால், அறியாமையானது நன்மை செய்வதுபோல் காட்டிக்கொள்ளும் பகைவர் போல வந்து எண்ணத்தில் குடியேறி விடுகிறதே! இதனால் ஆணவம், மாயை, கன்மம் ஆகிய மும்மலங்களும் மீண்டும் வந்து பற்றி நிற்குமோ? அதன் அடிப்படையில் மீண்டும் பிறப்பு வருமோ? என்றெல்லாம் மனம் பலவாறாய் யோசனை செய்கிறதே! ஊக்கம் என்னும் வாளின் உதவியால், பாசம் அறுபடுமாறு செய்து, மெய்ஞ் ஞான வலியைத் தந்து, என்னைப் பாதுகாத்து, எனக்கு அருளும் செய்வாயாக!

..9..

பூதலயம் ஆகின்ற மாயைமுதல் என்பர்சிலர்;
பொறிபுலன் அடங்கும்இடமே
பொருள்என்பர் சிலர்;கரண முடிவுஎன்பர் சிலர்;குணம்
போனஇடம் என்பர்சிலபேர்;

நாதவடிவு என்பர்சிலர்; விந்துமயம் என்பர்சிலர்;
நட்டநடு வேஇருந்த
நாம்என்பர் சிலர்;உருவம் ஆம்என்பர் சிலர்;கருதி
நாடில்அரு என்பர்சிலபேர்;

பேதம்அற உயிர்கெட்ட நிலையம்என் றிடுவர்சிலர்;
பேசில்அருள் என்பர்சிலபேர்;
பின்னும்முன் னும்கெட்ட சூனியமது என்பர்சிலர்;
பிறவுமே மொழிவர்;இவையால்

பாதரச மாய்மனது சஞ்சலப் படும்அலால்
பரமசுக நிஷ்டைபெறுமோ?
பார்க்கும்இடம் எங்கும்ஒரு நீக்கம்அற நிறைகின்ற
பரிபூர ணானந்தமே! 6

அருஞ்சொற்பொருள்:

பூத லயம் ஆகின்ற - ஐம்பூதங்களும் ஒடுங்குகின்ற. பொறிபுலன் - அறிவுக் கருவிகள் ஐந்தும் அதன்வழி பெறும் அறிவு ஐந்தும். கரண முடிவு - மனம், புத்தி, அகங்காரம், சித்தம் என்னும் அந்தக்கரணம் முடியும் இடம். குணம் போன இடம் - இராசதம் தாமசம் சாத்வீகம் என்னும் முக்குணம் அற்ற இடம். நட்ட நடுவே இருந்த நாம் - நடுநாயகமாய் விளங்கும் ஆன்மா. கருதி நாடில் - ஆராய்ந்து தேறின். அரு - உரு இல்லாதது. பேதம்அற - வேறுபாடுகள் ஒழிய. உயிர் கெட்ட நிலையம் - தற்போதம் ஒழிந்த நிலை. சூனியமது - ஒன்றுமில்லாதது. சஞ்சலப்படும் - கவலைப்படும். அலால் - அல்லால். பரமசுகநிஷ்டை - பேரானந்த நிட்டை.

பொழிப்புரை:

பார்க்கும் இடங்கள்தோறும் நீக்கமற நிறைந்துவிளங்குகின்ற முழுமையான பேரின்பமே!

முதற்பொருள் (கடவுள்) என்பது ஐம்பூதங்களும் ஒடுங்குகின்ற மாயை என்று சிலரும்; ஐம்பொறிகளும் அவற்றின் புலன் நுகர்வுகளும் அற்ற இடமே என்று சிலரும்; அந்தக்கரணம் முடியும் இடம் என்று சிலரும்; முக்குணங்கள் அடங்கும் இடமே என்று சிலரும்; நாத வடிவே என்று சிலரும்; விந்துவே என்று சிலரும்; இவற்றுக்கு நடுநாயகமாய் விளங்கும் ஆன்மா என்று சிலரும்; உருவம் உள்ளது என்று சிலரும்; உருவம் அற்றது என்று சிலரும்; தற்போதம் அழிந்த இடம் என்று சிலரும்; திருவருளே என்று சிலரும்; தொடக்கமும் முடிவும் இல்லாத வெட்டவெளியே என்று சிலரும்; வேறு பலவிதமாகக் கூறும் பலரும் இருக்கின்றனர்.

இதன் காரணமாக மனம், சிந்திய பாதரசம்போல சலனப் படுமே அல்லாது, பேரானந்த நிட்டைகூட முடியுமோ?

..10..

அந்தகா ரத்தைஓர் அகம்ஆக்கி, மின்போல்என்
அறிவைச் சுருக்கினவர்ஆர்?
அவ்வறிவு தானுமே பற்றினது பற்றாய்
அழுந்தவும் தலைமீதிலே
சொந்தமாய் எழுதப் படித்ததுஆர்? மெய்ஞ்ஞான
சுகநிஷ்டை சேராமலே,
சோற்றுத் துருத்தியைச் சதமெனவும் உண்டுஉண்டு
தூங்கவைத் தவர்ஆர்கொலோ?
தந்தைதாய் முதலான அகிலப்ர பஞ்சம்
தனைத்தந்தது எனதுஆசையோ?
தன்னையே நோவனோ! பிறரையே நோவனோ!
தற்காலம் அதைநோவனோ!
பந்தம்ஆ னதுதந்த வினையையே நோவனோ!
பரமார்த்தம் ஏதும்அறியேன்;
பார்க்கும்இடம் எங்கும்ஒரு நீக்கம்அற நிறைகின்ற
பரிபூர ணானந்தமே! 7

அருஞ்சொற்பொருள்:

அந்தகாரத்தை - இருளை. ஓர் அகம் ஆக்கி - ஓர் இருப்பிடம் ஆக்கி. மின்போல் - மின்னல் கொடிபோல. சொந்தமாய் - உரிமை கொண்டாடி. சுகநிஷ்டை - சமாதிநிலை. சோற்றுத் துருத்தி - சோற்றை அடைத்து வைக்கும் பை போன்றது. சதம் என - நிலையானது என்று. அகிலப்ர பஞ்சம் - உலகம் முழுவதையும். நோவனோ - நொந்து கொள்வேனோ. பந்தம் ஆனது - பற்றால் ஆனது. பரமார்த்தம் - (பரம + அர்த்தம்) - மேலான விளக்கம்.

பொழிப்புரை:

பார்க்கும் இடங்கள்தோறும் நீக்கமற நிறைந்துவிளங்குகின்ற *முழுமையான பேரின்பமே!*

அறியாமை (ஆணவ மலம்) ஆகிய இருளை இருப்பிடம் ஆக்கி, மின்னல் கொடிபோல் எனது அறிவைச் சிறுக்கச் செய்தவர் யார்? அந்தச் சிறிய அளவிலான அறிவும்,

தான் பற்றி நிற்கும் உலகப்பற்றினுள் மூழ்கும்படி செய்ய பிரம்மா எழுதிய தலைஎழுத்தை உரிமையோடு வாசித்துப் பார்த்தது யார்? மெய்ஞ்ஞானத்தால் சமாதிநிலை அடையாத படி, சோற்றை அடைத்து வைக்கும் பைபோல் விளங்கும் உடம்பை நிலை என்று எண்ணி, மேலும் மேலும் உணவு உண்ணுமாறு செய்து, உறங்க வைத்தவர் யார்?

தந்தை, தாய் முதலாக தோற்றத்துக்கு வந்துள்ள உலகம் முழுவதையும், தந்து நின்றது, எனது ஆசைகளை நிறை வேற்றிக் கொள்ளவோ? இதற்காக நான், என்னையே நொந்து கொள்வதா? அல்லது பிறரை நொந்து கொள்வதா? நிகழ்காலத்தை நொந்து கொள்வதா? பற்றுக்களை உண்டாக்கும் வினையை நொந்து கொள்வதா? இதற்குரிய மேலான விளக்கம் எதனையும் அறியாதவனாயிருக்கிறேன்.

..11..

வாராது எலாம்ஒழிய, வருவன எலாம்எய்த,
மனதுசாட் சியதுஆகவே
மருவநிலை தந்ததும்;வேதாந்த சித்தாந்த
மரபுசம ரசம்ஆகவே
பூராய மாய்உணர ஊகம்அது தந்ததும்;
பொய்உடலை நிலைஅன்றுஎனப்
போதநெறி தந்ததும்; சாசுவத ஆனந்த
போகமே வீடுஎன்னவே
நீராள மாய்உருக உள்அன்பு தந்ததும்
நின்னதுஅருள்; இன்னும்இன்னும்
நின்னையே துணைஎன்ற என்னையே காக்கஒரு
நினைவுசற்று உண்டாகிலோ,
பாராதி அறியாத மோனமே இடைவிடாப்
பற்றாக நிற்கஅருள்வாய்;
பார்க்கும்இடம் எங்கும்ஒரு நீக்கம்அற நிறைகின்ற
பரிபூர ணானந்தமே! 8

அருஞ்சொற்பொருள்:

வாராது எலாம் - வரவேண்டாதது எல்லாம். வருவன எலாம் - வர வேண்டுவன எல்லாம். மருவுநிலை - பொருத்தமான நிலை. சமரசம் - பெயர் வேற்றுமைக்கு இடையில் பொருள் ஒன்றுபட்டு இருத்தல். பூராயமாய் - முழுமையாய். ஊகம் - நல்லறிவு. போத நெறி - ஞானநெறி. சாசுவத ஆனந்தம் - பேரானந்தம். நீராளமாய் உருக - நீரின் தன்மை போல உருக. பாராதி - (பார் + ஆதி) - இவ்வுலக வாழ்வு முதலியன.

பொழிப்புரை:

பார்க்கும் இடங்கள்தோறும் நீக்கமற நிறைந்துவிளங்குகின்ற முழுமையான பேரின்பமே!

என்னிடத்து வரவேண்டாத பொருள்கள் வராது ஒழியவும், வரவேண்டிய பொருள்கள் வந்துசேரவும், மனம் சாட்சி மாத்திரமாய் நிற்கும் பொருத்தமான நிலையைத் தந்து அருளியதும்; வேதாந்தம் என்றும், சித்தாந்தம் என்றும், பெயரளவில் வேறுபட்டு இருந்தாலும் பொருள்அளவில் ஒன்றுதான் என்பதை முழுமையாக உணரும் நல்லறிவைத் தந்து அருளியதும்; பொய்யான உடலை மெய் என்று எண்ணாத ஞானநெறியைக் காட்டி அருளியதும்; நிலையான பேரின்பமே வீடுபேறு என்பதை உணருமாறு நீர்போல் உருகுமாறு உள்ளத்துக்கு அன்பினைத் தந்து அருளியதும் ஆகிய அனைத்தும், நினது திருவருளின் செயலே ஆகும்.

மேலும்மேலும் நீயே துணை என்று எண்ணி, என்னையே நான் காத்துக்கொள்ளவும்; இடையில் சற்றே மாறுபட்ட எண்ணம் எதுவும் உண்டாகாமல் தடுத்து, இவ்வுலக வாழ்வு எதனையும் அறியாத, இடைவிடாது மோன நிலையைப் பற்றி நிற்க அருள்புரிவாயாக!

..12..

ஆழ்ஆழி கரைஇன்றி நிற்கஇலை யோ?கொடிய
    ஆலம்அமுது ஆகஇலையோ?
அக்கடலின் மீதுவட அனல்நிற்க இல்லையோ?
    அந்தரத்து அகிலகோடி

தாழாமல் நிலைநிற்க இல்லையோ? மேருவும்
தனுவாக வளையஇலையோ?
சப்தமே கங்களும் வஜ்ரதரன் ஆணையில்
சஞ்சரித்திட இல்லையோ?

வாழாது வாழவே இராமன்அடி யால்சிலையும்
மடமங்கை ஆகஇலையோ?
மணிமந்த்ரம் ஆதியால் வேண்டுசித் திகள்உலக
மார்க்கத்தில் வைக்கஇலையோ?

பாழான என்மனம் குவியஒரு தந்திரம்
பண்ணுவது உனக்குஅருமையோ?
பார்க்கும்இடம் எங்கும்ஒரு நீக்கம்அற நிறைகின்ற
பரிபூர ணானந்தமே! 9

அருஞ்சொற்பொருள்:

ஆழ் ஆழி - ஆழமான கடல். கொடிய ஆலம் - கொடிய ஆலகால நஞ்சு. வடஅனல் - வடவாமுகாக்கினி என்னும் தீ. அந்தரத்தில் - ஆகாயத்தில். தாழாமல் - வீழாமல். மேருவும் தனுவாக - மேருமலை வில்லாக. சப்தமேகங்களும் - ஏழு முகில்களும். வஜ்ரதரன் - வஜ்ரா யுதத்தைக் கையில் ஏந்தியுள்ள இந்திரன். சிலையும் - கல்லும். மடமங்கை - இளமகளிர் (அகலிகை). மணிமந்த்ரம் - மந்திர சக்தியால் கட்டப்பட்ட பாதரச மணி. தந்திரம் - உபாயம்.

பொழிப்புரை:

பார்க்கும் இடங்கள்தோறும் நீக்கமற நிறைந்துவிளங்குகின்ற முழுமையான பேரின்பமே!

ஆழமான கடல் கரை இன்றித் தன் எல்லைஅளவில் நிற்க வில்லையோ? கொடிய ஆலகால நஞ்சு அமுதம் ஆக வில்லையோ? கடல்நடுவில் வடவாமுகாக்கினி என்னும் தீ எழுந்து நிற்கவில்லையோ? கோடிக்கணக்கில் கோளங்கள் கீழே விழாமல் ஆகாயத்தில் இயங்கவில்லையோ? மேரு மலை வில்லாக வளையவில்லையோ? ஏழுமேகங்களும் வஜ்ர ஆயுதம் ஏந்திய இந்திரனது ஆணைப்படி செயல்பட வில்லையோ? மானுட உருவம் நீத்து, கல்உருவில் இருந்த அகலிகை, இராமனது பாதம் பட்டவுடன்

இளமங்கயையாக எழவில்லையோ? மந்திர சத்தியால் கட்டப்பட்ட பாதரசமணி முதலியன கொண்டு, செய்யும் பலவித சித்துகள் நிறைவேறுவது இல்லையோ?

இவ்வாறு அரிய செயல்கள் பலவற்றை நிகழ்த்தும் தேவரீருக்கு, வீணான என் மனம் அடங்க, ஓர் உபாயம் கூறுவதில் என்ன சிரமம் இருக்கப்போகிறது?

..13..

ஆசைக்குஓர் அளவுஇல்லை அகிலம்எல் லாம்கட்டி
ஆளினும் கடல்மீதிலே
ஆணைசெல வேநினைவர்; அளகேசன் நிகராக
அம்பொன்மிக வைத்தபேரும்
நேசித்து ரசவாத வித்தைக்கு அலைந்திடுவர்;
நெடுநாள் இருந்தபேரும்
நிலையாக வேஇனும் காயகற் பம்தேடி
நெஞ்சுபுண் ஆவர்;எல்லாம்
யோசிக்கும் வேளையில் பசிதீர உண்பதும்
உறங்குவதும் ஆகமுடியும்;
உள்ளதே போதும்நான் நான்எனக் குளறியே
ஒன்றைவிட்டு ஒன்றுபற்றிப்
பாசக் கடற்குளே வீழாமல் மனதுஅற்ற
பரிசுத்த நிலையை அருள்வாய்;
பார்க்கும்இடம் எங்கும்ஒரு நீக்கம்அற நிறைகின்ற
பரிபூர ணானந்தமே!

அருஞ்சொற்பொருள்:

அகிலம் எல்லாம் - உலகம் அனைத்தையும். ஆணை செலவே - அதிகாரம் செலுத்தவே. அளகேசன் - குபேரன். ரசவாத வித்தை - தாமிரத்தைத் தங்கம் ஆக்கும் கலை. காயகற்பம் - உடல் அழியாது இருக்கச் செய்தல். நெஞ்சு புண் ஆவர் - மனம் புண்படுவர். நான் நான் எனக் குளறியே - நான் நான் என்று புலம்பியே. பாசக் கடற்குள்ளே - பாசமாகிய கடலுக்குள். வீழாமல் - விழுந்துவிடாதபடி. மனதுஅற்ற - மனம் இறந்த. பரிசுத்த நிலையை - தூய நிலையை.

பொழிப்புரை:

பார்க்கும் இடங்கள்தோறும் நீக்கமற நிறைந்துவிளங்குகின்ற முழுமையான பேரின்பமே!

ஆசை கொள்வதற்கு ஓர் அளவே இல்லை; உலகம் முழுவதையும் கட்டி ஆளும் அரசரும், கடலிலும் தன் அதிகாரம் செல்ல வேண்டும் என்றே நினைப்பர்; குபேரனுக்கு இணையான செல்வம் பெற்ற செல்வந்தரும், தாமிரத்தைப் பொன்னாக்கும் கலையைத் தெரிந்துகொள்ள வேண்டும் என்று அலைந்து திரிவர்; நீண்டநாள் உயிர் வாழ்ந்த முதியவரும், இன்னும் நிலைத்து வாழவேண்டும் என்று காயகல்பம் தேடி அலைவர்; அலைந்து தேடி கிடைக்காவிடின், மனம் புண்ணாகுமாறு வேதனைப்படுவர்.

எல்லா வகையிலும் எண்ணிப் பார்க்கும்போது, வாழ்க்கை என்பது பசி தீர உண்பதும், உண்டபின் உறங்குவதும் தவிர, வேறொன்றும் இல்லையாக முடியும்.

எனவே, 'இருப்பதே போதும்!' என்ற எண்ணமும், 'நான் நான்' என்று தன்னை முன்னிலைப்படுத்திப் புலம்புவதும், ஒன்றைக் கைவிட்டு மற்றொன்றைப் பற்றிப் பாசமாகிய கடலுக்குள் சென்று விழாமலும் இருக்க; மனம் இறந்துபட்ட நிலையிலான தூயதான தன்மையை எனக்குத் தந்து அருளுவாயாக!

3. பொருள் வணக்கம்

அறுசீர்க் கழிநெடிலடி ஆசிரிய விருத்தம்

..14..

நித்தியமாய்; நிர்மலமாய்; நிஷ்களமாய்;
    நிராமயமாய்; நிறைவாய்; நீங்காச்
சுத்தமுமாய்த்; தூரமுமாய்ச்; சமீபமுமாய்த்;
    துரியநிறை சுடராய்; எல்லாம்

வைத்து இருந்த தாரகமாய்; ஆனந்த
மயம்ஆகி, மனம்வாக்கு எட்டாச்
சித்துஉருவாய் நின்றஒன்றைச்; சுகாரம்பப்
பெருவெளியைச் சிந்தை செய்வாம் 1

அருஞ்சொற்பொருள்:

நித்தியமாய் - நிலைத்ததாய். நிர்மலமாய் - மலமற்றதாய். நிஷ்களமாய் - உருவம் இல்லாததாய். நிராமயமாய் - குறைவில்லாததாய். நிறைவாய் - முழுமையாய். நீங்காச் சுத்தமுமாய் - எப்பொழுதும் தூய்மை உடையதாய். தூரமுமாய் - நினையாதவருக்குத் தொலைவிலும். சமீபமுமாய் - நினைப்பவர்க்கு அருகிலும். துரிய நிறை சுடராய் - துரியத்தில் நிறைந்து விளங்கும் ஒளியாகவும். எல்லாம் வைத்திருந்த தாரகமாய் - எல்லாப் பொருள்களையும் தன்னகத்தே கொண்டு விளங்கும் நிலைக்களமாய். ஆனந்த மயமாகி - பேரன்பமயமாகி. சித்து உருவாய் - அறிவே வடிவாய். சுகாரம்பம் - (சுக + ஆரம்பம்) பேரின்பத்தின் தொடக்கம். பெருவெளி - சிதாகாசம்.

பொழிப்புரை:

நிலைத்ததாய்; மலமற்றதாய்; உருவம் இல்லாததாய்; குறைவில்லாததாய்; முழுமை உடையதாய்; எப்பொழுதும் தூய்மை உடையதாய்; நினையாதவர்க்குத் தொலைவில் உள்ளதாய்; நினைப்பவர்க்கு அருகிலுள்ளதாய்; துரியத்தில் விளங்கும் பேரொளியாய்; எல்லாப் பொருள்களையும் தன்னகத்தே தாங்கி நிற்கும் நிலைக்களமாய்; பேரின்ப வடிவாய்; மனம் வாக்கால் எட்ட முடியாத ஞான சொரூபமாய்; நின்ற ஒரு பொருளை; இன்பத்தின் தொடக்கமாய் சிதாகாயத்தை நினைவில் நிறுத்துவோமாக!

..15..

யாதுமனம் நினையும்அந்த நினைவுக்கு
நினைவுஆகி; யாதின் பாலும்
பேதம்அற நின்றுஉயிருக்கு உயிர்ஆகி;
அன்பருக்கே பேரா னந்தக்

கோதுஇல்அமுது ஊற்றுஅரும்பிக், குணம்குறிஒன்று
  அறத்தன்னைக் கொடுத்துக் காட்டும்
தீதுஇல்பரா பரம்ஆன சித்தாந்தப்
  பேரொளியைச் சிந்தை செய்வாம்.   2

அருஞ்சொற்பொருள்:

யாதின்பாலும் பேதமற - எப்பொருளிடத்து நின்றும் பிரிந்து நில்லாத. கோதுஇல் அமுது - குற்றம் இல்லாத அமுதம். ஊற்று அரும்பி - ஊற்றாகப் பெருகி. குணம் குறி ஒன்றும் அற - முக்குணமும் அடையாளமும் இன்றி. தீதுஇல் - தீமை சிறிதும் இல்லாத. பராபரம் - மேலான பரம். சித்தாந்தப் பேரொளியை - நிச்சயமாய் அறியப்பட்ட பெருஞ்சுடரை.

பொழிப்புரை:

மனம் எதனை நினைக்குமோ, அந்த நினைவுக்கு நினை வாகவும்; எதனை விட்டும் பிரிந்து நில்லாமல், உயிருக்கு உயிராகவும்; மெய்யடியார்களுக்குப் பேரின்பமாகிய குற்றமில்லாத அமுத ஊற்றாய்ப் பீறிட்டும்; குணமும் அடையாளமும் இன்றி அடியார்களது உள்ளத்தில் வெளிப் பட்டுத் தன்னைக் காட்டிக்கொள்வதும்; குற்றமற்றதும் மேலான பரமும் ஆன, நிச்சயித்து அறியப்பட்ட பெருஞ் சுடரைச் சிந்தையில் நிறுத்துவோமாக!

..16..

பெருவெளியாய்; ஐம்பூதம் பிறப்புஇடமாய்ப்;
  பேசாத பெரிய மோனம்
வரும்இடமாய்; மனம்ஆதிக்கு எட்டாத
  பேரின்ப மயமாய்; ஞானக்
குருஅருளால் காட்டிடவும் அன்பரைக்கோத்து
  அறவிழுங்கிக் கொண்டு,அப் பாலும்
தெரிவுஅரிதாய்க் கலந்ததுஎந்தப் பொருள்?அந்தப்
  பொருளினையாம் சிந்தை செய்வாம்.   3

அருஞ்சொற்பொருள்:

பெருவெளி - வெட்டவெளி. ஐம்பூதம் பிறப்பிடமாய் - நிலம், நீர், நெருப்பு, காற்று, ஆகாயம் என்னும் ஐம்பூதங்களின் பிறப்பிடமாய். மோனம் வரும் இடமாய் - மௌனம் பிறக்கும் இடமாய். மனம் ஆதிக்கு - மனம் வாக்கு காயத்திற்கு. ஞானகுரு அருளால் காட்டிடவும் - ஞானாசிரியன் தன்னுடைய திருவருளால் காட்டிக் கொடுக்கவும். அன்பரைக் கோத்து - தன்னிடம் அன்பு வைத்துள்ள அடியார்களை தன்பால் ஈர்த்து. அறவிழுங்கி - தற்போதம் நீங்கத் தன்னில் சேர்த்துக் கொண்டு. அப்பாலும் - அதற்கு மேலும். தெரிவு அரிதாய் - தெரிந்து கொள்ள அரியதாய். கலந்தது எந்தப் பொருள் - ஐக்கியப்பட்டு நிற்கும் பொருள் எந்தப் பொருள்.

பொழிப்புரை:

பெரிய வெட்ட வெளியாய்; நிலம், நீர், நெருப்பு, காற்று, ஆகாயம் என்னும் ஐம்பூதங்களுக்குப் பிறப்பிடமாய்; பேச முடியாத பெரிய மௌனம் கைவரும் இடமாய்; மனம், வாக்கு, காயத்திற்கு எட்டாத பேரின்ப வடிவாய்; ஞானாசிரியன் தன் திருவருளால் காட்டிட, அன்பரது உயிரில் ஐக்கியம் கூடி, தற்போதம் அறுமாறு செய்து, தன்னுடன் இணைத்துக் கொண்டதும், அதற்கு மேலும் தெரிந்துகொள்ள அருமை உடையதாய், உயிரில் கலந்த பொருள் எந்தப் பொருளோ, அந்தப் பொருளினை யாம் சிந்தையில் நிறுத்துவோமாக!

..17..

இகபரமும் உயிர்க்குஉயிரை; யான்எனதுஅற்
றவர்உறவை; எந்த நாளும்
சுகபரிபூ ரணமான நிராலம்ப
கோசரத்தைத்; துரிய வாழ்வை;
அகம்மகிழ வரும்தேனை; முக்கனியைக்;
கற்கண்டை; அமிர்தை நாடி,
மொகுமொகுஎன இருவிழிநீர் முத்துஇறைப்பக்,
கரமலர்கள் முகிழ்த்து நிற்பாம். 4

அருஞ்சொற்பொருள்:

இகபரமும் - இம்மை மறுமை என இருமையிலும். யான் எனது அற்றவர் உறவை - அகங்கார மமகாரங்களை விட்டவர்க்கு உறவாய் விளங்குவதை. சுகபரிபூரணம் - இடையறாத இன்பம். நிராலம்ப கோசரத்தை - யாதொரு பொருளையும் பற்றி நில்லாது தானே தோன்றியதை. துரிய வாழ்வை - துரியத்தில் இருப்பதும். அகம் மகிழ வரும் தேனை - மனத்தில் மகிழ்ச்சியை உண்டாக்கும் தேன் போன்ற பொருளை. முக்கனியை - மா, பலா, வாழை என்னும் மூன்று வகைப் பழம்போல் இனிக்கும் பொருளை. அமிர்தை நாடி - அமுதம்போல் உயிருக்கு நன்மை செய்யும் பொருளை விரும்பி. முத்து இறைப்ப - முத்து முத்தாய் துளிகளைச் சிந்த. கரமலர்கள் முகிழ்த்து - கைகளாகிய மலர்களைக் குவித்து.

பொழிப்புரை:

இம்மை, மறுமை என இருமையிலும் உயிருக்கு உயிராய் விளங்கும் பொருளை; யான் என்னும் அகங்காரத்தையும், எனது என்னும் மமகாரத்தையும் விட்டு நிற்பவர்க்கு உறவாய் விளங்கும் பொருளை; எப்பொழுதும் இடையறாத இன்பம் தருவதாய்; யாதொரு பொருளையும் பற்றி நில்லாது, தானே தோன்றிய பொருளை; துரியத்தில் இருப்பதான பொருளை; மனதில் மகிழ்ச்சியை உண்டாக்கும் தேன் போன்ற இனிப்புடைய பொருளை; மா, பலா, வாழை என்னும் முக்கனி போல் இனிக்கும் பொருளை; கற்கண்டு போன்ற சுவையுடைய பொருளை; நீண்டநாள் உயிர்வாழ உதவும் அமுதம் போன்ற பொருளை விரும்பி, பொலபொல என இரண்டு கண்களிலும் நீரை முத்து போல வாரி இறைத்து, கைகளாகிய மலர்களைக் குவித்து வணங்கி நிற்போமாக!

..18..

ஜாதி,குலம், பிறப்புஇறப்புப், பந்தம்முக்தி,
அருஉருவத் தன்மை, நாமம்
ஏதும்இன்றி; எப்பொருட்கும் எவ்விடத்தும்
பிரிவுஅறநின்று இயக்கம் செய்யும்

ஜோதியை;மாத் தூவெளியை; மனதுஅவிழ
நிறைவான துரிய வாழ்வைத்;
தீதுஇல்பரம் ஆம்பொருளைத் திருஅருளே
நினைவுஆகச் சிந்தை செய்வாம். 5

அருஞ்சொற்பொருள்:

ஜாதி - சாதி. முத்தி - வீடுபேறு. நாமம் - பெயர். பிரிவு அற நின்று - பிரிப்பின்றி நின்று. ஜோதியை - ஒளியை. மாத் தூவெளியை - பெரிய தூய்தான வெட்டவெளியை. மனது அவிழ - உள்ளம் விரிவடையும்படி. துரிய வாழ்வை - துரியத்தில் வாழும் பொருளை. தீதுஇல் பரம் - குற்றமற்ற பரம் பொருள். திருவருளே நினைவு ஆக - திருவருளாகவே நினைந்து.

பொழிப்புரை:

சாதி, குலம், பிறப்பு, இறப்பு, பந்தம், வீடு, அருவம், உருவம், பெயர் என எதுவும் இன்றி, எல்லாப் பொருள்களிலும், எல்லா இடங்களிலும், பிரிப்பின்றி நின்று, அவற்றை இயக்கும் ஒளியை; பெரிய தூய வெட்டவெளியை; மனம் விரிவடையும்படி நிறைவான துரியத்தில் விளங்கும் பொருளை; குற்றமற்ற மேலான பரம்பொருளை; திருவருளாகவே நினைத்து, மனத்தில் வைத்து வணங்குவோமாக!

..19..

இந்திரஜா லம்,கனவு, கானலின்நீர்
எனஉலகம் எமக்குத் தோன்றச்;
சந்ததமும் சிற்பரத்தால் அழியாத
தற்பரத்தைச் சார்ந்து வாழ்க!
புந்திமகிழ் உறநாளும் தடைஅறஆ
னந்தவெள்ளம் பொலிக! என்றே
வந்துஅருளும் குருமௌனி மலர்த்தாளை
அனுதினமும் வழுத்தல் செய்வாம். 6

அருஞ்சொற்பொருள்:

இந்த்ர ஜாலம் - பொய்த் தோற்றம். கனவு - உறக்கத்தில் காணும் கனவு. கானலின் நீர் - பாலைவனத்தில் நீர்போல் தோன்றும் பொய்த்தோற்றம். சந்ததமும் - எப்பொழுதும். சிற்பரத்தால் - ஞான உறுதியினால். அழியாத தற்பரத்தை - என்றும் அழியாத தன்னில் தானாய் விளங்கும் பொருளை. புந்தி - புத்தி. குரு மௌனி - மௌன குரு. மலர்த் தாளை - திருவடித் தாமரைகளை. அனுதினமும் - நாள்தோறும். வழுத்தல் - வாழ்த்துதல்.

பொழிப்புரை:

'இந்திர சாலம், கனவு, கானல் நீர் ஆகிய இவைபோல பொய்யாய் இந்த உலகம் எனக்குத் தோன்ற, எப்பொழுதும் ஞானஉறுதி கொண்டு, என்றும் அழியாத தன்னில் தானாய் விளங்கும் பொருளைச் சார்ந்து வாழ்வாயாக!' என்றும்; 'புத்தியில் மகிழ்ச்சி உண்டாகும்படி தடையின்றி, நாளும் பேரின்ப வெள்ளம் பெருகி ஓடட்டும்!' என்றும்; கூறி அருளிய மௌனகுருவின் திருவடித் தாமரைகளை நாள்தோறும் வாழ்த்தி வணங்குவோமாக!

..20..

பொருளாகக் கண்டபொருள் எவைக்கும்முதல்
பொருள்ஆகிப்; போதம் ஆகித்;
தெருள் ஆகிக்; கருதும்அன்பர் மடிதீரப்
பருகவந்த செழுந்தேன் ஆகி;
அருள்ஆனோர்க்கு அகம்புறம்என்று உன்னாத
பூரணஆ னந்தம் ஆகி;
இருள்தீர விளங்குபொருள் யாது?அந்தப்
பொருளினையாம் இறைஞ்சி நிற்பாம். 7

அருஞ்சொற்பொருள்:

முதல்பொருள் ஆகி - முன்னமே விளங்கும் பொருளாகி. போதம் ஆகி - ஞானம் ஆகி. தெருள் ஆகி - தெளிவு ஆகி. கருதும் அன்பர் - நினைக்கும் மெய்யடியார். மிடி தீர - வறுமை நீங்க. அருள் ஆனோர்க்கு - தம் அருள் வாய்க்கப் பெற்ற அன்பர்களுக்கு. அகம் புறம் - உள்ளத்திலும்

புறத்திலும். பூரண ஆனந்தம் ஆகி - முழுமையான பேரின்பம் ஆகி. இருள் தீர - அறியாமை ஆகிய ஆணவமலம் விலகி நிற்க. விளங்கு பொருள் யாது - விளங்கும் பொருள் எதுவோ.

பொழிப்புரை:

பொருள் என்று கண்ணால் காணப்பட்ட பொருள்கள் அத்தனைக்கும், முன்னமே விளங்கும் பொருள் ஆகி; பின்னர் ஞானம்ஆகி; அதனால் பெறும் தெளிவு ஆகி; மனதால் நினைக்கும் மெய்யடியார்களது வறுமை நீங்க, அவர் பருகுவதற்கு வந்த செழுமையான தேன் ஆகி; நுமது திருவருள் வாய்க்கப் பெற்ற அன்பர்களுக்கு உள்ளத்திலும் புறத்திலும் என்று வேறுபடுத்தி அறிய முடியாத முழுமையான பேரின்பம் ஆகி; அறியாமை ஆகிய ஆணவமலம் விலகி நிற்க, விளங்கும் பொருள் எதுவோ, அந்தப் பொருளினை, யாம் வணங்கி நிற்போம்.

..21..

அருமறையின் சிரப்பொருளாய்; விண்ணவர்,மா
   முனிவர்,சித்தர் ஆதிஆனோர்
தெரிவரிய பூரணமாய்க்; காரணம்,கற்
   பனைகடந்த செல்வம் ஆகிக்;
கருதரிய மலரின்மணம், எள்ளில்எண்ணெய்,
   உடல்உயிர்போல் கலந்து,எந் நாளும்
துரியநடு ஊடுஇருந்த பெரியபொருள்
   யாது?அதனைத் தொழுதல் செய்வாம்.   8

அருஞ்சொற்பொருள்:

அருமறை - அரிய வேதம். சிரப்பொருள் - தலைமைப் பொருள். விண்ணவர் - தேவர். மாமுனிவர் - பெரிய முனிவர்கள். சித்தர் ஆதி ஆனோர் - சித்தர் முதலாக சொல்லப்பட்ட பலரும். தெரிவரிய - தெரிந்து கொள்ள அருமை உடைய. காரணம் - ஏது. கற்பனை - புனைந்துரை. கருதரிய - எண்ணுவதற்கு அரிய. துரிய நடுஊடு - துரியத்தின் நடுவில்.

பொழிப்புரை:

அரிய வேதங்கள் எடுத்துரைக்கும் தலைமைப் பொருளாய்; தேவர்கள், பெரிய முனிவர்கள், சித்தர்கள் முதலிய யாவராலும் தெரிந்துகொள்ள முடியாத, முழுமைப் பொருளாய்; ஏதுக்களையும் புனைந்துரைகளையும் கடந்து நிற்கும் செல்வமாய்; எண்ணுதற்கு அருமை உடையதாய், மலரில் மணம் போலவும், எள்ளுக்குள் எண்ணெய் போலவும், உடலில் உயிர் போலவும், பிரிப்பின்றி எப்பொழுதும் துரியத்தின் நடுவில் வீற்று இருக்கும் பெரிய பொருள் எதுவோ, அந்தப் பொருளை வணங்குதல் செய்வாம்.

..22..

விண்ணாதி பூதம்எல்லாம் தன்அகத்தில்
அடக்கிவெறு வெளியாய்; ஞானக்
கண்ணாரக் கண்டஅன்பர் கண்ஊடே
ஆனந்தக் கடலாய்; வேறுஒன்று
எண்ணாத படிக்குஇரங்கித் தானாகச்
செய்துஅருளும் இறையே! உன்தன்
தண்ணாரும் சாந்தஅருள் தனைநினைந்து
கரமலர்கள் தலைமேல் கொள்வாம். 9

அருஞ்சொற்பொருள்:

விண்ணாதி பூதம் எல்லாம் - ஆகாயம், காற்று, நெருப்பு, நீர், நிலம் முதலிய பூதம் அனைத்தும். வெறு வெளியாய் - வெட்டவெளியாய். கண்ணாரக் கண்ட அன்பர் - ஞானக்கண்ணால் நிறைவாய்க் கண்ட அடியார்கள். கண் ஊடே - கண்ணில். ஆனந்தக் கடலாய் - பேரின்பத்தைக் கடல்போல் தேக்கி. வேறுஒன்று எண்ணாதபடிக்கு - வேறு எதனையும் நினையாதபடி. இரங்கித் தானாகச் செய்து அருளும் - அருள்பாலித்துத் தானாக ஆக்கிக் கொள்ளும். தண்ணாரும் - குளிர்ச்சி பொருந்திய. கரமலர்கள் - கைகளாகிய மலர்கள். தலைமேல் கொள்வாம் - தலைக்கு மேலே கூப்பி வணங்குவாம்.

பொழிப்புரை:

ஆகாயம், காற்று, நெருப்பு, நீர், நிலம் ஆகிய ஐந்து பூதங்களையும் தன்னகத்தே அடக்கி நிற்கும் வெட்ட வெளியாய்; ஞானக்கண் கொண்டு கண்ட மெய்யடியார்களது கண்கள் நிறையுமாறு, பேரின்ப வெள்ளத்தைக் கடல்போல் தேக்கி, வேறு எதனையும் நினைக்காதபடி இரக்கம்காட்டி, (உயிரை) தானாகச் செய்து அருளும் கடவுளே! உன்னுடைய குளிர்ச்சி பொருந்திய திருவருளை நினைவுசெய்து, கைம் மலர்களை தலைக்கு மேல் கூப்பி வணங்குவோம்.

..23..

விண்நிறைந்த வெளியாய்;என் மனவெளியில்
   கலந்து,அறிவாம் வெளியின் ஊடும்
தண்நிறைந்த பேரமுதாய்ச் சதானந்தம்
   ஆனபெருந் தகையே! நின்பால்
உள்நிறைந்த பேரன்பால் உள்உருகி,
   மொழிகுழறி, உவகை ஆகிக்,
கண்நிறைந்த புனல்உகுப்பக், கரம்முகிழ்ப்ப
   நின்அருளைக் கருத்தில் வைப்பாம். 10

அருஞ்சொற்பொருள்:

விண் நிறைந்த வெளியாய் - ஆகாயமும் அடங்கி நிற்கும் வெட்ட வெளியாய். மனவெளியில் - மன ஆகாயத்தில். அறிவாம் வெளியின் ஊடும் - அறிவு ஆகாயத்தின் உள்ளும். தண்நிறைந்த - குளிர்ச்சி மிகுந்த. பேரமுதாய் - உயர்ந்த பொருளாகிய அமுதமாய். சதானந்தம் - (சதா + ஆனந்தம்) எப்பொழுதும் பேரின்பம். பெருந்தகையே - மகா தேவே. நின்பால் - நின்னிடத்தில். உள்நிறைந்த - உள்ளம் நிறைந்த. உள் உருகி - உள்ளம் உருகி. மொழி குழறி - வார்த்தை தடுமாறி. உவகை ஆகி - மகிழ்ச்சியாகி. கண் நிறைந்த புனல் உகுப்ப - கண்களில் இருந்து மிகுதியும் நீர் சொரிய. கரம் முகிழ்ப்ப - கைகள் குவிய. கருத்தில் - எண்ணத்தில்.

பொழிப்புரை:

ஆகாயத்தையும் தன்னகத்தே கொண்ட வெட்ட வெளியாய்; எனது மனமாகிய வெளியில் கலந்து, அறிவாகிய வெளியிலும் குளிர்ந்த மேலான அமுதமாக வந்து பொருந்தி, எப்பொழுதும் பேரின்பத்தை விளைவிக்கும் மகாதேவே! நின்னிடத்தில் கொண்ட உள்ளம் நிறைந்த பேரன்பால், அவ்வுள்ளத்தை உருகச் செய்து, வார்த்தை தடுமாற, மகிழ்ச்சி அடைந்து, கண்களில் மிகுதியும் நீர் சொரிய, கைகளைக் குவித்து, நின் திருவருளை எண்ணத்தில் நிறுத்தி வணங்குவோம்.

எண்சீர்க் கழிநெடிலடி ஆசிரிய விருத்தம்

..24..

ஆதிஅந்தம் காட்டாத முதலாய்; எம்மை
அடிமைக்கா வளர்த்துஎடுத்த அன்னை போல
நீதிபெரும் குருஆகி; மனம்வாக்கு எட்டா
நிச்சயமாய்ச்; சொச்சமதாய்; நிமலம் ஆகி;
வாதம்இடும் சமயநெறிக்கு அரியது ஆகி;
மௌனத்தோர் பால்வெளியாய் வயங்கா நின்ற
ஜோதியை;என் உயிர்த்துணையை நாடிக் கண்ணீர்
சொரியஇரு கரம்குவித்துத் தொழுதல் செய்வாம். 11

அருஞ்சொற்பொருள்:

ஆதிஅந்தம் காட்டாத முதலாய் - தொடக்கமும் முடிவும் இல்லாத மூலமாய். அடிமைக்கா - அடிமை கொள்வதற்காக. நீதி பெறும் குருவாகி - நியாயமாய் விளங்கும் சற்குருவாகி. நிச்சயமாய் - உண்மைப் பொருளாய். சொச்சமதாய் - (சொச்சம் + அதாய்) - மாசற்றதாய். நிமலம் ஆகி - மலமற்றது ஆகி. வாதம் இடும் சமயநெறி - தருக்கம் செய்யும் சமயநெறிகள். அரியது ஆகி - புலப்படாதது ஆகி. மௌனத்தோர் பால் - மோனநிலையில் நிற்போர் இடத்து. வயங்கா நின்ற ஜோதியை - விளங்கித் தோன்றும் சுடரை. என் உயிர்த்துணையை - எனது உயிருக்கு உற்றதுணையாய் விளங்கும் பொருளை. நாடி - விரும்பி. இருகரம் குவித்து - இரண்டு கைகளையும் கூப்பி.

பொழிப்புரை:

தொடக்கமும் முடிவும் இல்லாத மூலமாய்; எம்மை அடிமை கொள்ளும் பொருட்டு, நியாயம் தவறாத பெரும் குருவாக தாய்போல் வந்து; மனம், வாக்கு ஆகியவற்றுக்கு எட்டாத உண்மைப் பொருளாய்; மாசு அற்றதாய்; மலமற்றது ஆகி; தர்க்கம் செய்யும் சமயநெறிகளுக்குப் புலப்படாத அருமை உடையது ஆகி; மோனநிலையில் நிற்போரிடத்து வெளியாகி; விளங்குகின்ற பேரொளியாகி; எனது உயிருக்கு உற்ற துணையாகி நிற்கும் பொருளை விரும்பி, கண்களில் நீர் ஒழுக, இரண்டு கைகளையும் கூப்பி வணங்குதல் செய்வாம்.

..25..

அகரஉயிர் எழுத்துஅனைத்தும் ஆகி, வேறாய்
அமர்ந்ததுஎன அகிலாண்டம் அனைத்தும் ஆகிப்;
பகர்வனஎல் லாம்ஆகி; அல்லது ஆகிப்;
பரம்ஆகிச்; சொல்லரிய பான்மை ஆகித்;
துகள்அறுசங் கற்பவிகற் பங்கள் எல்லாம்
தோயாத அறிவுஆகிச்; சுத்தம் ஆகி;
நிகர்இல்பசு பதியான பொருளை நாடி
நெட்டுயிர்த்துப் பேரன்பால் நினைதல் செய்வாம். 12

அருஞ்சொற்பொருள்:

அகர உயிர் எழுத்து அனைத்தும் ஆகி - 'அ' என்னும் உயிர் எழுத்துபோல் தனித்தும் ஏனைய எழுத்துகளில் பொருந்தியும் நிற்பது போல. பகர்வன - சொல்லுவன. சொல்லரிய பான்மை - சொல்லற்கு அரிய தன்மை. துகள்அறு - குற்றமற்ற. சங்கற்பம் - விருப்பம். விகற்பம் - வெறுப்பு. நிகர் இல் - ஒப்புமை கூற முடியாத. பசுபதி - உயிர்களுக்குத் தலைவன். நெட்டுயிர்த்து - பெருமூச்சுவிட்டு. நாடி - ஆராய்ந்து தேடி.

பொழிப்புரை:

'அ' என்னும் எழுத்துத் தனித்தும், ஏனைய எழுத்துகளில் பொருந்தியும் நிற்பதுபோலத் தனித்தும், அண்டங்கள் அனைத்திலும் கலந்தும் நிற்கின்ற பொருளாகியும்;

சொல்லப்படும் எல்லாமும் ஆகியும்; சொல்லப்படாத அனைத்தும் ஆகியும்; மேலான பொருள் ஆகியும்; சொற்களால் விளக்கிக் கூறமுடியாத தன்மை உடையது ஆகியும்; குற்றமற்றதும், விருப்பு வெறுப்புகள் படியாததும் ஆன அறிவு ஆகியும்; தூயதன்மை உடையது ஆகியும்; ஒப்பில்லாததும் உயிர்களுக்குத் தலைவனாய் விளங்குவதும் ஆகிய பொருளை, ஆராய்ந்து தேடி, பெருமூச்சு விட்டு, பேரன்பு கொண்டு நினைவில் நிறுத்துவோமாக!

4. சின்மயானந்தகுரு

பன்னிருசீர்க் கழிநெடிலடி ஆசிரிய விருத்தம்

..26..

அங்கைகொடு மலர்தூவி அங்கமது புளகிப்ப,
அன்பினால் உருகி, விழிநீர்
ஆறாக, ஆராத முக்தியினது ஆவேச
ஆசைக் கடற்குள்மூழ்கிச்;

சங்கர! சுயம்புவே! சம்புவே! எனவும்மொழி
தழுதழுத் திடவணங்கும்
சன்மார்க்க நெறிஇலாத் துன்மார்க்க னேனையும்
தண்அருள் கொடுத்துஆள்வையோ?

துங்கமிகு பக்குவச் சனகன்முதல் முனிவோர்கள்
தொழுதுஅருகில் வீற்றிருப்பச்,
சொல்லரிய நெறியைஒரு சொல்லால் உணர்த்தியே
சொரூபஅநு பூதிகாட்டிச்,

செங்கமல பீடம்மேல் கல்ஆல் அடிக்குள்வளர்
சித்தாந்த முக்திமுதலே!
சிரகிரி விளங்கவரு தக்ஷிணா மூர்த்தியே!
சின்மயா னந்தகுருவே! 1

அருஞ்சொற்பொருள்:

அங்கை கொடு - அழகிய கைகளைக் கொண்டு. அங்கமது - (அங்கம் + அது) - உடலானது. புளகிப்ப - மகிழ்வுடன் அசைய. ஆவேச ஆசை - வெறியுடன் கூடிய ஆசை. தழுதழுத்திட - குளறும்படி. இலா - இல்லாத. துன்மார்க்கம் - தவறான வழி. சன்மார்க்கம் - நல்ல ஒழுக்க நெறி. துங்கமிகு - மேன்மை பொருந்திய. செங்கமல பீடம்மேல் - சிவந்த தாமரை மலர்ப்பீடத்தின்மீது. கல் ஆல் அடிக்குள் - இச்சி மரத்தடியில். சொரூபம் - வடிவம் (சின்முத்திரை). அனுபூதி - பிரமாணங்களைக் கொண்டு அறியும் அறிவு. சித்தாந்தம் - முடிவு செய்த பாதை. சிரகிரி - திருச்சிராப்பள்ளி. சின்மயம் - ஞானமயம்.

பொழிப்புரை:

மேன்மை பொருந்திய பக்குவம் உடைய சனகன் முதலிய முனிவர்கள் நால்வரும் வணங்கி அருகில் அமர்ந்திருக்கவும், விளக்கிச் சொல்ல அரியதான ஒரு நெறியை சின்முத்திரை காட்டி விளங்கிக் கொள்ளுமாறு செய்து உண்மையான பேரின்ப நுகர்வினை உணர்த்தி, கல்லால மரத்தின்கீழ் சிவந்த தாமரை மலர்ப்பீடத்தில் எழுந்தருளி, சித்தாந்த முக்தி தரும் முதற்பொருளே! திருச்சிராப்பள்ளியில் உயிர்கள் உய்யும்பொருட்டு எழுந்தருளி இருக்கும் தட்சிணாமூர்த்தியே! ஞான ஆனந்தமயமான குருவே!

அழகிய கைகளால் மலர்களைத் தூவி, உடலானது மகிழ்ச்சியினால் அசைய, அன்பினால் மனம் உருகி, கண்களில் நீரானது ஆறுபோல் பெருக, முத்தியின்மீது கொண்ட வெறியுடன் கூடிய ஆசையாகிய கடலுக்குள் மூழ்கி, 'சங்கரா! சுயம்புவே! சம்புவே!' என மொழி குளறப் போற்றி வணங்கும் ஒழுக்கநெறியில் நில்லாது, தவறான நெறியில் நிற்கும் என்னையும், தேவரீரது குளிர்ந்த திருவருளைத் தந்து ஆட்கொள்வீரோ?

..27..

ஆக்கைஎனும் இடிகரையை மெய்என்ற பாவிநான்
அத்வைத வாஞ்சையாதல்
அரியகொம் பில்தேனை முடவன்இச் சித்தபடி
ஆகும்;அறிவு அவிழஇன்பம்

தாக்கும்வகை ஏது?இந்நாள் சரியைகிரி யாயோக
சாதனம் விடுத்ததுஎல்லாம்
சன்மார்க்கம் அல்ல;இவை நிற்க,என் மார்க்கங்கள்
சாராத பேரறிவதாய்,

வாக்குமனம் அணுகாத பூரணப் பொருள்வந்து
வாய்க்கும் படிக்குஉபாயம்
வருவித்து, உவட்டாத பேரின்பம் ஆனசுக
வாரியினை வாய்மடுத்துத்,

தேக்கித் திளைக்கநீ முன்நிற்பது என்றுகாண்?
சித்தாந்த முக்திமுதலே!
சிரகிரி விளங்கவரு தக்ஷிணா மூர்த்தியே!
சின்மயா னந்தகுருவே! 2

அருஞ்சொற்பொருள்:

ஆக்கை - உடம்பு. இடிகரையை - வெள்ளத்தால் இடிந்துவிழும் ஆற்றின் கரையை. அத்வைத வாஞ்சையாதல் - இரண்டற்ற நிலையில் விருப்பம் கொள்ளுதல். கொம்பில் - கிளையில். இச்சித்தபடி - விரும்பியவாறு. அறிவு அவிழ - அறிவு விளக்கம் பெற்று. இன்பம் தாக்கும் வகை - இன்பம் வந்து பொருந்தும் வகை. சன்மார்க்கம் அல்ல - ஒழுக்கநெறி அல்ல. என்மார்க்கம் - எந்தவொரு நெறி. வாக்கு மனம் அணுகாத - வாக்காலும் மனத்தாலும் எட்டமுடியாத. பூரணப் பொருள் - முழுமையான பொருள். உபாயம் - வழி. உவட்டாத - தெவிட்டாத. சுகவாரி - இன்பக்கடல்.

பொழிப்புரை:

சித்தாந்த முத்திதரும் முதற்பொருளே! திருச்சிராப்பள்ளியில் உயிர்கள் உய்யும்பொருட்டு எழுந்தருளி இருக்கும் தட்சிணா மூர்த்தியே! ஞான ஆனந்தமயமான குருவே!

வெள்ளத்தால் இடிந்துவிழும் ஆற்றங்கரை போல் அழியும் தன்மை உடைய உடலை, உண்மை (நிலையானது) என்று நினைத்த பாவியாகிய நான், இறைவனோடு இரண்டறக் கலக்க வேண்டும் என்று விருப்பம் கொண்டது, முடவன் கொம்புத் தேனுக்கு ஆசைப்பட்டது போன்றதாகும். அறிவு விளக்கம் பெறவும், இன்பம் வந்து பொருந்தவும் வழிவகை எவ்வாறு பிறக்கும்? இப்பொழுது அடியேன்

சரியை, கிரியை, யோகம் முதலிய நெறிகளை விட்டு நீங்கி நிற்பது நல்லொழுக்கம் ஆகாது. இவை ஒருபுறம் இருக்க, எந்த ஒரு நெறியையும் சாராத பேரறிவு உடையதாய், வாக்குக்கும் மனத்துக்கும் எட்டாததாய், விளங்கும் முழுமையான பொருள் எனக்குக் கிடைக்கும்படி வழி வகை செய்து, தெவிட்டாத பேரின்பமாகிய சுகம்தரு கடலை வாயினால் முகந்து, நிரம்ப உண்டு அனுபவிக்குமாறு செய்ய, நீ முன்வருவது எப்பொழுது?

..28..

அவ்வியம் இருக்க,நான் என்கின்ற ஆணவம்
அடைந்திட்டு இருக்க,லோபம்,
அருள்இன்மை கூடக் கலந்துஉள் இருக்க,மேல்
ஆசா பிசாசமுதலாம்
வெவ்விய குணம்பல இருக்க,என் அறிவூடு
மெய்யன்நீ வீற்றிருக்க
விதிஇல்லை என்னிலோ பூரணன் எனும்பெயர்
விரிக்கில்உரை வேறும்உளதோ?
கவ்வுமலம் ஆகின்ற நாகபா சத்தினால்
கட்டுண்ட உயிர்கள் மூர்ச்சை
கடிதுஅகல வலியவரும் ஞானசஞ் சீவியே!
கதிஆன பூமிநடுவுள்
செவ்விதின் வளர்ந்துஓங்கு திவ்யகுண மேருவே!
சித்தாந்த முக்திமுதலே!
சிரகிரி விளங்கவரு தக்ஷிணா மூர்த்தியே!
சின்மயா னந்தகுருவே! 3

அருஞ்சொற்பொருள்:

அவ்வியம் - பொறாமை. லோபம் - கொடை இன்மை. வெவ்விய குணம் - கீழான இயல்பு. விதி இல்லை - பொருந்தாது. கவ்வு மலம் - பற்றுகின்ற மும்மலம். நாக பாசத்தினால் - பாம்பு போன்ற ஓர் ஆயுதத்தால். கடிது அகல - விரைந்து நீங்க. ஞான சஞ்சீவியே - பேரறிவு

என்னும் பெருவாழ்வே. கதி - மோட்சம். பூமி நடுவுள் - உச்சந்தலை நடுவில் உள்ள சகசிரதளத்தில். செவ்விதின் - நன்றாக. திவ்ய குண மேரு - தெய்வீக நற்குண மலையே.

பொழிப்புரை:

பற்றி நிற்கும் மும்மலமாகிய நாகபாசம் என்னும் ஓர் ஆயுதத்தால் கட்டுண்டு கிடக்கும் உயிர்களது மயக்கத்தை விரைந்துபோக்க வலிய முன்வரும் பேரறிவு என்னும் பெருவாழ்வே! உச்சந்தலைக்கு மேலே சகசிரதளத்தில் நன்றாக உயர்ந்து வளர்ந்து நிற்கும் தெய்வீகமான நற்குண மலையே! சித்தாந்த முத்தி அளிக்கும் முழுமுதற் பொருளே! திருச்சிராப்பள்ளியில் உயிர்கள் உய்யும்பொருட்டு எழுந் தருளி இருக்கும் தட்சிணாமூர்த்தியே! ஞான ஆனந்த மயமான குருவே!

பொறாமை இருக்க, நான் என்னும் தன்முனைப்பு இருக்க, கொடை இல்லாமையும் அருள் இல்லாமையும் ஆகிய இவை ஒன்றாய்க் கலந்து என்உள் இருக்க; வெளியே ஆசை ஆகிய பிசாசு முதலிய தீயகுணங்கள் பல இருக்க; என் அறிவினுள்ளே மெய்ப்பொருளாகிய நீ எழுந்தருளி இருக்க வாய்ப்பு இல்லை. எனவே முழுமையானவன் என்னும் தேவரீரது திருப்பெயரை விரித்துப் பொருள் உரைக்கில், அதற்கு வேறு பொருளும் உளதோ?

..29..

ஐவகை எனும்பூதம் ஆதியை வகுத்து,அதனுள்
அசரசர பேதம்ஆன
யாவையும் வகுத்து,நல் அறிவையும் வகுத்து,மறை
ஆதிநூ லையும்வகுத்துச்,
சைவமுதல் ஆம்அளவில் சமயமும் வகுத்து,மேல்
சமயம் கடந்தமோன
சமரசம் வகுத்தநீ உன்னையான் அணுகவும்
தண்அருள் வகுக்கஇலையோ?

பொய்வளரும் நெஞ்சினர்கள் காணாத காட்சியே!
   பொய்இலா மெய்யர்அறிவில்
போதபரி பூரண அகண்டிதா காரமாய்ப்
   போக்குவரவு அற்றபொருளே!

தெய்வமறை முடிவுஆன பிரணவ சொரூபியே!
   சித்தாந்த முக்திமுதலே!
சிரகிரி விளங்கவரு தக்ஷிணா மூர்த்தியே!
   சின்மயா னந்தகுருவே!   4

அருஞ்சொற்பொருள்:

அசர சர பேதம் - அசையா அசையும் உயிர்கள் பற்றிய வேறுபாடு. மறை ஆதி நூலை - வேதம் முதலிய நூல்களை. போத பரிபூரண அகண்டி தாகாரமாய் - ஞானாகார அகண்டித வடிவமாய். பிரணவ சொரூபியே - ஓம் என்னும் பிரணவப் பொருளாய் விளங்கும் மூர்த்தியே. சித்தாந்த முத்தி முதலே - முடிவான முத்தியைத் தரவல்ல முதற்பொருளே.

பொழிப்புரை:

பொய் வளரும் மனம் உடையவர்களால் காணமுடியாதபடி மறைந்து நின்று அருளும் பேரறிவுப் பெரும்பிழம்பே! பொய் சிறிதும் இல்லாத மெய்யடியார்களது அறிவில் முழுநிறைவான மெய்யுணர்வாய்த் திகழ்ந்து, எல்லையற்ற பெருவடிவாய் விளங்கும், போவதும் வருவதும் அற்ற பொருளே! தெய்வத் தன்மை பொருந்திய வேதங்களின் முடிந்த முடிபான ஓம் என்னும் பிரணவத்தின் பொருளாய் விளங்கும் மூர்த்தியே! சித்தாந்த முத்தி தரவல்ல முதற் பொருளே! திருச்சிராப்பள்ளியில் உயிர்கள் உய்யும்பொருட்டு எழுந்தருளி இருக்கும் தட்சிணா மூர்த்தியே! ஞானமய ஆனந்த குருவே!

ஐந்து வகையான பூதம் முதலியவற்றைத் தோற்றுவித்து, அதனுள் அசையா உயிர்கள் அசையும் உயிர்கள் என வேறுபட்ட தன்மை உடைய உயிரினங்கள் யாவற்றையும் படைத்து, நல்ல அறிவையும் தந்து, வேதம் ஆகமம் முதலிய நூல்களையும் கொடுத்து, சைவமே மேலான சமயம் எனுமாறு சமயங்களையும் படைத்து, அதற்கு

மேலும் சமயங் கடந்த நிலையில் மோனநிலையையும் அளித்து, நிற்பவன் நீ; அவ்வாறிருக்க உன்னை நான் நெருங்கு மாறு நினது குளிர்ந்த திருவருளை வகுக்கவில்லையோ?

..30..

ஐந்துவகை ஆகின்ற பூதபே தத்தினால்
ஆகின்ற ஆக்கை,நீர்மேல்
அமர்கின்ற குமிழிஎன நிற்கின்றது என்னநான்
அறியாத காலம்எல்லாம்

புந்திமகிழ் உறஉண்டு உடுத்துஇன்பம் ஆவதே
போந்தநெறி என்றுஇருந்தேன்;
பூராயம் ஆகநினது அருள்வந்து உணர்த்தஇவை
போனவழி தெரியவில்லை;

எந்தநிலை பேசினும் இணங்கவிலை; அல்லால்
இறப்பொடு பிறப்பைஉள்ளே
எண்ணினால் நெஞ்சது பகீரெனும்; துயில்உறாது
இருவிழியும் இரவுபகலாய்ச்

செந்தழலின் மெழுகானது அங்கம்;இவை என்கொலோ?
சித்தாந்த முக்தி முதலே!
சிரகிரி விளங்கவரு தக்ஷிணா மூர்த்தியே!
சின்மயா னந்தகுருவே! 5

அருஞ்சொற்பொருள்:

பூத பேதத்தினால் - பூத வேறுபாட்டினால். ஆக்கை - உடம்பு. நீர்மேல் அமர்கின்ற குமிழி - நீர்க்குமிழி. புந்தி மகிழ்வுற - மனம் இன்புற்று இருக்க. போந்த நெறி - வாய்த்துள்ள வாழ்க்கை முறை. பூராயமாக - முற்றிலுமாக. பகீரென்னும் - அச்சம் மிகுதியும் தோன்றும். துயில் உறாது - தூங்காது. அங்கம் - உடம்பு.

பொழிப்புரை:

சித்தாந்த முத்தி அளிக்கும் முழுமுதற்பொருளே! திருச்சிராப் பள்ளியில் உயிர்கள் உய்யும்பொருட்டு எழுந்தருளி இருக்கும் தட்சிணாமூர்த்தியே! ஞானமய ஆனந்த குருவே!

ஐந்து வகையாய் விளங்கும் பூத வேறுபாட்டினால் உண்டாகும் உடம்பு, நீர்க்குமிழி போல கணநேரத்தில் தோன்றி மறையும் தன்மை உடையது என்பதை அறியாத காலத்தில், மனம் மகிழுமாறு உண்டு, உடுத்து இன்புற்று இருக்கவே வந்துள்ளோம் என்று இருந்துவிட்டேன். முழுவதும் நின்னுடைய திருவருள் வந்து உண்மையை உணர்த்தியபோது, இவை போன இடம் தெரியவில்லை. இப்பொழுது என்னதான் பேசினாலும் மனம் ஒப்ப மறுக்கிறது. அல்லாமல், இறப்பு பிறப்பு குறித்து உள்ளத்தால் நினைக்க அச்சம் தோன்றுகிறது. இரவுபகல் என எந்நேரமும் இருவிழிகளும் உறங்காது இருக்க, அனலில்பட்ட மெழுகுபோல உடல் உருகுகிறது. இவையெல்லாம் நிகழ்வது ஏனோ?

..31..

காரிட்ட ஆணவக் கருஅறையில் அறிவுஅற்ற
கண்இலாக் குழவியைப்போல்
கட்டுண்டு இருந்தஎமை வெளியில்விட்டு,அல்லலாம்
காப்புஇட்டு, அதற்குஇசைந்த
பேரிட்டு, மெய்என்று பேசுபாழ் பொய்உடல்
பெலக்கவிளை அமுதம்ஊட்டிப்
பெரியபுவ னத்தினிடை போக்குவரவு உறுகின்ற
பெரியவிளை யாட்டுஅமைத்திட்டு,
ஏரிட்ட தன்சுருதி மொழிதப்பில் நமனைவிட்டு
இடர்உறஉறுக்கி இடர்தீர்த்து,
இரவுபகல் இல்லாத பேரின்ப வீட்டினில்
இசைந்துதுயில் கொள்மின்என்று
சீரிட்ட உலகுஅன்னை வடிவான எந்தையே!
சித்தாந்த முக்திமுதலே!
சிரகிரி விளங்கவரு தக்ஷிணா மூர்த்தியே!
சின்மயா னந்தகுருவே!

அருஞ்சொற்பொருள்:

காரிட்ட - இருள் சூழ்ந்த. கரு அறையில் - கருமை நிறமுடைய அறையில். கண் இலாக் குழவி - கண் பார்வை இல்லாத குழந்தை. அல்லலாம் - துன்பமாம். காப்பு - காவல். பாழ்ம் பொய்உடல் - பாழ்த்த நிலையில்லாத உடம்பு. பெலக்க - பலம் பெறுமாறு (பலம் - வலிமை). விளை அமுதம் - விளைந்து வருகின்ற உணவு தானியங்கள். புவனத் திடை - உலகின்கண். ஏரிட்ட - அழகு பொருந்திய. சுருதி மொழி - வேதவாக்கு. இடர்உற - துன்பப்பட. இடர் தீர்த்து - துன்பம் தீர்த்து. சீரிட்ட - சிறப்பு வாய்ந்த. உறுக்கி - அதட்டி.

பொழிப்புரை:

சித்தாந்த முத்தி அளிக்கும் முதற்பொருளே! திருச்சிராப் பள்ளியில் உயிர்கள் உய்யும்பொருட்டு எழுந்தருளி இருக்கும் தட்சிணாமூர்த்தியே! ஞானமயமான ஆனந்த குருவே! சிறப்பு வாய்ந்த உலகமாதாவாக விளங்கும் திருவருட்சத்தியே வடிவாய் விளங்கும் எம்தந்தையே!

இருளால் சூழப்பட்ட கருமை நிறமுடைய அறையில் அறிவும் கண்பார்வையும் இல்லாத குழந்தை கிடந்தாற் போல ஆணவ மலத்தால் கட்டுண்டு கிடந்த உயிரை, வெளியில் விட்டு, துன்பத்தையே காவலாக்கி, பொருத்த மான ஒரு பெயரும் வைத்து, மெய் என்று பெயர் பெற்ற பொய்யான பாழ்த்த உடல் வலுப்பெறும் வகையில், விளைந்த தானியங்களை உணவாகத் தந்து, பெரிய இந்நிலவுலகில் வந்து பிறக்கவும் இறக்கவும் செய்து, அதனையும் திருவிளையாடலாய் நிகழ்த்தி, வேதம் கூறும் நியதிக்குப் புறம்பாக வாழ்ந்தால் எமனை அனுப்பி அதட்டித் துன்பம் தந்தும், வேதவிதிப்படி ஒழுகின், துன்பத்தைப் போக்கி, இரவுபகல் இல்லாத பேரின்ப வீட்டில் நன்றாக உறங்குமாறும் செய்கின்றாய்.

..32..

கருமருவு குகைஅனைய காயத்தின் நடுவுள்
களிம்புதோய் செம்புஅனையயான்
காண்தக இருக்க,நீ ஞானஅனல் மூட்டியே
கனிவுபெற உள்உருக்கிப்,

பருவமது அறிந்து,நின் அருளான குளிகைகொடு
பரிசித்து, வேதிசெய்து,
பத்துமாற் றுத்தங்கம் ஆக்கியே பணிகொண்ட
பக்ஷத்தை என்சொல்லுகேன்?
அருமைபெறு புகழ்பெற்ற வேதாந்த சித்தாந்தம்
ஆதியாம் அந்தம்மீதும்,
அத்வைத நிலையராய் என்னைஆண்டு, உன்அடிமை
ஆனவர்கள் அறிவினூடும்;
திருமருவு கல்லால் அடிக்கீழும் வளர்கின்ற
சித்தாந்த முக்திமுதலே!
சிரகிரி விளங்கவரு தக்ஷிணா மூர்த்தியே!
சின்மயானந்த குருவே! 7

அருஞ்சொற்பொருள்:

கரு மகவு குகை - கரிய நிறக் குகை. காயம் - உடம்பு. களிம்பு தோய் செம்பு அனைய யான் - நாளும் களிம்பு ஏறும் செம்பு போல் ஆணவ மலக் கறையால் பற்றப்பட்ட உயிர். காண்தக - பார்க்கும்படி. கனிவுபெற - இளகும்படி. குளிகை - மந்திர சத்தியோடு கூடிய மாத்திரை. பரிசித்து - தீண்டி. வேதி செய்து - மாற்றி அமைத்து. பணிகொண்ட - ஆட்கொண்ட. பக்ஷத்தை - திருவருளை. ஆதியாம் அந்தம் மீது - தொடக்கமும் முடிவும் ஆகியவற்றின் மீது. அத்துவைத நிலையராய் - இரண்டற்ற நிலை உடையவராய். அறிவினூடும் - அறிவிலும். வளர்கின்ற - எழுந்தருளி இருக்கின்ற.

பொழிப்புரை:

அரிதில் பெறுவதான புகழைத் தாமும் பெற்று விளங்கும் வேதாந்த சித்தாந்தம் முதலியவற்றின் முடிபின்மீதும், இரண்டற்ற நிலையில் என்னை ஆட்கொண்டு (உயிரில் இரண்டறக் கலந்து) முன்னமே அடிமையான பழைய அடியார்களின் அறிவிலும், சிறப்பு பொருந்திய கல்லால மரத்தின் கீழும், ஆகிய இரண்டிடத்தும் எழுந்தருளியும் இருக்கின்ற சித்தாந்த முத்தி வழங்கும் முதற்பொருளே! திருச்சிராப்பள்ளியில் எழுந்தருளி இருக்கும் தட்சிணா மூர்த்தியே! ஞான ஆனந்தமயமான குருவே!

கரிய நிறக் குகை போன்ற உடம்பின் நடுவில் நாளும் களிம்பு ஏறும் செம்புபோல் ஆணவமலக் கறையோடு கிடந்த அடியேன் (எனது உயிர் இவ்வாறு இருக்க).

நீவிர் ஞானமாகிய தீயை மூட்டி, இளக்கம் உண்டாகுமாறு உள்ளத்தை உருக்கி, தக்க பருவம் வரும்வரை காத்திருந்து, திருவருள் என்னும் குளிகை கொண்டு பரிசித்து, வேதி செய்து, பத்து மாற்றுத் தங்கமாக மாற்றி, என்னை அடிமை கொண்ட திருவருளின் திறத்தை என்னவென்று சொல்லுவேன்?

..33..

கூடுதல் உடன்பிரிதல் அற்று,நிர்த் தொந்தமாய்
குவிதல்உடன் விரிதல்அற்றுக்,
குணம்அற்று, வரவினொடு போக்குஅற்று, நிலைஆன
குறிஅற்று, மலமும்அற்று,
நாடுதலும் அற்று,மேல் கீழ்நடுப் பக்கம்என
நண்ணுதலும் அற்று,விந்து
நாதம்அற்று, ஐவகைப் பூதபே தமும்அற்று,
ஞாதுருவின் ஞானம்அற்று,
வாடுதலும் அற்று,மேல் ஒன்றுஅற்று, இரண்டுஅற்று,
வாக்குஅற்று, மனமும்அற்று,
மன்னுபரி பூரணச் சுகவாரி தன்னிலே
வாய்மடுத்து உண்டு,அவசமாய்த்
தேடுதலும் அற்றஇடம் நிலைஎன்ற மௌனியே!
சித்தாந்த முக்திமுதலே!
சிரகிரி விளங்கவரு தக்ஷிணா மூர்த்தியே!
சின்மயா னந்தகுருவே! 8

அருஞ்சொற்பொருள்:

நிர்த்தொந்தமாய் - இரண்டற்றதாகி. *நண்ணுதலும்* - சொல்லப் பொருந்துதலும். *ஞாதுரு* - காண்போன். *வாடுதலும் அற்று* - வாட்டம்

நீங்கி. மன்னு - நிலைபெற்ற. சுகவாரி - இன்பக் கடல். வாய் மடுத்து - வாயினுள் போட்டு. அவசமாய் - சிவபோதம் அடையப் பெற்று. நிலை - குறிக்கோள்.

பொழிப்புரை:

சித்தாந்த முத்தி வழங்கும் முதற்பொருளே! திருச்சிராப் பள்ளியில் எழுந்தருளி இருக்கும் தட்சிணாமூர்த்தியே! ஞான ஆனந்த மயமான குருவே!

கூடுதலும், கூடியவுடன் பிரிதலும் இன்றி; இரண்டு என்னும் தன்மை இன்றி; குவிதலும் பின்னர் விரிதலும் இன்றி; முக்குணங்கள் இன்றி; பிறப்பு இறப்பு இன்றி; நிலைத்த உருவம் இன்றி; மும்மலங்கள் இன்றி; விருப்பம் இன்றி; கீழ், நடு, பக்கம் என்பன இன்றி; விந்து தத்துவம் இன்றி; நாத தத்துவம் இன்றி; ஐந்துவகை பூத வேறுபாடுகளும் இன்றி; காண்பானும் காட்சியும் இன்றி; வாட்டம் உறுதல் இன்றி; ஒன்று இன்றி; இரண்டு இன்றி; வாக்கு இன்றி; மனம் இன்றி; விளங்கும் நிலைத்த முழுமையான பேரின்பமயக் கடலை, வாய் வைத்துப் பருகி மகிழ்ந்து, சிவபோதம் அடையப் பெற்று, தேடுதல் அற்ற இடமே, அடைய வேண்டிய இடம் என்று என் மௌனகுரு சொன்னான்.

..34..

தாராத அருள்எலாம் தந்துஅருள மௌனியாய்த்
தாய்அனைய கருணைகாட்டித்,
தாள்இணைஎன் முடிசூட்டி,அறிவில் சமாதியே
சாசுவத சம்ப்ரதாயம்;

ஓராமல், மந்திரமும் உன்னாமல், முக்திநிலை
ஒன்றோடு இரண்டுஎனாமல்,
ஒளிஎனவும், வெளிஎனவும், உருஎனவும், நாதம்ஆம்
ஒலிஎனவும், உணர்வுஉறாமல்

பாராது பார்ப்பதே ஏதுசா தனம்அற்ற
பரமஅநு பூதிவாய்க்கும்

பண்புஎன்று உணர்த்தியது பாராமல்,அந்நிலை
பதிந்தநின் பழஅடியர்தம்
சீராய் இருக்கநினது அருள்வேண்டும் ஐயனே!
சித்தாந்த முக்திமுதலே!
சிரகிரி விளங்கவரு தக்ஷிணா மூர்த்தியே!
சின்மயா னந்தகுருவே! 9

அருஞ்சொற்பொருள்:

தராத - தரமுடியாத. தாள் இணை - இணையடி. முடிசூட்டி - தலை மேல் பதித்து. அறிவில் சமாதியே - சிற்றறிவில் பேரறிவாய்த் திகழ்வதே. சாசுவத சம்ப்ரதாயம் - என்றும் உள்ள வழக்கம். ஓராமல் - மனதைப் பயன்படுத்தாமல் (ஆராயாமல்). மந்திரமும் உன்னாமல் - நாம செபம் செய்யாமல். உணர்வு உறாமல் - அறிவில் கொள்ளாமல். பாராது பார்ப்பதே - ஊனக்கண் கொண்டு பாராமல் ஞானக்கண் கொண்டு பார்ப்பதே. பரம அனுபூதி - மேலான அனுபவம். பண்பு - உபாயம். பாராமல் - அறிந்து கொள்ளாமல். அந்நிலை பதிந்த - சுத்தாத்துவித நிலையில் நின்ற. சீராய் இருக்க - வீடுபேறு அடைந்து இருக்க.

பொழிப்புரை:

சித்தாந்த முத்தி தந்து அருளும் முதற்பொருளே! திருச்சிராப் பள்ளியில் எழுந்தருளி இருக்கும் தட்சிணாமூர்த்தியே! ஞான ஆனந்தமயமான குருவே!

தரமுடியாத அருளை எல்லாம் தந்து, மௌனகுருவாய் வந்து, தாய் போல் இரங்கி, இரண்டு திருவடிகளையும் எனது தலைமேல் பதித்து (திருவடி தீட்சை தந்து) சிற்றறிவு பேரறிவாகத் திகழ்வதே (சமாதி கூடுவதே) என்றைக்கும் உள்ள பழக்கம் என்று கூறினாய். மனதில் ஆராய்ச்சி இல்லாமல் இருப்பதும்; முத்தி நிலையில் ஒன்று, இரண்டு என்று சொல்லாமலும்; ஒளி என்றும், வெளி என்றும், உருவம் என்றும், நாதம் என்றும், எதனையும் மனதில் கொள்ளாமலும்; எந்த வகை சாதனமும் இன்றி, ஊனக் கண் கொண்டு பாராமல் ஞானக்கண் கொண்டு பார்ப்பதே அனுபவம் (அனுபூதி) வாய்க்கும் உபாயம் என்று உணர்த்தியதனை அறிந்து கொள்ளாமலும்; சுத்தாத்துவித

நிலையில் முன்னமே நின்று கொண்டிருக்கும் பழைய அடியார்கள், பெற்ற வீடுபேற்று நிலையில் நிற்க, ஐயனே! அருள்புரிய வேண்டும்.

..35..

போதமாய், ஆதிநடு அந்தமும் இலாததாய்ப்,
புனிதமாய், அவிகாரமாய்ப்,
போக்குவரவு இல்லாத இன்பமாய் நின்றநின்
பூரணம் புகல்இடமதா
ஆதரவு வையாமல், அறிவினை மறைப்பதுநின்
அருள்;பின்னும் அறிவுஇன்மைதீர்த்து
அறிவித்து நிற்பதுநின் அருள்;ஆகில் எளியனேற்கு
அறிவுஆவது ஏது?அறிவுஇலா
ஏதம்வரு வகைஏது? வினைஏது? வினைதனக்கு
ஈடுஆன காயம்ஏது?என்
இச்சா சுதந்தரம் சிறிதும்இலை; இகபரம்
இரண்டினுள் மலைவுதீரத்
தீதுஇல்அருள் கொண்டுஇனி உணர்த்திஎனை ஆள்வையோ?
சித்தாந்த முக்திமுதலே!
சிரகிரி விளங்கவரு தக்ஷிணா மூர்த்தியே!
சின்மயா னந்தகுருவே! 10

அருஞ்சொற்பொருள்:

போதமாய் - ஞான வடிவமாய். புனிதமாய் - தூயதாய். அவிகாரியாய் - திரிவுபடாததாய். ஆதரவு - விருப்பம். வையாமல் - வைக்காமல். ஏதம் - குற்றம். இச்சை - அன்பு. சுதந்திரம் - தலைமை, தன்வயம் உடைமை. காயம் - உடம்பு. மலைவு - மயக்கம். தீதுஇல் - குற்றம்அற்ற.

பொழிப்புரை:

சித்தாந்த முத்தி தந்தருளும் முதற்பொருளே! திருச்சிராப் பள்ளியில் எழுந்தருளி இருக்கும் தட்சிணாமூர்த்தியே! ஞானஆனந்தமய குருவே!

ஞான வடிவமாயும்; தொடக்கமும் நடுவும் முடிவும் இல்லாததாயும்; தூயதாயும்; திரிவுபடாததாயும்; பிறப்பு இறப்பு இல்லாததாயும்; இன்பமாயும்; விளங்கும் வீடுபேற்றினைத் தந்துஅருளாமல், எனது அறிவினை மறைத்து நிற்பது நினது அருளின் செயலே. அதன்பிறகு அந்த அறியாமையைப் போக்கி, அறிவித்து நிற்பதும் நினது அருளின் செயலே.

அவ்வாறு இருக்க, எளியேனது அறிவு என்பது எது? அறிவில்லாமையால் குற்றம் வரும் என்பது ஏது? வினை எங்கிருந்து வரும்? வினைக்கு ஈடாகத் தரப்படும் உடம்பு எங்கிருந்து வரும்? எனவே இதனில் எனது அன்பு என்னும் தலைமை சிறிதும் இல்லை.

இம்மை, மறுமை ஆகிய இரண்டு நிலையிலும் ஏற்படும் மயக்கத்தைப் போக்கி, குற்றமற்ற நினது திருவருளைத் துணையாக்கி, எனக்கு உணர்த்தவேண்டியதை உணர்த்தி, ஏற்றுக்கொள்வாய் அல்லவா?

..36..

பக்திநெறி நிலைநின்றும், நவகண்ட பூமிப்
பரப்பைவலம் ஆகவந்தும்,
பரவையிடை மூழ்கியும், நதிகளிடை மூழ்கியும்,
பசிதாகம் இன்றி,எழுநா

மத்தியிடை நின்றும்,உதிர் சருகுபுனல் வாயுவினை
வன்பசி தனக்குஅடைத்து
மௌனத்து இருந்தும்,உயர் மலைநுழை தனில்புக்கும்
மன்னுதச நாடிமுற்றும்

சுத்திசெய் தும்,மூல ப்ராணனோடு அங்கியைச்
சோமவட் டத்துஅடைத்தும்,
சொல்அரிய அமுதுஉண்டும், அற்பஉடல் கற்பங்கள்
தோறும்நிலை நிற்கவீறு

சித்திசெய் தும்,ஞானம் அலதுகதி கூடுமோ?
சித்தாந்த முக்திமுதலே!
சிரகிரி விளங்கவரு தக்ஷிணா மூர்த்தியே!
சின்மயா னந்தகுருவே! 11

அருஞ்சொற்பொருள்:

பத்தி - பேரன்பு. நவகண்ட பூமி - ஒன்பது பிரிவுகளை உடைய உலகம் (ஒன்பது பிரிவுகள்: பரத கண்டம், கிம்புரு கண்டம், அரி கண்டம், இளவிரத கண்டம், பத்திராசு கண்டம், கேதுமாலி கண்டம், இரமிய கண்டம், குரு கண்டம், இரணிய கண்டம்). பரவை - கடல். நதி - ஆறு. எழு நா - ஏழு நாவுடன் கூடிய தீ. புனல் - நீர். வாயு - பிராணன். மலைநுழை - மலைக்குகை. தசநாடி - பத்துநாடிகள் (சுழுமுனை, இடை, பிங்கலை, காந்தாரி, அத்தி, சிகுவை, அலம்புடை, புருடன், குரு, சங்கினி). மூலப் பிராணனோடு - மூலாதாரத்தில் உள்ள பிராண வாயுவுடன். அங்கியை - அக்கினியை. சோமவட்டத்து - சந்திர மண்டலத்து. அற்ப உடல் - புல்லிய உடல். கற்பங்கள் - நெடுங்காலம். வீறு சித்தி - பெருமை பொருந்திய காயசித்தி.

பொழிப்புரை:

சித்தாந்த முத்தி தந்தருளும் முதற்பொருளே! திருச்சிராப் பள்ளியில் எழுந்தருளி இருக்கும் தட்சிணாமூர்த்தியே! ஞான ஆனந்தமயமான குருவே!

பத்தி நெறியில் சிறந்து நின்றும்; ஒன்பது பிரிவுகளாக விளங்கும் இந்நிலவுலகம் முழுவதிலும் தலயாத்திரை செய்தும்; கடலிலும் புனித நதிகளிலும் தீர்த்தம் ஆடியும்; பசி, தாகம் ஆகிய இவற்றைப் பொருட்படுத்தாது, ஏழு நாக்குகளுடன் கூடிய தீயின் நடுவில் நின்று தவம் செய்தும்; உதிர்ந்த சருகு, நீர், காற்று ஆகிய இவற்றை மட்டுமே பசியைப் போக்கும் உணவாக உட்கொண்டும்; மௌன விரதம் இருந்தும்; மலைக் குகைகளில் தங்கித் தவம் இயற்றியும்; நிலைபெற்று விளங்கும் பத்து நாடிகளைச் சுத்தி செய்தும்; பிராணனால் மூலாதாரத்தில் அக்கினி மூட்டி, அங்கு வெளிப்படும் ஆற்றலை சந்திர மண்டிலத்துக்குக் கொண்டு சென்று, அங்கு ஊறும் அமுதத்தைப் பருகியும்; அற்பமான உடல் பல கற்ப காலங்கள் நிலைத்து நிற்கும்படி காயசித்தி செய்தும்; ஞானம் முதிராமல் வீடு கைகூடுமோ?

5. மௌனகுரு வணக்கம்

..37..

ஆசைநிக ளத்தினை நிர்த்தூளி படஉதறி,
ஆங்கார முளையைஎற்றி,
அத்வைத மதம்ஆகி, மதம்ஆறும் ஆறுஆக
அங்கையின் விலாழிஆக்கிப்,
பாசஇருள் தன்நிழல் எனச்சுளித்து, ஆர்த்து,மேல்
பார்த்துப் பரந்தமனதைப்
பாரித்த கவளமாய்ப் பூரிக்க உண்டு,முக
படாம்அன்ன மாயைநூறித்,
தேசுபெற நீவைத்த சின்முத்தி ராங்குசச்
செங்கைக்கு உளேஅடக்கிச்,
சின்மயா னந்தசுக வெள்ளம் படிந்து,நின்
திருஅருள் பூர்த்திஆன
வாசம்உறு சற்சார மீதுஎன்னை ஒருஞான
மத்தகஜம் எனவளர்த்தாய்;
மந்த்ரகுரு வேயோக தந்த்ரகுரு வேமூலன்
மரபில்வரு மௌனகுருவே! 1

அருஞ்சொற்பொருள்:

ஆசை நிகளத்தினை - ஆசையாகிய விலங்கினை. நிர்த்தூளி பட உதறி - அறவே அழியும்படி செய்து. ஆங்கார முளையை எற்றி - அகங்காரமாகிய முளையைப் பிடுங்கி எறிந்து. அங்கையின் விலாழி ஆக்கி - யானையின் அழகிய துதிக்கையின் உமிழ்நீர் ஆக்கி. சுளித்து - சினந்து. பாரித்த கவளமாய் - பெரிய கவளமாக. பூரிக்க உண்டு - மிகுதியும் உண்டு. முகபடாம் அன்ன - நெற்றிப்பட்டத்தை ஒத்த. மாயை நூறி - மாயையின் தோற்றத்தை விலக்கி. தேசு பெற - புகழ் நிரம்ப. சின் முத்திரை - அறிவு அடையாளம். அங்குசம் - யானையை அடக்க உதவும் ஓர் ஆயுதம். செங்கை - சிவந்த கை. வாசம் உறு - வசித்து இருப்பதற்குத் தகுந்த. சற்சாரம் - கூட்டம். ஞான மத்த கஜம் - ஞானமாகிய மதம் பிடித்த யானை. மந்த்ர குருவே - செந்தமிழ் மறை அருளிய மந்திர குருவே. யோக தந்த்ர குருவே - அகத்தவ இறைவன்நூல் அருளிய யோக தந்திர குருவே. மூலன் மரபில் வரு மௌன குருவே - தமிழில் ஆகமம் அருளிய திருமூலர் மரபில் வந்த மௌனகுருவே.

பொழிப்புரை:

மந்திர குருவே! யோக தந்திர குருவே! திருமூலரது பரம்பரையில் வந்த மௌனகுருவே!

ஆசையாகிய சங்கிலியை அறவே அழியும்படி செய்து, அகங்காரமாகிய முளையை (யானை கட்டும் தறியை) பிடுங்கி எறிந்து, அத்வைதத்தை மதமாகப் போதித்து, அறுவகைச் சமயங்களும் ஆறு நதிகளாய் துதிக்கையின் உமிழ்நீராக்கி, ஆணவமல இருளைத் தனது நிழல் எனச் சினந்து, ஆரவாரம் செய்து, பரந்த மனம் என்பதைப் பெரிய கவளமாக்கி, மிகுதிபட உண்டு, முகபடாம் என்னும் மாயையை விலக்கி, புகழ் பெறுமாறு நீ காட்டிய சின் முத்திரை என்னும் அங்குசம் தங்கிய சிவந்த கைக்குள்ளே அடங்குமாறும், ஞானமயமான பேரின்ப வெள்ளத்தில் மூழ்குமாறும் செய்து, நினது திருவருள் பதிந்த கூட்டத் தார்க்கு நடுவே, என்னை ஒரு ஞானமாகிய மதம் பிடித்த யானையாக வளர்த்து விட்டாய்! (இங்கு ஆசை சங்கிலி யாகவும், அகங்காரம் முளைக்குச்சியாகவும், அத்துவிதம் மதமாகவும், மதம் ஆறும் துதிக்கையின் உமிழ்நீராகவும், ஆணவமலம் நிழலாகவும், மனம் கவளமாகவும், மாயா மலம் முகபடாமாகவும், சின்முத்திரை அங்குசமாகவும், உயிர் யானையாகவும் உருவகம் செய்யப்பட்டுள்ளது).

..38..

ஐந்துவகை ஆகின்ற பூதம்முதல் நாதமும்
  அடங்கவெளி யாகவெளிசெய்து,
அறியாமை அறிவுஆதி பிரிவாக அறிவார்கள்
  அறிவுஆக நின்றநிலையில்
சிந்தைஅற நில்என்று சும்மா இருத்தி,மேல்
  சின்மயா னந்தவெள்ளம்
தேக்கித் திளைத்து,நான் அதுவாய் இருக்கநீ
  செய்சித்ரம் மிகநன்றுகாண்;
எந்தைவட ஆல்பரம குருவாழ்க! வாழஅரு
  ளியநந்தி மரபுவாழ்க!

என்றுஅடியர் மனம்மகிழ, வேதஆக மத்துணிபு
இரண்டுஇல்லை ஒன்றுஎன்னவே
வந்தகுரு வே!வீறு சிவஞான சித்திநெறி
மௌனஉப தேசகுருவே!
மந்த்ரகுரு வேயோக தந்த்ரகுரு வேமூலன்
மரபில்வரு மௌனகுருவே! 2

அருஞ்சொற்பொருள்:

பூதம் - தோற்றம் உடையது, பெரியது. நாதம் - ஒலி. வெளியாக - வெளிப்படையாக. சின்மயம் - அறிவுமயம். சித்ரம் - அதிசயம். வடஆல் - இச்சிமரம். பரமகுரு - குருவின் குரு. நந்தி மரபு - நந்தி பரம்பரை. வீறு - பெருமை. சிவஞான சித்தி நெறி - சிவஞானம் கைவர உதவும் நெறி.

பொழிப்புரை:

அடியார்கள் மனம் மகிழுமாறு வேத ஆகமங்களின் முடிபு (சீவனும் சிவனும்) இரண்டாய் இருக்கவில்லை; ஒன்று என்று சொல்வதற்காகவே எழுந்தருளிய குருவே! மேலான சிவஞான சித்தி நெறியை உபதேசிக்க வந்த மௌன குருவே! மந்திர குருவே! யோக தந்திர குருவே! திருமூலர் பரம்பரையில் வந்த மௌன குருவே!

ஐம்பூதங்கள் முதல் நாதம் ஈறாகச் சொல்லப்பட்ட முப்பத்து ஆறு தத்துவங்களும் வெளிப்படையாக விளங்குமாறு செய்து, இருள் நிலையில் அறியாமையும், மருள் நிலையில் சுட்டறிவும், அருள் நிலையில் வேறு என்றும் கண்டு அறிய வல்லார், அறிவுஉருவாக நின்ற நிலையில், மனம் அடங்கி நிற்பாயாக என்றுகூறி, வாளா இருக்கும்படி செய்து, அதன் மேலும் அறிவுமயமான பேரின்பப் பெருவெள்ளத்தில் திளைக்குமாறு செய்து, நான் (உயிர்) அதுவாய் (இறையாய்) இருக்கும்படி நீ (குரு) செய்த அதிசயம் மிகவும் நன்றாக இருக்கிறது.

எமக்குத் தந்தையும், வடஆல மரத்தின் கீழ் எழுந்தருளி இருப்பவரும், எமது குருவுக்கும் குருவானவரும் ஆக விளங்கும் தட்சிணாமூர்த்தி வாழ்க! அவரின் வழிநின்று, நாங்கள் வாழ அருள்செய்த, நந்தி பரம்பரை வாழ்க!

..39..

ஆதிக்கம் நல்கினவர் ஆர்இந்த மாயைக்கு?என்
அறிவுஅன்றி இடம்இல்லையோ?
அந்தரப் புஷ்பமும், கானலின் நீரும்,ஓர்
அவசரத்து உபயோகமோ?

போதித்த நிலையையும் மயக்குதே, அபயம்நான்
புக்கஅருள் தோற்றிடாமல்
பொய்யான உலகத்தை மெய்யா நிறுத்தி,என்
புந்திக்குள் இந்த்ரஜாலம்

சாதிக்கு தே,இதனை வெல்லவும் உபாயம்நீ
தந்துஅருள்வது என்றுபுகல்வாய்?
ஷண்மத ஸ்தாபனமும், வேதாந்த சித்தாந்த
சமரசநிர் வாகநிலையும்,

மாதிக்கொடு அண்டப் பரப்புஎலாம் அறியவே
வந்துஅருளும் ஞானகுருவே!
மந்த்ரகுரு வேயோக தந்த்ரகுரு வேமூலன்
மரபில்வரு மௌனகுருவே! 3

அருஞ்சொற்பொருள்:

ஆதிக்கம் - ஆட்சித் தலைமை. அந்தரப் புட்பம் - ஆகாயப்பூ. அவசரத்து - வேண்டும் பொழுது; உரிய நேரத்தில். உபயோகம் - பயன். அபயம் - சரண். இந்த்ர சாலம் - மயக்க வித்தை. சாதிக்குதே - இல்லாததை இருப்பது போலக் காட்டுகிறதே. உபாயம் - வழிவகை. புகல்வாய் - சொல்வாய். ஷண்மத ஸ்தாபனம் - சைவம், வைணவம், சாக்தம், காணபத்யம், கௌமாரம், சௌரம் ஆகிய ஆறு மதங்களின் நிலை பேறும். சமரசம் - பொதுமை. நிர்வாக நிலையும் - பழக்கத்துக்குக் கொண்டுவரும் நிலையும். மா திக்கு - பெரிய திசை.

பொழிப்புரை:

அறுவகைச் சமயங்களை நிலைநிறுத்துவதும், வேதாந்த சித்தாந்தப் பொதுமையைப் பழக்கத்தில் கொண்டு வருவதும் ஆகிய இவற்றை எட்டுத் திசைகளோடு கூடிய பூமிப்பரப்பில் வாழ்வோர் அறிந்துகொள்ளுமாறு செய்ய

எழுந்தருளி வந்து திருவருள்புரிந்த ஞானகுருவே! மந்திர குருவே! யோக தந்திர குருவே! திருமூலர் மரபில் வந்த மௌன குருவே!

மாயைக்கு இவ்வளவு அதிகாரத்தை வழங்கியவர் யார்? எனது அறிவுஅன்றி அதற்குத் தங்குவதற்கு வேறு இடம் இல்லையோ? ஆகாயப் பூவும் கானல்நீரும் எப்போதேனும் பயன்பாட்டுக்கு வருமோ?

நான் சரண் அடையலாம் என நினைக்கின், அதற்கான திருவருள் வெளிப்படாவண்ணம், போதனை செய்யப் பட்ட அறிவை மயங்குமாறு செய்கிறதே! பொய்யான இந்த உலகை மெய் என்பது போலக் காட்டி, என் புத்திக்குள் மயக்கவித்தை செய்து, இல்லாததை இருப்பது போல் நிலைநாட்டுகிறதே! இதனை வெல்வதற்கு உரிய ஒரு வழிவகையை நீ எப்பொழுது தந்து அருளப் போகிறாய்? கூறுவாயாக!

..40..

மின்அனைய பொய்உடலை நிலைஎன்றும்; மைஇலகு
விழிகொண்டு மையல்பூட்டும்
மின்னார்கள் இன்பமே மெய்என்றும்; வளர்மாட
மேல்வீடு சொர்க்கம்என்றும்;

பொன்னைஅழி யாதுவளர் பொருள்என்று; போற்றிஇப்
பொய்வேடம் மிகுதிகாட்டிப்;
பொறை,அறிவு, துறவுஈதல், ஆதிநல் குணம்எலாம்
போக்கிலே போகவிட்டுத்;

தன்நிகரில் லோபாதி பாழ்ம்பேய் பிடித்திடத்,
தரணிமிசை லோகாயதன்
சமயநடை சாராமல், வேதாந்த சித்தாந்த
சமரச சிவாநுபூதி

மன்ன,ஒரு சொல்கொண்டு எனைத்தடுத்து ஆண்டு, அன்பின்
வாழ்வித்த ஞானகுருவே!
மந்த்ரகுரு வேயோக தந்த்ரகுரு வேமூலன்
மரபில்வரு மௌனகுருவே! 4

அருஞ்சொற்பொருள்:

மின் அனைய - மின்னல்போல தோன்றி விரைந்து மறையும் தன்மை உடைய. பொய் உடலை - நிலையில்லாத உடம்பை. மை இலகு - மை தீட்டிய. மையல் பூட்டும் - மயக்கத்தை உண்டாக்கும். மின்னார் - பெண்கள். சொர்க்கம் - இன்ப உலகம். பொறை - பொறுமை. லோபாதி - (லோபம் + ஆதி) - உலோபம் முதலிய. தரணி மிசை - உலகின்மீது. சிவானுபூதி - சிவனது திருவடி நிழலில் துய்க்கும் பேரின்ப அனுபவம். மன்ன - பொருந்துமாறு.

பொழிப்புரை:

மின்னல் போலத் தோன்றி, விரைந்து மறையும் நிலை இல்லாத உடம்பை நிலையானது என்றும்; மைபூசிய கண் கொண்டு காமத்தை வளர்க்கும் மகளிர் தரும் இன்பத்தை நிலையானது என்றும்; உயரமான மாடி வீடே இன்ப உலகம் என்றும்; பொன்தான் அழியாததும் வளர் கின்றதுமான பொருள் என்றும்; பலபடப் புகழ்ந்து, பொய்யான வாழ்வை மிகவும் உயர்த்திப் பிடித்து; பொறுமை, அறிவுடைமை, துறவு, ஈதல் முதலிய நல்ல குணங்களைக் கடைபிடியாது, அதனைத் தன் போக்கிலே போகவிட்டு, தனக்கு ஒப்புமை கூற முடியாத உலோபம் முதலிய தீயகுணங்களாகிய பேயானது பிடித்து ஆட்டிப் படைக்க, உலகின்மீது உலகாயதன் மதத்தைச் சார்ந்து வாழாதபடி, வேதாந்த சித்தாந்தப் பொதுமையால் சிவனது திருவடி நிழலில் துய்க்கும் பேரின்ப அனுபவத்தைத் தந்து, அதனில் பொருந்தி நிற்குமாறு, 'சும்மா இரு' என்னும் ஒரு சொல்கொண்டு என்னைத் தடுத்து அடிமை கொண்டு வாழச்செய்த ஞான குருவே! மந்திர குருவே! யோக தந்திர குருவே! திருமூலர் மரபில் வரும் மௌன குருவே!

..41..

போனகம் இருக்கின்ற சாலையிடை வேண்டுவ
   புசித்தற்கு இருக்கும்அதுபோல்
புருஷர்பெறு தர்மாதி, வேதமுடன் ஆகமம்,
   புகலும்அதி னால்ஆம்பயன்,

ஞானநெறி முக்யநெறி, காட்சி அனு மானம்,முதல்
நானாவி தங்கள்தேர்ந்து;
நான்நான் எனக்குழறு படைபுடைபெயர்த்திடவும்
நான்குசா தனமும்ஓர்ந்திட்டு;
ஆனநெறி யாம்சரியை ஆதிசோ பானம்உற்று;
அணுபக்ஷம் சம்புபக்ஷம்
ஆம்இரு விகற்பமும், மாயாதி சேவையும்
அறிந்து;இரண்டு ஒன்றுஎன்னும்ஓர்
மானத விகற்பம்அற வென்றுநிற் பதுநமது
மரபுஎன்ற பரமகுருவே!
மந்த்ரகுரு வேயோக தந்த்ரகுரு வேமூலன்
மரபில்வரு மௌனகுருவே! 5

அருஞ்சொற்பொருள்:

போனகம் - உணவு. தர்மம் ஆதி - அறம் முதலிய (அறம், பொருள், இன்பம், வீடு). முக்ய நெறி - முதன்மை நெறி. குளறு படை - பிதற்றுவதை. புடைபெயர்த்திடவும் - அறவே அகற்றிவிடவும். நான்கு சாதனம் - நித்யா நித்ய வஸ்து விவேகம், இக முத்ரார்த்த பலபோக விராகம், சமாதி சட்கசம்பத்தி, முமூட்சுத்துவம் என்னும் நான்கு பயிற்சித் துணைகள். (நித்யா நித்ய வஸ்து விவேகம் என்பது சிவபெருமான் ஒருவனே என்றும் உள்ளவன் என்றும், உடலும் உலகமும் தோற்ற அழிவுக்கு உட்பட்டன என்றும் அறிதல். இக முத்தார்த்த பலபோக விராகம் என்பது இன்பங்கள் நிலையானவை அல்ல என்றும், ஆகையால் அதன்மீது பற்று வையாது அருவருப்பு கொள்ளுதல். சமாதி சட்கசம்பத்தி என்பது அகக்கருவிகளையும் தொழிற்கருவிகளையும் ஒடுங்கச் செய்தல், பொறுமை, இடைவிடாது இறைவனை நினைத்தல், முற்றும் துறத்தல், சிவகுருவிடம் சிவநூல்களிடமும் நாட்டம்கொள்ளுதல் முதலியன. முமூட்சுத்துவம் என்பது சிவப்பேற்றில் பற்று கொள்ளுதல், நிலையில்லாப் பொருள்மீது உள்ள பற்றுவிடுதல் முதலியன). சரியை ஆதி - சரியை முதலிய (சரியை, கிரியை, யோகம், ஞானம்). சோபானம் - ஏணிப்படி முறை. (இதில் உள்ள பத்து படிகள் வருமாறு: தத்துவ ரூபம், தத்துவ தரிசனம், தத்துவ சுத்தி, ஆன்மரூபம், ஆன்ம தரிசனம், ஆன்ம சுத்தி, சிவரூபம், சிவதரிசனம், சிவயோகம், சிவபோகம் என்பன). அணுபக்ஷம் - சீவன் தானே பக்குவம் அடைதல்; சம்பு பக்ஷம் - திருவருளால் பக்குவம் அடைதல். விகற்பம் - வேறுபாடு. மாயாதி சேவை - மாயையின் காரியமாய் விளங்கும் உலகவாழ்வு முதலியவற்றை நன்கு பயன்படுத்துதல். வென்று நிற்பது - வெற்றி அடைவது.

பொழிப்புரை:

மந்திர குருவே! யோக தந்திர குருவே! திருமூலர் மரபில் வந்த மௌன குருவே!

உணவுச்சாலையில் இருக்கும் ஒருவன், தனக்கு வேண்டும் உணவை, வேண்டும் அளவு உண்பதுபோல வேதம் ஆகமங்களில் உறுதிப்பொருள்கள் எனச் சொல்லப்பட்ட அறம், பொருள், இன்பம், வீடு என்னும் நான்கையும் ஒரு புருடன் நன்கு ஆராய்ந்து, அதனால் வரும் முதன்மைப் பயன், ஞானநெறியை மேற்கொண்டு ஒழுகுவது என்பதை காட்சி, அனுமானம் என்னும் இரண்டு அளவைகளால் கண்டு தெளிந்து, 'நான்நான்' என்னும் அகங்காரத்தால் பிதற்றுவதை அறவே விட்டொழித்து, நால்வகைப் பயிற்சித் துணைகளையும் ஆராய்ந்து தெளிந்து, சரியை முதலிய நெறியில் பத்து படிமுறையில் முன்னேறி, சீவன் தானே பக்குவப்படுதலும், திருவருளால் பக்குவப்படுதலும், ஆக இருவகையாலும் பக்குவப்பட்டு, மாயை முதலியவற்றால் வரும் உலகப் பற்றுக்களை விட்டொழித்து, இரண்டு என்றும் ஒன்று என்றும் சொல்லும் வேறுபாடு இல்லாது, வெற்றியுடன் நிற்பதே நமது முன்னோர்கள் கண்ட நெறி என்று மேலான குருவே! நீவிர் கூறி அருளினீர்!

..42..

கல்லாத அறிவும், மேல் கேளாத கேள்வியும்,
   கருணைசிறிது ஏதும்இல்லாக்
காட்சியும், கொலைகளவு கள்காமம் மாட்சியாக்
   காதலித் திடுநெஞ்சமும்,
பொல்லாத பொய்ம்மொழியும்; அல்லாது நன்மைகள்
   பொருந்துகுணம் ஏதும்அறியேன்;
புருஷர்வடிவு ஆனதே அல்லாது கனவிலும்
   புருஷார்த்தம் ஏதும்இல்லேன்;
எல்லாம் அறிந்தநீ அறியாதது அன்று, எனக்கு
   எவ்வண்ணம் உய்வண்ணமோ?

இருளைஇருள் என்றவர்க்கு ஒளிதா ரகம்;பெறும்
 எனக்குநின் அருள்தாரகம்;
வல்லான் எனும்பெயர் உனக்குஉள்ள தே,இந்த
 வஞ்சகனை ஆளநினையாய்;
மந்த்ரகுரு வேயோக தந்த்ரகுரு வேமூலன்
 மரபில்வரு மௌனகுருவே! 6

அருஞ்சொற்பொருள்:

கல்லாத அறிவு - பதிநூல்களைக் கல்லாது உலகநூல்களைக் கற்றதால் ஏற்படும் அறிவு. கேளாத கேள்வியும் - பதியினது பெருமைகளைப் பேசும் திருமுறைகளைக் கேளாது ஏனையவற்றை கேட்டுப் பெற்ற அறிவும். கருணை - இரக்கம் (கண்ணோட்டம்). காட்சி - அறிவு. புருடர் வடிவு - ஆள் வடிவம். புருஷார்த்தம் - அறம், பொருள், இன்பம், வீடு என்னும் உறுதிப்பொருளை அறிதல். தாரகம் - நிலைக்களம், குறிக்கோள்.

பொழிப்புரை:

மந்திர குருவே! யோக தந்திர குருவே! திருமூலர் மரபில் வந்த மௌன குருவே!

பதிநூல்களைக் கல்லாது உலக நூல்களைக் கற்றதால் ஏற்பட்ட அறிவும்; பதியினது பெருமைகளைப் பேசும் திருமுறை வாசகங்களைக் கேளாது ஏனையவற்றைக் கேட்டதால் பெற்ற அறிவும்; இரக்கம் ஒரு சிறிதளவும் இல்லாத பார்வையால் பெற்ற அறிவும்; கொலை, களவு, கள், காமம் ஆகிய இவற்றை மேலானவை எனக் கருதி விருப்பம் கொண்ட மனமும்; தீமையை விளைவிக்கும் பொய்யான மொழியும்; ஆகிய இவைகளைத் தவிர, நன்மை பொருந்திய குணம் எதனையும் நான் அறிந்ததில்லை.

ஆன்மா ஓர் ஆளாக (புருடனாக) வந்து பிறந்துள்ளதே தவிர, கனவில்கூட அறம், பொருள், இன்பம், வீடு குறித்து அறியும் அறிவு (புருஷார்த்தம்) என்னிடம் இல்லை. எல்லாம் அறிந்த உனக்குத் தெரியாதது ஒன்றுமில்லை; எனவே அடியேன் உய்யும்வகை எந்த வகையோ?

இருளை இருள் என்று அறிந்தவர்க்கு ஒளியைப் பெறுவதே குறிக்கோளாக இருக்கும்; எனவே அறியாமையில் மூழ்கி

இருக்கும் எனக்கு உனது அருளைப் பெறுவதே குறிக்கோளாக இருக்கிறது; அதற்குரிய வல்லமை உடையவன் என்ற பெயரும் உனக்கு இருக்கிறது; எனவே இந்த வஞ்சக நெஞ்சமுடையவனையும் அடிமை கொள்ள நினைவாயாக!

..43..

கானகம் இலங்குபுலி பசுவொடு குலாவும்;நின்
கண்காண மதயானைநீ
கைகாட்ட வும்கையால் நெகிடிக்கு எனப்பெரிய
கட்டைமிக ஏந்திவருமே;
போனகம் அமைந்ததுஎன அக்காம தேனுநின்
பொன்அடியில் நின்றுசொலுமே;
புவிராஜர், கவிராஜர், தவராஜர் என்றுஉனைப்
போற்றிஜய போற்றிஎன்பார்;
ஞானகரு ணாகர முகம்கண்ட போதிலே
நவநாத சித்தர்களும்உன்
நட்பினை விரும்புவார்; சுகர்,வாம தேவர்முதல்
ஞானிகளும் உனைமெச்சுவார்;
வானகமும் மண்ணகமும் வந்துஎதிர் வணங்கிடும்உன்
மகிமையது சொல்லஎளிதோ?
மந்த்ரகுரு வேயோக தந்த்ரகுரு வேமூலன்
மரபில்வரு மௌனகுருவே! 7

அருஞ்சொற்பொருள்:

கானகம் - காடு. நெகிடி - தீ மூட்டுதல். போனகம் - உணவு. புவிராஜர் - நாட்டை ஆளும் அரசர். கவிராஜர் - கவிதைக்கு அரசர்களாக விளங்கும் கவிஞர்கள். தவராஜர் - தவத்தில் சிறந்து விளங்கும் தவசிகள். நவநாத சித்தர்கள் - ஒன்பது வகையாக உரைக்கப்படும் முதன்மைச் சித்தர்கள்.

பொழிப்புரை:

மந்திர குருவே! யோக தந்திர குருவே! திருமூலர் மரபில் வந்த மௌன குருவே!

நினது கண் காணுமாறு, காட்டில் வாழும் புலி பசுவோடு சேர்ந்து திரியும்; நீ உன் கையினால் குறிப்புக் காட்டினால், மதயானை தீ மூட்டுவதற்கு உதவும் பெரிய மரக் கட்டைகளை ஏந்தி வரும்; 'உயர்வான உணவு வகைகளைக் கொண்டுவந்திருக்கிறேன்!' என்று காமதேனு நினது பொன்போன்ற திருவடியின்கீழ் நின்று சொல்லும்; பூமியை ஆளும் அரசர் என்றும், கவிதைக்கு அரசர் என்றும், தவத்துக்கு அரசர் என்றும்; வெற்றி உண்டாகுமாறு உன்னைப் போற்றிப் புகழ்வர்; உமது ஞானமயமான அருள்திருமுகம் கண்ட அளவில் நவநாத சித்தர்கள் எனப்படுவோர், உன்னிடம் விரும்பி நட்பு கொள்வர்; சுகர், வாமதேவர் முதலிய ஞானிகளும் உன்னைப் புகழ்வர்; தேவர் உலகில் உள்ளவர்களும், நிலவுலகில் உள்ளவர்களும் உம் எதிரில் வந்து நின்று வணங்குவர்; எனவே உன்னுடைய பெருமை சொல்லுதற்கு எளிமை உடையதோ?

..44..

சருகுசல பக்ஷிணிகள் ஒருகோடி; அல்லால்
சகோரப க்ஷிகள்போலவே
தவளநிலவு ஒழுகுஅமிர்த தாரைஉண்டு அழியாத
தன்மையர் அனந்தகோடி;

இருவினைகள் அற்று,இரவு பகல்என்பது அறியாத
ஏகாந்த மோனஞான
இன்பநிஷ் டையர்கோடி; மணிமந்த்ர சித்திநிலை
எய்தினர்கள் கோடிசூழக்

குருமணி இழைத்திட்ட சிங்கா தனத்தின்மிசை
கொலுவீற் றிருக்கும்நின்னைக்
கும்பிட்டு, அனந்தமுறை தெண்டனிட்டு, என்மனக்
குறைஎலாம் தீரும்வண்ணம்

மருமலர் எடுத்து,உன்இரு தாளைஅர்ச் சிக்களனை
வாஎன்று அழைப்பது எந்நாள்?
மந்த்ரகுரு வேயோக தந்த்ரகுரு வேமூலன்
மரபில்வரு மௌனகுருவே! 8

அருஞ்சொற்பொருள்:

பக்ஷிணிகள் - உண்ணுபவர்கள். சகோரப் பக்ஷிகள் - வானத்தை விட்டு இறங்காத சந்திரனின் அமுத கிரணத்தை உண்டு வாழும் ஒரு வகைப் பறவை. தவள நிலவு - வெண்மையான நிலா வெளிச்சம். அமிர்த தாரை - யோகிகளது உடலில் சுரக்கும் அமுதத் துளிகள். மணி - அக்கமணி (உருத்திராக்கம்). மந்த்ரம் - திருவைந்தெழுத்து மந்திரம். குரு - நிறம். மணி - இரத்தின மணி. சிங்காசனத்தின் - மேலான இருப்பிடத்தின் மேல். கொலு வீற்றிருக்கும் - மகிமையுடன் அமர்ந்திருக்கும். மருமலர் - மணம் உள்ள பூ. அருச்சிக்க - போற்றும்பொருட்டு.

பொழிப்புரை:

மந்திர குருவே! யோக தந்திர குருவே! திருமூலர் மரபில் வந்த மௌன குருவே!

காய்ந்த சருகு, நீர் இவற்றை மட்டும் உண்டுவாழும் ஒரு கோடி பேர் அல்லாது, சகோரப் பறவை போல சந்திர மண்டலத்து அமுதத்தை உண்டு, அழியாத தன்மை பெற்றவர் பல கோடி பேர்; இருவினைகள் அற்ற நிலையில் (இருவினை ஒப்பு நிகழ்த்தி) இரவு பகல் தெரியாத, ஏகாந்தத் தானத்தில் இருந்து, மோன ஞான இன்ப நிட்டை கூடியவர் கோடி பேர்; உருத்திராக்கம் அணிந்து, திருவைந் தெழுத்தைச் செபித்து, சித்தி அடைந்தவர்கள் கோடி பேர்; என இவர்கள் புடைசூழ, இரத்தின சிம்மாசனத்தின் மீது, கொலு வீற்றிருக்கும் உம்மைக் கும்பிட்டு, பல முறை விழுந்து வணங்கி, என் மனதில் உள்ள குறைகள் அனைத்தும் தீருமாறு, மணமுள்ள மலர்களைக் கொண்டு, நினது திருவடிகளை அர்ச்சிக்க, என்னை, 'வா!' என்று கூறி அழைத்து, ஏற்றுக் கொள்ளும் நாள் எந்த நாளோ?

..45..

ஆங்காரம் ஆனகுல வேடவெம் பேய்பாழ்த்த
ஆணவத்தினும் வலிதுகாண்,
அறிவினை மயக்கிடும்; நடுஅறிய ஒட்டாது,
யாதுஒன்று தொடினும்அதுவாய்த்

தாங்காது மொழிபேசும்; ஹரிஹரப் பிரமாதி
தம்மொடு சமானம்என்னும்;
தடைஅற்ற தேரில்அம் சுருவாணி போலவே
தன்னில்அசை யாதுநிற்கும்;
ஈங்குஆர் எனக்குநிகர் என்னப்ர தாபித்து
இராவணா காரம்ஆகி,
இதயவெளி எங்கணும் தன்அரசு நாடுசெய்து
இருக்கும்;இத னொடுஎந்நேரமும்
வாங்காநி லாது,அடிமை போராட முடியுமோ?
மௌனோப தேசகுருவே!
மந்த்ரகுரு வேயோக தந்த்ரகுரு வேமூலன்
மரபில்வரு மௌனகுருவே! 9

அருஞ்சொற்பொருள்:

ஆங்காரம் - செருக்கு. வெம்பேய் - கொடிய பேய். ஹரிஹரப் பிரம்மாதி - திருமால், சிவன், நான்முகன் முதலியோர். அம்சுருவாணி - அழகிய அச்சாணி. ப்ரதாபித்து - விளம்பரப்படுத்தி. இராவணாகாரமாகி - செருக்கே வடிவான இலங்கை அரசன் இராவணனுக்கு நிகராகி. தன் அரசு - தன் அரசாட்சிக்கு உட்பட்ட. வாங்கா நிலா - நீங்கி நில்லாத.

பொழிப்புரை:

'சும்மா இரு' என்று உபதேசித்த குருவே! மந்திர குருவே! யோக தந்திர குருவே! திருமூலர் மரபில் வந்த மௌன குருவே!

'நான்' என்னும் அகங்காரமானது வேட்டைக்காரனை விடவும், கொடிய பேயை விடவும், பாழாய்ப்போன ஆணவ மலத்தை விடவும், வலிமை உடையது; இது அறிவை மயங்கச் செய்யும்; நடுநிலையை அறியவிடாது; எந்த ஒரு செயலைச் செய்தாலும், அதனுள் புகுந்து, பொறுமையைக் காப்பாற்றாது, வேண்டாத சொற்கள் பேசும்; திருமால், சிவன், பிரம்மன் முதலியோர்க்கு நிகர் என்று தன்னை கூறிக்கொள்ளும்; தங்குதடை இன்றி ஓடும் தேரில், அதன் அச்சாணி அசைவற்று இருப்பது போல தான் அசையாது நிற்கும்; 'இங்கு

எனக்கு நிகராக எவர் உளர்?' எனப் பெருமை பேசி, இராவணன் போன்ற தன்மை உடையதாய், இதயமாகிய ஆகாயத்தில் தான் அரசாட்சி செய்துகொண்டிருக்கும்; இந்த அகங்காரத்தோடு நீங்கி நில்லாத அடிமையாகிய நான், இதனோடு போராட முடியுமா?

..46..

பற்றுவெகு விதமாகி, ஒன்றைவிட்டு ஒன்றனைப்
பற்றிஉழல் கிருமிபோலப்
பாழ்ஞ்சிந்தை பெற்றநான், வெளியாக நின்அருள்
பகர்ந்தும்அறி யேன்;துவிதமோ
சிற்றறிவு,அது அன்றியும் எவரேனும் ஒருமொழி
திடுக்கென்று உரைத்தபோது
சிந்தைசெவி ஆகவே பறைஅறைய, உதரவெந்
தீநெஞ்சம் அளவளாவ,
உற்றுஉணர உணர்வுஅற்று,உன் மத்தவெறி யினர்போல
உளறுவேன்; முக்திமார்க்கம்
உணர்வதுஎப் படி?இன்ப துன்பம்ச மானமாய்
உறுவதுஎப் படி?ஆயினும்
மற்றுஎனக்கு ஐயநீ சொன்னஒரு வார்த்தையினை
மலைஇலக்கு எனநம்பினேன்;
மந்தரகுரு வேயோக தந்த்ரகுரு வேமூலன்
மரபில்வரு மௌனகுருவே! 10

அருஞ்சொற்பொருள்:

வெகுவிதம் - பலவகை. உழல் - சுற்றித் திரிகின்ற. கிருமி - புழு. துவிதமோ சிற்றறிவு - என்னை உன்னின் வேறாகக் கருதுவது அறியாமை. பறைஅறைய - பிதற்ற. உதர வெந்தீ - உடலில் இரத்த ஓட்டத்தால் உண்டாகும் கதகதப்பு. அளவளாவ - கலக்கும்படி. உணர்வு - அறிவு. உன்மத்த வெறியினர் - பெரும் பித்துப் பிடித்தவர். மலை இலக்கு என - மலையினைக் குறியாகக் கொள்வதுபோல.

பொழிப்புரை:

மந்திர குருவே! யோக தந்திர குருவே! திருமூலர் மரபில் வந்த மௌன குருவே!

மண்ணை இடமாகக் கொண்டு வாழும் புழுப்போன்று மனமானது பலவிதமாகி, ஒன்றினை விட்டு ஒன்றினைப் பற்றி உழல்கின்றது; வீணான அறிவு பெற்ற நான், நினது திருவருளின் பெருமை குறித்து வெளிப்படையாகக் கூறி அறியேன். என்னை உன்னின் வேறாக வைத்து இரண்டு என்று கூறின், அது என் அறியாமையே ஆகும். அது தவிர, எவரேனும் திடும் என ஒரு வார்த்தை கூறின், மனமே செவிபோல் பறை அறைய, வயிற்றில் தோன்றிய சூடானது நெஞ்சம் வரை சென்று சேர, அதனால் உணர்வு அற்று, பெரும் பித்துக் கொண்டவன்போல் உளறுவேன். இது இவ்வாறிருக்க, வீடு பேற்று நெறியை அடியேன் அறிவது எப்படி? இன்பத்தையும் துன்பத்தையும் ஒருசமமாய்ப் பார்ப்பது எப்படி? இருப்பினும், ஐயனே! நீ சொன்ன ஒரு வார்த்தையினை மலைபோல் நம்பி இருக்கிறேன்.

6. கருணாகரக் கடவுள்

..47..

நிர்க்குண நிராமய நிரஞ்சன நிராலம்ப
  நிர்விஷய கைவல்யமாம்
நிஷ்கள அசங்கசஞ் சலரகித நிர்வசன
  நிர்த்தொந்த நித்தமுக்த
தற்பரவிஸ் வாதீத வ்யோமபரி பூரண
  சதானந்த ஞானபகவ
சம்புசிவ சங்கர சர்வேச என்றுநான்
  சர்வகா லமும்நினைவனோ?
அற்புத அகோசர நிவிர்த்திபெறும் அன்பருக்கு
  ஆனந்த பூர்த்திஆன

அத்வைத நிச்சய சொரூபசா க்ஷாத்கார
அநுபூதி அநுசூதமும்
கற்பனை அறக்காண முக்கணுடன் வடநிழல்
கண்ணூடு இருந்தகுருவே
கருதரிய சிற்சபையில் ஆனந்த நிர்த்தமிடு
கருணா கரக்கடவுளே! 1

அருஞ்சொற்பொருள்:

நிர்குண - குணமற்ற. நிராமய - குறைவற்ற. நிரஞ்சன - களங்கமற்ற. நிராலம்ப - பற்றுக்கோடு இல்லாத. நிர்விஷய - கண்ணுக்குப் புலனாகாத. கைவல்ய - மோட்ச வடிவ. நிஷ்கள - வடிவமற்ற. அசங்க - எதனோடும் சேராத. சஞ்சலரகித - அசைவற்ற. நிர்வசன - சொல்லால் விளக்க முடியாத. நிர்த் தொந்த - இரண்டற்ற. நித்த - எப்பொழுதும். முத்த - எதிலும் கட்டுண்ணாத. தற்பர - தன்னில்தான் லயித்த. விஸ்வாதீத - உலகுக்கு அப்பாற்பட்ட. வியோம - அறிவுப் பெருவெளி. பரிபூரண - முற்றிலுமாக நிறைந்திருக்கும். சதானந்த - எப்பொழுதும் இன்புற்று இருக்கும். பகவ - தெய்விகத் தன்மைகள் அனைத்துா் உடைய. சம்பு - அன்பு. சிவ - மங்களகரமான. சங்கர - நன்மை செய்யும். சர்வேச - இறைவ. அற்புத - வியப்புக்குரிய. அகோசர - புலன்களுக்கு எட்டாத. நிவர்த்தி - துறவு நெறி. அத்வைத நிச்சய - இரண்டற்ற என்னும் கொள்கையில் உறுதிப்பாடுடைய. சாக்ஷாத்கார அனுபூதி - பிரத்தியட்ச அனுபவம். அனுசூதமும் - பிரியாது இணைந்து இருப்பதும். கற்பனை அற - மனவிகாரம் இன்றி. வடநிழல் கண் ஊடு - கல்லால மரநிழலில். சிற்சபையில் - சிற்றம்பலததில். நிர்த்தமிடு - நடனம் செய்யும். கருணாகரக் கடவுள் - அருள் சுரக்கும் பெரிய பொருள்.

பொழிப்புரை:

வியப்புக்கு உரியவனே! புலன்களுக்கு எட்டாதவனே! துறவு நெறியை மேற்கொள்ளும் மெய்யன்பர்களுக்கு இன்ப நிறைவான இரண்டற்ற தன்மையில் நிற்பவனே! பிரதியட்ச அனுபவமாய் உயிரில் பிரியாது இணைந்து இருப்பவனே! மனதில் விகாரம் இன்றி காணும்போது, மூன்று கண்களுடன் கல்லால மரநிழலில் எழுந்தருளிக் காட்சி தரும் குருவே! எண்ணுவதற்கு அருமை உடைய சிற்றம்பலத்தில் பேரின்பப் பெருங்கூத்து நிகழ்த்துகின்ற அருளைச் சுரக்கும் பெரிய பொருளே!

முக்குணங்கள் அற்றவனே! குறைவற்றவனே! களங்க மற்றவனே! எதனையும் பற்றி நில்லாதவனே! கண்களுக்குப் புலனாகதவனே! மோட்ச வடிவினனே! வடிவமற்றவனே! எதனோடும் சேராதவனே! அசைவற்றவனே! சொல்லால் விளக்க முடியாதவனே! இரண்டு என்று சொல்ல முடியாதவனே! எப்பொழுதும் நிலைத்திருப்பவனே! தானே தானாய் விளங்கும் தன்மை உடையவனே! உலகங்களுக்கு அப்பாற்பட்டு நிற்பவனே! அறிவுப் பெருவெளியே! முழுமையாக எல்லாவற்றிலும் நிறைந்து விளங்குபவனே! எப்பொழுதும் இன்பமுற்று இருப்பவனே! ஞானமயமானவனே! தெய்வத் தன்மை பொருந்தியவனே! அன்பனே! மங்களமானவனே! நன்மை செய்பவனே! இறைவனே! என்று நான் எல்லாக் காலங்களிலும் உன்னை நினைத்துக் கொண்டு இருப்பேனோ? (இருக்க வேண்டும் என்பது கருத்து).

..48..

மண்ணாதி ஐந்தொடு புறத்தில்உள கருவியும்,
வாக்காதி சுரோத்ராதியும்,
வளர்கின்ற சப்தாதி; மனமாதி, கலையாதி,
மன்னுசுத் தாதிஉடனே

தொண்ணூற்றொடு ஆறும்,மற்று உள்ளனவும் மௌனியாய்ச்
சொன்னஒரு சொற்கொண்டதே,
தூவெளிய தாய்அகண்ட ஆனந்த சுகவாரி
தோற்றுமதை என்சொல்லுவேன்?

பண்ஆறும் இசையினொடு பாடிப், படித்து,அருள்
பான்மைநெறி நின்று,தவறாப்
பக்குவ விசேஷராய் நெக்குநெக்கு உருகிப்,
பணிந்துஎழுந்து, இருகைகூப்பிக்,

கண்ஆறு கரைபுரள நின்றஅன் பரைஎலாம்
கைவிடாக் காட்சிஉறவே
கருதரிய சிற்சபையில் ஆனந்த நிர்த்தமிடு
கருணா கரக்கடவுளே! 2

அருஞ்சொற்பொருள்:

மண்ணாதி ஐந்து - மண் முதலிய ஐந்து (நிலம், நீர், நெருப்பு, காற்று, ஆகாயம்). *வாக்காதி* - வாய் முதலியன (வாய், கை, கால், எருவாய், கருவாய்). *சுரோத் திராதி* - செவி முதலியன (செவி, மெய், கண், வாய், மூக்கு). *சப்தாதி* - (சப்தம் + ஆதி) - ஓசை முதலியன (ஓசை, ஊறு, சுவை, ஒளி, நாற்றம்). *மனமாதி* - மனம் முதலியன (மனம், புத்தி, அகங்காரம், சித்தம்). *கலையாதி* - கலை முதலியன (கலை, காலம், நியதி, வித்தை, அராகம், புருடன், மாயை). *சுத்தாதி* - சுத்த வித்தை முதலியன (சுத்த வித்தை, ஈசுவரம், சதாக்கியம், சத்தி, சிவம்). *தொண்ணூற்றொடு ஆறு மற்றும் உள்ளனவும்* - முப்பத்தாறு தத்துவங்களுடன் மற்றும் உள்ள தாத்துவிகங்கள் அறுபதையும் கூட்ட மொத்தமுள்ளவை தொண்ணூற்று ஆறு. *மௌனி* - வாய் பேசாதவர். *அகண்ட* - வரையறை இல்லாத. *சுகவாரி* - இன்பக்கடல். *பண்* - ராகம். *பான்மை* - முறைமை. *பக்குவம்* - செவ்வி. *விசேஷர்* - சிறப்பினர். *காட்சி* - மூதறிவு.

பொழிப்புரை:

இசையோடு கூடிய பாடல்களைப் பாடி, அருளாகிய முறைமையில் நின்று, தவறுதலில்லாத பக்குவச் சிறப்பு உடையவராய், நெகிழ்ந்து நெகிழ்ந்து உருகி, விழுந்து, எழுந்து, இருகை கூப்பி வணங்கி, கண்களில் நீரானது ஆறுபோல் கரைபுரண்டு ஓட, நின்ற மெய்யன்பர்களைக் கைவிடாத மூதறிவுடைய, எண்ணுதற்கு அருமையுடைய சிற்றம்பலத்தில் ஆனந்த நடனம் நிகழ்த்தி அருளைப் பொழியும் பெரிய பொருளே!

நிலம் முதலிய பூதம் ஐந்தினொடு; புறத்தில் விளங்கும் வாக்கு முதலிய தொழிற்கருவிகள் ஐந்தும்; காது முதலிய அறிவுக்கருவிகள் ஐந்தும்; ஓசை முதலிய தன்மாத்திரை ஐந்தும்; மனம் முதலிய அகக் கருவிகள் நான்கும்; கலை முதலிய வித்யா தத்துவம் ஏழும்; சுத்தவித்தை முதலிய சிவதத்துவம் ஐந்தும்; ஆக முப்பத்தாறு தத்துவங்களுடன், அறுபது தாத்துவிகங்களும் கூடி நிற்க, வரும் தொண்ணூற்று ஆறினையும், கடந்து, பேசாத நிலையில் சொன்ன ஒரு சொல் கொண்டு, அதுவே தூயவெளியாய் நிற்பது கண்டு, பேரின்பப் பெருங்கடலாய் இன்பம் விளைவிப்பது குறித்து எவ்வாறு விரித்துரைப்பேன்? (விரித்துரைக்க இயலாது என்பது கருத்து).

..49..

எல்லாம்உன் அடிமையே; எல்லாம்உன் உடைமையே;
　எல்லாம்உன் னுடையசெயலே;
எங்கணும் வியாபிநீ என்றுசொலும் இயல்புஎன்று
　இருக்குஆதி வேதம்எல்லாம்

சொல்லால் முழக்கியது;மிக்கஉப காரமாச்
　சொல்இறந் தவரும்விண்டு
சொன்னவையும் இவை,நல்ல குருவான பேரும்
　தொகுத்தநெறி தானும்இவையே

அல்லாமல் இல்லைஎன நன்றா அறிந்தேன்;
　அறிந்தபடி நின்று,சுகம்நான்
ஆகாத வண்ணமே இவ்வண்ணம் ஆயினேன்;
　அதுவும்நினது அருள்என்னவே

கல்லாத அறிஞனுக்கு உள்ளே உணர்த்தினை;
　கதிக்குவகை ஏதுபுகலாய்?
கருதரிய சிற்சபையில் ஆனந்த நிர்த்தமிடு
　கருணா கரக்கடவுளே!　　　　　3

அருஞ்சொற்பொருள்:

அடிமை - அறிவுடைய உயிர்கள். உடைமை - அறிவில்லாத உலகியற் பொருள்கள். வியாபி - எங்கும் நிறைந்த பொருள். இருக்காதி வேதம் - இருக்கு முதலிய மறை (இருக்கு, யசூர், சாமம், அதர்வணம்). உபகாரம் - துணை. விண்டு - விவரித்து. வறிஞன் - நுண்ணறிவு இல்லாதவன். கதி - திருவடிப்பேறு.

பொழிப்புரை:

எண்ணுதற்கு அருமையுடைய சிற்றம்பலத்தில் பேரின்பப் பெருங்கூத்து நிகழ்த்துகின்ற அருளைச் சுரக்கும் பெரிய பொருளே!

அறிவுடைய உயிர்கள் அனைத்தும் உனது அடிமைகள்; அறிவில்லாத உலகியல் பொருள்கள் அனைத்தும் உனது உடைமைகள்; உலகில் நடக்கும் அனைத்து நிகழ்வுகளும் உனது செயல்கள்; எங்கும் நீக்கமற நிறைந்திருப்பதும்

நீயே; என்பதால் இருக்கு முதலிய வேதங்கள் அனைத்தும் இதையே முழங்கின. இதன் துணைகொண்டு பேசாப் பெருநிலையில் நின்ற ஞானிகள் விளக்கிக் கூறியதும் இதுவே. குருவாய் எழுந்தருளி வந்தவர்கள் வகுத்தளித்த நெறியும் இதுவேயாகும். இவை அன்றி வேறு உண்மை இல்லை என்பதை நன்றாக அறிந்துகொண்டேன்; அறிந்த படி நின்றேன்;

ஆயினும் அதனால் பெறும் இன்பம் மட்டும் பெறாத வனாய், அதனைப் பெறாத தன்மையுடனே இருந்து விட்டேன்; அதுவும் நினது திருவருளே என்று எண்ணி இருக்கையில், கல்வி கல்லாத, நுண்ணறிவு இல்லாத, என்னுள் புகுந்து, என்னையும் உணருமாறு செய்தாய்! அதனால் உனது திருவடிப் பேற்றுக்கு உரிய வழி வகையையும், நீயே கூறி அருளுவாயாக!

..50..

பட்டப் பகல்பொழுதை இருள்என்ற மருள்ர்தம்
பக்ஷமோ எனதுபக்ஷம்;
பார்த்தஇடம் எங்கணும் கோத்தநிலை குலையாது
பரமவெளி ஆகஒருசொல்

திட்டமுடன் மௌனியாய் அருள்செய்து இருக்கவும்
சேராமல் ஆராகநான்
சிறுவீடு கட்டி,அதின் அடுசோற்றை உண்டுஉண்டு,
தேக்குசிறி யார்கள்போல

நட்டனைய தாக்கற்ற கல்வியும் விவேகமும்
நல்நிலையம் ஆகஉன்னி,
நான்என்று நீஎன்று இரண்டுஇல்லை என்னவே,
நடுவே முளைத்தமனதைக்

கட்டஅறி யாமலே வாடினேன்; எப்போது
கருணைக்கு உரித்துஆவனோ?
கருதரிய சிற்சபையில் ஆனந்த நிர்த்தமிடு
கருணா கரக்கடவுளே! 4

அருஞ்சொற்பொருள்:

மருளர் - மயக்கம் உடையவர். பக்ஷம் - பகுதி, பக்கம். கோத்த - அடங்கிய, விழுங்கிய. பரமவெளி - மேலான அருள்வெளி. ஆராக - யாராக. தேக்கு - தெவிட்டு. நட்டனையதா - நடுவுநிலையாக. நல் நிலையம் ஆக உன்னி - நல்ல நிலைபெறும் இடமாக எண்ணி.

பொழிப்புரை:

எண்ணுதற்கு அருமையுடைய சிற்றம்பலத்தில் பேரின்பப் பெருங்கூத்து நிகழ்த்துகின்ற அருளைச் சுரக்கும் பெரிய பொருளே!

நடுப்பகல் பொழுதை இரவு என்று சொல்லும் அறியாமை (மயக்கம்) உடையவர் பக்கமோ எனது பக்கம்? பார்த்த இடங்கள்தோறும் எல்லாப் பொருள்களிலும் பிணைந்து நிற்கும், நிலை தடுமாறாத மேலான வெளிப்படைத் தன்மையுடைய ஒரு சொல்லை (சும்மா இரு), முறைப் படி மௌனியாய் இருந்துகொண்டே அருளிச் செய்தாய்.

அவ்வாறு இருக்கவும் உன்னோடு சேராது, வேறு யாரோடு சேர்ந்து நான், சிறுவீடு கட்டி, அதில் மணல்சோறு சமைத்து, உண்டு, தெவிட்டி, நடிக்கும் சிறுவரது செயல் போன்றதொரு நிகழ்வைச் செய்தேன்.

நடுவுநிலை தவறாது நிற்கக் கற்ற கல்வியும் அறிவும், நல்ல நிலைபேறு உடைய இடமாகக் கருதி;

நான் என்று, நீ என்று, இரண்டு இல்லை என, மனம் நடுநிலையில் நின்று சொல்ல, அதனைக் கடைபிடிக்க முடியாது, வருந்தி நின்றேன்; அவ்வாறிருக்க இனி எப்பொழுது நினது திருவருளுக்கு உரியவன் ஆவேனோ?

..51..

மெய்விடா நாஉள்ள மெய்யர்உள் இருந்து,நீ
மெய்ஆன மெய்யைஎல்லாம்
மெய்என உணர்த்தியது மெய்,இதற்கு ஐயம்இலை;
மெய்ஏதும் அறியாவெறும்

பொய்விடாப் பொய்யினேன் உள்ளத்து இருந்து,தான்
　　பொய்ஆன பொய்யைஎல்லாம்
　பொய்எனா வண்ணமே புகலவைத் தாய்எனில்
　　புன்மையேன் என்செய்குவேன்;
மைவிடாது எழுநீல கண்டகுரு வேவிஷ்ணு
　　வடிவான ஞானகுருவே
　மலர்மேவி மறைஓதும் நான்முகக் குருவே
　　மதங்கள்தொறும் நின்றகுருவே
கைவிடா தேஎன்ற அன்பருக்கு அன்பாய்க்
　　கருத்தூடு உணர்த்துகுருவே
　கருதரிய சிற்சபையில் ஆனந்த நிர்த்தமிடு
　　கருணா கரக்கடவுளே! 5

அருஞ்சொற்பொருள்:

மெய் விடா - உண்மையை விட்டு நீங்காத. பொய் விடா - பொய்யான உலகைப் பற்றி நிற்பதைக் கைவிடா. பொய் எனா வண்ணம் - பொய் என்று சொல்லாதபடி. புன்மையேன் - இழிதகைமை உடையவனாகிய நான். மை - கருமை. கண்டம் - மிடறு. மலர் மேவி - தாமரை மலர்மேல் எழுந்தருளி. மறை ஓதும் - வேதத்தைச் சொல்லிக் கொண்டிருக்கும். கைவிடாதே என்ற - கைவிட்டு விடாதே என்று சொல்லிய. கருத்தூடு - அறிவின் ஊடு. உணர்த்து குரு - அறிவிக்கும் குரு.

பொழிப்புரை:

கருமை நிறம் பொருந்திய மிடற்றினை உடைய சிவ குருவே! திருமால் வடிவில் வந்த ஞானகுருவே! தாமரை மலர்மேல் அமர்ந்து வேதம் ஓதும் நான்முகக் குருவே! சமயங்கள் பலவற்றையும் தோற்றுவித்து, அவ்வச்சமயங் களுக்கும் குருவாக நிற்பவரே! 'கைவிட்டுவிடாதே!' என்று கதறும் மெய்யன்பர்களுக்கு அன்புடையவராய், அவரது அறிவினிடையே நின்று உணரச் செய்கின்ற குருவே! எண்ணுதற்கு அருமையுடைய சிற்றம்பலத்தில் பேரின்பக் கூத்து நிகழ்த்துகின்ற அருளைச் சுரக்கும் பெரிய பொருளே!

மெய்யை விட்டு நீங்காத நாவினை உடைய மெய்யன்பர் தம் உள்ளத்தில் இருந்து, நீ மெய் என்று சொன்ன மெய்யை

எல்லாம், மெய் என்று உணருமாறு செய்தது மெய்யே; இதில் எனக்கு எந்தவித சந்தேகமும் இல்லை.

மெய் எதனையும் அறியாத, பொய்யான உலகைப் பற்றி நிற்கும் பொய்யனாகிய என் உள்ளத்தில் எழுந்தருளி, பொய் எனப்படும் பொய்யை எல்லாம் பொய் என்று அறியா வண்ணம் மெய் எனவே நினைக்குமாறு செய்துவிட்டாய்; இதனால் ஏமாந்துபோன இழிதகைமை உடையவனாகிய நான், இதிலிருந்து மீள என்ன செய்வேன்?

..52..

பண்ணேன் உனக்கான பூஜை,ஒரு வடிவிலே
பாவித்து இறைஞ்ச,ஆங்கே
பார்க்கின்ற மலரூடு நீயே இருத்தி,அப்
பனிமலர் எடுக்கமனமும்

நண்ணேன், அலாமல்இரு கைதான் குவிக்கஎனின்
நாணும்;என உளம்நிற்றிநீ,
நான்கும் பிடும்போது அரைக்கும் பிடுஆதலால்
நான்பூஜை செய்யல்முறையோ?

விண்ணேவிண் ஆதியாம் பூதமே நாதமே
வேதமே வேதாந்தமே
மேதக்க கேள்வியே கேள்வியாம் பூமிக்குள்
வித்தே அவித்தின்முளையே

கண்ணே கருத்தேஎன் எண்ணே எழுத்தே
கதிக்குஆன மோனவடிவே
கருதரிய சிற்சபையில் ஆனந்த நிர்த்தமிடு
கருணா கரக்கடவுளே! 6

அருஞ்சொற்பொருள்:

பாவித்து - ஆழ்ந்து சிந்தித்து. பனிமலர் - குளிர்ந்த மலர். ஊடு - இடையே. நண்ணேன் - பொருந்தேன். அலாமல் - அல்லாமல். நாணும் - தயங்கும். உளம் - உள்ளம். நிற்றி - நிற்கின்றாய். விண்ணே - அறிவுப் பெருவெளியே. விண் ஆதியாம் பூதமே - ஆகாயம் முதலிய ஐம்பூதமே.

நாதமே - நாதமெனும் தத்துவமே. வேதமே - மறையே. வேதாந்தமே - மறையினது முடிபே. மேதக்க - மேன்மை பொருந்திய. வித்தே - விதையே. கதி - வீடுபேறு.

பொழிப்புரை:

அறிவுப் பெரு வெளியே! ஆகாயம் முதலிய ஐம்பூதமே! நாதமாகிய தத்துவமே! மறையே! மறையின் முடிபே! மேன்மை பொருந்திய கேள்விச் செல்வமே! கேள்விச் செல்வமாகிய நிலத்தில் விதைக்கும் விதையே! அவ்விதையின் முளைப்பே! எனது கண்ணே! எனது எண்ணமே! எண் ஆகிய அளவையே! எழுத்து ஆகிய இலக்கணமே! வீடுபேற்றுக்கான மௌன வடிவமே! எண்ணுதற்கு அருமை உடைய சிற்றம்பலத்தில் பேரின்பக் கூத்து நிகழ்த்துகின்ற அருளைச் சுரக்கும் பெரிய பொருளே!

நான் உன்னை நினைந்து, வழிபாடு எதுவும் செய்யவில்லை; ஒருவகையால் ஆழமாக சிந்தித்து, வணங்க நினைத்து, மலர் பறிக்க முற்படின் அம்மலரில் நீயே இருக்கிறாய்; ஆகையால் அந்த குளிர்ந்த மலரைப் பறிக்க மனம் ஒப்புவதில்லை; அதுஅன்றி இரண்டு கைகளையும் தலைமேல் கூப்பி வணங்கலாம் என்றால், அதற்கும் தயங்குகிறேன்; ஏனெனில், என் உள்ளத்தில் நீ நிற்பதால், நீ பாதி, நான் பாதியாக, என் கும்பிடு அரைக்கும்பிடு ஆகி விடும். ஆதலால் நான் உன்னை வழிபடுவது முறையான செயல் ஆகுமோ?

..53..

சந்ததமும் வேதமொழி யாதுஒன்று பற்றினது
தான்வந்து முற்றும்எனலால்,
ஜகமீது இருந்தாலும் மரணம்உண்டு என்பது
சதாநிஷ்டர் நினைவதில்லை;
சிந்தைஅறி யார்க்குஈது போதிப்பது அல்லவே
செப்பினும் வெகுதர்க்கமாம்;

திவ்யகுண மார்க்கண்டர், சுகர்ஆதி முனிவோர்கள்
சித்தாந்த நித்யர்அலரோ?

இந்த்ராதி தேவதைகள், பிரமாதி கடவுளர்,
இருக்காதி வேதமுனிவர்,
எண்ணரிய கணநாதர், நவநாத சித்தர்கள்,
இரவிமதி ஆதியோர்கள்,

கந்தருவர், கின்னரர்கள், மற்றையர்கள் யாவரும்
கைகுவித் திடுதெய்வமே
கருதரிய சிற்சபையில் ஆனந்த நிர்த்தமிடு
கருணா கரக்கடவுளே! 7

அருஞ்சொற்பொருள்:

சந்ததமும் - எப்பொழுதும். ஜகமீது - உலகின்கண். சதா நிஷ்டர் - இடைவிடாது தியானம் செய்பவர். போதிப்பது - அறிவுறுத்துவது. தர்க்கம் - வழக்கு. திவ்யகுணம் - தெய்வப்பண்பு. சித்தாந்தம் - செம்பொருள் துணிபு, முடிந்த முடிபு. நித்யர் - நிலைத்து வாழ்வோர். அலரோ - அல்லரோ. இந்திரன் - தேவர் தலைவன். இருக்கு - இருக்கு என்னும் மறை. இரவி - சூரியன். மதி - திங்கள்.

பொழிப்புரை:

இந்திரன் முதலிய தேவர்களும், பிரம்மா முதலிய கடவுளர்களும், இருக்கு முதலிய வேதங்களைக் கற்ற முனிவர்களும், எண்ணிலடங்கா பூதகணத்தலைவர்களும், நவநாத சித்தர் எனப்படும் தலைமைச் சித்தர்களும், சூரிய சந்திரர் முதலியோரும், கந்தருவர்களும், கின்னரர்களும், மற்றுமுள்ளோரும் என அனைவராலும் கை கூப்பி வணங்கப்படுகின்ற தெய்வமே! எண்ணுதற்கு அருமை உடைய சிற்றம்பலத்தில் பேரின்பக் கூத்து நிகழ்த்துகின்ற அருளைச் சுரக்கும் பெரிய பொருளே!

'எப்பொழுதும் எந்த ஒன்றை நினைத்துக் கொண்டு இருக்கிறோமோ, அதுதானே வந்து கைகூடும்' என்பது மறைமொழி. இருப்பினும் எப்பொழுதும் தியானத்தில் இருப்பவர் இந்த உலகில் இருந்தாலும், தங்களுக்கும்

மரணம் உண்டு என்பதை அவர்கள், நினைத்துப் பார்ப்பது இல்லை. (ஏனெனில் அவர்களுக்கு மரணம் ஏற்படுவதில்லை). இதனை அறியாதவர்க்கு அறிவுறுத்த முற்படின், பேச்சு நீண்டு தர்க்கமாய் முடியும். தெய்வத் தன்மை பொருந்திய மார்க்கண்டர், சுகர் முதலிய முனிவர்கள் சித்தாந்த முத்தி பெற்று, நிலைத்து வாழ்பவர் (சிரஞ்சீவி) அல்லரோ?

..54..

துள்ளும்அறி யாமனது பலிகொடுத் தேன்,கா்ம
துஷ்டதே வதைகள் இல்லை,
துரியநிறை சாந்ததே வதையாம் உனக்கே
தொழும்பன்அன்பு அபிஷேகநீர்;
உள்உறையில் என்ஆவி நைவேத்தி யம்ப்ராணன்
ஓங்குமதி தூபதீபம்
ஒருகாலம் அன்றுஇது சதாகால பூஜையா
ஒப்புவித் தேன்;கருணைகூர்
தெள்ளிமறை வடியிட்ட அமுதப் பிழம்பே
தெளிந்ததே னேசீனியே
திவ்யரசம் யாவும் திரண்டுஒழுகு பாகே
தெவிட்டாத ஆனந்தமே
கள்ளன்அறி வூடுமே மெள்ளமெள வெளியாய்க்
கலக்கவரு நல்லஉறவே
கருதரிய சிற்சபையில் ஆனந்த நிர்த்தமிடு
கருணா கரக்கடவுளே! 8

அருஞ்சொற்பொருள்:

அறியா மனம் - அறிவற்ற மனம். துரியம் - நனவு, கனவு, உறக்கம் கடந்த பேருறக்க நிலை. தொழும்பன் - அடிமை செய்பவன். அபிடேக நீர் - திருமஞ்சன நீர். ஆவி - உயிர். ப்ராணன் - மூச்சுக்காற்று. ஓங்கு மதி - உயர்ந்த அறிவு. தெள்ளி மறை - தெளிந்த மறை. சீனி - சர்க்கரை. மௌ - மெள்ள.

பொழிப்புரை:

அருளுடையதும் தெளிந்ததுமாகிய மறையை வடித்து எடுத்த அமுதத்தின் பிழம்பே! தெளிந்து நிற்கும் தேனே! சர்க்கரையே! தெய்வத்தன்மை பொருந்திய சாறு அனைத்தும் திரண்டு ஒழுகுகின்ற பாகே! உவட்டுதல் இல்லாத பேரின்பமே! கள்ளத்தனம் நிறைந்த அடியேனது அறிவிலும் மெள்ள மெள்ள வெளிப்பட்டு, என்னோடு கலக்க முனையும் நல்ல உறவே! எண்ணுதற்கு அருமை உடைய சிற்றம்பலத்தில் பேரின்பக் கூத்து நிகழ்த்துகின்ற அருளைச் சுரக்கும் பெரிய பொருளே!

அடியேன், எனது தளும்புகின்ற மனத்தை நினது முன்னிலையில் பலிகொடுத்து விட்டேன்; அதனால் வினைகளாகிய கொடிய தேவதைகள் இப்பொழுது என்னிடம் இல்லை. (மனம் இல்லை எனவே வினை இல்லை). துரியத்தில் சாந்தமே வடிவாய் வீற்றிருக்கும் உனக்கே நான் அடிமை; என்னுடைய அன்பே திருமஞ்சன நீர், என்னுள் உறையும் உயிரே திருவமுது, உயிர்ப்பே மணம் கமழும் தூபதீபம், அறிவே ஒளி, இப்படியாகச் செய்யும் அகவழிபாடு ஒருமுறை அன்று; பலமுறை; அதாவது எல்லாக் காலங்களிலும் நிகழும் வழிபாடாக நினது திருவடிக்கு ஒப்படைத்தேன்.

..55..

உடல்குழைய, என்புஎலாம் நெக்குஉருக, விழிநீர்கள்
ஊற்றுஎன வெதும்பிஊற்ற,
ஊசிகாந் தத்தினைக் கண்டுஅணுகல் போலவே
ஓர்உறவும் உன்னிஉன்னிப்,
படபடென நெஞ்சம் பதைத்துஉள் நடுக்குறப்
பாடிஆ டிக்குதித்துப்,
பனிமதி முகத்திலே நிலவுஅனைய புன்னகை
பரப்பி,ஆர்த்து ஆர்த்துஎழுந்து,

மடல்அவிழும் மலர்அனைய கைவிரித் துக்கூப்பி,
வானேஅவ் வானில்இன்ப
மழையே மழைத்தாரை வெள்ளமே நீடூழி
வாழிஎன வாழ்த்திஏத்தும்
கடல்மடை திறந்தனைய அன்பர்அன் புக்குஎளியை;
கல்நெஞ் சனுக்குஎளியையோ?
கருதரிய சிற்சபையில் ஆனந்த நிர்த்தமிடு
கருணா கரக்கடவுளே! 9

அருஞ்சொற்பொருள்:

குழைய - மெலிய, வாட. என்பு - எலும்பு. நெக்கு - நெகிழ்ந்து. வெதும்பி - கதகதப்புற்று. உன்னி - நினைந்து. உள் நடுங்குற - உள்ளத்தில் நடுக்கம் உண்டாக. பனிமதி - குளிர்ந்த சந்திரன். நிலவனைய - (நிலவு + அனைய) - நிலவொளி போன்ற. ஆர்த்து - ஆரவாரித்து. மடல்அவிழும் - இதழ் விரியும். வானே - மேகமே. எளியை - எளிமையானவன்.

பொழிப்புரை:

எண்ணுதற்கு அருமையுடைய திருச்சிற்றம்பலத்தில் பேரின்பக் கூத்து நிகழ்த்துகின்ற அருளைச் சுரக்கும் பெரிய பொருளே!

உடம்பானது மெலியவும், எலும்புகள் எல்லாம் நெகிழ்ந்து உருகவும், கண்களிலிருந்து கதகதப்பான நீர் பெருகவும், காந்தத்தைக் கண்ட ஊசி நெருங்கிச் சென்று ஒட்டிக் கொள்வதுபோல ஓர் உறவாக ஒட்டிக்கொள்ள, நினைந்து நினைந்து மனம் படபட எனப் பதைப்பவும், உள்ளத்தில் நடுக்கம் தோன்றவும், பாடியும் ஆடியும் குதித்தும், குளிர்ந்த சந்திரன் போன்ற முகத்தில் நிலவொளி போல புன்னகை தோன்றவும், ஆரவாரம் செய்து, மடல் விரியும் மலர் போல கையை விரித்தும், பின்னர் கூப்பியும், 'மேகமே! அம்மேகத்திலிருந்து பொழியும் இன்பம் தரும் மழையே! அம்மழை நீர் திரண்டு ஓடும் வெள்ளமே! நீ நீடூழி வாழ்வாயாக!' என வாழ்த்திப் போற்றும், கடல் மடை திறந்தாற்போல அன்பினைப் பொழியும் அன்பரது அன்புக்கு எளியை! கல் போன்ற நெஞ்சம் உடைய எனக்கும் எளியையோ?

..56..

இங்குஅற்ற படிஅங்கும் எனஅறியும் நல்அறிஞர்
எக்காலமும் உதவுவார்,
இன்சொல்தவ றார்,பொய்மை யாம்இழுக்கு உரையார்,
இரங்குவார், கொலைகள்பயிலார்,
சங்கற்ப சித்தர்,அவர் உள்ளக் கருத்தில்உறை
சாட்சிநீ, இகபரத்தும்
சந்தான கற்பகத் தேவாய் இருந்தே?
சமஸ்தஇன் பமும்உதவுவாய்;
சிங்கத்தை ஒத்துஎனைப் பாயவரு வினையினைச்
சேதிக்க வருசிம்புளே
சிந்தா குலத்திமிரம் அகலவரு பானுவே
தீனனேன் கரைஏறவே
கங்குஅற்ற பேராசை வெள்ளத்தின் வளர்அருள்
ககனவட் டக்கப்பலே
கருதரிய சிற்சபையில் ஆனந்த நிர்த்தமிடு
கருணா கரக்கடவுளே!

அருஞ்சொற்பொருள்:

இங்கு அற்றபடி - இவ்வுலகில் பற்றை விட்டதுபோலவே. அங்கும் - அவ்வுலகிலும். சங்கற்ப சித்தர் - கொள்கை பிறழாத சித்தர். சித்தர் - நெஞ்சில் உரம் உடையவர். சாட்சி - சான்று. இகபரத்தும் - இம்மை மறுமையிலும். சந்தான கற்பகத் தேவாய் இருந்ததே - தேவலோகத்தில் உள்ள சந்தானம் கற்பகம் போன்ற தெய்வத்தன்மை பொருந்திய மரங்களாய் இருந்ததே. சமஸ்த இன்பமும் - எல்லா இன்பங்களும். சேதிக்க - தாக்கி அழிக்க. சிம்புளே - சிம்புள் (சரபம்) என்னும் பறவையே. சிந்தாகுலத் திமிரம் - மனக்கிலேசங்கள் ஆகிய இருள். வருபானுவே - வருகின்ற சூரியனே. தீனனேன் - எளியனாகிய நான். கரை ஏறவே - பிறவியாகிய கடலை நீந்திக் கரை ஏறவே. கங்கு அற்ற - கரை இல்லாத. அருள் ககன வட்டக் கப்பலே - அருளாகிய ஆகாயத்தில் பயணிக்க உதவும் ஆகாயக் கப்பலே (விமானமே).

பொழிப்புரை:

சிங்கத்தைப்போல என்மீது பாய வரும் வினையைத் தாக்கி அழிக்க வரும் சிம்புள் பறவையே! மனதில் ஏற்படும்

வருத்தமாகிய இருளைப் போக்க வரும் சூரியனே! எளியேனாகிய நான், எல்லையற்ற பேராசை என்னும் வெள்ளத்தால் நீட்டிக்கப்பட்ட பிறவி ஆகிய கடலிலிருந்து கரையேற, அருளாகிய ஆகாய வட்டத்தில் வந்து உதவும் ஆகாயக் கப்பலே! எண்ணுதற்கு அருமையுடைய சிற்றம்பலத்தில் பேரின்பப் பெருங்கூத்து நிகழ்த்துகின்ற அருளைச் சுரக்கும் பெரிய பொருளே!

இவ்வுலகில் பற்றை விட்டது போலவே அவ்வுலகிலும் பற்றை விடவேண்டும் என அறியும் நல்லறிவுடையோர், எல்லாக் காலங்களிலும் பிறருக்கு உதவி செய்தே வாழ்வர்; இன்சொல் பேசுவதிலிருந்து தவறமாட்டார்; பொய் என்னும் இழுக்கைப் பேசமாட்டார்; பிறர் துன்பம் கண்டு இரக்கம் காட்டுவர்; கொலைகள் செய்யார்; கொண்ட கொள்கையிலிருந்து மாறுபடாத சித்தர்களது உள்ளத்தில் சான்றாய் உறைபவன் நீ; இம்மையிலும் மறுமையிலும் சந்தானம், கற்பகம் போன்ற தெய்வத்தன்மை பொருந்திய மரம்போல் இருந்து, எல்லா இன்பமும் தந்து உதவுவாய்!

7. சித்தர் கணம்

..57..

திக்கொடு திகந்தமும் மனவேகம் என்னவே
சென்றுஓடி ஆடிவருவீர்;
செம்பொன்மக மேருவொடு குணமேரு என்னவே
திகழ்துருவம் அளவுஅளாவி
உக்ரமிகு சக்ரதரன் என்னநிற் பீர்;கையில்
உழுந்துஅமிழும்ஆசமனமா
ஓர்ஏழு கடலையும் பருகவல் லீர்; இந்த்ரன்
உலகும்அயி ராவதமுமே
கைக்குஎளிய பந்தாய் எடுத்து விளையாடுவீர்;
ககனவட் டத்தை எல்லாம்
கடுகிடை இருத்தியே, அஷ்டகுல வெற்பையும்
காட்டுவீர்; மேலும்மேலும்

மிக்கசித் திகள்எலாம் வல்லநீர், அடிமைமுன்
 விளங்கவரு சித்திஇலிரோ?
வேதாந்த சித்தாந்த சமரசநன் நிலைபெற்ற
 வித்தகச் சித்தர்கணமே!   1

அருஞ்சொற்பொருள்:

திக்கு - திசை. திகந்தம் - (திக்கு + அந்தம்) - திசை முடிவு. மகமேரு - மகா மேரு மலை. குணமேரு - நல்லொழுக்கமாகிய மேரு மலை. திகழ் - விளங்குகின்ற. துருவம் - துருவ மண்டலம். அளவளாவி - வரை சென்று. உக்ரம் மிகு - வேகம் மிகுந்த. சக்ரதரன் - சக்ரப்படையைக் கையில் ஏந்திய திருமால். உழுந்து - உளுந்து அளவாக. ஆசமனம் - ஆசமனம் எனப்படும் மூன்று முறை பருகும் நீர். இந்த்ரன் - இந்திரன். அயிராவதம் - இந்திரனது வெள்ளை யானை. ககன வட்டம் - ஆகாய வட்டம். கடுகிடை - கடுகுக்குள். அஷ்டகுல வெற்பு - எட்டு மலைகள். அடிமை முன் - உங்களது அடிமையாகிய எம்முன். சமரசம் - பொதுமை. வித்தகம் - ஞானத்திற்கு இருப்பிடம். சித்தர் கணமே - சித்தர் கூட்டமே.

பொழிப்புரை:

வேதாந்த சித்தாந்தப் பொதுமை காணும் நல்ல நிலையைப் பெற்ற, ஞானத்தின் இருப்பிடமாய் விளங்கும் சித்தர் கூட்டத்தைச் சேர்ந்தோரே!

எட்டு திசைகளுக்கும், அத்திசைகள் முடியும் இடத்துக்கும், மனவேகத்தில் விரைந்து சென்று ஓடி ஆடி (விளையாடி) வருவீர்! செம்பொன் மயமான மகாமேரு மலை போன்ற குணமேருவாக விளங்கும் நீவிர், விளங்குகின்ற துருவ மண்டலம் வரை செல்வீர்! வேகம் மிகுந்த சக்கரப் படையை ஏந்திய திருமால்போல நிற்பீர்! ஏழு கடல் நீரையும் ஓர் உளுந்து அளவாகச் செய்து, உள்ளங்கையில் அடக்கி ஆசமனமாகப் (முக்குடி நீராகப்) பருகும் வல்லமை உடையீர்! இந்திரனது உலகத்தையும் அவனது வெள்ளை யானையையும் பந்துபோல் எடுத்து வீசி விளையாடுவீர்! ஆகாய வட்டத்தை கடுகுக்குள் அடக்கி, அதனில் எட்டு குலமலைகளையும் காட்டுவீர்! இதற்கு மேலும் பலப்பல சித்திகள் செய்வதில் நீவிர் வல்லமை உடையீர்!

ஆயினும் உங்களது அடிமையாகிய என்முன் தோன்றும் சித்தி இல்லாதவரோ?

..58..

பாட்டளி துதைந்துவளர் கற்பகநல் நீழலைப்
பாரினிடை வரஅழைப்பீர்;
பத்மநிதி சங்கநிதி இருபாரி சத்திலும்
பணிசெயும் தொழிலாளர்போல்

கேட்டது கொடுத்துவர நிற்கவைப் பீர்;பிச்சை
கேட்டுப் பிழைப்போரையும்
கிரீடபதி ஆக்குவீர்; கற்பாந்த வெள்ளம்ஒரு
கேணியிடை குறுகவைப்பீர்;

ஓட்டினை எடுத்துஆ யிரத்துஎட்டு மாற்றுஆக
ஒளிவிடும் பொன்ஆக்குவீர்;
உரகனும் இளைப்புஆற யோகதண் டத்திலே
உலகுசுமை ஆகஅருளால்

மீட்டிடவும் வல்லநீர், என்மனக் கல்லைஅனல்
மெழுகுஆக்கி வைப்பதுஅரிதோ?
வேதாந்த சித்தாந்த சமரசநன் னிலைபெற்ற
வித்தகச் சித்தர்கணமே! 2

அருஞ்சொற்பொருள்:

பாட்டளி - (பாட்டு + அளி) - இசையோடு பாடும் வண்டுகள். துதைந்து - நெருங்கி. கற்பகம் - தேவர் உலக மரம். நீழல் - நிழல். பார் - உலகம். பத்மநிதி - தாமரைச் செல்வம். சங்கநிதி - சங்குச் செல்வம் (முறையே நிலத்திலும் கடலிலும் உண்டாகும் பெரிய செல்வத்தைக் குறிக்கும் சொற்கள்). இருபாரிசத்திலும் - இரண்டு பக்கங்களிலும். கிரீடபதி - முடிமன்னர். கற்பாந்த வெள்ளம் - யுக முடிவில் ஏற்படும் நீர்ப்பெருக்கு. குறுக - அடங்கி நிற்க. ஓட்டினை - உடைந்த மண் பாண்டத்தின் துண்டினை. உரகன் - பாம்பு (ஆதிசேடன்). யோக தண்டம் - யோகிகளது கையில் விளங்கும் மரத்தால் ஆகிய கவை. அனல் - நெருப்பு.

பொழிப்புரை:

வேதாந்த சித்தாந்தப் பொதுமை காணும் நல்ல நிலையைப் பெற்ற, ஞானத்தின் இருப்பிடமாய் விளங்கும் சித்தர் கூட்டத்தைச் சேர்ந்தோரே!

இசையோடு பாடும் (ரீங்காரமிடும்) வண்டுகள் நெருங்க வளரும் தேவர் உலகத்துக் கற்பகமர நிழலை இந்நிலவு உலகுக்குக் கொண்டு வருவீர்! சங்கநிதி, பதுமநிதி என்னும் மிகப் பெரிய செல்வமானது இருபக்கங்களிலும் ஏவலர் போல் நின்று, கேட்டதைக் கொண்டு வந்து கொடுக்குமாறு செய்வீர்! பிச்சை எடுத்துப் பிழைப்பு நடத்துவோரையும் முடிமன்னர் ஆக்குவீர்! யுகமுடிவில் பெருகும் வெள்ளத்தை ஒரு கிணற்று அளவு நீராகக் குறைத்துக் காட்டுவீர்! உடைந்த மண்பாண்டத்தின் துண்டினை எடுத்து ஆயிரத்தெட்டு மாற்றுத் தங்கமாக ஒளிவிடச் செய்வீர்! பூமியைத் தாங்கும் ஆதிசேடன் இளைப்பாறும் வண்ணம் பூமிப்பந்தை யோக தண்டத்தில் தாங்குவீர்!

இப்படிப்பட்ட வல்லமை பலவும் உடைய உங்களுக்கு கல் போன்ற என் மனதை அனலில் பட்ட மெழுகுபோல் உருகச் செய்விப்பது அருமை உடைய செயலா?

..59..

பாரொடுநல் நீர்ஆதி ஒன்றொடுஒன்று ஆகவே
 பற்றிலயம் ஆம்போதினில்,
 பரவெளியில் மருவுவீர்; கற்பாந்த வெள்ளம்
 பரந்திடின், அதற்குமீதே
நீரில்உறை வண்டாய்த் துவண்டுசிவ யோகநிலை
 நிற்பீர்; விகற்பம்ஆகி,
 நெடியமுகில் ஏழும் பரந்துவரு ஷிக்கிலோ
 நிலவுமதி மண்டலமதே
ஊர்என விளங்குவீர்; பிரமாதி முடிவில்விடை
 ஊர்திஅருளால் உலவுவீர்;
 உலகங்கள் கீழ்மேல ஆகப் பெருங்காற்று
 உலாவின்,நல் தாரணையினால்
மேருஎன அசையாமல் நிற்கவல்லீர்,உமது
 மேதக்க சித்திஎளிதோ?
 வேதாந்த சித்தாந்த சமரசநன் னிலைபெற்ற
 வித்தகச் சித்தர்கணமே! 3

அருஞ்சொற்பொருள்:

பாரொடு நீர் ஆதி - நிலம், நீர் முதலான ஐம்பூதங்கள். லயமாகு போழ்து - ஒன்றில் ஒன்று ஒடுங்கும் போதில். பரவெளியில் - அருள்வெளியில். மருவுவீர் - பொருந்தி இருப்பீர். பரந்திடின் - பரவினால். விகற்பம் ஆகி - வேறுபட்டு. வர்ஷிக்கில் - மழை பெய்தால். பிரமாதி முடிவில் - பிரம்மன் முதலிய தேவர்கள் அழியும் காலத்தில். விடை ஊர்தி அருளால் - இடபத்தை வாகனமாகக் கொண்டு, அதன்மீது ஏறிவரும் சிவபெருமானது அருளால். உலவுவீர் - சஞ்சாரம் செய்வீர். பெருங்காற்று - ஊழிக்காற்று. உலாவின் - வீசும்போது. தாரணையினால் - தாரணை யோகத்தினால் (யோக அங்கங்களுள் ஒன்று). மேதக்க - மேன்மை பொருந்திய.

பொழிப்புரை:

வேதாந்த சித்தாந்தப் பொதுமை காணும் நல்ல நிலையைப் பெற்ற, ஞானத்தின் இருப்பிடமாய் விளங்கும் சித்தர் கூட்டத்தைச் சேர்ந்தோரே!

நிலம், நீர் முதலிய ஐம்பூதங்களும் முறையே நிலம், நீரிலும், நீர் நெருப்பிலும், நெருப்பு காற்றிலும், காற்று ஆகாயத்திலும், ஆக ஒன்றில் ஒன்று ஒடுங்கும்போது, அருள்வெளியில் பொருந்தி இருப்பீர்! யுகமுடிவில் வெள்ளநீர் பெருகிப் பரவும்போது, அதற்கு மேல் நீரில் மிதக்கும் வண்டாக, உடல் மெலிய, சிவயோக நிலையில் நிற்பீர்! பெரிய மேகங்கள் ஏழும் ஒன்றுகூடி, மாறுபாடு அடைந்து, பெருமழையைப் பொழியும்போது, மதி மண்டலமே தமக்குச் சொந்த ஊர் எனக் கொண்டு, அங்கு எழுந்தருளுவீர்! பிரம்மன் முதலிய தேவர்கள் அழியும் காலத்து, இடபத்தில் ஏறிவரும் சிவபெருமானது அருளால் சஞ்சாரம் செய்வீர்! உலகங்களை கீழ்மேலாகப் புரட்டிப் போடும் ஊழிக்காற்று வீசினால், நல்ல தாரணை யோகத்தில் மேருமலைபோல அசையாமல் நிற்கும் வல்லமை உடையவராய் இருப்பீர்! எனவே தங்களது மேன்மை பொருந்திய சித்தி எளிமை உடையதோ? (இல்லை; அருமை உடையது என்பது பொருள்).

..60..

எண்ணரிய பிறவிதனில் மானிடப் பிறவிதான்
யாதினும் அரிதுஅரிதுகாண்;
இப்பிறவி தப்பினால் எப்பிறவி வாய்க்குமோ?
ஏதுவருமோ? அறிகிலேன்;
கண்அகல் நிலத்துநான் உள்ளபொழு தேஅருள்
ககனவட் டத்தில்நின்று,
கால்ஊன்றி நின்றுபொழி ஆனந்த முகிலொடு
கலந்து,மதி அவசம்உறவே
பண்ணுவது நன்மை;இந் நிலைபதியு மட்டுமே
பதியாய் இருந்ததேகப்
பவுரிகுலை யாமலே, கௌரிகுண் டலிஆயி
பண்ணவிதன் அருளினாலே,
விண்நிலவும் மதிஅமுதம் ஒழியாது பொழியவே
வேண்டுவேன் உமதுஅடிமைநான்;
வேதாந்த சித்தாந்த சமரசநன் னிலைபெற்ற
வித்தகச் சித்தர்கணமே! 4

அருஞ்சொற்பொருள்:

கண்ணகல் நிலம் - இடம் அகன்ற நிலவுலகம். அருள் ககன வட்டம் - திருவருளாக விளங்கும் ஆகாய மண்டலம். காலூன்றி நின்று - மலைக் காலாக ஊன்றி. ஆனந்த முகில் - இன்பமாகிய மழைமேகம். மதி அவசம் உற - என்னுடைய ஆன்மநிலை பரம்பொருளோடு ஒன்றுபடச் செய்ய. பதி - உயிரின் நிலைக்களம் (உடம்பு). பவுரி - ஒரு வகைக் கூத்து. கௌரி - பொன்னிறம் வாய்ந்த அம்மை. குண்டலி ஆயி - குண்டலினி என்னும் சக்தி ஆகி. பண்ணவி - இறைவி. விண்ணிலவு மதி அமுதம் - ஏழாவது சக்கரமாக விளங்கும் சகசிரதளத்தில் (சந்திர மண்டலத்தில்) சுரக்கும் அமுதம். ஒழியாது பொழிய - இடைவிடாது சுரந்து ஒழுக.

பொழிப்புரை:

வேதாந்த சித்தாந்தப் பொதுமை காணும் நல்ல நிலையைப் பெற்ற; ஞானத்தின் இருப்பிடமாய் விளங்கும் சித்தர் கூட்டத்தைச் சேர்ந்தோரே! எண்ணிச் சொல்ல இயலாத

பிறவிகள் பலவற்றுள்ளும் மனிதப் பிறவியே ஏனைய பிறவிகளைவிட அருமையுடையது. இந்தப் பிறவியில் இறைவனை உயிர் அடையத் தவறும்பட்சத்தில், இனி எப்படிப்பட்ட பிறவி கிடைக்குமோ? வேறு எவ்வகையான பிறப்பு வருமோ? அறியேன்;

இடமகன்ற இந்நிலவுலகில் நான் இருக்கும்பொழுதே, திருவருளாகிய பெருவெளியில் நின்று, காலூன்றிப் பொழிகின்ற பேரின்பப் பெருமழையுடன் இரண்டறக் கலந்து, தற்போதம் அழிந்துபடுவதே பெருநன்மையாகும்.

இத்தகைய பெருநிலை வந்து பதியும் மட்டும், இந்த உயிர் தங்கி இருக்கும் உடம்பு ஆடிவரும் பவுரிக்கூத்து போன்ற உலக வாழ்க்கை நாடகம் குலைந்து போகாமல், மூலாதாரத்தில் பாம்புபோல் சுருண்டு கிடக்கும் குண்டலினி என்று அழைக்கப்படும் கௌரி என்னும் இறைவியின் திருவருளினாலே, சகசிரதளத்தில் (சந்திர மண்டலத்தில்) இருந்து பொழியும் அமுதம் இடைவிடாது சுரக்குமாறு, உமது அடிமையாகிய நான் வேண்டுகிறேன்.

..61..

பொய்திகழும் உலகநடை என்சொல்கேன் என்சொல்கேன்
பொழுதுபோக்கு ஏதுஎன்னிலோ?
பொய்உடல் நிமித்தம் புசிப்புக்கு அலைந்திடல்
புசித்தபின் கண்உறங்கல்,

கைதவம் அலாமல்இது செய்தவமது அல்லவே;
கண்கெட்ட பேர்க்கும்வெளியாய்க்
கண்டதுஇது, விண்டுஇதைக் கண்டித்து நிற்றல்எக்
காலமோ? அதைஅறிகிலேன்,

மைதிகழும் முகில்இனம் குடைநிழற் றிட,அஷ்ட
வரையினொடு செம்பொன்மேரு
மால்வரையின் முதுகூடும் யோகதண் டக்கோல்
வரைந்து,ஜய விருதுகாட்டி,

மெய்திகழும் அஷ்டாங்க யோகபூ மிக்குள்வளர்
வேந்தரே குணசாந்தரே
வேதாந்த சித்தாந்த சமரசநன் னிலைபெற்ற
வித்தகச் சித்தர்கணமே!

அருஞ்சொற்பொருள்:

பொய் உடல் - நிலையில்லாத உடல். கைதவம் - வஞ்சனை, கபடம். செய்தவம் - பழகுதவம். கண்கெட்ட பேர்க்கும் - குருடர்க்கும். விண்டு - வெளிப்படுத்தி. மை திகழும் முகில் - கரியநிற மேகம். முதுகு - புறம். வரைந்து - எழுதி. ஜயவிருது காட்டி - வெற்றிக் கொடியினைக் காட்டி. மெய்திகழும் - உண்மை விளங்குகின்ற. அஷ்டாங்க யோக பூமிக்குள் வளர் - எட்டு அங்கங்களுடன் கூடிய யோகக் கலையில் சிறந்து விளங்குகின்ற. குண சாந்தரே - சாந்தமான குணம் உடையவரே.

பொழிப்புரை:

கருமை நிறமுடைய மேகமானது குடைபோல் கவிந்து நின்று நிழல் செய்யவும், எட்டு மலைகளோடு செம்பொன் போன்ற நிறமுடைய மேரு என்னும் பெரிய மலையின் புறத்து யோக தண்டம் வரையப்பட்ட கொடியை வெற்றியின் அடையாளமாகக் காட்டி, உண்மை விளங்கும் எட்டு அங்கங்களுடன் கூடிய யோக நிலத்தில் அதனை விருத்தி செய்கின்ற அகத்தவமுடைய வேந்தர்களே! சாந்தமான குணம் உடையோரே! வேதாந்த சித்தாந்தப் பொதுமை காணும் நல்ல நிலையைப் பெற்ற, ஞானத்தின் இருப்பிடமாய் விளங்கும் சித்தர் கூட்டத்தைச் சேர்ந்தோரே!

உலகவாழ்க்கை என்னும் பொய்யான இந்த நாடகத்தை என்ன என்று சொல்லுவேன், என்ன என்று சொல்லுவேன்? இந்த மக்களுக்குப் பொழுதுபோக்கு எதுஎன்று கேட்டால், நிலையில்லாத இந்த உடலைக் காப்பாற்றும் பொருட்டு உணவுக்காக அலைந்து திரிவதும், உண்டபின் உறங்கு வதுமே ஆகும். இது கபட நாடகமே தவிர பழகு தவம் ஆகாதே! கண் இழந்த குருடர்க்கும் வெளிப்படும் செய்தி இதுவே ஆகும்.

இதிலிருந்து விலகிநின்று, இப்பொய் வாழ்வைக் கண்டித்து நிற்கும் காலம், எக்காலமோ?

..62..

கெஜதுரக முதலான சதுரங்க மனம்ஆதி
கேள்வியின் இசைந்துநிற்பக்;
கெடிகொண்ட தலம்ஆறும் மும்மண்ட லத்திலும்
கிள்ளாக்குச் செல்ல;மிக்க

தெசவிதமது ஆய்நின்ற நாதங்கள் ஓலிடச்
சிங்காச னாதிபர்களாய்த்
திக்குத் திகந்தமும் பூரண மதிக்குடை
திகழ்ந்திட, வசந்தகாலம்

இசைய,மலர் மீதுஉறை மணம்போல ஆனந்தம்
இதயம்மேல் கொள்ளும்வண்ணம்,
என்றைக்கும் அழியாத சிவராஜ யோகமாய்,
இந்த்ராதி தேவர்கள்எலாம்

விஜயஜய ஜயஎன்ன ஆசிசொல வே;கொலு
இருக்கும்நும் பெருமைஎளிதோ?
வேதாந்த சித்தாந்த சமரசநன் னிலைபெற்ற
வித்தகச் சித்தர்கணமே! 6

அருஞ்சொற்பொருள்:

கெஜம் - யானை. துரகம் - குதிரை. சதுரங்கம் - நான்கு உறுப்புகள். கேள்வி - பணி கேட்டல். கெடி - புகழ். தலம் - ஆதாரம். மும்மண்டலம் - சூரிய மண்டலம், சந்திர மண்டலம், அக்கினி மண்டலம். (அக்கினி மண்டலம் - மூலம் முதல் கொப்பூழ் வரை. சூரிய மண்டலம் - கொப்பூழ் முதல் கழுத்து வரை. சந்திர மண்டலம் - கழுத்து முதல் புருவநடு வரை). கிள்ளாக்கு - ஆணை. தெசவிதம் - பத்துவிதம். ஓலிட - முழக்க. சிங்காசனாதிபர்களாய் - சிங்காதனத்தில் அமர்ந்து பெரிய பதவி வகிப்பவர்களாய். பூரணமதி - முழுமதி.

பொழிப்புரை:

வேதாந்த சித்தாந்தப் பொதுமை காணும் நல்ல நிலையைப் பெற்ற, ஞானத்தின் இருப்பிடமாய் விளங்கும் சித்தர் கூட்டத்தைச் சேர்ந்தோரே!

யானை, குதிரை, தேர், காலாள் என்னும் நான்கு வகைப் படைபோல் விளங்கும் மனம், புத்தி, சித்தம், அகங்காரம் என்னும் அகக்கருவிகள் நான்கும் ஏவல் கேட்டு விரும்பி நிற்கவும்; புகழ்மிக்க ஆறு ஆதாரங்களிலும் மூன்று மண்டலங்களிலும் ஆணை செல்லவும்; மணி, கடல், யானை, சங்கு, குழல், மேகம், வண்டு, தும்பி, யாழ், பேரிகை என்னும் இவைகளின் பத்துவிதமான நாதங்கள் முழங்கவும்; சிங்காதனத்தில் வீற்றிருக்கும் அதிபர்களாய் விளங்கும் நுமது பெருமை எளிமை உடையதோ?

மேலும், எட்டு திசைகளிலும், திசை முடிவுகளிலும், முழுச் சந்திரனாகிய வட்டக்குடை கவிந்து நிற்க; தென்றல் வீசும் வசந்த காலமும் வந்து பொருந்த; மலரில் மணம்போல் பேரின்பம் இதயத்தில் பூரித்து நிற்க; எப்பொழுதும் அழிந்துபடாத சிவராஜ யோகத்தினைச் செய்து; இந்திரன் முதலிய தேவர்கள் அனைவரும், 'வெற்றி! வெற்றி!' என்று ஆசிகூற; கொலுமண்டபத்தில் வீற்றிருக்கும் உங்களது பெருமை எளிமை உடையதோ?

..63..

ஆணிலே பெண்ணிலே என்போல ஒருபேதை
    அகிலத்தின் மிசைஉள்ளதோ?
ஆடிய கறங்குபோல் ஓடிஉழல் சிந்தையை
    அடக்கிஒரு கணமேனும்யான்

காணிலேன் திருஅருளை; அல்லாது மௌனியாய்க்
    கண்மூடி ஓடுமூச்சைக்
  கட்டிக், கலாமதியை முட்டவே மூலவெம்
    கனலினை எழுப்ப, நினைவும்

பூணிலேன், இற்றைநாள் கற்றதும்கேட்டதும்
    போக்கிலே போகவிட்டுப்
பொய்உலகன் ஆயினேன் நாயினும் கடைஆன
    புன்மையேன், இன்னம்இன்னம்

வீணிலே அலையாமல், மலைஇலக்கு ஆகநீர்
வெளிப்படத் தோற்றல்வேண்டும்;
வேதாந்த சித்தாந்த சமரசநன் நிலைபெற்ற
வித்தகச் சித்தர்கணமே! 7

அருஞ்சொற்பொருள்:

பேதை - அறிவிலி. அகிலம் - உலகம். கறங்கு - காற்றாடி. ஓடி உழல் சிந்தையை - விடயங்களின் மீது சஞ்சரிக்கும் மனத்தை. ஒரு கணமேனும் - ஒரு நொடிப்பொழுது ஆயினும். கலாமதி - பதினாறு கலைகளுடன் கூடிய சந்திரன். மூலவெங்கனல் - மூலாதாரத்தில் மூளும் வெப்பம். நினைவும் பூணிலேன் - நினைவு கொள்ளவில்லை. இற்றை நாள் - இத்தனை காலம். பொய் உலகன் ஆயினேன் - பிரபஞ்சத்தைச் சார்ந்தவன் ஆனேன். புன்மையேன் - அற்பனாகிய நான். மலைஇலக்கு - மலை போல் வெளிப்படையாக.

பொழிப்புரை:

வேதாந்த சித்தாந்தப் பொதுமை காணும் நல்ல நிலையைப் பெற்ற, ஞானத்தின் இருப்பிடமாய் விளங்கும் சித்தர் கூட்டத்தைச் சேர்ந்தோரே!

ஆண்களிலோ, பெண்களிலோ, என்னைப் போன்ற ஒரு அறிவிலி உலகத்தில் உண்டோ? சுழலுகின்ற காற்றாடி போல என் மனமானது அலைந்து திரிய, அதனை ஒரு நொடிப்பொழுதாயினும் அடக்கித் திருவருளைக் கண்டேன் இல்லை.

அதுவும் அல்லாது, கண்களை மூடி, மௌனமாய் இருந்து, ஓடுகின்ற பிராணனை நிறுத்தி, பதினாறு கலைகளுடன் திகழும் சந்திர மண்டலத்தைத் தொடுமாறு, மூலாதாரத்தில் சூட்டினை உண்டாக்க நினைக்கவும் இல்லை.

இதுநாள்வரை கற்று, கேட்டுப் பெற்ற உலக அறிவின் போக்கிலே வாழ்க்கையைப் போகவிட்டு, பொய்ஒழுக்கம் உடையவன் ஆனேன். நாயினும் கடைப்பட்ட அற்பனாகிய நான், மேலும்மேலும் வெறுமனே அலைந்து திரியாமல் இருக்க, மலைபோல் வெளிப்படைத் தன்மையுடன் எம்முன்பு தோன்றி அருள்செய்ய வேண்டும்.

..64..

கன்னல்அமுது எனவும்,முக் கனிஎனவும், வாய்ஊறு
கண்டுஎனவும், அடிஎடுத்துக்
கடவுளர்கள் தந்ததுஅல; அழுதுஅழுது பேய்போல்
கருத்தில்எழு கின்றஎல்லாம்

என்னதுஅறி யாமைஅறிவு என்னும்இரு பகுதியால்
ஈட்டுதமிழ்; என்தமிழினுக்கு
இன்னல்பக ராதுஉலகம் ஆராமை மேலிட்டு
இருத்தலால்; இத்தமிழையே

சொன்னவன் யாவன்அவன்? முக்திசித் திகள்எலாம்
தோய்ந்தநெறி யேபடித்தீர்!
சொல்லும்என அவர்;நீங்கள் சொன்னஅவை யில்சிறிது
தோய்ந்தகுண சாந்தன்எனவே

மின்னல்பெற வேசொல்ல, அச்சொல்கேட்டு அடிமைமனம்
விகசிப்பது எந்தநாளோ?
வேதாந்த சித்தாந்த சமரசநன் னிலைபெற்ற
வித்தகச் சித்தர்கணமே! 8

அருஞ்சொற்பொருள்:

கன்னல் அமுது - கருப்பஞ்சாற்றின் சுவை. கண்டு - கற்கண்டு. ஈட்டு தமிழ் - சொல்லிய தமிழ்ப்பாட்டு. என் தமிழினுக்கு - என்னால் பாடப்பட்ட தமிழ்ப் பாட்டினுக்கு. இன்னல் பகராது உலகம் - உலகம் குற்றம் கூறாது. ஆராமை - அன்பு. படித்தீர் - படித்தவர்களே. விகசிப்பது - மகிழ்வடைவது.

பொழிப்புரை:

வேதாந்த சித்தாந்தப் பொதுமை காணும் நல்ல நிலையைப் பெற்ற, ஞானத்தின் இருப்பிடமாய் விளங்கும் சித்தர் கூட்டத்தைச் சேர்ந்தோரே!

அடியேன் பாடிய பாடல்கள், கருப்பஞ்சாற்றின் சுவை போலவும், மா, பலா, வாழை என்னும் முப்பழங்களின் சுவை போலவும், வாயில் நீர் ஊறச் செய்யும் கற்கண்டின் சுவை போலவும், உள்ள இனிமை பொருந்திய சொற்களைக் கொண்டு, கடவுள் அடி எடுத்துக் கொடுக்கப் பாடிய

பாடல்கள் அல்ல; பலமுறை அழுது, கொண்டது விடாத பேய் போல் திரிந்து, எனது எண்ணத்தில் உதித்த அனைத்தும் என, அறிவு, அறியாமை என்னும் இரண்டும் கலந்த, தன்மையால் பாடப்பட்ட தமிழ்ப் பாடல்கள்; இப்பாடல்களைக் கண்டு உலகம் குற்றம் கூறாது; ஏனெனில் இதனில் அன்பு மிகுதியும் வெளிப்பட்டுள்ளது.

'சித்தி முத்திகள் கைகூடும் நெறியினைப் பயின்றவர்களே! இத்தமிழ்ப் பாடல்களைப் பாடியவன் எவன்?' என உலகர் வினவ, அதற்கு அவர்கள், 'இவற்றைப் பாடியவன் சிறிதளவு சாந்தகுணம் உடைய ஒருவன்' என்று விரைந்து விடை கூறுவர்.

அதனைக் கேட்டு, இந்த அடிமையின் மனம் மகிழ்ச்சி அடையும் நாள், எந்த நாளோ?

..65..

பொற்பினொடு கைகாலில் வள்உகிர் படைத்தலால்;
போந்துஇடை ஒடுக்கம்உறலால்;
பொலிவான வெண்ணீறு பூசியே அருள்கொண்டு
பூரித்த எண்ணீர்மையால்;

எற்பட விளக்குகக னத்தில்இமை யாவிழி
இசைந்துமேல் நோக்கம்உறலால்;
இரவுபகல் இருள்ஆன கனதந்தி படநூறி
இதயம் களித்திடுதலால்;

பற்பல விதம்கொண்ட புலிகலையின் உரியது
படைத்துப்ர தாபம் உறலால்;
பனிவெயில்கள் புகுதாமல் நெடியவான் தொடர்நெடிய
பருமர வனங்கள்ஆரும்

வெற்பினிடை உறைதலால்; தவராஜ சிங்கம்என
மிக்கோர் உமைப்புகழ்வர்காண்;
வேதாந்த சித்தாந்த சமரசநன் னிலைபெற்ற
வித்தகச் சித்தர்கணமே!

அருஞ்சொற்பொருள்:

பொற்பு - அழகு. வள்உகிர் - கூர்மையான நகம். இடை - இடுப்பு. ஒடுக்கம் - சிறுத்து இருத்தல். வெண்ணீறு - வெண்மை நிறத் திருநீறு. ககனம் - ஆகாயம். இருள் - அறியாமை. கனதந்தி - (கனமான தந்தம் உடையது) பெரிய யானை. நூறி - அழித்து. புலிஉரி - புலித்தோல். கலைஉரி - மான் தோல். ப்ரதாபம் - புகழ். வெற்பு - மலை. தவராஜ சிங்கம் - சிங்கம் போன்ற தவராஜாக்கள்.

பொழிப்புரை:

வேதாந்த சித்தாந்தப் பொதுமை காணும் நல்ல நிலையைப் பெற்ற, ஞானத்தின் இருப்பிடமாய் விளங்கும் சித்தர் கூட்டத்தைச் சேர்ந்தோரே!

கைகால்களில் கூரிய நகங்கள் வளர்ந்து காணப்படுவதாலும்; இடுப்பு சிறுத்து விளங்குவதாலும்; வெள்ளை நிறத் திருநீற்றைப் பொலிவுடன் பூசி மேனி வெளுத்து இருப்பதாலும்; இமைக்காத விழியானது மேல்நோக்கி ஆகாயத்தைக் காணுவதாலும்; இரவுபகல் வேறுபாடின்றி இருள்நிறம் பொருந்திய அறியாமையாகிய பெரிய யானையைத் தகர்த்துக் கொல்வதாலும்; அதனால் மனதில் மகிழ்ச்சி உண்டாவதாலும்; பலவகையான புலித்தோல் மான்தோல் ஆகிய இவற்றின்மீது இருந்து தவம் இயற்றுவதாலும்; புகழ் பெற்றிருப்பதாலும்; பனி, வெயில் முதலியன உட்புகாத பெரிய மரங்கள் அடர்ந்த காடுகள் நிறைந்த மலைகளில் வசிப்பதாலும் மேலோர் உம்மை தவராஜ சிங்கம் எனப் புகழ்வர்.

(மேற்கூறிய குணங்கள் அனைத்தையும் சிங்கத்துக்கும் தவசிகளுக்கும் பொருத்திக் காண்க).

..66..

கல்லாத பேர்களே நல்லவர்கள் நல்லவர்கள்,
கற்றும்அறிவு இல்லாதஎன்
கர்மத்தை என்சொல்கேன்? மதியைஎன் சொல்லுகேன்?
கைவல்ய ஞானநீதி

நல்லோா் உரைக்கிலோ, கா்மம்முக் கியம்என்று
நாட்டுவேன்; கா்மம்ஒருவன்
நாட்டினா லோ,பழைய ஞானமுக் கியம்என்று
நவிலுவேன்; வடமொழியிலே

வல்லான் ஒருத்தன்வர வும்,த்ரா விடத்திலே
வந்ததா விவகரிப்பேன்;
வல்லதமிழ் அறிஞா்வரின், அங்ஙனே வடமொழியின்
வசனங்கள் சிறிதுபுகல்வேன்;

வெல்லாமல் எவரையும் மருட்டிவிட வகைவந்த
வித்தைஎன் முக்திதருமோ?
வேதாந்த சித்தாந்த சமரசநன் னிலைபெற்ற
வித்தகச் சித்தா்கணமே! 10

அருஞ்சொற்பொருள்:

கா்மம் - வினை. மதி - அறிவு. கைவல்யம் - வீடுபேறு. நாட்டுவேன் - நிலைநிறுத்துவேன். நவிலுவேன் - சாதிப்பேன். வடமொழியில் வல்லான் - சமஸ்கிருத மொழியில் வல்லமை உடைய ஒருவன். த்ராவிடத்திலே - தமிழிலே. விவகரிப்பேன் - விளக்கிச் சொல்லுவேன். வசனங்கள் - இங்கு மேற்கோள் என்னும் பொருளில் வந்தது. மருட்டிட - அறிவில் குழப்பத்தை உண்டாக்க. வித்தை - கல்வி.

பொழிப்புரை:

வேதாந்த சித்தாந்தப் பொதுமை காணும் நல்ல நிலையைப் பெற்ற, ஞானத்தின் இருப்பிடமாய் விளங்கும் சித்தா் கூட்டத்தைச் சோ்ந்தோரே!

கல்வி அறிவு பெறாத பாமரா்கள் ஒருவகையில் நல்லவா்கள். ஆனால் நானோ பல ஞான நூல்களைக் கற்றிருந்தும், அவற்றை கடைபிடித்து ஒழுகமுடியாத என்விதியை எவ்வாறு நொந்து கொள்வேன்? எனது மந்த புத்தி குறித்து என்ன சொல்லுவேன்? வீடுபேறு அடைய உதவும் ஞானத்தை நல்லவா்கள் எடுத்து உரைக்கிலோ, 'வினை வழியே நடக்கும்' என்று வலியுறுத்திப் பேசுவேன். 'வினை வழிதான் எல்லாம் நடக்கும்' என்று ஒருவன் கூறினால் அப்பொழுது 'ஞானமே முக்கியம்' என்று சொல்லுவேன். வடமொழிப்புலமை உடையவன் ஒன்று

கூற, இது தமிழிலும் உண்டு என விவரித்துப் பேசுவேன். தமிழில் புலமை உடைய ஒருவன் வந்து ஏதேனும் ஒன்று பற்றி விளக்கிக் கூறின், அதற்கு வடமொழியில் சான்றுகள் காட்டிப் பேசுவேன். எந்த வகையிலேனும் பிறரது அறிவை மயக்கி, வெற்றி பெற உதவும் என்னிடம் உள்ள திறமை எனக்கு வீடுபேற்றினைத் தருமோ? (தராது).

8. ஆனந்தமானபரம்

..67..

கொல்லாமை எத்தனை குணக்கேட்டை நீக்கும்,அக்
குணம்ஒன்றும் ஒன்றிலேன்பால்,
கோரம்எத் தனை,பக்ஷ பாதம்எத் தனை,வன்
குணங்கள்எத் தனை,கொடியபாழ்ங்
கல்லாமை எத்தனை, அகந்தைஎத் தனை,மனக்
கள்ளம்எத் தனை,உள்ளசற்
காரியம் சொல்லிடினும் அறியாமை எத்தனை,
கதிக்குஎன்று அமைத்தஅருளில்
செல்லாமை எத்தனை, விர்தாகோஷ்டி என்னிலோ
செல்வதுஎத் தனை,முயற்சி
சிந்தைஎத் தனை,சலனம் இந்த்ரஜா லம்போன்ற
தேகத்தில் வாஞ்சை முதலாய்
அல்லாமை எத்தனை அமைத்தனை, உனக்கு அடிமை
ஆனேன், இவைக்கும்ஆளோ?
அண்டபகி ரண்டமும் அடங்கஒரு நிறைவுஆகி
ஆனந்தம் ஆனபரமே! 1

அருஞ்சொற்பொருள்:

ஒன்றிலேன் பால் - பொருந்தாதவனாகிய என்னிடத்தில். கோரம் - கொடுமை. பக்ஷபாதம் - ஒரு பக்கம் சார்தல். வன்குணங்கள் - தீயகுணங்கள். அகந்தை - செருக்கு. கதி - நல்ல கதி (வீடுபேறு). விர்தா கோஷ்டி - வீண் பேச்சுப் பேசித் திரியும் கூட்டம். சலனம் - ஊசலாடுகிற.

இந்த்ரஜாலம் - பொய்த்தோற்றம். வாஞ்சை - விருப்பம். அல்லாமை - பொருந்தாமை. ஆள் - அடிமை. பகிரண்டம் - பேரண்டம். ஆனந்தம் - பேரின்பம். ஒரு நிறைவு - ஒப்பற்ற நிறைவு. பரமே - மேலான பொருளே.

பொழிப்புரை:

அண்டங்களும் பேரண்டங்களும் உன்னுள் அடங்குமாறு ஒப்பற்ற நிறைவாய் பேரின்ப மயமாய் விளங்கும் மேலான பொருளே!

கொல்லாமை என்னும் ஒரு நல்லகுணம், எத்தனை குணக் கேடுகளைப் போக்கவல்லது? இருந்தும், அக்குணத்தினைப் பொருந்தி நில்லாத என்னிடத்தில், காணப்படும் கொடுமைச் செயல்கள் எத்தனை? ஒருபக்கம் சாரும் தன்மை எத்தனை? கொடிய குணங்கள் எத்தனை? கொடுமை நிறைந்த பாழாய்ப் போன அறியாமை எத்தனை? செருக்கு எத்தனை? மனத் தளவில் ஒளிக்கும் கள்ளத்தனம் எத்தனை? இயல்பாய் உள்ள புண்ணியச் செயல்கள் குறித்து எடுத்துரைப்பினும் அவற்றுள்ளும் காணப்படும் அறியாமை எத்தனை?

வீடுபேற்றுக்கு எனச் சொல்லப்பட்ட நற்செயல்களில் ஈடுபடாமை, வீண்வார்த்தை பேசும் கூட்டத்தாரோடு சேர்ந்து திரிதல், நிலையில்லாத அழியும் தன்மை உடைய உடம்பின் மீது வைத்த விருப்பம் முதலிய பொருந்தாத குணங்கள் எத்தனை? எத்தனை?

உனக்கு அடிமையான என்னிடம், இத்தனை தீயகுணங்களை வைக்க, அவற்றுக்கும் நான் அடிமையோ?

..68..

தெருளாகி, மருளாகி, உழலும்மன மாய்,மனம்
சேர்ந்துவளர் சித்துஆகி,அச்
சித்துஎலாம் சூழ்ந்தசிவ சித்துஆய், விசித்திர மாய்த்,
திரமாகி, நானாவிதப்
பொருளாகி, அப்பொருளை அறிபொறியும் ஆகி,ஐம்
புலனுமாய், ஐம்பூதமாய்ப்,

புறமுமாய், அகமுமாய்த், தூரம் சமீபமாய்ப்,
   போக்கொடு வரத்தும்ஆகி,
இருளாகி, ஒளியாகி, நன்மைதீ மையுமாகி,
   இன்றாகி, நாளையாகி,
என்றுமாய், ஒன்றுமாய்ப், பலவுமாய், யாவுமாய்,
   இவைஅல்ல ஆயநின்னை
அருளாகி நின்றவர்கள் அறிவதுஅல் லால், ஒருவர்
   அறிவதற்கு எளிதுஆகுமோ?
அண்டபகி ரண்டமும் அடங்கஒரு நிறைவுஆகி
   ஆனந்தம் ஆனபரமே!   2

அருஞ்சொற்பொருள்:

தெருளாகி - தெளிவு பெற்று. மருளாகி - மயக்கம் அடைந்து. உழலும் மனமாய் - அலைந்து திரியும் மனமாய். சிவசித்து - சிவஞானம். விசித்திரமாய் - வியப்புக்குரியதாய். திரமாகி - உறுதி உடையதுஆகி. அறிபொறி - அறிவுக் கருவி (மெய், வாய், கண், மூக்கு, செவி). ஐம்புலன் - காண்டல், கேட்டல், சுவைத்தல், நுகர்தல், உற்றறிதல் என்னும் ஐந்து அறிவு. இவை அல்லவாய நின்னை - இவை எல்லாவற்றையும் கடந்து நிற்கும் உன்னை. ஒருவர் - உலகப் பற்றுள்ள ஒருவர்.

பொழிப்புரை:

அண்டங்களும் பேரண்டங்களும் உன்னுள் அடங்குமாறு, ஒப்பற்ற நிறைவாய், பேரின்பமயமாய் விளங்கும் மேலான பொருளே!

தெளிவாகவும், மயக்கமாகவும், அலைந்து திரிகின்ற மனமாகவும், மனத்தோடு சேர்ந்து வளரும் அறிவாகவும், அந்த அறிவெல்லாம் சூழ்ந்து நிற்கும் பேரறிவான சிவஞானமாகவும், வியப்புக்கு உரியதாகவும், வலிமை பொருந்திய பலவிதமான பொருள்களாகவும், அப்பொருள் களை அறியும் ஐந்து பொறிகளாகவும்; ஐந்து புலன் களாகவும், ஐம்பூதங்களாகவும், புறமாகவும், அகமாகவும், தூரமாகவும், அருகாகவும், போக்காகவும், வரவாகவும், இருளாகவும், ஒளியாகவும், நன்மையாகவும், தீமையாகவும், இன்றாகவும், நாளையாகவும், என்றுமாகவும், ஒன்றாகவும்,

பலவாகவும், யாவையுமாகவும் என்று எல்லாவற்றையும் கடந்து நிற்கும் உன்னை, அருள்மயமாய் நிற்பவரால் அறிய முடியுமே அல்லாது, உலகப் பற்றுடைய ஒருவரால் அறிய முடியுமோ?

..69..

மாறுபடு தர்க்கம் தொடுக்கஅறி வார்;சாண்
வயிற்றின் பொருட்டதுஆக
மண்தலமும் விண்தலமும் ஒன்றாகி மனதுஉழல
மாலாகி நிற்கஅறிவார்;
வேறுபடு வேஷங்கள் கொள்ளஅறி வார்;ஒன்றை
மெணமெணென்று அகம்வேறதாம்
வித்தைஅறி வார்;எமைப் போலவே சந்தைபோல்
மெய்ந்நூல் விரிக்கஅறிவார்;
சீறுபுலி போல்சீறி மூச்சைப் பிடித்துவிழி
செக்கச் சிவக்க அறிவார்;
திரம்என்று தம்தம் மதத்தையே தாமதச்
செய்கைகொடும் உளறஅறிவார்;
ஆறுசம யங்கள்தொறும் வேறுவேறு ஆகிவிளை
யாடும்உனை யாவர்அறிவார்?
அண்டபகி ரண்டமும் அடங்கஒரு நிறைவுஆகி
ஆனந்தம் ஆனபரமே! 3

அருஞ்சொற்பொருள்:

தர்க்கம் - அளவை. மண்டலம் - மண்தலம். விண்டலம் - விண்தலம். மனது உழல - மனம் தடுமாற. மாலாகி - மயக்கம் கொண்டவராகி. வேஷங்கள் - கோலங்கள். ஒன்றை - ஒரு மந்திரத்தை. மெணமெண - ஒலிக்குறிப்பு. மனம் வேறதாம் - மனம் வேறு இடத்ததாம். சந்தை போல் - பல சரக்குக் கடைபோல். மூச்சைப் பிடித்து - பிராணாயாமம் செய்து. திரம் என்று - உறுதி என்று. தாமதம் - முக்குணங்களுள் ஒன்றாகிய தாமச குணம்.

பொழிப்புரை:

அண்டங்களும் பேரண்டங்களும் உன்னுள் அடங்குமாறு, ஒப்பற்ற நிறைவாய், பேரின்ப மயமாய் விளங்கும் மேலான பொருளே!

ஒருசாண் வயிற்றை வளர்ப்பதற்காக கருத்து மாறுபாடு கொண்டு விவாதம் புரிவார்கள்; நிலவுலகும் வானவுலகும் ஒன்றாகுமாறு பேராசை கொண்டு, மனம் அலைந்து திரிய, மயக்க உணர்வுடன் இருக்க அறிவார்கள்; பல வேறுபட்ட கோலம் கொள்ள அறிவார்கள்; ஒரு மந்திரத்தை முணுமுணுத்துக் கொண்டே, மனத்தை வேறுபக்கம் அலையவிடும் வித்தையை அறிந்திருப்பார்கள்; பலசரக்குக் கடைபோல் பல சமயநூல் கருத்துக்களைக் கற்று, என்போல் கடைவிரிக்க அறிவார்கள்; புலிபோல் சீறி மூச்சை உள்ளே இழுத்தும் வெளியே விட்டும் பிராணாயாமம் செய்து, விழிசிவக்க நிற்பார்கள்; தம்முடைய மதமே வலிமை உடையது என்று தாமச குணத்தில் நின்று பிதற்ற அறிவார்கள்; ஆறுவகைச் சமயங்களிலும் வேறு வேறு பெயர்களில் வெளிப்பட்டு **நின்று** விளையாடும் உமது திருவிளையாடலை யாரால் **அறிந்து**கொள்ள முடியும்?

..70..

காய்இலை உதிர்ந்தகனி சருகுபுனல் மண்டிய
    கடும்பசி தனக்குஅடைத்தும்;
கார்வரையின் முழையில் கருங்கல்போல் அசையாது
    கண்மூடி நெடிதுஇருந்தும்;
தீயினிடை வைகியும்; தோயம்அதில் மூழ்கியும்;
தேகங்கள் என்புஎலும்பாய்த்
    தெரியநின் றும்;சென்னி மயிர்கள்கூடாக்குருவி
    தெற்றவெயி லூடுஇருந்தும்;
வாயுவை அடக்கியும்; மனதினை அடக்கியும்;
    மௌனத்தி லேஇருந்தும்;

மதிமண்ட லத்திலே கனல்செல்ல அமுதுஉண்டு
வனமூடிருந்தும்; அறிஞர்
ஆயும்மறை முடிவுஆன அருள்நாடி னார்;அடிமை
அகிலத்தை நாடல்முறையோ?
அண்டபகி ரண்டமும் அடங்கஒரு நிறைவுஆகி
ஆனந்தம் ஆனபரமே!   4

அருஞ்சொற்பொருள்:

மண்டிய - நிரம்பிய. முழை - குகை. தோயம் - புண்ணிய தீர்த்தம். தெற்ற - கூடு கட்ட. மதி மண்டலம் - சந்திர மண்டலம் - கனல் - மூலாக்கினி. வனமூடிருந்தும் (வனம் + ஊடு + இருந்தும்) - காட்டின் நடுவே இருந்தும். ஆயும் - ஆராயும். அகிலத்தை நாடல் - உலகவாழ்வை விரும்புதல்.

பொழிப்புரை:

அண்டங்களும் பேரண்டங்களும் உன்னுள் அடங்குமாறு, ஒப்பற்ற நிறைவாய், பேரின்ப மயமாய் விளங்கும் மேலான பொருளே!

கடும்பசியைப் போக்கிக் கொள்ள காய், இலை, உதிர்ந்த கனி, சருகு, நீர் முதலியவற்றை உணவாக உண்டும்; மலையில் உள்ள இருண்ட குகையில் கருங்கல்போல் அசையாது அமர்ந்து கண்மூடி நீண்டநேரம் தவம் இயற்றியும்; நெருப்பின் நடுவே நின்றும், புனித தீர்த்தங்களில் நீராடியும், உடம்பில் எலும்புகள் தெரிய விரதம் இருந்தும், தலைமயிரை கூடுபோல் வளர்த்து அதில் குருவி வந்து தங்கவும், வெயிலில் அலைந்தும், பிராணனை அடக்கியும், மனத்தினை கட்டுப்படுத்தியும், மௌன நிலையில் இருந்தும், மூலாதாரத்தில் மூண்ட நெருப்பால் குண்டலினி ஆற்றல் சந்திரமண்டலத்தைச் சென்றடைய, அங்கு சுரக்கும் அமுதத்தை உண்டு, காடுகளின் நடுவே இருந்தும்; அறிஞரானவர் ஆராய்ந்து, வேத முடிவாய் விளங்கும் திருவருளை நாடி நின்றார்கள்;

அவ்வாறு இருக்க அடிமையாகிய நான் மட்டும் உலக வாழ்வை விரும்புதல் முறையாகுமோ?

..71..

சுத்தமும் அசுத்தமும்; துக்கசுக பேதமும்;
தொந்தமுடன் நிர்த்தொந்தமும்;
ஸ்தூலமொடு சூக்ஷ்மமும்; ஆசையும் நிராசையும்;
சொல்லும்ஒரு சொல்லின் முடிவும்;

பெத்தமொடு முக்தியும்; பாவமொடு அபாவமும்;
பேதமொடு அபேதநிலையும்;
பெருமையொடு சிறுமையும்; அருமையுடன் எளிமையும்;
பெண்ணினுடன் ஆணும்;மற்றும்

நித்தமும் அநித்தமும்; அஞ்சனநி ரஞ்சனமும்;
நிஷ்களமும் நிகழ்சகளமும்;
நீதியும் அநீதியும்; ஆதியொடு அநாதியும்;
நிர்விஷய விஷயவடிவும்;

அத்தனையும் நீஅலதுஉள் அத்தனையும் இல்லைஎனின்,
யாங்கள்உனை அன்றிஉண்டோ?
அண்டபகி ரண்டமும் அடங்கஒரு நிறைவுஆகி
ஆனந்தம் ஆனபரமே!

அருஞ்சொற்பொருள்:

சுத்தம் - தூய்மை. அசுத்தம் - தூய்மையின்மை. துக்கம் - துன்பம். சுகம் - இன்பம். தொந்தம் - தொடர்பு. நிர்த்தொந்தம் - தொடர்பின்மை. ஸ்தூலம் - பருமை. சூக்ஷுமம் - நுண்மை. பெத்தம் - கட்டு. முத்தி - வீடு. பாவம் - நினைத்தல், தியானித்தல், அபாவம் - நினையாமை. நித்தம் - அழியாமை. அநித்தம் - அழிவுள்ளது. அஞ்சனம் - குற்றம். நிரஞ்சனம் - குற்றமின்மை. நிஷ்களம் - வடிவமின்மை. சகளம் - வடிவுடைமை. ஆதி - தொடக்கம். அனாதி - தொடக்கமின்மை. நிர்விஷயம் - காணப் படாதவை. விஷயம் - காணப்படுபவை.

பொழிப்புரை:

அண்டங்களும் பேரண்டங்களும் உன்னுள் அடங்குமாறு, ஒப்பற்ற நிறைவாய், பேரின்ப மயமாய் விளங்கும் மேலான பொருளே!

தூய்மையும், தூய்மையற்றதும், துன்பமும், இன்பமும்; தொடர்பும், தொடர்பின்மையும்; பருமையும், நுண்மையும்;

விருப்பமும், விருப்பமின்மையும்; சொல்லும் சொல்லக் கூடிய சொல்லின் பொருளும்; கட்டுநிலையும், வீட்டு நிலையும்; நினைத்தலும், நினையாமையும்; வேறு பட்டும், வேறுபடாதும்; பெருமையும், சிறுமையும்; அருமையும், எளிமையும்; பெண்ணும், ஆணும்; அழியாமையும், அழிவுள்ளதும்; குற்றமும், குற்றம் இன்மையும்; வடிவமின்மையும், வடிவம் உடையதும்; நீதியும், நீதியின்மையும்; தொடக்கமும், தொடக்கம் இல்லாததும்; கண்ணுக்குப் புலப்படுவதும், கண்ணுக்குப் புலப்படாததும் ஆகிய அத்தனையும் நீயே அன்றி, எள் அளவும் வேறு பொருள் இல்லை என்னும்போது, நாங்கள் உன்னை அன்றி உண்டோ?

..72..

கார்ஆரும் ஆணவக் காட்டைக் களைந்து,அறக்
கண்டு,அகங் காரம்என்னும்
கல்லைப் பிளந்து,நெஞ்சு அகமான பூமிவெளி
காணத் திருத்தி,மேன்மேல்

பார்ஆதி அறியாத மோனம்ஆம் வித்தைப்
பதித்து,அன்பு நீர்ஆகவே
பாய்ச்சி,அது பயிர்ஆகும் மட்டும்மா மாயைவன்
பறவைஅணு காதவண்ணம்

நேராக நின்று,விளை போகம் புசித்துஉய்ந்த
நின்அன்பர் கூட்டம்எய்த,
நினைவின் படிக்குநீ முன்நின்று காப்பதே
நின்அருள் பாரம்என்றும்;

ஆர்ஆரும் அறியாத சூதான வெளியில்வெளி
ஆகின்ற துரியமயமே
அண்டபகி ரண்டமும் அடங்கஒரு நிறைவுஆகி
ஆனந்தம் ஆனபரமே! 6

அருஞ்சொற்பொருள்:

கார் - கருமை, இருள். ஆணவம் - மூலமலம். அறக்கண்டு - வெட்ட வெளியாகக் கண்டு. அகங்காரம் - தன்முனைப்பு. பாராதி - (பார் + ஆதி) - நிலம் முதலான. மோனம் - மௌனம். வித்து - விதை. மாமாயை - கடப்பதற்கு அரிதான மாயையாகிய உலகவாழ்வு. அணுகாதவண்ணம் - நெருங்காதபடிக்கு. போகம் - இன்ப நுகர்வாகிய போகம். அன்பர் கூட்டம் - அடியார் திருக்கூட்டம். பாரம் - பொறுப்பு, கடமை. சூதான வெளி - கண்ணுக்குப் புலப்படாத அறிவுப் பெருவெளி (சிதாகாசம்). துரியமயம் - நாலாம் நிலையாகிய துரியவடிவம்.

பொழிப்புரை:

எப்பொழுதும் யாராலும் அறிய முடியாத, கண்ணுக்குப் புலனாகாத சிதாகாசத்தில் வெளிப்பட்டுத் தோன்றுகின்ற பரமாத்ம வடிவமே! அண்டங்களும் பேரண்டங்களும் உன்னுள் அடங்குமாறு, ஒப்பற்ற நிறைவாய், பேரின்ப மயமாய் விளங்கும் மேலான பொருளே!

அடர்ந்த இருள்போல் விளங்கும் ஆணவ மலமாகிய காட்டினை அழித்து, வெட்ட வெளியாக்கி, அகங்காரம் எனப்படும் தன்முனைப்பாகிய பாறையைப் பிளந்து, மனமாகிய பூமியை அனைவரும் காணுமாறு பண்படுத்தி, மேலும்மேலும் மண் முதலிய பூதங்கள் மறைக்கா வண்ணம் மௌனமாகிய விதையை விதைத்து, அன்பு என்னும் நீரைப் பாய்ச்சி, அது பயிராகத் தழைத்து வளரும் வரை உலகமாயை என்னும் பறவை நெருங்காத படிக் காப்பாற்றி, சிவபோகம் என்னும் விளைச்சலை அனுபவித்துக் கடைத்தேறிய நினது அடியார் திருக் கூட்டத்தோடு சேர்ந்திருக்குமாறு செய்து, நீ முன் நின்று காப்பதே நினது கடமை ஆகும்.

..73..

வான்ஆதி பூதமாய், அகிலாண்ட கோடியாய்,
மலைஆகி, வளைகடலுமாய்,
மதிஆகி, இரவியாய், மற்றுஉள எலாம்ஆகி,
வான்கருணை வெள்ளம்ஆகி,

நான்ஆகி நின்றவனும் நீஆகி நின்றிடவும்
நான்என்பது அற்றிடாதே,
நான்நான் எனக்குளறி, நானா விகாரியாய்,
நான்அறிந்து அறியாமையாய்ப்

போனால் அதிர்ஷ்டவலி; வெல்லளளி தோ?பகல்
பொழுதுபுகும் முன்கண்மூடிப்
பொய்த்துயில்கொள் வான்தனை எழுப்பவச மோ?இனிப்
போதிப்பது எந்தநெறியை?

ஆனாலும் என்கொடுமை அநியாயம் அநியாயம்;
ஆர்பால் எடுத்துமொழிவேன்?
அண்டபகி ரண்டமும் அடங்கஒரு நிறைவுஆகி
ஆனந்தம் ஆனபரமே! 7

அருஞ்சொற்பொருள்:

வானாதி - வான் முதலிய. வளை கடல் - சூழ்ந்திருக்கும் கடல். மதி - சந்திரன். இரவி - சூரியன். நான் என்பது - உடல் உணர்வு. நானாவிகாரி - பலவிதமான மாறுபட்ட மனப்பான்மை உடையவன். அதிஷ்ட வலி - நல்ல வாய்ப்பு. பொய்த்துயில் - பசாங்குத் தூக்கம்.

பொழிப்புரை:

அண்டங்களும் பேரண்டங்களும் உன்னுள் அடங்குமாறு, ஒப்பற்ற நிறைவாய், பேரின்ப மயமாய் விளங்கும் மேலான பொருளே!

ஆகாயம் முதலிய ஐம்பூதங்களாகவும், கோடிக்கணக்கான அண்டங்களாகவும், மலையாகவும், பூமியைச் சூழ்ந்து நிற்கும் கடலாகவும், சந்திரனாகவும், சூரியனாகவும், மற்றுமுள்ள எல்லாப் பொருள்கள் ஆகவும், உயர்ந்த அருள் வெள்ளமாகி, நான் ஆக நின்றவனும் நீயே ஆக இருந்தும்;

நான் என்னும் உடல்பற்றைக் கைவிடாது 'நான்நான்' என்று தன்முனைப்பு காட்டிக் குளறி, பல மாறுபாடு உடையவனாகி, அறிந்தும், அறியாமை உள்ளவன்போல மனம்போன போக்கில் போனால், அந்த வாய்ப்பை இழந்தது ஆகாதோ? அதனை மீண்டும் பெற முடியுமோ?

பகல் நேரம் முடியும் முன்பே கண்மூடிப் பொய்யாய்த் தூங்குபவனை, எழுப்ப இயலுமோ? இனி இவனுக்கு எந்த நெறியைப் போதிப்பது? ஆனாலும் எனக்கு ஏற்பட்டிருக்கும் கொடுமை மிகவும் அநியாயம்; இதுகுறித்து யாரிடத்தில் எடுத்துக் கூறுவேன்?

..74..

பொய்யினேன், புலையினேன், கொலையினேன், நின்அருள்
புலப்பட அறிந்துநிலையாப்
புன்மையேன், கல்லாத தன்மையேன், நன்மைபோல்
பொருள்அலாப் பொருளைநாடும்
வெய்யனேன்,வெகுளியேன்,வெறியனேன்,சிறியனேன்,
வினையினேன், என்றுஎன்னைநீ
விட்டுவிட நினைவையேல் தட்டுஅழிவது அல்லாது
வேறுகதி ஏதுபுகலாய்;
துய்யனே மெய்யனே உயிரினுக்கு உயிர்ஆன
துணைவனே இணைஒன்றுஇலாத்
துரியனே துரியமும் காணா அதீதனே
சுருதிமுடி மீதுஇருந்த
ஐயனே அப்பனே எனும்அறிஞர் அறிவைவிட்டு
அகலாத கருணைவடிவே
அண்டபகி ரண்டமும் அடங்கஒரு நிறைவுஆகி
ஆனந்தம் ஆனபரமே! 8

அருஞ்சொற்பொருள்:

பொய்யினேன் - பொய்யான உடலை மெய்யென்று கருதும் பொய்யனேன். நிலையாப் புன்மையேன் - உறுதிப்பாடு இல்லாத அற்பன். வெய்யனேன் - கொடியவன். தட்டழிவது - தடுமாற்றம் கொள்வது. துய்யனே - தூய்மையானவனே. துரியனே - துரியதில் விளங்குபவனே. துரியமும் காணா அதீதனே - துரியத்தையும் கடந்து நிற்கும் தன்மை உடையவனே. சுருதி - மறை.

பொழிப்புரை:

'தூய்மையானவனே! மெய்ப்பொருளே! உயிருக்கு உயிராய் நிற்கும் உற்ற துணைவனே! தனக்கு நிகர் இல்லாது துரியத்தில் விளங்கும் பொருளே! துரியமும் கடந்து காணமுடியாத அரிய பொருளே! மறைமுடிவாய் விளங்கும் தலைவனே! தந்தையே!' என்று போற்றிப் புகழும் அறிஞர்களது அறிவைவிட்டு நீங்காத அருள் வடிவினனே! அண்டங்களும் பேரண்டங்களும் உன்னுள் அடங்குமாறு ஒப்பற்ற நிறைவாய், பேரின்ப மயமாய் விளங்கும் மேலான பொருளே!

நான் பொய்யான உடலை மெய் என்று நினைக்கும் பொய்யன்; புலால் தொழில் செய்பவன்; கொலைத் தொழில் உடையவன்; நினது திருவருள் வெளிப்படவும் அதனை அறியாத உறுதிப்பாடு இல்லாத அற்பன்; கல்வி கல்லாத தன்மை உடையவன்; நன்மை செய்வதுபோல் காட்டித் தீமை செய்யும் பொய்யான பொருள்களை விரும்பும் கொடியவன்; சினம் மிகுதியும் உடையவன்; வெறித்தனம் உடையவன்; கீழானவன்; இருப்பினும், என்னை வினைகளால் கட்டப்பட்டவன் என்று கருதி, கைவிடுவாயேல் தடுமாறி அழிந்துபடுவதைத் தவிர வேறு வழி யாதுளது? சொல்லுவாயாக!

..75..

எத்தனை விதங்கள்தான் கற்கினும் கேட்கினும்என்
  இதயமும் ஒடுங்கவில்லை,
 யான்எனும் அகந்தைதான் எள்அளவும் மாறஇலை,
  யாதினும் அபிமானம்என்

சித்தமிசை குடிகொண்டது, ஈகையொடு இரக்கம்என்
  ஜென்மத்தும் நான் அறிகிலேன்;
 சீலமொடு தவவிரதம் ஒருகனவில் ஆயினும்
  தரிசனம் கண்டும்அறியேன்;

பொய்த்தமொழி அல்லால் மருந்துக்கும் மெய்ம்மொழி
புகன்றிடேன்; பிறர்கேட்கவே
போதிப்பது அல்லாது சும்மா இருந்துஅருள்
பொருந்திடாப் பேதைநானே;
அத்தனை குணக்கேடர் கண்டதாக் கேட்டதா
அவனிமிசை உண்டோசொலாய்?
அண்டபகி ரண்டமும் அடங்கஒரு நிறைவுஆகி
ஆனந்தம் ஆனபரமே! 9

அருஞ்சொற்பொருள்:

இதயம் - மனம். அகந்தை - அகங்காரம். எள்ளளவு - மிகச் சிறிய அளவு. அபிமானம் - பற்று. சித்தம் - எண்ணம். சீலம் - ஒழுக்கம். தெரிசனம் - காட்சி. சென்மம் - பிறப்பு. குணக்கேடர் - குணம் கெட்டவர், ஒழுக்கம் இல்லாதவர். அவனி - உலகம்.

பொழிப்புரை:

அண்டங்களும் பேரண்டங்களும் உன்னுள் அடங்குமாறு, ஒப்பற்ற நிறைவாய், பேரின்பமயமாய் விளங்கும் மேலான பொருளே!

எத்துணை வகையான நூல்களை நான் கற்றாலும் கேட்டாலும் என் மனம் அடங்குவதில்லை; 'நான்' என்னும் அகங்காரம் ஓர் எள்ளளவுகூட குறையவில்லை; ஈகை, இரக்கம் என்ற இந்த இரண்டும் இப்பிறப்பில் என் எண்ணத்தில் குடிகொண்டதாக இதுவரை நான் அறியவில்லை; ஒழுக்கம், நோன்பு, தவம் என்பனவற்றை ஒருமுறையேனும் கனவில்கூட கண்டதில்லை; பொய்யான சொற்களைப் பேசுவேனே தவிர மருந்துக்குக்கூட உண்மையான சொற்களைப் பேசி அறியேன்; பிறர் கேட்குமாறு உபதேசம் செய்வேனே தவிர, சும்மா இருந்து, அதனால் திருவருளைப் பொருந்தி அறியாத அறிவிலிதான் நான்.

இத்தனை ஒழுக்கங்கெட்ட மனிதனை இந்த உலகத்தில் நீ கண்டதோ, கேட்டதோ உண்டோ? கூறுவாயாக!

..76..

எக்கால மும்தனக்கு என்னஒரு செயல்இலா
ஏழைநீ என்றுஇருந்திட்டு,
எனதுஆவி உடல்பொருளும் மௌனியாய் வந்துகை
ஏற்று,நமது என்றஅன்றே,

பொய்க்கால தேசமும் பொய்ப்பொருளில் வாஞ்சையும்
பொய்உடலை மெய்என்னலும்
பொய்உறவு பற்றலும் பொய்யாகும்;நான் என்னல்
பொய்யினும் பொய்ஆகையால்

மைக்கால் இருட்டுஅனைய இருள்இல்லை,இருவினைகள்
வந்துஏற வழியும் இல்லை,
மனம் இல்லை, அம்மனத்து இனம்இல்லை, வேறும்ஒரு
வரவுஇல்லை, போக்கும்இல்லை,

அக்காலம் இக்காலம் என்பதுஇலை, எல்லாம்
அதீதமயம் ஆனதுஅன்றோ?
அண்டபகி ரண்டமும் அடங்கஒரு நிறைவுஆகி
ஆனந்தம் ஆனபரமே!

அருஞ்சொற்பொருள்:

ஏழை - அறிவில்லாதவன். ஆவி - உயிர். கைஏற்று - வாங்கிக் கொண்டு. நமது என்ற அன்றே - இனி இவை நம்முடையவை என்ற பொழுதே. காலம் - பொழுது. தேசம் - இடம். வாஞ்சை - விருப்பம். மை - மழை. இருள் இல்லை - ஆணவ மலம் இல்லை. இருவினைகள் - நல்வினை, தீவினைகள். வந்தேற - (வந்து + ஏற) - புதிதாக வந்துசேர. மனத்து இனம் - புத்தி, அகங்காரம், சித்தம். அக்காலம் - இறந்த காலம். இக்காலம் - நிகழ்காலம். அதீதமயம் - மேலான வெளிமயம்.

பொழிப்புரை:

அண்டங்களும் பேரண்டங்களும் உன்னுள் அடங்குமாறு, ஒப்பற்ற நிறைவாய், பேரின்ப மயமாய் விளங்கும் மேலான பொருளே!

எல்லாக் காலத்திலும் தனக்கு என்று ஒரு செயல் இல்லாது, அறிவிலியாக இருந்த எனது ஆவி, உடல், பொருள் ஆகிய மூன்றையும் மௌனகுருவாய் வந்து, கைப்பற்றி, 'இனி இவை நம்முடையவை' என்று கூறிய அப்பொழுதே,

பொய்யான பொழுதும், பொய்யான இடமும், பொய்யான உலகத்துப் பொருள்கள்மீது விருப்பமும், பொய்யான உடலை நிலையானது என்று கூறுதலும், பொய்யான உறவுகளைப் பற்றி நிற்பதும், பொய்யே ஆகும். உடம்பை நான் என்று கூறுவது பொய்யினும் பொய் ஆகையால், அந்நினைப்புகள் அகன்றன.

அதனால் மழைக்கால இருட்டு போன்ற ஆணவமலம் இனி இல்லை; நல்வினை தீவினைகள் வந்துசேர வழியும் இல்லை; மனம் இல்லை; மனத்தது இனமாகிய புத்தி, அகங்காரம், சித்தம் ஆகிய இவையும் இல்லை; வேறே ஒரு வரத்தும் இல்லை; போக்கும் இல்லை; இறந்த காலம், நிகழ்காலம் என்னும் பாகுபாடு இல்லை; எல்லாமும் கடந்த ஒரு பெருவெளியாய் இருந்தது அல்லவோ?

9. சுகவாரி

..77..

இன்அமுது கனிபாகு கற்கண்டு சீனிதேன்
　　எனருசித் திட,வலியவந்து
　இன்பம் கொடுத்தநினை, எந்நேரம் நின்அன்பர்
　　இடையறாது உருகிநாடி,

உன்னிய கருத்துஅவிழ உரைகுளறி, உடல்எங்கும்
　　ஓய்ந்துஅயர்ந்து அவசமாகி,
　உணர்வுஅரிய பேரின்ப அநுபூதி உணர்விலே
　　உணர்வார்கள் உள்ளபடிகாண்;

கன்னிகை ஒருத்திசிற் றின்பம்வேம்பு என்னினும்
　　கைக்கொள்வள் பக்குவத்தில்,
　கணவன்அருள் பெறின்முனே சொன்னவாறு என்எனக்
　　கருதிநகை யாவள்,அதுபோல்

சொன்னபடி கேட்கும்இப் பேதைக்கு நின்கருணை
　　தோற்றின் சுகாரம்பமாம்;
　சுத்தநிர்க் குணமான பரதெய்வ மேபரம்
　　ஜோதியே சுகவாரியே! 1

அருஞ்சொற்பொருள்:

இன் - இனிய. ருசித்திட - சுவை கொள்ள. உன்னிய கருத்து அவிழ - மனவேகம் குறைய. அவசமாகி - பரவசமாகி. அனுபூதி - மெய்யுணர்வு. வேம்பு - கசப்பு. கன்னி - மங்கைப்பருவம் எய்தாத பெண். சுகம் - இன்பம். ஆரம்பம் - தொடக்கம். வாரி - கடல். நிர்க்குணம் - முக்குணமில்லாத. பரதெய்வம் - மேலான தெய்வம். பரஞ்சோதி - பேரொளிப் பிழம்பு.

பொழிப்புரை:

தூய, முக்குண வசப்படாத மேலான தெய்வமே! பேரொளிப் பிழம்பே! இன்பக்கடலே!

இனிய அமுதம், கனி, சர்க்கரைப் பாகு, கற்கண்டு, சீனி, தேன் என்னும் இவைபோல சுவைக்குமாறு வலியவந்து, இன்பம் கொடுத்த நின்னை, எப்பொழுதும் நினது அடியார்கள் இடைவிடாது உள்ளம் உருகி, மனவேகம் குறைய, உரைகுழறி, உடல்ஓய்ந்து, பரவசமாகி, உணர்வதற்கு அருமை உடைய பேரின்ப அனுபவத்தைப் பெற்று, உள்ளது உள்ளபடி உணர்விலே உணர்வார்கள்.

கன்னிப்பெண் ஒருத்தி, சிற்றின்பத்தை வேம்புபோல் கசப்பானது என நினைத்திருந்தும், மங்கைப் பருவம் வந்தவுடன், கணவனுடன் கூடி இன்பந் துய்த்த பிறகு, முன்னம் அதனை பழித்துரைத்ததை நினைந்து நகை செய்வாள். அதுபோல சொன்னபடி கேட்டு நடக்கும் அறிவிலியாகிய எனக்கு நின்னுடைய அருட்பெருக்கு உளதாயின், நீங்காத பேரின்பம் தோன்றுமாம்.

..78..

அன்பின்வழி அறியாத என்னைத்தொடர்ந்து,என்னை
அறியாத பக்குவத்தே
ஆசைப் பெருக்கைப் பெருக்கிக் கொடுத்து,நான்
அற்றேன் அலந்தேன்என
என்புலன் மயங்கவே பித்துஏற்றி விட்டாய்;
இரங்கிஒரு வழியாயினும்

இன்பவெள்ளம் ஆகவந்து உள்ளம் களிக்கவே
எனைநீ கலந்ததுஉண்டோ?
தன்பருவ மலருக்கு மணம்உண்டு வண்டுஉண்டு
தண்முகை தனக்கும்உண்டோ?
தமியனேற்கு இவ்வணம் திருஉளம் இரங்காத
தன்மையால் தனிஇருந்து
துன்பம்உறின் எங்ஙனே அழியாத நின்அன்பர்
சுகம்வந்து வாய்க்கும்உரையாய்;
சுத்தநிர்க் குணமான பரதெய்வ மேபரம்
ஜோதியே சுகவாரியே! 2

அருஞ்சொற்பொருள்:

அற்றேன் அலந்தேன் - கெட்டேன் வாடினேன். இன்ப வெளம் - இன்ப வெள்ளம். வண்டு உண்டு - மலர்ந்த மலரை நாடி வண்டு வருவது உண்டு. தண்முகை தனக்கும் உண்டோ - குளிர்ந்த மொக்கை நாடி வண்டு வருவது உண்டோ?

பொழிப்புரை:

தூய, முக்குண வசப்படாத மேலான தெய்வமே! பேரொளிப் பிழம்பே! இன்பக் கடலே!

அன்பு நெறியினை அறியாத என்னை, அறியாத பருவத்திலே பின்தொடர்ந்து வந்து, ஆசை வெள்ளம் பெருக்கெடுத்து ஓடுமாறு செய்து, 'கெட்டேன் வாடினேன்' என அறிவு மயங்கி, பித்து ஏறுமாறு செய்துவிட்டாய். ஒருமுறையேனும் மனம் இரங்கி, இன்ப வெள்ளமாகப் புறப்பட்டு வந்து, உள்ளம் மகிழுமாறு என்னை நீ புணர்ந்தது உண்டா?

நன்றாக மலர்ந்த மலருக்கு மணம் உண்டு; அதனை நாடி வரும் வண்டும் உண்டு. குளிர்ந்த முதிர்ந்த மொக்குக்கு மணம் உண்டோ? நாடிவரும் வண்டு உண்டோ?

தனியனாகிய என்மீது இப்படித் திருவுள்ளம் வைக்காத தன்மையால், தனித்திருந்து துன்பம் அடைகிறேன். அப்படி இருக்க, நினது மெய்யன்பர் பெறும் அழியாத பேரின்பத்தை அடியேன் எவ்வாறு பெறமுடியும்? எடுத்துக் கூறுவாயாக!

..79..

கல்லேனும் ஐயஒரு காலத்தில் உருகும்என்
கல்நெஞ்சம் உருகஇலையே,
கருணைக்கு இணங்காத வன்மையையும் நான்முகன்
கற்பிக்க ஒருகடவுளோ?
வல்லான் வகுத்ததே வாய்க்கால் எனும்பெரு
வழக்குக்கு இழுக்கும்உண்டோ?
வானமாய் நின்றுஇன்ப மழையாய் இறங்கிஎனை
வாழ்விப்பது உன்பரம்காண்;
பொல்லாத சேய்எனில் தாய்தள்ளல் நீதமோ?
புகலிடம் பிறிதும் உண்டோ?
பொய்வார்த்தை சொல்லிலோ திருஅருட்கு அயலுமாய்ப்
புன்மையேன் ஆவன்,அந்தோ
சொல்லால் முழக்கிலோ சுகம் இல்லை,மௌனியாய்ச்
சும்மா இருக்கஅருளாய்;
சுத்தநிர்க் குணமான பரதெய்வ மேபரம்
ஜோதியே சுகவாரியே! 3

அருஞ்சொற்பொருள்:

கருணை - பேரருள். வன்மை - இங்கு உலகப்பற்றைக் குறித்தது. வல்லான் - நன்மையில் வல்லவனாயினான். வழக்கு - முறைமை. இழுக்கு குற்றம். உன் பரம் - உன் கடமை. சேய் - பிள்ளை. நீதமோ - நீதியோ. புன்மையேன் - அற்பன்.

பொழிப்புரை:

தூய, முக்குண வசப்படாத மேலான தெய்வமே! பேரொளிப் பிழம்பே! இன்பக் கடலே!

ஐயனே! கல்கூட ஒரு காலத்தில் உருகினாலும் உருகும்; ஆனால் என்மனம் ஒருபோதும் உருகவில்லையே! திருவருளுக்குக் கட்டுப்படாத, உலகப்பற்றைக் கற்பித்துப் படைக்கும் நான்முகனும் ஒரு கடவுளா? வல்லான் வகுத்ததே வாய்க்கால் என வழங்கும் ஒரு வழக்கிற்கு

ஏதும் குற்றம் உண்டோ? வெளியாய் நின்று, இன்ப மழையாய்ப் பொழிந்து என்னை வாழ வைப்பது உன்னுடைய கடமை என்பதை நீ அறிவாய்!

தான் பெற்ற பிள்ளையில் ஒரு பிள்ளையை பொல்லாத பிள்ளை என்று கூறித் தாயே தள்ளி வைப்பது நீதி யாகுமோ? அப்பிள்ளைக்குத் தாயை விட்டால் வேறு புகலிடம் உண்டோ?

உன்னைப் பொய்யாகப் புகழ்ந்து பேசின், திருவருளுக்கு அயலவனும் அற்பனும் ஆகிவிடுவேன், அந்தோ! அலங்காரமான சொற்களால் உன்னைப் புகழ்ந்து பலவாறு முழங்கினாலும் இன்பம் உண்டாகாது. எனவேதான் மௌனமாய், சும்மா இருக்க, அருள் செய்யுமாறு வேண்டுகிறேன்.

..40..

என்புஎலாம் நெக்குஉடைய, ரோமம் சிலிர்ப்ப,உடல்
இளக,மனது அழலின்மெழுகாய்
இடையறாது உருக,வரு மழைபோல் இரங்கியே
இருவிழிகள் நீர்இறைப்ப,

அன்பினால் மூர்ச்சித்த அன்பருக்கு அங்ஙனே
அமிர்தசஞ் சீவிபோல்வந்து
ஆனந்த மழைபொழிவை; உள்அன்பு இலாதஎனை
யார்க்காக அடிமைகொண்டாய்,

புன்புலால் மயிர்தோல் நரம்புஎன்பு மொய்த்திடு
புலைக்குடிலில் அருவருப்புப்
பொய்அல்ல வே,இதனை மெய்என்று நம்பிஎன்
புந்திசெலு மோபாழிலே?

துன்பமாய் அலையவோ? உலகநடை ஐயஒரு
சொப்பனத் தினும்வேண்டிலேன்;
சுத்தநிர்க் குணமான பரதெய்வ மேபரம்
ஜோதியே சுகவாரியே! 4

அருஞ்சொற்பொருள்:

என்பு - எலும்பு. இரங்கியே - வருந்தியே. அமிர்த சஞ்சீவி - உயிர் கொடுக்கும் மருந்து. புன்மை - தாழ்வு. மொய்த்திடும் - நிறைந்திடும். புலை - புலால். பாழ் - வீண். சொப்பனம் - கனவு. குடில் - சிறு வீடு. அருவருப்பு - வெறுப்பு. புந்தி - புத்தி.

பொழிப்புரை:

தூய, முக்குண வசப்படாத மேலான தெய்வமே! பேரொளிப் பிழம்பே! இன்பக் கடலே!

எலும்பெலாம் நெகிழ்ந்து உருகவும், மயிர் சிலிர்ப்பவும், உடல் இளக்கம் கொள்ளவும், மனம் அனலில்பட்ட மெழுகு போல் இடைவிடாது உருகவும், மழைபோல் இரக்கம் காட்டி, இரு விழிகளிலும் நீரைப் பொழிய, அன்பு மிகுதியாய் மூர்ச்சையான மெய்யன்பருக்கு உயிர் காக்கும் மருந்துபோல் வந்து, பேரின்ப மழையைப் பொழிவாய்!

உன்மீது அன்பு வைக்காத என்னை, யாருக்காக அடிமையாக ஏற்றுக்கொண்டாய்! இழிந்த ஊன், மயிர், தோல், நரம்பு, எலும்பு என இவற்றால் ஆன, சிறுகுடிசை போன்ற புலால்உடல், அருவருப்புடையது என்பது பொய் அல்லவே! இதனை உண்மை என்று நம்பி, என் புத்தி வீணே இதன்பின் செல்லுமோ? சென்று துன்புற்று அலைந்து திரியுமோ? ஐயனே! இந்த நிலையில்லாத உலக வாழ்வை கனவிலும் வேண்டேன்.

..81..

வெந்நீர் பொறாதுஎன்உடல்; காலில்முள் தைக்கவும்
    வெடுக்கென்று அசைத்துஎடுத்தால்
விழிஇமைத்து அங்ஙனே தண்ணருளை நாடுவேன்;
    வேறுஒன்றை ஒருவர்கொல்லின்
அந்நேரம் ஐயோஎன் முகம்வாடி நிற்பதுவும்
    ஐயநின் அருள்அறியுமே,

ஆனாலும் மெத்தப் பயந்தவன் யான்என்னை
ஆண்டநீ கைவிடாதே;
இந்நேரம் என்றுஇலை உடல்சுமை,அது ஆகவும்
எடுத்தால் இறக்கஎன்றே
எங்குளங்கும் ஒருதீர்வை ஆயம்உண்டு, ஆயினும்
இறைஞ்சுசுகர் ஆதியான
தொல்நீர்மை யாளர்க்கு மானுடம் வகுத்தஅருள்
துணைஎன்று நம்புகின்றேன்;
சுத்தநிர்க் குணமான பரதெய்வ மேபரம்
ஜோதியே சுகவாரியே! 5

அருஞ்சொற்பொருள்:

வெடுக்கென்று - கடுமையாக. விழி - கண். இமைத்து - கண்ணை மூடி. தண்ணருள் - குளிர்ச்சி பொருந்திய திருவருள் (துன்பமாகிய வெப்பத்தைப் போக்கும் அருள்). ஐயோ - அந்தோ. மெத்தப் பயந்தவன் - மிகுதியும் அச்சமுடையவன். தீர்வை - முடிவு. ஆயம் - கடமை. சுகர் - சுகர் என்னும் பெயருடைய முனிவர். ஆதியான - முதலான. தொன்னீர்மையாளர் - பழைமையான குணவான்கள். மானிடம் - உடம்பு.

பொழிப்புரை:

தூய, முக்குண வசப்படாத மேலான தெய்வமே! பேரொளிப் பிழம்பே! இன்பக் கடலே!

எனது உடம்பு வெந்நீரின் சூட்டைக்கூட பொறுத்துக் கொள்ளாது; காலில் குத்திய முள்ளை, வெடுக்கென்று விரைந்து அசைத்துப் பிடுங்கும்போது, கண்ணை மூடி அப்படியே திருவருளை நாடி நிற்பேன்; வேறொரு உயிரை வேறொருவர் கொன்றால், அப்பொழுது அந்தோ என் முகம் வாடி நிற்பேன்; அதனை ஐயனே! நினது திருவருள் அறியுமே! எப்படியாயினும் அடியேன் மிகவும் பயந்த சுபாவம் உடையவன்; எனவே என்னை ஆட்கொண்ட நீ, இடையில் கைவிட்டு விடாதே!

இந்த உடல் எந்த நேரத்தில் விழும் என்று சொல்ல முடியாது. 'பிறந்த உடல் இறக்கும்' என்ற ஒரு தீர்ப்பு வழக்கில் உண்டு.

இருப்பினும் உன்னையே வணங்கும் சுகர் முதலிய குணவான்களுக்கு மனிதஉடலை வகுத்தளித்து, அதற்குத் திருவருள் துணை நிற்பதையும் அறிவேன். அவ்வருளே எனக்கும் துணை என்று நம்புகிறேன்.

..82..

பற்றுவன அற்றிடும் நிராசைஎன்று ஒருபூமி,
பற்றிப் பிடிக்கும்யோகப்
பாங்கில் பிராணலயம் என்னும்ஒரு பூமி,இவை
பற்றின்மனம் அறும்என்னவே
கற்றைஅம் சடைமௌனி தானே கனிந்தகனி
கனிவிக்க வந்தகனிபோல்
கண்டதுஇந் நெறிஎனத் திருஉளக் கனிவினொடு
கனிவாய் திறந்தும்ஒன்றைப்
பெற்றவனும் அல்லேன் பெறாதவனும் அல்லேன்;
பெருக்கத் தவித்துஉளறியே
பெண்நீர்மை என்னஇரு கண்ணீர் இறைத்துநான்
பேய்போல் இருக்கஉலகம்
சுற்றிநகை செய்யவே உலையவிட் டாய்எனில்
சொல்லஇனி வாயும்உண்டோ?
சுத்தநிர்க் குணமான பரதெய்வ மேபரம்
ஜோதியே சுகவாரியே! 6

அருஞ்சொற்பொருள்:

பற்றுவன - ஐம்பொறிகளாலும் பற்றப்படுகின்ற விடயங்கள். நிராசை - ஆசையின்மை. யோகம் - அகத்தவம். பாங்கில் - பயிற்சியால். பிராணலயம் - பிராண வாயுவை அடக்குதல். மனம் அறும் - மனம் இறக்கும். கற்றை அம் சடை - திரட்டிக் கட்டிய அழகிய சடை. கனிவினோடு - இரக்கத்தோடு. கனி வாய் - கொவ்வைக் கனி போன்ற சிவந்த உதடுகளுடன் கூடிய வாய். பெருக்கத் தவிர்த்து உளறியே - மிகவும் இளைத்து அரற்றியே. பெண் நீர்மை - பெண் தன்மை. உலைய விட்டாய் - அலைய விட்டாய்.

பொழிப்புரை:

தூய, முக்குண வசப்படாத மேலான தெய்வமே! பேரொளிப் பிழம்பே! இன்பக் கடலே!

ஐம்பொறிகளாலும் பற்றப்படும் ஐம்புலன்களாகிய பற்று அற்று, அவாவின்மை என்று சொல்லப்படும் ஒரு நிலத்தில், நிலைத்துநிற்கும் பொருட்டு, அதனைப் பற்றிப் பிடிப்பதற்கு ஏதுவாக பிராணனை அடக்க, மூச்சுப்பயிற்சி என்னும் ஒரு நிலம் உண்டு. இவற்றைப் பற்றி நிற்க, மனம் இறந்துபடும்.

இதனை அறிவிக்கத் திரட்டிக் கட்டப்பட்ட அழகிய சடாமுடியுடன் விளங்கும் மௌனகுரு என்னும் (ஒரு வாழைத்தாரில் முதலில் ஒரு கனி தானே கனிந்தது போல) தானே கனிந்த ஒருகனி, ஏனைய காய்களை கனிவிக்க வந்ததுபோல 'தான் கண்ட நெறி, இந்நெறியே' என்று திருவுள்ளத்தில் இரக்கம்கொண்டு, கொவ்வைக் கனி போன்ற சிவந்த உதடுகளுடன் கூடிய தனது வாயினைத் திறந்து, ஒரு வார்த்தை சொல்லப் பெற்றவனும் அல்லேன்; சொல்லாததால் ஒன்றும் பெறாதவனும் அல்லேன்;

ஆனால் மிகவும் உடல் இளைத்து, அரற்றித் தவிப்பெய்தி, துணையின்றி வாழமுடியாத பெண்மைபோல் இரு கண்களிலும் கண்ணீர் பெருக, நான் பேய் போல் இருக்க, என்னைச் சுற்றிநின்று, உலகமக்கள் எள்ளி நகையாட, அலையவிட்டாய் ஆயின், இதுகுறித்து மேற்கொண்டு எடுத்துக்கூற எனக்கு வாய்தான் உண்டோ?

..83..

அரும்பொனே மணியேஎன் அன்பேஎன் அன்பான
அறிவேஎன் அறிவில்ஊறும்
ஆனந்த வெள்ளமே என்றுஎன்றுபாடினேன்,
ஆடினேன், நாடிநாடி

விரும்பியே கூவினேன், உலறினேன், அலறினேன்,
    மெய்சிலிர்த்து இருகைகூப்பி
  விண்மாரி எனஎன் இரு கண்மாரி பெய்யவே
    வேசற்று அயர்ந்தேன்,யான்
இரும்புநேர் நெஞ்சகக் கள்வன் ஆனாலும்உனை
    இடைவிட்டு நின்றதுஉண்டோ?
  என்றுநீ அன்றுநான் உன்அடிமை அல்லவோ?
    யாதேனும் அறியாவெறும்
துரும்பனேன் என்னினும் கைவிடுதல் நீதியோ?
    தொண்டரொடு கூட்டுகண்டாய்;
  சுத்தநிர்க் குணமான பரதெய்வ மேபரம்
    ஜோதியே சுகவாரியே! 7

அருஞ்சொற்பொருள்:

பொனே - பொன்னே. ஆனந்த வெள்ளம் - இன்பப் பெருக்கு. உலறினேன் - வாடினேன். அலறினேன் - கூப்பாடு போட்டேன். வேசற்று - துன்புற்று. அயர்ந்தேன் - வாடினேன்.

பொழிப்புரை:

தூய, முக்குண வசப்படாத மேலான தெய்வமே! பேரொளிப் பிழம்பே! இன்பக் கடலே!

'அரிய பொன்னே! மணியே! எனது அன்பே! என் அன்பினில் ஊறும் அறிவே! என் அறிவில் ஊறும் இன்பப் பெருக்கே!' என்றெல்லாம் பலவாறாகப் புகழ்ந்து பாடினேன்; ஆடினேன்; மிகுதியும் விருப்பம் கொண்டு கூவி அழைத்தேன்; நா வரண்டேன்; கூப்பாடு போட்டேன்; உடம்பிலுள்ள உரோமம் சிலிர்ப்ப, இரண்டு கைகளையும் தலைமேல் கூப்பி, விண்ணிலிருந்து மழை பொழிவது போல கண்ணிலிருந்து கண்ணீர் மழை பொழிய நின்று, அயர்ச்சி அடைந்தேன்.

இரும்பு போன்ற வலிய மனம் படைத்த கள்ளத்தனம் உடையவன் ஆனாலும், இடையில் உன்னை விட்டுப் பிரிந்து சென்றதுண்டோ? என்றிலிருந்து நீ இருக்கிறாயோ, அன்றிலிருந்து நானும் இருக்கிறேன்; நான்

உன்னுடைய அடிமை அல்லவா? ஒன்றும் அறியாத வெறும் சிறுதுரும்புபோன்றவன் என்றாலும், என்னைக் கைவிடுதல் நீதியாகுமோ? எனவே என்னை உனது அடியார்களோடு கூட்டுவிப்பாயாக!

..84..

பார்ஆதி அண்டங்கள் அத்தனையும் வைக்கின்ற
பரவெளியின் உண்மைகாட்டிப்,
பற்றுமன வெளிகாட்டி, மனவெளியி னில்தோய்ந்த
பாவியேன் பரிசுகாட்டித்,

தாராள மாய்நிற்க நிச்சிந்தை காட்டிச்,
சதாகால நிஷ்டைஎனவே
சகஜநிலை காட்டினை; சுகாதீத நிலையம்
தனைக்காட்ட நாள்செல்லுமே?

கார்ஆர எண்ணரும் அனந்தகோ டிகள்நின்று
கால்ஊன்றி மழைபொழிதல்போல்
கால்வீசி மின்னிப் படர்ந்து,பர வெளிஎலாம்
கம்மி, ஆனந்தவெள்ளம்

சோராது பொழியவே கருணையின் முழங்கியே
தொண்டரைக் கூவுமுகிலே
சுத்தநிர்க் குணமான பரதெய்வ மேபரம்
ஜோதியே சுகவாரியே! 8

அருஞ்சொற்பொருள்:

பார் - நிலவுலகம். ஆதி - முதலான. பரிசு - தன்மை. நிர்ச்சிந்தை - மனமற்ற நிலை. சகஜ நிலை - உண்மை நிலை. சதாகாலம் - எப்பொழுதும். நிட்டை - மனம் ஒருங்கி நிற்றல். சுகாதீதம் - எங்கும் நிறைந்துள்ள பொங்குகின்ற பேரின்பம். கார் - மேகம். எண்ணரும் - கணக்கிட முடியாத. கால் ஊன்றி - மழைக்கால் ஊன்றி. கால் வீசி - காற்று வீசி. கம்மி - நிறைந்து. கமம் - நிறைவு. ஆனந்தம் - இன்பம். கூவுதல் - அழைத்தல்.

பொழிப்புரை:

எண்ணிச் சொல்லமுடியாத பல கோடி மேகங்கள் கால் ஊன்றி நின்று, மழையினைப் பொழிவதுபோலக் காற்று வீசி, மின்னல் மின்னி, மேலான வெளியைக் கவித்து நின்று, பேரின்ப வெள்ளத்தை இடைவிடாது பொழிவதற்கு அருளால் முழங்கி, அன்பர்களைக் கூவி அழைக்கும் மழைமேகமே! தூய, முக்குண வசப்படாத மேலான தெய்வமே! பேரொளிப் பிழம்பே! இன்பக் கடலே!

நிலம் முதலாகச் சொல்லப்பட்ட அண்டங்களனைத்தையும் தன்னுள் அடக்கி நிற்கும் பரவெளியின் உண்மை நிலையைக் காட்டி, அப்பெருவெளியினைத் தொடர்ந்து பற்றிநிற்கும் மனவெளியையும் காட்டி, அம்மனமாகிய வெளியில் பிணைந்து நிற்கும் பாவியாகிய அடியேனது தன்மையையும் காட்டி, மனம் விரிந்து நிற்க ஏதுவாக மனம் இறந்த நிலையினையும் காட்டி, எல்லாக் காலங்களிலும் மனம் ஒருப்பட்டு நிற்கும் உண்மை நிலையைக் காட்டி அருளினை! இந்நிட்டைக்கும் அப்பால் உள்ள சுகாதீத இன்ப நிலையைத்தைக் காட்டி அருள மேலும் பலநாள் செல்லுமோ?

..85..

பேதித்த சமயமோ ஒன்றுசொன படிஒன்று
பேசாது, துறவுஆகியே
பேசாத பெரியோர்கள் நிர்விகற் பத்தினால்
பேசார்கள், பரமகுருவாய்ப்

போதிக்கும் முக்கண்இறை நேர்மையாய்க் கைக்கொண்டு
போதிப்பது ஆச்சுஅறிவிலே,
போக்குவரவு அறஇன்ப நீக்கம்அற வசனமாப்
போதிப்பது எவர்ஐயனே?

சாதித்த சாதனமும் யோகியர்கள் நமதுஎன்று
சங்கிப்பர், ஆதலாலே

தன்னிலேதானாய் அயர்ந்துவிடு வோம்எனத்
தனிஇருந் திடின்,அங்ஙனே
சோதிக்க மனமாயை தனைஏவி னால்அடிமை
சுகம்ஆவது எப்படிசொலாய்;
சுத்தநிர்க் குணமான பரதெய்வ மேபரம்
ஜோதியே சுகவாரியே! 9

அருஞ்சொற்பொருள்:

பேதித்தல் - வேறுபடுத்தல். நிர்விகற்பம் - மனமற்ற சமாதி நிலை. பரமகுரு - மேலான குரு (தெட்சிணா மூர்த்தி). முக்கண் இறை - மூன்று கண்களை உடைய இறைவன். வசனமாய் போதிப்பது - சொல்லால் உபதேசிப்பது. சாதனம் - பயிற்சி. சங்கித்தல் - ஐயம் உறுதல். சோதிக்க - ஆராய. சுகம் - இன்பம்.

பொழிப்புரை:

தூய, முக்குண வசப்படாத மேலான தெய்வமே! பேரொளிப் பிழம்பே! இன்பக் கடலே!

தங்களுக்குள் மாறுபாடு கொண்டுள்ள சமய நூல்கள் ஒன்று சொன்னபடி, மற்றொன்று சொல்வதில்லை; துறவை மேற்கொண்டு, பேசுவதை விடுத்து, மனம் இறந்துபட, நிட்டை கூடும் பெரியோரோ, வாய் திறந்து ஒன்றும் பேசுவதில்லை; மேலான குருவாய் எழுந்தருளும் மூன்று கண்களுடன் விளங்கும் இறைவனாகிய தட்சிணா மூர்த்தியோ, சின்முத்திரை காட்டியது தவிர, வேறு போதனை எதுவும் செய்வதில்லை;

இவ்வாறிருக்க ஐயனே! போக்கும்வரவும் இல்லாததாய், பேரின்பம் இடைவிடாது உண்டாகுமாறு, சொல்லின் வாயிலாகச் சொல்லிப் போதிக்க எவர் உளர்?

யோகியர்கள் சாதித்தது அனைத்தும், தங்களின் யோகப் பயிற்சியால் கைகூடியது என்று கூறுவர்; ஆகையால் தன்னில் தானாய் தனித்திருந்து, தன்னிலை மறந்து இருக்கலாம் என நினைத்தாலோ, மனத்தில் மாயையை ஏவி மயக்க நினைக்கின்றாய்; இப்படிச் செய்தால் அடிமையாகிய நான் இன்பம் பெறுவது எப்படி? சொல்வாயாக!

..86..

அண்டமுடி தன்னிலோ, பகிரண்டம் அதனிலோ,
அலரிமண் டலநடுவிலோ,
அனல்நடுவி லோ,அமிர்த மதிநடுவி லோ,அன்பர்
அகம்உருகி மலர்கள்தூவி
தெண்டமிட வரும்மூர்த்தி நிலையிலோ, திக்குத்
திகந்தத்தி லோ,வெளியிலோ,
திகழ்விந்து நாதநிலை தன்னிலோ, வேதாந்த
சித்தாந்த நிலைதன்னிலோ,
கண்டபல பொருளிலோ, காணாதநிலைஎனக்
கண்டசூ னியம்அதனிலோ,
காலம் ஒரு மூன்றிலோ, பிறவிநிலை தன்னிலோ
கருவிகர ணங்கள் ஓய்ந்த
தொண்டர்கள் இடத்திலோ நீவீற் றிருப்பது
தொழும்பனேற்கு உளவுபுகலாய்;
சுத்தநிர்க் குணமான பரதெய்வ மேபரம்
ஜோதியே சுகவாரியே! 10

அருஞ்சொற்பொருள்:

அலரி - ஞாயிறு. அனல் - தீ. மதி - சந்திரன். தெண்டனிடல் - வீழ்ந்து வணங்குதல். மூர்த்தி - தெய்வத் திருவருவப் படிமம் (விக்கிரகம்). சூனியம் - பாழ். கருவி - புறக்கருவி. கரணம் - அகக்கருவி. உளவு - உண்மை.

பொழிப்புரை:

தூய, முக்குண வசப்படாத மேலான தெய்வமே! பேரொளிப் பிழம்பே! இன்பக் கடலே!

(நீவிர் எழுந்தருளி இருப்பது) அண்டமுகட்டிலா? பேரண்டம் அதனிலா? சூரியமண்டலத்தின் நடுவிலா? தீயின் நடுவிலா? அமுத கிரணங்களைப் பரவ விடும் சந்திரமண்டலத்து நடுவிலா? மெய்யன்பர்கள் மனம் உருகி, மலர்கள் தூவி, விழுந்து வணங்க எழுந்தருளி இருக்கும் விக்கிரங்களிலா? திசையிலா? திசைகளின் முடிவிலா? பரவெளியிலா? நாத, விந்து நிலையிலா? வேதாந்த, சித்தாந்த நிலையிலா?

கண்ணால் காணப்படும் பொருள்களிலா? காணப்படாத சூக்குமத்திலா? பாழ் எனப்படும் பரவெளியிலா? இறந்த காலம், நிகழ்காலம், எதிர்காலம் என்று அழைக்கப்படும் காலம் மூன்றிலா? படைப்பிலா? அகக்கருவிகளோடும் புறக்கருவிகளோடும் உடலெடுத்துப் பிறந்து வந்துள்ள தொண்டர்களிடத்திலா?

அடிமையாகிய எனக்கு, 'நீவீர் எழுந்தருளி இருக்கும் இடம் எது?' என்பதை அறிவிப்பாயாக!

..87..

எந்தநாள் கருணைக்கு உரித்தாகும் நாள்?எனவும்
  என்இதயம் எனைவாட்டுதே;
ஏதுஎன்று சொல்லுவேன்? முன்னொடுபின் மலைவுஅறவும்
  இற்றைவரை யாதுபெற்றேன்?
பந்தமா னதில்இட்ட மெழுகுஆகி உள்ளம்
  பதைத்துப் பதைத்துஉருகவோ
பரமசுகம் ஆவது பொறுப்புஅரிய துயரமாய்ப்
  பலகாலும் மூர்ச்சிப்பதோ?
சிந்தையா னதும்அறிவை, என்அறிவில் அறிவுஆன
  தெய்வம்நீ அன்றிஉளதோ?
தேகம்நிலை அல்லவே உடைகப்பல் கப்பலாய்த்
  திரைஆழி ஊடுசெலுமோ?
சொந்தமாய் ஆண்டநீ அறியார்கள் போலவே
  துன்பத்தில் ஆழ்த்தல்முறையோ?
சுத்தநிர்க் குணமான பரதெய்வ மேபரம்
  ஜோதியே சுகவாரியே!   11

அருஞ்சொற்பொருள்:

கருணை - இரக்கம். இதயம் - மனம். மலைவு - முரண். இற்றை வரை - இன்றுவரை. பந்தம் - தீப்பந்தம். பதைபதைத்தல் - நடுநடுங்குதல். பரமசுகம் - மேலான சுகம். தேகம் - உடம்பு. உடைகப்பல் - உடைந்த நாவாய். திரை - அலை. ஆழி - கடல். சொந்தம் - உரிமை. ஆண்ட - அடிமை கொண்ட.

பொழிப்புரை:

தூய, முக்குண வசப்படாத மேலான தெய்வமே! பேரொளிப் பிழம்பே! இன்பக் கடலே!

'தேவரீர் என்மீது இரக்கம் காட்டப் போகும் நாள், எந்த நாள்?' என்று கேள்வி கேட்டு, என்மனம் என்னைத் துளைத்து எடுக்கிறதே! இதற்கு எவ்வாறு விடை கூறுவேன்? முன்னுக்குப் பின் முரண் இல்லாதபடி இன்றுவரை அடியேன் பெற்றது யாது? தீப்பந்தத்தில் பட்ட மெழுகு போல் உள்ளம் நடுநடுங்கி உருகலாகுமோ? மேலான இன்பமானது, எப்பொழுது வந்து எய்தும்? பொறுத்துக் கொள்ள முடியாத அளவு துன்பம் அடைந்து பல முறையும் மூர்ச்சை அடைகிறேனே! 'என் சிந்தையில் இருப்பது என்ன?' என்பதை நீ அறிவாய்!

என் அறிவுக்கு அறிவான தெய்வம் உன்னைத் தவிர வேறு உண்டோ? இந்த உடம்பு நிலையானது அல்லவே? உடைந்த கப்பல், நல்ல கப்பலாய் அலைவீசும் கடல் நடுவில் செல்லும் தகுதி உடையதோ? உரிமையோடு என்னை அடிமை கொண்ட நீ, முன்பின் தெரியாதவர் போல் நடித்து, என்னைத் துன்பத்தில் மூழ்கச் செய்தல் முறையான செயல் ஆகுமோ?

..88..

எந்நாளும் உடலிலே உயிராம் உனைப்போல்
இருக்கஇலை யோ?மனதுஎனும்
யானும்என் நட்பாம் பிராணனும்,எமைச்சடமது
என்றுஉனைச் சித்துஎன்றுமே
அந்நாளில் எவனோ பிரித்தான்; அதைக்கேட்ட
அன்றுமுதல் இன்றுவரையும்
அநியாய மாய்எமை அடக்கிக்,குறுக்கே
அடர்ந்துஅரசு பண்ணி,எங்கள்

முன்னாக நீஎன்ன கோட்டைகொண் டாய்என்று
    மூடமனம் மிகவும்ஏச,
  மூண்டுஎரியும் அனல்இட்ட மெழுகாய் உளம்கருகல்
    முறைமையோ? பதினாயிரம்

சொன்னாலும் நின்அருள் இரங்கஇலை யேஇனிச்
    சுகம்வருவது எப்படிசொலாய்;
  சுத்தநிர்க் குணமான பரதெய்வ மேபரம்
    ஜோதியே சுகவாரியே! 12

அருஞ்சொற்பொருள்:

சடம் - அறிவற்ற பொருள். சித்து - அறிவுள்ள பொருள். அநியாயம் - முறையின்மை. அடர்ந்து - நெருக்கி. மூடமனம் - அறிவில்லாத மனம். கருகல் - கருகுதல் (வருந்துதல்). சுகம் - இன்பம்.

பொழிப்புரை:

தூய, முக்குண வசப்படாத மேலான தெய்வமே! பேரொளிப் பிழம்பே! இன்பக் கடலே!

'எப்பொழுதும் இந்த உடலிலே, உயிரே உன்னைப்போல நானும் இருக்கவில்லையோ? மனமாகிய நானும், எனது நட்பாய் இருந்துவரும் பிராணனும் ஆகிய எங்களை 'அறிவற்றவை' என்றும், உன்னை 'அறிவுடையது' என்றும், அந்த நாளிலேயே எவனோ பிரித்து வைத்து விட்டான். அன்று தொடங்கி இன்றுவரை நியாயமற்ற முறையில் எங்களை அடக்கி வைத்துவிட்டு, குறுக்கே புகுந்து வலிய அரசாட்சி செய்து, எந்தக் கோட்டையைப் பிடித்தாய்!' என்று அறிவில்லாத மனம் மிகவும் பழித்து உரைக்க, கொழுந்துவிட்டு எரியும் நெருப்பில் பட்ட மெழுகுபோல் உள்ளம் கருகுதல் முறைமை ஆகுமோ? பத்தாயிரம் முறை எடுத்துரைப்பினும் உனது மனம் இரக்கம் காட்டவில்லையே! இனிப் பேரின்பம் வருவது எவ்வாறு? சொல்வாயாக!

10. எங்கும் நிறைகின்ற பொருள்

..89..

அவன்அன்றி ஓர்அணுவும் அசையாது எனும்பெரிய
ஆப்தர்மொழி ஒன்றுகண்டால்,
அறிவுஆவது ஏது;சில அறியாமை ஏது;இவை
அறிந்தார்கள் அறியார்கள்ஆர்?

மௌனமொடு இருந்ததுஆர்? என்போல் உடம்புஎலாம்
வாயாய்ப் பிதற்றுமவர்ஆர்?
மனதுஎனவும் ஒருமாயை எங்கே இருந்துவரும்?
வன்மையொடு இரக்கம்எங்கே?

புவனம் படைப்பதுஎன்? கர்த்தவியம் எவ்விடம்?
பூதபே தங்கள்எவிடம்?
பொய்மெய், ஹிதம்அஹிதமே, வருநன்மை தீமையொடு
பொறைபொறா மையும்எவ்விடம்?

எவர்சிறியர்;எவர்பெரியர்;எவர்உறவர்;எவர்பகைஞர்;
யாதும்உனை அன்றிஉண்டோ?
இகபரம் இரண்டினிலும் உயிரினுக்கு உயிர்ஆகி
எங்கும்நிறை கின்றபொருளே! 1

அருஞ்சொற்பொருள்:

அவன் - முழுமுதற் கடவுள். அணு - நுண்ணிய வடிவப் பொருள். ஆப்தர் மொழி - மெய்ஞ்ஞானியர் வாக்கு. புவனம் - உலகம். கர்த்தவியம் - கருத்தாத் தன்மை. பூத பேதம் - பூத வேறுபாடுகள். ஹிதம் - இணக்க மாகிய இதம். அஹிதம் - பிணக்கமாகிய அகிதம். பொறை - பொறுத்துக் கொள்ளும் தன்மை. பொறாமை - பொறுத்துக் கொள்ளாத தன்மை. இகம் - இம்மை. பரம் - மறுமை.

பொழிப்புரை:

இம்மையிலும் மறுமையிலும் உயிருக்கு, உயிராகி, எங்கும் நீக்கமற நிறைந்து விளங்குகின்ற மெய்ப்பொருளே!

'அவன் (முழுமுதற் கடவுள்) அன்றி ஓர் அணுவும் அசையாது!' என்னும் மெய்ஞ்ஞானியரது மகாவாக்கியம்

ஒன்றை, ஆராய்ந்து கண்டால், அறிவு என்பது ஏது? அறியாமை என்பது ஏது? அறிந்தவர்கள் யார்? அறியாதவர்கள் யார்? மௌனமாய் இருந்தவர் யார்? என்னைப்போல உடம்பு முழுவதும் வாயாய்ப் பிதற்றுபவர் யார்? மனம் என்ற ஒரு மாயை எங்கிருந்து வரும்? வன்மை எங்கே? இரக்கம் எங்கே? உலகைப் படைப்பது என்பது ஏது? கர்த்தாத் தன்மை எவரிடம் உளது? ஆகாயம் முதலிய பூதவேறுபாடுகள் எவ்விடத்தன? பொய் ஏது? மெய் ஏது? ஒத்து இன்பம் செய்வது எது? ஒவ்வாது துன்பம் தருவது எது? நன்மை எது? தீமை எது? பொறுத்துக் கொள்ளும் தன்மை எவ்விடத்தது? பொறுத்துக் கொள்ளாத தன்மை எவ்விடத்தது? சிறியவர் யார்? பெரியவர் யார்? உறவினர் எவர்? பகைவர் எவர்? அனைத்தும் உன்னை அன்றி வேறு உளவோ? (இல்லை என்பது தெரியவரும்).

..90..

அன்னே அனேஎனும் சிலசமயம்;நின்னையே
ஐயாஐயா என்னவே
அலறிடும் சிலசமயம்; அல்லாது பேய்போல
அலறியே ஒன்றும்இலவாய்ப்
பின்ஏதும் அறியாமல் ஒன்றைவிட்டு ஒன்றைப்
பிதற்றிடும் சிலசமயம்;மேல்
பேசரிய ஒளிஎன்றும் வெளிஎன்றும் நாதாதி
பிறவுமே நிலயம்என்றும்
தன்நேர் இலாததோர் அணுஎன்றும் மூவிதத்
தன்மையாம் காலம்என்றும்
சாற்றிடும் சிலசமயம்; இவைஆகி,வேறதாய்ச்,
சதாஞான ஆனந்தமாய்,
என்னே எனேகருணை விளையாட்டு இருந்தவாறு!
எம்மனோர் புகலஎளிதோ?
இகபரம் இரண்டினிலும் உயிரினுக்கு உயிர்ஆகி
எங்கும்நிறை கின்றபொருளே! 2

அருஞ்சொற்பொருள்:

அன்னை - தாய். ஐயா - தந்தை. அலறுதல் - கதறுதல். பிதற்றுதல் - ஒன்றையே பலமுறை பேசுதல். வெளி - வானம். பேசரிய - (பேச + அரிய) - எடுத்துக்கூற முடியாத. நாதாதி - (நாதம் + ஆதி) - நாதம் முதல் தத்துவங்கள். நிலையம் - தங்கும் இடம். சதா - எப்பொழுதும். ஞானம் - மூதறிவு. ஆனந்தம் - பேரின்பம். எனே - என்னே. எம்மனோர் - எம் போன்றோர். புகல - எடுத்துரைக்க.

பொழிப்புரை:

இம்மையிலும் மறுமையிலும் உயிருக்கு உயிராகி, எங்கும் நீக்கமற நிறைந்து விளங்குகின்ற மெய்ப்பொருளே!

உன்னைச் சில சமயங்கள் தாயே! தாயே! என்று கூறும்; சில சமயங்கள் தந்தையே! தந்தையே! என்று கதறி அழைக்கும்; இவை அல்லாது, பேய்போல் கதறி, ஒன்றும் கூற முடியாதும், ஒன்றும் அறிய முடியாதும், சில சமயங்கள் ஒன்றை விட்டு ஒன்றைப் பற்றிப் பிதற்றும்;

சிலசமயங்கள் சொல்ல அரிய ஒளி என்றும், வேறு சில சமயங்கள் வெளி என்றும், நாதம் முதலிய தத்துவங்களே என்றும் கூறும். தனக்கு நிகரில்லாத அணுவே தெய்வம் என்று சில சமயங்களும், மூன்று காலங்களே கடவுள் என்று சில சமயங்களும் கூறிடும்.

ஆனால் இவற்றின் வேறாக, எப்பொழுதும் பேரறிவும் பேரின்பமும் உடையதாய் இருந்த உமது அருள் விளையாட்டு இருந்தவாறு என்னே! என்னே! அதனை எம்போன்றோர் விளக்கிக் கூற எளிமையாமோ?

..91..

வேதமுடன் ஆகம புராணஇதி காசமுதல்
    வேறும்உள கலைகள்எல்லாம்
மிக்காக அத்வைத த்வைதமார்க் கத்தையே
    விரிவாய் எடுத்துஉரைக்கும்;

ஓதரிய த்வைதமே அத்வைத ஞானத்தை
உண்டுபணும் ஞானம்ஆகும்;
ஊகம்அனு பவம்வசனம் மூன்றுக்கும் ஒவ்வும்ஈது;
உபயவா திகள்சம்மதம்

ஆதலின் எனக்குஇனிச் சரியைஆ திகள்போதும்;
யாதுஒன்று பாவிக்கநான்
அதுஆத லால்,உன்னை நான்என்று பாவிக்கின்
அத்வைத மார்க்கம்உறலாம்;

ஏதுபா வித்திடினும் அதுவாகி வந்தருள்செய்
எந்தைநீ குறையும்உண்டோ?
இகபரம் இரண்டினிலும் உயிரினுக்கு உயிர்ஆகி
எங்கும்நிறை கின்றபொருளே! 3

அருஞ்சொற்பொருள்:

வேதம் - மறை. கலைகள் - நீதிநூல்கள். அத்துவிதம் - இரண்டன்று. துவிதம் - இரண்டு. மார்க்கம் - நெறி. ஓதரிய - சொல்லுதற்கு அருமையுடைய. ஊகம் - அனுமானம். வசனம் - உரை. சரியை ஆதி - சரியை முதலிய.

பொழிப்புரை:

இம்மையிலும் மறுமையிலும் உயிருக்கு உயிராகி, எங்கும் நீக்கமற நிறைந்து விளங்குகின்ற மெய்ப்பொருளே!

வேதம், ஆகமம், புராணம், இதிகாசம் முதலாக உள்ள கலைநூல்கள் அனைத்தும் மிகுதியும் உயிரும் இறையும் இரண்டன்று என்றும், இரண்டு என்றும், ஆக இந்த இரண்டு நெறிகளையே எடுத்துரைக்கும். சொல்லுதற்கு அருமை உடைய இரண்டு என்று சொல்லும் நெறிதான், இரண்டற்றது என்ற ஞானத்தை உயிர்களுக்கு உண்டு பண்ணும். அனுமான அளவை, காட்சி அளவை, உரை அளவை ஆகிய மூன்று அளவைகளாலும் இந்த இரண்டு கொள்கைகளும் உலகத்தாரால் ஏற்றுக் கொள்ளப்படும்.

ஆகையால் எனக்கு இனி சரியை, கிரியை, யோகம், ஞானம் என்னும் நான்கு நெறிகளே போதுமானது. எந்த ஒன்றை தொடர்ந்து நினைவு செய்கிறோமோ,

அதுவாகவே ஆவோம் என்பது நியதி. அதன்படி நான், உன்னை நானாகவே நினைத்தால், 'இரண்டற்றது' என்னும் நெறியை அடையலாம்.

எதுவாக உன்னை நான் பாவித்தாலும் அதுவாக வந்து, அருள் செய்யும் எமது தந்தை நீ! ஆகையால் எனக்கு வரும் குறையும் உண்டோ?

..92..

சொல்லான தில்சற்றும் வராத பிள்ளையைத்
தொட்டில்வைத்து ஆட்டிஆட்டித்
தொடையினைக் கிள்ளல்போல் சங்கற்பம்ஒன்றில்
தொடுக்கும்; தொடுத்துஅழிக்கும்;

பொல்லாத வாதனை எனும்சப்த பூமியிடை
போந்துதலை சுற்றிஆடும்;
புருஷனில் அடங்காத பூவைபோல் தானே
புறம்போந்து சஞ்சரிக்கும்;

கல்லோடு இரும்புக்கும் மிகவன்மை காட்டிடும்;
காணாது கேட்டஎல்லாம்
கண்டதாக் காட்டியே அணுவாச் சுருக்கிடும்;
கபடநா டகஜாலமோ?

எல்லாமும் வலதுஇந்த மனமாயை ஏழையாம்
என்னால் அடக்கவசமோ?
இகபரம் இரண்டினிலும் உயிரினுக்கு உயிர்ஆகி
எங்கும்நிறை கின்றபொருளே! 4

அருஞ்சொற்பொருள்:

சற்றும் - சிறிதும். தொட்டில் - ஏணை. ஆட்டுதல் - அசைத்தல். கிள்ளல்- நகத்தால் அழுத்துதல். சங்கற்பம் - விருப்பொடு கூடிய எண்ணம். வாதனை - துன்பம். சப்தபூமி - நனவு, கனவு, உறக்கம், பேருறக்கம், உயிர்ப்படங்கல், விந்து, நாதம் ஆகிய ஏழு நிலைகள். புருஷன் - கணவன், பூவை - மனைவி. புறம் - வெளி. சஞ்சரிக்கும் - சுற்றித் திரியும். கபடம் - வஞ்சனை. சாலம் - மாயவித்தை. வலது - வல்லது. ஏழை - அறிவு இல்லாதவன். வசம் - வழிப்படுதல்.

பொழிப்புரை:

இம்மையிலும் மறுமையிலும் உயிருக்கு உயிராகி, எங்கும் நீக்கமற நிறைந்து விளங்குகின்ற மெய்ப்பொருளே!

அழைத்த மாத்திரத்தில் அருகில் வராத பிள்ளையைத் தாயானவள் தொட்டிலில் இட்டு ஆட்டுவதும், ஆட்டி உறங்க முற்படும்போது, உறங்காதிருக்கத் தொடையில் கிள்ளுவதும் போல மனமாகிய மாயையானது விருப்பத்தொடு கூடிய எண்ணம் ஒன்றை முதலில் உண்டாக்கும்; பிறகு அதுவே அந்த எண்ணத்தைக் கைவிட்டுவிடும்;

கொடிய துன்பம் என்னும் ஏழு நிலையங்களில் சென்று, தலைசுற்றி ஆடும்; கணவனுக்கு அடங்காத மனைவிபோல தானே வெளியில் சென்று அலைந்து திரியும்; கல்லையும் இரும்பையும் விடத் தமக்கு வலிமை இருப்பதாய்க் காட்டிக்கொள்ளும். நேரில் காணாது, காதால் கேட்டதை, கண்ணால் கண்டதாகக் கூறும்; உயிரை அதன் வியாபகம் தெரியாதபடி அணு அளவாகச் சுருங்கி நிற்கச் செய்யும், வஞ்சனை பொருந்திய மாயவித்தையை நிகழ்த்தும்;

இப்படி எல்லா வல்லமையையும் ஒருங்கே பெற்றது இந்த மனமாகிய மாயை; அறிவிலியாகிய என்னால் இதனை அடக்க முடியுமோ?

..93..

கண்ணார நீர்மல்கி உள்ளம்நெக்கு உருகாத
    கள்ளனேன் ஆனாலுமோ
கைகுவித்து ஆடியும் பாடியும் விடாமலே
    கண்பனித் தாரைகாட்டி,
அண்ணா பரஞ்ஜோதி அப்பா உனக்குஅடிமை
    யான்எனவும் மேல்எழுந்த
அன்புஆகி நாடகம் நடித்ததோ குறைவுஇல்லை,
    அகிலமும் சிறிதுஅறியுமேல்

தண்ணாரும் நின்னதுஅருள் அறியாதது அல்லவே,
    சற்றேனும் இனிதுஇரங்கிச்
சாசுவத முக்திநிலை ஈதுஎன்று உணர்த்தியே
    சஹஜநிலை தந்து,வேறுஒன்று
எண்ணாமல் உள்ளபடி சுகமாய் இருக்கவே
    ஏழையேற்கு அருள்செய்கண்டாய்;
இகபரம் இரண்டினிலும் உயிரினுக்கு உயிர்ஆகி
    எங்கும்நிறை கின்றபொருளே!   5

அருஞ்சொற்பொருள்:

நெக்குருகாத - நெகிழ்ந்து உருகாத. கை குவித்து - கைகூப்பி. பனித் தாரை - குளிர்ந்த நீர்த்தாரை. அகிலம் - உலகம். சாசுவதம் - நிலையான. சஹஜ நிலை - இயல்பான நிலை. சுகமாய் - இன்பமாய்.

பொழிப்புரை:

இம்மையிலும் மறுமையிலும் உயிருக்கு உயிராகி, எங்கும் நீக்கமற நிறைந்து விளங்குகின்ற மெய்ப்பொருளே!

கண் நிறைய நீரினைப் பெருக்கி, உள்ளம் நெகிழ்ந்து உருகாத கள்ளத்தனம் உடையவன் ஆனாலும், கைகளைத் தலைக்கு மேல் கூப்பி, ஆடியும், பாடியும், விட்டு நீங்காமலும், கண்களில் நீரைத் தாரையாக ஒழுகவிட்டு, 'அண்ணா!' என்றும், 'மேலான சோதியே!' என்றும், 'அப்பா!' என்றும் 'உனக்கு அடிமை நான்!' என்றும், மேலெழுந்தவாரியாக அன்பு செலுத்தி, நாடகம் நடித்ததில் குறைவில்லை; இதனை உலகமும் சிறிதளவு அறியும்; இது குளிர்ச்சி பொருந்திய திருவருளால் அறியப் படாதது அல்லவே!

இனி ஒரு சிறிதளவேனும் இரக்கம் காட்டி 'நிலையான முத்தி நிலை' இது என்று உணர்த்தி, இயல்பான நிலையைத் தந்து, வேறு எதனையும் நினையாதபடி இன்பமுற்று இருக்க, இந்த அறிவிலிக்கு அருள் செய்வாயாக!

..94..

காகம்ஆ னதுகோடி கூடிநின் றாலும்ஒரு
 கல்லின்முன் எதிர்நிற்குமோ?
கர்மம்ஆ னதுகோடி முன்னேசெய் தாலும்நின்
 கருணைப்ர வாகஅருளைத்

தாகமாய் நாடினரை வாதிக்க வல்லதோ?
 தமியனேற்கு அருள்தாகமோ
சற்றும்இலை என்பதுவும்வெளியாச்சு; வினையெலாம்
 சங்கேத மாய்க்கூடியே

தேகம்ஆ னதைமிகவும் வாட்டுதே; துன்பங்கள்
 சேராமல் யோகமார்க்க
சித்தியோ வரவில்லை; சஹஜநிஷ் டைக்கும்என்
 சிந்தைக்கும் வெகுதூரம்;நான்

ஏகமாய் நின்னோடு இருக்கும்நாள் எந்தநாள்
 இந்நாளில் முற்றுஉறாதோ?
இகபரம் இரண்டினிலும் உயிரினுக்கு உயிர்ஆகி
 எங்கும்நிறை கின்றபொருளே! 6

அருஞ்சொற்பொருள்:

 கர்மம் - வினை. கருணைப்ரவாகம் - அருளாகிய நீர்ப்பெருக்கு. தாகம் - விடாய். சங்கேதம் - கட்டுப்பாடு. சஹஜ நிட்டை - ஞானியர்க்குக் கை கூடும் இயல்பான ஞானநிட்டை. ஏகமாய் - இரண்டற்ற தன்மையில்.

பொழிப்புரை:

 இம்மையிலும் மறுமையிலும் உயிருக்கு உயிராகி, எங்கும் நீக்கமற நிறைந்து விளங்குகின்ற மெய்ப்பொருளே!

 ஒரு கோடி காகம் ஓர் இடத்தில் கூடி இருந்தாலும், ஒரு கல் கொண்டு வீச, அங்கு ஒரு காகமேனும் எஞ்சி நிற்குமோ? அதுபோல முன்செய்த ஒரு கோடி வினைகள் திரண்டு நின்றாலும், நினது அருள் வெள்ளத்தின் முன் எதிர்நிற்கும் வல்லமை உடையனவோ அவை?

 நினது திருவருளைப் பெற வேண்டும் என்னும் தாகம் கொண்டவர்க்கு, அவ்வினைகளால் வரும் துன்பமும்

உண்டோ? எந்த ஆதரவுமின்றித் தணிந்து நிற்கும் எனக்கு நின்அருளைப் பெறவேண்டும் என்னும் தாகம் ஒரு சிறிதும் இல்லை; இது வெளிப்படை.

முன்செய்த வினைகள் அனைத்தும் ஒரு கட்டுப்பாட்டுடன் ஒன்றுகூடி என் உடம்பை மிகவும் வாட்டி வதைக்கிறதே! மேலும்மேலும் துன்பங்கள் வந்து அணுகாது இருக்க உதவும் யோக நெறியும் கைகூடவில்லையே!

ஞானியர்கள் கூடும் இயல்பான நிட்டைக்கும் எனக்கும் உள்ள இடைவெளி மிகவும் பெரியது. நான் உன்னோடு இரண்டறக் கலந்து நிற்கும் நாள், எந்த நாளோ? இந்நாளில் அது முற்றுப்பெறாதோ?

..95..

ஒருமைமனது ஆகியே அல்லல்அற நின்அருளில
ஒருவன்நான் வந்திருக்கின்
உலகம் பொறாததோ? மாயா விசித்ரம்என
ஓயுமோ? இடம்இல்லையோ?

அருளுடைய நின்அன்பர் சங்கைசெய் திடுவரோ?
அலதுகிர்த் தியகர்த்தராய்
அகிலம் படைத்துஎம்மை ஆள்கின்ற பேர்சிலர்
அடாதுஎன் பரோ?அகன்ற

பெருமைபெறு பூரணம் குறையுமோ? பூதங்கள்
பேய்க்கோல மாய்விதண்டை
பேசுமோ? அலதுதான் பரிபாக காலம்
பிறக்கஇலை யோ?தொல்லையாம்

இருமைசெறி ஜடவினை எதிர்த்துவாய் பேசுமோ?
ஏதுஉளவு சிறிதுபுகலாய்;
இகபரம் இரண்டினிலும் உயிரினுக்கு உயிர்ஆகி
எங்கும்நிறை கின்றபொருளே! 7

அருஞ்சொற்பொருள்:

அல்லல் - துன்பம். அற - நீங்க. உலகம் - உயர்ந்தோர். விசித்திரம் - வியப்பு. ஓயுமோ - நின்று விடுமோ? சங்கை - தடை. கிர்த்தியம் - செயல். கர்த்தர் - முதல்வர். அகிலம் - உலகம். அடாது - தகாது. பூரணம் - நிறைவு. விதண்டை - சழக்கு, தாறுமாறு. பரிபாகம் - செவ்வி, பக்குவம். தொல்லை- துன்பம். சடம் - அறிவில்லாதது. உளவு - உண்மை.

பொழிப்புரை:

இம்மையிலும் மறுமையிலும் உயிருக்கு உயிராகி, எங்கும் நீக்கமற நிறைந்து விளங்குகின்ற மெய்ப்பொருளே!

(உன்னிடம் வைத்த மனத்தைப் பின்வாங்காது) ஒருப் பட்ட மனத்துடன் நினது திருவருளால் நான் ஒருவன், உன்னுடன் கூடி இருந்தால் உயர்ந்தோர் பொறுத்துக் கொள்ள மாட்டாரோ? (இது மாயையின் இயல்புக்கு மாறான) மாயா வினோதம் என்று மாயை ஓய வழி செய்து விடுமோ? மாயையின் விளையாட்டில் இதற்கு வாய்ப்பே இல்லையோ? நினது திருவருளில் திளைத் திருக்கும் பழைய அடியார்கள் தடை செய்வார்களோ? அல்லது படைத்தல் முதல் ஐந்தொழில் இயற்றும் பிரம்மா முதலிய கடவுள்களில் சிலர் இதனைத் தகாத செயல் என்று கூறிவிடுவரோ? யாண்டும் நீக்கமற நிறைந்து விளங்கும் நுமது பெருமை பொருந்திய பூரணத் தன்மைக்குக் குறை வருமோ? நும்மிடத்தில் பணிசெய்து கொண்டிருக்கும் (சிவ) பூதங்கள் பேய் போல் மாறுபட்டு நின்று, வீண் வார்த்தை பேசுமோ? அல்லது அடியேனுக்கு இன்னும் மலபரிபாகம் வந்து எய்தவில்லையோ? துன்பம் தருவதும், அடர்ந்து நிற்பதும், அறிவற்றதுமாகிய இருமை வினை எதிர்த்துப் பேசுமோ?

இவற்றில் எது உண்மை என்று சிறிதளவேனும் கூறுவாயாக!

..96..

நில்லாது தேகம்எனும் நினைவுண்டு, தேகம்நிலை
நின்றிடவும் மௌனியாகி
நேரே உபாயம்ஒன்று அருளினை; ஐயோஇதனை
நின்றுஅனுஷ் டிக்கஎன்றால்
கல்லாத மனமோ ஒடுங்கி உபரதிபெறக்
காணஇலை; ஆகையாலே
கைஏற்று உணும்புசிப்பு ஒவ்வாது; எந்நாளும்உன்
காட்சியில் இருந்துகொண்டு
வல்லாள ராய்இயம நியமாதி மேற்கொண்ட
மாதவர்க்கு ஏவல்செய்து
மனதின் படிக்குஎலாம் சித்திபெற லாம்;ஞானம்
வாய்க்கும்;ஒரு மனுஎனக்கு;இங்கு
இல்லாமை ஒன்றினையும் இல்லாமை ஆக்கவே
இப்போது இரங்குகண்டாய்;
இகபரம் இரண்டினிலும் உயிரினுக்கு உயிர்ஆகி
எங்கும்நிறை கின்றபொருளே! 8

அருஞ்சொற்பொருள்:

தேகம் - உடல். உபாயம் - எளிய வழிவகை. அனுஷ்டித்தல் - கடைபிடித்தல். உபரதி - செயலற்ற நிலை. இயமம், நியமம் - யோக உறுப்புகள். மனு - விண்ணப்பம். இரங்கு - இரக்கம் காட்டு.

பொழிப்புரை:

இம்மையிலும் மறுமையிலும் உயிருக்கு உயிராகி, எங்கும் நீக்கமற நிறைந்து விளங்குகின்ற மெய்ப்பொருளே!

இந்த உடல் நிலைத்து நிற்காது என்ற ஒரு நினைவு எப்பொழுதும் உண்டு. இருப்பினும் மௌனகுருவாய் வந்து, இவ்வுடம்பை நிலைநிறுத்திக் கொள்ளவும் ஒரு வழிவகையினைக் கூறி அருளினாய்! அந்தோ! அவ்வழியில் நின்று அதனைக் கடைபிடித்து ஒழுகலாம் என்றால், ஞான நூல்களைக் கற்காத மனம் ஒருநிலைப்பட்டு, உலகப் பற்றுக்களைக் கைவிடும் நிலையைக் காண

முடியவில்லை. ஆகையால் கையில் வாங்கி உண்ணும் பிச்சை உணவு, ஒருநாளும் ஒத்துக்கொள்வதில்லை.

எனவே, நாள்தோறும் உன்னையே காணும் காட்சியைப் பெற்று, வல்லமை உடையவராய். இயமம் நியமம் முதலாகச் சொல்லப்பட்ட அட்டாங்க யோகம் பயில் வோர்க்குப் பணிவிடை செய்து, மனவிருப்பத்தின்படி சித்தி அடையலாம்; அதற்கான ஞானமும் பெறலாம்; உன்னிடம் செய்ய ஒரு விண்ணப்பம் உண்டு; அது இல்லாமை என்ற ஒன்றை இல்லாமல் செய்ய வேண்டும் என்பதே; இதற்கு இப்பொழுது நீ மனம் இரங்கி உதவுவாயாக!

..97..

மரவுரி உடுத்தும்மலை வனநெல் கொறித்தும்உதிர்
வனசருகு வாயில்வந்தால்
வன்பசி தவிர்த்தும்அனல் வெயில்ஆதி மழையால்
வருந்தியும் மூலஅனலைச்

சிரம்அளவு எழுப்பியும் நீரினிடை மூழ்கியும்
தேகம்நமது அல்லஎன்று
சிற்சுக அபேக்ஷையாய் நின்அன்பர் யோகம்
செலுத்தினார்; யாம்பாவியேம்

விரவும்அறு சுவையினொடு வேண்டுவ புசித்து,அரையில்
வேண்டுவ எலாம்உடுத்து,
மேடைமா ளிகைஆதி வீட்டினிடை வைகியே,
வேறொரு வருத்தம்இன்றி,

இரவுபகல் ஏழையர்கள் சையோகம் ஆயினோம்;
எப்படிப் பிழைப்பதுஉரையாய்?
இகபரம் இரண்டினிலும் உயிரினுக்கு உயிர்ஆகி
எங்கும்நிறை கின்றபொருளே! 9

அருஞ்சொற்பொருள்:

மரஉரி - மரப்பட்டை. வனம் - காடு. முதிர் - முதிர்ந்த. சருகு - உலர்ந்த இலை. வன்பசி - கொடிய பசி. தவிர்த்தும் - போக்கியும்.

மூல அனல் - மூலாதாரத்தில் உள்ள சூடு. சிரம் - தலை, உச்சி. சிற்சுகம் - ஞான ஆனந்தம். அபேக்ஷை - விருப்பம். வைகி - தங்கி இருந்து. ஏழையர் - பெண்கள். சையோகம் - போகம்.

பொழிப்புரை:

இம்மையிலும் மறுமையிலும் உயிருக்கு உயிராகி, எங்கும் நீக்கமற நிறைந்து விளங்குகின்ற மெய்ப்பொருளே!

மரப்பட்டையை ஆடையாக உடுத்து, மலைக்காடுகளில் விளையும் மலைநெல்லைக் கொறித்துத் தின்று, முதிர்ந்த காட்டு மரங்களின் காய்ந்த இலை, வலிய வாயில் வந்து விழின், அதனை உணவாக உண்டு, கொடிய பசியைப் போக்கி, வெயில் மழை முதலியவற்றால் வருத்தமுற்று, மூலாதாரத்தில் சூட்டினை உண்டுபண்ணி, குண்டலினி ஆற்றலை எழுப்பி, உச்சிவரை கொண்டு சென்று, புனித தீர்த்தங்களில் நீராடி, உடம்பு நம்முடையது அன்று என்று உணர்ந்து, ஞானஆனந்தம் பெறும் விருப்பமுடன் நினது அன்பர்கள் யோகநெறியில் நின்றார்கள்.

ஆனால் பாவியாகிய நான் அறுசுவையோடு கூடிய உணவை வேண்டும் அளவு உண்டு, இடுப்பில் விருப்பமான ஆடை உடுத்தி, மாடமாளிகை முதலிய வீடுகளில் தங்கி, வேறு எந்தவிதமான துன்பமுமின்றி, இரவுபகல் என எந்நேரமும் பெண்களோடு இன்பம் துய்த்து வாழ்ந்தேன்; இவற்றில் இருந்து தப்பிப் பிழைப்பது எப்படி? எடுத்துரைப்பாயாக!

..98..

முத்தனைய மூரலும் பவளவாய் இன்சொலும்
முகத்துஇலகு பசுமஞ்சளும்
மூர்ச்சிக்க விரகசன் னதம்ஏற்ற இருகும்பம்
முலையின்மணி மாலைநால
வைத்துஎமை மயக்கி,இரு கண்வலையை வீசியே
மாயா விலாசமோக

வாரிதியில் ஆழ்த்திடும் பாழான சிற்றிடை
மடந்தையர்கள் சிற்றின்பமோ
புத்தமிர்த போகம் புசித்துவிழி இமையாத
பொன்நாட்டும் வந்ததுஎன்றால்,
போராட்டம் அல்லவோ பேரின்ப முக்திஇப்
பூமியில் இருந்துகாண
எத்தனை விகாரம்வரும் என்றுசுகர் சென்றநெறி
இவ்வுலகம் அறியாததோ;
இகபரம் இரண்டினிலும் உயிரினுக்கு உயிர்ஆகி
எங்கும்நிறை கின்றபொருளே! 10

அருஞ்சொற்பொருள்:

மூரல் - பல். விரகம் - காமம். சன்னதம் - வெறி. கும்பம் - குடம். நால - தொங்க. விலாசம் - விளையாட்டு. மோகம் - மயக்கம்; பெரு விருப்பம். வாரிதி - கடல். போராட்டம் - சண்டை. விகாதம் - தடை. சுகர் - சுகர் என்னும் பெயருடைய முனிவர்.

பொழிப்புரை:

இம்மையிலும் மறுமையிலும் உயிருக்கு உயிராகி, எங்கும் நீக்கமற நிறைந்து விளங்குகின்ற மெய்ப்பொருளே!

முத்துப் போன்ற வெண்மை நிறப் பல்வரிசையும், பவளம் போல் சிவந்த உதடுகளுடன் கூடிய வாயில் இருந்து வெளிப்படும் இன்சொற்களும், முகத்தில் விளங்கும் பசிய மஞ்சள் பூச்சும், பெருமூச்சு விடுமாறு காமவெறியைத் தூண்டும் கலசம் போன்ற இருமுலைகளின் மீது மாணிக்க மணிமாலை தொங்க, அதுகொண்டு எம்மை வசப்படுத்தி, இரண்டு கண்களாகிய வலையை வீசி, மாயையின் விளையாட்டாய் விளங்கும் பெருமயக்கமாகிய பெருங்கடலில் மூழ்கச்செய்யும், பாழாய்ப்போன சிறிய இடையோடு கூடிய மகளிர் தரும் சிற்றின்பமோ எனில், அது புதிய அமிழ்தத்தை உண்டு, போகம் துய்க்கும், கண் இமைக்காத தேவர்கள் வாழும் பொன்னுலகிலும் உண்டு என்றால், வாழ்க்கை சண்டைக்களமாக மாறி விடும் அல்லவா?

இம்மண்ணுலகில் இருந்தபடியே பேரின்பமுத்தி அடைய வேண்டுமாயின் எத்தனை தடைகள் வரும்? என்பது அறிந்து சுகர் என்னும் முனிவர் துறவுநெறியை மேற்கொண்டாரே! அது இந்த உலகம் அறியாத நெறியா?

..99..

உன்நிலையும் என்நிலையும் ஒருநிலை எனக்கிடந்து
உளறிடும் அவஸ்தைஆகி
உருவுதான் காட்டாத ஆணவமும் ஒளிகண்டு
ஒளிக்கின்ற இருள்என்னவே
தன்நிலைமை காட்டாது ஒருங்கஇரு வினையினால்
தாவுசுக துக்கவேலை
தட்டழிய முற்றும்இல் லாமையை அதனால்
தடித்துஅகில பேதம்ஆன
முன்னிலை ஒழிந்திட அகண்டிதா காரமாய்
மூதறிவு மேல்உதிப்ப
முன்பினொடு கீழ்மேல் நடுப்பக்கம் என்னாமல்
முற்றும்ஆ னந்தநிறைவே
என்நிலைமை யாய்நிற்க இயல்புகூர் அருள்வடிவம்
எந்நாளும் வாழிவாழி
இகபரம் இரண்டினிலும் உயிரினும் உயிர்ஆகி
எங்கும்நிறை கின்றபொருளே! 11

அருஞ்சொற்பொருள்:

அவஸ்தை - துன்பம். ஒருங்க - அடங்க. தாவு - முன்வருகின்ற. சுகதுக்க - இன்பதுன்ப. வேலை - கடல். தட்டழிய - தடுமாற. இல் மாயை - பொய் மாயை. அகண்டிதாகாரம் - பிரிக்கப்படாத எங்கும் நிறைகின்ற முழுவடிவு. மூதறிவு - பேரறிவு.

பொழிப்புரை:

இம்மையிலும் மறுமையிலும் உயிருக்கு உயிராகி, எங்கும் நீக்கமற நிறைந்து விளங்குகின்ற மெய்ப்பொருளே!

பேரறிவு உடைய உன்னுடைய நிலையும், சிற்றறிவு உடைய என்னுடைய நிலையும், ஒரே நிலை உடையதுதான் எனப் பிதற்றித் திரியும் ஒரு துன்பத்துக்கு ஆளாகி;

தன் உருவம் இப்படிப்பட்டது என்று காட்டிக்கொள்ளாத ஆணவ மலமும், ஒளியைக் கண்டு ஒளிந்துகொள்ளும் இருளைப் போன்று தன்நிலையைக் காட்டாது ஒடுங்கி நிற்க; இருவினையாகிய அலைவீசும் இன்பதுன்பமாகிய கடல் தடுமாற்றம் அடைய;

முற்றிலும் சூனியமாய் முடியும் மாயையானது தடித்து, பல உலகங்களாகத் தோன்றித் தன்னை வேறுபடுத்திக் காட்டி, அதன்பின்னர் சுட்டிக் கூறமுடியாதபடி அழிவு எய்த;

பிரிப்பில்லாத எங்கும் நிறை முழுவடிவாய்த் தோன்றும் திருவடி உணர்வு (மூதறிவு) மேலோங்க, முன்பின், கீழ் மேல்நடு ஆகிய பக்க வேறுபாடுகள் இன்றி, முழுவதும் பேரின்ப மயமாய் நிறைந்துள்ள நிறைவே!

இந்நிலைமை என்நிலைமையாய் நிற்குமாறு, அருள்பாலித்த நினது திருவருளானது என்றும் வாழ்க, வாழ்க!

11. சச்சிதானந்தசிவம்

..100..

பார்ஆதி ககனப் பரப்பும்உண் டோஎன்று
படர்வெளியது ஆகிஎழுநாப்
பரிதிமதி காணாச் சுயஞ்ஜோதி யாய்அண்ட
பகிரண்ட உயிர்எவைக்கும்

நேராக அறிவாய் அகண்டமாய் ஏகமாய்
நித்தமாய் நிர்த்தொந்தமாய்
நிர்க்குண விலாசமாய் வாக்குமனம் அணுகாத
நிர்மலா னந்தமயமாய்ப்

பேராது நிற்றிநீ சும்மா இருந்துநான்
பேரின்பம் எய்திடாமல்

பேய்மனதை அண்டியே தாய்இலாப் பிள்ளைபோல்
பித்தாக வோ? மனதை நான்
சாராத படிஅறிவில் நிர்விகற் பாங்கமாம்
சாசுவத நிஷ்டைஅருளாய்;
சர்வபரி பூரண அகண்டதத் துவம்ஆன
சச்சிதா னந்தசிவமே! 1

அருஞ்சொற்பொருள்:

பார் - நிலம். ககனம் - வெளி. பரப்பு - வியாபகம். படர் - படர்ந்த. எழுநா - ஏழு நாக்குகளுடன் கூடிய தீ. பரிதி - சூரியன். மதி - சந்திரன். சுயம்சோதி - இயல்புப் பேரொளி. பகிரண்டம் - பேரண்டம். நித்தமாய் - நிலைத்ததாய். நிர்த்தொந்தமாய் - இரண்டற்றதாய். நிர்க்குண விலாசமாய் - முக்குணங்களுக்கு அப்பால் உள்ள பெரு நிலையமாய். நிர்மலானந்தமாய் - (நிர்மல + ஆனந்தமாய்) - மலமற்ற பேரின்ப மயமாய். சும்மா - புறச்செயல் ஏதுமின்றி. நிருவிகற்பம் - ஒருமை யுணர்ச்சி. சாசுவத நிட்டை - தடைபடாத நிட்டை. சர்வ பரிபூரண - எங்கும் நிறைவாய். அகண்ட - எல்லையில்லாத. தத்துவமான - மெய்ப் பொருளான. சச்சிதானந்த - (சத்து + சித்து + ஆனந்த). சத்து - உண்மை. சித்து - அறிவு. ஆனந்தம் - இன்பம். சிவம் - பரமசிவம், நல்லசிவம்.

பொழிப்புரை:

எங்கும் நிறைந்த, எல்லையற்ற, மெய்ப்பொருளான, உண்மை அறிவு இன்பப் பிழம்பாகிய சிவமே!

'நிலம் முதல் ஆகாயம் ஈறாகச் சொல்லப்பட்ட ஐம்பெரும் பூதங்களும் உண்டோ?' என்று எண்ணும்படியாக அறிவுப் பெருவெளியாகவும்; அக்கினி, சூரியன், சந்திரன் ஆகிய மூவரும் காணாத சுயசோதியாகவும்; அண்டங்களிலும் பேரண்டங்களிலும் உள்ள உயிர்கள் அனைத்துக்கும் நேரிய அறிவாகவும்; வரையறுக்கப்படாததாகவும்; ஒரே கடவுளாகவும்; நிலைத்து நிற்பதாகவும்; இரண்டற்ற தாகவும்; முக்குணங்களுக்கு அப்பாலுள்ள பெருநிலைய மாகவும்; வாக்குக்கும் மனத்துக்கும் எட்டாத மலமற்ற பேரின்பமயமாகவும்; நீ அசையாது நிலைத்து நிற்கிறாய்.

ஆனால் நானோ, சும்மா இருந்து, பேரின்பம் அடைவதை விடுத்து, பேய் போன்ற என் மனத்தோடு நெருங்கி

இருந்து, தாய் இலாப் பிள்ளைபோல் ஒரு துணையின்றி பித்தாகவோ? எனவே என் மனதோடு நான் சேராதபடி, அறிவில் ஒருமை உணர்வு தோன்ற, அதன் அங்கமாய், தடையில்லாத நிட்டைகூட அருள்புரிவாயாக!

..101..

குடக்கொடு குணக்காதி திக்கினை உழக்கூடு
கொள்ளல்போல் ஐந்துபூதம்
கூடும் சுருங்குஇலைச்; சாலேகம் ஒன்பது
குலாவுநடை மனையை,நாறும்
வடக்கயிறு வெண்நரம் பா,என்பு தசையினால்
மதிவேள் விழாநடத்தி
வைக்கின்ற கைத்தேரை; வெண்ணீா் செந்நீர் கணீா்
மலநீர்புண் நீர்இறைக்கும்
விடக்குத் துருத்தியைக்; கருமருந் துக்கூட்டை;
வெட்டவெட் டத்தளிர்க்கும்
வேட்கைமரம் உறுகின்ற சுடுகாட்டை;முடிவிலே
மெய்போல் இருந்துபொய்யாம்
சடக்கைச்; சடக்கெனச், சதம்என்று சின்மயம்
தானாகி நிற்பதுஎன்றோ?
சா்வபரி பூரண அகண்டதத் துவம்ஆன
சச்சிதா னந்தசிவமே! 2

அருஞ்சொற்பொருள்:

குடக்கு - மேற்கு. குணக்கு - கிழக்கு. திக்கு - திசை. உழக்கு - ஒரு நாழியில் நான்கில் ஒரு பகுதி. சுருங்கு இல் - சிறு வீடு, குடில். சாலேகம் - பலகணி, சன்னல். குலாவு - விளங்குகின்ற. நடைமனை - நடமாடும் உடம்பு. நாறும் - துர்நாற்றம் வீசும். என்பு - எலும்பு. தசை - இறைச்சி. மதவேள் - மன்மதன். கைத்தேர் - சிறிய தேர், உடம்பு. விடக்கு - இறைச்சி. துருத்தி - தோல் பை. சடக்கு - உடம்பு. சடக்கென்று - பொய் என்று. சதம் - மெய், நிலை. சின்மயம் - சிவஞானம்.

பொழிப்புரை:

எங்கும் நிறைந்த, எல்லையற்ற, மெய்ப்பொருளான, உண்மை அறிவு இன்பப் பிழம்பாகிய சிவமே!

மேற்கு, கிழக்கு முதலிய திசைகளை உழக்கு என்னும் அளக்கும் கருவியில் முகப்பதுபோல ஐந்துபூதங்கள் ஒன்று கூட, அவற்றைக்கொண்டு கட்டப்பட்ட சிறிய இல்லத்தை; சன்னல்கள் ஒன்பதுடன் விளங்கும் நடமாடும் வீட்டை; துர்நாற்றம் வீசுகின்ற வெள்ளை நரம்பு வடக்கயிறாக எலும்பு, தசை முதலியன கொண்டு, மன்மதன் திருவிழா நடத்தச் செய்து அமைத்த சிறிய தேரினை; கோழை ஆகிய வெண்ணீரும், இரத்தமாகிய செந்நீரும், கண்களில் வடியும் கண்ணீரும், கழிவாக வெளியேறும் சிறுநீரும், சீழ் எனப்படும் புண்ணீரும் ஆகிய இவற்றை இறைக்கும் இறைச்சியால் ஆகிய தோல் பையை; கரு என்னும் மருந்து உற்பத்தி செய்யும் கூட்டை; வெட்ட வெட்ட துளிர்க்கின்ற ஆசையாகிய மரம் வளரும் சுடுகாட்டை; மெய்போல் இருந்து முடிவில் பொய்யாகும் உடம்பை; நிலை இல்லாதது என்று உணர்ந்து, சிவஞானம் பெற்று இருப்பது என்றைக்கோ?

..102..

பாகத்தி னால்கவிதை பாடிப் படிக்கவோ
பக்திநெறி இல்லை;வேத
பாராய ணப்பனுவல் மூவர் செய் பனுவலது
பகரவோ இசையும்இல்லை;
யோகத்தி லேசிறிது முயலஎன் றால்தேகம்
ஒவ்வாது; இவ்ஊண்வெறுத்தால்
உயிர்வெறுத் திடல்ஒக்கும்; அல்லது கிரியைகள்
உபாயத் தினால்செய்யவோ
மோகத்தி லேசிறிதும் ஒழியஇலை; மெய்ஞ்ஞான
மோனத்தில் நிற்கஎன்றால்

முற்றாது;பரிபாக சக்திகள் அனேகம்;நின்
மூதறிவி லேஎழுந்த
தாகத்தி லேவாய்க்கும் அமிர்தப்ர வாகமே!
தன்னந் தனிப்பெருமையே!
சர்வபரி பூரண அகண்டதத் துவம்ஆன
சச்சிதா னந்தசிவமே! 3

அருஞ்சொற்பொருள்:

பாகம் - பக்குவம். பனுவல் - நூல். மூவர் - தேவார மூவர். மோகம் - காமம். முற்றாது - முடிவு பெறாது. பரிபாகம் - ஏற்ற பக்குவம். மூதறிவு - சிவஞானம். தாகம் - வேட்கை. அமிர்த ப்ரவாகம் - பேரின்பப் பெருக்கு.

பொழிப்புரை:

எங்கும் நிறைந்த, எல்லையற்ற, மெய்ப்பொருளான, உண்மை அறிவு இன்பப் பிழம்பாகிய சிவமே! அமிழ்தப் பெருவெள்ளமே! தனக்குத்தானே ஒப்பாக விளங்கும் தனிப் பொருளே!

பக்குவமான கவிதைகள் பாடிப் படித்து வழிபடலாம் எனிலோ, என்னிடம் அதற்கான பக்தி நெறி இல்லை; மறைநூல்களையும், மூவர் முதலிகள் அருளிய தேவாரப் பாடல்களையும், பாடலாம் எனின், அதற்குரிய இசையறிவு இல்லை; யோகநெறியிலே சிறிதளவு முயற்சி செய்யலாம் எனின், உடம்பு ஏற்றுக்கொள்வது இல்லை; உணவின் மீது வெறுப்பு கொண்டால், அது உயிரை வெறுத்ததோடு ஒக்கும்;

கிரியை நெறியில் செல்லலாம் எனின், மோகம் சிறிதும் குறையவில்லை; ஞானநெறியில் சென்று மௌனமாய் இருக்கலாம் எனின், அதனைத் தடுக்க பல மாயா சக்திகள் திரண்டு நிற்கின்றன.

எனவே தேவரீரது பேரறிவில் எழும் பேரின்பப் பெருக்கிலே தான் 'முத்தி ஆசை' நிறைவேறும்.

..103..

இமைஅளவு போதைஒரு கற்பகா லம்பண்ணும்,
இவ்வுலகம் எவ்வுலகமோ
என்றுஎண்ணம் வருவிக்கும்; மாதர்சிற் றின்பமோ
என்னின்மக மேருஆக்கிச்,

சுமைஎடுமின் என்றுதான் சும்மாடு மாய்,எமைச்
சுமைஆளும் ஆக்கி,நாளும்
துர்ப்புத்தி பண்ணி,உள நற்புத்தி யாவையும்
சூறையிட்டு, இந்த்ரஜாலம்

அமையஒரு கூத்தும் சமைந்துஆடும் மனமாயை;
அம்மம்ம வெல்லஎளிதோ?
அருள்பெற்ற பேர்க்குஎலாம் ஒளிபெற்று நிற்கும்ஈது
அருளோ? அலாதுமருளோ?

சமயநெறி காணாத சாக்ஷிநீ, சூக்ஷ்மமாத்
தமியனேற்கு உளவுபுகலாய்;
சர்வபரி பூரண அகண்டதத் துவம்ஆன
சச்சிதா னந்தசிவமே! 4

அருஞ்சொற்பொருள்:

போது - பொழுது. கற்பம் - ஊழி. சும்மாடு - சுமையடை. துர்ப் புத்தி - தீய அறிவு. சூட்சுமம் - நுண்மை. உளவு - உண்மை.

பொழிப்புரை:

எங்கும் நிறைந்த, எல்லையற்ற, மெய்ப்பொருளான, உண்மை அறிவு இன்பப் பிழம்பாகிய சிவமே!

மனமாகிய மாயையானது, கண் இமைக்கும் கால அளவை ஒரு யுகமாகக் காட்டும்; இந்த உலகம், எந்த உலகமோ? என்று எண்ணி வியக்குமாறு செய்யும்; மகளிரிடம் அனுபவிக்கும் சிற்றின்பம் எனிலோ, அதனை மாமேரு மலை அளவு பெரிதாக்கி, 'தூக்கு!' என்று கூறி, தான் சும்மாடாகி, எம்மைச் சுமக்கும் ஆளும் ஆக்கிவிடும்; நாள்தோறும் தீயஅறிவைத் தந்து, நல்லறிவைக் கொள்ளை

இட்டு, மாயவித்தை காட்டி, ஒரு கூத்தினை நிகழ்த்திவிடும். ஐயோ! இந்த மனமாகிய மாயையை வெல்லுதல் எளிய செயல் ஆகுமோ?

ஆனால் நினது திருவருளைப் பெற்ற அடியார்களுக்கு எல்லாம் இம்மனம் ஒளி உடையதாய் விளங்கும். எனவே இம்மனம் அருளுடையதா? அல்லது மருளுடையதா? நீயோ சமயங்கடந்து நிற்கும் சாட்சிப் பொருள் ஆவாய்; எந்த ஆதரவும் இல்லாத தனியனாகிய எனக்கு, நீ நுட்பமாய் ஓர் உண்மையை எடுத்துரைப்பாயாக!

..104..

இனிஏது எமக்குஉன்அருள் வருமோ எனக்கருதி
ஏங்குதே நெஞ்சம்ஐயோ;
இன்றைக்கு இருந்தாரை நாளைக்கு இருப்பார் என்று
எண்ணவோ திடம்இல்லையே;

அநியாய மாய்இந்த உடலைநான் என்றுவரும்
அந்தகற்கு ஆளாகவோ?
ஆடித் திரிந்துநான் கற்றதும் கேட்டதும்
அவலமாய்ப் போதல்நன்றோ?

கனியேனும் வறியசெங் காயேனும் உதிர்சருகு
கந்தமூ லங்களேனும்
கனல்வாதை வந்துஎய்தின் அள்ளிப் புசித்துநான்
கண்மூடி மௌனிஆகித்

தனியே இருப்பதற்கு எண்ணினேன்; எண்ணம்இது
சாமிநீ அறியாததோ?
சர்வபரி பூரண அகண்டதத் துவம்ஆன
சச்சிதா தனந்தசிவமே! 5

அருஞ்சொற்பொருள்:

ஏங்குதல் - அஞ்சுதல். திடம் - உறுதி. அநியாயம் - வீண். அந்தகன் - எமன். கந்தம் - கிழங்கு. மூலம் - வேர். வாதை - துன்பம். தனியே இருத்தல் - திருவடி நிறைவில் அடங்கி இருத்தல்.

பொழிப்புரை:

எங்கும் நிறைந்த, எல்லையற்ற, உண்மை அறிவு இன்பப் பிழம்பாகிய சிவமே!

தேவரீரது திருவருள் இனி எமக்குக் கைகூடுமோ? கூடாதோ? என ஐயகோ! என் உள்ளம் கவலை கொள்கிறதே; இன்று உயிருடன் இருப்பவர், நாளை இருப்பார் என உறுதிகூற முடியவில்லையே! வீணாய் இந்த உடம்பை நான் என்று எண்ணும் எண்ணமாகிய எமனுக்குப் பலி ஆவதோ? ஓடி ஆடி, சுற்றித் திரிந்து நான் கற்றதும் கேட்டதும் வீண்போவது நல்லதோ?

கனி எனினும், முற்றிய காய் எனினும், உதிர்ந்த சருகு எனினும், கிழங்கு எனினும், வேர் எனினும், பசி வந்திடின், அள்ளி உண்டு, நான் கண் மூடி மௌனமாய் இருந்து, நினது திருவருளில் திளைக்க விரும்புகிறேன். இந்த எண்ணத்தைக் கடவுளாக விளங்கும் நீவிர் அறியவில்லையோ?

..105..

மத்தமத கரிமுகில் குலம்என்ன நின்றுஇலகு
வாயிலுடன் மதிஅகடுதோய்
மாடகூ டச்சிகரம் மொய்த்தசந் திரகாந்த
மணிமேடை உச்சிமீது,

முத்தமிழ் முழக்கமுடன் முத்தநகை யார்களொடு
முத்துமுத் தாய்க்குலாவி
மோகத்து இருந்தும்என்? யோகத்தின் நிலைநின்று
மூச்சைப் பிடித்துஅடைத்துக்

கைத்தலம் நகப்படை விரித்தபுலி சிங்கமொடு
கரடிநுழை நூழைகொண்ட
கானம்மலை உச்சியில் குகையூடு இருந்தும்என்?
கரதலா மலகம்என்னச்

சத்தம்அற மோனநிலை பெற்றவர்கள் உய்வர்காண்
 சனகாதி துணிவுஇதுஅன்றோ?
 சர்வபரி பூரண அகண்டதத் துவம்ஆன
 சச்சிதா னந்தசிவமே!							6

அருஞ்சொற்பொருள்:

மத கரி - மத யானை. முகில் குலம் - மேகக்கூட்டம். நின்று இலகு - விளங்குகின்ற. வாயிலுடன் - முற்றத்துடன். மதிஅகடு தோய் - சந்திரனின் நடுப்பாகத்தைத் தொடுகின்ற. மாடம் - மாளிகை. கூடம் - வீடு. சிகரம் - கோபுரம். சந்திரகாந்தமணி - சந்திரகாந்தக் கல். முத்த நகையார் - முத்துப் போன்ற பற்களை உடைய மகளிர். மோகம் - ஆசை. நகப்படை - நகமாகிய ஆயுதம். நூழை கொண்ட கானம் - அடர்ந்த காடு. கரதலாமலகம் - (கர + தலம் + ஆமலகம்) - உள்ளங்கை நெல்லிக்கனி. சத்தம் அற - ஓசை இன்றி. சனகாதி - சனகன் முதலிய. துணிவு - கொள்கை. முத்தமிழ் - இயல், இசை, நாடகம் என்னும் மூன்றுவகைத் தமிழ்.

பொழிப்புரை:

எங்கும் நிறைந்த, எல்லையற்ற உண்மை அறிவு இன்பப் பிழம்பாகிய சிவமே!

மதம் பொருந்திய யானை போன்ற கரிய நிறமுடைய மேகக்கூட்டமானது வாயிலில் வந்து தங்கவும்; சந்திரனின் நடுப்பகுதியைச் சென்று தொடும் உயர்ந்த மாளிகை, வீடு, கோபுரம் ஆகிய இவற்றின் உச்சியில் சந்திரகாந்தக் கல் பதிக்கப்பட்டிருக்கவும்; அந்த நிலா முற்றத்தில் இயல், இசை, நாடகம் என முத்தமிழும் முழங்கவும்; அங்கே முத்துப் போன்ற பற்களை உடைய மகளிரோடு முத்து முத்தாய்ச் சொற்கள் பேசி அளவளாவி, மோகத்தில் அழுந்திக் கிடப்பதும், ஆகிய இவற்றால் என்ன பயன்?

யோக நெறியினைக் கடைபிடித்து, மூச்சை அடக்கி, உள்ளே அடைத்துவைத்து, கையில் நகமாகிய ஆயுதமுடன் புலி, சிங்கம், கரடி முதலியன திரியும் காட்டின் உள்ளேயும் மலைஉச்சியில் உள்ள குகையின் உள்ளேயும் இருந்து, பயிற்சி செய்து என்ன பயன்?

உள்ளங்கை நெல்லிக்கனி போலத் தெற்றென விளங்குமாறு, ஓசையின்றி மௌன நிலையில் நின்றவர்கள் உய்வு பெறுவார்கள் என்பது சனகன் முதலிய முனிவர்கள் கொண்ட கொள்கை அன்றோ?

..106..

கைத்தலம் விளங்கும்ஒரு நெல்லிஅம் கனிஎனக்
கண்டவே தஆகமத்தின்
காட்சிபுரு ஷார்த்தம்;அதில் மாட்சிபெறும் முக்தி;அது
கருதின்அனு மானம்ஆதி
யுக்திபல வாம்;நிர் விகற்பம்மேல் இல்லையால்
ஒன்றோடு இரண்டுஎன்னவோ
உரையும்இலை, நீயும்இலை, நானும்இலை என்பதும்
உபாயம்;நீ உண்டு,நானும்
சித்தர்உளன், நான்இல்லை எனும்வசனம் நீஅறிவை;
தெரியார்கள் தெரியவசமோ?
செப்புகே வலநீதி ஒப்புஉவமை அல்லவே;
சின்முத்தி ராங்கமரபில்
சத்தம்அற எனைஆண்ட குருமௌனி கையினால்
தமியனேற்கு உதவுபொருளே;
சர்வபரி பூரண அகண்டதத் துவம்ஆன
சச்சிதா னந்தசிவமே! 7

அருஞ்சொற்பொருள்:

காட்சி - கொள்கை. புருஷார்த்தம் - அறம் பொருள் இன்பம் வீடு என்னும் உறுதிப் பொருள்கள் நான்கு எனல். மாட்சி - சிறப்பு. முத்தி - வீடு பேறு. அனுமானம் - கருதல் அளவை. உத்தி - பொருந்துமாறு. நிருவிகற்பம்- பகுப்பின்மை. உபாயம் - தந்திரம். தெரிய வசமோ - தெரிய வாய்ப்பு உண்டோ. கேவல நீதி - வீட்டு நெறி. சின்முத்திராங்கம் - அறிவு அடையாள உறுப்பு. சத்தம் அற - சொல்லற.

பொழிப்புரை:

எங்கும் நிறைந்த, எல்லையற்ற, உண்மை அறிவு இன்பப் பிழம்பாகிய சிவமே!

உள்ளங்கை நெல்லிக்கனிபோல வேதம், ஆகமம் ஆகிய நூல்கள் மூலம் தெரிந்துகொள்ள வேண்டிய உறுதிப் பொருள்கள் நான்கு உண்டு. அவை: அறம், பொருள், இன்பம், வீடு என்பன. இந்நான்கனுள்ளும் மேன்மை யுடையது முத்தி எனப்படும் வீடேயாகும். அதுகுறித்து எண்ணிப் பார்க்கும்போது அனுமான அளவை முதலான உத்தி பலவற்றுள்ளும் நிருவிகற்பம் என்னும் பகுப்பின்மை இல்லை ஆகையால், ஒன்றொடு ஒன்று ஆக இரண்டு என்னும் நிலை அங்கு இல்லை. நீ வேறாகவும் நான் வேறாகவும் இல்லை என்பதும் ஒரு தந்திரமே. நீ உண்டு, நானும் சித்தத்தளவில் உளன்; எனவே நான் இல்லை என்று சொல்லும் சொல்லின் உண்மையை நீ அறிவாய்!

இதனை அறியாதவர்கள், என்றேனும் அறிந்துகொள்ள வாய்ப்புள்ளதோ? வீட்டுநெறி ஒப்புவமை கூற முடியாதது ஆயிற்றே! அறிவின் அடையாளமாக சின்முத்திரை காட்டி ஆட்கொள்ளும் மரபில், ஓசையின்றி என்னை ஆட்கொண்ட மௌனகுருவின் கையினால் ஆதரவின்றித் தனித்திருந்த எனக்கு உதவிசெய்த முதற்பொருள் அல்லவா நீ!

..107..

காயாத மரமீது கல்லேறு செல்லுமோ?
 கடவுள்நீ யாங்கள்அடியேம்;
கர்மபந் தத்தினால் ஜன்மபந் தம்பெறக்
 கற்பித்தது உன்னதுஅருளே;
வாயார உண்டபேர் வாழ்த்துவது நொந்தபேர்
 வைவதுவும் எங்கள்உலக
வாய்பாடு; நிற்கநின் வைதிக ஒழுங்குநினை
 வாழ்த்தினால் பெறுபேறுதான்

ஓயாது பெறுவர்என முறையிட்ட தால்பின்னர்
உளறுவது கர்மம்அன்றாம்;
உபயநெறி ஈதுஎன்னின் உசிதநெறி எந்தநெறி?
உலகிலே பிழைபொறுக்கும்
தாயான கருணையும் உனக்குஉண்டு; எனக்குஇனிச்
சஞ்சலம் கெட அருள்செய்வாய்;
சர்வபரி பூரண அகண்டதத் துவம்ஆன
சச்சிதா னந்தசிவமே! 8

அருஞ்சொற்பொருள்:

அடியேம் - அடிமைகள். கன்ம பந்தம் - வினைத் தொடர்பு. ஜன்ம பந்தம் - பிறவித் தொடர்பு. உலக வாய்பாடு - உலக வழக்கம். உளறுவது - பிதற்றுவது. உபய நெறி - இரண்டு நெறி. உசித நெறி - உகந்த நெறி. சஞ்சலம் - கவலை.

பொழிப்புரை:

எங்கும் நிறைந்த, நிலையற்ற, உண்மை அறிவு இன்பப் பிழம்பாகிய சிவமே!

காய்க்காத மரத்துக்கு கல்லடி உண்டோ? நீ கடவுள்; நாங்கள் உமது அடிமைகள். வினைக்கு ஈடாக பிறப்பைத் தந்தது நினது திருவருளின் செயலே ஆகும். பசியார உண்டவர்கள் வாழ்த்துவதும், உண்ணாதவர் வைவதும் எங்கள் உலக வழக்கமே ஆகும். நிற்க.

நினது மறைநூல் நெறியினைப் பின்பற்றி, நின்னை வாழ்த்தினால் பெரும்பேறு பெறலாம்; அதனை விடுத்து வேறு வகையால் குறை கூறுவது நற்செயல் ஆகாது.

வாயார வாழ்த்துவதும், நோவதும் ஆக இரண்டு நெறி உண்டு என்னில், இதில் உகந்த நெறி, எந்த நெறி? இவ்வுலகில் உயிர்களின் பிழைகளைத் தாய்போல் இருந்து பொறுத்துக் கொள்ளும் இரக்கம் உனக்கு உண்டு; எனவே எனது மனக்கவலை தீர அருள் செய்வாயாக!

..108..

இன்னம் பிறப்பதற்கு இடம்என்னின் இவ்வுடலம்
இறவா திருப்பமூலத்து
எழும்அங்கி அமிர்துஒழுகும் மதிமண்ட லத்தில்உற,
என்அம்மை குண்டலினிபால்

பின்னம் பிறக்காது சேய்என வளர்த்திடப்
பேயேனை நல்கவேண்டும்;
பிறவாத நெறிஎனக்கு உண்டுஎன்னின் இம்மையே
பேசுகற் பூரதீபம்

மின்னும் படிக்குஅகண் டாகார அன்னைபால்
வினையேனை ஒப்புவித்து
வீட்டுநெறி கூட்டிடுதல் மிகவும்நன்று; இவைஅன்றி
விவகாரம் உண்டுஎன்னிலோ

தன்னந் தனிச்சிறியன் ஆற்றிலேன்; போற்றி,வளர்
சன்மார்க்க முக்திமுதலே!
சர்வபரி பூரண அகண்டதத் துவம்ஆன
சச்சிதா னந்தசிவமே! 9

அருஞ்சொற்பொருள்:

அங்கி - தீ. அமிர்து - அமுதம். மதிமண்டலம் - சகசிரதளம். பின்னம்- மீண்டும். சேய் - பிள்ளை. நல்க வேண்டும் - ஒப்படைக்க வேண்டும். விவகாரம் - பந்தபாசம். ஆற்றிலேன் - பொறுக்கமாட்டேன்.

பொழிப்புரை:

சன்மார்க்க முத்தி அருளும் முழுமுதற் பொருளே! எங்கும் நிறைந்த, நிலையற்ற, உண்மை அறிவு இன்பப் பிழம்பாகிய சிவமே!

அடியேனுக்கு மீண்டும் பிறப்பு உண்டு என்னில், இந்த உடல் இறவாதிருக்க, மூலாதாரத்தில் மூண்டு எழும் நெருப்பை, அமுதம் ஒழுகும் சந்திரமண்டலத்துக்குக் கொண்டு சென்று, அங்கு எனது தாய் குண்டலி சத்தியிடம் மீண்டும் பிறக்காத பிள்ளையாக வளருமாறு, பேய்க்குணம் உடைய என்னை ஒப்படைக்க வேண்டும்.

மீண்டும் பிறவியில் வராத நெறி எனக்கு உண்டு என்னின்; இப்பிறப்பிலேயே புகழ்ந்து பேசப்படுவதும், கற்பூர தீபம் போல் சுடர் விடுவதும், எங்கும் நிறைந்து விளங்குவதும் ஆகிய தன்மையுடைய திருவருட் சத்தியிடத்தில் வினை நிரம்பிய என்னை ஒப்படைத்து, வீட்டுநெறியில் கொண்டு சேர்த்தல் மிகவும் நல்லது.

இவைதவிர வேறு பந்தம் ஏதேனும் உண்டு என்றால், தனித்து இருக்கும் அறிவில் சிறியவனாகிய நான் பொறுக்க மாட்டேன்.

..109..

வேதாவை இவ்வணம் விதித்ததுஏது என்னின்,உன்
வினைப்பகுதி என்பன்,அந்த
வினைபேச அறியாது, நிற்கஇவை மனதால்
விளைந்ததால் மனதைநாடில்

போதமே நிற்கும்;அப் போதத்தை நாடிலோ
போதமும்நின் னால்விளக்கம்;
பொய்அன்று; தெய்வமறை யாவுமே நீஎன்று
போக்குவரவு அறநிகழ்த்தும்;

ஆதார ஆதேயம் முழுதும்நீ ஆதலால்
அகிலமீது என்னைஆட்டி
ஆடல்கண் டவனும்நீ; ஆடுகின் றவனும்நீ;
அருளும்நீ; மௌனஞான

தாதாவும் நீ;பெற்ற தாய்தந்தை தாமும்நீ;
தமரும்நீ; யாவும்நீகாண்;
சர்வபரி பூரண அகண்டதத் துவம்ஆன
சச்சிதா னந்தசிவமே! 10

அருஞ்சொற்பொருள்:

வேதா - பிரம்மா. விதித்து - படைத்தது. வினைப்பகுதி - வினையின் கூறு. போதம் - அறிவு. நினால் - நின்னால். தெய்வமறை - தெய்வத்

தன்மையுடைய திருமறைகள். ஆதாரம் - தாங்குவது. ஆதேயம் - தாங்கப்படுவது. தாதா - கொடுப்பவன். தமர் - உறவினர்.

பொழிப்புரை:

எங்கும் நிறைந்த, எல்லையற்ற, உண்மை அறிவு இன்பப் பிழம்பாகிய சிவமே!

பிரம்மாவிடம் சென்று, என்னை ஏன் இவ்வாறு படைத்தாய்? என வினவின், அவனோ, உன் வினையின் படி படைத்தேன் என்கிறான். அந்த வினையோ அறிவற்ற பொருள் ஆகையால், அது பேசுவதில்லை. வினை மனத்தால் நிகழ்கிற ஒன்று என்பதால், மனத்திடம் வினவலாம் என அதை நாடின், அது அறிவால் நிகழ்ந்தது எனக் கூறுகிறது. அந்த அறிவோ உன்னால் விளக்கம் பெறுகிறது. இது பொய்யாகாது. ஏனெனில் மறை நூல்கள் நீதான் காரணம் என்பதை உறுதியாக எடுத்துரைக்கின்றன. தாங்குபவனும் தாங்கப் பெறுபவனும் ஆக முழுவதும் நீயே ஆகையால், உலகின்மீது என்னை ஆட்டிப் படைத்து, அந்த ஆட்டத்தைக் காண்பவனும் நீ; ஆடுகின்றவனும் நீ; அருள் செய்பவனும் (திருவருளும்) நீ; மௌனமாய் இருந்து ஞானத்தை வாரி வழங்கும் வள்ளலும் நீ; பெற்ற தாயும் தந்தையும் நீ; உறவும் நீ; எல்லாமும் நீயேதான்.

..110..

கொந்துஅவிழ் மலர்ச்சோலை நல்நீழல் வைகினும்;
குளிர்தீம் புனல்கைஅள்ளிக்
கொள்ளுகினும்; அந்நீ ரிடைத்திளைத்து ஆடினும்;
குளிர்சந்த வாடைமடவார்
வந்துஉலவு கின்றதுஎன முன்றிலிடை உலவவே
வசதிபெறு போதும்;வெள்ளை
வட்டமதி பட்டப் பகல்போல நிலவுதர
மகிழ்போதும்; வேலைஅமுதம்

விந்தைபெற அறுசுவையில் வந்ததுஎன அமுதுஉண்ணும்
வேளையிலும்; மாலைகந்தம்
வெள்ளிலை அடைக்காய் விரும்பிவேண் டியவண்ணம்
விளையாடி விழிதுயிலினும்;
சந்ததமும் நின்அருளை மறவா வரம்தந்து
தமியேனை ரக்ஷைபுரிவாய்;
சர்வபரி பூரண அகண்டதத் துவம்ஆன
சச்சிதா னந்தசிவமே! 11

அருஞ்சொற்பொருள்:

கொந்து - கொத்து. நீழல் - நிழல். வைகினும் - தங்கினாலும். சந்த வாடை - சந்தன மணம். வேலை - கடல். வெள்இலை - வெற்றிலை. அடைக்காய் - பாக்கு. விளையாடி - இன்புற்று. ரட்சை - காவல்.

பொழிப்புரை:

எங்கும் நிறைந்த, எல்லையற்ற, உண்மை அறிவு இன்பப் பிழம்பாகிய சிவமே!

கொத்தாக மலர்கள் மலர்ந்து காணப்படும் சோலையினது நல்ல நிழலில் தங்கி இருந்தாலும்; குளிர்ந்த இனிமையான நீரைக் கையினால் அள்ளிப் பருகினாலும்; அந்நீர் நிலையில் இறங்கிக் குளித்து, விளையாடி மகிழ்ந்தாலும்; பெண்கள் நடமாடுவதுபோல குளிர்ந்த சந்தன மணம் வீட்டு முற்றத்தில் வீச, அதனை நுகரும் வாய்ப்பினைப் பெற்றாலும்; வெள்ளைநிற வட்டவடிவு நிலவு பகல் போல் ஒளிவீச, அதனால் மகிழ்வுற்றாலும்; திருபாற் கடலில் இருந்து வெளிப்பட்ட அமுதமே, அறுசுவை உணவாக வந்தது எனும்படி, சுவையான உணவினை உண்ணும் வாய்ப்பினைப் பெற்றாலும்; மலர் மாலை அணிந்து, நறுமணப் பொருள்களை உடம்பில் பூசி, வெற்றிலை பாக்கு ஆகிய இவற்றை மென்று, இன்புற்றுப் பின்னர் உறக்கம் கொண்டாலும்;

எப்பொழுதும் நினது திருவருளை மறவாது இருக்க வரம் தந்து, தனியனாகிய என்னைக் காத்து அருள்புரிவாயாக!

12. தேஜோ மயானந்தம்

..111..

மருமலர்ச் சோலைசெறி நல்நீழல் மலைஆதி
மன்னும்முனி வர்க்குஏவலாய்,
மந்த்ரமா லிகைசொல்லும் இயமநிய மாதியாம்
மார்க்கத்தில் நின்றுகொண்டு,

கருமருவு காயத்தை நிர்மலமது ஆகவே
கமலாச னாதிசேர்த்துக்,
காலைப்பிடித்து, அனலை அம்மைகுண் டலிஅடிக்
கலைமதியி னூடுதாக்கி,

உருகிவரும் அமிர்தத்தை உண்டுஉண்டு, உறங்காமல்
உணர்வான விழியைநாடி,
ஒன்றோடு இரண்டுஎனச் சமரச சொரூபசுகம்
உற்றிட,என் மனதின்வண்ணம்

திருவருள் முடிக்கஇத் தேகமொடு காண்பனோ?
தேடரிய சத்துஆகிஎன்
சித்தமிசை குடிகொண்ட அறிவுஆன தெய்வமே!
தேஜோ மயானந்தமே! 1

அருஞ்சொற்பொருள்:

மரு - மணம். செறி - அடர்ந்த. காயம் - உடம்பு. நிர்மலம் - மலமற்றது. கமலாசனம் - பத்மாசனம். கால் - காற்று, பிராணன். கலைமதி - பதினாறு கலைகளுடன் கூடிய சந்திரன். உணர்வான விழி - ஞானக்கண். சத்து ஆகி - நிலையான இருப்பு ஆகி. தேசோமய - ஒளியுடன் கூடிய. ஆனந்தம் - பேரின்பம்.

பொழிப்புரை:

தேடுதற்கு அரிய, நிலையான இருப்பாகி, எனது சித்தத்தில் குடிகொண்ட, அறிவுமயமான கடவுளே! ஒளியுடன் விளங்கும் பேரின்பமே!

மணமலர்கள் நிறைந்து காணப்படும் சோலையின் அடர்ந்த நல்ல நிழலிலும், மலை முதலிய இடங்களிலும் தங்கி இருக்கும் முனிவர்களுக்குப் பணிவிடை செய்து; 'மந்த்ர

மாலிகை' என்னும் நூலில் சொல்லப்பட்ட இயமம், நியமம் முதலியவாக விளங்கும் அட்டாங்க யோக நெறியில் நின்றுகொண்டு, கருவில் தங்கிப் பிறந்த உடம்பை மலமற்ற தேகமாக மாற்ற, பத்மாசனம் முதலிய ஆசனத்து இருந்து, பிராணனைக் கட்டுப்படுத்தி, மூலாதாரத்தில் அனலை உண்டுபண்ணி, அம்மை குண்டலினியை பதினாறு கலைகளுடன் விளங்கும் சந்திரமண்டலத்தில் மோதச் செய்து, அங்கு ஊறும் அமுதத்தை உண்டு, உறங்காமல் இருந்து, ஞானக்கண் கொண்டு பார்த்து, ஒன்று என்னாமலும், இரண்டு என்னாமலும், பொதுத்தன்மை கண்டு, என் எண்ணத்தின் படி இன்பம் பெறும் ஒரு நிலையைத் திருவருள் தந்து அருளுவதை, இவ்வுடம்பு இருக்கும் காலத்திலேயே கண்டு அனுபவிப்பேனோ?

..112..

இப்பிறவி என்னும்ஓர் இருள்கடலில் மூழ்கி,நான்
என்னும்ஒரு மகரவாய்ப்பட்டு,
இருவினை எனும்திரையின் எற்றுண்டு, புற்புதம்
எனக்கொங்கை வரிசைகாட்டும்

துப்புஇதழ் மடந்தையர் மயல்சண்ட மாருதச்
சுழல்வந்து வந்துஅடிப்பச்,
சோராத ஆசையாம் கான்ஆறு வான்நதி
சுரந்ததுஎன மேலும்ஆர்ப்பக்,

கைப்பரிசு காரர்போல் அறிவுஆன வங்கமும்
கைவிட்டு மதிமயங்கிக்,
கள்ளவங் கக்காலர் வருவர்என்று அஞ்சியே
கண்அருவி காட்டும்எளியேன்,

செப்பரிய முக்தியாம் கரைசேர வும்கருணை
செய்வையோ? சத்துஆகிஎன்
சித்தமிசை குடிகொண்ட அறிவுஆன தெய்வம!
தேஜோ மயானந்தமே! 2

அருஞ்சொற்பொருள்:

மகரம் - சுறாமீன். திரை - அலை. எற்றுண்டு - அலைப்புண்டு. புற்புதம் - நீர்க்குமிழி. துப்பு - பவழம். சண்ட மாருதம் - சூறைக்காற்று. கைப்பரிசு - சிறிய தோணி. வங்கம் - கப்பல். காலர் - எமதூதர்.

பொழிப்புரை:

தேடுதற்கு அரிய, நிலையான இருப்பாகி, எனது சித்தத்தில் குடிகொண்ட அறிவுமயமான கடவுளே!

இந்தப் பிறவி எனப்படும் இருண்ட கடலில் மூழ்கி; 'நான்' என்னும் ஒரு சுறாமீனின் வாயில் அகப்பட்டு; இருவினை என்னும் அலைகளால் மொத்துண்டு; நீர்க் குமிழிபோல் தோன்றி மறையும், முலைஅழகு காட்டும் பவளம்போல் சிவந்த உதட்டினை உடைய மகளிர் இன்பமாகிய சூறைக்காற்று சுழன்று வந்துவந்து வீச; குறைவுபடாத ஆசையாகிய காட்டாறு, ஆகாய கங்கை சொரிவதுபோல, மேலும் வந்து ஆரவாரம் செய்ய; சிறிய தோணிக்காரன்போல் மூதறிவு என்னும் பெரிய கப்பலை நழுவவிட்டு; அறிவு மயங்கி, கள்ளக் கப்பலாய் எமதூதர் வருவர் என்று பயந்து; கண்களில் அருவிபோல் நீர் பொழிய நிற்கும் எளியேனை, சொல்லுதற்கு அருமை உடைய முத்தி ஆகிய கரையில் கொண்டு சேர்க்க, அருள் செய்வாயோ?

(பிறவி கடலாகவும், செருக்கு சுறாமீனாகவும், இரு வினைகள் அலைகளாகவும், மாதர்இன்பம் சூறைக் காற்றாகவும், ஆசை காட்டாறாகவும், மூதறிவு கப்பலாகவும், எமதூதர் திருட்டுக் கப்பலாகவும், முத்தி கரையாகவும் உருவகம் செய்யப்பட்டுள்ள நயம் காண்க).

..113..

தந்தைதாய் தமர்தாரம் மகவுஎன்னும் இவைஎலாம்
சந்தையில் கூட்டம்,இதிலோ
சந்தேகம் இல்லை,மணி மாடம்மா ளிகைமேடை
சதுரங்க சேனையுடனே

வந்ததுஓர் வாழ்வும்ஓர் இந்த்ரஜா லக்கோலம்;
வஞ்சனை பொறாமைலோபம்
வைத்தமன மாம்கிருமி சேர்ந்தமல பாண்டமோ
வாஞ்சனை இலாதகனவே;

எந்தநா ளும்சரி எனத்தேர்ந்து தேர்ந்துமே
இரவுபகல் இல்லாஇடத்து
ஏகமாய் நின்றநின் அருள்வெள்ளம் மீதிலே
யான்என்பது அறவும்மூழ்கிச்

சிந்தைதான் தெளியாது சுழலும்வகை என்கொலோ?
தேடரிய சத்துஆகிஎன்
சித்தமிசை குடிகொண்ட அறிவுஆன தெய்வமே!
தேஜோ மயானந்தமே! 3

அருஞ்சொற்பொருள்:

தமர் - சுற்றத்தார். தாரம் - மனைவி. சதுரங்க சேனை - நால்வகைப் படை. (அவை: யானை, குதிரை, தேர், காலாள் என்பன) உலோபம் - ஈயாமை. வாஞ்சனை - விருப்பம் கொள்ளுதல்.

பொழிப்புரை:

தேடுதற்கரிய, நிலையான இருப்பாகி, எனது சித்தத்தில் குடிகொண்ட அறிவுமயமான கடவுளே! ஒளியுடன் விளங்கும் பேரின்பமே!

தந்தை, தாய், உறவினர், மனைவி, பிள்ளைகள் என்னும் இவை அனைத்தும் சந்தையில் கூடும் கூட்டம்போல் கலைந்து செல்லும் தன்மையுடையது; இதில் எந்தவித ஐயமும் கொள்ளவேண்டா; அழகிய மாளிகை, மண்டபம், உப்பரிகை, நால்வகைப் படைகள் என இவற்றுடன் வாழும் பெருவாழ்வும் ஒரு கண்கட்டு வித்தைபோல் ஏமாற்றும் தன்மை உடையதுவே; வஞ்சனை, பொறாமை, உலோபம் ஆகியவை தங்கிய மனமெனும் புழு தங்கி இருக்கும் அழுக்கைச் சுமக்கும் உடல் எனிலோ, அதுவும் விருப்பம் கொள்ளுதற்கு இயலாத கனவு போன்றது ஆகும்.

எப்பொழுதும், வாழ்வையும் தாழ்வையும் சமமாகக் கண்டு, இரவுபகல் அற்ற வெளியில், ஏகமாய் நிற்கும்

நினது திருவருள் வெள்ளத்தில், 'யான்' என்னும் நினைப்பு அற மூழ்கி, சிந்தை தெளிவு பெறாது, மனமானது சுழல்வது எதனாலோ?

..114..

ஆடாமல் ஓய்ந்திட்ட பம்பரம் போல்விசை
அடங்கிமனம் வீழ,நேரே
அறியாமை ஆகின்ற இருள்அகல இருள்ஒளியும்
அல்லாது இருந்தவெளிபோல்
கோடாது எனைக்கண்டு எனக்குள்நிறை சாந்தவெளி
கூடிஇன் பாதீதமும்
கூடினே னோ;சரியை கிரியையில் முயன்றுநெறி
கூடினேனோ அல்லன்யான்
ஈடாக வேஆறு வீட்டினில் நிரம்பியே
இலகிவளர் பிராணன்என்னும்
இருநிதி யினைக்கட்டி யோகபரன் ஆகாமல்
ஏழைக் குடும்பனாகித்
தேடாது அழிக்கஒரு மதிவந்தது என்கொலோ?
தேடரிய சத்துஆகிஎன்
சித்தமிசை குடிகொண்ட அறிவுஆன தெய்வமே!
தேஜோ மயானந்தமே! 4

அருஞ்சொற்பொருள்:

ஓய்தல் - முடிதல். விசை - ஆற்றல். கோடாது - பிழையாது. இன்பாதீதம் - மேலான இன்பம். சாந்தம் - அமைதி. வெளி - ஆகாயம். ஆறு வீடு - ஆறு ஆதாரமாகிய இடம். இருநிதி - இடகலை பிங்கலை என்னும் இரண்டு செல்வம். யாகபரன் - யோகப்பயிற்சியில் மேலாய் விளங்குபவன். தேடாது - ஈட்டாது. அழிக்க - செலவு செய்ய.

பொழிப்புரை:

தேடுதற்கரிய, நிலையான இருப்பாகி, எனது சித்தத்தில் குடிகொண்ட அறிவுமயமான கடவுளே! ஒளியுடன் விளங்கும் பேரின்பமே!

(சுழன்று) பின்னர் சுழல்வதை நிறுத்திக்கொண்ட பம்பரம் போல ஆற்றலானது அடங்கி மனம் சோர, நேரே அறியாமை எனப்படும் இருளானது விலக, இருளும் ஒளியும் (இரவும் பகலும்) இல்லாத அறிவுப் பெரு வெளி போல பிழையற என்னைத் திருவருளால் கண்டு, என்னுள் நிறைந்து நீங்காது நிற்கும் அமைதிப் பெரு வெளியினைச் சார்ந்து, மேலான இன்பம் கைகூடப் பெற்றேனோ? அல்லது சரியை, கிரியை முதலிய நெறிகளில் முயன்று, முன்னேறினேனோ? இவை எவற்றையும் நான் செய்யவில்லை.

அல்லது இவற்றுக்கு மாற்றாக, இடகலை, பிங்கலை எனப்படும் இரு மூக்குத் துளையின் வழி வெளியேறும் பிராணனை கட்டுப்படுத்தி, ஆறு ஆதாரங்களில் நிறுத்தி, யோகநெறியில் மேலாய் விளங்கும் சாதனை செய்தேனோ? அதுவும் இல்லை;

இவற்றை எல்லாம் விட்ட நான், ஒரு வறிய குடும்பஸ்தன் ஆகி, செல்வத்தைத் தேடிச் சேர்ப்பதை விட்டு, செலவு மட்டும் செய்யும் புத்தி உடையவனாய் இருக்கிறேன்; இந்த அறிவு எதனால் வந்ததோ? (சரியை, கிரியை, யோகம், ஞானம் என்னும் நான்கு நெறியிலும் புதிதாக ஏதும் செய்யாமலும், பழைய புண்ணியத்தை எடுத்து செலவு செய்பவனாயும் இருந்துவிட்டதாக வருந்துகிறார்).

..115..

பாடாது பாடிப் படித்து,அளவு இல் சமயமும்
பஞ்சுபடு சொல்லன்இவனைப்
பார்மினோ பார்மினோ என்றுசபை கூடவும்
பரமார்த்தம் இதுஎன்னவே
ஆடாதும் ஆடி,நெஞ்சு உருகிநெக்கு ஆடவே
அமலமே, ஏகமே,எம்
ஆதியே,ஜோதியே, எங்குநிறை கடவுளே,
அரசே எனக்கூவிநான்

வாடாது வாடும்என் முகவாட்ட மும்கண்டு
வாடா எனக்கருணைநீ
வைத்திடா வண்ணமே சங்கேத மாஇந்த
வன்மையை வளர்ப்பித்ததுஆர்?
தேடாது தேடுவோர் தேட்டற்ற தேட்டமே,
தேடரிய சத்துஆகிஎன்
சித்தமிசை குடிகொண்ட அறிவுஆன தெய்வமே!
தேஜோ மயானந்தமே! 5

அருஞ்சொற்பொருள்:

பஞ்சு படு சொல்லன் - பஞ்சுபோல் வலிமை இல்லாத சொல் பேசுபவன். பரமார்த்தம் - மிகவும் மேலான பொருள். அமலம் - மல மற்றது. ஏகமே - ஒன்றே. சங்கேதம் - தீய ஆலோசனை. வன்மை - அரக்கத்தனம். தேடாது தேடுவோர் - புறத்தே தேடாது அகத்தே தேடுவோர். தேட்டற்ற தேட்டமே - தேடிப் பெற முடியாத செல்வமே.

பொழிப்புரை:

தேடுதற்கரிய, நிலையான இருப்பாகி, எனது சித்தத்தில் குடிகொண்ட அறிவுமயமான கடவுளே! ஒளியுடன் விளங்கும் பேரின்பமே! புறத்தே தேடாது அகத்தே தேடுவார்க்கு தேட அரிய செல்வமே!

பாடுவதற்கு உரிமையில்லாத பாடல்களைப் பாடியும், அவை போன்றவற்றைப் படித்தும் வைத்துள்ள பல சமயத்தைச் சேர்ந்தோரும், 'பஞ்சுபோல் வல்லமை இல்லாத சொற்களைப் பேசுகிறான், இவனைப் பாருங்கள்!' என்று கூவி அழைக்க, சபை கூடுவதுபோல மக்கள் கூடவும், 'மேலான பொருள் இதுவே' என்று, வெளிமுகமாக ஆடாது, அகமுகமாக ஆடி, நெஞ்சு நெகிழ்ந்து உருக,

'மலமற்ற பொருளே! தனித்து நிற்கும் பொருளே! எமக்கு மூலமே! ஒளிப்பிழம்பே! எங்கும் நிறைந்து விளங்கும் கடவுளே! அரசே! என்று கூவி அழைத்து,

புறத்தே வாடாது, அகத்தே வாடும் என் வாட்டத்தை முகத்தளவில் கண்டு, 'என் அருகில் வாடா!' என அழைத்து, என்மீது இரக்கம் காட்டாதபடி தீய ஆலோசனை கூறி, உன்னிடம் இந்த அரக்கத்தனத்தை வளர்த்துவிட்டவர் யார்?

..116..

பிறியாத தண்ணருள் சிவஞானி யாய்வந்து
பேசரிய வாசியாலே
பேரின்ப உண்மையை அளித்தனை;என் மனது அறப்
பேரம்ப லக்கடவுளாய்
அறிவாய் இருந்திடும் நாதஒலி காட்டியே
அமிர்தப்ர வாகசித்தி
அருளினை; அலாதுதிரு அம்பலமும் ஆகிஎனை
ஆண்டனை;பின் எய்திநெறியாய்க்
குறிதான் அளித்தனை;நல் மரஉரிகொள் அந்தணக்
கோலமாய் அஜபாநலம்
கூறினபின் மௌனியாய்ச் சும்மா இருக்கநெறி
கூட்டினை; எலாம்இருக்கச்
சிறியேன் மயங்கிமிக அறிவுஇன்மை ஆவனோ?
தேடரிய சத்துஆகிஎன்
சித்தமிசை குடிகொண்ட அறிவுஆன தெய்வமே!
தேஜோ மயானந்தமே! 6

அருஞ்சொற்பொருள்:

பிறியாத - பிரியாத, விட்டு நீங்காத. வாசியாலே - யோக தாரணையாலே. பேரம்பலக் கடவுள் - ஞானாகாசக் கடவுள். அமிர்தப்ரவாகம் - அருள் அமுத வெள்ளப்பெருக்கு. குறி - இலக்கு. அஜபா - செபிக்கப்படாதது.

பொழிப்புரை:

தேடுதற்கரிய, நிலையான இருப்பாகி, எனது சித்தத்தில் குடிகொண்ட அறிவுமயமான கடவுளே! ஒளியுடன் விளங்கும் பேரின்பமே!

விட்டு நீங்காத, குளிர்ந்த, திருவருள் பெற்ற சிவஞானியாக எழுந்தருளி, சொல்ல அருமை உடைய வாசி யோகத்தால் பேரின்ப உண்மையைக் காட்டிக் கொடுத்தாய்! என் மனம் இறந்துபடுமாறு, பேரம்பலக் கடவுளாய், அறிவு

சொரூபமாய் இருந்து நாதஒலி கேட்பித்து, அருள் அமுதமாகிய வெள்ளப் பெருக்கினை நுகரும் சித்தியை அருளிச் செய்தாய். அதுவன்றி, திருஅம்பலமாக நின்று, என்னை ஆட்கொண்டாய். அதன்பின் எனக்கென ஓர் இலக்கினையும் வரையறை செய்தாய்.

நல்ல மரப்பட்டையை ஆடையாக உடுத்து, அந்தணக் கோலத்தில் வந்து, செபிக்காமல் செபிக்கும் அசபா மந்திரத்தின் பெருமையையும் கூறிப் பிறகு சும்மா இருக்கும் ஒரு நெறியையும் கூட்டுவித்து அருள் செய்தாய்.

இவை அனைத்தும் பெற்றிருக்கச் சிறியேன் அறிவு மிக மயங்கி அறிவில்லாத பேதை ஆவேனோ?

..117..

ஆர்ஆர் எனக்குஎன்ன போதித்தும் என்ன?என்
அறிவினை மயக்கவசமோ?
அண்டகோ டிகள்எலாம் கர்ப்பஅறை போலவும்
அடுக்குஅடுக் காஅமைத்துப்

பேராமல் நின்றபர வெளியிலே மனவெளி
பிறங்குவதுஅ லாது,ஒன்றினும்
பின்னம்உற மருவாது, நன்னயத் தால்இனிப்
பேரின்ப முக்திநிலையும்

தாராது தள்ளவும் போகாது,உ னால்அது
தள்ளினும் போகேன்யான்,
தடைஏதும் இல்லை,ஆண் டவன்அடிமை என்னும்இரு
தன்மையிலும் என்வழக்குத்

தீராது, விடுவதுஇலை, நடுவான கடவுளே;
தேடரிய சத்துஆகிஎன்
சித்தமிசை குடிகொண்ட அறிவுஆன தெய்வமே!
தேஜோ மயானந்தமே! 7

அருஞ்சொற்பொருள்:

கருப்ப அறை - கரு தங்கும் பை. பிறங்குவது - விளங்குவது. பின்னமுற - அழிய. நயம் - விருப்பம். தள்ளவும் போகாது - ஒதுக்கவும் முடியாது.

பொழிப்புரை:

நடுவுநிலை பிறழாத, தேடுதற்கரிய, நிலையான இருப்பாகி, எனது சித்தத்தில் குடிகொண்ட அறிவுமயமான கடவுளே! ஒளியுடன் விளங்கும் பேரின்பமே!

இனிமேல் யார் யார் வந்து என்ன என்ன போதித்தாலும், என் அறிவினில் மயக்கத்தை உண்டாக்க முடியாது. அண்டகோடிகள் அனைத்தையும் கருப்பப்பை போன்ற ஆகாயத்தில் அடுக்கடுக்காய் இருக்குமாறு செய்து, அசையாது நின்ற பரவெளியில், எனது மனவெளியும் சிறந்து நிற்குமே அல்லாமல், வேறு எதனோடும் ஓர் அழிவு உண்டாகுமாறு பொருந்தாது. நல்ல விருப்பத்தால் இனிப் பேரின்ப முத்தி நிலை தராது, ஒதுக்கிவிடவும் முடியாது.

அப்படி ஒருக்கால் ஒதுக்கிவிட்டாலும், நான் பிரிந்து போகமாட்டேன். 'நீ ஆண்டவன்; நான் உன் அடிமை!' என்ற இந்த இரு தன்மைக்கு வரும் இடையூறு ஏதும் இல்லை. இந்த வழக்கம் மாறப்போவதில்லை. மாற நான் விடவும் மாட்டேன்.

..118..

கந்துஉக மதக்கரியை வசமா நடத்தலாம்;
    கரடிவெம் புலிவாயையும்
கட்டலாம்; ஒருசிங்கம் முதுகின்மேல் கொள்ளலாம்;
    கண்செவி எடுத்துஆட்டலாம்;
வெந்தழலின் இரதம்வைத்து ஐந்துலோ கத்தையும்
    வேதித்து விற்றுஉண்ணலாம்;
வேறுஒருவர் காணாமல் உலகத்து உலாவலாம்;
    விண்ணவரை ஏவல்கொளலாம்;

சந்ததமும் இளமையொடு இருக்கலாம்; மற்றுஒரு
சரீரத்தினும் புகுதலாம்;
ஜலம்மேல் நடக்கலாம்; கனல்மேல் இருக்கலாம்;
தன்நிகர்இல் சித்திபெறலாம்;
சிந்தையை அடக்கியே சும்மா இருக்கின்ற
திறம்அரிது; சத்துஆகிஎன்
சித்தமிசை குடிகொண்ட அறிவுஆன தெய்வமே
தேஜோ மயானந்தமே 8

அருஞ்சொற்பொருள்:

கந்து - கட்டுத்தறி. உக - முரிய. மதகரி - மதயானை. வெம்புலி - கொடிய புலி. ஒரு - ஒப்பில்லாத. கட்செவி - கண்ணையே செவியாக உடைய பாம்பு. இரதம் - பாதரசம். ஐந்துலோகத்தையும் (ஐந்து + உலோகத்தையும்) - தாமிரம், இரும்பு போன்ற ஐந்து உலோகத்தையும். வேதித்து - வேற்று நிலையாக்கி. சந்ததமும் - எப்பொழுதும். சரீரம் - உடம்பு. ஜலம் - நீர். கனல் - நெருப்பு. நிகரில் - ஒப்பில்லாத. சித்தி - பேறு. சும்மா இருத்தல் - சிவனே என்று இருத்தல்.

பொழிப்புரை:

தேடுதற்கரிய, நிலையான இருப்பாகி, எனது சித்தத்தில் குடிகொண்ட அறிவுமயமான கடவுளே! ஒளியாய் விளங்கும் பேரின்பமே!

கட்டுத்தறியை முறிக்கும் அளவு வலிமை உடைய மத யானையை, நம் ஏவல் கேட்டு நடக்குமாறு செய்யலாம். கரடி, கொடிய புலி ஆகிய இவற்றின் வாயைக் கட்டி விடலாம். ஒப்பற்ற சிங்கம் ஒன்றின் முதுகில் ஏறிப் பயணிக்கலாம். பாம்பினை எடுத்து ஆட்டலாம்.

வெப்பத்தை உமிழும் நெருப்பில் பாதரசத்தை வைத்து கீழான ஐந்து உலோகங்களை வேற்றுநிலையாக்கி, மேலான உலோகமான தங்கமாக மாற்றி, அதனை விற்று, அந்த வருவாயில் உணவு உண்டு உயிர் வாழலாம். மற்றவர் கண்களுக்குப் புலப்படாவண்ணம் இந்த உலகில் ஒளிந்து உலாவலாம். தேவர்களை அடிமைப் படுத்தி, நாம் இடும் கட்டளையை அவர்கள் ஏற்று நடக்குமாறு செய்யலாம்.

எப்பொழுதும் இளமை மாறாமல் இருக்கலாம். மற்றவர் உடம்பில் நம்முடைய உயிரைப் புகச் செய்யலாம். நீர்மீது நடக்கலாம். நெருப்பின் நடுவில் இருக்கலாம். இப்படி ஒப்பில்லாத பல பேறுகளைப் பெறலாம்.

ஆனால் நம்முடைய மனதை அடக்கி, ஓரிடத்தில் சிவனே என்று இருப்பது மிகவும் அரிது.

..119..

எல்லாம் அறிந்தவரும், ஏதும்அறி யாதவரும்
இல்லைஎனும் இவ்வுலகமீது
ஏதும்அறி யாதவன் எனப்பெயர் தரித்துமிக
ஏழைக்குள் ஏழைஆகிக்,
கல்லாத அறிவில் கடைப்பட்ட நான்,அன்று
கையினால் உண்மைஞானம்
கற்பித்த நின்அருளின் உனக்குஎன்ன கைம்மாறு
காட்டுவேன் குற்றேவல்நான்,
அல்ஆர்ந்த மேனியொடு குண்டுகண், பிறைஎயிற்று,
ஆபாச வடிவம்ஆன
அந்தகா! நீஒரு பகட்டால் பகட்டுவது
அடாதுஅடா, காசுநம்பால்
செல்லா தடாஎன்று பேசவா யதுதந்த
செல்வமே! சத்துஆகிஎன்
சித்தமிசை குடிகொண்ட அறிவுஆன தெய்வமே
தேஜோ மயானந்தமே! 9

அருஞ்சொற்பொருள்:

தரித்து - தாங்கி. ஏழை - அறிவில்லாதவன். கையினால் - (சின்முத்திரை காட்டி) கையால். உண்மை ஞானம் - திருவடி உணர்வு. அல் - கருமை. குண்டு - குழிந்த. எயிறு - பல். ஆபாச வடிவம் - அருவருக்கத்தக்க உருவம். அந்தகன் - எமன். அடாது - தகாது. பகடு - எருமைக்கடா. பகட்டுவது - மிரட்டுவது.

பொழிப்புரை:

'பணம் காசு எல்லாம் நம்மிடம் செல்லாது' எனப் பேச எமனுக்கு வாயினைத் தந்து உதவிய எம் செல்வமே! தேடுதற்கரிய, நிலையான இருப்பாகி, எனது சித்தத்தில் குடிகொண்ட அறிவுமயமான கடவுளே! ஒளியாய் விளங்கும் பேரின்பமே!

'எல்லாம் அறிந்தவரும், ஏதுஒன்றும் அறியாதவரும் இல்லை' என்று சொல்லப்படும், இவ்வுலகின்மீது, 'ஒன்றும் அறியாதவன்' என்று பெயர் தாங்கி, மிகவும் அறிவில்லாதவனுக்கும் கீழ்ப்பட்ட அறிவில்லாதவனாகி, கல்வி கல்லாது, அறிவில் கடைப்பட்டு நின்ற நான், அன்று சின்முத்திரை காட்டிக் கையினால் திருவடி ஞானம் கற்பித்த நினது திருவருளுக்கு என்ன கைம்மாறு (பிரதி உபகாரம்) செய்யப் போகிறேன்?

கரியநிற உடம்பும், குழிவிழுந்த கண்களும், சந்திரப் பிறை போல் வளைந்த பற்களும் கொண்ட அருவருக்கத்தக்க தோற்றமுடைய எமதூதனே! நீ ஓர் எருமைக்கடாவின் மீதேறி வந்து, மிரட்டுவது தகாத செயலடா!

..120..

மின்போலும் இடைஒடியும் ஒடியும்என மொழிதல்போல்
  மென்சிலம்பு ஒலிகள்ஆர்ப்ப,
 வீங்கிப் புடைத்துவிழு சுமைஅன்ன கொங்கைமட
  மின்னார்கள் பின்ஆவலாய்
என்போல் அலைந்தவர்கள் கற்றார்கள் கல்லார்கள்
  இருவர்களில் ஒருவர் உண்டோ?
 என்செய்கேன் அம்மம்ம! என்பாவம் என்கொடுமை
  ஏதுஎன்று எடுத்து மொழிவேன்,
அன்பால் வியந்துஉருகி, அடிஅற்ற மரம் என்ன
  அடியிலே வீழ்ந்துவீழ்ந்து,எம்
 அடிகளே உமதுஅடிமை யாங்கள்எனும் நால்வருக்கு
  அறம்ஆதி பொருள்உரைப்பத்

தென்பாலின முகம்ஆகி வடஆல் இருக்கின்ற
 செல்வமே! சத்துஆகிஎன்
சித்தமிசை குடிகொண்ட அறிவுஆன தெய்வமே
 தேஜோ மயானந்தமே!

அருஞ்சொற்பொருள்:

சிலம்பு - காலில் அணியும் ஒருவகை அணிகலன். ஆர்ப்ப - ஒலிப்ப. வீங்கி - பெருத்து. மட மின்னார்கள் - இளமை பொருந்திய மகளிர். எம் அடிகளே - எமது கடவுளே. நால்வருக்கு - சனகன், சனந்தனன், சனாதனன், சனற்குமாரன் என்னும் நான்கு முனிவர்களுக்கு. அறம் ஆதி - அறம் முதலிய நான்கு (அறம், பொருள், இன்பம், வீடு). வடஆல் - பெரிய ஆலமரம் (இச்சி மரம்).

பொழிப்புரை:

அன்பு மீதூர, வியந்து உருகி, அடியற்ற மரம்போல திருவடியிலே பலமுறை விழுந்து, 'எம் கடவுளே! உமது அடிமைகள் நாங்கள்!' என்று கூறிய சனகர் முதலிய முனிவர்கள் நால்வருக்கும் அறம் முதலிய உறுதிப் பொருள்கள் நான்கினையும் தென்முகக் கடவுளாய் கல்லால மரத்தின்கீழ் இருந்து உபதேசித்த செல்வமே! தேடுதற்கு அரிய, நிலையான இருப்பாகி, எனது சித்தத்தில் குடிகொண்ட அறிவுமயமான கடவுளே! ஒளியாய் விளங்கும் பேரின்பமே!

மின்னல் போன்ற மெல்லிய இடை 'ஒடியும் ஒடியும்!' என்று சொல்லுவதுபோல மெல்லிய சிலம்பு ஆரவாரம் செய்ய, பருத்துப் பணைத்து, இற்றுவிழும் சுமையுடைய முலையுடன் கூடிய மகளிர் பின்னே ஆசையால் என் போல் அலைந்தவர்கள் கற்றவர், கல்லாதவர் என இரு தரப்பிலும் எவரேனும் ஒருவர் உண்டோ?

..121..

புத்தமிர்த போகமும், கற்பகநல் நீழலில்
 பொலிவுஉற இருக்கும்இயல்பும்,
பொன்உலகில் அயிராவ தத்துஏறு வரிசையும்,
 பூமண்ட லாதிக்கமும்,

மத்தவெறி யினர்வேண்டு மால்என்று தள்ளவும்,எம்
 மாலும்ஒரு சுட்டும்அறவே
வைக்கின்ற வைப்பாளன்,மௌனதே சிகன்என்ன
 வந்தநின் அருள்வாழிகாண்!
சுத்தபரி பூரண அகண்டமே! ஏகமே!
 சுருதிமுடிவு ஆனபொருளே!
சொல்லரிய உயிரினிடை அங்குஅங்கு நின்றுஅருள்
 சுரந்துபொழி கருணைமுகிலே!
சித்திநிலை முக்திநிலை விளைகின்ற பூமியே!
 தேடரிய சத்துஆகிஎன்
சித்தமிசை குடிகொண்ட அறிவுஆன தெய்வமே!
 தேஜோ மயானந்தமே!   11

அருஞ்சொற்பொருள்:

புத்தமிர்தம் - புதிய அமுதம். போகம் - நுகர்வு. கற்பகம் - கற்பக மரம். நன்னீழல் - நல்ல நிழல். பொலிவு - அழகு. வரிசை - மேன்மை. பூமண்டலம் - பூவுலம். ஆதிக்கம் - ஆட்சி. மத்த வெறியினர் - உன்மத்தம் பிடித்த வெறித்தனம் உடையவர். மால் - மயக்கம். எம்மாலும் - எங்களாலும். சுட்டு - தனக்கு வேறாய்ப் பொருள்களை வரையறை செய்து உணரும் உணர்வு. வைப்பாளன் - ஞானானுபவத்தில் ஈடு படுத்துகின்ற பெருமான். மௌன தேசிகன் - மௌன குரு. சுருதி - மறை. கருணை முகில் - அருளாகிய மேகம்.

பொழிப்புரை:

தூய்மை உடையதாய், முழுமையாய், அகண்டதாய், ஏகமாய், மறைமுடிவாய் விளங்கும்பொருளே! சொல்லுதற்கு அருமை உடைய சீவர்களிடத்து ஆங்காங்கே நின்று, அருளைச் சுரந்து மழைபோல் பொழிகின்ற அருள் மேகமே! சித்திநிலையும் முத்தி நிலையும் விளைகின்ற பூமியே! தேடுதற்கரிய, நிலையான இருப்பாகி, எனது சித்தத்தில் குடிகொண்ட அறிவுமயமான கடவுளே! ஒளியாய் விளங்கும் பேரின்பமே!

புதிய அமுதத்தை உண்ணும் நுகர்வும், கற்பகமர நிழலில் ஒளிறுமாறு வீற்றிருக்கும் இயல்பும், பொன்னுலகத்து ஐராவதம் என்னும் யானையின்மீது ஏறிவரும் சிறப்பும்,

பூலோக அரசாட்சியும், ஆகிய இவை அனைத்தும் பேராசை பிடித்த பித்தர் விரும்புவது என அவற்றை வெறுத்து ஒதுக்கவும்; எங்களாலும் சுட்டி அறியமுடியாதவனும், ஞானானுபவத்தில் திளைக்கச் செய்பவனும், ஆகிய பெருமானே மௌனகுருவாய் எழுந்தருளி வந்தனன்; அந்த நின்னுடைய திருவருள் வாழ்வதாக!

13. சிற்சுகோதய விலாசம்

பதினான்கு சீர்க் கழிநெடிலடி ஆசிரிய விருத்தம்

..122..

காக மோடுகழுகு அலகை நாய்நரிகள்
சுற்று சோறிடு துருத்தியைக்;
கால்இ ரண்டுநவ வாசல் பெற்றுவளர்
காம வேள்நடன சாலையை;
மோக ஆசைமுறி இட்ட பெட்டியை;மும்
மலம்மி குந்துஒழுகு கேணியை;
மொய்த்து வெம்கிருமி தத்து கும்பியை;
முடங்க லார்கிடை சரக்கினை;
மாக இந்த்ரதனு மின்னை ஒத்துஇலக
வேதம் ஓதிய குலாலனார்
வனைய, வெய்யதடி காரன் ஆனயமன்
வந்துஅ டிக்கும்ஒரு மண்கலத்
தேகம் ஆனபொயை மெய்எ னக்கருதி
ஐய வையமிசை வாடவோ?
தெரிவ தற்குஅரிய பிரம மேஅமல
சிற்சு கோதய விலாசமே! 1

அருஞ்சொற்பொருள்:

அலகை - பேய். நவவாசல் - ஒன்பது வாயில்கள். முறி - சீட்டு, அடிமைச் சீட்டு. கேணி - கிணறு. கிருமி - புழு. கும்பி - நரகம். முடங்கல் ஆர் - தேங்கிக் கிடக்கும். கிடைச்சரக்கு - பழைய சரக்கு. இந்த்ர தனு - வானவில்.

மாகம் - வானம். குலாலனார் - குயவனார், பிரம்மன். வனைய - உண்டாக்க. பொய்யை - பொய்யான பொருளை. வையம் - உலகம். அமல - மலமற்ற. சிற்சுகோதய விலாசமே - இன்பத்தை வளர்க்கின்ற பேரின்ப மாளிகையே.

பொழிப்புரை:

இந்திரியங்களுக்கு எட்டாத பரப்பிரம்மமே! மலமற்றதும், இன்பத்தை வளர்க்கின்றதும் ஆகிய பேரின்ப மாளிகையே!

காகம், கழுகு, பேய், நாய், நரிகள் ஆகியவற்றுக்கு இரையாகப் போகும் சோற்றால் நிரப்பப்பட்ட துருத்தியை; இரண்டு தூண், ஒன்பது வாயில்களுடன் கூடிய மன்மதனது நாட்டியக்கூடத்தை; மயக்க உணர்வுக்கும் ஆசைக்கும் இருப்பிடமாய் விளங்கும் பெட்டியை; மும்மலங்களும் நிரம்பி வழியும் கிணற்றை; கொடிய புழுக்கள் நெளியும் நரகத்தை; தேங்கிக் கிடக்கும் பழைய சரக்கை; வேதம் கற்ற நான்முகன் என்னும் குயவனால் செய்யப்பட்ட வானவில்லும் மேகமும் போல தோன்றி மறையும் நிலையில்லாததும், கொடிய தடியைக் கொண்டு வரும் எமன் அடிக்க உடைந்து போகும் தன்மை உடையதும், ஆகிய மண்பாண்டம் போல் விளங்கும் உடம்பு என்னும் பெயருடன் கூடிய நிலையில்லாத பொருளை, நிலையான பொருள் என நினைத்து, ஐயனே! இந்த உலகின்மீது துன்பமுறவோ?

..123..

குறிக ளோடுகுணம் ஏதும் இன்றி,அனல்
ஒழுக நின்றிடும் இரும்பு,அனல்
கூடல் இன்றிஅது வாய்இ ருந்தபடி,
கொடிய ஆணவ அறைக்குளே

அறிவது ஏதும்அற, அறிவுஇ லாமைமய
மாய்இ ருக்கும்எனை, அருளினால்
அளவுஇ லாததனு கரணம் ஆதியை
அளித்த போதுஉனை அறிந்துநான்,

பிறவுஇ லாதவணம் நின்றி டாதபடி
    பலநி றம்கவரும் உபலமாய்ப்
பெரிய மாயையில் அழுந்தி, நின்னது
    ப்ரசாத நல்அருள் மறந்திடும்
சிறிய னேனும்உனை வந்துஅ ணைந்துசுக
    மாய்இ ருப்பதுஇனி என்றுகாண்?
தெரிவ தற்குஅரிய பிரம மேஅமல
    சிற்சு கோதய விலாசமே!   2

அருஞ்சொற்பொருள்:

குறி - *அடையாளம்.* குணம் - *முக்குண வேறுபாடு.* எனை - *என்னை.* தனு கரணம் ஆதி - *தனு கரணம் முதலியன. (அவை: தனு, கரணம், புவனம், போகம் என்பன).* அனல் - *தீ.* மயம் - *வடிவம், உருவம்.* உபலம் - *பளிங்குக் கல்.* ப்ரசாதம் - *அருட்கொடை, படைப்பு.* சுகம் - *இன்பம்.*

பொழிப்புரை:

இந்திரியங்களுக்கு எட்டாத பரப்பிரம்மமே! மலமற்றதும், இன்பத்தை வளர்க்கின்றதும் ஆகிய பேரின்ப மாளிகையே!

அடையாளம், குணம் ஆகியன இன்றி, அனலாய் உருகி ஒழுகும் இரும்பு, அனலுடன் ஒன்றி நிற்பது போல, கொடிய ஆணவ மலமாகிய அறையில், அறிவு எதுவும் இன்றி, அறியாமை மயமாய்க் கிடந்த என்னை, நினது திருவருளினால் வெளியில் எடுத்து, பலமுறையும் உடல், கருவி, உலகம், நுகர்ச்சிப் பொருள்களைத் தந்து, அருள் செய்தபோதே உன் அருமையை நான் அறிந்திருக்க வேண்டும்.

அவ்வாறு அறிந்து, உன்னை விட்டுப் பிரிந்து செல்லாது இருப்பதை விடுத்து, நிறங்களைப் பிரதிபலிக்கும் பளிங்கு போன்ற தன்மை உடைய மாயையால் கவரப் பட்டேன்; அதனுள் அழுந்திக் கிடந்து, நின்னுடைய அருட்கொடையாக விளங்கும் படைப்பாகிய நல்ல அருளிச்செயலை மறந்து, இருந்துவிட்டேன்; இனிச் சிறியேனாகிய நான், உன்னை வந்தடைந்து இன்பம் பெறுவது எப்பொழுது?

..124..

ஐந்து பூதம்ஒரு கானல் நீர்என
    அடங்க வந்தபெரு வானமே;
ஆதி அந்தம்நடு ஏதும் இன்றிஅரு
    ளாய்நிறைந்து இலகு ஜோதியே

தொந்த ரூபமுடன் அரூபம் ஆதிகுறி
    குணம்இ றந்துவளர் வஸ்துவே;
துரிய மேதுரிய உயிரி னுக்குஉணர்வு
    தோன்ற நின்றுஅருள் சுபாவமே;

எந்த நாளும்நடு ஆகி நின்றுஒளிரும்
    ஆதியே; கருணை நீதியே;
எந்தை யே!என இடைந்துஇடைந்து உருகும்
    எளிய னேன்கவலை தீரவும்

சிந்தை யானதை அறிந்து நீஉன்அருள்
    செய்ய நானும்இனி உய்வனோ?
தெரிவ தற்குஅரிய பிரம மே!அமல
    சிற்சு கோதய விலாசமே!   3

அருஞ்சொற்பொருள்:

    இலகு ஜோதியே - விளங்குகின்ற ஒளியே. ரூபம் - வடிவம். அரூபம் - வடிவமற்ற. வஸ்து - பொருள். சுபாவம் - இயல்பு. இடைந்து - நெகிழ்ந்து.

பொழிப்புரை:

    இந்திரியங்களுக்கு எட்டாத பரப்பிரம்மமே! மலமற்றதும் இன்பத்தை வளர்க்கின்றதும் ஆகிய பேரின்ப மாளிகையே!

    'ஐம்பூதங்களும் ஒரு கானல்நீர் போலப் பொய்யாய்த் தன்னுள் மறைய நிற்கும் பெருவெளியே! தொடக்கமும் நடுவும் முடிவும் என்று எதுவும் இல்லாத அருளால் நிறைந்து விளங்கும் ஒளியே! உருவம் உடையதும், உருவம் அற்றதும் என இரண்டு தன்மையும் கொண்டு, அடையாளமும் குணவேறுபாடும் இன்றி வளரும் ஒரு பொருளே! நாலாம் நிலையாகிய துரியமே! துரியத்தில் உயிருக்கு அறிவாய்த் தோன்றி நின்று அருள்செய்யும்

இயல்பே! எப்பொழுதும் நடுநிலை தவறாது, நின்று ஒளி வீசுகின்ற மூலமே! அருளாகிய நீதியே! எம் தந்தையே!' என நெகிழ்ந்து நெகிழ்ந்து உருகும் எளியவனாகிய எனது வருத்தம் தீருமாறு, எனது சிந்தையைப் பற்றி அறிந்து, நீ உனது திருவருளைச் செய்ய, நானும் இனி அதனைப் பற்றிக் கடைதேறுவேனோ?

..125..

ஐவர் என்றபுல வேடர் கொட்டமது
அடங்க மர்க்கடவன் முட்டியாய்
அடவி நின்று,மலை அருகில்நின்று, சருகு
ஆதி தின்றுபனி வெயிலினால்

மெய்வ ருந்துதவம் இல்லை;நல் சரியை
கிரியை யோகம்எனும் மூன்றதாய்
மேவு கின்றசவு பான நன்னெறி
விரும்ப வில்லை;உல கத்திலே

பொய்மு டங்குதொழில் யாதுஅ தற்குநல
சார தித்தொழில் நடத்திடும்
புத்தி, யூகம்,அறிவு அற்ற முகம்இவை
பொருள்ள னக்கருதும் மருளன்யான்,

தெய்வ நல்அருள் படைத்த அன்பரொடு
சேர வும்கருணை கூர்வையோ?
தெரிவ தற்குஅரிய பிரம மேஅமல
சிற்சு கோதய விலாசமே! 4

அருஞ்சொற்பொருள்:

புலவேடர் - ஐம்புலன்களாகிய வேடர்கள். கொட்டம் - கொடுஞ் செயல். மர்க்கடவன் - குரங்கு. முட்டி - பிடி (குரங்குப் பிடி). அடவி - காடு. சவுபானம் - சோபானம் - படிமுறை. சாரதி - வலவன். யூகம் - பகுத்தறிவு. மூகம் - ஊமை. மருளன் - மயக்க அறிவு உடையவன். கருணை - அருள்.

பொழிப்புரை:

இந்திரியங்களுக்கு எட்டாத பரப்பிரம்மமே! மலமற்றதும் இன்பத்தை வளர்க்கின்றதும் ஆகிய பேரின்ப மாளிகையே!

ஐம்புலன்கள் எனப்படும் வேடர்கள் ஐவரின் கொடுஞ் செயல் ஒழியவும்; குரங்குப்பிடிபோல் பிடி உடையவனாய்; காடு, மலை முதலிய இடங்களுக்குச் சென்று, அங்கு கிடைக்கும் சருகு முதலியவற்றைத் தின்று; பனி, வெயில் முதலியவற்றால் உடல் வருந்துமாறு செய்யும் தவம் என்னிடம் இல்லை. நல்ல சரியை, கிரியை, யோகம் என்னும் மூன்று நெறிகளில் பொருந்திநின்று, படிமுறையில் முன்னேறி, அதற்கு மேலான ஞானநெறியை அடைய நான் விரும்பவும் இல்லை.

இவ்வுலகில் பொய்பொருந்திய தொழில் எதுவோ, அதனைச் செய்வதற்கு, என் புத்தி, நல்ல தேரோட்டி போல் அடங்கி நடக்கிறது. அறிவற்றவனும், ஊமை போன்றவனும், பகுத்தறிவு சிறிதும் இல்லாதவனும், பொய்ப்பொருளை மெய்ப்பொருள் என நினைப்பவனும் ஆகிய மயக்க அறிவுடைய யான், நினது திருவருளைப் பெற்ற அன்பர்களோடு சேர்ந்திருக்க, அருள்பாலிப்பாயோ?

..126..

ஏக மானஉரு வான நீ,அருளி
    னால்அ நேகஉரு ஆகியே,
எந்த நாள்அகில கோடி சிருஷ்டிசெய
    இசையும் நாள்வரைஅ நாள்முதல்
ஆக நாளது வரைக்கும் உன்அடிமை
    கூடவே ஜனனம் ஆனதோ
அநந்தம் உண்டு;நல ஜனனம் ஈது,இதனுள்
    அறிய வேண்டுவன அறியலாம்;
மோகம் ஆதிதரு பாச மானதை
    அறிந்து விட்டு,உனையும் எனையுமே

முழுதுஉ ணர்ந்துபரம் ஆனஇன்பவெளம்
 மூழ்க வேண்டும்; இதுஇன்றியே
தேக மோநழுவி, நானுமோ நழுவின்
 பின்னை உய்யும் வகை உள்ளதோ?
தெரிவ தற்குஅரிய பிரம மேஅமல
 சிற்சு கோதய விலாசமே!   5

அருஞ்சொற்பொருள்:

ஏகம் - ஒன்று. அனேகம் - பல. அகிலம் - உலகம். சிருஷ்டி - படைப்பு. இசைதல் - ஒப்புக்கொள்ளுதல். ஜனனம் - பிறப்பு. மோகம் ஆதி - மோகம் முதலிய (மோகம், காமம், குரோதம், லோபம், மதம், மாற்சரியம்). பாசம் - மலம். மோகம் - மயக்கம். நழுவுதல் - நீங்குதல்.

பொழிப்புரை:

இந்திரியங்களுக்கு எட்டாத பரப்பிரம்மமே! மலமற்றதும் இன்பத்தை வளர்க்கின்றதும் ஆகிய பேரின்ப மாளிகையே!

ஒரு பொருளாய் விளங்கும் நீ, திருவருளின் துணை கொண்டு, பல உயிர்களுக்குச் செய்த வினைகளுக்கு ஈடாக, பல கோடி உருவங்களைத் தந்து, பல உருவம் கொண்டு படைக்கத் தொடங்கிய நாள், எந்த நாளோ? அந்த நாள் தொடங்கி இந்த நாள் வரை, உன் அடிமை யாகிய எனக்கும் பிறப்பு உண்டானதோ?

எடுத்த பிறவிகள் பலவற்றுள்ளும் உயர்ந்த பிறப்பு இம்மானுடப் பிறப்பு. இப்பிறப்பில் அறியவேண்டிய அனைத்தையும் அறியலாம். எனவே இப்பிறப்பில் மோகம், காமம், குரோதம், லோபம், மதம், மாற்சரியம் முதலிய குற்றங்களைக் கைவிட்டு, உன்னையும் என்னையும் பற்றி முழுவதும் அறிந்துகொண்டு, மேலான இன்ப வெள்ளத்தில் மூழ்கலாம்.

இதனை விடுத்து, இந்த உடம்பு விழுந்து, நானும் வீழ்ந்துவிடின், அதன் பின்னர் உன்னைப் பற்றி உய்யும் நெறி உளவாகுமோ?

..127..

நியம லக்ஷணமும் இயம லக்ஷணமும்
ஆச னாதிவித பேதமும்
நெடிதுஉ ணர்ந்துஇதய பத்ம பீடம்மிசை
நின்றுஇ லங்கும்அஜ பாநலத்து

இயல்அ றிந்து,வளர் மூலகுண் டலியை
இனிதுஇ றைஞ்சி,அவள் அருளினால்
எல்லை அற்றுவளர் ஜோதி மூலஅனல்
எங்கள் மோனமனு முறையிலே

வயம்மி குந்துவரும் அமிர்த மண்டல
மதிக்கு ளேமதியை வைத்து,நான்
வாய்ம டுத்து,அமிர்த வாரி யைப்பருகி,
மன்னும் ஆர்அமிர்த வடிவமாய்

ஜெயம்மி குந்துவரு சித்த யோகநிலை
பெற்று, ஞானநெறி அடைவனோ?
தெரிவ தற்குஅரிய பிரம மேஅமல
சிற்சு கோதய விலாசமே! 6

அருஞ்சொற்பொருள்:

லட்சணம் - இலக்கணம். நியமம் - நன்மைகளை ஆக்குவது. இயமம் - தீமைகளைப் போக்குவது. ஆசனம் - இருக்கை. இதய பத்மம் - நெஞ்சத் தாமரை. அஜபா - வாய் விட்டுச் சொல்லாத. பீடம் - இருக்கை. வயம் - வெற்றி. மதி - அறிவு. வாரி - பெருக்கம். சித்த - சித்தர்.

பொழிப்புரை:

இந்திரியங்களுக்கு எட்டாத பரப்பிரம்மமே! மலமற்றதும் இன்பத்தை வளர்க்கின்றதும் ஆகிய பேரின்ப மாளிகையே!

நியமத்திற்கும் இயமத்திற்கும் சொல்லப்பட்ட இலக்கணங் களையும், ஆசனத்தில் சொல்லப்பட்டுள்ள வேறு பாடுகளையும், நன்கு உணர்ந்து; இதயமாகிய தாமரை பீடத்தில் நின்று விளங்கும் அசபா மந்திரத்தின் நன்மை யாகிய இயல்பினை உணர்ந்து, மூலாதாரத்தில் இருந்து கிளம்பும் குண்டலினி ஆற்றலை இனிதே வணங்கி,

அந்தச் சக்தியின் திருவருளால், எல்லை இல்லாது, வளர்ந்து எழுகின்ற, சோதிமயமான மூலநெருப்பை, எங்களுக்குரிய பேச்சுஅற்ற மந்திர முறையினாலே, வெற்றி நிலைபெற வரும், அமுதம் பொழியும் மதிமண்டலத்தில் செலுத்தி, அங்கு ஊறும் அமுதப் பெருக்கினை உண்டு, நிலைத்த அமுதவடிவாய் வெற்றி மிகுதியும் உடைய சித்தர்கள் பெற்ற யோக நிலையைப் பெற்று, அதற்குமேல் உள்ள ஞானநிலையையும் கூடுவேனோ?

..128..

எறிதி ரைக்கடல் நிகர்த்த செல்வம்மிக
அல்லல் என்றுஒருவர் பின்செலாது,
இல்லை என்னும்உரை பேசி டாது,உலகில்
எவரும் ஆம்என மதிக்கவே

நெறியின் வைகிவளர் செல்வ மும்உதவி,
நோய்கள் அற்றசுக வாழ்க்கையாய்,
நியமம் ஆதிநிலை நின்று,ஞானநெறி
நிஷ்டை கூடவும்;எந் நாளுமே

அறிவில் நின்று,குரு வாய்உ ணர்த்தியதும்
அன்றி, மோனகுரு ஆகியே
அகிலம் மீதுவர வந்த சீர்அருளை
ஐய ஐயஇனி என்சொல்கேன்?

சிறியன் ஏழைநமது அடிமை என்றுஉனது
திருஉ ளத்தினில் இருந்ததோ?
தெரிவ தற்குஅரிய பிரம மேஅமல
சிற்சு கோதய விலாசமே! 7

அருஞ்சொற்பொருள்:

திரை - அலை. அல்லல் - துன்பம். நெறி - ஒழுக்க நெறி. வைகி - நிலைத்து நின்று. நியமம் ஆதி - நியமம் முதலிய. நிட்டை - அழுந்தி அறியும் அனுபவநிலை. அகிலம் - உலகம். சீர் - சிறப்பு. ஏழை - அறிவிலி.

பொழிப்புரை:

இந்திரியங்களுக்கு எட்டாத பரப்பிரம்மமே! மலமற்றதும் இன்பத்தை வளர்க்கின்றதும் ஆகிய பேரின்ப மாளிகையே!

அலைவீசும் கடல்போல் செல்வமானது பெரிய துன்பம் தருவது என்று அறிந்து, அதன்பொருட்டு எவர் பின்னும் செல்லாதும்; இல்லை என்னும் சொல்லைச் சொல்லாதும் (வறுமை உறாது); உலகிலுள்ள அனைவரும் பரவாயில்லை என மதிக்கும்படியும்; நல்லொழுக்கத்தில் நிலைத்து நின்று, ஈட்டிய செல்வத்தை, 'இல்லை!' என்று சொல்லாது வந்தவர்க்குக் கொடுத்து உதவியும்; நோய்கள்அற்ற இன்ப வாழ்வு வாழ்ந்தும்; நியம இயமங்களைக் கடைபிடித்தும்; ஞானநெறி நிட்டை கூடியும்; எந்நாளும் என் அறிவுக்கு அறிவாய் நின்று, குருவாய் வந்து உணர்த்தியும்; அன்றியும் மௌனகுருவாய் உலகில் வந்து, என்னைச் சிறப்பித்தும் அருள்செய்த ஐயனே! இனி என்ன என்று சொல்லுவேன்? சிறியேனும் அறிவிலியும் உனது அடிமையும் ஆகிய என்னை, உனது திருவுள்ளத்தில் இடம் கொடுத்து அமர்த்திக் கொள்வீரோ?

..129..

எவ்வு யிர்த்திரளும் உலகில் என்உயிர்
எனக்கு ழைந்துஉருகி, நன்மையாய்
இதம்உ ரைப்ப,எனது என்ற யாவையும்
எடுத்துஎ றிந்துமத யானைபோல்,

கவ்வை அற்றநடை பயில, அன்பர்அடி
கண்டதே அருளின் வடிவமாக்,
கண்ட யாவையும் அகண்டம் என்ன,இரு
கைகு வித்து,மலர் தூவியே.

பவ்வ வெண்திரை கொழித்த தண்தரளம்
விழிஉ திர்ப்பமொழி குளறியே,

பாடி ஆடி, உள் உடைந்துஉ டைந்து, எழுது
 பாவைஒத்து அசைதல் இன்றியே,
திவ்ய அன்புஉருவம் ஆகி அன்பரொடும்
 இன்ப வீட்டினில் இருப்பனோ!
தெரிவ தற்குஅரிய பிரம மேஅமல
 சிற்சு கோதய விலாசமே!   8

அருஞ்சொற்பொருள்:

திரள் - கூட்டம். இதம் - நன்மை. கவ்வை - பழிச்சொல். அகண்டம் - எல்லைக்கு உட்படாதது, எங்கும் உள்ளது. பவ்வம் - கடல். தண் தரளம் - குளிர்ந்த முத்து. குளறுதல் - வாய் குளறுதல். திவ்ய - தெய்வத் தன்மை பொருந்திய.

பொழிப்புரை:

இந்திரியங்களுக்கு எட்டாத பரப்பிரம்மமே! மலமற்றதும் இன்பத்தை வளர்க்கின்றதும் ஆகிய பேரின்ப மாளிகையே!

உலகிலுள்ள உயிர்கள் அனைத்தையும், தன் உயிர்போல் பாவித்து, அகம் குழைந்து உருகி, நன்மை தரும் இன் சொற்களைப் பேசி, 'எனது' என்னும்படி புறப்பற்றை உண்டாக்கும் அனைத்து பொருள்களையும் துறந்து, மதம் பிடித்த யானைபோல் மிடுக்குடனும், பழிச் சொற்களுக்கு இடம் தராத வகையிலும் வாழ்ந்து, அன்பர்களின் திருவடிகளையே திருவருளாகக் கண்டு, கண்ட அனைத்தும் அகண்டாகாரமே என நினைந்து, இரண்டு கைகளையும் தலைமேல் கூப்பி, மலர் தூவி, வழிபட்டு, கடலின் வெண்மைநிற அலையானது, கொண்டு வந்து கரையில் ஒதுக்கும், குளிர்ந்த முத்துபோல் கண்களில் நீர்த்துளிகள் பனிப்ப, வார்த்தை தடுமாற, பாடியும், ஆடியும், மனம் பலமுறை நெகிழ்ந்தும், சுவரில் எழுதிய ஓவியம்போல் அசையாது நிட்டையில் நின்றும், தூய அன்பே உருவமாய், அன்பர்களோடு சேர்ந்து பேரின்ப வீட்டில் இருப்பேனோ?

..130..

மத்தர் பேயரொடு பாலர் தன்மையது
    மருவி யேதுரிய வடிவமாய்
மன்னு தேசமொடு காலம் ஆதியை
    மறந்து நின்அடியர் அடியிலே
பக்தி யாய்நெடிது நம்பும் என்னை,ஒரு
    மையல் தந்து,அகில மாயையைப்
பாரு பார்என நடந்த வந்ததுஎன
    பாரதத் தினும்இது உள்ளதோ?
சுத்த நித்தஇயல்பு ஆகு மோ?உனது
    விசுவ மாயைநடு ஆகவே
சொல்ல வேண்டும்வகை, நல்ல காதிகதை
    சொல்லும் மாயையினும் இல்லை;என்
சித்தம் இப்படி மயங்கு மோ?அருளை
    நம்பி னோர்கள்பெறு பேறுஇதோ?
தெரிவ தற்குஅரிய பிரம மேஅமல
    சிற்சு கோதய விலாசமே!

                                                          9

அருஞ்சொற்பொருள்:

மத்தர் - உன்மத்தர் - பித்தர். பேயர் - பேயால் பிடிக்கப்பட்டவர். பாலர் - சிறுவர். மருவி - பொருந்தி. துரிய வடிவம் - நாலாம் நிலையாகிய துரியவடிவம். மன்னுதல் - நிலைபெறுதல். தேசம் - நிலஎல்லை. காலம் - பொழுது. ஆதி - முதலிய. நெடிது - பெரிதும். மையல் - மயக்கம். அகில மாயை - உலக மாயை. பாரதம் - மகாபாரதக் கதை. சுத்த - தூய. நித்த - நிலைத்த. விசுவ மாயை - உலக மாயை. காதிகதை - உலகம் வெறும் மாயையின் வெளிப்பாடு என்பதை விளக்கும் ஒரு கதை. சித்தம் - அறிவு.

பொழிப்புரை:

    இந்திரியங்களுக்கு எட்டாத பரப்பிரம்மமே! மலமற்றதும் இன்பத்தை வளர்க்கின்றதும் ஆகிய பேரின்ப மாளிகையே!

    தனக்கு இன்ப துன்பங்கள் இழைத்தவரைப் பற்றி நினையாத பித்தர் போலவும்; பேயின் செயலையே தன்

செயலாகச் செய்து, தனக்கென ஒரு செயலற்று இருக்கும் பேய் பிடித்தவர் போலவும்; தேவை வரும்போது அழுது, தேவை முடிந்தபின், எதுகுறித்தும் கவலை கொள்ளாத சிறுபிள்ளை போலவும்; ஆன தன்மைகளைப் பொருந்தி, துரிய வடிவாய் நின்று; இடம் காலம் ஆகிய எல்லைகளை மறந்து, நினது அடியார்களது திருவடியில் அன்பு செய்து, மிகவும் நம்பிக்கை வைக்கும் என்னை, ஒரு மயக்கத்துக்கு உட்படுத்தி; உலக மாயையின் திறத்தைப் 'பார், பார்!' என நடத்தி வந்தது எதற்காக? இப்படி ஒருநிகழ்வு மகாபாரதக் கதையிலும் உண்டோ? இது தூய்மையும், நிலைத்த தன்மையும், உடையஒன்று ஆகுமோ? உனது கட்டுப்பாட்டில் இயங்கும் உலக மாயையை நடுவாக வைத்துச் சொல்லுவாயாக!

'உலகம் வெறும் மாயையின் வெளிப்பாடே! என்பதை எடுத்துரைக்கும் காதிகதை என்னும் நூலிலும் மாயையின் இயல்பு இவ்வாறு பேசப்படவில்லை; என்னுடைய அறிவு இப்படி மயங்கலாமோ? திருவருளை நம்பினவர் பெறும்பேறு இதுதானோ?

..131..

பன்மு கச்சமய நெறிப டைத்தவரும்,
யாங்க ளேகடவுள் என்றிடும்
பாத கத்தவரும், வாத தர்க்கமிடு
படிற ருந்தலை வணங்கிடத்;

தன்மு கத்தில்உயிர் வரஅ ழைக்கும்எம
தரும னும்பகடு, மேய்க்கியாய்த்
தனிஇ ருப்ப,வட நீழ லூடுவளர்
சனகன் ஆதிமுனி வோர்கள்தம்

சொல்ம யக்கமது தீர, அம்கைகொடு
மோன ஞானமது உணர்த்தியே,

சுத்த நித்தஅருள் இயல்ப தாகஉள
சோம சேகரகிர் பாளுவாய்த்,
தென்மு கத்தின்முக மாயி ருந்தகொலு
எம்மு கத்தினும் வணங்குவேன்;
தெரிவ தற்குஅரிய பிரம மேஅமல
சிற்சு கோதய விலாசமே!   10

அருஞ்சொற்பொருள்:

பன்முகம் - பலவகை. பாதகர் - பாவிகள். தர்க்கம் - வீண் விவாதம். படிறர் - வஞ்சனையாளர். தன்முகம் - தன் பக்கம். பகடு - எருமைக் கடா. மேய்க்கி - மேய்ப்பவன், ஏறிவருபவன். வட நீழல் - கல்லால மர நிழல். சொன் மயக்கம் - சொல்லினால் ஏற்படும் மயக்கம். அங்கை - அழகிய கை. மோனம் - மௌனம். சோம சேகர - சந்திர சேகர. கிர்பாளுவாய் - அருள் வடிவினனாய்.

பொழிப்புரை:

இந்திரியங்களுக்கு எட்டாத பரப்பிரம்மமே! மலமற்றதும் இன்பத்தை வளர்க்கின்றதும் ஆகிய பேரின்ப மாளிகையே!

பல பாங்குடைய சமயநெறியைத் தழுவினோரும், நாங்களே கடவுள் என்று சொல்லிக் கொள்ளும் பாதகர்களும், வாத தர்க்கம் செய்யும் வஞ்சனையாளர்களும், தலைதாழ்த்தி வணங்கவும்; உயிர்களைத் தன்பக்கம் வந்துவிடுமாறு அழைக்கும் எருமைக்கடாவின் மீது ஏறிவரும் எமதர்மன் தனியே இருந்து வழிபடவும்;

கல்லால மரநிழலில் மேன்மை பெற நின்ற சனகன் முதலிய முனிவர்களுக்கு, சொல்லால் விளக்கின், ஏற்படும் மயக்கம் அது இல்லையாக, அழகிய கையினால் சின் முத்திரை காட்டி, மோனத்தால் ஞானத்தை உணர்த்திய, தூய, நிலைத்த, திருவருள் இயல்பாய் உள்ள, சந்திரசேகர அருள் வடிவ தென்முகக் கடவுளாய் விளங்கும் உன்னை, எல்லா வகையிலும் வணங்குவேன்.

14. ஆகார புவனம் – சிதம்பர ரகசியம்

எண்சீர்க் கழிநெடிலடி ஆசிரிய விருத்தம்

..132..

ஆகார புவனம் இன்பா காரம்ஆக
அங்ஙனே ஒருமொழியால் அகண்டா கார
யோகானு பூதிபெற்ற அன்பர் ஆவிக்கு
உறுதுணையே என்அளவும் உகந்த நட்பே
வாகுஆரும் படிக்குஇசைகிண் ணிவாய் என்ன
மலர்ந்தமல ரிடைவாசம் வயங்கும் மாபோல்
தேகாதி உலகம்எங்கும் கலந்து தானே
திகழ்அனந்தா னந்தமயத் தெய்வக் குன்றே. 1

அருஞ்சொற்பொருள்:

ஆகாரம் - வடிவம். புவனம் - உலகம். இன்பாகாரம் - இன்பமயம். ஒரு மொழி - ஒரு சொல் (சும்மா இரு). அகண்டாகார - விரிவாய் விளங்கும். யோகானுபூதி - யோகத்தால் பெற்ற இன்ப அனுபவம். ஆவி - உயிர். என்அளவு - என்னைப் பொருத்தவரை. வாகு - அழகு. கிண்கிணி - சதங்கை. வாசம் - மணம். வயங்குதல் - விளங்குதல். தேகாதி உலகம் - உடல் முதலாக சொல்லப்பட்ட உலகம். அனந்தானந்தமய - முடிவில்லாத பேரின்பமயமாய் விளங்கும். தெய்வக்குன்று - தெய்வமலை.

பொழிப்புரை:

பல வடிவங்களாகக் காணப்படும் இந்த உலகம், அப்படியே ஒரு சொல்லால் (சும்மா இரு) இன்ப வடிவாய்த் தோன்றியது. எல்லையற்ற யோகத்தால் இன்ப அனுபவம் பெற்ற அன்பரது உயிருக்கு உற்ற துணையே! என்னளவில் இனிய நட்பே! அழகிய கிண்கிணியும் அதன் இசையும் போலவும், மலரும் மணமும் போலவும், உடல் உலகம் ஆகிய இவற்றில் கலந்து, முடிவில்லாத பேரின்பமயமாய் விளங்கும் தெய்வக்குன்றே!

..133..

அனந்தபத உயிர்கள்தொறும் உயிராய் என்றும்
    ஆனந்த நிலைஆகி அளவைக்கு எட்டாத்
தனந்தனிச்சின் மாத்திரமாய்க் கீழ்மேல் காட்டாச்
    சதசத்தாய் அருள்கோயில் தழைத்த தேவே
இனம்பிரிந்த மான்போல் நான்இடையா வண்ணம்
    இன்பம்உற அன்பர்பக்கல் இருத்தி வைத்துக்
கனம்தருமா கனமேதண் ணருளில் தானே
    கனிபலித்த ஆனந்தக் கட்டிப் பேறே!   2

அருஞ்சொற்பொருள்:

அனந்தம் - பல. பதஉயிர்கள் - நிலையிலுள்ள உயிர்கள். ஆனந்த நிலை - இன்பநிலை. தனந்தனி - தன்னந்தனி - தனிப்பொருள். சின் மாத்திரம் - ஞானமயம். சதசத்து - நிலைத்ததும் நிலையில்லாததும். இடையா வண்ணம் - வருந்தாது இருக்கும்படி. கனம் - சிறப்பு. மாகனம் - பெருஞ்சிறப்பு. தண்ணருள் - குளிர்ந்த அருள். கனி பலித்த - பழுத்த பழம். ஆனந்தக் கட்டி - இன்பமாகிய சர்க்கரைக் கட்டி, கற்கண்டு. பேறு - வரம்.

பொழிப்புரை:

பல்வேறு நிலைகளைப் பெற்று வாழும் உயிர்கள் அனைத்திலும் உயிருக்கு உயிராய் நின்று, இன்பத்தை அளிக்கும் பொருளே! அளந்து அறிய முடியாத பொருளே! தனித்தன்மை உடைய பொருளே! கீழ் எல்லையையும் மேல் எல்லையையும் காட்டாத அகண்ட பொருளே! நிலைத்த பொருள்களிலும் நிலையில்லாத பொருள்களிலும் நின்று அருளினைப் பொழிந்து கொண்டிருக்கும் தலைமைப் பொருளே! தன் கூட்டத்தை விட்டுப் பிரிந்த மான்போல அடியேன் உன்னைப் பிரிந்து வருந்தாது, அடியார்களுடன் சேர்ந்து இன்பமுடன் இருக்குமாறு செய்யும் சிறப்பு பொருந்திய பெருஞ்சிறப்புடைய பொருளே! குளிர்ந்த அருளாகிய பழுத்த பழமே! இன்பமாகிய கற்கண்டாய் விளங்கும் வரமே!

..134..

பேறுஅனைத்தும் அணுஎனவே உதறித் தள்ளப்
பேரின்பம் ஆகவந்த பெருக்கே; பேசா
வீறுஅனைத்தும் இந்நெறிக்கே என்ன என்னை
மேவுஎன்ற வரத்தே;பாழ் வெய்ய மாயைக்
கூறுஅனைத்தும் கடந்தஎல்லைச் சேஷம் ஆகிக்
குறைவுஅறநின் றிடும்நிறைவே; குலவா நின்ற
ஆறுஅனைத்தும் புகும்கடல்போல் சமய கோடி
அத்தனையும் தொடர்ந்துபுகும் ஆதி நட்பே! 3

அருஞ்சொற்பொருள்:

பேறு - பதினாறு பேறு. பெருக்கு - வெள்ளப் பெருக்கு. பேசா வீறு- பேசாத பெருமை. மேவுதல் - பொருந்துதல். வரம் - பேறு. வெய்ய மாயை - கொடிய மாயை. சேஷம் - மிச்சம். குலவாநின்ற - விளங்குகின்ற. ஆதி நட்பு - பழைய நட்பு.

பொழிப்புரை:

பதினாறு வகைப் பேறுகளையும் அணுவைப் போல் சிறுமைப்படுத்தி உதறித்தள்ளும் நிலைக்கும், என்னை உயர்த்திய பேரின்பமாகிய வெள்ளப் பெருக்கே! பேசாத நிலையாகிய மௌனநிலையே! பெருமை பொருந்திய நிலை என உணர்த்தி, அதனில் என்னை நிலைநிறுத்திய அழிவில்லாத பேறே! பாழ் எனப்படும் சூனியமாகிய கொடிய மாயா காரியங்கள் அனைத்தையும் கடந்து, மிச்சமாக நிற்கும் குறைவற்ற நிறைவே! விளங்குகின்ற ஆறுகள் அனைத்தும் சென்று கலக்கும் கடல்போல் சமய கோடிகள் அனைத்தும் சென்று கலக்கும், உயிருக்குப் பழங்காலம் தொட்டு நட்பாய் விளங்கும் பொருளே!

..135..

ஆதிஅந்தம் எனும்எழுவாய் ஈறுஅற்று ஓங்கி
அருமறைஇன் னமும்காணாது அரற்ற, நானா

பேதமதங் களும்மலைய, மலைபோல் வாதப்
        பெற்றியரும் வாய்வாதப் பேயர் ஆகச்
சாதகம்மோ னத்தில்என்ன வடஆல் நீழல்
        தண்ணருள்சந் திரமௌலி! தடக்கைக்கு ஏற்க
வேதகசின் மாத்திரமாய் எம்ம னோர்க்கும்
        வெளியாக வந்தஒன்றே விமல வாழ்வே 4

அருஞ்சொற்பொருள்:

எழுவாய் - தோற்றம். ஈறு - முடிவு. அரற்ற - புலம்ப. மலைய - போரிட. சாதகம் - துணை. தடக்கை - பெரிய கை. சின்மாத்திரம் - சின்முத்திரை காட்டுவது மாத்திரம். விமல வாழ்வு - மலமற்ற வாழ்வு.

பொழிப்புரை:

தொடக்கம் என்று தோன்றுதலும், முடிவு என்று மறைதலும் கடந்து, உயர்ந்து; அரிய வேதங்கள் இன்னும் காணாமல் புலம்ப; பலவித சமயங்களும் தங்களுக்குள் போராட; மலையளவு வாதப் பிரதிவாதம் செய்யும் திறமை யுடையோரின் பேச்சு, வீண்பேச்சாய் ஒழிந்து போக; முத்திக்கு வழி மௌனம் என்று கல்லால மர நிழலில் அமர்ந்து தண்ணருள் செய்த சந்திர சூடியே! பெரிய கையினால் சின்முத்திரை காட்டி எம்போன்றோர்க்கு வெளிப்பட்ட பொருளே! மலமற்ற வாழ்வே!

..136..

விமலம்முதல் குணம்ஆகி நூற்றுஎட்டு ஆதி
        வேதம்எடுத்து எடுத்துஉரைத்த விருத்திக்கு ஏற்க
அமையும்இலக் கணவடிவாய்; அதுவும் போதாது
        அப்பாலுக்கு அப்பாலாய் அருள்கண் ஆகிச்;
சமமும்உடன் கலப்பும்அவிழ் தலும்யாம் காணத்
        தண்ணருள்தந்து எமைக்காக்கும் சாக்ஷிப் பேறே!
இமைஅளவும் உபகாரம் அல்லால் வேறுஒன்று
        இயக்காநிர்க் குணக்கடலாய் இருந்த ஒன்றே! 5

அருஞ்சொற்பொருள்:

நூற்றெட்டாகி - நூற்று எட்டு உபநிஷத்துகள் ஆகி. அப்பால் - வெட்டவெளிக்கு அப்பால். கலப்பு - ஒன்றுதல். அவிழ்தல் - பிரிதல். உபகாரம் - நன்மை. இயக்கா - செய்யாத. நிர்க்குணம் - முக்குணம் இல்லா.

பொழிப்புரை:

இயல்பாகவே பாசங்களின் நீங்குதல் முதலாகச் சொல்லப் பட்ட எண்குணங்கள் உடையவனாகி, நூற்று எட்டு உபநிஷத்துகளை உள்ளடக்கிய வேதங்களில் சொல்லப் பட்ட விளக்கங்களுக்கு ஏற்ற இலக்கணம் உடையனாகி, இவை போதாது என்று இவற்றுக்கு மேலும் வெட்ட வெளிக்கு அப்பால் அருள் வடிவமாகியும், உயிருக்கு ஒன்றாயும் உடனாயும் வேறாயும் இருந்து, யாம் காணுமாறு தண்ணருளைப் பொழிந்து, எங்களை எல்லாம் காப்பாற்றிக் கொண்டிருக்கும் சாட்சியாக விளங்கும் ஊதியமே! உதவுவது அன்றி, வேறு எதனையும் உயிர்களுக்குச் செய்தறியாத, முக்குண வசப்படாத பொருளே!

..137..

ஒன்றுஆகிப் பலஆகிப் பலவாக் கண்ட
    ஒளிஆகி வெளிஆகி உருவும் ஆகி
நன்றுஆகித் தீதுஆகி மற்றும் ஆகி
    நாசமுடன் உற்பத்தி நண்ணாது ஆகி
இன்றுஆகி நாளையுமாய் மேலும் ஆன
    எந்தையே எம்மானே என்றுஎன்று ஏங்கிக்,
கன்றுஆகிக் கதறினர்க்குச் சேதா ஆகிக்
    கடிதினில்வந்து அருள்கூரும் கருணை விண்ணே! 6

அருஞ்சொற்பொருள்:

நாசம் - ஒடுக்கம், அழிவு. சேதா - சிவந்த பசு. கடிது - விரைவு. கருணை - தண்ணளி. கறவை - பால் பசு.

பொழிப்புரை:

ஒன்றாகவும், பலவாகவும், பலப்பல ஒளி வடிவமாகவும், வெட்டவெளியாகவும், உருவமாகவும், நல்லதாகவும், தீயதாகவும், மற்றும் உள்ள அனைத்தும் ஆகவும், இறப்பு பிறப்பு இல்லாததாகவும், இன்று என்னும் நிகழ்காலம் ஆகவும், நாளை என்னும் எதிர்காலம் ஆகவும், 'என்றும் உள்ள எம் தந்தையாகவும், எம் தலைவனாகவும் விளங்குபவனே!' என்று பலமுறை வருந்திக்கூறும், கன்றைப்போல் கதறுபவனுக்குத் தாய்ப்பசுவாகி, விரைந்து வந்து அருள்செய்யும் அருள் வெளியே!

..138..

அருள்பழுத்த பழச்சுவையே கரும்பே தேனே
ஆர்அமிர்தே என்கண்ணே அரிய ஆன
பொருள்அனைத்தும் தரும்பொருளே கருணை நீங்காப்
பூரணமாய் நின்றஒன்றே புனித வாழ்வே
கருதரிய கருத்ததனுள் கருத்தாய் மேவிக்
காலமும்தே சமும்வகுத்துக் கருவி ஆதி
விரிவினையும் கூட்டிஉயிர்த் திரளை ஆட்டும்
விழுப்பொருளே யான்சொலும்விண் ணப்பம்கேளே! 7

அருஞ்சொற்பொருள்:

கருணை - திருவருள். பூரணம் - முழுமுதல். புனிதம் - தூய்மை. காலமும் தேசமும் - பொழுதும் இடமும். உயிர்த்திரள் - உயிர்க்கூட்டம். விழுப்பொருள் - மேலான பொருள்.

பொழிப்புரை:

அருளாகிய பழத்தின் சுவையே! கரும்பே! தேனே! இனிய அமுதமே! என்னுடைய கண்ணே! அரிய பொருள்கள் அனைத்தையும் படைத்து அருளும் பொருளே! என்றும் நீங்காத திருவருளாய் விளங்கும் முழுமுதலே! தூய வாழ்வே! எண்ணுதற்கு அருமைஉடைய எண்ணத்தினுள்

எண்ணமாய்க் கலந்து நின்று, பொழுது இடம் ஆகிய வற்றை வரையறை செய்து, உயிர்க் கூட்டத்துக்கு அறிவுக் கருவிகள் முதலியவற்றைத் தந்து, அவற்றை இயக்கிக் கொண்டிருக்கும் மேலான பொருளே! நான் கூறும் விண்ணப்பம் ஒன்றைக் கேட்பாயாக!

..139..

விண்ணவர்இந் திரன்முதலோர், நார தாதி,
    விளங்குசப்த ரிஷிகள்,கன வீணை வல்லோர்,
எண்ணரிய சித்தர்,மனு ஆதி வேந்தர்,
    இருக்காதி மறைமுனிவர் எல்லாம் இந்தக்
கண்அகல்ஞா லம்மதிக்கத் தானே உள்ளங்
    கையில்நெல்லிக் கனிபோலக் காக்ஷி யாகத்,
திண்ணியநல் அறிவால்இச் சமயத்து அன்றோ
    செப்பரிய சித்திமுக்தி சேர்ந்தார் என்றும்.   8

அருஞ்சொற்பொருள்:

சப்த ரிஷிகள் - ஏழு முனிவர்கள். கனவீணை - பெரிய வீணை. வல்லோர் - வல்லமை உடைய தும்புரு முதலிய முனிவர்கள். மனுஆதி - மனு முதலிய அரசர்கள். இருக்காதி - இருக்கு முதலிய வேதங்கள். ஞாலம் - உலகம். திண்ணிய - உறுதியான.

பொழிப்புரை:

இந்திரன் முதலிய தேவர்களும், நாரதர் முதலிய முனிவர்களும், நட்சத்திர மண்டலமாக விளங்கும் சப்த ரிஷிகளும், பெரிய வீணை வாசிக்கும் தும்புரு முதலியோரும், எண்ணற்ற சித்தர்களும், மனு முதலிய அரசர்களும், இருக்கு முதலிய வேதங்களும், மற்றுமுள்ள முனிவர்கள் பலரும், இடமகன்ற இந்நிலவுலகத்தார் மதிக்கும்படி உள்ளங்கை நெல்லிக்கனி போலத் தெற்றெனவும், சாட்சியாகவும், உறுதியான நல்லறிவு கொண்டு, சன்மார்க்க நெறியில் நின்று, சொல்லுதற்கு அருமையுடைய சித்தி முத்திகளை, எப்பொழுதும் பெற்று வருகிறார்கள்.

..140..

செப்பரிய சமயநெறி எல்லாம் தம்தம்
தெய்வமே தெய்வம்எனும்; செயற்கை ஆன
அப்பரிசா ளரும்அஃதே பிடித்து ஆலிப்பால்
அடுத்தஅந்நூல் களும்விரித்தே அநுமா னாதி
ஒப்பவிரித்து உரைப்பர்;இங்ஙன் பொய்மெய் என்ன
ஒன்றுஇலைஒன்று எனப்பார்ப்பது ஒவ்வாது ஆர்க்கும்;
இப்பரிசுஆம் சமயமுமாய், அல்ல ஆகி,
யாதுசம யமும்வணங்கும் இயல்பது ஆகி, 9

அருஞ்சொற்பொருள்:

செப்பரிய - சொல்ல அரிய. பரிசாளர் - சமய நெறியினர். ஆலிப்பு - ஆரவாரம். அனுமானாதி - (அனுமானம் + ஆதி) - அனுமானம் முதலிய அளவை. இங்ஙன் - இவ்வாறு. இலை - இல்லை. ஆர்க்கும் - ஆரவாரம் செய்யும். பரிசு - தன்மை.

பொழிப்புரை:

சொல்லற்குஅரிய சமயநெறிகள் அனைத்தும், தத்தம் தெய்வமே தெய்வம் என்று பேசும். அந்தச் சமய நெறியினரும் அதையே பற்றி நின்று, ஆரவாரம் செய்து, அதனைச் சார்ந்து நிற்கும் நூல்களில் உள்ள கருத்துகளை அனுமானம் முதலிய அளவைகளால் ஏற்குமாறு விரித்துப் பேசுவர். இவ்வாறு பார்க்கும்போது மெய் என்றும், பொய் என்றும், எதனையும் முடிவு செய்ய இயலாது. பொய் என்றோ மெய் என்றோ இரண்டில் ஒன்றைப் பார்ப்பது ஒத்துவராது. அதுகொண்டு செய்யும் வாதம் வெறும் கூச்சலாய் முடியும். இத்தன்மையதாகிய சமய மாகவும், அல்லாததாகவும், எந்தச் சமயத்தைச் சேர்ந்தவரும் வணங்கும் தன்மை உடையதாகவும் இருக்கும்.

..141..

இயல்புஎன்றும் திரியாமல் இயமம் ஆதி
எண்குணமும் காட்டி,அன் பால் இன்பம் ஆகிப்,

பயன்அருளப் பொருள்கள்பரி வாரம் ஆகிப்,
　　பண்புஉறவும் சௌபான பக்ஷம் காட்டி,
மயல்அறுமந்த் ரசிக்ஷை ஜோதி டாதி
　　மற்றுஅங்க நூல்வணங்க, மௌன மோலி
அயர்வுஅறச்சென் னியில்வைத்து, ராஜாங் கத்தில்
　　அமர்ந்ததுவை திகசைவம் அழகுஇது அந்தோ!

அருஞ்சொற்பொருள்:

திரியாமல் - மாறுபடாமல். எண்குணமும் - எட்டு அங்கங்களுடன் கூடிய (யோகம்). பரிவாரம் - உடன் இருப்பவர். சௌபானம் - சோபானம் - படிமுறை. பக்ஷம் - வழிமுறை. மயல் - மயக்கம். மந்த்ரம் - வேத மந்திரம். ஜோதிடாதி - (சோதிடம் + ஆதி) - சோதிடம் முதலிய கலைகள். மோலி - கிரீடம். சென்னி - தலை. ராஜாங்கம் - அரசாங்கம். வைதிக சைவம் - வேதநெறி வழுவாத சைவம்.

பொழிப்புரை:

தன் இயல்பில் இருந்து என்றும் மாறுபடாமல், இயமம் முதலிய யோக உறுப்புகள் எட்டினையும் காட்டிக் கொடுத்து, அன்பினால் இன்பத்தைத் தந்து, பயன்படுமாறு படிநிலையில் மேல்நோக்கிச் செல்ல உதவும் வழியைக் காட்டிக் கொடுத்து, மயக்கத்தைப் போக்க உதவும் மந்திரம் சிட்சை முதலிய வேத உறுப்புகளும் சோதிடம் முதலிய வகை நூல்களும் வந்து வணங்கி நிற்க, பொருள்கள் அனைத்தும் பண்புடைய பரிவாரங்களாகவும் சோர்வு நீங்க, மௌனம் தலையில் தரிக்கும் கிரீடமாகவும் இருந்து, அரசு நடத்தும் வேதநெறி வழுவாத சைவத்தின் அழகே அழகு.

..142..

அந்தோஈது அதிசயம்,இச் சமயம் போல்இன்று,
　　அறிஞர்எல்லாம் நடுஅறிய அணிமா ஆதி
வந்துஆடித் திரிபவர்க்கும்; பேசா மோனம்
　　வைத்திருந்த மாதவர்க்கும்; மற்றும் மற்றும்

இந்த்ராதி போகநலம் பெற்ற பேர்க்கும்;
   இதுஅன்றித் தாயகம்வேறு இல்லை இல்லை;
சந்தான கற்பகம்போல் அருளைக் காட்டத்
   தக்கநெறி இந்நெறியே தான்சன் மார்க்கம்.   11

அருஞ்சொற்பொருள்:

நடு - நடுநிலை. அணிமாஆதி - அணிமா முதலான. மாதவர் - பெரிய தவசி. போகம் - இன்ப அனுபவம். தாயகம் - தாய்வீடு. கற்பகம் - கற்பக மரம். சன்மார்க்கம் - ஞான நெறி.

பொழிப்புரை:

நடுவுநிலை தவறாதவரும், அணிமா முதலிய எட்டு சித்துக்கள் கைவரப் பெற்ற ஞானியரும், பேசாத மௌன நிலையில் நிற்கும் பெரிய தவசிகளும், இந்திரன் போல் இன்பம் துய்த்து வாழ்வோரும், ஆகிய அனைத்து பேர்க்கும், ஓயாது வழங்கும் சந்தானம், கற்பகம் முதலிய மரம் போல் அருளை வழங்கும் ஞானநெறி எனப்படும் தகுதியுடைய இந்நெறியைத் தவிர வேறு நெறி இல்லை. மேற்கூறிய அனைவருக்கும் தாய்வீடாய் விளங்குவது இந்நெறியே ஆகும். என்னே! இந்தச் சமயத்தின் அதிசயம் இருந்தவாறு!

..143..

சன்மார்க்க ஞானமதின் பொருளும் வீறு
   சமயசங்கே தப்பொருளும் தான்ஒன்று ஆகப்
பன்மார்க்க நெறியினிலும் கண்டது இல்லை;
   பகர்வுஅரிய தில்லைமன்றுள் பார்த்த போதுஅங்கு
என்மார்க்கம் இருக்குதுஎல்லாம் வெளியே என்ன
   எச்சமயத் தவர்களும்வந்து இறைஞ்சா நிற்பர்;
கல்மார்க்க நெஞ்சம்உள எனக்கும் தானே
   கண்டவுடன் ஆனந்தம் காண்டல் ஆகும்.   12

அருஞ்சொற்பொருள்:

வீறு - பெருமை. சங்கேதம் - உறுதி. இறைஞ்சாநிற்பர் - வணங்குவர். கல் மார்க்க நெஞ்சம் - கல் போன்ற வலிய மனம்.

பொழிப்புரை:

சன்மார்க்கம் எனப்படும் ஞானநெறியின் பொருளும், தத்தம் சமயமே பெரிது எனப் பேசும் சமயங்களின் பொருளும், ஒன்றாவதை எந்நெறியிலும் நான் கண்டதில்லை.

சொல்ல அருமை உடைய தில்லை அம்பலத்தில் நான் பார்த்தபோது, அங்கு எந்த மார்க்கம் இருந்தது? எல்லாம் வெட்ட வெளியே என எல்லாச் சமயத்தவரும் வந்து வணங்குகின்றனர். கல்போன்ற வன்மனம் உடைய எனக்கும் பேரின்பமே மேலிட்டது?

..144..

காண்டல்பெறப் புறத்தின்உள்ள படியே உள்ளும்
காட்சிமெய்ந்நூல் சொலும்பதியாம் கடவு ளே!நீ
நீண்டநெடு மையும்அகலக் குறுக்கும் காட்டா
நிறைபரிபூ ரணஅறிவாய், நித்தம் ஆகி,
வேண்டுவிருப் பொடுவெறுப்புச் சமீபம் தூரம்
விலகல்அணு குதல்முதலாம் விவகா ரங்கள்,
பூண்டஅள வைகள்,மனம்வாக்கு ஆதி எல்லாம்
பொருந்தாமல் அகம்புறமும் புணர்க்கைஆகி. 13

அருஞ்சொற்பொருள்:

பதி - இறை. நெடுமை - நீளம். சமீபம் - அண்மை. தூரம் - சேய்மை. விலகல் - நீங்குதல். அணுகுதல் - நெருங்குதல். விவகாரங்கள் - பிணக்குகள். பூண்ட - பொருந்திய. புணர்க்கை - ஒன்றுபடுதல்.

பொழிப்புரை:

புறத்தில் உள்ளபடியே அகத்திலும் காட்சி தரும் மெய் நூல்கள் விதந்து ஓதும் 'பதி' எனப்படும் கடவுள் நீ; உனது நீளமும் அகலமும் அறிய முடியாதது; நிறைந்த முழுமையான ஞானமயமாய்; நிலைத்ததாய்; விருப்பு, வெறுப்பு, அண்மை, சேய்மை, நீங்குதல், நெருங்குதல் முதலிய பிணக்குகள் அற்றதாய்; காட்சி அனுமானம்

உரை என்னும் அளவைகளுக்கோ, மனம் மொழி மெய் என்னும் முக்கரணங்களுக்கோ பொருந்தாததாய்; அகத்திலும் புறத்திலும் ஒரு தன்மையதாய் விளங்குவாய்.

..145..

ஆகியசற் காரியஊ கத்துக்கு ஏற்ற
    அமலமாய், நடுஆகி, அனந்த சக்தி
யோகம்உறும் ஆனந்த மயமது ஆகி,
    உயிர்க்குஉயிராய் எந்நாளும் ஓங்கா நிற்ப
மோகஇருள் மாயைவினை உயிர்கட்கும் எல்லாம்
    மொய்த்ததுஎன்கொல்? உபகார முயற்சி யாகப்
பாகம்மிக அருளஒரு சக்தி வந்து
    பதிந்ததுஎன்கொல்? நான்எனும்அப் பான்மை என்கொல்?   14

அருஞ்சொற்பொருள்:

சற்காரியம் - உள்ளதாகிய செயப்படு பொருளே தோன்றும் என்பது. அமலம் - மலமற்றது. அனந்தம் - பல. மோகம் - அறியாமை. (ஆணவம்). மாயை - மாயா மலம். வினை - கன்ம மலம். மொய்த்தது - சூழ்ந்தது. பாகம் - பரிபக்குவம். பான்மை - தன்மை.

பொழிப்புரை:

'இல்லாத பொருள் ஒருபோதும் தோன்றாது' என்னும் சற்காரிய வாதத்தின்படி மலமற்றதாய், நடுவுநிலை தவறாததாய், விளங்கும் பல சத்திகளுள் உயிருக்கு உயிராய் எப்பொழுதும் விளங்கும் சிற்சத்தியானது உயர்ந்து நிற்க, அறியாமையாகிய ஆணவ மலம், மாயா மலம், கன்ம மலம் ஆகிய மும்மலங்கள் உயிர்களைச் சூழ்ந்து நின்றது எதற்காக? யோகத்தால் பெற்ற பேரின்ப மயமாகி, உயிருக்கு உதவும்பொருட்டு, ஒரு சத்தியானது (ஞான சத்தி) வந்து பொருந்தியது எதற்காக? நான் என்று சொல்லும் அத்தன்மை வந்தது எதற்காக?

..146..

நான்என்னும் ஓர்அகந்தை எவர்க்கும் வந்து
நலிந்தவுடன் ஜகமாயை நானா ஆகித்
தான்வந்து தொடரும்;இத்தால் வளரும் துன்பச்
சாகரத்தின் பெருமைஎவர் சாற்ற வல்லார்?
ஊன்என்றும் உடல்என்றும் கரணம் என்றும்
உள்என்றும் புறம்என்றும் ஒழியா நின்ற
வான்என்றும் கால்என்றும் தீநீர் என்றும்
மண்என்றும் மலைஎன்றும் வனமது என்றும்,

அருஞ்சொற்பொருள்:

அகந்தை - செருக்கு. ஜகமாயை - உலக மாயை. இத்தால் - இதனால். சாகரம் - கடல். கால் - காற்று. வனம் - காடு.

பொழிப்புரை:

நான் என்னும் செருக்கு அனைவருக்கும் வந்து வருத்தம் ஏற்படுத்தியவுடன், உலகமாயை பலவிதங்களில் வந்து பின்பற்றுகிறது. இதனால் விளையும் துன்பக் கடலின் ஆழத்தை எவரால் அளக்கமுடியும்? உடம்பு என்றும், உடம்பிலுள்ள ஊன் என்றும், அறிவுக்கருவிகள் என்றும், தொழிற்கருவிகள் என்றும், அகம் என்றும், புறம் என்றும், எப்பொழுதும் நிலைபேறுடைய வானம் என்றும், காற்று என்றும், நெருப்பு என்றும், நீர் என்றும், நிலம் என்றும், மலை என்றும், காடு என்றும் சொல்வது எதற்காக?

..147..

மலைமலையாம் காட்சிகண்கா ணாமை ஆதி
மறப்புஎன்றும் நினைப்புஎன்றும் மாயா வாரி
அலைஅலையாய் அடிக்கும்இன்ப துன்பம் என்றும்
அதைவிளைக்கும் வினைகள்என்றும் அதனைத் தீர்க்கத்

தலைபலஆம் சமயம்என்றும் தெய்வம் என்றும்
சாதகர்என்றும் அதற்குச் சாக்ஷி ஆகக்
கலைபலஆம் நெறிஎன்றும் தர்க்கம் என்றும்
கடல்உறும்நுண் மணல்,எண்ணிக் காணும் போதும், 16

அருஞ்சொற்பொருள்:

மாயா வாரி - மாயையாகிய கடல். தலை - தலைப்படும், முனையும். சாதகர் - ஆத்ம சாதகர். கலை - நூல்.

பொழிப்புரை:

மலை அளவு பெரிய காட்சி என்றும், கண்ணால் காண முடியாதவை என்றும், மறப்பு என்றும், நினைப்பு என்றும், மாயை என்னும் கடலில் வீசும் அலைகளாகிய இன்ப துன்பங்கள் என்றும், அதனை நீக்க உதவும் சமயங்கள் என்றும், அவற்றிற்குரிய தெய்வங்கள் என்றும், ஆத்ம சாதகர் என்றும், அதற்கு சாட்சியாக நூல்களில் சொல்லப் பட்ட நெறிகள் என்றும், அதன்மீது வாதப் பிரதிவாதம் என்றும், இப்படி பலப்பலவாய் கடல்மணலை எண்ணிக் காண்பதுபோல் எண்ணிக் காண முடியாது போகும்.

..148..

காணரிய அல்லல்எல்லாம் தானே கட்டுக்
கட்டாக விளையும்;அதைக் கட்டோ டேதான்
வீணினில்கர்ப் பூரமலை படுதீப் பட்ட
விந்தைஎனக் காணஒரு விவேகம் காட்ட,
ஊண்உறக்கம் இன்பதுன்பம் பேர்ஊர் ஆதி
ஒவ்விடவும், எனைப்போல உருவம் காட்டிக்
கோண்அறஓர் மான்காட்டி மானை ஈர்க்கும்
கொள்கைஎன அருள்மௌன குருவாய் வந்து, 17

அருஞ்சொற்பொருள்:

அல்லல் - துன்பம். கட்டுக்கட்டாக - கத்தை கத்தையாக. வீணினில் - பயனின்றி. விவேகம் - அறிவு. ஒவ்விட - ஒத்திருக்க. கோண்- குற்றம், களங்கம்.

பொழிப்புரை:

கண்ணால் காணமுடியாத துன்பங்கள் பலவும் கத்தை கத்தையாய் வந்துசேர, அதனைக் கற்பூர மலையில் தீப் பிடித்ததுபோல் கட்டோடு எரித்து, ஓர் அதிசயத்தை நிகழ்த்தி, அறிவு விளக்கம் பெற்று நிற்க;

உணவு, உறக்கம், இன்பம், துன்பம், பெயர், ஊர் முதலியன கொண்டு நம்மைப் போலவே மானுட உருவம் கொண்டு, மானைக் காட்டி மானைப் பிடிப்பதுபோல குற்றமறத் தன்வசப்படுத்தும் கொள்கையுடன் அருள்நிறை மௌன குருவாய் வந்தனன்.

..149..

வந்துஎன்உடல் பொருள்ஆவி மூன்றும் தன்கை
வசம்எனவே, அத்துவா மார்க்கம் நோக்கி,
ஐந்துபுலன் ஐம்பூதம் கரணம் ஆதி
அடுத்தகுணம் அத்தனையும் அல்லை அல்லை;
இந்தஉடல் அறிவுஅறியா மையும்நீ அல்லை;
யாதுஒன்று பற்றின்அதன் இயல்பாய் நின்று
பந்தம்அறும் பளிங்குஅனைய சித்து நீஉன்
பக்குவம்கண்டு அறிவிக்கும் பான்மை யேம்யாம். 18

அருஞ்சொற்பொருள்:

அத்துவா - வழிகள். (அதன் வகைகள்: மந்திரம், பதம், வன்னம், புவனம், தத்துவம், கலை என்னும் ஆறு). பளிங்கு - படிகம். சித்து - அறிவு.

பொழிப்புரை:

(மௌன குருவாய் வந்து) எனது உடல், பொருள், ஆவி மூன்றையும் தன்வசப்படுத்திக் கொண்டு; அத்துவா எனப் படும் ஆறு வழிகளையும் காட்டி; ஐந்து புலன்கள், ஐந்து பூதங்கள், கருவிகள் முதலியனவாகச் சொல்லப்படும் அவை அத்தனையும் நீ அல்ல என்றும்; இந்த உடம்பு, அறிவு, அறியாமை ஆகியனவும் நீ அல்ல என்றும்; பற்றி

நிற்கும் பொருளின் நிறத்தை, தான் வெளிக்காட்டும் படிகம் போன்றது உனது தன்மை என்றும்; தளைகளை அறுத்தெறியும் வல்லமை உடைய அறிவுப் பொருள் நீ என்றும்; உனது பக்குவம் கண்டு அதற்கேற்ப அறிவிக்கும் தன்மையே எனது தன்மை என்றும் அறிவித்தான்.

..150..

அறிவுஆகி ஆனந்த மயமாய் என்றும்
அழியாத நிலைஆகி யாதின் பாலும்
பிறியாமல் தண்ணருளே கோயில் ஆன
பெரியபரம் பதிஅதனைப் பெறவே வேண்டின்
நெறியாகக் கூறுவன்கேள்;எந்த நாளும்
நிர்க்குணம்நிற் குஉளம்வாய்த்து நீடு வாழ்க;
செறிவுஆன அறியாமை எல்லாம் நீங்கச்
சிற்சுகம்பெற் றிடுக;பந்தம் தீர்க என்றே! 19

அருஞ்சொற்பொருள்:

அழியாத நிலை - முத்தி நிலை. பரம்பதி - மேலான இறை. நிர்க் குணம் - முக்குண வேறுபாடு அற்ற. செறிவு - இறுக்கம். சிற்சுகம் - ஞான ஆனந்தம். பந்தம் - தளை.

பொழிப்புரை:

ஞானமயமாகவும், பேரின்ப மயமாகவும், எப்பொழுதும் அழியாத தன்மையுடனும், தண்ணருளே கோயிலாகக் கொண்டு விளங்கும் பெரிய மேலான இறையை விட்டுப் பிரியாத நிலையில் நிற்க வேண்டுமாயின், அதற்குரிய வழிமுறைகளைக் கூறுகிறேன்; கேட்பாயாக!

எப்பொழுதும் முக்குணவசப்படாத மனம் வாய்க்கப் பெற்று, நீண்ட வாழ்வைப் பெறவேண்டும். இறுக்கமான அறியாமை நீக்கம் நிகழ்ந்து, ஞானஆனந்தம் பெற வேண்டும்; தளைகள் அனைத்தும் தீரவும் வேண்டும்.

..151..

பந்தம்அறும் மெய்ஞ்ஞானம் ஆன மோனப்
பண்புஒன்றை அருளி,அந்தப் பண்புக் கேதான்
சிந்தைஇல்லை நான்என்னும் பான்மை இல்லை
தேசம்இல்லை காலம்இல்லை திக்கும் இல்லை
தொந்தம்இல்லை நீக்கம்இல்லை பிறிதும் இல்லை
சொல்லும்இல்லை இராப்பகல்ஆம் தோற்றம் இல்லை
அந்தம்இல்லை ஆதிஇல்லை நடுவும் இல்லை
அகமும்இல்லை புறமும்இல்லை அனைத்தும் இல்லை.

அருஞ்சொற்பொருள்:

பந்தம் - தளை. தேசம் - இடம். காலம் - பொழுது. திக்கு - திசை. தொந்தம் - உலகத் தொடர்பு.

பொழிப்புரை:

தளைகள் அற்ற உண்மை ஞானத்தை மௌனமாய் இருப்பதன் மூலம் அடையலாம் என்று குருநாதன் அருளிச் செய்தமையால்,

அந்த மோனத்தில் சிந்தை இல்லை; நான் என்னும் அகங்காரம் இல்லை; இடம் இல்லை; பொழுது இல்லை; திசை இல்லை; உலகத் தொடர்பு இல்லை; விடுபடுதல் என்பது இல்லை; வேறு எதுவுமே இல்லை.

அதுபோல சொல்லும் சொல் இல்லை; இரவு பகல் என மாறிவரும் அதனை உணரும் உணர்வு இல்லை; முடிவு இல்லை; தொடக்கம் இல்லை; இடையில் உள்ள இருப்பு இல்லை; அகம் இல்லை; புறம் இல்லை; இப்படி எதுவுமே இல்லை.

..152..

இல்லைஇல்லை என்னின்ஒன்றும் இல்லாது அல்ல;
இயல்புஆகி என்றும்உள்ள இயற்கை ஆகிச்
சொல்லரிய தன்மையதாய் யான்தான் என்னத்
தோன்றாதுஎல் லாம்விழுங்கும் சொரூபம் ஆகி

அல்லைஉண்ட பகல்போல அவித்தை எல்லாம்
அடையஉண்டு, தடைஅறஉன் அறிவைத் தானே
வெல்லஉண்டு,இங்கு உன்னையும்தான் ஆகக் கொண்டு
வேதகமாய்ப் பேசாமை விளக்கும் தானே. 21

அருஞ்சொற்பொருள்:

அல் - இருள். அவித்தை - அறியாமை. விழுங்குதல் - அடக்குதல். வேதகம் - வேறுபாடு.

பொழிப்புரை:

இல்லை இல்லை என்பதால் அவை ஒன்றுமே இல்லை எனக் கொள்ளல் ஆகாது. இயல்பு ஆகியும், என்றும் உள்ள இயற்கை ஆகியும், சொல்லஅரிய தன்மையுடையது ஆகியும், என் உடலே நான் என்று நினையாது எல்லா வற்றையும் தன்னுள் அடக்கும் வடிவமாய், இருட்டை விழுங்கிய பகல் போல அறியாமை முழுவதையும் விழுங்கி, தடைகளை நீக்கி, அறிவையும் வென்று, அதனையும் விழுங்கி, மௌனமாய் இருக்கும்போது, உன் நிலைமை என்ன என்பதை (வேறுபடுத்தி) உள்ள படி காட்டும்.

..153..

தான்ஆன தன்மயமே அல்லால் ஒன்றைத்
தலைஎடுக்க ஒட்டாது; தலைப்பட்டு ஆங்கே
போனாலும் கர்ப்பூர தீபம் போலப்
போய்ஒளிப்பது அல்லாது புலம்வேறு இன்றாம்;
ஞானாகா ரத்தினொடு ஞேயம் அற்ற
ஞாதுருவும் நழுவாமல் நழுவி நிற்கும்;
ஆனாலும் இதன்பெருமை எவர்க்குஆர் சொல்வார்?
அதுஆனால் அதுஆவர், அதுவே சொல்லும். 22

அருஞ்சொற்பொருள்:

புலம் - காணப்படு பொருள். ஞானாகாரம் - பேரறிவுப் பெருவடிவு. ஞேயம் - காணப்படு பொருள். ஞாதுரு - காண்பான். நழுவாமல் - எவ்வாறு அகன்றது என்று அறியமுடியாதபடி. நழுவி நிற்கும் - அகலும். எவர்க்கு - யாருக்கு.

பொழிப்புரை:

தானான தன்மை தவிர அங்கு வேறு எதுவும் தலை தூக்குவது இல்லை; அவ்வாறு தலைதூக்கினாலும், நெருப்பில் பட்ட கற்பூரம்போல காணாமல் போகுமே அன்றி, காணப்படுபொருள் தனியே இருக்காது; காண்பானும் காட்சியும் காணப்படு பொருளும் (திரிபுடி) அற்ற நிலையில் நிற்கும்போது, அதன் பெருமையை யாரால் விவரித்துப் பேச முடியும்? தான் (உயிர்) அது (இறை) ஆகின்ற போது, அதுவே அதன் பெருமையை உணர்த்தி நிற்கும்.

..154..

அதுஎன்றால் எதுஎனஒன்று அடுக்கும் சங்கை;
ஆதலினால் அதுஎனலும் அறவே விட்டு,
மதுஉண்ட வண்டுஎனவும் சனகன் ஆதி
மன்னவர்கள் சுகர்முதலோர் வாழ்ந்தார் என்றும்
பதிஇந்த நிலைஎனவும் என்னை ஆண்ட
படிக்கு,நிர் விகற்பத்தால் பரமா னந்தக்
கதிகண்டு கொள்ளவும்நின் அருள்கூர்; இந்தக்
கதிஅன்றி உறங்கேன்; மேல்கருமம் பாரேன். 23

அருஞ்சொற்பொருள்:

சங்கை - சந்தேகம். மது - தேன். சனகன் ஆதி - சனகன் முதலிய. சுகர் முதலோர் - சுகர் முதலிய முனிவர்கள்.

பொழிப்புரை:

அது என்று கூறும்போது, எது என ஒரு ஐயம் தோன்றும். ஆகையால் அது எனச் சொல்வதையும் முழுமையாக நீக்கி

விட்டு, தேன் குடித்த வண்டு போல சனகன் முதலிய மன்னர்களும் சுகர் முதலிய முனிவர்களும் திருவடி ஞானத்தில் திளைத்தனர் என்பது அறிந்து;

இந்நிலையில் நில் எனவும், ஆட்கொண்டு அருள்செய்யும் பதி எனவும், என்னை ஆட்கொண்ட முறைமைக்கு ஏற்ப, வேறுபாடற்ற நிட்டையில் நின்று, மேலான பேரின்ப நிலையைக் கண்டுகொள் எனவும், அருள் செய்வாயாக!

இது நிகழாது உறங்கவும் மாட்டேன்; வேறு செயல் எதுவும் செய்யவும் மாட்டேன்.

..155..

பார்ஆதி விண்அனைத்தும் நீயாச் சிந்தை
பரியமட லாஎழுதிப் பார்த்துப் பார்த்து
வாராயோ என்ப்ராண நாதா என்பேன்;
வளைத்துவளைத்து எனைநீயா வைத்துக் கொண்டு
பூராயமா மேல்ஒன்று அறியா வண்ணம்
புண்ணாளர் போல்நெஞ்சம் புலம்பி உள்ளே
நீராள மாய்உருகிக் கண்ணீர் சோர
நெட்டுயிர்த்து மெய்ம்மறந்துஓர் நிலையாய் நிற்பேன். 24

அருஞ்சொற்பொருள்:

பரிய - பெரிய. மடல் - பனை ஏடு. ப்ராண நாதா - உயிர்த் தலைவா. பூராயமா - முற்றிலும். புண்ணாளர் - நோயாளி. நீராளமாய் - நீராய்.

பொழிப்புரை:

நிலம் முதல் ஆகாயம் வரை உள்ள அனைத்தும் நீயே என நினைத்து; அதனை பெரிய பனைஓலையாகிய ஏட்டினில் எழுதிப் பார்த்துப் பார்த்து; 'என் உயிர்த் தலைவனே! வர மாட்டாயோ?' என ஏங்குவேன். என்னை வளைத்து வளைத்து நீயே உன்னில் வைத்துக்கொண்டு, முற்றிலும் வேறு ஒன்றினையும் அறியாதபடி செய்துவிட்டாய்.

அதனால் நோயாளிபோல மனத்தால் புலம்பி, உள்ளம் நீராய் உருக, கண்களில் நீர் சொரிய, பெருமூச்சு விட்டு, உடம்பை மறந்து, ஒப்பற்ற நிலையில் நிற்பேன்.

..156..

ஆயும்அறிவு ஆகிஉன்னைப் பிரியா வண்ணம்
அணைந்துசுகம் பெற்றஅன்பர் ஐயோ என்னத்
தீயகொலைச் சமயத்தும் செல்லச் சிந்தை
தெளிந்திடவும் சமாதானம் செய்வேன்; வாழ்வான்
காய்இலைபுன் சருகுஆதி அருந்தக் கானம்
கடல்மலைஎங் கேஎனவும் கவலை ஆவேன்;
வாய்இல்கும்பம் போல்கிடந்து புரள்வேன் வானில்
மதிகதிரை முன்னிலையா வைத்து நேரே;

அருஞ்சொற்பொருள்:

ஆயும் - ஆராயும். சுகம் - இன்பம். சமாதானம் - ஆறுதல். புன்சருகு - அற்ப சருகு. கும்பம் - குடம். மதி - சந்திரன். கதிர் - சூரியன். நேரே - எதிரே.

பொழிப்புரை:

ஆராய்கின்ற அறிவு உடையவராய், உன்னை எப்பொழுதும் விட்டு நீங்காத, இன்பம் பெற்ற மெய்யடியார்கள், 'ஐயோ!' என்று பதறுமாறு, தீமைஉடைய உயிர்க்கொலையை ஆதரிக்கும் சமயநெறிகளிலும் சிந்தையானது செல்ல, அதுகுறித்தும் மனதைத் தேற்றிக் கொள்வேன்.

உயிர் வாழவேண்டி காய், இலை, அற்ப சருகு முதலிய வற்றைத் தேடி உண்ணும்பொருட்டு, காடு கடல் மலை முதலியன எங்கே எனக் கவலை கொள்வேன். வானத்தில் உலாவரும் சூரிய சந்திரரை முன்னிலையாக வைத்து, வாயில்லாத குடம்போல் கிடந்து தரையில் உருளுவேன்.

..157..

நேரேதான் இரவுபகல் கோடா வண்ணம்
நித்தம்வர உங்களைஇந் நிலைக்கே வைத்தார்
ஆரே?அங்கு அவர்பெருமை என்னே என்பேன்!
அடிக்கின்ற காற்றேநீ யாரா லேதான்
பேராதே சுழல்கின்றாய் என்பேன்; வந்து
பெய்கின்ற முகில்காள்எம் பெருமான் நும்போல்
தாராள மாக்கருணை பொழியச் செய்யும்
சாதகம்என் னேகருதிச் சாற்றும் என்பேன். 26

அருஞ்சொற்பொருள்:

நித்தம் - நாளும். உங்களை - சூரிய சந்திரர்களை. சாதகம் - உதவி.

பொழிப்புரை:

முறையாக இரவும் பகலும் ஒருதன்மையாய் மாறி மாறி வர, சூரிய சந்திரர்களை இயக்குபவர் யார்? அவர் பெருமை குறித்து எவ்வாறு எடுத்துரைப்பது? அடிக்கின்ற காற்றே நீ யாருடைய ஆணையின்படி இயங்குகின்றாய்! என்று கேட்பேன்.

மழையாய் வந்து பொழிகின்ற மேகங்களே! உங்களைப் போல எம்பெருமானும் தாராளமாய் அருளைப் பொழிய வேண்டும் என்று அவருக்கு எடுத்துக் கூறுங்கள்! என்பேன்.

..158..

கருதரிய விண்ணேநீ எங்கும் ஆகிக்
கலந்தனையே உன்முடிவின் காக்ஷி ஆக
வருபொருள்எப் படிஇருக்கும் சொல்லாய் என்பேன்;
மண்ணேஉன் முடிவில்எது வயங்கும் ஆங்கே
துரியஅறி வுடைச்சேஷன் ஈற்றின் உண்மை
சொல்லானோ சொல்என்பேன்;கருதி யேநீ
ஒருவரைப்போல் அனைவருக்கும் உண்மை ஆம்முன்
உரைஅன்றோ உன்முடிவை உரைநீ என்பேன். 27

அருஞ்சொற்பொருள்:

காக்ஷி - காட்சி. வயங்கும் - விளங்கும். துரிய அறிவு - கூர்த்த அறிவு. சுருதி - வேதம். சேடம் - ஆதிசேடன்.

பொழிப்புரை:

எண்ணிப் பார்க்க அருமைஉடைய ஆகாயமே! நீ எல்லாப் பக்கங்களிலும் பரவி நிற்கிறாய். 'உனது முடிவில் காட்சியாக வரும் பேரறிவுப் பொருள் எப்படி இருக்கும்? என்று சொல்வாயாக!' எனக் கேட்பேன்.

நிலமே! உன் முடிவில் விளங்குகின்ற கூர்த்த அறிவுடைய பொருள் எப்படிப்பட்டது? ஆதிசேடன் நிலமுடிவின் உண்மைநிலை குறித்து சொல்லமாட்டானோ? அவனிடம், 'அதுகுறித்துச் சொல்வாயாக!' எனக் கேட்பேன்.

வேதமே! நீ மற்றவர்களைப் போல் அல்லாது, அனைவருக்கும் மெய்யாய் விளங்குகின்ற முதல்நூல் அல்லவோ? எனவே இதுகுறித்து உனது முடிவு என்ன என்பதை நீயே கூறுவாயாக! எனக் கேட்பேன்.

..159..

உரைஇறந்து பெருமைபெற்றுத் திரைக்கை நீட்டி
ஒலிக்கின்ற கடலேஇவ் உலகம் சூழக்
கரையும்இன்றி உன்னைவைத்தார் யாரே என்பேன;
கானகத்தின் பைங்கிளிகாள்,கமலம் மேவும்
வரிசிறைவண்டு இனங்கள்ள்,ஓ திமங்காள், தூது
மார்க்கம்அன்றோ நீங்கள்இது வரையி லேயும்
பெரியபரி பூரணம்ஆம் பொருளைக் கண்டு
பேசியதுஉண் டோஒருகால் பேசும் என்பேன். 28

அருஞ்சொற்பொருள்:

உரை - வாக்கு, சொல். திரை - அலை. கமலம் - தாமரை. சிறை - சிறகு. ஓதிமம் - அன்னப்பறவை.

பொழிப்புரை:

சொல்லுக்கும் அப்பாற்பட்ட பெருமையுடைய அலைகளாகிய கைகளை நீட்டுகின்ற ஒலி செய்யும் கடலே! இந்த உலகைச் சூழ்ந்து நிற்குமாறு, கரையின்றி ஒரு கட்டுப்பாட்டுக்குள் உன்னை வைத்திருப்பவர் யார்? என்று கேட்பேன்.

காட்டில் வாழுகின்ற, பசிய நிறமுடைய கிளிகளே! தாமரை மலரில் மொய்க்கும், நீண்ட சிறகுகளுடன் கூடிய வண்டுக் கூட்டமே! அன்னப் பறவைகளே! நீங்களெல்லாம் தூது செல்லும் வழக்கம் உடையவராயிற்றே; அந்த வகையில் முழு நிறைவாய் விளங்கும் பெரிய பரிபூரணப் பொருளைக் கண்டு பேசியது உண்டோ? இதுவரை பேசாமல் இருந்திருப்பீர் ஆயின், ஒருமுறை பேசிப் பாருங்களேன்! என்று கூறுவேன்.

..160..

ஒருவன்அவன் யானைகெடக் குடத்துள் செங்கை
ஓட்டுதல்போல் நான்பேதை உப்போடு அப்பை
மருவவிட்டும், கர்ப்பூரம் அதனில் தீபம்
வயங்கவிட்டும், ஐக்கியம்உன்னி வருந்தி நிற்பேன்;
அருளுடைய பரம்என்றோ அன்று தானே
யான்உளன்என் றும்,எனக்கே ஆண வாதி
பெருகுவினைக் கட்டுஎன்றும் என்னால் கட்டிப்
பேசியதுஅன் றே,அருள்நூல் பேசிற்று அன்றே. 29

அருஞ்சொற்பொருள்:

கெட - தப்பித்துப் போக. ஒருவன் - வேடன். அப்பு - தண்ணீர். ஓட்டுதல் - தேடுதல். உப்பொடு அப்பு (விசிஷ்டாத்வைதக் கோட்பாடு). கற்பூரம் அதனில் தீபம் (அத்வைதக் கோட்பாடு). பரம் என்றோ அன்று தானே யான் உளன் (துவைதக் கோட்பாடு). அன்றே - பழங்காலம் தொட்டே. சுருதி - வேதம்.

பொழிப்புரை:

ஒரு வேடன் யானையைத் தப்பித்துப் போகவிட்டு, அதனைக் குடத்தில் கையை விட்டுத் தேடுவதுபோல நானும் அறிவிலியாய் இறைவனை, அதுபோன்றதொரு தன்மையில் தேடிவருகிறேன். தண்ணீரில் கரையும் உப்பு போலவும், கற்பூரம் எரிந்து காணாமல் போவது போலவும், இறைவனுடன் கலக்கும் கலப்பு கருதி வருத்தப்படுவேன்.

ஆனால் அருளே வடிவான பரம்பொருள் என்றைக்கு இருந்ததோ, அன்று முதல் யானும் இருக்கிறேன் என்பதையும்; எனக்கு ஆணவம் முதலிய குற்றங்கள் தளை என்பதையும்; நானா இட்டுக் கட்டிப் புனைந்துரையாய்ப் பேசினேன்? இல்லையே! வேதம் முதலிய அருள் நூல்கள் அல்லவா, இதுகுறித்துச் சொல்லி வருகின்றன.

..161..

அன்றுமுதல் இன்றைவரை ஜனன கோடி
அடைந்துஅடைந்து இங்கு யாதனையால்அழிந்தது அல்லால்
இன்றைவரை முக்தியின்றே, எடுத்த தேகம்
எப்போதோ தெரியாதே,இப்போ தேதான்
துன்றுமனக் கவலைகெடப் புலைநா யேனைத்
தொழும்புகொளச் சீகாழித் துரையே, தூது
சென்றிடவே பொருளைவைத்த நாவ லோய்நம்
சிவன்அப்பா என்றஅருள் செல்வத் தேவே!

அருஞ்சொற்பொருள்:

ஜனனம் - பிறப்பு. யாதனை - துன்பம். துன்று - அதிகரித்த. புலை நாய் - புலால் உடம்புடன் கூடிய நாய், இழிந்த நாய். தொழும்பு - அடிமை. சீர்காழித் துரையே - சீர்காழி என்னம் ஊரைச் சேர்ந்த பிரபுவே (திருஞான சம்பந்தர்). நாவலோய் - திருநாவலூரைச் சேர்ந்தவரே (சுந்தரர்). அப்பா - அப்பர் (திருநாவுக்கரசர்).

பொழிப்புரை:

அன்று முதல் இன்று வரை பல பிறப்புகள் எடுத்து எடுத்து, இங்குத் துன்பமுற்று, அழிவைத் தேடிக் கொண்டதும் அல்லாமல், இன்றுவரை முத்திப்பேற்றினை அடைய வில்லை. முதன்முதலில் உடம்புகொண்டு பிறப்பெடுத்தது எப்பொழுது என்பதை அறியேன். இப்பொழுதே இழிந்த நாய் போன்ற கடையனை அடிமை கொள்வீராக!

சீர்காழியில் அவதரித்த திருஞானசம்பந்தப் பிரபுவே! இறைவனைத் தூதாக அனுப்பியும், பொன்னை ஆற்றில் இட்டுக் குளத்தில் தேடியும், அருள்பெற்ற திருநாவலூர் சுந்தரமூர்த்தியே! நாவரசர் எனச் சிவனால் அழைக்கப் பட்ட திருநாவுக்கரசரே!

(இவர்களுக்கு அருளியதுபோலத் தனக்கும் அருளவேண்டும் என்பதும், இவர்கள் முன்னின்று அந்த அருளைப் பெற்றுத் தரவேண்டும் என்பது குறிப்பு).

..162..

தேவர்தொழும் வாதவூர்த் தேவே என்பேன்,
திருமூலத் தேவே,இச் சகத்தோர் முத்திக்கு
ஆவல்உறச் சிவஎன்வாக் குடனே வந்த
அரசே,சும் மாஇருந்துஉன் அருளை சாரப்
பூஉலகில் வளர்அருண கிரியே,மற்றைப்
புண்ணியர்காள்,ஓஎன்பேன் புரைஒன்று இல்லா
ஓவியம்போல் அசைவுஅறவும் தானே நிற்பேன்,
ஓதரிய துயர்கெடவே உரைக்கும் முன்னே. 31

அருஞ்சொற்பொருள்:

திருவாதவூர் தேவே - திருவாதவூரில் அவதரித்த மாணிக்கவாசகரே. சகம் - உலகம். சிவ என் வாக்குடன் வந்த அரசே - சிவவாக்கியரே. அருணை கிரியே - அருணகிரி நாதரே. புரை - குற்றம்.

பொழிப்புரை:

தேவர்களாலும் வணங்கப்படும் திருவாதவூர் மாணிக்க வாசகரே என்று கூறுவேன். திருமூலதேவ நாயனாரே! இவ்வுலகத்தோர் முத்தி அடைய வழிசொன்ன சிவ வாக்கியரே! சும்மா இருந்து உன் அருளைப் பெற்ற மௌனகுருவே! இவ்வுலகில் வந்து பிறந்து வளர்ந்து அருள்பெற்ற அருணகிரிநாதரே! மற்றுமுள்ள புண்ணிய சீலர்களே! என்று ஓலமிட்டு அழைப்பேன். குற்றம் இல்லா ஓவியம்போல் அசைவின்றி நிட்டையில் நிற்பேன்; இதனால் சொல்ல அருமைஉடைய துன்பம் கெடுமாறு செய்வேன் (பிறவியை வேர் அறுப்பேன் என்பது கருத்து).

..163..

ஓதரிய சுகர்போல ஏன்ஏன் என்ன
ஒருவர்இலை யோஎனவும் உரைப்பேன், தானே
பேதம்அபே தம்கெடவும் ஒருபே சாமை
பிறவாதோ, ஆல்அடியில் பெரிய மோன
நாதன்ஒரு தரம்உலகம் பார்க்க இச்சை
நண்ணானோ, என்றுஎன்றே நானா ஆகிக்
காதல்மிகும் அணிஇழையார் எனவா டுற்றேன்,
கருத்துஅறிந்து புரப்பதுஉன் மேல்கடன் முக்காலும் 32

அருஞ்சொற்பொருள்:

சுகர் - சுகர் என்னும் பெயருடைய முனிவர். பேதம் - வேறுபாடு. அபேதம் - வேறுபாடு இன்மை. பேசாமை - மௌனம். ஆல் - கல்லால். இச்சை - விருப்பம். நண்ணல் - விருப்பம் கொள்ளுதல். நானா - பலவகை. ஆணி இழை - அழகிய ஆபரணம். புரப்பது - காப்பாற்றுவது. முக்காலும்- மூன்று காலங்களிலும்.

பொழிப்புரை:

சொல்ல அருமைஉடைய சுகர்போல் பிரம்மச்சரியம் காக்கும் ஒருவர் இல்லையே, அது ஏன் ஏன் எனக் கேட்க ஒருவரும் இல்லையோ? என நான் வினவுவேன். தானாக,

'வேறுபாடும், வேறுபாடற்ற தன்மையும்' கெடுமாறு ஒரு மௌன நிலை பிறக்காதோ? கல்லால மரநிழலில் எழுந்தருளி இருக்கும் மௌனகுரு ஒருமுறையேனும் இந்த உலகைப் பார்க்க விருப்பம் கொள்ள மாட்டானோ? என்று இவ்வாறு பலவிதமாக எண்ணி, ஆபரணம் அணிந்த அன்புடைய மனைவி போல வாட்டம் அடைந்தேன். மூன்று காலங்களிலும் என் உள்ளக் கருத்தினை அறிந்து காப்பாற்றுவது உனது கடமை அல்லவா?

..164..

காலமொடு தேசவர்த்த மானம் ஆதி
  கலந்துநின்ற நிலைவாழி, கருணை வாழி,
மால்அறவும் சைவம்முதல் மதங்கள் ஆகி
  மதாதீதம் ஆனஅருள் மரபு வாழி,
ஜாலம்மிகும் எளியேன்இவ் வழக்குப் பேசத்
  தயவுவைத்து வளர்த்தஅருள் தன்மை வாழி,
ஆல்அடியின் பரமகுரு வாழி வாழி,
  அகண்டிதா காரஅருள் அடியார் வாழி!   33

அருஞ்சொற்பொருள்:

காலம் - பொழுது. தேசம் - இடம். வர்த்தமானம் - காரண காரியக் கோட்பாடு. ஆதி - முதலிய. கருணை - திருவருள். மால் - மயக்கம். சால - மிகுதி. தயவு - கருணை. ஆல்அடி - கல்லால மரநிழல்.

பொழிப்புரை:

பொழுது, இடம், செய்தி முதலியனவற்றில் கலந்து நிற்கும் நிலை வாழ்க! திருவருள் வாழ்க! மயக்கமற்ற சைவம் முதலிய உண்மைச் சமயங்கள் வாழ்க! சமயங் கடந்த அருள் பரம்பரை வாழ்க! மிகுதியும் எளியேன் இது குறித்துப் பேச அருள்பாலித்த அந்தத் திருவருட் சத்தி வாழ்க! கல்லால மரநிழலில் எழுந்தருளி இருக்கும் மேலான குரு வாழ்க! வாழ்க! துண்டு பண்ணப்படாத நிலையுடைய சிவபெருமானின் அருளைப் பெற்ற அடியார்கள் வாழ்க!

15. தேன் முகம்

அறுசீர்க் கழிநெடிலடி ஆசிரிய விருத்தம்

..165..

தேன்முகம் பிலிற்றும் பைந்தாள் செய்யபங் கஜத்தில் மேவும்
நான்முகத் தேவே! நின்னால் நாட்டிய அகில மாயை
கான்முயல் கொம்பே என்கோ, கானல்அம் புனலே என்கோ,
வான்முக முளரி என்கோ, மற்றுஎன்கோ விளம்பல் வேண்டும். 1

அருஞ்சொற்பொருள்:

பிலிற்றும் - ஒழுகவிடும். பைந்தாள் - பசிய தாள். செய்ய பங்கயம் - சிவந்த தாமரை மலர். அகில மாயை - உலக மாயை. முளரி - தாமரை.

பொழிப்புரை:

தேனைத் தன்னிடமிருந்து ஒழுகவிடும் பசிய காம்புடைய சிவந்த தாமரை மலர்மேல் வீற்றிருக்கும் பிரம்ம தேவனே! உன்னால் படைக்கப்பட்ட உலகமாகிய மாயை என்பது, காட்டு முயலின் கொம்போ? கானல் நீரோ? ஆகாயத் தாமரையோ? வேறு ஏதேனும் இதுபோல் இல்லாத ஒரு பொருளோ? இதற்கு நீ விடை கூறவேண்டும்.

..166..

வேண்டுவ படைத்தாய் நுந்தை விதிப்படி புரந்தான், அத்தைக்
காண்தக அழித்தான் முக்கண் கடவுள்தான், இனைய ஆற்றல்
ஆண்டவன் எவனோ என்ன அறிகிலாது அகிலம், நீயே
ஈண்டிய அல்லல் தீர எம்மனோர்க்கு இயம்பு கண்டாய். 2

அருஞ்சொற்பொருள்:

நுந்தை - (நும் + தந்தை) திருமால். புரத்தல் - காத்தல். அத்தை - அதனை. முக்கண் கடவுள் - மூன்று கண்கள் உடைய உருத்திரன். அகிலம் - உலகம். ஈண்டிய - மிகுந்த. அல்லல் - துன்பம். இயம்பு - சொல்வாய்.

பொழிப்புரை:

பிரம்மதேவனாகிய நீ, இந்த உலகத்தைப் படைத்தாய்; உமது தந்தையாகிய திருமால் காப்பாற்றினான்; அதனை மூன்று கண்களுடன் கூடிய உருத்திர மூர்த்தியோ அனைவரும் காணுமாறு அழித்தான்; இவை இப்படி இருப்பதால், இதில் ஆண்டவன் எவன் என இந்த உலகத்தாரால் அறிய முடியவில்லை. எம்போன்றோர்க்கு ஏற்பட்டுள்ள இந்த மிகுதுன்பம் தீர விடை கூறுவாயாக!

..167..

கண்டன அல்ல என்றே கழித்திடும் இறுதிக் கண்ணே
கொண்டது பரமா னந்தக் கோதுஇலா முக்தி, அத்தால்
பண்டையின் படைப்பும் காப்பும் பறந்தன மாயை யோடே,
வெண்தலை விழிகை காலில் விளங்கிட நின்றான் யாவன்?   3

அருஞ்சொற்பொருள்:

இறுதி - யுகமுடிவு. கொண்டது - பரம்பொருள் எனக் கொள்ளப் பட்டது. கோது - குற்றம். அத்தால் - அதனால். வெண்தலை - கையில் விளங்கும் வெள்ளை நிற மண்டை ஓடு (பிரம்மனது ஒரு தலையைக் கிள்ளி, அதன் தோல் வற்றிய பிறகு, அந்த மண்டை ஓட்டைப் பிச்சைப் பாத்திரமாக ஏந்தியது). விழி - திருமாலின் கண் (ஆயிரம் மலரில் ஒரு மலர் குறைய கண் மலர் கொண்டு அர்ச்சித்த திருமாலின் விழி).

பொழிப்புரை:

கண்ணால் காணப்பட்ட மாயாகாரியப் பொருள்கள் அனைத்தும் பொய் என்பது யுகமுடிவில் ஒவ்வொன்றாய் கழித்துக் கொண்டே வரத் தெரியவரும். அப்பொழுது பரம் பொருள் ஒன்றே உயிருக்கு மேலான பேரின்பத்தைத் தர வல்ல குற்றமில்லா முத்தி தருவது என்பதும் தெரிய வரும்.

அதனால் இதுவரை நிகழ்த்திய படைப்பு காப்பு அனைத்தும் மாயையோடு சேர்ந்து மறைந்து போகும். மேலும் பிரம்மனின் மண்டை ஓட்டைக் கையிலும் திருமாலின் கண்ணைத் திருவடியிலும் ஏற்றுக் கொண்டவனே பரம் பொருள் என்பது அப்பொழுது தெரியவரும்.

..168..

விளங்கவெண் ணீறு பூசி, விரிசடை கங்கை தாங்கித்,
துளங்குநல் நுதல்கண் தோன்றச், சுழல்வளி நெடுமூச்சு ஆகக்,
களங்கம்இல் உருவம் தானே ககனமாய்ப் பொலிய, பூமி
வளர்ந்ததாள் என்ன, உள்ளம் மன்றுஎன, மறைஒன்று இன்றி

அருஞ்சொற்பொருள்:

துளங்கு - பிரகாசிக்கின்ற. நுதல் - நெற்றி. கண் - நெற்றிக்கண். வளி - காற்று. ககனம் - ஆகாயம். மன்று - அம்பலம். தாள் - திருவடி. மறை - மறைபொருள்.

பொழிப்புரை:

திருவெண்ணீற்றை விளக்கமாகப் பூசி, பரந்துவிரிந்த சடையில் கங்கையைத் தாங்கி, பிரகாசிக்கின்ற நல்ல நெற்றியில் கண் ஒன்று வெளிப்பட, சுழன்றடிக்கும் காற்று பெருமூச்சாக, குற்றமற்ற ஆகாயமே திருமேனியாக, பூமியே வளர்ந்த நெடிய திருவடியாக, உள்ளமே ஆடுகின்ற அம்பலமாக மறைவின்றி இறைவன் வெளிப் பட்டு நிற்கிறான்.

..169..

மறைமுழக்கு ஒலிப்பத், தானே வரதமோடு அபயக் கைகள்
முறைமையின் ஓங்க, நாதம் முரசுஎனக் கறங்க, எங்கும்
குறைவிலா வணம்நி றைந்து கோதுஇலா நடனம் செய்வான்
இறையவன் எனல்ஆம், யார்க்கும் இதயம்சம் மதம்ஈது அல்லால்.

அருஞ்சொற்பொருள்:

வரதமொடு அபயக் கைகள் - வரம் அருளும் கையுடன் அச்சத்தைப் போக்கும் கையும். வணம் - வண்ணம். கோது - குற்றம். இதய சம்மதம் - மனமார ஏற்றுக்கொள்ளுதல்.

பொழிப்புரை:

வேதபாராயணம் முழங்கவும் தானாக முன்வந்து வரம் அருளுவதும் அச்சத்தைப் போக்குவதும் ஆகியன

செய்வதால், அதனைக் குறிப்பால் காட்டும் கைகளோடு விளங்கவும்; நாதமானது பறைபோல் ஒலிக்கவும்; எல்லா இடத்திலும் குறைவில்லாதபடி நிறைந்து நின்று, குற்றமற நடனம் ஆடுவான்; அவனே இறைவன் என்னும் பெயருக்கு உரியவன்; இதுவன்றி வேறு சம்மதம் எவர்க்கும் இல்லை (இதுவே அனைவராலும் ஏற்றுக் கொள்ளப்பட்ட உண்மை என்பது கருத்து).

..170..

அல்லல்ஆம் தொழில்ப டைத்தே, அடிக்கடி உருஎ டுத்தே,
மல்லல்மா ஞாலம் காக்க வருபவர் கடவுள் என்னில்,
தொல்லைஆம் பிறவி வேலை தொலைந்திடாது, இருள்நீங் காது,
நல்லது மாயை தானும் நான்என வந்து நிற்கும். 6

அருஞ்சொற்பொருள்:

அல்லல் - துன்பம். மல்லல் - வளம் பொருந்திய. மாஞாலம் - பெரிய உலகம். தொல்லை - துன்பம். வேலை - கடல். இருள் - ஆணவமலம்.

பொழிப்புரை:

துன்பம் தரும் படைப்பை நிகழ்த்துபவனும், வளப்பம் மிகுந்த இந்த பெரிய உலகத்தைக் காப்பாற்ற வருபவனும், ஆகிய இருவரையும் (பிரம்மா, திருமால்) கடவுள் என்று சொல்வதானால், துன்பத்தை மேலும் மேலும் மிகுவிக்கும் பிறவிக்கடல் வற்றாது; ஆணவமலமும் உயிரை விட்டு நீங்காது; மாயையும் நான்தான் நல்லது செய்வேன் என முன்வந்து நிற்கும்.

..171..

நான்என நிற்கும் ஞானம் ஞானம்அன்று, அந்த ஞானம்
மோனமாய் இருக்க ஒட்டா, மோனம்இன்று ஆக வேதான்,
தேன்என ருசிக்கும் அன்பால் சிந்தைநைந்து உருகும் வண்ணம்,
வான்என நிறைந்தான் அந்த மாகடல் வளைவது இன்றே. 7

அருஞ்சொற்பொருள்:

நான் - நான் என்னும் அகங்காரம். மோனம் - மௌனம். சிந்தை நைந்து - மனம் உருகி. ஆனந்தம் - பேரின்பம். மா கடல் - பெரிய கடல்.

பொழிப்புரை:

நான் என தன்முனைப்பு காட்டும் அறிவு, ஞானம் ஆகாது. அந்த ஞானம் மௌனமாய் இருக்க அனுமதிக்காது; மோனம் இல்லையேல், தேன்போல் இனிக்கும் அன்பினால் மனம் உருகுமாறு செய்வதும், வானமாய் வளர்ந்து நிற்கும் பேரின்பப் பெருங்கடல் உயிரைத் தன்னுள் அடங்குமாறு செய்வதும் ஆகிய இவை நிகழாது.

..172..

இன்றுஎன இருப்போம் என்னின் என்றும் சூனியம் ஆம்முக்தி,
நன்றொடு தீதும் அன்றி நாம்முன்னே பெறும்அ வித்தை
நின்றது, பெத்தம் தானே நிரந்தர முக்தி என்னின்,
ஒன்றுஒரு வரைநான் கேட்க உணர்வுஇல்லை, குருவும் இல்லை. 8

அருஞ்சொற்பொருள்:

சூனியம் - பாழ், இல்லை. அவித்தை - அஞ்ஞானம். பெத்தம் - கட்டு நிலை. முத்தி - வீட்டு நிலை. உணர்வு - அறிவு.

பொழிப்புரை:

வீடுபேறு என ஒன்று இல்லை என இருப்போமாயின், அது வெறும் பாழாய் முடியும்; நன்மை, தீமை என எதுவும் இன்றி, பிறப்பை அறுக்கும் அறிவின்றி நிற்கும் அஞ்ஞானம் உயிருக்குக் கட்டுநிலையையே தரும். அந்நிலையில் உறைத்து நிற்பவர்க்கு, நிலையான வீட்டு நிலை அடையவேண்டும் என்னும் முயற்சியோ, அது குறித்து வினவி அறியவேண்டும் என்ற அறிவோ தோன்றாது. ஆகையால் அவர்க்கு மானுட சட்டை தாங்கிய குருவும் தோன்றுவது இல்லை.

..173..

இல்லைஎன் றிடின்,இப் பூமி இருந்தவாறு இருப்போம் என்னில்,
நல்லவன் சாரு வாகன் நான்சொலும் நெறிக்கு வீணில்
தொல்லைஏன்? ஆகம் ஆதி தொடுப்பதுஏன்? மயக்கம்ஏது இங்கு?
ஒல்லைவந்து இருமின் என்ன உறவுசெய் திடுவன் அந்தோ! 9

அருஞ்சொற்பொருள்:

சாருவாகன் - உலகாயதக் கொள்கையினருள் ஒரு பிரிவினன். தொல்லை - துன்பம். ஒல்லை - விரைந்து.

பொழிப்புரை:

(பேரின்பம் என்ற ஒன்று) இல்லை என்று கூறுவதாயின், இவ்வுலகம் இருந்தபடி இருப்போம் என்று சொன்ன சாருவாகன் நல்லவன் ஆகிவிடுவான். நான் கூறும் நெறிக்கு ஏன் துன்பம் விளைவிக்கிறீர்கள்? ஆகம வாக்கியங்கள் என்று ஏன் கூறுகிறீர்கள்? இங்கு தெளிவு பெறாமல் போக தடை ஏது? விரைந்து வந்து எம் கொள்கையைப் பின்பற்றி எனக்கு உறவாகி விடுங்கள் என்று கூறி விடுவான். அந்தோ! இந்நிலை பரிதாபத்திற்குரியது.

..174..

அந்தணர் நால்வர் காண அருட்குரு ஆகி வந்த
எந்தையே! எல்லாம் தான்என்று இயம்பினன், எமைப்ப டைத்த
தந்தைநீ எம்மைக் காக்கும் தலைவனே நுந்தை அன்றோ?
பந்தம்இல் சித்தி முக்தி படைக்கநின் அருள்பா லிப்பாய். 10

அருஞ்சொற்பொருள்:

அந்தணர் நால்வர் - சனகன் முதலிய நான்கு அந்தணர்கள். தந்தை - படைப்புக் கடவுளாகிய பிரம்மதேவன். நுந்தை - (நும் + தந்தை) - பிரம்மாவின் தந்தையாகிய திருமால். பந்தம் - தளை. சித்தி - அட்டமா சித்தி. முத்தி - வீடுபேறு.

பொழிப்புரை:

சனகன் முதலிய அந்தணர்கள் நால்வரும் காணுமாறு அருள் குருவாகி எழுந்தருளி வந்த எம் தந்தையே (தட்சிணா மூர்த்தியே) எல்லாம் தம் செயல் என்று கூறினன் எம்மைப் படைத்த தந்தையாகிய பிரம்ம தேவன். எம்மைக் காத்தருளும் திருமாலே! நீ பிரம்மதேவனுக்கும் தந்தை யல்லவா? இவை இவ்வாறிருக்க தட்சிணாமூர்த்தியே, நீ! எனது தலைகளை நீக்கி, சித்தி முத்தி தருபவனாகி, நினது திருவருளைச் சுரந்து அருளுவாயாக!

16. பன்மாலை

எண்சீர்க் கழிநெடிலடி ஆசிரிய விருத்தம்

..175..

பன்மலைத் திரள்இருக்கத், தமைஉ ணர்ந்தோர்
பாமாலைக் கேநீதான் பக்ஷம் என்று,
நன்மாலை யாஎடுத்துச் சொன்னார் நல்லோர்;
நலம்அறிந்து கல்லாத நானும் சொன்னேன்;
சொல்மாலை மாலையாக் கண்ணீர் சோரத்,
தொண்டேனேன் எந்நாளும் துதித்து நிற்பேன்;
என்மாலை அறிந்து,இங்கே வாவா என்றே
எனைக்கலப்பாய் திருக்கருணை எம்பி ரானே! 1

அருஞ்சொற்பொருள்:

பன் மாலைத் திரள் - பல பூமாலைகள். தமை உணர்ந்தோர் - தன்னை உணர்ந்த ஞானியர். பாமாலை - பாக்களால் ஆகிய மாலை. பக்ஷம் - விருப்பம். நன்மாலை - நல்ல பாமாலை. மாலைமாலையா - தாரை தாரையாய். என்மாலை - என் விருப்பத்தை.

பொழிப்புரை:

பலவிதமான பூக்களால் ஆன பலவிதமான மாலைகள் இருப்ப, தன்னை உணர்ந்த ஞானியர் பாமாலை உனக்கு விருப்பமுடையது என அறிந்து, நல்ல பாமாலைகொண்டே

உம்மைத் துதித்தார்கள். நன்மை சிறிதும் இல்லாத கல்வி அறிவில்லாத சிறியேனும் அவ்வாறே துதித்தேன். கண்களில் தாரைதாரையாக நீர் சொரிய எப்பொழுதும் நானும் வணங்கி நிற்பேன். திருவருளாகிய எம்பெருமானே! என் விருப்பத்தினை அறிந்து, 'இங்கே வா, வா' என்றே என்னை நின்னில் கலக்குமாறு செய்விப்பாயாக!

..176..

கருணைமொழி சிறிதுஇல்லேன், ஈதல் இல்லேன்,
கண்ணீர்கம் பலைஎன்தன் கருத்துக்கு ஏற்க
ஒருபொழுதும் பெற்றுஅறியேன், என்னை ஆளும்
ஒருவா!உன் அடிமைநான் ஒருத்த னுக்கோ
இருவினையும் முக்குணமும் கரணம் நான்கும்
இடர்செயும்ஐம் புலனும்கா மாதி ஆறும்
வரவரவும் ஏழைக்குஓர் எட்டது ஆன
மதத்தொடும்வந்து எதிர்த்தநவ வடிவ மன்றே. 2

அருஞ்சொற்பொருள்:

கம்பலை - உடல் நடுங்குதல். ஒருவா - ஒப்பற்றவனே. இருவினை - நல்வினை, தீவினை. முக்குணம் - இராசதம், தாமசம், சாத்துவிகம். கரணம் நான்கு - மனம், புத்தி, சித்தம், அகங்காரம். ஐம்புலன் - கண்டு, கேட்டு, உண்டு, உயிர்த்து, உற்றறிதல். காமாதி ஆறு - காமம், குரோதம், லோபம், மோகம், மதம், மாற்சரியம். மதம் எட்டு - குலம், உருவம், இளமை, கல்வி, செல்வம், தற்பெருமை, உதவி, இயல்பு என்னும் எட்டு கர்வம். நவவடிவம் - சிவம், சத்தி, நாதம், விந்து, சதாசிவம், ஈசுரம், அரன், அரி, அயன்.

பொழிப்புரை:

என்னை அடிமையாக ஏற்றருளும் ஒப்பற்றவனே! நானோ, உன் அடிமை! என்னிடம் அருள்மொழி சிறிதும் இல்லை; கொடுக்கும் குணம் இல்லை; எனது எண்ணத்திற்கு ஏற்ப, உன்னை நினைந்து கண்ணீர் வடிக்கவோ, உடல் நடுங்கவோ என இவை ஒருபோதும் நிகழக் காணேன்.

நவந்தரு பேதமாய் நடிப்பவனே! எனக்கு மட்டும் இரு வினை, முக்குணம், நான்கு அகக் கருவிகள், துன்பம் செய்யும் ஐம்புலன்கள், காமம் முதலிய ஆறு தீயகுணங்கள் என இவைகள் வந்துசேர; அறிவிலியாகிய என்னிடம் எண்வகைச் செருக்கும் வந்து எதிர்த்து நிற்கின்றனவே! (இதற்கு நான் என்ன செய்வேன்? என்பது குறிப்பு).

..177..

வடிவுஅனைத்தும் தந்தவடிவு இல்லாச் சுத்த
வான்பொருளே, எளியனேன் மனம்ஆம் மாயைக்
குடிகெடுக்கத் துஜம்கட்டிக் கொண்ட மோன
குருவே;என் தெய்வமே; கோதுஇ லாத
படிஎனக்குஆ னந்தவெள்ளம் வந்து தேக்கும்
படி,எனக்குஉன் திருக்கருணை பற்று மாறே
அடிஎடுத்துஎன் முடியில் இன்னம்வைக்க வேண்டும்;
அடிமுடிஒன்று இல்லாத அகண்ட வாழ்வே! 3

அருஞ்சொற்பொருள்:

வான் பொருள் - மேலான பொருள். துஜம் - கொடி. கோது - குற்றம். அடிமுடி - தொடக்கமும் முடிவும். அகண்ட - கண்டம் செய்யப்பட்டாத, எங்கும் நீக்கமற நிறைந்து நிற்கும்.

பொழிப்புரை:

வடிவுடைய அனைத்துப் பொருள்களையும் தனது திருவருளினாலே தந்து உதவி, தனக்கென ஒரு வடிவு இலாது விளங்கும் தூய மேலான பொருளே! எளியவனாகிய எனது மன மாயையைக் கெடுக்கும் பொருட்டு, வெற்றிக் கொடி கட்டிக்கொண்ட மௌன குருவே! எனது கடவுளே! முதலும் முடிவும் இல்லாத எங்கும் நீக்கமற நிறைந்து நிற்கும் பெருவாழ்வே!

குற்றமில்லாதபடி பேரின்ப வெள்ளத்தை என்னில் தேங்கி நிற்குமாறு செய்ய, உனது திருவருள் என்மீது பதிய வேண்டும்; அது பதிய, நினது திருவடியை எடுத்து எனது முடியில் வைத்து இனிமேலாவது அருளவேண்டும்.

..178..

வாழ்வுஅனைத்தும் மயக்கம்எனத் தேர்ந்தேன்; தேர்ந்த
    வாறேநான் அப்பால்ஓர் வழிபா ராமல்
தாழ்வுபெற்றுஇங்கு இருந்தேன்;ஈது என்ன மாயம்
    தடைஉற்றால் மேல்கதியும் தடையது ஆமே;
ஊழ்வலியோ, அல்லதுஉன்தன் திருக்கூத் தோ,இங்கு
    ஒருதமியேன் மேல்குறையோ உணர்த்தாய்; இன்னம்
பாழ்அவதிப் படஎனக்கு முடியாது; எல்லாம்
    படைத்து அளித்துத் துடைக்கவல்ல பரிசினானே!   4

அருஞ்சொற்பொருள்:

    தடை உற்றால் - வீண்பொழுது போக்கினால். கதி - முத்தி. ஊழ்
வலி - விதிவலி. திருக்கூத்தோ - திருவிளையாடலோ. பரிசினானே -
பாங்குடையவனே.

பொழிப்புரை:

    படைத்தும், காத்தும், அழித்தும், அருளவும் வல்ல தன்மை
உடையவனே! இந்த வாழ்க்கை பொய் என அறிந்து
தெளிந்தேன்;அதன்பிறகு உய்ய ஒரு வழியினைத் தேடாமல்,
மிகவும் இழிநிலையில் இருந்துவிட்டேன். இது என்ன
மாயமோ? சோம்பி இருந்தால் வீடுபெறவும் தடை
ஏற்படுமே! இதெல்லாம் நிகழ்வது பழைய வினையின்
வலிமையினாலோ அல்லது உனது திருவிளையாடலாலா?
தனியனாகிய என்னிடம் உள்ள குறைபாட்டினாலா?
எதனாலென்பதை அறிவிப்பாயாக! ஏனெனில் இதற்கு
மேலும் வீணே துன்பப்பட என்னால் முடியாது.

..179..

நான்நான் இங்கு எனும்அகந்தை எனக்குஏன் வைத்தாய்;
    நல்வினைதீ வினைஎனவே நடுவே நாட்டி;
ஊன்ஆரும் உடல்சுமைஎன் மீதுஏன் வைத்தாய்;
    உயிர்எனவும் என்னைஒன்றா உள்ஏன் வைத்தாய்?

ஆனாமை யாய்அகிலம் நிகில பேதம்
அனைத்தின்உள்ளும் தான்ஆகி, அறிவுஆ னந்தத்
தேன்ஆகிப், பால்ஆகிக், கனியாய்க், கன்னல்
செழும்பாகாய்க், கற்கண்டாய்த் திகழ்ந்த ஒன்றே! 5

அருஞ்சொற்பொருள்:

ஆனாமையாய் - நீங்காமையாகி. நிகில பேதம் - வேறுபடுகின்ற வடிவங்கள் எல்லாவற்றினுள்ளும்.

பொழிப்புரை:

எவற்றிலிருந்தும் விலகி நில்லாத வேறுபாடு உடைய வடிவங்கள் எல்லாவற்றுள்ளும், தன்னையன்றி வேறு ஒரு பொருள் இல்லை என்னும்படி நிற்கும் ஒரு பொருளே! பேரறிவுப் பேரின்பத் தேனாய், பாலாய், பழங்களாய், கருப்பஞ்சாறாய், கல்கண்டாய்த் திகழும் ஒன்றே!

நான் நான் என்னும் செருக்கினை என்னிடம் ஏன் வைத்தாய்? நல்வினை தீவினை என்னும் இரண்டையும் நடுவே நிலைபெறுமாறு செய்து, ஊனால் ஆகிய உடலை சுமையாகச் சுமக்குமாறு ஏன் வைத்தாய்? அதற்குள் உயிர் என்னும் பெயரில் என்னை ஏன் வைத்தாய்?

..180..

ஒன்றிஒன்றி நின்றும்நின்றும் என்னை? என்னை
உன்னிஉன்னும் பொருள்அலைநீ; உன்பால் அன்பால்
நின்றதன்மைக்கு இரங்கும்வயி ராக்கியன் அல்லேன்;
நிவர்த்திஅவை வேண்டும்இந்த நீல னுக்கே;
என்றும்என்றும் இந்நெறிஓர் குணமும் இல்லை;
இடுக்குவார் கைப்பிள்ளை ஏதோ ஏதோ?
கன்றுமனத் துடன்ஆடு தழைதின் றால்போல்
கல்வியும்கேள் வியும்ஆகிக் கலக்குற் றேனே. 6

அருஞ்சொற்பொருள்:

ஒன்றி ஒன்றி - நூலறிவில் மனம் அழுந்தி அழுந்தி. என்னை - என்ன பலன். நிவர்த்தி - தீர்வு. நீலன் - பொய்யன். இடுக்குவார் - எடுப்பவர். கன்றுதல் - வருந்துதல்.

பொழிப்புரை:

நூலறிவில் மனமானது அழுந்தி அழுந்தி நின்று என்ன பயன்? அடியேன் என்னை நினைந்து, அதனுள் உன்னை நினையும் பொருள் நீ அல்லவே! உன்னிடம் அன்பு பூண்டு, நிற்கும் ஒரு தன்மையினால் மனம் இரங்கி, மிகுந்த உறுதிப்பாட்டுடன் நிற்கும் தன்மை உடையவனும் அல்லேன். இந்தப் பொய்யனுக்கு இதிலிருந்து விடுபட ஒரு தீர்வு வேண்டும். இந்நெறியை எப்பொழுதும் கடைபிடிப்பதும் இல்லை. எடுப்பார் கைப்பிள்ளை போல வருந்தும் மனம் உடையேன். ஆடு தழை தின்பதுபோல அரைகுறையான கல்வி அறிவும் கேள்வி ஞானமும் மட்டுமே பெற்றுக் கலங்கி நிற்கிறேன்.

..181..

உற்றதுணை நீஅல்லால் பற்று வேறுஒன்று
உன்னேன்;பன் னாள்உலகத்து ஓடி ஆடிக்
கற்றதும்கேட் டதும்இதனுக்கு ஏது ஆகும்;
கற்பதும்கேட் பதும்அமையும்;காணா நீத
நல்துணையே; அருள்தாயே; இன்பம் ஆன
நாதாந்த பரம்பொருளே; நார ணாதி
சுற்றமுமாய் நல்லன்பர் தமைச்சேய் ஆகத்
தொழும்புகொளும் கனாகனமே; சோதிக் குன்றே! 7

அருஞ்சொற்பொருள்:

உன்னேன் - நினையேன். நீதம் - நெறி. நாதாந்தம் - நாத முடிவு. நாரணாதி - நாரணன் + ஆதி. தொழும்பு - அடிமை. கனாகனமே - மிகவும் கனமான பொருளே. சோதிக் குன்றே - சுடர்மலையே.

பொழிப்புரை:

நினது திருவருளின் துணையின்றி காணமுடியாத நீதியே! நல்ல துணையே! அருளாகிய தாயே! இன்பமயமான நாதங் கடந்த மேலான பொருளே! நாரணன் முதலிய தேவர்கள் நல்ல சுற்றமாகவும் நல்ல அன்பர்களைப் பிள்ளைகளாகவும் அடிமை கொள்ளும் மிகவும் கனமான பொருளே! சுடர் மலையே! உற்றதுணையாக உன்னை அன்றி வேறு ஒன்றனையும் பற்றுக்கோடாகக் கருத மாட்டேன். பலநாளும் இவ்வுலகத்தில் ஓடியும் ஆடியும் கற்றும் கேட்டும் பெற்ற அனுபவங்கள் போதும்.

..182..

குன்றாத மூவுருவாய், அருவாய், ஞானக்
கொழுந்துஆகி, அறுசமயக் கூத்தும் ஆடி
நின்றாயே! மாயைஎனும் திரையை நீக்கி
நின்னையார் அறியவல்லார்? நினைப்போர் நெஞ்சம்
மன்றுஆக இன்பக்கூத்து ஆட வல்ல
மணியே;என் கண்ணே;மா மருந்தே; நால்வர்க்கு
அன்றுஆலின் கீழ்இருந்து மோன ஞானம்
அமைத்தசின்முத் திரைக்கடலே; அமரர் ஏறே! 8

அருஞ்சொற்பொருள்:

குன்றாத - குறைவுபடாத. கூத்து - திருவிளையாடல். மன்று - அம்பலம்.

பொழிப்புரை:

குறைவுபடாத பிரம்மா, திருமால், உருத்திரன் என்னும் மும்மூர்த்திகளாய்; அதற்கு மேலும் நாதம், விந்து, பரசிவன், பரசிவை என உருவமற்று; ஞானத்தின் கொழுந்தாய்; அறுசமயம் என திருவிளையாடல் நிகழ்த்தி நிற்கின்றாயே!

மாயை என்னும் திரையை விலக்கிவிட்டு, நின்னை அறியும் வலிமை உடையவர் மனம் எனும் அம்பலத்தில் பேரின்பக் கூத்து நிகழ்த்தவல்ல மாணிக்கமே! என் கண்ணே! நல்ல

மருந்தே! சனகன் முதலிய முனிவர் நால்வர்க்கு அன்று கல்லாலின் கீழிருந்து மௌன ஞானத்தைச் சின்முத்திரை காட்டி அறிவித்த கடலே! தேவர் தலைவனே!

..183..

திரைஇல்லாக் கடல்போலச் சலனம் தீர்ந்து,
தெளிந்துஉருகும் பொன்போல ஜெகத்தை எல்லாம்
கரையவே கனிந்துஉருக்கும் முகத்தி லேநீ
கனிந்தபர மானந்தக் கட்டி, இந்நாள்
வரையிலே வரக்காணேன்; என்னால் கட்டி
வார்த்தைசொன்னால் சுகம்வருமோ? வஞ்ச னேனை
இரையிலே இருத்தி,நிர் விகற்பம் ஆன
இன்பநிஷ்டை கொடுப்பதுஐயா எந்த நாளோ? 9

அருஞ்சொற்பொருள்:

உருக்கும் முகம் - உருக்கும் இடம். என்னால் கட்டி - என்னால் வற்புறுத்தப்பட்டு. இரையிலே - உடம்பிலே. நிருவிகற்பம் - வேறுபாடற்ற.

பொழிப்புரை:

அலையில்லாத கடல்போல மனத்தில் அசைவு தீர்ந்து, தெளிவாய் உருகும் பொன்போல தெளிவாய் மனம் உருகும் இடத்து, நீ கனிந்த மேலான பேரின்பக் கற்கண்டாக வெளிப்படுவாய்!

அப்படிப்பட்ட கற்கண்டாய் இதுநாள் வரை நீ வரக் காணேன். என்னால் வற்புறுத்தப்பட்டு வார்த்தை சொன்னால் இன்பம் வருமோ? வஞ்சமனம் உடைய என்னை இந்த உடம்பிலே தங்கவைத்து, வேறுபாடற்ற இன்பநிட்டை கொடுப்பது, ஐயா! எப்பொழுதோ?

..184..

எந்தநாள் உனக்குஅடிமை ஆகும் நாளோ?
        எந்நாளோ கதிவரும்நாள்? எளிய னேன்தன்
சிந்தைநா எதுவரைக்கும் மயங்கிற்று அல்லால்
        தெளிந்ததுஉண்டோ? மௌனியாய்த் தெளியஓர்சொல்
தந்தநாள் முதல்இன்பக் கால்சற்று அல்லால்,
        தடைஅறஆ னந்தவெள்ளம் தானே பொங்கி
வந்தநாள் இல்லை;மெத்த அலைந்தேன்; உன்னை
        மறவாஇன் பத்தாலே வாழ்கின் றேனே.

அருஞ்சொற்பொருள்:

கதி - பேரின்பப் பெருநிலை. மயங்கிற்று - வாடிக் கிடந்தது. இன்பக்கால் - பேரின்பத் தோற்றம். மெத்த - மிகுதியும்.

பொழிப்புரை:

அடியேன் உனக்கு அடிமையாகும் நாள் எந்த நாளோ? பேரின்பப் பெருநிலை (வீடுபேறு) பெரும் நாள் எந்த நாளோ? எளியேனுடைய சிந்தை அதுவரை வாடிக் கிடக்குமே அன்றி, அதில் தெளிவு பிறந்தது உண்டோ? மௌனகுருவாய் எழுந்தருளி ஒரு சொல்லால் உபதேசம் செய்த நாள் முதல் பேரின்பத் தோற்றம் ஒரு சிறிது உண்டானதே அல்லாமல் தங்குதடை இன்றி இன்ப வெள்ளம் தானே பொங்கி வழிந்ததில்லை; மிகுதியும் அலைந்தேன்; உன்னை மறக்காத இன்ப நினைவால் வாழ்ந்து கொண்டிருக்கிறேன்.

17. நினைவு ஒன்று

ஞானிகளின் இடம் பொருள் ஏவல்

..185..

நினைவுஒன்று நினையாமல் நிற்கின்அகம் என்பார்;
        நிற்கும்இட மேஅருளாம்; நிஷ்டைஅருள் ஒட்டும்;
தனைஎன்று மறந்துஇருப்ப அருள்வடிவா னதுமேல்
        தட்டிஎழுந் திருக்கும்;இன்பம் தன்மயமே அதுவாம்;

பினைஒன்றும் இலை;அந்த இன்பம்எனும் நிலயம்
    பெற்றாரே பிறவாமை பெற்றார்;மற் றும்தான்
மனைஎன்றும் மகவுஎன்றும் சுற்றம்என்றும் அசுத்த
    வாதனையாம் ஆசைஒழி மன்ஒருசொல் கொண்டே.   1

அருஞ்சொற்பொருள்:

நினைவு - மனத்தின் செயல். அகம் - முடிந்த நிலை. நிற்கும் இடம் - மனமற்று நிற்கும் இடம். நிஷ்டை - தியானம். அருள் ஒட்டும் - பரநிலை வாய்க்கும். தனை என்று மறந்திருப்ப - தன்னை மறந்த நிலையில் (சீவபோதம் அற்ற நிலையில்). அருள் வடிவம் - பரபோதம். தட்டி எழுந்திருக்கும் - தானாக எழும். பினை ஒன்றும் இல்லை - பின்னை வேறொன்றும் இல்லை. மனை - வீடு. மகவு - பிள்ளை. அசுத்த வாதனை ஆம் ஆசை - அழுக்குப் படிந்த பொருந்தாத ஆசை. ஒழி - நீக்கிவிடு. மன் ஒரு சொல் - நிலைத்த குருவின் உபதேசமாகிய ஒரு சொல்.

பொழிப்புரை:

மனத்தால் நினைக்கும் நினைவு எதனையும் நினையாமல் நிற்போமாயின், அவ்விடமே முடிவான நிலை என்று கூறுவர். அவ்வாறு நிற்கும் இடமே அருள்நிலை எனப் படும். மேலான நிட்டை எனப்படும் பரபோத நிலையும் அதுவே ஆகும். சீவபோதம் ஒழிந்த நிலையில், பரபோதம் தானாக நிகழும். அதுவே இன்ப அருள் நிலை ஆகும்.

இதுதவிர வேறொன்றும் இல்லை. இந்தப் பேரின்பப் பெருநிலையைப் பெற்றவர்களே, பிறவாமை என்னும் உயிர்நிலையைப் பெற்றவர்கள். மற்றபடி வீடு, பிள்ளை, உறவினர் என்னும் மாயாகாரியத் தொடர்புகளாகிய அசுத்த வாதனையாம் ஆசைகளை, குருநாதன் சொன்ன ஒரு சொல்லின் துணைகொண்டு ஒழித்துவிட வேண்டும்.

..186..

ஒருமொழியே பலமொழிக்கும் இடம்கொடுக்கும்; அந்த
    ஒருமொழியே மலம்ஒழிக்கும் ஒழிக்கும்என மொழிந்த
குருமொழியே மலைஇலக்கு; மற்றைமொழி எல்லாம்
    கோடுஇன்றி வட்டுஆடல் கொள்வதுஒக்கும் கண்டாய்;

கருமொழிஇங்கு உனக்குஇல்லை;மொழிக்குமொழி ருசிக்கக்
கரும்புஅனைய சொல்கொடுஉனைக் காட்டவும்கண்டனை;மேல்
தருமொழிஇங்கு உனக்குஇல்லை; உன்னைவிட்டு நீங்காத்
தற்பரமாய் ஆனந்தப் பொற்பொதுவாய் நில்லே. 2

அருஞ்சொற்பொருள்:

மலை இலக்கு - மலை போன்ற குறிக்கோள். வட்டு - சொக்கட்டான். கருமொழி - கருவில் தங்கிப் பிறப்பது குறித்த பேச்சு. கண்டனை - கண்டாய், தரிசித்தாய். தற்பரம் - தனக்குத்தானே தனி. பொற்பொது - பொன்னம்பலம் முதலாய் விளங்கும் பொருள்.

பொழிப்புரை:

குருநாதன் சொன்ன ஒரு சொல்லே பல சொல்லுக்கும் இடம் கொடுத்து நிற்கும். அந்த ஒரு சொல்லே மும்மலக் குற்றங்களை ஒழிக்கும். அவ்வாறு ஒழிக்கும் எனச்சொன்ன குரு சொல்லே மலை போன்ற குறிக்கோள். ஏனைய சொற்கள் எல்லாம் கோடு வரையாமல் சொக்கட்டான் ஆடுவதற்கு ஒப்பாகும். இனி கருவில் தங்கிப் பிறக்கும் பேச்சுக்கே இடமில்லை. சொல்லுக்குச் சொல் தித்திக்கும் கரும்பு போன்ற இனிய சொல்கொண்டு காட்டவும் திருவருளைக் கண்டுகொண்டாய். இதற்கு மேலும் இங்கு போதிக்க வேண்டிய ஒரு சொல் இல்லை. இனி உன்னை விட்டுப் பிரியாத தனக்குத் தானே தனி முதலாகவும், பேரின்பப் பொன்னம்பலமாகவும் விளங்குகின்ற சிவன் அடிக்குக் கீழ் நிற்பாயாக!

..187..

நில்லாத ஆக்கைநிலை அன்றுஎனவே கண்டாய்;
நேயஅருள் மெய்அன்றோ? நிலயமதா நிற்கக்
கல்லாதே ஏன்படித்தாய்? கற்றதுஎல்லாம் மூடம்
கற்றதுஎல்லாம் மூடம்என்றே கண்டனையும் அன்று;

சொல்லாலே பயன்இல்லை;சொல்முடிவைத் தானே
தொடர்ந்துபிடி; மர்க்கடம்போல் தொட்டதுபற் றாநில்,
எல்லாரும் அறிந்திடவே வாய்ப்பறைகொண்டு அடிநீ;
இராப்பகல்இல் லாஇடமே எமக்குஇடம்என்று அறிந்தே. 3

அருஞ்சொற்பொருள்:

ஆக்கை - உடம்பு. மூடம் - அறியாமை. மர்க்கடம் - குரங்கு. வாய்ப்பறை - வாயே பறையாக.

பொழிப்புரை:

உடம்பு நிலையில்லாதது; இறைவனது திருவருள் மட்டும் நிலைத்து நிற்கும் தன்மை உடையது. இந்த உண்மையை கற்றுக்கொள்வதை விடுத்து, வேறு நூல்களை எல்லாம் ஏன் படித்தாய்? அவ்வாறு கற்றுக் கொண்ட எல்லாம் அறியாமை என்பதையும் கண்டு கொள்ளவில்லை. சொல்லால் இறைவனைச் சுட்டிக் கூறுவதால் பயன் விளையாது. சொல்லின் முடிவாய் விளங்கும் சிவத்தைத் தொடர்ந்து குரங்குப் பிடிபோல் பற்றி நில்! எல்லாரும் அறிந்து கொள்ளும் வகையில் பறை அறைவது போல வாயினால் புகழ்ந்து பேசு! இரவுபகல் இல்லாத வெட்டவெளியே புகலிடம் என்பது அறிந்து மேற்கூறியவற்றைச் செய்வாயாக!

..188..

இடம்பொருள்ஏ வலைக்குறித்து மடம்புகுநாய் எனவே
எங்கேநீ அகப்பட்டாய்; இங்கேநீ வாடா;
மடம்பெறுபாழ் நெஞ்சாலே அஞ்சாதே; நிராசை
மன்இடமே இடம்;அந்த மாநிலத்தே பொருளும்;
திடம்பெறவே நிற்கின்எல்லா உலகமும்வந்து ஏவல்
செய்யும்;இந்த நிலைநின்றோர் சனகன்முதல் முனிவர்;
கடம்பெறுமா மதயானை என்னவும்நீ பாசக்
கட்டான நிகளபந்தக் கட்டுஅவிழப் பாரே. 4

அருஞ்சொற்பொருள்:

மடம் - அறியாமை. நிராசை - ஆசை அற்ற. கடம் - மதம். நிகள பந்தக் கட்டு - உடைக்க முடியாத இரும்பு விலங்கு.

பொழிப்புரை:

வாழ்வதற்குத் தேவைப்படும் இடம், பொருள், ஏவலர் ஆகியவற்றைக் குறிவைத்த நீ, அறியாமை மிகுந்த நாய் போல் எங்கே போய் சிக்கிக் கொண்டாய். அறியாமை உடைய மனம் குறித்து கவலைப்படாதே; இங்கே வா! ஆசையற்ற இடமே இடம் என உணர்! அந்த இடத்தில் நிலைபெற்று நிற்க, எல்லாப் பொருளும் வந்துசேரும்; உலகமும் உனது ஏவல் கேட்டு நிற்கும். இந்த ஆசையற்ற நிலையில் நின்றவர்கள் சனகன் முதலிய முனிவர்கள் ஆவர். மதம் பொருந்திய பெரிய யானை கட்டப் பட்டிருப்பது போல பாசமாகிய பெரிய சங்கிலியினால் கட்டப்பட்டிருக்கிறாய்; அந்தக் கட்டு அவிழுமாறு திருவருளை எதிர்நோக்குவாயாக!

..189..

பார்ஆதி அண்டம்எலாம் படர்கானல் ஜலம்போல்
பார்த்தனையே; முடிவில்நின்று பார்;எதுதான் நின்றது?
ஆராலும் அறியாத சத்துஅன்றோ; அதுவாய்
அங்குஇருநீ; எங்குஇருந்தும் அதுஆவை கண்டாய்;
பூராயம் ஆகவும்நீ மற்றுஒன்றை விரித்துப்
புலம்பாதே; சஞ்சலமாப் புத்தியைநாட் டாதே;
ஓராதே ஒன்றையும்நீ; முன்னிலைவை யாதே;
உள்ளபடி முடியும்எலாம் உள்ளபடி காணே.

அருஞ்சொற்பொருள்:

படர் - பரவிய. கானல் ஜலம் - கானல் நீர். சத்து - நிலைத்த பொருள். பூராயமாக - முழுதும் ஆக. சஞ்சலம் - கவலை. ஓராதே - ஆராய்ந்து தெளியாது.

பொழிப்புரை:

நிலவுலகம் முதலாகச் சொல்லப்பட்ட அண்டங்கள் அனைத்தும் பரவிநிற்கும் கானல்நீர் போன்று பொய்த் தோற்றம் உடையது என்று கண்டுகொண்டாய் அல்லவா? எனவே ஒவ்வொன்றாக கழித்துவர முடிவாய் நிற்பது எது? அது யாராலும் அறிந்துகொள்ள முடியாத நிலைத்த பொருள் அன்றோ? நீயும் அப்பொருளாய் மாறி, அவ்விடத்தே நில்! நீயும் அதுவாவதைப் பார்க்கலாம். வேறு எது குறித்தும் விரித்துப் பேசுவதைக் கைவிடு! புத்தியை கவலைக்குள் தள்ளாதே! ஆராய்ந்து முடிவு செய்யாத எதனையும் சுட்டி நில்லாதே! உள்ளது உள்ள படி சென்று முடிவதை நீ உள்ளபடி காண்பாய்.

..190..

உள்ளபடி எள்ளவும்நீ மற்றுஒன்றைத் தொடர்ந்திட்டு
உளம்கருத வேண்டா;நிஷ் களங்கமதி ஆகிக்
கள்ளமனத்து உறவைவிட்டு,எல் லாம்துறந்த துறவோர்
கற்பித்த மொழிப்படியே கங்குல்பகல் அற்ற
வெள்ளவெளிக் கடல்மூழ்கி, இன்பமயப் பொருளாய்
விரவிஎடுத்து எடுத்துஎடுத்து விள்ளவும்வாய் இன்றிக்,
கொள்ளைகொண்ட கண்ணீரும் கம்பலையும் ஆகிக்,
கும்பிட்டு ஜகம்பொய்எனத் தம்பட்டம் அடியே. 6

அருஞ்சொற்பொருள்:

நிட்களங்கம் - குற்றம் இல்லாத, மாசு இல்லாத. மதி - அறிவு. கங்குல் - இரவு. வெள்ள வெளி - வெட்ட வெளி. விள்ளவும் - சொல்லுதற்கும். ஜகம் - உலகம். தம்பட்டம் அடி - பறை அறை.

பொழிப்புரை:

உள்ளது உள்ளபடி முடியும் என்னும் நியதி இருந்தும், நீ வேறொன்றைப் பின்தொடர்ந்து, உள்ளத்தில் கவலை கொள்ள வேண்டா! மாசில்லாத அறிவைப் பெற்று, மனத்துடன் வைத்துள்ள கள்ளஉறவைக் கைவிட்டு,

எல்லாவற்றையும் துறந்த துறவியர் சொல்லிக் கொடுத்த சொற்படி, இரவுபகலற்ற வெட்டவெளியாகிய இன்பக் கடலில் மூழ்கி, இன்பமயமாய் அங்கே பொருந்தி, அவ்வின்பத்தை எடுத்து எடுத்து அனுபவித்து, அந்த அனுபவத்தை விளக்கிக் கூறவும் முடியாமல், மிகுந்த கண்ணீர் சொரிய, மெய்நடுக்கமும் உற்று, கும்பிட்டு நின்று, உலகம் பொய் என்று பறைஅறைவாயாக!

..191..

அடிமுடியும் நடுவும்அற்ற பரவெளிமேல் கொண்டால்
அத்வைத ஆனந்த சித்தம்உண்டாம்; நமது
குடிமுழுதும் பிழைக்கும்;ஒரு குறையும்இல்லை; எடுத்த
கோலம்எல்லாம் நன்றுஆகும்; குறைவுநிறைவு அறவே
விடியும்உத யம்போல அருள்உதயம் பெற்ற
வித்தகரோ டும்கூடி விளையாடல் ஆகும்;
படிமுழுதும் விண்முழுதும் தந்தாலும் களியாப்
பாலருடன் உன்மத்தர் பிசாசர்குணம் வருமே. 7

அருஞ்சொற்பொருள்:

அத்துவித - இரண்டற்ற. ஆனந்த சித்தம் - பேரின்பப் பேரறிவு. கோலம் - முயற்சி. வித்தகர் - ஞானியர். படி - உலகம். களியா - மகிழா. பாலர் - சிறுவர். உன்மத்தர் - பித்தர். பிசாசர் - பேய் பிடித்தோர்.

பொழிப்புரை:

அடி, முடி, நடு என்று எதுவும் அற்ற பரவெளியில் நின்றால், இரண்டற்றப் பேரின்பப் பேரறிவு தோன்றும்; நமது குடி முழுதும் பிழைத்துக் கொள்ளும்; ஒரு குறையும் வராது; எடுத்த முயற்சி அனைத்தும் குறையும் நிறைவும் அற நல்லதாகும். சூரிய உதயம்போல் அறிவு உதயமாகி, ஞானியரொடு கூடி விளையாடலாம்; இந்நிலவுலகம் வான உலகம் ஆகிய இவை முழுவதையும் தந்தாலும் மகிழ்ச்சி அடையாத சிறுவர், பித்தர், பேயர் குணம் வந்து பொருந்தும்.

..192..

வரும்போம்என் பனவும்இன்றி, என்றும்ஒரு படித்தாய்,
வான்ஆதி தத்துவத்தை வளைந்துஅருந்தி, வெளியாம்
இரும்போ,கல் லோ,மரமோ என்னும்நெஞ்சைக் கனல்மேல்
இட்டமெழு காஉருக்கும் இன்பவெள்ளம் ஆகிக்,
கரும்போ,கண் டோ,சீனி சர்க்கரையோ, தேனோ,
கனி,அமிர்தோ எனருசிக்கும் கருத்தவிழ்ந்தோர் உணர்வார்;
அரும்போ,நன் மணம்காட்டும் காமரசம் கன்னி
அறிவாளோ? அபக்குவர்க்கோ அந்நலந்தான் விளங்கும்? 8

அருஞ்சொற்பொருள்:

ஒருபடித்தாய் - ஒரு தன்மையாய். வான் - ஆகாயம். கண்டோ - கற்கண்டோ. ருசிக்கும் - சுவைக்கும். காமரசம் - காமச்சுவை (சிற்றின்பம்). அபக்குவர் - பக்குவமில்லாதவர்.

பொழிப்புரை:

வருவதும் போவதும் இன்றி, எப்பொழுதும் ஒருதன்மை உடையதாய் விளங்கும் என்று சொல்ல முடியாத ஆகாயம் முதலிய தத்துவங்களைத் தன்னுள் அடக்கி, தான் அதற்கு மேலாக வெளிப்பட்டு நிற்கும் வலிய மனம் என்ன இரும்பா? கல்லா? மரமா?

இப்படிப்பட்ட மனமும் அனலில் பட்ட மெழுகுபோல் உருக, இன்ப வெள்ளம் பெருக்கெடுக்க, அவ்வின்பம் கரும்பு, கற்கண்டு, சீனி, சர்க்கரை, தேன், கனி, அமுதம் என இவை போன்ற சுவைதர; பக்குவமுடைய ஞானியர் அதனைச் சுவைத்து நுகர்வர். ஆனால் பக்குவம் இல்லாதவரோ அரும்பு மணத்தைக் காட்டாதது போலவும், காமஇன்பத்தை கன்னிப்பெண் அறியாதது போலவும், அறிய மாட்டார்.

..193..

தானேயும் இவ்உலகம் ஒருமுதலும் ஆகாத்
தன்மையினால் படைத்துஅளிக்கும் தலைமையது ஆன
கோன்ஆக ஒருமுதல்இங்கு உண்டுஎனவும் யூகம்
கூட்டியதும்,ஜகமுடிவில் குலவுறும்மெய்ஞ் ஞான
வான்ஆக அம்முதலே நிற்கும்நிலை நம்மால்
மதிப்பரிதாம் எனமோனம் வைத்ததும்உன் மனமே;
ஆனாலும் மனம்ஜடம்என்று அழுங்காதே, உண்மை
அறிவித்த இடம்குருஆம், அருள்இலதுஒன்று இலையே. 9

அருஞ்சொற்பொருள்:

கோன் - இறைவன். யூகம் - பகுத்தறிவு. குலவுறும் - பிரகாசிக்கும். ஜடம் - அறிவற்ற பொருள். அழுங்காதே - வருந்தாதே.

பொழிப்புரை:

இந்த உலகம் தனக்குத் தானே தோன்றும் ஒருமுதல் ஆகாது. ஏனெனில் இது அறிவற்றது; எனவே இதனைப் படைத்துக் காக்கும் தலைமைப் பண்பும் அறிவும் உடைய ஒருமுதல் இங்கு உண்டு. இதனைப் பகுத்தறிவால் உணர்ந்ததும், உலக முடிவில் பிரகாசிக்கின்ற அறிவுப் பொருளாக அந்த முதற்பொருளாகிய இறைவனே நிற்பன்; இதனை மதிப்பிடுதல் மிகவும் கடினம்; என்பதறிந்து மோனமாய் இருக்க உதவி செய்தது மனமே ஆகையால், மனம் அழிவற்றது எனக் கவலை கொள்ளாதே; உண்மையை அறிவித்தது குருவாகிய திருவருளே அன்றி வேறில்லை.

18. பொன்னை மாதரை

கலிவிருத்தம்

..194..

பொன்னை மாதரைப் பூமியை நாடிடேன்;
என்னை நாடிய என்உயிர் நாதனே!
உன்னை நாடுவன்; உன்அருள் தூவெளி
தன்னை நாடுவன்; தன்னம் தனியனே! 1

அருஞ்சொற்பொருள்:

நாடுதல் - சிந்தித்தல். தூவெளி - தூய பெருவெளி.

பொழிப்புரை:

என்னை நாடிவந்த என் உயிர்த் தலைவனே! பொன், பூமி முதலிய பொருட்சார்பையும், மனைவி முதலிய உயிர்ச்சார்பையும் விரும்பமாட்டேன். தன்னந்தனியே இருந்து உன்னைச் சிந்திப்பேன்; உனது திருவருளின் நிலைக்களமாக விளங்கும் தூயவெளியைச் சிந்திப்பேன்.

..195..

தன்னது என்றுஉரை சாற்று வனஎலாம்
நின்னது, என்தனை நின்இடத் தேதந்தேன்,
இன்னம் என்னை இடர்உறக் கூட்டினால்
பின்னை உய்கிலன் பேதையன் ஆவியே! 2

அருஞ்சொற்பொருள்:

இடர் - துன்பம். கூட்டினால் - பிறவியைத் தந்தால். பேதை - அறிவிலி. ஆவி - உயிர்.

பொழிப்புரை:

தனக்குச் சொந்தமானது என்று உலகர் கூறும் உடல் பொருள் ஆவி ஆகிய மூன்றும் நின்னுடையது என்பது அறிந்து, என்னை உன்னிடம் ஒப்படைத்துவிட்டேன். இதற்கு மேலும் துன்பம் தரும் பிறப்பில் என்னைத் தள்ளுவதாயின், அறிவிலியாகிய என் உயிர், பின் எதனைக் கொண்டு உய்வு பெறும்?

..196..

ஆவி யேஉனை யான்அறி வாய்நின்று
சேவி யேன்களச் சிந்தை திறைகொடேன்;
பாவி யேன்உளப் பான்மையைக் கண்டு, நீ
கூவி ஆள், எனை ஆட்கொண்ட கோலமே! 3

அருஞ்சொற்பொருள்:

சேவியேன் - சேவிக்க மாட்டேன். களச்சிந்தை - கள்ள மனம். திறை கொடேன் - ஈடுகொடுக்க மாட்டேன்.

பொழிப்புரை:

உயிருக்கு உயிராய் விளங்கும் முதல்வனே! நீ அறிவு வடிவானவன் ஆதலால், உன்னை அறிவால் கண்டு சேவிக்க வேண்டும். நான் அவ்வாறு செய்யத் தவறி விட்டேன். வஞ்சனை நிறைந்த அடியேன் என் மனத்தை ஈடாகக் கொடுக்கவும் இல்லை. அப்படி இருந்தும், பாவியாகிய என்னைக் கூவி அழைத்து, அடிமை கொண்ட பான்மை சிறப்புடையதே!

..197..

கோலம் இன்றிக் குணம்இன்றி நின்அருள்
சீலம் இன்றிச் சிறியன் பிழைப்பனோ?
ஆலம் உண்டும் அமிர்துஉரு வாய்வந்த
காலம் எந்தை கதிநிலை காண்பதே.   4

அருஞ்சொற்பொருள்:

கோலம் - பொருத்தமான புறத்தோற்றம். சீலம் - ஒழுக்கம். ஆலம் - நஞ்சு.

பொழிப்புரை:

எம் தந்தையே! சிவனடியார்க்குரிய திருநீறு, உருத்திராக்கம், சடை முதலிய தரிக்கும் கோலமின்றி, திருவைந் தெழுத்தைக் கணிக்கும் குணமின்றி, நினது திருவருளைப் பெற வகுக்கப்பட்ட நால்வகை நெறிகளில் செல்லும் ஒழுக்கமின்றி, சிறியேன் உய்வேனோ? ஆலகால விடத்தை உண்டும், அதனால் இறந்து படாது, அதனை அமுதம் உண்டதுபோல் உலகுக்குக்காட்டி பிழைத்தாய் அல்லவா? அதுபோல என்னையும் உய்விப்பாயாக!

..198..

காணும் கண்ணில் கலந்தகண் ணேஉனைச்
சேணும் பாரும் திரிபவர் காண்பரோ?
ஆணும் பெண்ணும் அதுஎனும் பான்மையும்
பூணும் கோலம் பொருந்திஉள் நிற்கவே. 5

அருஞ்சொற்பொருள்:

சேண் - தூரத்தில் உள்ள விண்ணுலகம். பார் - நிலவுலகம். திரிபவர் - தேடித் திரிந்த பிரமனும் திருமாலும்.

பொழிப்புரை:

அவன், அவள், அது என்று சொல்லப்படும் உயிர் திணையில் ஆண்பாலும் பெண்பாலும் அஃறிணையில் ஒன்றன்பாலும் (பலவின்பாலும்) ஆகிய அனைத்திலும் கலப்பினால் ஒன்றாய், அப்பொருள்களின் உள்நின்று அருளுகின்றாய். அவ்வாறு இருக்க, அறிவுக்கண் கொண்டு காணுமவர் காணக் காட்டும் கண்மணியே! உன்னைத் தேடி ஆகாயத்திலும் பூமியிலும் அலைந்த பிரம்ம விட்ணு காண்பாரோ?

..199..

நிற்கும் நன்னிலை நிற்கப்பெற் றார்அருள்
வர்க்கம் அன்றி மனிதர்அன் றேஐயா!
துர்க்கு ணக்கடல் சோங்குஅன்ன பாவியேற்கு
என்கு ணம்கண்டு என்பெயர் சொல்வதே? 6

அருஞ்சொற்பொருள்:

அருள் வர்க்கம் - திருவருள் பெற்ற இனத்தவர். துர்க்குணம் - தீய குணம். சோங்கு - கப்பல்.

பொழிப்புரை:

ஐயனே! நிற்கவேண்டிய நல்ல நிலையில் நின்றவர், நினது அருளைப் பெற்ற இனத்தவரே அன்றி, மனிதர்

அல்லர். தீயகுணமாகிய கடலில் செல்லும் கப்பல் போன்ற பாவியேனிடத்தில் என்ன குணம் கண்டு, என்ன பெயர் சொல்லி அழைப்பது?

..200..

சொல்லை உன்னித் துடித்தது அலால்அருள்
எல்லை உன்னி எனைஅங்கு வைத்திலேன்;
வல்லை நீஎன்னை வாஎன் றிடாவிடின்
கல்லை யாம்இக் கருமி நடக்கையே. 7

அருஞ்சொற்பொருள்:

வல்லை - விரைவு. கல்லை - பிணக்கு, குற்றம்.

பொழிப்புரை:

குருநாதன் உபதேசித்த ஒருசொல்லை நினைத்துத் துடித்ததும் அல்லாமல், திருவருளின் எல்லையாகிய பெருவெளியை நினைந்து, என்னை அவ்விடத்தில் வைத்ததில்லை. 'விரைந்து வா!' என்று என்னை நீ அழையாது விட்டால், என்னுடைய நடத்தை, பழிப்புக்கு இடம்கொடுத்ததாகி விடும்.

..201..

கையும் மெய்யும் கருத்துக்கு இசையவே
ஐய! தந்ததற்கு ஐயம் இனிஉண்டோ?
பொய்ய னேன்சிந்தைப் பொய்கெடப் பூரண
மெய்ய தாம்இன்பம் என்று விளைவதே? 8

அருஞ்சொற்பொருள்:

மெய் - உடம்பு. ஐயம் - சந்தேகம். பூரண மெய் - முழுமெய்.

பொழிப்புரை:

ஐயனே! மலர் தொடுக்கக் கையும், வணங்க உடலும் என் கருத்திற்கேற்ப தந்து உதவினாய்; இனி இதில் எந்தவித சந்தேகமும் இல்லை. ஆனால் பொய்யனாகிய என் அறிவில், பொய்கள் நிறைந்துள்ளன. அவை அழிந்து, உன்னுடைய முழுமையும் நிலைத்ததும் ஆகிய இன்பம், எப்பொழுது விளையுமோ?

..202..

என்றும் உன்னை இதய வெளிக்குளே
துறை வைத்தன னே;அருள் ஜோதிநீ
நின்ற தன்மை நிலைக்குஎன்னை நேர்மையாம்?
நன்று தீதுஅற வைத்த நடுவதே. 9

அருஞ்சொற்பொருள்:

துன்ற - பொருந்த. நேர்மை - ஒப்பு. நடு - சாட்சி.

பொழிப்புரை:

நீயோ திருவருள் பேரொளியாக விளங்குபவன். பிறப்புக்கு ஏதுவாகும் நன்மை தீமை ஆகிய இரண்டும் அற்ற நிலையில், நடுவாக எப்பொழுதும் உன்னை என் மனமாகிய ஆகாயத்தில் வைத்தேன். அவ்வாறு நீ என்னுள் நின்ற தன்மைக்கு ஒப்புமை கூறமுடியுமோ?

..203..

வைத்த தேகம் வருந்த வருந்திடும்
பித்தன் நான்அருள் பெற்றும் திடம்இலேன்;
சித்த மோன சிவசின்ம யானந்தம்
வைத்த ஐய அருள்செம்பொன் ஜோதியே! 10

அருஞ்சொற்பொருள்:

திடம் - உறுதி. சின்மயானந்தம் - பேரறிவுப் பேரின்பம்.

பொழிப்புரை:

கைகூடிய மௌனமும், சிவமாம் தன்மையும், பேரறிவும், பேரின்பமும் வைத்த ஐயனே! அருளே வடிவாய் விளங்கும் செம்பொன் போன்ற நிறமுடைய பேரொளிப் பிழம்பே! கிடைத்த உடலுக்குத் துன்பம் உண்டாயின், (உடலை நான் என்று பிறழ உணர்ந்து) வருத்தம் அடைவேன்; அறியாமை நிறைந்த பித்தன் நான்; நினது திருவருளைப் பெற்றிருந்தும் அறிவில் உறுதி இல்லாதவன்.

..204..

செம்பொன் மேனிச் செழுஞ்சுட ரே!முழு
வம்ப னேன்உனை வாழ்த்தும் மதிஇன்றி
இம்பர் வாழ்வினுக்கு இச்சைவைத் தேன்;மனம்
நம்பி வாஎனின் நான்என்கொல் செய்வதே? 11

அருஞ்சொற்பொருள்:

இம்பர் - இவ்வுலகம். இச்சை - விருப்பம்.

பொழிப்புரை:

சிவந்த பொன் போன்ற மேனியுடைய செழுமையான ஒளிப்பிழம்பே! முற்றிலும் பொல்லாங்கு உடைய வம்பனாகிய நான் உன்னை வாழ்த்தும் அறிவு சிறிதும் இல்லாதவன்; இவ்வுலக வாழ்வின்மீது பற்று வைத்துக் கெட்டேன். என்மீது நம்பிக்கை வைத்து 'வா!' என்று நீ அழையாவிடின், நான் என்ன செய்து உய்வேன்?

..205..

செய்யும் செய்கையும் சிந்திக்கும் சிந்தையும்
ஐய! நின்னதுஎன்று எண்ணும் அறிவுஇன்றி,
வெய்ய காம வெகுளி மயக்கம்ஆம்
பொய்யி லேசுழன் றேன்;என்ன புன்மையே? 12

அருஞ்சொற்பொருள்:

வெய்ய - கொடிய. சுழன்றேன் - உழன்றேன்.

பொழிப்புரை:

ஐயனே! எண்ணும் எண்ணமும் (பேசும் பேச்சும்) செய்யும் செயலும் ஆகிய முக்கரணச் செயல்களும் நினது செயல்கள் என நினைக்கும் அறிவை இழந்து, கொடிய காமம் வெகுளி மயக்கம் ஆகிய நிலையில்லா உலக இயல்பிலே சிக்கி உழன்றேன். இது என்ன இழிதகைமையோ?

..206..

புன்பு லால்நரம்பு என்புஉடைப் பொய்உடல்
அன்பர் யார்க்கும் அருவருப்பு அல்லவோ?
என்பொ லாமணி யே!இறை யே!இத்தால்
துன்பம் அன்றிச் சுகம்ஒன்றும் இல்லையே! 13

அருஞ்சொற்பொருள்:

புன்புலால் - இழிந்த ஊன். என்பு - எலும்பு. பொலா - பொல்லா - பொள்ளா - துளைக்கப்படாத. இத்தால் - இதனால்.

பொழிப்புரை:

என்னுடைய தனிப்பெரும் மணியே! இறைவனே! இழிந்த ஊன், நரம்பு, எலும்பு ஆகிய இவை கொண்டு கட்டப்பட்ட நிலையில்லாத உடலை அன்பர் யாவரும் அருவருத்தே நோக்குவர். இந்த உடம்பால் பெற்றது துன்பமே அன்றி, இன்பம் ஒன்றும் இல்லையே!

..207..

இல்லை உண்டுஎன்று எவர்பக்கம் ஆயினும்
சொல்ல வோஅறி யாத தொழும்பன்யான்;
செல்ல வேறுஒரு திக்குஅறி யேன்;எலாம்
வல்ல நீஎனை வாழ்விக்க வேண்டுமே.   14

அருஞ்சொற்பொருள்:

தொழும்பன் - தொண்டன். திக்கு - திசை, வழி. எலாம் - எல்லாம்.

பொழிப்புரை:

இல்லை என்று சொல்லுவார் பக்கமோ, உண்டு என்று சொல்லுவார் பக்கமோ, என இருவரில் எவர் பக்கமும் நின்று கருத்து சொல்லும் அறிவில்லாத அடிமை நான்; செல்வதற்கு வேறு ஒரு வழியும் அறியேன்; எல்லாம் வல்ல நீதான் என்னை வாழ்விக்க வேண்டும்.

..208..

வேண்டும் சீர்அருள் மெய்அன்பர்க் கேஅன்பு
பூண்ட நான்என் புலம்அறி யாததோ?
ஆண்ட நீஉன் அடியவன் நான்என்று
தூண்டுவேன்;அன்றித் தொண்டன்என் சொல்வதே?   15

அருஞ்சொற்பொருள்:

புலம் - அறிவு. தூண்டுவேன் - மேலும் கூறுவேன்.

பொழிப்புரை:

நினது திருவருளை வேண்டி நிற்கும் சீரிய அருள்பெற்ற மெய்யன்பர்களிடத்தே அன்புபூண்டவன் நான். இதனை என் அறிவு அறியாதோ? நீயோ என்னை வலிய வந்து ஆட்கொண்டு அருள்செய்தாய். தொண்டனாகிய நான், மேலும் உன் அடிமை என்றே, என்னை கூறிக்கொள்வேன்.

..209..

எனக்கு ளேஉயிர் என்ன இருந்தநீ
மனக்கி லேசத்தை மாற்றல் வழக்குஅன்றோ!
கனத்த சீர்அருள் காக்ஷிஅ லால்ஒன்றை
நினைக்க வோஅறி யாதுஎன்தன் நெஞ்சமே. 16

அருஞ்சொற்பொருள்:

கிலேசம் - கவலை. கனத்த - மேலான.

பொழிப்புரை:

என் உயிருக்குள் உயிராய் இருந்த நீ, எனது மனக் கவலையைப் போக்கியருள வேண்டியது முறைமை தானே! மேலான சிறப்பு உடைய அருட்காட்சி அல்லால், வேறொன்றை நினைத்துப் பார்க்கவும், என் மனம் ஒப்பாது.

..210..

நெஞ்சுஉ கந்துஉனை நேசித்த மார்க்கண்டர்க்கு
அஞ்சல் என்ற அருள்அறிந் தேஐயா!
தஞ்சம் என்றுஉன் சரண்அடைந் தேன்;எங்கும்
செஞ்செ வேநின்ற சிற்சுக வாரியே! 17

அருஞ்சொற்பொருள்:

தஞ்சம் - அடைக்கலம். செஞ்செவே - செவ்விதாக, நேராக. சிற்சுக வாரியே - அறிவு இன்பக் கடலே.

பொழிப்புரை:

எங்கும் செம்மையாய் நின்று அருளும் பேரறிவுப் பேரின்பக் கடலே! ஐயா! மனம் விரும்பி, உன்னை வழிபட்ட மார்க்கண்டேயருக்கு, 'அஞ்ச வேண்டா!' என்று கூறி அருளிய திறம் தெரிந்தே, 'அடைக்கலம்' என நினது திருவடி அடைந்தேன்.

..211..

வாரி ஏழும் மலையும் பிறவும்தான்
சீரிது ஆனநின் சின்மயத் தேஎன்றால்
ஆரி லேஉளது ஆவித் திரள்;அதை
ஓரி லேன்;எனை ஆண்ட ஒருவனே! 18

அருஞ்சொற்பொருள்:

வாரி - கடல். ஆரிலே - எவரிலே. ஆவித்திரள் - உயிர்க்கூட்டம். ஓரிலேன் - ஆராய்ந்திலேன்.

பொழிப்புரை:

அடியேனை ஆட்கொண்டு அருளிய ஒப்பில்லாதவனே! ஏழு கடல்களும் எட்டு மலைகளும், மற்றுமுள்ள உலகியற் பொருள்களும், சீரிய நின் அறிவுமய வெளியில் இருப்பதானால், உயிர்க்கூட்டங்கள் யாரிலே அடங்கி இருக்கும் என்பதை, நான் ஆராயாமல் இருந்துவிட்டேன்.

..212..

ஒருவர் என்உளத்து உள்கும் குறிப்புஅறிந்து
அருள்வ ரோஎனை ஆளுடை அண்ணலே!
மருள னேன்பட்ட வாதை விரிக்கினோ
பெருகு நான்இனிப் பேச விதிஇன்றே. 19

அருஞ்சொற்பொருள்:

ஒருவர் - உன்னையன்றி வேறொருவர். மருளனேன் - மயக்க அறிவு உடையவன். வாதை - துன்பம்.

பொழிப்புரை:

பெருமைமிக்க முதல்வனே! உன்னை அன்றி வேறொருவர், என் உள்ளக் குறிப்பறிந்து, எனக்கு அருள் செய்வாரோ? மயக்க அறிவு உடையவனாகிய நான் பட்ட துன்பங்கள்

குறித்து விரித்துப் பேசினால், அது பெருகும். அதற்கு ஒருநாள் இருநாள் அல்ல, பல நாட்களாகும். அதனால் அது குறித்துப் பேச நியதி இல்லை.

..213..

இன்றுஉ னக்குஅன்பு இழைத்திலன் நான்என்றே
அன்று தொட்டுஎனை ஆள்அர சேஎன்று
நின்றுஅ ரற்றிய நீலனைக் கைவிட்டால்
மன்றம் எப்படி நின்அருள் வாழ்த்துமே? 20

அருஞ்சொற்பொருள்:

அரற்றிய - புலம்பிய. நீலன் - வஞ்சகன். மன்றம் - உலகம்.

பொழிப்புரை:

அடியேன் இன்று மட்டும் உனக்கு அன்பு செய்யவில்லை. நான் என்றோ, அன்றிலிருந்தே, 'என்னை ஆட்கொண்ட அரசே!' என்று நின்று புலம்பி வந்துள்ளேன். இந்த வஞ்சகனை நீ கைவிட்டால், உலகம் எப்படி நினது திருவருளை வாழ்த்தும்?

..214..

வாழ்த்து நின்அருள் வாரம்வைத் தால்அன்றிப்
பாழ்த்த சிந்தைப் பதகனும் உய்வனோ?
சூழ்த்து நின்ற தொழும்பரை ஆனந்தத்து
ஆழ்த்து முக்கண் அருள்செம்பொன் ஜோதியே! 21

அருஞ்சொற்பொருள்:

வாரம் - அன்பு. பதகன் - பாவி. சூழ்த்து - சூழ்ந்து. ஆழ்த்து - மூழ்கச் செய். முக்கண் - மூன்று கண்கள்.

பொழிப்புரை:

மூன்று கண்களைக் கொண்ட திருவருள் செம்பொன் ஒளிப்பிழம்பே! அனைவராலும் வாழ்த்தப்படுகின்ற நினது திருவருள் என்மீது அன்பு வைத்தால் அன்றி, பாழ்த்த அறிவுடைய பாவியும் உய்வேனோ? ஆயினும் சூழ்ந்து நிற்கும் தொண்டர்களைப் பேரின்பத்தில் திளைக்கச் செய்வாயாக!

..215..

ஜோதி யே,சுட ரே,சுக மே,துணை
நீதி யே,நிஜ மே,நிறை வே,நிலை
ஆதி யே,உனை யான்அடைந் தேன்;அகம்
வாதி யாது,அருள் வாய்அருள் வானையே! 22

அருஞ்சொற்பொருள்:

நிஜமே - மெய்ப்பொருளே. வாதியாது - துன்பப்படுத்தாது. அருள்வான் - அருள்வெளி.

பொழிப்புரை:

சுயம்சோதியே! ஒளிச்சுடரே! இன்பமே! துணையே! நடுநிலை தவறாத பொருளே! மெய்ப்பொருளே! நிறைவே! நிலைத்த பொருளே! எல்லாவற்றுக்கும் மூலமே! உன்னை யான் சரணடைந்தேன். என் மனதில் துன்பம் ஏற்படாதவாறு, நினது அருள்வெளியைக் காட்டி அருளுவாயாக!

..216..

வானைப் போல வளைந்துகொண்டு ஆனந்தத்
தேனைத் தந்துஎனைச் சேர்ந்து கலந்தமெய்ஞ்
ஞானத் தெய்வத்தை நாடுவன்; நான்எனும்
ஈனப் பாழ்கெட என்றும் இருப்பனே. 23

அருஞ்சொற்பொருள்:

வான் - மழை. ஆனந்தத் தேன் - பேரின்பத் தேன். நாடுவன் - விரும்பிச் சேர்வன். ஈனம் - இழிவு.

பொழிப்புரை:

மழை மேகம் போல் கவிந்து நின்று, பேரின்பமாகிய தேனினைத் தந்து, என்னோடு சேர்ந்து, என்னில் கலந்த, தெய்வத்தை நான் விரும்புவேன். 'நான்' என்னும் இழிந்த செருக்காகிய பாழ் கெடுமாறு என்றும் இருப்பேன்.

..217..

இரும்பைக் காந்தம் இழுக்கின்ற வாறுஎனைத்
திரும்பிப் பார்க்கஒட் டாமல், திருவடிக்
கரும்பைத் தந்து,கண் ணீர்கம்ப லைஎலாம்
அரும்பச் செய்எனது அன்னைஒப் பாமனே!   24

அருஞ்சொற்பொருள்:

அன்னை ஒப்பாம் - தாய் போன்ற. அனே - அன்னே - தாயே.

பொழிப்புரை:

இரும்பைக் காந்தம் இழுப்பதுபோல என்னை ஈர்த்து, திரும்பி வேறெங்கும் பார்க்காதபடி திருவடியாகிய கரும்பினைத் தந்து, கண்ணீர் சிந்தவும் உடல் நடுங்கவும் ஆகிய எல்லாம் செய்வித்து, ஏற்றுக்கொண்ட எனது தாயைப் போல் பரிவு காட்டிய தயாளனே.

..218..

அன்னை அப்பன்என் ஆவித் துணைஎனும்
தன்னை ஒப்புஅற்ற சற்குரு என்பதுஎன்?
என்னைப் பூரண இன்ப வெளிக்குளே
துன்ன வைத்த சுடர்எனத் தக்கதே.   25

அருஞ்சொற்பொருள்:

ஆவி - உயிர். துன்ன - பொருந்த. தக்கதே - தகுதி உடையதே.

பொழிப்புரை:

தாய் என்றோ, தந்தை என்றோ, உயிர்த்துணை என்றோ, ஒப்புமை கூற முடியாத சற்குரு என்றோ, கூறுவது ஏன்? என்னை முழுமையாக இன்பவெளிக்குள்ளே பொருந்துமாறு வைத்த பெருஞ்சுடர் என்று கூறுவதே தகுதி உடையது.

..219..

தக்க கேள்வியில் சார்ந்தநல் பூமியில்
மிக்கது ஆக விளங்கு முதல்ஒன்றே;
எக்க ணும்தொழ யாவையும் பூத்துக்காய்த்து
ஒக்க நின்றும்ஒன் றாய்நிறைவு ஆனதே. 26

அருஞ்சொற்பொருள்:

கேள்வி - உபதேசம், கேட்டல். நற்பூமி - தூமாயை ஆகிய நல்ல பூமி. மிக்கதாக - அதற்கு மேலும். முதல் - முதற்பொருள், சிவம். எங்கணும் - எல்லா இடத்தும். ஒக்க நின்று - உடனாய் நின்று.

பொழிப்புரை:

கேட்டல், சிந்தித்தல், தெளிதல், நிட்டை கூடுதல் என்னும் நான்கு முறையால், தூமாயை என்னும் நிலத்தின் மேலாய் விளங்கும் மெய்ப்பொருள் சிவம் ஒன்றே. எத்திசையோரும் வணங்க பூத்துக் காய்த்துப் பழுத்து நிற்கும் உள்ளும் புற முமாய் நிறைந்து நிற்கின்ற பெரும்பொருள் சிவமே ஆகும்.

..220..

ஆனம் ஆன சமயங்கள் ஆறுக்கும்
தான மாய்நின்று தன்மயம் காட்டிய
ஞான பூரண நாதனை நாடியே
தீன னேன்இன்பம் தேக்கித் திளைப்பனே. 27

அருஞ்சொற்பொருள்:

மானம் - மேன்மை. தானம் - இருப்பிடம், தாயகம். தன்மயம் - தன் மெய்ம்மை நிலை.

பொழிப்புரை:

மிகவும் மேன்மை உடைய அறுவகை அகச்சமயங்களுக்கும் தாயகமாய் இருந்து, தனது மெய்ம்மை நிலையைக் காட்டி அருளிய ஞானமும் முழுமையுமாய் விளங்கும் தலைவனை இடையறாது நினைந்து, எளியேனாகிய நான், பேரின்பம் நிறைந்து வழிய, அதனை நுகர்வேன்.

..221..

தேக்கி இன்பம் திளைக்கத் திளைக்கவே
ஆக்க மாய்எனக்கு ஆனந்தம் ஆகியே
போக்கி னோடு வரவுஅற்ற பூரணம்
தாக்கி நின்றவா தன்மயம் ஆம்அதே. 28

அருஞ்சொற்பொருள்:

திளைக்க - இன்பம் நுகர. ஆக்கம் - மேன்மேலும் பெருகுதல். ஆனந்தம் - பேரின்பம்.

பொழிப்புரை:

பேரின்பம் நிறைய, அதனை நுகர்ந்து நுகர்ந்து, மேலும் மேலும் பேரின்பம் பெருக, போக்கும்வரவும் அற்ற முழுமுதல், வந்து பொருந்திய நிலையே, சிவபெருமானின் மெய்ம்மை நிலை என்க.

..222..

அதுஎன்று உன்னும் அதுவும் அறநின்ற
முதிய ஞானிகள் மோனப் பொருளது,
எதுஎன்று எண்ணி இறைஞ்சுவன் ஏழையேன்;
மதியுள் நின்றுஇன்ப வாரி வழங்குமே. 29

அருஞ்சொற்பொருள்:

ஏழை - அறிவிலி.

பொழிப்புரை:

அது என்று நினைக்கும், அதுவும் அற்றுப்போகுமாறு, நின்ற முதிர்ந்த ஞானமுடையார்க்கு அது மோனப் பொருளாக விளங்கியது. அது எது என்று அறிய எண்ணி அறிவிலியாகிய யான் வணங்கி நிற்பேன். அப்பொழுது அம்மோனப் பொருள் என் அறிவில் நின்று பேரின்பக் கடலை வழங்கும்.

..223..

வாரிக் கொண்டுஎனை வாய்மடுத்து இன்பமாய்ப்
பாரில் கண்டவை யாவும் பருகினை;
ஓரில் கண்டிடும் உமன் கனவுஎன
யாருக் கும்சொல வாய்இலை ஐயனே! 30

அருஞ்சொற்பொருள்:

வாரி - அள்ளி எடுத்து. ஓரில் - ஆராயுமிடத்து.

பொழிப்புரை:

ஐயனே! என்னை வாரி அணைத்து, தன்னுள் அடக்கி, பேரின்பமாய் உலகில் கண்ட பொருள்கள் அனைத்திலும் தன்னையே காட்டும் தன்மையை ஆராய்ந்ததால், ஊமை கண்ட கனவு போல் யாருக்கும் சொல்ல முடியாத நிலை உண்டானது.

..224..

ஐய! மற்ற அதிவரு ணர்க்குஎலாம்
கையில் ஆமல கக்கனி ஆகிய
மெய்ய னே,இந்த மேதினி மீதுஉழல்
பொய்ய னேற்குப் புகல்இடம் எங்ஙனே? 31

அருஞ்சொற்பொருள்:

ஆதி வருணர் - வருண தர்மத்தைக் கடந்து நிற்கும் துறவியர். ஆமலகக்கனி - நெல்லிக்கனி. மேதினி - உலகம்.

பொழிப்புரை:

ஐயனே! ஏனைய சாதி சமயங்கடந்த துறிவிகளுக்கெல்லாம் உள்ளங்கை நெல்லிக்கனிபோல் தெற்றென விளங்கும் மெய்ப் பொருளே! இந்த உலகில் உழன்று கொண்டிருக்கும் பொய்யனாகிய எனக்கு நிலையான புகலிடம் வேறு எங்கு உளது?

..225..

எங்ங னேஉய்ய யான்எனது என்பதுஅற்று
அங்ங னேஉன் அருள்மயம் ஆகிலேன்;
திங்கள் பாதி திகழப் பணிஅணி
கங்கை வார்சடைக் கண்ணுதல் எந்தையே! 32

அருஞ்சொற்பொருள்:

பணி - பாம்பு. வார் சடை - நீண்ட சடை. கண்ணுதல் - நெற்றிக்கண்.

பொழிப்புரை:

கங்கையையும் பிறைச் சந்திரனையும் சூடியுள்ள நீண்ட சடையும், பாம்பு அணிகலனும், நெற்றியில் கண்ணும் உடைய எம்தந்தையே! யான் என்னும் அகப்பற்றும், எனது என்னும் புறப்பற்றும் விட்டு, எவ்வாறு உய்யப் போகிறேன்? அப்படியே உனது திருவருளில் கலக்கும் தன்மை பெற்றிலேன்.

..226..

கண்ணில் காண்பதுஉன் காக்ஷி,கை யால்தொழில்
பண்ணல் பூஜை, பகர்வது மந்த்ரம்,
மண்ணொடு ஐந்தும் வழங்குஉயிர் யாவுமே
அண்ண லே!நின் அருள்வடிவு ஆகுமே. 33

அருஞ்சொற்பொருள்:

பூஜை - வழிபாடு. பகர்வது - சொல்வது. மண்ணொடு ஐந்து - பஞ்சபூதம்.

பொழிப்புரை:

பெருமை மிக்க தலைவனே! நான் கண்ணால் காணும் காட்சி அனைத்திலும் உன்னையே காண்கிறேன். கையால் செய்யும் தொழில் அனைத்தும் உனக்குச் செய்யும் வழிபாடே. வாயால் பேசுவது அனைத்தும் மந்திர உச்சாடனம். நிலம் முதலிய ஐம்பூதங்களால் ஆன உடம்பில் உள்ள உயிர்கள் அனைத்தும் உனது அருள் வடிவே ஆகும்.

..227..

வடிவுஎ லாம்நின் வடிவுஎன வாழ்த்திடாக்
கடிய னேனும்உன் கரணம் காண்பனோ?
நெடிய வான்என எங்கும் நிறைந்துஒளிர்
அடிக ளே,அர சே,அருள் அத்தனே! 34

அருஞ்சொற்பொருள்:

கடியனேன் - கல் நெஞ்சம் உடையவன். உன் கரணம் - சீவ கரணங்கள் அனைத்தும் சிவகரணங்கள் ஆக.

பொழிப்புரை:

நெடிய ஆகாயம் என்ற பெயரில் எங்கும் பரந்து விரிந்து நிற்கும் எமது அடிகளே! அரசரே! அருள் தந்தையே! காணும் பொருள்கள் அனைத்தும் நீயே எனக் கண்டு வாழ்த்துக் கூறாத கல்நெஞ்சம் உடையவனாகிய யான், சீவகரணங்கள் அனைத்தும் உன் (சிவ) கரணங்கள் எனக் காண்பேனோ?

..228..

அத்த னே,அகண் டானந்த னே,அருள்
சுத்த னே,என உன்னைத் தொடா்ந்திலேன்;
மத்த னேன்பெறு மாமலம் மாயவான்
கத்தனே கல்வி யாதுஅது கற்கவே. 35

அருஞ்சொற்பொருள்:

மத்தன் - உன்மத்தன். மா மலம் - பெரிய மலக்குற்றங்கள். வான் கந்தன் - மேலான ஆற்றல் உடையவன்.

பொழிப்புரை:

'தந்தையே! எங்கும் நிறைந்த பேரின்பமே! திருவருள் தூயனே!' என்று எண்ணி, உன்னைத் தொடராது விட்டு விட்டேன். மேலான ஆற்றல் உடையவனே! பித்தனாகிய என்னைப் பீடித்திருக்கும் பெரிய மலக்குற்றங்களில் இருந்து விடுபட, யான் கற்ற கல்விதான் எது?

..229..

கற்றும் என்பலன்? கற்றிடும் நூல்முறை
சொற்ற சொற்கள் சுகாரம்ப மோ?நெறி
நிற்றல் வேண்டும், நிா்விகற் பச்சுகம்
பெற்ற போ்பெற்ற பேசாப் பெருமையே! 36

அருஞ்சொற்பொருள்:

சொற்ற - சொன்ன. சுகாரம்பம் - (சுக + ஆரம்பம்) - பேரின்பத் தொடக்கம். நிர்விகற்பச்சுகம் - வேறுபாடற்ற ஒருமை நிலையில் உண்டாகும் இன்பம்.

பொழிப்புரை:

நூல்களைக் கற்பதால் என்ன பயன்? கற்ற நூல்கள் அனைத்தும் முறைப்படுத்தி சொன்ன சொற்கள் இன்பத்தின் தொடக்கமோ? அதற்கு மேலும் அந்நூல்கள் கூறிய நெறியில்

நின்று பழகவேண்டும். இரண்டற்ற ஒருமைப்பாட்டுடன்
நிர்விகற்ப சமாதி கூடிப் பெற்ற பேரின்பம் பெற்றவர்கள்
பெற்ற நிலை எதுவெனில், மௌன நிலையாகிய
பெருமை நிலையே!

..230..

பெருமைக் கேஇறு மாந்து பிதற்றிய
கருமிக்கு ஐய! கதியும்உண் டாம்கொலோ?
அருமைச் சீர்அன்பர்க்கு அன்னைஒப்பு ஆகவே
வரும்அப் பேரொளி யே,உன்ம னாந்தமே!   37

அருஞ்சொற்பொருள்:

கருமி - தீவினையாளன். உன்மனாந்தம் - உன்மனிய சக்திக்கும் முடிவான இடம். (உன்மனை ஆற்றல் என்பது சாந்தியதீதை எனப்படும் கலை. இது ஒடுங்கும் இடம் சிவசதாக்கியம்).

பொழிப்புரை:

அரிய சிறப்புடைய மெய்யன்பர்களுக்கு அன்னை போல் தண்ணளி செய்யும் பெரிய ஒளிப்பிழம்பே! உன்மனை ஆற்றலின் முடிவிடமாகிய சிவசதாக்கியமே! ஐயனே! பெருமை பெற வேண்டும் என்று தருக்கி, உளறித் திரியும் கருமியாகிய தீவினையாளனுக்கு நல்ல கதியும் கிடைக்குமோ?

..231..

உன்ம னிக்குள் ஒளிர்பரம் ஜோதியாம்
சின்ம யப்பொரு ளே,பழம் செல்வமே,
புன்ம லத்துப் புழுஅன்ன பாவியேன்;
கல்ம னத்தைக் கரைக்கக் கடவதே!   38

அருஞ்சொற்பொருள்:

புன்மலம் - அற்பமலம். கரைக்க - உருக்கிக்கரைக்க. கடவது - அருளுவது.

பொழிப்புரை:

உன்மனி சத்திக்குள்ளே நின்று ஒளிரும் மேலான சுடராம் அறிவுமயப் பொருளே! பழைமையான செல்வமே! அற்ப மலங்களுடன் திரியும் புழுப்போன்ற பாவியின் கல் போன்ற கடினத் தன்மை உடைய மனம் உருகிக் கரைய அருள் செய்வாயாக!

..232..

கரையில் இன்பக் கடல்அமு தே!இது
வரையில் நான்உனை வந்து கலந்திலேன்;
உரைஇ லாஇன்பம் உள்ளவர் போலஇத்
தரையி லேநடித் தேன்என்ன தன்மையே? 39

அருஞ்சொற்பொருள்:

உரை இலா - வெளியில் சொல்லிக் கொள்ளாத. தரை - உலகம்.

பொழிப்புரை:

கரை இல்லாத பேரின்பக் கடலே! அக்கடலில் விளைந்த அமுதமே! இதுவரை நான் உன்னிடம் வந்து, உன்னோடு கலக்கவில்லை; வாய் பேசாத மௌனியாய் இருந்து இன்பம் துய்த்தவர் போல இந்நிலவுலகில் நானும் பொய்யாக நடித்து வந்தேன்; இது என்ன இழிநிலையோ?

..233..

மைஉ லாம்விழி மாதர்கள் தோதகப்
பொய்யில் ஆழும் புலைஇனிப் பூரைகாண்;
கையில் ஆமல கக்கனி போன்றஎன்
ஐய னே,எனை ஆளுடை அண்ணலே! 40

அருஞ்சொற்பொருள்:

மை உலாம் - மை தீட்டிய. தோதகம் - வஞ்சனை. பூரை - போதும்.

பொழிப்புரை:

மெய்யன்பர்களுக்கு உள்ளங்கை நெல்லிக்கனி போலத் தெற்றென அருளும் எம் ஐயனே! என்னை ஆட்கொண்ட தலைவனே! மை பூசிய கண்களுடன் கூடிய மகளிரது பொய்யான இன்பத்தில் அமிழும் இழிதகைமை இனிப் போதும்.

..234..

அண்ண லே,உன் அடியவர் போல்அருள்
கண்ணி னால்உனைக் காணவும், வாஎனப்
பண்ணி னால்என் பசுத்துவம் போய்உயும்
வண்ணம் ஆக மனோலயம் வாய்க்குமே. 41

அருஞ்சொற்பொருள்:

அருள்கண் - ஞானக் கண். பசுத்துவம் - பிணிப்புத்தன்மை. மனோலயம் - மனஒடுக்கம்.

பொழிப்புரை:

தலைவா! உனது அடியார்கள்போல் ஞானக்கண் கொண்டு உன்னைக் காண, 'வா!' என்று என்னை அழைத்து அருள் செய்தால், என் பிணிப்புத்தன்மை (பசுத்தன்மை) நீங்கி, உய்வுபெறும் பொருட்டு, மனஒடுக்கம் ஏற்படுமே!

..235..

வாய்க்கும் கைக்கும் மௌனம் மௌனம்என்று
ஏய்க்கும் சொல்கொண்டு இராப்பகல் அற்றிடா
நாய்க்கும் இன்பம்உண் டோ?நல் அடியரைத்
தோய்க்கும் ஆனந்தத் தூவெளி வெள்ளமே! 42

அருஞ்சொற்பொருள்:

ஏய்க்கும் - ஏமாற்றும். தோய்க்கும் - மூழ்குவிக்கும்.

பொழிப்புரை:

மெய்யடியார்களை பேரின்ப வெள்ளத்தில் மூழ்குவிக்கும் பேரின்பத் தூயவெளி வெள்ளமே! கைகட்டி, வாய் பொத்தி, 'மௌனம், மௌனம்!' என்று ஏமாற்றும் சொல் சொல்லி, இரவு பகல் அற்ற இடத்தில், இன்பம் துய்த்து இருக்கும் வாய்ப்பினைப் பெறாத, நாய் போன்ற கடையேனுக்கும் அது இனிக் கைகூடுமோ?

..236..

தூயது ஆன துரிய அறிவுஎனும்
தாயும் நீ,இன்பத் தந்தையும் நீ,என்றால்
சேய தாம்இந்தச் சீவத் திரள்அன்றோ?
ஆயும் பேரொளி ஆன அகண்டமே! 43

அருஞ்சொற்பொருள்:

சேய் - பிள்ளை. சீவத்திரள் - உயிர்க்கூட்டம்.

பொழிப்புரை:

பேரொளிப் பிழம்பான எல்லையற்ற பொருளே! தூய தன்மையுடைய துரியத்தில் விளங்கும் அறிவு என்னும் தாய் நீ; பேரின்பத்தை வழங்கும் தந்தை நீ; இவ்வாறு நோக்கும் போது உயிர்த் தொகுதி உன்னுடைய பிள்ளைகளல்லவோ?

..237..

அகண்டம் என்ன அருமறை ஆகமம்
புகன்ற நின்தன்மை போதத்து அடங்குமோ?
ஜெகங்கள் எங்கும் திரிந்துநல் மோனத்தை
உகந்த பேர்உனை ஒன்றுவர் ஐயனே! 44

அருஞ்சொற்பொருள்:

போதம் - அறிவு. செகம் - உலகம்.

பொழிப்புரை:

உலகெங்கும் அலைந்து திரிந்து நல்ல மௌனத்தைக் கடைபிடித்தோர் உன்னோடு ஒன்றிணைவர். ஐயனே! எல்லையற்ற எங்கும் நிறைந்த பொருள் என, அரிய வேத ஆகமங்களில் சொல்லப்பட்ட நினது தன்மை, அடியேனது சிற்றறிவில் அடங்கும் தன்மையதோ?

..238..

ஐய னேஉனை அன்றி ஒருதெய்வம்
கையி னால்தொழ வும்கரு தேன்கண்டாய்;
பொய்யன் ஆகிலும் பொய்உரை யேன்,சுத்த
மெய்ய னாம்உனக் கேவெளி ஆகுமே! 45

அருஞ்சொற்பொருள்:

பொய்யன் - நிலையற்றவன். பொய் உரையேன் - பொய்யான பொருளைப் பற்றி பேசாது, மெய்யான (நிலைத்த) பொருள் பற்றியே பேசுவேன்.

பொழிப்புரை:

ஐயனே! உன்னைத் தவிர வேறொரு தெய்வத்தைக் கையினால் தொழவேண்டும் என்று நினைக்கக்கூட மாட்டேன். நிலையற்ற வாழ்வு உடைய பொய்யன் நான் ஆகிலும், பொய் (நிலையில்லாதது) பற்றிப் பேச மாட்டேன்; தூய நிலைத்த தன்மை உடையவனே! உனக்கே இது வெளிப்படையாகத் தெரியும் அல்லவா?

..239..

வெளியில் நின்ற வெளியாய் விளங்கிய
ஒளியில் நின்ற ஒளிஆம்உன் தன்னை,நான்
தெளிவு தந்தகல் லால்அடித் தேஎன்று
களிபொ ருந்தஅன் றோகற்ற கல்வியே. 46

அருஞ்சொற்பொருள்:

வெளி - சிதாகாசம். வெளி - வெளிப்படை. தே - தெய்வம். களி - மகிழ்ச்சி.

பொழிப்புரை:

'அறிவுப் பெருவெளியில் வெளிப்பட நின்றும், அருள் செய்யும் ஒளியுடைய பொருள்களுக்கெல்லாம் ஒளியை வழங்கிக் கொண்டும் இருக்கும் உன்னை, 'கல்லால மரத்தின் கீழ் எழுந்தருளி இருக்கும் தெய்வம்!' என்று சொல்லி மகிழ்ச்சி அடைவதற்கு, நான் கற்ற கல்வி பயன்படும் அன்றோ?

..240..

கல்லை உற்ற கருத்தினர்,கார்நிறத்து
அல்லை ஒத்த குழலினர் ஆசையால்
எல்லை அற்ற மயல்கொள வோஎழில்
தில்லை யில்திக ழும்திருப் பாதனே! 47

அருஞ்சொற்பொருள்:

உற்ற - ஒத்த. அல் - இருள், கருமை. குழல் - கூந்தல். மயல் - மயக்கம்.

பொழிப்புரை:

அழகிய தில்லை நகரில் எழுந்தருளி திருநடனம் செய்யும் திருவடிகளைக் கொண்டவனே! கல் போன்ற வலிய மனமும், கார் போன்ற இருளை ஒத்த கரிய கூந்தலும் உடைய மகளிர்மீது வைத்த ஆசை காரணமாக அளவில்லாத மோகம் கொள்ளவோ? (நான் வந்து பிறந்தது).

..241..

திருவ ருள்தெய்வச் செல்வி மலைமகள்
உருஇ ருக்கின்ற மேனி ஒருபரம்
குருவை முக்கண்எம் கோவைப் பணிநெஞ்சே!
கருஇ ருக்கின்ற கன்மம்இங்கு இல்லையே. 48

அருஞ்சொற்பொருள்:

கோவை - தலைவனை. கரு - கருவில் தங்குகின்ற. கன்மம் - வினை.

பொழிப்புரை:

திருவருள் எனச் சொல்லப்படும் தெய்வத்தன்மை பொருந்திய செல்வியாகிய மலைமகளைத் தன் திரு மேனியில் கொண்டிருக்கின்ற ஒரு மேலான குருவை, மூன்று கண்களுடன் விளங்கும் எம் தலைவனை, நெஞ்சமே! நீ பணிவாயாக! அதனால் இனி கருவில் சென்று தங்கிப் பிறக்கவேண்டிய வினை இல்லாமல் போகும்.

..242..

கன்மம் ஏது? கடுநரகு ஏது?மேல்
ஜென்மம் ஏது?எனைத் தீண்டக் கடவதோ?
என்ம னோரதம் எய்தும் படிக்குஅருள்
நன்மை கூர்முக்கண் நாதன் இருக்கவே. 49

அருஞ்சொற்பொருள்:

கன்மம் - இருவினை. கடுநரகு - கொடிய நரகம். சென்மம் - பிறப்பு. மனோரதம் - எண்ணம். நன்மை - திருவருள்.

பொழிப்புரை:

என் எண்ணம் நிறைவேறும் விதமாக திருவருள் செய்ய, மூன்று கண்களுடன் கூடிய எம் தலைவன் இருக்கும்போது; அடியேனுக்கு இருவினைகள், கொடிய நரகம், மேலும் பிறப்பு என இவை எங்கிருந்து வரும்? இவைகளால் இனி எம்மிடம் நெருங்கவும் முடியுமோ?

..243..

நாத கீதன்,என நாதன்,முக் கண்பிரான்,
வேத வேதியன், வெள்விடை ஊர்திமெய்ப்
போத மாய்நின்ற புண்ணியன், பூந்திருப்
பாத மே!கதி மற்றுஇலை பாழ்நெஞ்சே! 50

அருஞ்சொற்பொருள்:

கீதன் - இசைக்கு உரியவன். வெள்விடை - வெள்ளை இடபம். போதம் - அறிவு.

பொழிப்புரை:

பாழ் மனமே! இனிய இசைக்குத் தலைவனே, எமக்கும் தலைவன். மூன்று கண்களுடன் கூடிய பெருமான். வேதத்தை அருளிய வேதியன். வெள்ளை இடபத்தை ஊர்தியாகக் கொண்டவன். மெய்யறிவாய் நிற்கும் புண்ணியப் பொருள். அவனது பூப்போன்ற மென்மையான திருவடியே (திருவருளே) புகலிடம்; இது தவிர வேறு புகலிடம் இல்லை.

..244..

மற்றுஉ னக்கும யக்கம்என் வன்நெஞ்சே?
கற்றை வார்சடைக் கண்நுத லோன்அருள்
பெற்ற பேர்அவ ரேபெரி யோர்எலாம்
முற்றும் ஓர்ந்தவர் மூதுரை அர்த்தமே! 51

அருஞ்சொற்பொருள்:

மூதுரை - வேதம். அர்த்தம் - பொருள்.

பொழிப்புரை:

வலிய மனமே! உனக்கு இன்னும் அறியாமை ஏன்? கற்றையாய் நீண்ட சடையும், நெற்றிக் கண்ணும் உடைய பெருமானின் திருவருளைப் பெற்றவர்களே பெரியோர் எனப்படுவர்; அவர்கள் கற்றதே வேதப் பொருள்; எனவே அவர்களே முழுதுணர்வு உடையவர்.

..245..

உரைஇ றந்துஉளத்து உள்ள விகாரம்ஆம்
திரைக டந்தவர் தேடும்முக் கண்பிரான்;
பரைநி றைந்த பரப்புஎங்ஙன் அங்ஙனே
கரைக டந்துஇன்பம் ஆகக் கலப்பனே! 52

அருஞ்சொற்பொருள்:

விகாரம் - வேறுபாடு. திரை - அறியாமையாகிய திரை. பரை - திருவருளாகிய பரை. பரப்பு - இடம். கரை - வரம்பு.

பொழிப்புரை:

பேச்சு அற்று, திரைபோல் மறைத்து நிற்கும் எண்ணத்தில் எழும் வேறுபாடுகள் அற்று நிற்பவர் தேடும், மூன்று கண்களுடன் கூடிய பெருமானது திருவருட்சத்தி நிறைந்த இடம் எதுவோ, அவ்விடத்தில் எல்லையற்ற இன்பமாய் விளங்கும் அதனில் நானும் கலந்து உய்வேன்.

..246..

கலந்த முக்தி கருதினும் கேட்பினும்
நிலங்கள் ஆதியும் நின்றுஎமைப் போலவே
அலந்து போயினம் என்னும் அருமறை
மலர்ந்த வாய்முக்கண் மாணிக்க ஜோதியே! 53

அருஞ்சொற்பொருள்:

நிலங்கள் ஆதி - நிலம் முதலிய ஐம்பூதங்கள். அலந்து - துன்பப்பட்டு.

பொழிப்புரை:

அரிய வேதங்களைத் திருவாய் மலர்ந்து அருளிய, மூன்று கண்களுடன் விளங்கும், மாணிக்கம் போன்ற நிறமுடைய சோதிப் பிழம்பே! நினது திருவடியில் இரண்டறக் கலந்த சாயுச்சிய முத்தி குறித்து, நினைப்பினும் கேட்பினும் நிலம் முதலிய பூதங்கள் ஐந்தும், எம்மைப் போலவே, 'சொல்ல இயலாது!' என்று சொல்லுமே!

..247..

சோதி யாதுஎனைத் தொண்டருள் கூட்டியே
போதி யாதஎல் லாம்மெளப் போதிக்க,
ஆதி காலத்தில் உன்அடிக்கு ஆம்தவம்
ஏது நான்முயன் றேன்முக்கண் எந்தையே! 54

அருஞ்சொற்பொருள்:

சோதியாது - சோதித்து அறியாது. மௌ - மெள்ள. போதிக்க - புகட்ட.

பொழிப்புரை:

மூன்று கண்உடைய எம்தந்தையே! சோதித்துப் பார்க்காது, என்னை உன் தொண்டர்களோடு சேர்த்துக்கொண்டு, போதிக்க இயலாத அனைத்தையும் மெள்ளப் போதிக்க, முற்காலத்தில் உன் அடிமையாகிய நான், என்னதவம் செய்திருந்தோனோ?

..248..

எந்த நாளைக்கும் ஈன்றுஅருள் தாய்என
வந்த சீர்அருள் வாழ்கஎன்று உன்னுவேன்;
சிந்தை நோக்கம் தெரிந்து, குறிப்புஎலாம்
தந்து காக்கும் தயாமுக்கண் ஆதியே! 55

அருஞ்சொற்பொருள்:

ஈன்ற - பெற்ற. உன்னுவேன் - நினைப்பேன். ஆதியே - முதலே.

பொழிப்புரை:

அடியார்களது மனக்கருத்தை அறிந்து, அதற்கேற்ப குறிப்பு காட்டி, காத்து அருள்செய்யும் மூன்று கண்ணுடைய முதல்வனே! எக்காலத்தும் பெற்ற தாய்போல் வந்து உதவும் நினது சிறந்த அருள் வாழ வேண்டும் என்று நினைப்பேன்.

..249..

கண்அ கன்றஇக் காசினி யூடுஎங்கும்
பெண்ணொடு ஆண்முதல் ஆம்என் பிறவியை
எண்ண வோஅரிது; ஏழை கதிபெறும்
வண்ணம் முக்கண் மணிவந்து காக்குமே! 56

அருஞ்சொற்பொருள்:

கண்ணகன்ற - இடமகன்ற. காசினி - உலகம். ஏழை - அறிவிலி. கதி - பேறு. வண்ணம் - அழகு.

பொழிப்புரை:

இடமகன்ற இந்நிலவுலகில் எங்கும் சென்று, பெண் ஆகவும் ஆணாகவும் பலமுறை பிறந்துள்ளேன். அது எண்ணுதற்கு இயலாத செயல். அறிவிலியாகிய நான் முத்திப்பேறு அடையும்வண்ணம், மூன்று கண் உடைய மாணிக்க மணி போன்ற மேனி நிறம் உடைய எம் இறை வந்து காப்பாற்றுமே!

..250..

காக்கும் நின்அருள் காக்ஷிஅல் லால்ஒரு
போக்கும் இல்லைஎன் புந்திக் கிலேசத்தை
நீக்கி ஆளுகை நின்பரம்; அன்பினர்
ஆக்க மே,முக்கண் ஆனந்த மூர்த்தியே! 57

அருஞ்சொற்பொருள்:

போக்கு - புகலிடம். புந்தி - புத்தி. கிலேசம் - கவலை. பரம் - பொறுப்பு.

பொழிப்புரை:

அன்புடையோருக்கு மேலும்மேலும் வளரும் செல்வமே! மூன்று கண்களுடன் கூடிய பேரின்பப் பெருவடிவே! எப்பொழுதும் என்னைக் காத்து அருளும் நின்னைக் காண்பதல்லால், வேறு புகலிடம் இல்லை. என் அறிவில் தோன்றும் கவலையைப் போக்கி அருள்செய்ய வேண்டியது உனது பொறுப்பு அல்லவா?

..251..

ஆனந் தம்கதி என்னஎன் ஆனந்த
மோனம் சொன்ன முறைபெற, முக்கண்எம்
கோன்இங்கு ஈந்தகுறிப்ப தனால்வெறும்
தீனன் செய்கை திருஅருள் செய்கையே. 58

அருஞ்சொற்பொருள்:

எம்கோன் - எம் தலைவன். தீனன் - எளியேன்.

பொழிப்புரை:

பேரின்பமே கதி என்று தெரிந்து கொள்ளவும், அந்தப் பேரின்பத்தின் வழியாக மௌனமாய் இருக்கக் கற்றுக் கொள்ளவும், ஆகிய இவை, மூன்று கண்களுடன் விளங்கும் எம் இறைவன் குறிப்பினால் முறைப்படி சொல்லிக் கொடுத்ததே அல்லாமல், எளியேனது செயல் என்று இதில் எதுவும் இல்லை; எல்லாம் திருவருளின் செயலே ஆகும்.

..252..

கையி னால்தொழுது ஏத்திக் கசிந்துஉளம்
மெய்யி னால்உனைக் காண விரும்பினேன்
ஐய னே,அர சே,அரு ளே,அருள்
தையல் ஓர்புறம் வாழ்ஜக நாதனே! 59

அருஞ்சொற்பொருள்:

தையல் - பெண், உமாதேவி. ஜகநாதன் - உலகநாதன்.

பொழிப்புரை:

ஐயனே! அரசனே! அருளே! திருவருளாகிய உமாதேவியை ஒரு பாகம் கொண்டு வாழும் உலக நாதனே! கையினால் கூப்பி, உள்ளம் கசிந்து உருகி, உடம்பினால் வணங்க, உன்னைக் காண விருப்பம் கொண்டேன்.

..253..

ஜகத்தின் வாழ்வைச் சதம்என எண்ணியே
மிகுத்த தீமை விளைய விளைக்கின்றேன்;
அகத்துள் ஆர்அமுது ஆம்ஐய நின்முக்திச்
சுகத்தில் நான்வந்து தோய்வதுஎக் காலமோ? 60

அருஞ்சொற்பொருள்:

சதம் - நிலையானது. அகம் - மனம். ஆர்அமுது - அரிய அமுதம்.

பொழிப்புரை:

இவ்வுலக வாழ்வு நிலையானது என எண்ணி, மிகுதியும் தீமையை விளைவித்துக் கொள்கிறேன். என் மனத்தில் அரிய அமுதம்போல் எழுந்தருளி இருக்கும் ஐயனே! நின்னுடைய திருவருட்கலப்பு என்னும் இன்பத்தில் நான் வந்து தோய்வது எப்பொழுது?

..254..

காலம் மூன்றும் கடந்துஒளி ராநின்ற
சீல மே,நின் திருஅரு ளால்இந்த்ர
ஜால மாம்இச் சகம்என எண்ணி,நின்
கோலம் நாடுதல் என்று கொடியனே? 61

அருஞ்சொற்பொருள்:

ஒளிரா நின்ற - ஒளிர்கின்ற. சீலமே - பண்பே. இந்த்ர ஜாலம் - மாயவித்தை. ஜகம் - உலகம். கோலம் - வடிவம் (சொரூபம்).

பொழிப்புரை:

மூன்று காலங்களையும் கடந்து நின்று ஒளிர்கின்ற பண்பே! நினது திருவருளின் துணைகொண்டு, இவ்வுலக வாழ்வு மாயவித்தை போல் பொய்யானது என்பதை நினைத்து, நின் சொரூபத்தை இக்கொடியவன் ஆகிய நான் என்றைக்குத் தேடி வருவேனோ?

..255..

கொடிய வெவ்வினைக் கூற்றைத் துரந்திடும்
அடிக ளாம்பொரு ளே!நினக்கு அன்புஇன்றிப்
படியில் ஏழைமை பற்றுகின் றேன்;வெறும்
மிடியி னேன்,கதி மேவும் விதிஇன்றே! 62

அருஞ்சொற்பொருள்:

கூற்று - எமன். துரந்திடும் - ஓட்டுகின்ற. படி - உலகம். மிடியன் - வறுமை உடையவன். கதி - முத்தி. விதி - உபாயம். இன்று - இல்லை.

பொழிப்புரை:

மிகவும் கொடுமை வாய்ந்த தீவினையாளன் எனப்படும் எமனை, ஓட்டுகின்ற பேராற்றல் மிகுந்த மெய்ப்பொருளே! நின்மீது அன்பு வைக்காது, இவ்வுலகில் அறிவிலியாய் இருக்கிறேன். வெறும் ஏழைக்கு வீடுபேறு அடையும் உபாயம் இல்லையே!

..256..

விதியை யும்விதித்து, என்னை வித்திட்ட
மதியை யும்விதித்து, அம்மதி மாயையில்
பதிய வைத்த பசுபதி! நின்அருள்
கதியை எப்படிக் கண்டு களிப்பதே? 63

அருஞ்சொற்பொருள்:

மதி - அறிவு. மதிமாயை - அறிவில் மாயை. பசுபதி - உயிர்களுக்குத் தலைவன். கதி - பெருநிலை, பேறு.

பொழிப்புரை:

உயிர்களுக்கு அதன் வினைகளுக்கு ஈடாய் விதியையும் வகுத்து, அவ்விதியின்படி நடந்துகொள்ளுமாறு புத்தியையும் வகுத்து, அம்மதியை மாயையில் பதியவைத்த உயிர் களுக்குத் தலைவனே! நினது திருவருளாகிய பெரு நிலையை எப்படிக் கண்டு மகிழ்வது?

..257..

கண்ட கண்ணுக்குக் காட்டும் கதிர்எனப்
பண்டும் இன்றும்என் பால்நின்று உணர்த்திடும்
அண்ட னே!உனக்கு ஓர்பதி னாயிரம்
தெண்டன், என்பொய்ம்மை தீர்த்திடல் வேண்டுமே.   64

அருஞ்சொற்பொருள்:

கதிர் - சூரியன். பண்டு - பழங்காலம். என்பால் - என்னிடம். அண்டனே - கடவுளே. தெண்டன் - கும்பிடு. பொய்ம்மை - பொய்யொழுக்கம்.

பொழிப்புரை:

காணும் கண்ணுக்குக் கதிரவன் போல பழங்காலம் தொட்டு இன்றுவரை என்னுடன் நின்று, அறியச்செய்யும் கடவுளே! உனக்கு ஒரு பத்தாயிரம் கும்பிடு! எப்படியாவது எனது பொய்யொழுக்கத்தினை நீக்கி, எனக்கு அருள் செய்ய வேண்டும்.

..258..

வேண்டும் யாவும் இறந்து வெளியிடைத்
தூண்டு வார்அற்ற ஜோதிப் பிரான்,நின்பால்
பூண்ட அன்பர்தம் பொற்பணி வாய்க்குமேல்
ஈண்டு ஜன்மம் எடுப்பன் அனந்தமே!   65

அருஞ்சொற்பொருள்:

இறந்து - கடந்து. வெளி - பரவெளி. பொற்பணி - மேலாம் பணி விடை. ஈண்டு - இவ்வுலகில். சன்மம் - பிறப்பு. அனந்தம் - பல.

பொழிப்புரை:

எல்லோராலும் விரும்பப்படுகின்ற எல்லாப் பொருள்களையும் கடந்து, பரவெளியில் தூண்ட யாரும் இல்லாமலே துலங்கும் பெருஞ்சோதிப் பெரும்பிரானே! நின்னிடம் அன்பு பூண்ட மெய்யடியார்க்கு பணிவிடை செய்யும் வாய்ப்பு கிடைக்கும் எனின், இவ்வுலகில் மேலும் பல பிறவிகள் எடுப்பேன்.

..259..

எடுத்த தேகம் இறக்கும்மு னேஎனைக்
கொடுத்து, நின்னையும் கூடவும் காண்பனோ?
அடுத்த பேர்அறி வாய்,அறி யாமையைக்
கெடுத்த இன்பக் கிளர்மணிக் குன்றமே! 66

அருஞ்சொற்பொருள்:

தேகம் - உடம்பு. முனே - முன்னே. அடுத்த பேர் - அணுகிய பேர். கிளர் - விளங்குகின்ற.

பொழிப்புரை:

உன்னை வந்தடைந்த அடியார்களின் அறிவுக்கு அறிவாய் (பேரறிவாய்) நின்று, அவர்தம் அறியாமையைப் போக்கி அருளிய இன்பமே வடிவாய் விளங்குகின்ற மாணிக்கமணிக் குன்றமே! எடுத்த உடம்பு இறந்துபடும் முன்பே, என்னை உன்னிடம் ஒப்படைத்து, நீ என்னைப் புணரும் இன்பத்தைப் பெறுவேனோ?

..260..

குன்றி டாத கொழுஞ்சுட ரே,மணி
மன்றுள் ஆடிய மாணிக்க மே,உனை
அன்றி ஆர்துணை ஆர்உறவு ஆர்கதி
என்று நீஎனக்கு இன்அருள் செய்வதே? 67

அருஞ்சொற்பொருள்:

குன்றிடாத - குறைவுபடாத. கதி - புகலிடம்.

பொழிப்புரை:

எப்பொழுதும் குறைவுபடாத செழுமையான சோதியே! அழகிய பொன்னம்பலத்தில் ஆடுகின்ற மாணிக்க மணியே! எனக்கு உன்னை விட்டால் வேறு யார் துணை? யார் உறவு? யாரிடம் புகலடைவது? நீ எனக்கு எப்பொழுது அருள்பாலிக்கப் போகிறாய்?

..261..

அருள்ள லாம்திரண்டு ஓர்வடிவு ஆகிய
பொருள்ள லாம்வல்ல பொற்பொது நாத!என்
மருள்ள லாம்கெடுத் தேஉளம் மன்னலால்
இருள்ள லாம்இரிந்து எங்குஒளித் திட்டதே? 68

அருஞ்சொற்பொருள்:

பொற்பொது - பொன்னம்பலம். மன்னல் - நிலைபெறுதல். இரிந்து - மறைந்து.

பொழிப்புரை:

திருவருள் முழுவதும் ஒன்றுதிரண்டு, ஒரு வடிவம் தாங்கி, பொருள் அனைத்தும் தானாய் விளங்குகின்ற, தன்மை வாய்ந்த, பொன்னம்பலத்தில் ஆடுகின்ற தலைவனே! நீ, எனது அறியாமை முழுவதையும் அழித்து, என் உள்ளத்தில் நிலைபெற்று இருப்பதால், என் மனஇருள் எல்லாம், எங்கு ஓடிப்போய் ஒளிந்துகொண்டது?

..262..

எங்கும் என்னை இகல்உற வாட்டியே
பங்கம் செய்த பழவினைப் பற்றுஅற்றால்
அங்க ணா!உன் அடியிணை அன்றியே
தங்க வேறுஇடம் உண்டோ ஜகத்திலே? 69

அருஞ்சொற்பொருள்:

இகல் - பகை. வாட்டி - துன்புறுத்தி. பங்கம் - இடையூறு. அங்கண் - அழகிய ஞானக்கண். ஜகம் - உலகம்.

பொழிப்புரை:

அழகிய ஞானக்கண் கொண்டவனே! எல்லா இடத்திலும் என்னைத் துன்பம் அடையுமாறு வருத்தி, இடையூறு செய்து வந்த பழைய வினையாகிய பற்று, நினது

திருவருளால் அறுபடுமாயின், உன் இணையான திருவடி தவிர, இவ்வுலகில் நான் சென்று தங்குவதற்கு, வேறு இடமும் உண்டோ?

..263..

உண்ட வர்க்குஅன்றி உள்பசி ஓயுமோ?
கண்ட வர்க்குஅன்றிக் காதல் அடங்குமோ?
தொண்ட ருக்குஎளி யான்என்று தோன்றுவான்?
வண்த மிழ்க்குஇசைவுஆக மதிக்கவே. 70

அருஞ்சொற்பொருள்:

வண்தமிழுக்கு - வளமான தமிழ்ப்பாடல்களுக்கு. இசைவு - பொருந்த.

பொழிப்புரை:

உணவு உண்டவர்க்கு அன்றி, மற்றவர்க்கு வயிற்றுப்பசி தீருமோ? கண்ணால் கண்டவர்க்கு அன்றி, ஏனையோருக்கு அன்பு அடங்குமோ? இறைவன் தன்னடியார்களுக்கு எப்பொழுதும் எளியவனாகவே வெளிப்பட்டு நிற்பன்; அவனே வளமையான தமிழ்ப் பாடல்களுக்கு இசைவு தெரிவித்து, பலரும் மதிக்குமாறு அருள்பாலித்துள்ளான்.

..264..

மதியும் கங்கையும் கொன்றையும் மத்தமும்
பொதியும் சென்னிப் புனித!நின் பொன்அடிக்
கதியை விட்டுஇந்தக் காமத்தில் ஆழ்ந்தஎன்
விதியை எண்ணி விழிதுயி லாதுஅன்றே. 71

அருஞ்சொற்பொருள்:

மத்தம் - ஊமத்தம். பொதியும் சென்னி - அணிந்திருக்கும் தலை. கதி - பேறு.

பொழிப்புரை:

பிறைச்சந்திரனும், கங்கையும், கொன்றையும், ஊமத்தையும் சூடியிருக்கும் சடையினை உடைய புனிதமானவனே! நினது திருவடி எனப்படும் திருவருட்பேற்றைக் கை விட்டு, முக்குற்றத்தில் முதல் குற்றமாகிய காமத்தில் வீழ்ந்து கிடந்த என் விதியை நினைத்து, எனது கண்கள் துயில மறுக்கின்றனவே!

..265..

அன்றுஎ னச்சொல ஆம்என அற்புதம்
நன்றுஎ னச்சொல நண்ணிய நன்மையை
ஒன்றுஎ னச்சொன ஒண்பொரு ளே!ஒளி
இன்றுஎ னக்குஅருள் வாய்இருள் ஏகவே! 72

அருஞ்சொற்பொருள்:

அன்று - இல்லை. ஆம் - உண்டு. சொன - சொன்ன. இருள் - ஆணவ இருள்.

பொழிப்புரை:

புறச்சமயத்தவர் கடவுள் இல்லை என்று கூறவும், (நீ கூறுவது பொய்) கடவுள் இருப்பது உண்மை என்று கூறவும், அதிசயங்கள் நிகழ்தலின் கடவுள் உண்டு என்பதே நல்ல கொள்கை எனக் கூறவும், பொருந்தி இருந்த மேலாம் பொருளை 'ஒன்று' என்று சித்தாந்த சைவர் சொல்வர். அப்படிப்பட்ட ஒள்ளிய பொருளே! உனது ஒளியை இன்றே தந்து எனது இருளைப் போக்கி அருளுவாயாக! (ஒளி - திருவருள். இருள் - ஆணவமலம்).

..266..

இருவ ரேபுகழ்ந்து ஏத்தற்கு இனியராம்
ஒருவ ரேதுணை என்றுஉண ராய்நெஞ்சே!
வருவ ரேகொடும் காலர்கள், வந்துஎதிர்
பொருவ ரே,அவர்க்கு என்கொல் புகல்வதே? 73

அருஞ்சொற்பொருள்:

இருவர் - பிரம்மா, திருமால். ஒருவர் - சிவபெருமான். காலர் - எமன். பொருதல் - போர் செய்தல். புகல்வது - சொல்வது.

பொழிப்புரை:

பிரம்மா, திருமால் என்ற இருவரும் புகழ்ந்து துதிக்கும்படி இனியராம் ஒருவராகிய சிவனே துணை என்று நெஞ்சமே, நீ உணர்வாயாக! கொடிய எமதூதர்கள் வருவார்களே, வந்து உயிரைக் கேட்டு போராடுவார்களே, அவர்களுக்கு என்ன பதில் கூறுவது?

..267..

புகழும் கல்வியும் போதமும் பொய்இலா
அகமும் வாய்மையும் அன்பும் அளித்தவே
சுகவி லாசத் துணைப்பொருள் தோற்றமாம்
ககன மேனியைக் கண்டன கண்களே. 74

அருஞ்சொற்பொருள்:

போதம் - அறிவு. அகம் - மனம். சுகவிலாசம் - பேரின்பப் பெருந் திருவிளையாடல். ககனமேனி - ஆகாயமாகிய உடம்பு.

பொழிப்புரை:

பேரின்பப் பெருந்திருவிளையாடல் புரியும், உயிருக்குத் துணையாக விளங்கும் ஆகாயத்தை உடம்பாகக் கொண்ட சிவனது தோற்றத்தைக் கண்ட கண்கள் களிப்பு அடைந்தன. அத்துடன் புகழும் கல்வியும் அறிவும் பொய்யில்லா மனமும் வாய்மையும் அன்பும் என இவையும் அளிக்கப் பெற்றோம்.

..268..

கண்ணுள் நின்ற ஒளியைக் கருத்தினை
விண்ணுள் நின்று விளங்கிய மெய்யினை
எண்ணி எண்ணி இரவும் பகலுமே
நண்ணு கின்றவர் நான்தொழும் தெய்வமே.   75

அருஞ்சொற்பொருள்:

நண்ணுகின்றவர் - யோகத்தில் நிலைத்திருப்பவர்.

பொழிப்புரை:

கண்ணின் உள்ளே நிலைபெற்று விளங்கும் ஒளியை, மனத்தில் நிலைபெற்று விளங்கும் கருத்தை, ஆகாயத்தில் நிலைபெற்று விளங்கும் மெய்ப்பொருளை, நினைத்து நினைத்து இரவு பகல் என எப்பொழுதும் தியானிப்பவர் தொழும் தெய்வமே, நான் தொழும் தெய்வம் ஆகும்.

..269..

தெய்வம் வேறுஉளது என்பவர் சிந்தனை
நைவர் என்பதும், நற்பர தற்பர
சைவ சிற்சிவ னேஉனைச் சார்ந்தவர்
உய்வர் என்பதும் யான்உணர்ந் தேன்உற்றே.   76

அருஞ்சொற்பொருள்:

சிந்தனை நைவர் - மனம் வருந்துவர். நற்பர - மேலான நன்மை. தற்பர - தனி நன்மை. சிற்சிவன் - அறிவும் இன்பமும் வாய்ந்த சிவன்.

பொழிப்புரை:

சிவபெருமானை அன்றி வேறு தெய்வம் உண்டு என்று சொல்லக் கேட்டு மனம் வேதனை அடையும் என்பதும்; மேலான நன்மையும், தனக்குத் தானே தனிநன்மையும் உடைய சைவ நெறிக்குக் கடவுளாய் விளங்கும் அறிவும்

அளவிலா இன்பமும் உடைய சிவனே, உன்னை சார்ந்தோர் உய்வு பெறுவர் என்பதும்; என்னால் உணரப்பட்ட பிறகே உன்னை வந்து அடைந்தேன்.

..270..

உற்ற வேளைக்கு உறுதுணை யாய்இந்தச்
சுற்ற மோநமைக் காக்கும்சொ லாய்நெஞ்சே!
கற்றை வார்சடைக் கண்ணுதல் பாதமே
பற்றது ஆயின் பரசுகம் பற்றுமே. 77

அருஞ்சொற்பொருள்:

உற்ற வேளை - துன்பம் உற்ற வேளை. சுற்றம் - உற்றார் உறவினர். பரசுகம் - மேலான பேரின்பம்.

பொழிப்புரை:

மனமே! துன்பம் வந்துற்ற வேளையில் உறுதுணையாய் வந்து நின்று சுற்றத்தார் காப்பாற்றுவாரோ? சொல்வாயாக! கற்றைச் சடையும் நெற்றிக் கண்ணும் உடைய சிவனது திருவடியைப் பற்றி நிற்போமாயின், மேலான பேரின்பம் நம்மை வந்து பற்றிநிற்கும்.

..271..

பற்ற லாம்பொரு ளே,பரம் பற்றினால்
உற்ற மாதவர்க்கு உண்மையை நல்குமே;
மற்றும் வேறுஉள மார்க்கம்எ லாம்எடுத்து
எற்று வாய்மன மேகதி எய்தவே. 78

அருஞ்சொற்பொருள்:

மாதவர் - பெரிய தவம் உடையவர். நல்கும் - கொடுக்கும். மார்க்கம் - நெறி. எற்றுவாய் - புறக்கணித்து விடுவாய். கதி - பேறு.

பொழிப்புரை:

மனமே! மேலாம் பொருளாகிய சிவத்தைப் பற்றினால் பெரிய தவசி ஆகலாம். அவர்க்கு அச்சிவன் உண்மையாகிய திருவடியைத் தந்து அருளுவான்; மற்று உள்ள நெறி அனைத்தையும் புறக்கணித்து விடு! இதுவே வீடுபேறு அடையும் வழி என்பதையும் அறிவாயாக!

19. ஆரணம்

எழுசீர்க் கழிநெடிலடி ஆசிரிய விருத்தம்

..272..

ஆரண மார்க்கத்து ஆகம வாசி
அற்புத மாய்நடந் தருளும்
காரணம் உணர்த்தும் கையும்நின் மெய்யும்
கண்கள் மூன்று உடையஎன் கண்ணே!
பூரண அறிவில் கண்டிலம்; அதனால்
போற்றிஇப் புந்தியோடு இருந்து;
தாரணி உள்ள மட்டுமே வணங்கத்
தமியனேன் வேண்டிடத் தகுமே. 1

அருஞ்சொற்பொருள்:

ஆரணம் - வேதம். மார்க்கம் - வீதி. ஆகம வாசி - ஆகமம் என்ற குதிரை. கை - இறைவனுடைய கை. பூரண அறிவு - நிறைஞானம். தாரணி - பூமி.

பொழிப்புரை:

எனது கண் போன்றவனே! வேதம் எனப்படும் வீதியில் ஆகமம் எனப்படும் குதிரை மிகவும் அற்புதமாக நடந்து செல்லும். இவ்வுண்மையினை நினது திருக்கைகளும், திருமேனியும், மூன்று கண்களும் உணர்த்தி நிற்கின்றன. இதனை நிறைஞானம் கொண்டு என்னால் அறியமுடிய வில்லை. அதனால் இப்போதுள்ள சிற்றிவோடு இருந்து, இந்த உலகம் உள்ள மட்டும் நினது திருவடிகளைப் போற்றி வணங்குவதற்கு, தனியனாகிய நான் விரும்புகிறேன்.

..273..

இடம்ஒரு மடவாள் உலகுஅன்னைக்கு ஈந்திட்டு,
எவ்வுல கத்தையும் ஈன்றும்,
தடம்உறும் அகிலம் அடங்குநாள் அம்மை
தன்னையும் ஒழித்து,விண் எனவே
படர்உறு சோதிக் கருணைஅம் கடலே!
பாய்இருள் படுகரில் கிடக்கக்
கடவனோ? நினைப்பும் மறப்புஎனும் திரையைக்
கவர்ந்துஎனை வளர்ப்பதுஉன் கடனே. 2

அருஞ்சொற்பொருள்:

இடம் - இடப்பாகம். மடவாள் - பெண், உமாதேவி. உலகு அன்னை - ஜகன் மாதா. தடம் உறும் - பெருமை தங்கிய. அகிலம் - உலகம். அடங்கு நாள் - பிரளய காலம். ஒழித்து - தன்னகத்தே அடக்கிக்கொண்டு. விண் - பர ஆகாயம். படர் - வியாபித்து. பாய் இருள் - பரவியுள்ள அறியாமை இருள். படுகரில் - பிறவிக் கடலில். திரை - அலை. கவர்ந்து - அகற்றி.

பொழிப்புரை:

இடப்பாகத்தை உலக அன்னையாக விளங்கும் ஒரு பெண்ணுக்குக் (உமாதேவிக்கு) கொடுத்துவிட்டு, அவள் வாயிலாக எல்லா உலகத்தையும் தோற்றுவித்தும் மீண்டும் பெருமை மிகு அவ்வுலகங்களை ஒடுக்கும்போது, அந்த உலக அன்னையையும் ஒடுங்குமாறுசெய்து, பரஆகாயமாக வியாபித்து நிற்கும் அழகிய திருவருட் கடலே! பரவியுள்ள அறியாமை (ஆணவமலம்) இருளால் தோன்றும் பிறவி யாகிய கடலுள் அழுந்திக் கிடக்க கடமைப்பட்டவனோ? நினைப்பு, மறப்பு என்னும் அலைகளை அகற்றி என்னை எடுத்து வளர்ப்பது நினது கடமை ஆகும்.

..274..

வளம்பெறு ஞான வாரிவாய் மடுத்து,
மண்ணையும் விண்ணையும் தெரியாது,

அளம்பெறும் துரும்புஒத்து, ஆவியோடு ஆக்கை
ஆனந்தம் ஆகவே அலந்தேன்;
களம்பெறு வஞ்ச நெஞ்சினர் காணாக்
காக்ஷியே; சாக்ஷியே; அறிஞர்
உளம்பெறும் துணையே; பொதுவினில் நடிக்கும்
உண்மையே உள்ளவாறு இதுவே. 3

அருஞ்சொற்பொருள்:

அளம் பெறும் - கடலில் பட்ட. அலந்தேன் - வருந்தினேன். களம் பெறு - கள்ளம் பெறு - வஞ்சம் பொருந்திய. பொதுவினில் - சிற்றம் பலத்தில். உண்மை - உண்மைத் தத்துவம்.

பொழிப்புரை:

வஞ்சனையுடன் கூடிய வஞ்ச நெஞ்சினர் காணாத காட்சியே! அனைத்துக்கும் சாட்சியே! அறிஞர் உள்ளத்தில் குடிகொள்ளும் துணையே! பொன்னம்பலத்தில் நடனமிடும் உண்மை எனப்படும் தத்துவமே!

வளம் பொருந்திய ஞானக் கடலை வாயினால் உண்டு, மண்ணும் விண்ணும் தெரியாவண்ணம் கடலில்பட்ட துரும்புபோல உடலும் உயிரும் பேரின்பமாய் நின்று, பின்னர் வருந்தினேன்.

..275..

உள்ளமே நீங்கா என்னைவா வாஎன்று
உலப்புஇலா ஆனந்தம் அன
வெள்ளமே பொழியும் கருணைவான் முகிலே;
வெப்புஇலாத் தண்அருள் விளக்கே;
கள்ளமே துரக்கும் தூவெளிப் பரப்பே;
கருஎனக் கிடந்தபாழ் மாயப்
பள்ளமே வீழாது, எனைக்கரை ஏற்றிப்
பாலிப்பது உன்அருள் பரமே. 4

அருஞ்சொற்பொருள்:

உலப்பு இலா - கெடுதல் இல்லாத. வான் முகில் - பெரிய மேகம். வெப்பு இலா - சூடு இல்லாத. கள்ளம் - அறியாமை இருள். துரக்கும் - நீக்கும். கரு எனக் கிடந்த - இருள் எனக் கிடந்த. பாலிப்பது - காப்பது. பரம் - பொறுப்பு.

பொழிப்புரை:

அடியேனது உள்ளத்தை விட்டு நீங்காது என்னுள் தங்கி, என்னை 'வா, வா!' என்று அழைத்துக் கெடுதல் இல்லாத, பேரின்ப வெள்ளத்தைப் பொழியும் அருளாகிய பெரிய மேகமே! சூடு இல்லாத குளிர்ந்த அருளாகிய விளக்கே! அறியாமை (ஆணவமலம்) இருளைப் போக்கும் தூய வெளியே! கரு என்னும் பெயரில் இருளாகிய பள்ளத்தில் கிடந்த என்னைக் கரை ஏற்றிக் காப்பாற்றுவது உனது திருவருளுக்கு பொறுப்பு ஆகும்.

..276..

பரம்பரம் ஆகிப் பக்குவம் பழுத்த
    பழஅடி யார்க்குஅருள் பழுத்துச்
சுரந்துஇனிது இரங்கும் தானகற் பகமே;
    ஜோதியே; தொண்டனேன் நின்னை
இரந்து, நெஞ்சு உடைந்து, கண்துயில் பெறாமல்
    இருந்ததும், என்கணில் இருட்டைக்
கரந்து, நின் கண்ணால் துயில்பெறல் வேண்டிக்
    கருதினேன் கருத்துஇது தானே. 5

அருஞ்சொற்பொருள்:

பரம்பரம் - பரம்பரை. தான கற்பகம் - கொடை வள்ளல். இரந்து - கெஞ்சிக் கேட்டு. கண்துயில் - கண் உறக்கம். கணில் - கண்ணில். இருட்டு - அறியாமை இருட்டு. கரந்து - நீக்கி.

பொழிப்புரை:

பரம்பரை பரம்பரையாக பக்குவம் பெற்று பழுத்த பழம் போன்ற நினது பழைய அடியார்களுக்கு அருளாகப்

பழுத்து இனிமை சுரக்கும் கொடைத் தன்மை மிக்க கற்பக மரமே! பேரொளிப் பிழம்பே! தொண்டனாகிய நான் உம்மிடம் கெஞ்சிக் கேட்டு, மனம் வருந்தி, உறக்கம் பெறாமல் இருந்தும், என்னிடமுள்ள ஆணவமல இருட்டை விரட்டியடித்து, நினது கண்ணால் திருவருள் நோக்கம் செய்ய, அவ்வருட் துணையோடு உறக்கம்கொள்ள நினைத்தேன். என் நினைப்பு இதுவே ஆகும்.

..277..

கருத்தினுள் கருத்தாய் இருந்துநீ உணர்த்தும்
காரணம் கண்டு,சும் மாதான்
வருத்தம்அற்று இருந்து, சுகம்பெறா வண்ணம்
வருந்தினேன்; மதியின்மை தீர்ப்பார்
ஒருத்தர்ஆர்? உளப்பாடு உணர்பவர் யாவர்?
உலகவர் பன்னெறி எனக்குப்
பொருத்தமோ சொல்லாய் மௌனசற் குருவே!
போற்றிநின் பொன்அடிப் போதே. 6

அருஞ்சொற்பொருள்:

கருத்து - அறிவு. சுகம் - இன்பம். மதியின்மை - அறிவின்மை. பன்னெறி - பலப்பல நெறிகள். போது - பூ, மலர்.

பொழிப்புரை:

மௌனியாய் வந்து அருளிய சற்குருவே! நின் திருவடி மலர்களை வணங்குகின்றேன். என் அறிவுக்கு அறிவாய் இருந்து, நீ உணர்த்தும் காரணத்தை அறிந்திருந்தும், செயலற்று வாளா இருந்து இன்பம் பெற முடியாது வருந்தினேன். எனது அறியாமையைப் போக்கும் ஒருவர் உண்டோ? என் உள்ளக்கருத்தை அறிபவர் யார்? உலகர் பின்பற்றும் பலப்பல நெறிகள் எனக்குப் பொருத்தம் உடையதோ கூறுவாயாக!

..278..

அடிஎனும் அதுவும் அருள்எனும் அதுவும்
அறிந்திடின் நிர்க்குணம்; நிறைவும்
முடிஎனும் அதுவும் பொருள்எனும் அதுவும்
மொழிந்திடில் சுகம்;மன மாயைக்
குடிகெட வேண்டில் பணிஅற நிற்றல்
குணம்எனப் புன்னகை காட்டிப்,
படிமிசை மௌனி ஆகி,நீ ஆளப்
பாக்கியம் என்செய்தேன் பரனே? 7

அருஞ்சொற்பொருள்:

மனமாயைக் குடி கெட - மனோநாசம் செய்ய. பணி அற - செயல் சிறிதும் இன்றி. குணம் - நற்பண்பு. படிமிசை - உலகின் மீது. பரனே - மேலான இறைவனே!

பொழிப்புரை:

பரம்பொருளே! எல்லாவற்றுக்கும் மூலம் என்னும் அதுவும், அதனில் வெளிப்படும் பேரருள் என்னும் அதுவும், ஆகிய இவற்றை அறிந்துகொண்டால் முக்குண வேறுபாடு மறைய, எண்குணச் சிறப்பு வந்து பொருந்தும். முடி (உச்சம்) எனப்படும் அதுவும், மெய்ப்பொருள் எனப்படும் அதுவும் சொல்லப்புகின் பேரின்பமாகும். மனமாகிய மாயை இறந்துபட வேண்டுமாயின் செயல் அற நிற்பதே பண்பு ஆகும். இவ்வாறு புன்னகை புரிந்து சொல்லாமல் சொல்ல மௌனகுருவாய் வந்து என்னை நீ ஆட்கொள்ள, நான் என்ன புண்ணியம் செய்தேன்?

..279..

என்செயல் இன்றி யாவும்நின் செயல்என்று
எண்ணுவேன் ஒவ்வொரு காலம்;
புன்செயல் மாயை மயக்கின்என் செயலாப்
பொருந்துவேன் அஃதுஒரு காலம்;

பின்செயல் யாதும் நினைவுஇன்றிக் கிடப்பேன்
பித்தனேன்; நன்னிலை பெறநின்
தன்செயல் ஆக முடித்திடல் வேண்டும்
சச்சிதா னந்தசற் குருவே! 8

அருஞ்சொற்பொருள்:

புன்செயல் மாயை - இழிசெயல் செய்யும் மாயை. சச்சிதானந்த சற்குரு - உண்மை அறிவு இன்பவடிவாய் எழுந்தருளும் மெய்க்குரு.

பொழிப்புரை:

சச்சிதானந்த சற்குருவே! என் செயல் என எதுவுமில்லை; அனைத்தும் உன் செயலே என பலமுறையும் நினைத்துக் கொள்வேன். ஒருசில சமயங்களில் இழிந்த மாயை வந்து மயக்கும்போது, என்செயல் என நினைப்பேன்; இது ஒரு காலம். பின்னர் செயல் செய்ய வேண்டும் என்ற நினைப்பே இன்றி வாளா கிடப்பேன். பித்தனாகிய நான் நல்ல நிலையைப் பெறவேண்டுமாயின், அதுவும் நின்தனது செயலாக முடிய வேண்டும்.

..280..

குருஉரு ஆகி மௌனியாய் மௌனக்
கொள்கையை உணர்த்தினை; அதனால்
கருஉரு ஆவது எனக்குஇலை; இந்தக்
காயமோ பொய்எனக் கண்ட
திருஉரு ஆளர் அநுபவ நிலையும்
சேருமோ? ஆவலோ மெத்த,
அருஉரு ஆகி, அல்லவாய்ச் சமயம்
அளவுஇடா ஆனந்த வடிவே! 9

அருஞ்சொற்பொருள்:

திருஉருஆளர் - சிவஞானச் செல்வர்கள். அருஉரு - உருவமற்றும் உருவம் தாங்கியும்.

பொழிப்புரை:

அருவம் ஆகவும், உருவம் ஆகவும், அருவுருவமாகவும், உள்ள உம்மைக் காண முயலும் பல சமய நெறிகளாலும் காணமுடியாத பேரின்ப வடிவே! குருவாக எழுந்தருளி மௌனியாய் இருந்து, மௌனக் கொள்கையை எனக்கு உபதேசித்தாய். அதனால் கருவில் தங்கிப் பிறக்க வேண்டிய நிலை எனக்கு இனி இல்லை. இந்த உடம்பைப் பொய் என்று உணர்ந்த சிவஞானியரது அனுபவநிலை எனக்கும் கைகூடுமோ? இந்த நிலையைப் பெறும் ஆசை பெரிதும் உடையவனாய் இருக்கிறேன்.

..281..

வடிவுஇலா வடிவாய்,மனநினைவு அணுகா
மார்க்கமாய், நீக்கரும் சுகமாய்,
முடிவுஇலா வீட்டின் வாழ்க்கைவேண் டினர்க்குஉன்
மோனம்அல் லால்வழி உண்டோ?
படிஇருள் அகலச், சின்மயம் பூத்த
பசுங்கொம்பை அடக்கி,ஓர் கல்ஆல்
அடியிலே இருந்த ஆனந்த அரசே!
அன்பரைப் பருகும்ஆர் அமுதே! 10

அருஞ்சொற்பொருள்:

படி இருள் - உலக இருள் (அறியாமை). பசுங்கொம்பு - செழிப்பான கொடி, உமாதேவி.

பொழிப்புரை:

இந்நிலவுலகில் அறியாமை ஆகிய ஆணவ இருள் விலக, ஞானமாய்ப் பூத்த செழிப்பான கொடி போன்ற உமா தேவியை உன்னுள் அடக்கி, ஒரு கல்லால மரநிழலிலே எழுந்தருளி இருந்த பேரின்ப அரசாட்சியே! அன்பர்களை தன்னுள் இணைத்துக் கொள்ளும் (விழுங்கும்) அமுதமே!

வடிவமில்லா வடிவாய் (சிவலிங்கமாய்) மனம் சென்று பற்ற முடியாத நெறியாய், நீக்குதற்கு அரிய பேரின்பமாய், முடிவில்லாத வீட்டு நெறியினை வேண்டியவர்க்கு எல்லாம் வழங்க, நீ காட்டிய மௌன நெறி தவிர, வேறு நெறியுண்டோ?

20. சொல்லற்கு அரிய

அறுசீர்க் கழிநெடிலடி ஆசிரிய விருத்தம்

..282..

சொல்லற்கு அரிய பரம்பொருளே; சுகவா ரிதியே; சுடர்க்கொழுந்தே;
வெல்லற்கு அரிய மயலில்எனை விட்டுஎங்கு ஒளித்தாய்? ஆகெட்டேன்;
கல்லில் பசிய நார்உரித்துக் கடுகில் பெரிய கடல்அடைக்கும்
அல்லில் கரிய அந்தகனார்க்கு ஆளாக் கினையோ அறியேனே! 1

அருஞ்சொற்பொருள்:

மயல் - மயக்கம். அல் - இரவு. அந்தகனார் - எமன்.

பொழிப்புரை:

சொல்லுதற்கு அருமை உடைய மேலான மெய்ப்பொருளே! பேரின்பப் பெருங்கடலே! பேரொளிக் கொழுந்தே! வெல்லுதற்கு அருமையுடைய மாயையாகிய மயக்கத்தில் என்னை விட்டு, எங்கு சென்று ஒளித்தாய்? அந்தோ! கெட்டு ஒழிந்தேன். வலிய கருங்கல்லில் பசிய நாரினை உரிப்பதும், கடுகுக்குள் கடலை அடைப்பதும்போல் அரிய செயல்களைச் செய்யும் கரிய நிறமுடைய எமனுக்கு என்னை ஆளாக்கி விட்டாயோ? அறியேனே!

..283..

அறிவிற்கு அறிவு தாரகம்என்று அறிந்தே, அறிவோடு அறியாமை
நெறியில் புகுதாது, ஓர்படித்தாய் நின்ற நிலையும் தெரியாது,
குறிஅற்று, அகண்டா தீதமயக் கோதுஇல் அமுதே! நினைக்குறுகிப்
பிறிவுஅற்று இருக்க வேண்டாவோ? பேயேற்கு இனிநீ பேசாயே. 2

அருஞ்சொற்பொருள்:

தாரகம் - ஆதாரம். ஓர் படித்தாய் - ஒரு தன்மையாய். குறி - அடையாளம். அகண்டாதீதம் - அகண்டம் + அதீதம். அகண்டம் - பிரிக்கப்படாதது, வேறுபடுத்தப்படாதது. அதீதம் - மேற்பட்டது, கடந்தது. கோது - குற்றம்.

பொழிப்புரை:

அடையாளம் அற்ற, அகண்டாதீத மயமான குற்றமற்ற அமுதமே! உயிர்களின் சிற்றறிவுக்கு ஆதாரமாக உனது பேரறிவு நிற்கிறது. அதனை அறிந்தே, சகல நிலையாகிய அறிவும், கேவல நிலையாகிய அறியாமையும், புகுத்தும் இழிந்த நெறியில் புகாமல், ஒருதன்மையாய் நின்ற நிலையும் தெரியாமல்; நின்னை அடைந்து பிரிவுஅற்று நான் இருக்க வேண்டாமோ? இனி நீ பேசுவாயாக!

..284..

பேசா அநுபூ தியைஅடியேன் பெற்றுப் பிழைக்கப் பேர்அருளால்
தேஜோ மயம்தந்து, இனிஒருகால் சித்தத்து இருளும் தீர்ப்பாயோ?
பாசா டவியைக் கடந்தஅன்பர் பற்றும் அகண்டப் பரப்புஆன
ஈசா; பொதுவில் நடம்ஆடும் இறைவா; குறையா இன்னமுதே! 3

அருஞ்சொற்பொருள்:

தேஜோமயம் - ஒளிமயம். இருள் - ஆணவ இருள். பாசாடவி - பாச + அடவி. பாசம் - மும்மலங்கள். அடவி - காடு.

பொழிப்புரை:

மும்மலக் காட்டை அழித்து ஒழித்த மெய்யன்பர்கள் பற்றி நிற்கும் எல்லை கூற முடியாத பெருநிறைவான ஈசனே! அம்பலத்தில் நின்று நடனமாடும் இறைவனே! குறைவில்லாத இனிய அமுதமே! பேசாத பெருநிலையை அடியேன் பெற்று, உய்யுமாறு திருவருளாகிய பேரறிவுப் பேரொளியைத் தந்தருளி, இனி ஒரு முறை என் அறிவில் குடி கொண்டுள்ள ஆணவ (அறியாமை) இருளைப் போக்கி அருளுவாயோ?

..285..

இன்பக் கடலில் புகுந்திடுவான் இரவும் பகலும் தோற்றாமல்,
அன்பில் கரைந்து கரைந்துஉருகி, அண்ணா அரசே எனக்கூவிப்,
பின்புஉற்று அழும்சேய் எனவிழிநீர் பெருக்கிப் பெருக்கிப் பித்துஆகித்,
துன்பக் கடல்விட்டு அகல்வேனோ? சொரூபா னந்தச் சுடர்க்கொழுந்தே! 4

அருஞ்சொற்பொருள்:

சொரூபம் - வடிவம். ஆனந்தம் - பேரின்பம். சேய் - குழந்தை.

பொழிப்புரை:

பேரின்ப வடிவ சுடர்க் கொழுந்தே! இன்பமாகிய கடலில் நுழையும் பொருட்டு, இரவுபகல் பாராமல், அன்பில் கரைந்து கரைந்து உருகி 'அண்ணா!' என்றும், 'அரசே!' என்றும், கூவிப் பின்னே பற்றிவரும் குழந்தை போல கண்களில் நீரைத் தாரை தாரையாகப் பெருக்கி, பித்தன் ஆகி, துன்பக் கடலை விட்டு வெளியேறுவேனோ?

..286..

கொழுந்து திகழ்வெண் பிறைஜடிலக் கோவே; மன்றில் கூத்தாடற்கு
எழுந்த சுடரே; இமயவரை என்தாய் கண்ணுக்கு இனியானே;
தொழும்தெய் வமும்நீ, குருவும்நீ, துணைநீ, தந்தை தாயும்நீ,
அழுந்தும் பவம்நீ, நன்மையும்நீ, ஆவி, யாக்கை நீதானே. 5

அருஞ்சொற்பொருள்:

ஜடிலக் கோ - சடாபாரத்தை உடைய சிவன். இமயவரை - இமய மலை. அழுந்தும் பவம் - அழுந்தும் பிறப்பு.

பொழிப்புரை:

நிலவொளி திகழ்கின்ற வெண்மை நிறச் சந்திரப் பிறையை சடையில் சூடி இருக்கும் அரசே! அம்பலத்தில் கூத்து நிகழ்த்துவதற்கு எழுந்த ஒளிச்சுடரே! இமயமலை ஈன்ற என் தாய் உமாதேவியின் கண்ணுக்கு இனியானே! (நீ)

நான் தொழும் கடவுள்; குரு; உயிர்த்துணை; தந்தை, தாய்; அழுந்தும் பிறப்பு; அப்பிறப்பால் ஏற்படும் நன்மை (தீமை); உயிர், உடம்பு என எல்லாமும் நீயேதான்.

..287..

தானே அகண்டா காரமயம் தன்னில் எழுந்து பொதுநடம்செய்
வானே; மாயப் பிறப்புஅறுப்பான் வந்து,உன் அடிக்கே கரம்கூப்பித்,
தேனே; என்னைப் பருகவல்ல தெள்ஆர் அமுதே; சிவலோகக்
கோனே; எனும்சொல் நினதுசெவி கொள்ளாது என்னோ? கூறாயே.   6

அருஞ்சொற்பொருள்:

பருகவல்ல - விழுங்கவல்ல. தெள் - தெளிந்த. கோன் - தலைவன், அரசன். என்னோ - ஏனோ.

பொழிப்புரை:

தானாகவே எங்கும் பெருநிறைவாய் தன்னில் எழுந்து பொதுவில் நடனம் ஆடுகின்ற அப்பெருமானே, உயிர்களுக்கு ஏற்படும் பிறப்பை அறுக்கும் வல்லமை உடையவன். எனவே உன்னை வந்தடைந்து, கைகூப்பி, 'தேனே!' என்றும், என்னை உன்னுள் அடக்கிக் கொள்ளும் 'தெளிந்த அமுதே!' என்றும் 'சிவலோகத்து அரசே!' என்றும், சொல்லும் சொல் அனைத்தும் உன் செவியில் விழாதது ஏனோ? கூறுவாயாக!

..288..

கூறா நின்ற இடர்க்கவலைக் குடும்பக் கூத்துள் துளைந்துதடு
மாறா நின்ற பாவியைநீ வாஎன்று அழைத்தால் ஆகாதோ?
நீறுஆர் மேனி முக்கணுடை நிமலா; அடியார் நினைவினிடை
ஆறாய்ப் பெருகும் பெருங்கருணை அரசே; என்னை ஆள்வானே!   7

அருஞ்சொற்பொருள்:

கூறாநின்ற - கூறப்படுகிற. இடர் - துன்பம். குடும்பக் கூத்து - பிரபஞ்ச வாழ்வாகிய கூத்து. துளைந்து - படிந்து. தடுமாறாநின்ற - தடுமாறுகின்ற.

பொழிப்புரை:

திருநீறு பூசிய திருமேனியும், மூன்று கண்களும் உடைய மலமற்றவனே! அடியார்களது எண்ணத்தில் நின்று ஆறாகப் பெருக்கெடுத்து ஓடும் பேரருள் அரசே! என்னை ஆட்கொள்ள எழுந்தருளி வந்தவனே! பிரபஞ்ச வாழ்க்கை என்னும் நாடகத்தில் நடித்து, அதனால் ஏற்பட்ட துன்பமும் கவலையும் கொண்டு, தடுமாறும் பாவியாகிய என்னை, 'நீ வா!' என்று கூறி அழைத்து அணைத்துக் கொண்டால் ஆகாதோ?

..289..

வானே முதலாம் பெரும்பூதம் வகுத்துப் புரந்து மாற்றவல்ல,
கோனே; என்னைப் புரக்கும்நெறி குறித்தாய் இலையே கொடியேனைத்
தானே படைத்துஇங்கு என்னபலன் தன்னைப் படைத்தாய்? உன்கருத்தை
நான்ஏது என்றுஇங்கு அறியேனே; நம்பி னேன்கண்டு அருள்வாயே. 8

அருஞ்சொற்பொருள்:

புரந்து - காத்து. இலையே - இல்லையே.

பொழிப்புரை:

வான் முதலாகச் சொல்லப்பட்ட ஐம்பூதங்களையும் படைத்துக் காத்துப் பின் அழிக்க வல்ல தலைவனே! என்னைக் காப்பாற்றும் வழியைக் காணவில்லையே! கொடியவனாகிய என்னைப் படைத்து, என்ன பலனைக் கண்டாய்? உன் கருத்து என்ன என்பது குறித்து நான் அறியேன்; இருப்பினும் உன்னையே நம்பி இருக்கிறேன்; அது கண்டு அருள்செய்வாயாக!

..290..

கண்டார் கண்ட காட்சியும்நீ; காணார் காணாக் கள்வனும்நீ;
பண்டுஆ ருயிர்நீ; யாக்கையும்நீ; பலஆம் சமயப் பகுதியும்நீ;
எண்தோள் முக்கண் செம்மேனி எந்தாய்! நினக்கே எவ்வாறு
தொண்டாய்ப் பணிவர்; அவர்பணிநீ சூட்டிக் கொள்வது எவ்வாறே?   9

அருஞ்சொற்பொருள்:

பண்டு - முன்னம். சமயப் பகுதி - சமயப் பிரிவு. சூட்டிக் கொள்வது - ஏற்றுக் கொள்வது.

பொழிப்புரை:

எட்டு தோள்களும், மூன்று கண்களும் கொண்ட சிவந்த மேனியுடைய எம்தந்தையே! அகக்கண் (ஞானக்கண்) கொண்டு கண்டவர்க்கு காட்சியும் நீ; அவ்வாறு காணாத வர்க்கு காட்டாத கள்வனும் நீ; உயிருக்கு உயிராய் பண்டைக் காலம் தொட்டு இருப்பவன் நீ; முதன் முதலில் உடம்பு கட்டியவனும் நீ; பலவாகக் கிளைத்து நிற்கும் சமயங்களின் உள்பாகுபாடுகளும் நீ; அவ்வாறிருக்க, நினக்கு எவ்வாறு தொண்டராய்ப் பணிவர்; அவரது பணியை நீ ஏற்றுக்கொள்வதும் எவ்வாறு?

..291..

சூட்டி எனதுஎன் றிடும்சுமையைச் சுமத்தி,எனையும் சுமைஆளாக்
கூட்டிப் பிடித்து, வினைவழியே கூத்தாட் டினையே; நினதுஅருளால்
வீட்டைக் கருதும் அப்போது, வெளியாம் உலக வியப்புஅனைத்தும்
ஏட்டுக்கு அடங்காச் சொப்பனம்போல் எந்தாய் இருந்தது என்சொல்வேன்?   10

அருஞ்சொற்பொருள்:

சுமை - உடல் சுமை. சுமையாள் - சுமக்கும் ஆள் (சுமை தூக்கும் தொழிலாளி). கூத்தாட்டினை - உலக வாழ்க்கை நாடகத்தை நிறைவேற்றிக் கொண்டாய். சொப்பனம் - கனவு.

பொழிப்புரை:

எம் தந்தையே! நான் அல்லாத உடலை, எனது என்னும் படி என்னுடன் சேர்த்து, அந்தச் சுமையைச் சுமக்கும் சுமைஆளாக என்னை மாற்றி, வினை வழி உலக நாடகத்தில் நடிக்குமாறும் செய்து விட்டாய். நினது திருவருளின் துணைகொண்டு வீடுபேறு அடைய நினைக்கும்பொழுது, உலகமும் உடலும் பொய் எனக் காட்டி, ஏட்டில் அடங்கா கனவுபோல் உணர்ந்த நிலையை, என்ன என்று விளக்குவேன்?

21. வம்பனேன்
[முரடனாகிய நான்]

..292..

வம்பேனன் கள்ளம் கண்டு, மன்அருள் வெள்ளர் ஆய
உம்பர்பால் ஏவல் செய்என்று உணர்த்தினை; ஓகோ! வானோர்
தம்பிரா னே;நீ செய்த தயவுக்கும் கைம்மாறு உண்டோ?
எம்பிரான் உய்ந்தேன் உய்ந்தேன்; இனிஒன்றும் குறைவி லேனே. 1

அருஞ்சொற்பொருள்:

மன்அருள் வெள்ளர் - நிலைபெற்ற அருட்கடலினர். உம்பர் - சிவனடியார்.

பொழிப்புரை:

தேவர்களுக்குத் தலைவனாய் விளங்கும் தேவதேவனே! முரடனாகிய எனது வஞ்சனை கண்டும், நிலைபெற்ற அருட்கடலாய் விளங்கும் அடியார்களுக்குப் பணிவிடை செய் என்று அறிவுறுத்தினாய்; நீ செய்த உபகாரத்துக்கு நான் செய்யும் பிரதி உபகாரம் உண்டோ? எம்பெருமானே! நான் கடைத்தேறினேன்; கடைத்தேறினேன்; இனி ஒரு குறையும் இல்லை.

..293..

குறைவுஇலா நிறைவாய், ஞானக் கோதுஇல் ஆனந்த வெள்ளத்
துறையிலே படிந்து, மூழ்கித் துளைந்துநான் தோன்றா வாறு,உள்
ளுறையிலே உணர்த்தி, மோன ஒண்சுடர் வைவாள் தந்த
இறைவனே! உனைப்பி ரிந்துஇங்கு இருக்கிலேன் இருக்கி லேனே. 2

அருஞ்சொற்பொருள்:

துளைந்து - அழுந்தி. உள்ளுறையிலே - மறைவாக. வைவாள் - கூரிய வாள்.

பொழிப்புரை:

குறைவு ஒன்றும் இல்லாத, முழு நிறைவாய், குற்றமற்ற பேரின்ப வெள்ளத்தின் கரையில் இறங்கி, மூழ்கி, அழுந்தி, நான் என்னும் முனைப்பு தோன்றாதபடிக்கு உணர்வுக்கு உணர்வாய் உள்ளே நின்று உணர்த்தி, மௌனம் என்னும் ஒளி பொருந்திய கூரிய வாளினைத் தந்து அருளிய இறைவனே! இனி உன்னைப் பிரிந்து நான் இங்கு இருக்கமாட்டேன்; உறுதியாக இருக்க மாட்டேன்.

..294..

இருநிலம் ஆதி நாதம் ஈறதுஆம் இவைக டந்த
பெருநிலம் ஆய தூய பேரொளிப் பிழம்பாய் நின்றும்;
கருதரும் அகண்டா னந்தக் கடவுள்!நின் காக்ஷி காண
வருகஎன்று அழைத்தால் அன்றி வாழ்வுஉண்டோ வஞ்ச னேற்கே? 3

அருஞ்சொற்பொருள்:

இருநிலம் - பெரிய நிலம். ஆதி - முதலாக. நாதம் ஈறதாம் - நாதம் ஈறாக (மண் முதல் நாதம் ஈறாக உள்ள தத்துவங்கள் முப்பத்தாறு).

பொழிப்புரை:

மண் முதல் நாதம் ஈறாகச் சொல்லப்பட்ட தத்துவங்கள் முப்பத்தாறையும் கடந்து, பெருநிலமாய் விளங்கும் தூய பேரொளிப் பிழம்பாக இருப்பினும், எண்ணுதற்கு

அரிய, எல்லையில்லாத பேரின்பக் கடவுளாகிய நின் காட்சியைக் காண்பதற்கு, நீயாகப் பார்த்து, 'வருக!' என்று அழைத்தால் அன்றி, பேரின்பப் பெருவாழ்வு, என்போன்ற வஞ்சகர்க்கு உண்டாகுமோ?

..295..

வஞ்சனை அழுக்காறு ஆதி வைத்திடும் பாண்டம் ஆன
நெஞ்சனை; வலிதில் மேல்மேல் நெக்குநெக்கு உருகப் பண்ணி,
அஞ்சலி செய்யும் கையும் அருவிநீர் விழியும் ஆகத்,
தஞ்சம்என்று இரங்கிக் காக்கத் தற்பரா பரம்உ னக்கே! 4

அருஞ்சொற்பொருள்:

வலிதில் - பலவந்தமாக. தற்பரா - தன்னில் தானாய் விளங்குபவனே. பரம் - கடமை, பொறுப்பு.

பொழிப்புரை:

தன்னில் தானாய் விளங்குபவனே! வஞ்சனை, பொறாமை முதலிய வைக்கப்பட்ட பாத்திரமாம் மனதை, பலவந்தமாக மேலும்மேலும் நெகிழ்ந்து நெகிழ்ந்து உருகுமாறு செய்து, தலை மேல் கூப்பிய கையும், அருவி போல் நீர் ஒழுகும் கண்ணும் ஆக, தஞ்சம் புகுந்த என்மீது இரக்கம் காட்டிக் காப்பாற்ற வேண்டியது உனது கடமை அல்லவா?

..296..

உனக்குநான் அடித்தொண்டு ஆகி, உன்அடிக்கு அன்பு செய்ய,
எனக்குநீ தோற்றி, அஞ்சேல் என்னும்நாள் எந்த நாளோ?
மனக்கிலே சங்கள் தீர்ந்த மாதவர்க்கு இரண்டுஅற்று ஓங்கும்
தனக்குநேர் இல்லா ஒன்றே; சச்சிதா னந்த வாழ்வே! 5

அருஞ்சொற்பொருள்:

தோற்றி - தோன்றி. மனக்கிலேசம் - மனக்கவலை.

பொழிப்புரை:

மனக்கவலைகள் அற்ற பெரிய தவமுடையவர்க்கு இரண்டு என்னும் நிலைஅற நிற்கும் தனக்கு நிகர்ஒன்று இல்லாத தனிப்பொருளே! உண்மை அறிவு இன்பப் (சத்துசித்து ஆனந்த) பெருவாழ்வே! உனக்கு நான் கடைப்பட்ட தொண்டன் ஆகி, உன் திருவடிக்கு அன்புபூண்டு ஒழுக, எனக்கு நீ வெளிப்படத் தோன்றி, 'அஞ்சாதே!' எனக் கூறும் நாள், எந்த நாளோ?

..297..

வாழ்வுஎன வயங்கி, என்னை வசம்செய்து, மருட்டும் பாழ்த்த
ஊழ்வினைப் பகுதி கெட்டு,இங்கு உன்னையும் கிட்டு வேனோ?
தாழ்வுஎனும் சமயம் நீங்கித் தமைஉணர்ந் தோர்கட்கு எல்லாம்
சூழ்வெளிப் பொருளே; முக்கண் ஜோதியே; அமரர் ஏறே! 6

அருஞ்சொற்பொருள்:

வயங்கி - விளங்கி. தாழ்வு எனும் சமயம் - மறுபிறவிக்கு வழி வகுத்துவிடும் தாழ்ந்த கொள்கை உடைய சமயங்கள். சூழ - ஆராய்கின்ற. வெளிப்பொருள் - வெளிப்பட்டு அருளும் பொருள்.

பொழிப்புரை:

வீடுபேற்றுக்கு வழி சொல்லாத தாழ்ந்த கொள்கைகள் கொண்ட சமயங்களை விட்டு நீங்கி, தம்மை உணர்ந்த ஞானியர்களுக்கு எல்லாம் வெளிப்பட்டு நின்று அருள் செய்யும் மெய்ப்பொருளே! மூன்று கண்களுடன் கூடிய சுடரே! தேவர்களுக்குத் தலைவரே! வாழ்வு என விளங்கி, என்னை தன்வசப்படுத்தி, மயக்குவிக்கும் பாழ்த்த ஊழ் வினையின் பகுதிகள் அனைத்தும் கெட்டபிறகு, இங்கு உன்னை வந்து அடைவேனோ?

..298..

ஏறுவாம் பரிஆம்; ஆடை இருங்கலை உரிஆ; என்றும்
நாறுநல் சாந்தம் நீறா; நஞ்சமே அமுதாக் கொண்ட
கூறரும் குணத்தோய்! உன்தன் குரைகழல் குறுகின் அல்லால்
ஆறுமோ தாப சோபம்; அகலுமோ அல்லல் தானே? 7

அருஞ்சொற்பொருள்:

ஏறு - காளை. வாம் - தாவுகின்ற. பரி - குதிரை. கலைஉரி - மான் தோல். நாறு - மணக்கின்ற. நல்சாந்தம் - நல்ல சந்தனம். நஞ்சம் - விடம். கூறரும் - சொல்ல அரிய. குரைகழல் - ஒலிக்கின்ற வீரக்கழல் அணிந்த திருவடி. குறுகின் - சேரின். தாபம் - துன்பம். சோபம் - துக்கம்.

பொழிப்புரை:

காளையைத் தாவுகின்ற குதிரையாகவும் (வாகனமாகவும்), ஆடையாக மான்தோலையும், திருநீற்றை மணம் வீசும் சந்தனப் பூச்சாகவும், விடத்தை அமுதமாகவும் கொண்ட கூறுதற்கு அருமை உடைய மேலான குணம் உடையவனே! உன்னுடைய வீரக்கழல் ஒலிக்கின்ற திருவடியைச் சேரின் அல்லால், துயரமும் துக்கமும் ஆறுதல் அடையுமோ? அல்லது துன்பந்தான் நீங்குமோ?

..299..

தானமும் தவமும் யோகத் தன்மையும் உணரா என்பால்;
ஞானமும் தெவிட்டா இன்ப நன்மையும் நல்கு வாயோ?
பால்நலம் கவர்ந்த தீம்சொல் பச்சிளங் கிள்ளை காண,
வானவர் இறைஞ்ச, மன்றுள் வயங்கிய நடத்தி னானே! 8

அருஞ்சொற்பொருள்:

பால்நலம் - பாலின் சுவை. கவர்ந்த - ஈர்ப்பு கொண்ட. தீம்சொல் - இனிய சொல். பச்சிளம் கிள்ளை - பசிய இளமை பொருந்திய கிளி போன்ற உமாதேவி. காண - கண்டு களிக்க. மன்றுள் - பொன்னம் பலத்தில். வயங்கிய - விளங்கிய. நடத்தினானே - நடனத்தை உடையவனே.

பொழிப்புரை:

பாலின் சுவை போல் கவரும் தன்மை கொண்ட, இனிய சொல் பேசும், பசிய இளம்கிளி போன்ற உமையம்மை கண்டு களிக்குமாறும், தேவர்கள் வணங்குமாறும், பொன்னம்பலத்தில் விளங்குகின்ற நடனம் உடையவனே! தானம், தவம், யோகம் முதலிய இவற்றின் தன்மையை உணராத என்னிடத்தில், ஞானத்தையும் தெவிட்டாத இன்பமாகிய நன்மைகளையும் தந்து அருளுவாயோ?

..300..

நடத்திஇவ் உலகை எல்லாம் நாத!நீ நிறைந்த தன்மை
திடத்துடன் அறிந்து, ஆனந்தத் தெள்ளமுது அருந்தி டாதே;
விடத்திரள் அனைய காம வேட்டையில் அழுந்தி மாயை
ஜடத்தினை மெய்என்று எண்ணித் தளரவோ தனிய னேனே? 9

அருஞ்சொற்பொருள்:

நடத்தி - அசையும்படி செய்து. திடம் - உறுதி. விடத்திரள் - நஞ்சின் திரட்சி, திரண்ட நஞ்சு. ஜடம் - அறிவற்றது, உடம்பு.

பொழிப்புரை:

தலைவனே! இவ்வுலகை எல்லாம் இயங்கும்படி செய்து, அவற்றுள் நீ நீக்கமற நிறைந்திருந்த தன்மை குறித்து உறுதியாக அறிந்திருந்தும், உனது திருவருளால் விளையும் பேரின்பமாகிய தெளிந்த அமுதைப் பருகாமல், திரண்ட நஞ்சு போன்ற சிற்றின்ப விருப்பத்தில் அழுந்தி, பொய்யான உடலை மெய் என்று எண்ணி தனியனாகிய நான் தளர்ந்தேன்.

..301..

தனிவளர் பொருளே;மாறாத் தண்ணருங் கருணை பூத்த
இனியகற் பகமே; முக்கண் எந்தையே; நினக்குஅன்பு இன்றி,
நனிபெரும் குடிலம் காட்டும்; நயனவேல் கரிய கூந்தல்
வனிதையர் மயக்கில் ஆழ்ந்து வருந்தவோ வம்ப னேனே? 10

அருஞ்சொற்பொருள்:

நனிபெரும் - மிகப் பெரிய. குடிலம் - கொடுமை. நயனம் - கண். வனிதையர் - மகளிர்.

பொழிப்புரை:

ஒப்பின்றி வளரும் உயர் பொருளே! மாறாத, தண்ணருளாகிய பூப்பூத்த, இனிய கற்பக மரமே! மூன்று கண்ணுடைய எம் தந்தையே! நின்பால் அன்பு செய்வதை விடுத்து, மிகப் பெரிய கொடுமை செய்யும் கண்ணாகிய வேலும் கரியகூந்தலும் உடைய மகளிரது சிற்றின்பத்தில் மூழ்கி, வம்பனேன் வருத்தம் அடைந்தேன்.

22. சிவன்செயல்

..302..

சிவன்செய லாலே யாதும் வரும்எனத் தேறேன்; நாளும்
அவம்தரு நினைவை எல்லாம் அகற்றிலேன்; ஆசை வெள்ளம்
கவர்ந்துகொண்டு இழுப்ப, அந்தக் கட்டிலே அகப்பட்டு, ஐயோ
பவம்தனை ஈட்டி ஈட்டிப் பதைக்கின்றேன் பாவி யேனே.   1

அருஞ்சொற்பொருள்:

அவம் - கேடு. பவம் - பிறவி. ஈட்டி - சம்பாதித்து.

பொழிப்புரை:

எந்த ஒரு செயலும் சிவன் செயலாலே விளையும் என்பதை அறியமாட்டேன்; எப்பொழுதும் கேடு தரும் நினைவுகளே தோன்ற, அதனை விட்டொழிக்க மாட்டேன்; ஆசையாகிய பெருவெள்ளமானது பற்றி இழுக்க, அதன் பிணிப்பிலே அகப்பட்டு, ஐயகோ! பாவியாகிய நான் பிறப்பை மேலும் மேலும் சம்பாதித்துப் பதைக்கின்றேன்.

..303..

பாவியேன் இனிஎன் செய்கேன் பரமனே! பணிந்துஉன் பாதம்
சேவியேன்; விழிநீர் மல்கச் சிவசிவ என்று தேம்பி
ஆவியே, நிறைய வந்த அமுதமே என்னேன்; அந்தோ
சாவிபோம் சமயத்து ஆழ்ந்து ஜகத்திடைத் தவிக்கின் றேனே. 2

அருஞ்சொற்பொருள்:

சாவிபோம் - பாழாகப் போகின்ற. சமயம் - பயனற்ற ஏனைய சமயங்கள். ஜகம் - உலகம்.

பொழிப்புரை:

மேலான பரம்பொருளே! பாவியாகிய நான் இனி என்ன செய்வேன்? பணிந்து உன் திருவடியை வணங்க மாட்டேன்; கண்களில் நீர் மல்க சிவசிவ என்று கூறி, தேம்பி, 'உயிரே! என்னுள் நிறையும் அமுதமே!' என்று போற்றமாட்டேன்; அந்தோ! பயனற்ற ஏனைய சமய நெறிகளைச் சார்ந்து, இவ்வுலகில் பரிதவிக்கின்றேன்.

எழுசீர்க் கழிநெடிலடி ஆசிரிய விருத்தம்

..304..

இடைந்துஇடைந்து ஏங்கி மெய்புள கிப்ப
 எழுந்துஎழுந்து ஐயநின் சரணம்
அடைந்தனன்; இனிநீ கைவிடேல் உனக்கே
 அபயம்என்று அஞ்சலி செய்து,உள்
உடைந்துஉடைந்து எழுது சித்திரப் பாவை
 ஒத்துநான் அசைவுஅற நிற்பத்,
தொடர்ந்துநீ எனைஆட் கொள்ளுநாள் என்றோ?
 ஜோதியே ஆதிநா யகனே! 3

அருஞ்சொற்பொருள்:

இடைந்து - விலகி. கைவிடேல் - புறக்கணித்து விடாதே. அஞ்சலி செய்து - கும்பிட்டு. எழுது சித்திரப் பாவை - ஓவியத்தில் வரைந்த பொம்மை. நிற்ப - நிற்க. தொடர்ந்து - விடாதுபற்றி.

பொழிப்புரை:

ஒளிப்பிழம்பே! மூலமுதல்வனே! விலகிவிலகி மன வருத்தம் உற்று, உடல் புளகம் கொள்ள, எழுந்துஎழுந்து ஐயனே! நின்திருவடியைச் சரண் அடைந்தேன்; இனி மேல் என்னைக் கைவிட்டு விடாதே! உனக்கே அடைக்கலம் என்று, வணக்கம் செய்து, உள்ளம் நெகிழ்ந்து நெகிழ்ந்து, ஓவியத்தில் எழுதிய பொம்மை போன்று, ஒன்றுபட்டு, அசைவு சிறிதும் இன்றி இருப்ப, என்னைப் பின்தொடர்ந்து அடிமைகொள்ளும் நாள், எந்த நாளோ?

..305..

ஆதியாய் நடுவாய் அந்தமாய்ப் பந்தம்
    யாவும்அற்று அகம்புறம் நிறைந்த
ஜோதியாய்ச் சுகமாய் இருந்தஎம் பெருமான்!
    தொண்டனேன் சுகத்திலே இருக்கப்
போதியா வண்ணம் கைவிடல் முறையோ?
    புன்மையேன் என்செய்கேன்; மனமோ
வாதியா நின்றது; அன்றியும் புலன்சேர்
    வாயிலோ தீயினும் கொடிதே.   4

அருஞ்சொற்பொருள்:

வாதியா - வாதிட்டு. புலன்சேர் வாயில் - ஐம்புலன் நுகர்வுகளுக்கு உரிய பொறிகள்.

பொழிப்புரை:

தொடக்கமும் நடுவும் முடிவும் ஆகவும், இயல்பிலே தளை அனைத்திலிருந்தும் விடுபட்டு, எங்கும் நிறைந்த, ஒளிப்பிழம்பாய், பேரின்பமாய் இருந்த எம்பெருமானே!

தொண்டனாகிய நான், பேரின்பப் பெருவாழ்வில் திளைக்க, போதனை செய்யாது கைவிடல் முறைஆகுமோ? இழி தகைமை உடைய எளியவன் என்ன செய்வேன்? மனமோ மிகவும் என்னை வாதிக்கிறது. அதுஅன்றியும் புலன்களோடு கூடிய பொறிகளோ என்னின், அது தீயை விட கொடுமை உடையதாய் இருக்கிறது.

..306..

வாயில்ஓர் ஐந்தில் புலன்எனும் வேடர்
வந்துஎனை ஈர்த்து,வெம் காமத்
தீயிலே வெதுப்பி உயிரொடும் தின்னச்,
சிந்தைநைந்து உருகிமெய்ம் மறந்து,
தாயிலாச் சேய்போல் அலைந்துஅலைப் பட்டேன்;
தாயினும் கருணையா மன்றுள்
நாயகம் ஆகி ஒளிவிடும் மணியே
நாதனே ஞானவா ரிதியே!

அருஞ்சொற்பொருள்:

வெம் காமம் - கொடிய காமம். தீ - நெருப்பு. வெதும்பி - வாட்டி. அலைப்பட்டேன் - வருந்தினேன். மன்றுள் - பொன்னம்பலத்தில். வாரிதி - கடல்.

பொழிப்புரை:

பெற்ற தாயை விட பரிந்து அருள்செய்யும் பொன்னம் பலத்தில் முதல்வனாய் நின்று, ஒளிவிடும் மாணிக்க மணியே! எம் உயிர்த் தலைவனே! ஞானக் கடலே! மெய், வாய், கண், மூக்கு, செவி என்னும் ஐம்பொறிகளின் வாயிலாகப் பெறும் உற்றறிதல், சுவைத்தல், பார்த்தல், நுகர்தல், கேட்டல் என்னும் ஐம்புலன்கள் ஆகிய வேடர்கள் என்னைப் பற்றி இழுத்துக் கொண்டுபோய், கொடிய காமமாகிய நெருப்பிலே வதக்கி, உயிரோடு தின்ன, மனம் வருந்தி, உருகி, உடம்பை மறந்து, தாயில்லாப் பிள்ளை போல் அலைந்து திரிந்து துயர் உறுகின்றேன் (எளியேனைக் காத்து அருள்வாயாக!).

..307..

ஞானமே வடிவாய்த் தேடுவார் தேடும்
நாட்டமே; நாட்டத்துள் நிறைந்த
வானமே; எனக்கு வந்துவந்து ஓங்கும்
மார்க்கமே; மருளர்தாம் அறியா
மோனமே; முதலே; முக்திநல் வித்தே;
முடிவிலா இன்பமே செய்யும்
தானமே; தவமே; நின்னைநான் நினைந்தேன்
தமியனேன் தனைமறப் பதற்கே. 6

அருஞ்சொற்பொருள்:

மருளர் - மயக்க உணர்வு உடையார். மோனம் - மௌனம். வித்து - விதை. தனை மறப்பதற்கு - சீவபோதம் அறுவதற்கு.

பொழிப்புரை:

ஞானமே வடிவாய் நின்று, தேடுபவர்க்குத் தேடக் கிடைக்கும் பொருளே! அப்பொருளில் நிறைந்த திருவருள் வெளியே! எனக்கு மேலும்மேலும் வந்து வழிகாட்டும் நெறியே! மயக்க உணர்வு உடையார்க்கு அறியமுடியாத மறைபொருளே! மூலமே! முத்திக்கு நல்ல வித்தே! முடிவில்லாத பேரின்பத்தை வழங்கவல்ல தானமே! தவமே! உன்னை நான் தொடர்ந்து நினைப்பது, எனது சீவபோதம் அறுவதற்காகவே.

..308..

மறம்மலி உலக வாழ்க்கையே வேண்டும்;
வந்துநின் அன்பர்தம் பணியாம்
அறமது கிடைக்கின், அன்றிஆ னந்த
அற்புத நிஷ்டையின் நிமித்தம்
துறவது வேண்டும்; மௌனியாய் எனக்குத்
தூயநல் அருள்தரின் இன்னம்
பிறவியும் வேண்டும்; யான்எனது இறக்கப்
பெற்றவர் பெற்றிடும் பேறே! 7

அருஞ்சொற்பொருள்:

மறம் மலி - தீமை நிறைந்த. அன்றி - அடியார்களுக்குத் தொண்டு செய்யும் புண்ணியம் கிடைக்காதபோது. துறவு - உலக நினைவைத் துறக்கும் துறவு.

பொழிப்புரை:

யான் என்னும் அகப்பற்றும், எனது என்னும் புறப்பற்றும் விட்டவர், பெறும் பேரின்பப் பேறாய் விளங்கும் இறையே! நினது அன்பர்களுக்குப் பணிவிடை செய்யும் வாய்ப்பு கிடைக்குமாயின், தீமை நிறைந்த உலக வாழ்க்கைகூட வேண்டுவதேயாகும். அல்லது பேரின்ப வியத்தகு நிட்டை கூடும் பொருட்டு, உலக நினைவைத் துறத்தல் வேண்டும். மௌனகுருவாய் எழுந்தருளி எனக்குத் தூய நல்லறிவை மேலும் தருவதானால் மீண்டும் பிறக்கவும் வேண்டும்.

..309..

பெற்றவர் பெற்ற பெருந்தவக் குன்றே;
   பெருகிய கருணைவா ரிதியே;
நற்றவத் துணையே; ஆனந்தக் கடலே;
   ஞாதுரு ஞானஞேய ங்கள்
அற்றவர்க்கு அறாத நட்புடைக் கலப்பே;
   அநேகம்ஆம் நின்அடிக்கு அன்பு
கற்றதும், கேள்வி கேட்டதும், நின்னைக்
   கண்டிடும் பொருட்டு அன்றோ காணே.   8

அருஞ்சொற்பொருள்:

கருணை வாரிதி - அருட்கடல். ஞாதுரு - காண்போன். ஞானம் - காணுதல். ஞேயம் - காணப்படுபொருள். அறாத - நீங்காத.

பொழிப்புரை:

திருவருளால் மெய்யுணர்வு கைவரப் பெற்றவர் பெற்ற பெரிய தவமாகிய மலையே! பல்கிப் பெருகும் பேரருட்

கடலே! நல்ல தவத்துக்கு ஒப்பற்ற துணையே! பேரின்பக் கடலே! காண்பான், காட்சி, காணப்படுபொருள் (திரிபுடி) என்னும் மூன்றும் அற்றவர்க்கு, நட்பாய் விளங்கும் அத்வைத (இரண்டற்ற) கலப்பே! அநேக நூல்களைக் கற்றதும், சான்றோர் சொல் கேட்டதும் ஆகிய இவை, நினது திருவடிக்கு அன்பு செய்யவும், அதன்படி திருவடிக் காட்சி காணுவதற்கும் அல்லவோ? இதனை நீயும் அறிவாயே!

..310..

அன்றுநால் வருக்கும் ஒளிநெறி காட்டும்
அன்புடை ஜோதியே; செம்பொன்
மன்றுள்முக் கண்ணும் காளகண் டமுமாய்
வயங்கிய வானமே; என்னுள்
துன்றுகூர் இருளைத் துரந்திடும் மதியே;
துன்பமும் இன்பமும் ஆகி
நின்றவா தனையைக் கடந்தவர் நினைவே;
நேசமே நின்பரம் யானே. 9

அருஞ்சொற்பொருள்:

செம்பொன் மன்று - பொன்னம்பலம். காளகண்டம் - நீலகண்டம். வயங்கிய - விளங்கிய. வானமே - பர ஆகாயமே. துன்று - நிறைந்துள்ள. கூர் இருள் - மிகுந்த அறியாமையாகிய இருள் (ஆணவமலம்). துரந்திடும் - விரட்டி ஓட்டுகின்ற. பரம் - பொறுப்பு.

பொழிப்புரை:

அந்நாளில் சனகன் முதலிய முனிவர் நால்வர்க்கு ஒளி நெறி காட்டிய அன்புடைய ஒளிப்பிழம்பே! செம்மையான பொன்னம்பலத்தில் மூன்று கண்ணும் நீலகண்டமுமாய் விளங்கித் தோன்றும் பரஆகாயமே! என்னுள் நிறைந்துள்ள மிகுந்த அறியாமை ஆகிய இருளை விரட்டி ஓட்டுகின்ற பேரறிவே! துன்பம் இன்பம் ஆகிய இரண்டு வாதனை களையும் கடந்தவர் நினைவில் நிரம்பியவனே! பேரன்பே! யான் நினது பொறுப்பில் இருக்கிறேன்.

..311..

யான்எனல் காணேன், பூரண நிறைவில்
  யாதினும் இருந்தபேர் ஒளிநீ
தான்என, நிற்கும் சமத்துஉற என்னைத்
  தன்னவன் ஆக்கவும் தகும்காண்;
வான்என வயங்கி ஒன்றுஇரண்டு என்னா
  மார்க்கம்ஆம் நெறிதந்து, மாறாத்
தேன்என ருசித்து,உள் அன்பரைக் கலந்த
  செல்வமே; சிற்பர சிவமே!   10

அருஞ்சொற்பொருள்:

சமத்து - நடுநிலை. தன்னவன் - (இறைவனால்) தனக்கு உரியவனாக ஆக்கிக் கொள்ளப்பட்டவன். வயங்கி - விளங்கி.

பொழிப்புரை:

வெளி என விளங்கி, ஒன்று இரண்டு என்று சொல்லாத ஒரு நெறியைத் தந்தருளி, இனிப்பில் மாறுபடாத தேன் போல் சுவை தந்து, உனது அன்பரோடு இரண்டறக் கலந்த செல்வமே! அறிவுமய மேலான செம்பொருளே! யான் என, என்னை வேறு பிரித்து அறியாதபடி, எல்லாவற்றிலும் முழுநிறைவாய் இருந்த பேரொளிப் பிழம்பு நீ; தான் என, நிற்கும் நடுநிலையில், என்னைத் தனக்கு உரியவனாக ஆக்கிக் கொள்ளும் தகவும் உடையவன் காண்.

23. தன்னை ஒருவர்

அறுசீர்க் கழிநெடிலடி ஆசிரிய விருத்தம்

..312..

தன்னை ஒருவர்க்கு அறிவுஅரிதாய்த்
  தானே தானாய், எங்கும்நிறைந்து,
உன்னற்கு அரிய பரவெளியாய்,
  உலவா அமுதாய், ஒளிவிளக்காய்

என்உள் கலந்தாய்; யான்அறியாது
இருந்தாய்; இறைவா இனியேனும்
நின்னைப் பெறுமாறு எனக்குஅருள்ஆம்
நிலையைக் கொடுக்க நினையாயோ? 1

அருஞ்சொற்பொருள்:

உன்னற்கு - நினைப்பதற்கு. உலவா - கெடாத.

பொழிப்புரை:

தன்னை ஒருவரும் அறியமுடியாதபடி, தானே தானாகவும், எங்கும் நீக்கமற நிறைந்தும், எண்ணுதற்கு அருமை உடைய மேலான வெளியாய், கெடுதலில்லாத அமுதமாய், ஒளிவீசும் விளக்காய் என்னுள் கலந்திருந்தாய்; அப்படிக் கலந்த பின்னும் என்னால் அறியமுடியாது இருந்தாய்; இறைவா! இனியேனும் நின்னைப் பெறுமாறு, எனக்கு உனது திருவருளாகிய நல்லருளைக் கொடுத்து உதவ நினைப்பாயாக!

..313..

நினையும் நினைவுக்கு எட்டாத
நெறிபெற்று, உணர்ந்த நெறியாளர்
வினையைக் கரைக்கும் பரமஇன்ப
வெள்ளப் பெருக்கே; நினதுஅருளால்
மனைவி புதல்வர் அன்னைபிதா
மாடு வீடுஎன் றிடுமயக்கம்
தனையும் மறந்து,இங்கு உனைமறவாத்
தன்மை வருமோ தமியேற்கே? 2

அருஞ்சொற்பொருள்:

பிதா - தந்தை. மாடு - செல்வம். தமியேன் - தனியேன்.

பொழிப்புரை:

உலக நினைவு கொண்டு, நினையும் நினைவுக்கு எட்டாத நிலையினைப் பெற்று, உன்னை உள்ளபடி உணர்ந்த

நன்னெறியாளர்தம், பழைய வினைகளைக் கரைத்து அழிக்கும் மேலான இன்ப வெள்ளப் பெருக்கே! நினது திருவருளால் மனைவி, பிள்ளை, தாய், தந்தை, செல்வம், வீடு என்னும் மயக்கம் செய்யும் உயிர்ச் சார்புகளையும் பொருட்சார்புகளையும் மறந்து, இங்கு உன்னை மறவாத தன்மை, தனியனாகிய எனக்கு வருமோ?

..314..

வரும்போம் என்னும் இருநிலைமை
　　மன்னாது, ஒருதன் மைத்துஆகிக்,
கரும்போ தேனோ முக்கனியோ
　　என்ன என்உள் கலந்து,நலம்
தரும்பேர் இன்பப் பொருளே!நின்
　　தன்னை நினைந்து நெக்குஉருகேன்;
இரும்போ கல்லோ மரமோஎன்
　　இதயம் யாதுஎன்று அறியேனே.　　　　3

அருஞ்சொற்பொருள்:

மன்னாது - பொருந்தாது. ஒரு தன்மைத்து ஆகி - மனம் ஒடுங்கப் பெற்று. இதயம் - உள்ளம். முக்கனி - மா, பலா, வாழை.

பொழிப்புரை:

மனம் ஒடுங்கப் பெற்று, ஏனைய பொருள்கள் போல் வருவதும் போவதும் என இரண்டு தன்மை பொருந்தாத கரும்போ, தேனோ, முக்கனியோ என்னுமாறு, என் உள்ளத்துள் கலந்து, நன்மை செய்கின்ற பேரின்பப் பெரும்பொருளே! நான் உன்னை நினைந்து நெகிழ்ந்து உருக மாட்டேன்; என் உள்ளம் என்ன இரும்போ, கல்லோ, மரமோ, வேறு யாதோ? என ஒன்றும் அறியேன்.

..315..

அறியும் தரமோ நான்உன்னை?
அறிவுக்கு அறிவாய் நிற்கையினால்,
பிறியும் தரமோ நீஎன்னைப்
பெம்மா னே;பேர் இன்பமதாய்ச்
செறியும் பொருள்நீ; நின்னை அன்றிச்
செறியாப் பொருள்நான்;"பெரும்பேற்றை
நெறிநின்று ஒழுக விசாரித்தால்
நினக்கோ இல்லை, எனக்குஆமே. 4

அருஞ்சொற்பொருள்:

ஒழுக விசாரித்தல் - முற்றும் ஆராய்தல்.

பொழிப்புரை:

பெருமானே! உன்னை நான் ஆராய்ந்து அறியும் தரத்திலா நீ இருக்கிறாய்? அறிவுக்கு அறிவாய் நீயே நிற்பதால், உன்னைப் பிரித்து அறியவோ, நீ என்னைப் பிரிந்து நிற்கவோ இயலாதல்லவா? பேரின்பமாய் நிறைந்து நிற்கும் பொருள் நீ; நீ இன்றேல், நான் செறிவில்லாத (உள்ளீடு அற்ற) பொருளாகி விடுவேன்; பெரும் பயன் குறித்து முழுதும் ஆராய்ந்து பார்த்தால், நன்மை அடையப் போவது நீயாக இருக்கமாட்டாய்; நானாகத்தான் இருப்பேன்.

..316..

எனதுஎன் பதும்பொய், யான்எனல்பொய்
எல்லாம் இறந்த இடம்காட்டும்
நினதுஎன் பதும்பொய், நீஎனல்பொய்,
நிற்கும் நிலைக்கே நேசித்தேன்;
மனதுஎன் பதுமோ என்வசமாய்
வாராது, ஐய நின்அருளோ
தனதுஎன் பதுக்கும் இடம்காணேன்;
தமியேன் எவ்வாறு உய்வேனே? 5

அருஞ்சொற்பொருள்:

இறந்த - கடந்த. நேசித்தல் - அன்பு செய்தல். மனது - மனம்.

பொழிப்புரை:

எனது என்னும் புறப்பற்று நிலை இல்லாதது. யான் என்னும் அகப்பற்றும் நிலை இல்லாதது. முப்பத்தாறு தத்துவங்களைக் கடந்த நிலையில் உன்னுடையது என்று ஒன்றும் இல்லை. நீயும் அங்கு இல்லை. எனவே திருவடிப் பேற்றில் நிற்கும் நிலையையே விரும்புகிறேன். என் மனம் எப்பொழுதும் என் வசத்தில் நிற்பதில்லை. ஐயனே! நினது திருவருளே உன்னுடையது என்று கூறவும் முடியவில்லை. இவ்வாறு இருக்க தனியனாகிய நான் எவ்வாறு கடைத்தேறுவேன்?

..317..

உய்யும் படிக்குஉன் திருக்கருணை
        ஒன்றைக் கொடுத்தால், உடையாய்பாழ்ம்
பொய்யும் அவாவும் அழுக்காறும்
        புடைபட்டு ஓடும்; நன்னெறியாம்
மெய்யும் அறிவு பெறும்பேறும்
        விளங்கும்; எனக்குஉன் அடியார்பால்
செய்யும் பணியும் கைகூடும்;
        சிந்தைத் துயரும் தீர்ந்திடுமே. 6

அருஞ்சொற்பொருள்:

பாழ்ம்பொய் - பாழான பிரபஞ்ச வாழ்வு. அழுக்காறு - பொறாமை. அவா - ஆசை. புடைபட்டு - அடிபட்டு. ஓடும் - ஓடி அடங்கும்.

பொழிப்புரை:

எல்லாம் உடையவனே! அடியேன் கடைத்தேறும்படி நினது திருவருளைக் கொடுப்பாயானால் பாழ்த்த பிரபஞ்ச வாழ்வும், ஆசையும், பொறாமையும் ஆகியன அடிபட்டு ஓடி மறையும்; நன்னெறியாம் உண்மையும், அதற்கான

அறிவைப் பெறுகின்ற நற்பேறும் விளங்கித் தோன்றும்; உனது அடியார்களுக்கு நான் பணி செய்யும் வாய்ப்பும் கைகூடும்; அறிவில் உள்ள துன்பமும் தீர்ந்துவிடுமே!

..318..

சிந்தைத் துயர்என்று ஒருபாவி
சினந்து சினந்து போர்முயங்க,
நிந்தைக்கு இடமாய் ஜகவாழ்வை
நிலைஎன்று உணர்ந்தே நிற்கின்றேன்;
எந்தப் படிஉன் அருள்வாய்க்கும்?
எனக்குஅப் படிநீ அருள்செய்வாய்;
பந்தத் துயர்அற் றவர்க்குஎளிய
பரமா னந்தப் பழம்பொருளே! 7

அருஞ்சொற்பொருள்:

போர் முயங்க - போர் செய்ய. பந்தம் - தளை.

பொழிப்புரை:

தளைகள் ஆகிய துன்பத்திலிருந்து விடுபட்டவர்க்கு எளிதில் அருளும், மேலான பேரின்பப் பழம்பொருளே! அறிவுத்துயர் என்னும் ஒரு பாவியானவன், கோபித்து கோபித்து போர் செய்ய, நிந்தனைக்கு இடம் தரும் உலக வாழ்வை நிலையானது என்று எண்ணி இருக்கிறேன். இவ்வாறு இருந்தால் உன் திருவருள் எப்படி வாய்க்கும்? எனவே நீ எனக்கு எப்படி அருள் செய்ய முடியுமோ, அப்படி அருள்செய்வாயாக!

..319..

பொருளைப் பூவைப் பூவையரைப்
பொருள்என்று எண்ணும் ஒருபாவி
இருளைத் துரந்திட்டு, ஒளிநெறியை
என்உள் பதிப்பது என்றுகொலோ?

தெருளத்தெருள, அன்பர்நெஞ்சம்
தித்தித்து உருகத், தெவிட்டாத
அருளைப் பொழியும் குணமுகிலே!
அறிவுஆ னந்தத்து ஆர்அமுதே! 8

அருஞ்சொற்பொருள்:

பூ - பூமி. பூவையர் - மகளிர். தெருள - தெளிவடைய.

பொழிப்புரை:

அறிவில் தெளிவு பெறவும், அன்பர் மனம் தித்தித்து உருகவும், தெவிட்டாத பேரருளைப் பொழியும் குண மாகிய மேகமே! அறிவுப் பேரின்பத்துத் தெவிட்டாத அமுதமே! பொருளை, பூமியை, மகளிரை மெய்ப் பொருள் என்று எண்ணி, ஒரு பாவி இருளாகிய ஆணவ மலத்தை விரட்டிவிட்டு, ஒளிநெறியை உள்ளே பதித்து நிற்பது எப்பொழுதோ?

..320..

ஆரா அமிர்தம் விரும்பினர்கள்
அறிய விடத்தை அமிர்துஆக்கும்
பேரா னந்தச் சித்தன்எனும்
பெரியோய்; ஆவிக்கு உரியோய்கேள்!
கார்ஆர் கிரக வலையினிடைக்
கட்டுண்டு இருந்த களைகள்எலாம்
ஊரால் ஒருநாள் கைஉணவுஏற்று
உண்டால் எனக்குஇங்கு ஒழிந்திடுமே. 9

அருஞ்சொற்பொருள்:

அறிய - அறிந்து கொள்ளுமாறு. விடம் - நஞ்சு. சித்தன் - நிறை நிலையைப் பெற்றவன். கார்ஆர் - அறியாமையாகிய இருள் நிறைந்த. கிரக வலை - சம்சார வலை. களை - வினை. எலாம் - எல்லாம். ஊரால் - ஊர்தோறும். கை உணவு - கைப்பிச்சை.

பொழிப்புரை:

தெவிட்டாத அமுதை விரும்பிய தேவர்கள் அறியுமாறு, நஞ்சை அமுதம் ஆக்கிய பேரின்பச் சித்தன் எனப் பெயர் பெற்ற பெரியோய்! எனது உயிருக்கு உரிமை உடையவரே! கேட்பாயாக! இருள் எனப்படும் அறியாமை நிறைந்த சம்சார வலையில் சிக்கி, முன்னமே செய்திருந்த வினைகள் யாவும், ஊர்தோறும் சென்று, ஒருநாள் கைஉணவு (பிச்சை) ஏற்று உண்டால், என்னை விட்டு விலகிவிடும்.

..321..

எனக்குஎன்று இருந்த உடல்பொருளும்
யானும் நினஎன்று ஈந்தவண்ணம்
அனைத்தும் இருந்தும் இலஆகா;
அருளாய் நில்லாது, அழிவழக்காய்,
மனத்துள் புகுந்து மயங்கவும்,என்
மதிக்குஉள் களங்கம் வந்ததுஎன்னா?
தனக்குஒன்று உவமை அறநிறைந்த
தனியே; தன்னம் தனிமுதலே!

அருஞ்சொற்பொருள்:

ஈந்தவண்ணம் - தந்தபடி. அழிவழக்கு - கள்ள நியாயம். களங்கம் - குழப்பம்.

பொழிப்புரை:

தனக்கு என்று உவமை இன்றி நிற்கும் நிறைவுடைய தனிப்பொருளே! தன்னந்தனி முதற்பொருளே! எனக்கு என்று நினைத்துக்கொண்டிருந்த உடலும் பொருளும் உயிரும் நின்னது என்று கொடுத்தபடி அனைத்தும் உனக்கே சொந்தமாய் இருந்தும், திருவருளின் வழிநின்று உன்னுடையதே என்று கொள்ளாமல், கள்ள நியாயம் மனதுள் புகுந்து மயக்கவும், என் அறிவுக்குக் குழப்பம் வந்தது எதனாலோ?

24. ஆசை எனும்

..322..

ஆசைஎனும் பெருங்காற்றூடு இலவம்பஞ்சு
எனவும்மனது அலையும் காலம்
மோசம்வரும்; இதனாலே கற்றதும்கேட்
டதும்தூர்ந்து, முக்திக்கு ஆன
நேசமும்நல் வாசமும்போய்ப், புலனாய்,இல்
கொடுமைபற்றி நிற்பர்; அந்தோ
தேசுபழுத்து அருள்பழுத்த பராபரமே!
நிராசைஇன்றேல் தெய்வம் உண்டோ?

அருஞ்சொற்பொருள்:

மோசம் - ஏமாற்றம். தூர்ந்து - வீணாகி. நல்வாசமும் - புண்ணியத் தலத்தில் வாழ்ந்திருப்பதும். நிராசை - அவா அறும் நிலை.

பொழிப்புரை:

அறிவாகிய ஒளி மிகுந்து, திருவருள் முதிர்ந்து திகழ்கின்ற மேலான தெய்வமே! ஆசை என்னும் பெரிய காற்றின் நடுவே மாட்டிக் கொண்ட இலவம் பஞ்சு போல எனது மனம் அலையும் காலத்து, அதற்கு ஏமாற்றம் வரும். இதனால் கற்று கேட்டுப் பெற்ற ஞானம் அனைத்தும் கெட்டு, வீடுபேற்றுக்கான அன்பும், நல்ல தலத்தில் வசிப்பதும் போய், ஐம்புலன் வழி சென்று, இல்லாத தீமையை எல்லாம் பற்றி நிற்பர். அந்தோ! அவா அறும் நிலை இல்லையேல், தெய்வம் என்ற ஒன்று அறிவுக்குப் புலப்படுமோ?

..323..

இரப்பான் அங்கு ஒருவன்அவன், வேண்டுவகேட்டு
அருள்செய்என, ஏசற் றேதான்
புரப்பான்தன் அருள்நாடி இருப்பதுபோல்,
எங்கும்நிறை பொருளே கேளாய்!

மரப்பான்மை நெஞ்சினன்யான், வேண்டுவகேட்டு
இரங்குளனவே, மௌனத் தோடுஅந்
தரப்பான்மை அருள்நிறைவில் இருப்பதுவோ?
பராபரமே சகஜ நிஷ்டை. 2

அருஞ்சொற்பொருள்:

ஏசற்று - பழிப்பற்று. புரப்பான் - காப்பவன். அந்தரப் பான்மை - ஆகாயத்தின் தன்மை. சகஜ நிஷ்டை - அசைவற்று இயல்பாய் கூடும் நிட்டை.

பொழிப்புரை:

எங்கும் நீக்கமற நிறைந்து விளங்கும் பொருளே! பராபரமே! கேட்பாயாக! பிச்சை கேட்கும் ஒருவன், பழிச்சொல்லை எதிர்நோக்காது, கொடுப்பவனின் அருளையே நாடி இருப்பதுபோல மரம் போன்ற மனமுடைய நான், வேண்டுவது கேட்டு மனம் இரங்குவாயாக! மௌனமாய் ஆகாயம் போல் உயர்ந்து காணும் தன்மையாய், அருளின் முழுமையில் இருப்பதுதான், இயல்பான நிட்டையோ?

கலிவிருத்தம்

..324..

சாட்டைஇல் பம்பர ஜாலம் போல்எலாம்
ஆட்டுவான் இறைஎன அறிந்து நெஞ்சமே!
தேட்டம்ஒன்று அற,அருள் செயலில் நிற்றியேல்,
வீட்டறம் துறவறம் இரண்டும் மேன்மையே. 3

அருஞ்சொற்பொருள்:

ஜாலம் - கூட்டம். தேட்டம் - கவலை.

பொழிப்புரை:

மனமே! சாட்டை இல்லாத பம்பரக் கூட்டம் போல, எல்லா வற்றையும் ஆட்டுபவன் இறைவன் என்று அறிந்து, கவலை ஒன்று இன்றி திருவருளில் கலந்து நிற்பதானால், இல்லறம் துறவறம் என்னும் இரண்டும் மேலான அறங்களே.

அறுசீர்க் கழிநெடிலடி ஆசிரிய விருத்தம்

..325..

தன்நெஞ்சம் நினைப்புஒழியாது, அறிவிலிநான்
    ஞானம்எனும் தன்மை பேச,
உன்நெஞ்சம் மகிழ்ந்துஒருசொல் உரைத்தனையே;
    அதனைஉன்னி உருகேன் ஐயா!
வன்நெஞ்சோ, இரங்காத மரநெஞ்சோ,
    இருப்புநெஞ்சோ, வைரம் ஆன
கல்நெஞ்சோ, அலதுமண்ணாங் கட்டிநெஞ்சோ,
    எனதுநெஞ்சம் கருதில் தானே.   4

அருஞ்சொற்பொருள்:

உன்னி - நினைந்து. வன்நெஞ்சம் - வலிய நெஞ்சம்.

பொழிப்புரை:

என் மனதில் எண்ணங்கள் ஒழியாத நிலையிலும், அறிவிலியாகிய நான், ஞானம் குறித்துப் பேச, உன் மனம் மகிழ்ந்து ஒருசொல்லால் உபதேசம் செய்தாயே! அதனை நினைந்து, ஐயனே! உருகாது இருந்தேனே! அந்த மனம் குறித்து நினைத்துப் பார்க்கும் போது, அது வலிய மனமோ? இரக்கம் சிறிதுமில்லா மரக்கட்டையால் ஆன மனமோ? இரும்பால் ஆன மனமோ? வைரத்தால் ஆன மனமோ? கல்லால் ஆன மனமோ? அல்லது மண்ணாங் கட்டியால் ஆன மனமோ? (தெரியவில்லை).

கலிவிருத்தம்

..326..

வாழி சோபனம்! வாழிநல் அன்பர்கள்!
சூழ வந்துஅருள் தோற்றமும் சோபனம்!
ஆழி போல்அருள் ஐயன் மௌனத்தால்
ஏழை யேன்பெற்ற இன்பமும் சோபனம்!   5

அருஞ்சொற்பொருள்:

சோபனம் - வாழ்த்து (வாழ்க!). ஆழி - கடல்.

பொழிப்புரை:

நல்ல மெய்யடியார்கள் வாழ்க! அடியேனைச் சூழநின்ற திருவருளின் தோற்றம் வாழ்க! கடல்போல் அருளும் ஐயன் மௌனத்தால் அறிவிலியாகிய நான் பெற்ற இன்பம் வாழ்க! இந்த மங்கள வாழ்த்து வாழ்க!

கலிநிலைத்துறை

..327..

கொடுக்கின் றோர்கள்பால் குறைவையாது; யான்எனும் குதர்க்கம்
விடுக்கின் றோர்கள்பால் பிரிகிலாது; உள்அன்பு விடாதே
அடுக்கின் றோர்களுக்கு இரங்கிடும்; தண்தமிழ் அலங்கல்
தொடுக்கின் றோர்களைச் சோதியா தபரம் ஜோதி. 6

அருஞ்சொற்பொருள்:

குதர்க்கம் - பொருளற்ற பேச்சு. பிரிகிலாது - நீங்கியிராது. அடுக்கின்றோர் - சார்ந்திருப்பவர். அலங்கல் - மாலை.

பொழிப்புரை:

மேலான சோதியாக விளங்கும் இறையானது, கொடுக்கின்றவர்களுக்கு எந்தக் குறையும் வைக்காது யான் என்னும் செருக்கை விட்டு நின்றவர்களை, விட்டு நீங்காது; உள்ளத்தில் உள்ள அன்பினால் சார்ந்திருப்போருக்கு, இரக்கம் காட்டும். தண்தமிழால் பாமாலை புனைவோரைச் சோதனைக்கு உட்படுத்தாது.

எண்சீர்க் கழிநெடிலடி ஆசிரிய விருத்தம்

..328..

உலக மாயையி லேஎளி யேன்தனை
        உழல விட்டனை யே,உடை யாய்அருள்
இலகு பேரின்ப வீட்டினில் என்னையும்
        இருத்தி வைப்பதுஎக் காலம்சொ லாய்?எழில்
திலகம் வாள்நுதல் பைந்தொடி கண்இணை
        தேக்க, நாடகம் செய்து,அடி யார்க்குஎலாம்
அலகுஇ லாவினை தீர்க்கத் துஜங்கட்டும்
        அப்ப னே;அருள் ஆனந்த ஜோதியே! 7

அருஞ்சொற்பொருள்:

உழல விட்டனையே - அலையும்படி புறக்கணித்தாயே. இலகு - விளங்கு. திலகம் - பொட்டு. வாள்நுதல் - ஒளி பொருந்திய நெற்றி. பைந்தொடி - பசிய தோள் வளையல் அணிந்த உமாதேவி. கண் இணை - இரு விழிகள். தேக்க - நிறைய. அலகுஇலா - அளவற்ற. துஜம் - கட்டும் கொடி.

பொழிப்புரை:

அழகிய பொட்டு அணிந்த ஒளி பொருந்திய நெற்றியும், பசிய தோள் வளையும் உடைய இருகண்களுடன் விளங்கும் உமாதேவியார், தனது அடியார்களிடம் தன்னுடைய திருவருள் நிறையுமாறு செய்து, அவர்களது வினைகளை நீக்கி அருள, கொடிகட்டும் தந்தையே! திருவருளும் பேரின்பமும் பயக்கும் ஒளிப்பிழம்பே! எல்லாம் உடையவனே! இந்த உலக மாயையில் எளிமை உடைய என்னை அலைய விட்டுவிட்டாய்! அருள் விளங்கும் பேரின்பமாகிய வீட்டில் என்னையும் தங்குமாறு செய்வது எக்காலத்திலோ? கூறுவாயாக!

அறுசீர்க் கழிநெடிலடி ஆசிரிய விருத்தம்

..329..

முன்னிலைச்சுட்டு ஒழிதிஎனப் பல்காலும்
நெஞ்சேநான் மொழிந்தே னே,நின்
தன்நிலையைக் காட்டாதே, என்னைஒன்றாச்
சூட்டாதே, சரண்நான் போந்த
அந்நிலையே நிலை;அந்த நிலையிலே
சித்திமுக்தி அனைத்தும் தோன்றும்;
நன்னிலைஈது அன்றிஇலை; சுகம்என்றே
சுகர்முதலோர் நாடி னாரே. 8

அருஞ்சொற்பொருள்:

முன்னிலைச் சுட்டு ஒழிதி - காணப்படுபொருளைத் தவிர்ப்பாயாக. ஒன்றாய்ச் சுட்டாதே - சீவபோகத்தை நல்காதே.

பொழிப்புரை:

காணப்படுபொருளைக் காட்டாது ஒழிவாயாக! இது குறித்து மனமே! உனக்கு நான் பலமுறையும் எடுத்துக் கூறியுள்ளேன்; நின்னுடைய நிலையைக் காட்டிக் கொள்ள வேண்டாம்; எனக்கு சீவபோதத்தை நல்க வேண்டாம்; அடைக்கலமாக நான் அடைந்த நிலையே, உண்மையான நிலை; அந்த நிலையில்தான் சித்திமுத்தி ஆகிய அனைத்தும் தோன்றும்; நல்ல நிலை சரண் அடைவதைத் தவிர வேறு இல்லை என்றே சுகர் முதலிய முனிவர்களும் அந்நிலையையே விரும்பினார்கள்.

..330..

அத்வைதம் பெறும்பேறுஎன்று அறியாமல்,
யான்எனும்பேய் அகந்தை யோடு,
மத்தமதி யினர்போல மனம்கிடப்ப
இன்னம்இன்னம் வருந்து வேனோ?

சுத்தபரி பூரணமாய், நின்மலமாய்,
அகண்டிதமாய்ச், சொரூபா னந்தச்
சக்திகள்நீங் காதவணம் தன்மயமாய்,
அருள்பழுத்துத் தழைத்த ஒன்றே! 9

அருஞ்சொற்பொருள்:

மத்த மதியினர் - பித்துப் பிடித்தவர். சத்திகள் நீங்கா வணம் - மகிமைகள் நீங்காதபடி.

பொழிப்புரை:

தூய்மையும், முழுநிறைவும், மலமற்றதும், எல்லை இல்லாததும், பேரின்ப வடிவம் உடையதும், மகிமைகள் நிறைந்ததும், தன்வசம் ஆயதும், ஆன அருளே பழுத்தது போன்றதொரு பொருளே! இரண்டற்ற தன்மையில் உன்னுடன் கலப்பதே பெரும்பேறு என்பதை அறியாமல் யான் என்னும் பேயானது தன்முனைப்பு காட்ட, பித்துப் பிடித்தவர் போல் மனம் கிடந்து தடுமாற, மேலும் மேலும் வருத்தம் அடைவேனோ?

..331..

தந்தை தாயும்நீ; என்உயிர்த்
துணையும்நீ; சஞ்சலம் அதுதீர்க்க
வந்த தேசிக வடிவுநீ;
உனை அலால் மற்றுஒரு துணைகாணேன்;
அந்தம் ஆதியும் அளப்பரும்
ஜோதியே! ஆதியே; அடியார்தம்
சிந்தை மேவிய தாயுமா
னவன்எனும் சிரகிரிப் பெருமானே! 10

அருஞ்சொற்பொருள்:

தேசிகன் - குரு. சிரகிரி - திருச்சிராப்பள்ளிக் குன்று.

பொழிப்புரை:

தொடக்கமும் முடிவும் இன்றி அளந்தறிய முடியாது விளங்கும் பெரும் ஒளிப்பிழம்பே! மூலமே! அடியார்களது எண்ணத்தில் குடிகொண்ட தாயுமானவன் என்னும் பெயருடைய திருச்சிராப்பள்ளி குன்றில் எழுந்தருளி இருக்கும் பெருமானே! தந்தையும் தாயும் நீ; என் உயிருக்கு உற்ற துணையும் நீ; மனக் கவலையைப் போக்கவந்த ஞானகுரு வடிவமும் நீ; உன்னைத் தவிர வேறு ஒரு துணையை இதுவரை நான் கண்டதில்லை.

..332..

காதில் ஓலையை வரைந்து,மேல்
குமிழையும் கறுவி,வேள் கருநீலப்
போது போன்றிடும் கண்ணியர்
மயக்கில்எப் போதுமே தளராமல்,
மாது காதலி பங்கனை,
அபங்கனை, மாடமா ளிகைசூழும்
சேது மேவிய ராமநா
யகன்தனைச் சிந்தைசெய் மடநெஞ்சே! 11

அருஞ்சொற்பொருள்:

ஓலை - காதில் அணியும் ஒரு வகை அணிகலன். வரைந்து - அணிந்து. குமிழ் - குமிழம் பூப்போன்ற மூக்கு. கறுவி - சினந்து. வேள் - மன்மதன். கருநீலப் போது - நீலமலர். கண்ணியர் - கண்களை உடைய மகளிர். மயக்கு - மயக்கம். தளராமல் - மனம் தளராமல். மாது காதலி பங்கனை - உமாதேவியை இடப்பாகத்தில் கொண்டவனை. அபங்கனை - பிரிவு அற நிற்பவனை. சேது - இராமேசுவரம்.

பொழிப்புரை:

காதில் ஓலையை அணிந்து, குமிழம்பூப் போன்ற மூக்கும் மன்மதனது கருநீலமலர் போன்ற கண்ணும் உடைய மகளிரைச் சினந்து ஒதுக்காமல், அவரது காம மயக்கத்தில் சிக்கி, எப்பொழுதும் தளர்வுறாது; உமாதேவியை இடப்

பக்கத்தில் கொண்டவனை, பிரிவற நிற்பவனை, மாட மாளிகைகளால் சூழப்பட்ட இராமேசுவரத்தில் எழுந்தருளி இருக்கும் இராமநாதனை, மனமே! நினைப்பாயாக!

எண்சீர்க் கழிநெடிலடி ஆசிரிய விருத்தம்

..333..

அண்டமுமாய்ப் பிண்டமுமாய் அளவி லாத
ஆருயிருக்கு ஓர்உயிராய் அமர்ந்தாய் ஆனால்
கண்டவர்ஆர்? கேட்டவர்ஆர்? உன்னால் உன்னைக்
காண்பதுஅல்லால் என்அறிவால் காணப்போமோ?
வண்துளபம் மணிமார்பன் புதல்வ னோடும்
மனைவியொடும் குடியிருந்து வணங்கிப் போற்றும்
புண்டரிக புரத்தினில்,நா தாந்த மௌன
போதாந்த நடம்புரியும் புனித வாழ்வே! 12

அருஞ்சொற்பொருள்:

வண்துளபம் - வளமான துளசி மாலை. மணி - கௌஸ்துபம் என்னும் மணி, அழகிய. மார்பன் - மார்பை உடைய திருமால். புதல்வன் - பிரம்மா. மனைவி - இலட்சுமிதேவி. புண்டரிகபுரம் - சிதம்பரம்.

பொழிப்புரை:

வளப்பம் பொருந்திய துளசி மாலையும் கௌத்துவம் என்னும் மணிமாலையும் அணிந்த அழகிய மார்பினை உடைய திருமால், தன் மகன் பிரம்மாவோடும், மனைவி இலட்சுமியோடும் வந்து தங்கி, வணங்கிப் போற்றும் படியான சிதம்பரத் தலத்தில் நாதமுடிவாய் விளங்கும் மௌனமாயும், அறிவு முடிவாயும் நின்று நடனம் செய்யும் மேலான வாழ்வு உடையவனே! அண்டங்களாகவும் பிண்டங்களாகவும் எண்ணற்ற உயிர்களுக்கு உயிராய் நீயே இருப்பாயானால், உன்னைக் கண்ணால் எப்படிக் காணமுடியும்? உன்னைக் குறித்து ஒருவர் கூறக் காதால் எப்படிக் கேட்க முடியும்? உன் துணையோடு உன்னைக் காண முடியுமே தவிர, என் சிற்றறிவு கொண்டு உன்னைக் காண முடியுமா?

அறுசீர்க் கழிநெடிலடி ஆசிரிய விருத்தம்

..334..

பொறியில் செறிஐம் புலக்கனியைப் புந்திக் கவரால் புகுந்துஇழுத்து,
மறுகிச் சுழலும் மனக்குரங்கு மாள வாளா இருப்பேனோ?
அறிவுக்கு அறிவாய்ப், பூரணமாய், அகண்டா னந்த மயம்ஆகிப்,
பிறிவற்று இருக்கும் பெருங்கருணைப் பெம்மா னேஎம் பெருமானே! 13

அருஞ்சொற்பொருள்:

பொறி - ஐம்பொறி. செறி - தொங்குகின்ற. ஐம்புலக் கனியை - ஐந்து புலன்களாகிய பழங்களை. புந்தி கவரால் - அறிவு என்னும் மரக் கிளைகளில். மறுகி - மயங்கி. மாள - இறந்துபட.

பொழிப்புரை:

அறிவுக்கு அறிவாகவும், முழுமையாகவும், எல்லையற்ற பேரின்பமாகவும், பிரிப்பின்றி நிற்கும் பேரருள்பெருமானே! எம் தலைவனே! ஐம்பொறிகளில் பழுத்துத் தொங்கும் ஐம்புலக் கனியை புத்தியாகிய கிளையில் ஏறிப் பறித்து, அறிவு மயங்கித் திரியும் மனமாகிய குரங்கு இறந்துபட, சும்மா இருப்பேனோ?

..335..

உரைஉணர்வு இறந்து தம்மை உணர்பவர் உணர்வின் ஊடே
கரைஇலா இன்ப வெள்ளம் காட்டிடும் முகிலே! மாறாப்
பரைஎனும் கிரணம் சூழ்ந்த பானுவே! நின்னைப் பற்றித்
திரைஇலா நீர்போல் சித்தம் தெளிவனோ சிறிய னேனே? 14

அருஞ்சொற்பொருள்:

பரை - திருவருள். பானு - சூரியன். திரை - அலை.

பொழிப்புரை:

சொல்லுக்கும் அறிவுக்கும் எட்டாது, தம்மை உணர்பவர் உணர்வில் கரையற்ற இன்ப வெள்ளமாய்க் காட்டும்

மேகமே! மாறுதலில்லாத திருவருள் என்னும் கிரணங்களால் சூழப்பட்ட சூரியனே! நினது திருவருளைப் பற்றி நீர்போல் என் அறிவில், சிறியேனாகிய நான், தெளிவு பெறுவேனோ?

..336..

கேவல சகலம் இன்றிக், கீழொடு மேலாய், எங்கும்
மேவிய அருளின் கண்ணாய் மேவிட, மேலாய் இன்பம்
தாவிட, இன்பா தீதத் தனியிடை இருத்தி வைத்த
தேஎனும் மௌனி செம்பொன் சேவடி சிந்தை செய்வாம். 15

அருஞ்சொற்பொருள்:

கேவலம் - மறப்பு. சகலம் - நினைப்பு. மேவிய - பொருந்திய. மேவிட- விளங்கிட. தாவிட - சிறக்க. தே - தெய்வம்.

பொழிப்புரை:

நினைப்பும் மறப்பும் இன்றி, கீழ் மேல் என எங்கும் பொருந்தி, அருட்கண்ணாய் விளங்க, மேலான இன்பம் வந்து பொருந்த, இன்பமிகுதியில் தனிமையில் இருக்குமாறு செய்த தெய்வம் ஆகிய மௌன குருவின் செம்பொன் போன்ற சிவந்த திருவடிகளை நினைவில் நிறுத்துவோமாக!

..337..

நேற்றுஉளார் இன்று மாளா நின்றனர்; அதனைக் கண்டும்
போற்றிலேன் நின்னை; அந்தோ போக்கினேன் வீணே காலம்;
ஆற்றிலேன்; அகண்டா னந்த அண்ணலே! அளவில் மாயைச்
சேற்றிலே இன்னம் வீழ்ந்து திளைக்கவோ சிறிய னேனே? 16

அருஞ்சொற்பொருள்:

மாளா நின்றனர் - இறக்கின்றனர்.

பொழிப்புரை:

எல்லையற்ற பேரின்பம் வழங்கும் தலைவனே! நேற்று இருந்தவர், இன்று இறந்துபடுகின்றனர். அதனைத் தெரிந்து வைத்திருந்தும், உன்னைப் போற்றி வணங்கினேன் இல்லை; அந்தோ! பொழுதை வீணாகக் கழித்து விட்டேனே! இதனை எண்ணும்போது மனம் பொறுக்கவில்லை; சிறியனேனாகிய நான், இன்னும் சேற்றிலே விழுந்து திளைத்திருத்தல் முறையோ?

கலிநிலைத்துறை

..338..

போதம் என்பதே விளக்குஒவ்வும்; அவித்தைபொய் இருள்ஆம்;
தீதுஇ லாவிளக்கு எடுத்துஇருள் தேடவும் சிக்காது;
ஆத லால்அறி வாய்நின்ற இடத்து,அறி யாமை
ஏதும் இல்லைஎன்று எம்பிரான் சுருதியே இயம்பும். 17

அருஞ்சொற்பொருள்:

போதம் - அறிவு. ஒவ்வும் - ஒக்கும். அவித்தை - அஞ்ஞானம், அறியாமை. சிக்காது - அகப்படாது. சுருதி - வேதம்.

பொழிப்புரை:

அறிவு என்பது விளக்கு போன்றது; அறியாமை என்பது இருட்டு போன்றது; குற்றமற்ற விளக்கைக் கொண்டு இருளைத் தேடினால், இருள் அகப்படாது. ஆகையால் அறிவாய் நிற்கும் இடத்து, அறியாமை இல்லை என்று, எம்பெருமானது வேதம் சொல்லும். (அறிவு, இறைவனது முற்றறிவு என்றும், அறியாமை, உயிர்களைப் பற்றியுள்ள ஆணவமலம் என்றும், கொள்க).

..339..

சுருதி யே,சிவா கமங்களே, உங்களால் சொல்லும்
ஒருத னிப்பொருள் அளவைஈது என்னவாய் உண்டோ?
பொருதி ரைக்கடல் நுண்மணல் எண்ணினும், புகலக்,
கருத எட்டிடா நிறைபொருள் அளவையார் காண்பார்? 18

அருஞ்சொற்பொருள்:

சுருதி - வேதம். பொருதிரைக் கடல் - மோதுகின்ற அலைகளை உடைய கடல்.

பொழிப்புரை:

வேதமே! *சைவ ஆகமங்களே! ஒரு தனி முதல்வனாக விளங்கும் சிவபெருமானின் பெருமைகளை உங்களால் இன்னது என்று வரையறுத்துக் கூறமுடியுமோ? மோதுகின்ற அலைகளை உடைய கடலின் கரையில் உள்ள நுண்மணலை எண்ணிச் சொன்னாலும் சொல்லி விடலாம்; ஆனால் முழுமுதற்பொருளின் பெருமை எவ்வளவு என்று சொல்ல யாரால் முடியும்?*

..340..

மின்னைப் போன்றன அகிலம்என்று அறிந்து,மெய்ப் பொருளாம்
உன்னைப் போன்றநற் பரம்பொருள் இல்லைஎன்று ஓர்ந்து,
பொன்னைப் போன்றநின் போதம்கொண்டு, உன்பணி பொருந்தா
என்னைப் போன்றுஉள ஏழையர் ஐயஇங்கு எவரே? 19

அருஞ்சொற்பொருள்:

போதம் - அறிவு. ஏழையர் - அறிவிலிகள்.

பொழிப்புரை:

ஐயனே! *இந்த உலகம் மின்னலைப் போல தோன்றி விரைந்து அழியும் தன்மை உடையது என்று அறிந்து, நிலைத்த பொருளாக உன்னைப் போன்று விளங்கும்*

பொருள் இல்லை என்று ஆராய்ந்து தெளிந்து பொன் போல் மதிப்புமிக்க நின்னால் தரப்பட்ட ஞானத்தைக் கொண்டு, உனக்கு திருப்பணி செய்யாத என்னைப் போன்ற அறிவிலி எங்கு, எவர் உளர்?

..341..

தாயும் தந்தையும் எனக்குஉறவு ஆவதும் சாற்றின்,
ஆயும் நீயும்நின் அருளும்நின் அடியரும் அன்றோ?
பேய னேன்திரு அடிஇணைத் தாமரை பிடித்தேன்;
நாய னே,எனை ஆள்உடை முக்கண்நா யகனே!

அருஞ்சொற்பொருள்:

ஆயும் - ஆராயும். நாயனே - நாயகனே, தலைவனே.

பொழிப்புரை:

தலைவனே! என்னை அடிமையாக ஏற்றுக்கொண்ட மூன்று கண்ணுடைய பெருமானே! எனக்குத் தாயும் தந்தையும் உறவும் ஆவார் எவர் எனச் சொல்லின், அவர், ஆராய்ந்து நோக்க நீயும், நினது திருவருளும், நினது அடியார் திருக்கூட்டமும் அன்றோ? அதனால் பேய்போல் திரியும் அடியேன் நினது இணையான தாமரைத் திருவடிகளைப் பற்றி நின்றேன்.

அறுசீர்க் கழிநெடிலடி ஆசிரிய விருத்தம்

..342..

காந்தமதை எதிர்காணில் கருந்தாது
செல்லும்;அந்தக் காந்தத்து ஒன்றாது
ஏய்ந்தஇடம் எங்கேதான் அங்கேதான்
சலிப்புஅறவும் இருக்கு மாபோல்

சாந்தபதப் பரம்பொருளே! பற்றுபொருள்
இருக்குமத்தால் சலிக்கும் சித்தம்;
வாய்ந்தபொருள் இல்லைஎனில் பேசாமை
நின்றநிலை வாய்க்கும் அன்றே. 21

அருஞ்சொற்பொருள்:

கருந்தாது - இரும்பு. ஒன்றாது - ஒன்றிணையாது. பற்று பொருள் - ஆசையினால் பற்ற உரிய உலகப் பொருள்கள். அத்தால் - அதனால். ஏய்ந்த இடம் - பொருந்தும் இடம்.

பொழிப்புரை:

அமைதி வடிவாய்த் திகழும் மெய்ப்பொருளே! காந்தத்தைக் கண்ட மாத்திரத்தில் இரும்பு அதனில் சென்று ஒட்டிக் கொள்ளும். ஆனாலும் அந்தக் காந்தமாகவே இரும்பு மாறாது. மனம் பொருந்தும் இடம் எங்கே இருக்கிறதோ, அங்கேதான் அது அசைவறப் பொருந்தி நிற்கும். பொறிபுலன்களால் பற்றப்படும் உலகியல் பொருள்கள் இருப்பதனாலேயே மனம் அதனைப் பற்றி நிற்கிறது; அப்பொருள்கள் இல்லையாயின், பேசாத மௌனநிலை வந்து கைகூடும் அல்லவா?

கலிநிலைத்துறை

..343..

பொற்புஉ றும்கருத் தேஅக மாய்அதில் பொருந்தக்,
கற்பின் மங்கையர் எனவிழி கதவுபோல் கவினச்,
சொற்ப னத்தினும் சோர்வுஇன்றி இருந்தநான் சோர்ந்து
நிற்ப தற்குஇந்த வினைவந்த வாறுஎன்கொல் நிமலா! 22

அருஞ்சொற்பொருள்:

பொற்பு - அழகு. அகம் - வீடு. விழி கதவு போல் கவின - கண்கள் கதவுகளைப் போல அழகு செய்ய. சொற்பனம் - சொப்பனம், கனவு. நிமலா - மலமற்றவனே.

பொழிப்புரை:

மலமற்றவனே! அழகுடைய கருத்தே வீடாக அமைய, கற்புடைய மகளிரது கண்ணானது கதவு போல் அழகு செய்ய, கனவில்கூட சோர்வு இல்லாது இருந்த நான், இப்பொழுது சோர்ந்து நிற்பதற்கு, உரிய வினையானது எவ்வாறு விளைந்தது?

..344..

வந்த வாறுஇந்த வினை,வழி இது,என மதிக்கத்
தந்த வாறுஉண்டோ உள்உணர்வு? இலை,அன்றித் தமியேன்
நொந்த வாறுகண்டு இரங்கவும் இலை,கற்ற நூலால்
எந்த வாறுஇனித் தற்பரா! உய்குவேன் ஏழை 23

அருஞ்சொற்பொருள்:

தந்தவாறு - தேவரீர் திருவருள் செய்தது. இலை - இல்லை.

பொழிப்புரை:

தோற்றம் ஒன்று இல்லா, தானே முதல்வனாய் விளங்கும் சிவபெருமானே! இந்த வினை வந்த வழி இது எனக் காட்டவில்லை; அதனைக் கழித்தற்குரிய வழிவகையும் காட்டி அருளவில்லை; நீக்கிக் கொள்வதற்குரிய அறிவையும் தரவில்லை; தமியேனது துன்பம் கண்டு இரக்கம் கொள்ளவும் இல்லை; அறிவிலியாகிய நான் கற்ற நூலறிவு கொண்டு எவ்வாறு உய்வேன்?

எண்சீர்க் கழிநெடிலடி ஆசிரிய விருத்தம்

..345..

சொல்லாலும் பொருளாலும் அளவை யாலும்
தொடரஒண்ணா அருள்நெறியைத் தொடர்ந்து நாடி,
நல்லார்கள் அவையகத்தே இருக்க வைத்தாய்;
நன்னர்நெஞ்சம் தன்நலமும் நணுகு வேனோ?

இல்லாளி யாய்,உலகோடு உயிரை ஈன்றிட்டு,
எண்ணரிய யோகினுக்கும் இவனே என்னக்,
கல்ஆலின் கீழ்இருந்த செக்கர் மேனிக்
கற்பகமே; பராபரமே; கயிலை வாழ்வே! 24

அருஞ்சொற்பொருள்:

அளவை - அனுமான அளவை. தொடர ஒண்ணா - பற்ற முடியாத. அவை - திருக்கூட்டம். நன்னர் - நல்ல. நணுகுவேனோ - அடைவேனோ. இல்லாளி - குடும்பத்தன். ஈன்றிட்டு - தோன்றச் செய்து. யோகினுக்கும் - யோக நெறிக்கும். செக்கர் மேனி - சிவந்த மேனி.

பொழிப்புரை:

நல்ல குடும்பத்தனாக இருந்து (போகியாய் இருந்து) உலகத்தையும் உடல்களையும் படைத்து அருளியும்; யோகியாய் இருந்து, உயிர்களை உய்விப்பவனாக கல்லால மரத்தின் கீழ் எழுந்தருளியும் இருக்கின்ற சிவந்த மேனி நிறம் உடையவனே! கற்பக மரம்போல் கேட்டார்க்குக் கேட்டவற்றை அருளுபவனே! மேலான தெய்வமே! கயிலை மலையில் வாழ்பவனே! சொல்லாலும் பொருளாலும் அளவையாலும் பற்ற முடியாத அருள்நெறியைப் பற்றி நிற்க, நல்ல அடியார் நடுவே இருக்குமாறு செய்தாய்; அதன் பயனாய் நல்ல மனமும், திருவடிப் பேறும் ஆகிய நன்மைகளையும் அடைவேனோ?

..346..

ஜாக்கிரமா நுதலினில்,இந் திரியம் பத்தும்,
சத்தாதி, வசனாதி, வாயு பத்தும்,
நீக்கம்இல்அந் தக்கரணம், புருஷ னோடு
நின்றதுமுப் பான்ஐந்து, நிலவும் கண்டத்து
ஆக்கியசொப் பனம்அதனில் வாயு பத்தும்,
அடுத்தனசத்து ஆதி,வச னாதி ஆக
நோக்குகர ணம்புருடன் உடனே கூட,
நுவல்லர்இரு பத்தைந்தாம் நுண்ணி யோரே. 25

அருஞ்சொற்பொருள்:

ஜாக்கிரம் - விழிப்பு நிலை (நனவு நிலை). நுதல் - நெற்றி (புருவ நடு). இந்திரியம் - பொறி. சத்தாதி - சத்தம் முதலியன. வசனாதி - வசனம் முதலியன. வாயு பத்து - காற்று பத்து. அந்தக்கரணம் - அகக் கருவி. புருஷன் - ஆள். கண்டம் - கழுத்து. சொப்பனம் - கனவு. அடுத்தன - அடுத்து இருப்பனவாகிய. நோக்கு - பார்க்கின்ற. நுவல்வர் - சொல்லுவர். நுண்ணியோர் - நுண்ணறிவு உடையோர்.

பொழிப்புரை:

புருவநடுவில் உயிர் நின்று தொழிற்படுவது நனவுநிலை எனப்படும். அதற்குரிய தத்துவங்கள் முப்பத்தைந்து. அவையாவன: அறிவுக் கருவிகள் ஐந்து தொழிற்கருவிகள் ஐந்து ஆக இந்திரியம் பத்தும்; சத்தம் முதலாகச் சொல்லப்பட்ட அறிவுப் புலன்கள் ஐந்தும்; வசனம் முதலாகச் சொல்லப்பட்ட தொழிற்புலன்கள் ஐந்தும்; வாயுக்கள் பத்தும்; அகக்கருவிகள் நான்கும்; புருடன் ஒன்றும் ஆக முப்பத்தைந்து.

கழுத்தில் உயிர் நின்று தொழிற்படுவது கனவுநிலை எனப் படும். அதற்குரிய தத்துவங்கள் இருப்பத்தைந்து. அவை யாவன: வாயு பத்தும்; சத்தம் முதலிய அறிவுப் புலன்கள் ஐந்தும்; வசனம் முதலிய தொழிற்புலன்கள் ஐந்தும்; அகக் கருவிகள் நான்கும்; புருடன் ஒன்றும் ஆக இருபத்தைந்து.

நுண்ணறிவுடையோர் கனவு, நனவு குறித்து இவ்வாறு கூறியுள்ளனர்.

விளக்கம்:

★ அறிவுக் கருவிகள் ஐந்து: மெய், வாய், கண், மூக்கு, செவி.

★ தொழிற் கருவிகள்: வாய், கை, கால், எருவாய், கருவாய் (வாக்கு, பாணி, பாதம், பாயு, உபத்தம்).

★ அறிவுப் புலன்கள்: சுவை, ஒளி, ஊறு, ஓசை, நாற்றம் (ரஸம், ரூபம், ஸ்பரிசம், சப்தம், கந்தம்).

★ தொழிற்புலன்கள்: பேசல், நடத்தல், கொடுத்தல், கழித்தல், மகப்பெறல் (வசனம், கமனம், தானம், விசர்சனம், ஆனந்தம்).

★ வாயுக்கள்: உயிர்க்காற்று, மலக்காற்று, தொழிற்காற்று, ஒலிக்காற்று, நிரவுக்காற்று, தும்மற்காற்று, விழிக்காற்று, கொட்டாவிக்காற்று, இமைக்காற்று, வீங்கற்காற்று.

(பிராணன், அபானன், வியானன், உதானன், சமானன், நாகன், கூர்மன், கிருகரன், தேவதத்தன், தனஞ்சயன்).

★ அகக்கருவிகள் (அந்தக்கரணம்): மனம், புத்தி, அகங் காரம், சித்தம்

★ புருடன் - ஆக 35.

இவை நனவில் தொழிற்படும். மேற்கூறியவற்றுள் புறக்கருவிகள் எனப்படும் இந்திரியங்கள் பத்தும் தவிர, மீதமுள்ள 25-ம் கனவில் தொழிற்படும்.

..347..

சுஷுப்திஇத யம்தனில்பி ராணம், சித்தம்,
 சொல்லரிய புருஷனுடன் மூன்றது ஆகும்;
வழுத்தியநா பியில்துரியம் பிராண னோடு
 மன்னுபுரு ஷனும்கூட வயங்கா நிற்கும்,
அழுத்திடும்மூ லம்தன்னில் துரியா தீதம்
 அதனிடையே புருஷன்ஒன்றி அமரும்; ஞானம்
பழுத்திடும்பக் குவர்அறிவர் அவஸ்தை ஐந்தில்
 பாங்குபெறக் கருவிநிற்கும் பரிசுதானே.   26

அருஞ்சொற்பொருள்:

சுஷுப்தி - உறக்கம். வழுத்திய - சொல்லப்பட்ட. நாபி - தொப்புள். அழுத்திடும் - உறுதிப்படுத்துகிற. மூலம் - மூலாதாரம். ஒன்றி அமரும் - பொருந்தி இருக்கும். ஞானம் பழுத்திடும் - நிறை ஞானம் கூடும். பக்குவர் - பரிபக்குவர்கள். அவஸ்தை - அனுபவ நிலை. பாங்கு பெற - யதார்த்த நிலையில். கருவி நிற்கும் பரிசு - கருவிகள் ஓய்ந்து போன மேலாம் நிலை.

பொழிப்புரை:

உறக்க நிலையில் இதயத்தானத்தில் பிராணன், சித்தம், புருடன் ஆகிய மூன்று தத்துவங்கள் தொழிற்படும்.

பேருறக்க நிலையில் (துரியம்) தொப்புளில் பிராணனும் புருடனும் ஆக இரண்டு தத்துவம் தொழிற்படும். உயிர்ப் படங்கல் (துரியாதீதம்) நிலையில் மூலாதாரத்தில் புருடன் மட்டுமே நிற்கும். ஞானம் முதிரப்பெற்ற பரிபக்குவ நிலையுடையோர் இவற்றை அறிவர். அவத்தை ஐந்திலும் உண்மையான நிலையில் கருவிகள் நிற்கும் தன்மை இதுதான்.

விளக்கம்:

★ அவத்தை ஐந்து: நனவு, கனவு, உறக்கம், பேருறக்கம், உயிர்ப்பு அடங்கல் (சாக்கிரம், சொப்பனம், சுழுத்தி, துரியம், துரியாதீதம்).

கலிநிலைத்துறை

..348..

இடத்தைக் காத்திட்ட சுவாஎனப் புன்புலால் இறைச்சி
ஜடத்தைக் காத்திட்ட நாயினேன், உன்அன்பர் தயங்கும்
மடத்தைக் காத்திட்ட சேடத்தால் விசேஷமாய் வாழ.
விடத்தைக் காத்திட்ட கண்டத்தோய்! நின்அருள் வேண்டும்.   27

அருஞ்சொற்பொருள்:

சுவா - நாய். ஜடம் - உடம்பு. தயங்கும் - வசிக்கும். சேடம் - மிச்சம் (எஞ்சி நிற்கும் புண்ணியம்). விசேஷமாய் வாழ - பெருமையுடன் வாழ. காத்திட்ட - தடுத்து அருந்தின. கண்டத்தோய் - கழுத்தை உடையவனே.

பொழிப்புரை:

நஞ்சினை அருந்திய கண்டத்தை உடையவனே! இடத்தைக் காக்கும் நாய்போல இழிந்த ஊனாலும் இறைச்சியாலும் ஆன உடம்பைக் காத்துக் கிடந்தேன்; உனது அடியார்கள் தங்கும் மடத்தைக் காத்த புண்ணியத்தால், சிறப்பானதொரு வாழ்வு வாழ எனக்கு, நின் திருவருள் வேண்டும்.

..349..

வாத னைப்பழக் கத்தினால் மனம்,அந்த மனத்தால்
ஓத வந்திடும் உரை,உரைப் படிதொழில் உளவாம்,
ஏதம் அம்மனம் மாயையென் றிடில்,கண்ட எல்லாம்
ஆத ரம்செயாப் பொய்,அதற்கு ஐயம்உண் டாமோ?   28

அருஞ்சொற்பொருள்:

வாதனை - கர்மம். ஏதம் - குற்றம். ஆதரம் செயா - விரும்பத் தகாத.

பொழிப்புரை:

முந்தைய பிறப்புகளில் ஈட்டிய வினைப் பழக்கத்தால் மனமும், அந்த மனத்தால் சொல்லும், அச்சொல்லால் செயலும் என ஒன்றைப் பற்றி ஒன்று உளவாகும். குற்றத்திற்கு இடம் தரும் மனம் மாயையின் வெளிப்பாடு எனில், விரும்பத்தகாத நிலையற்ற தன்மை (பொய்) உண்டாகும் என்பதில் ஐயமுண்டோ?

..350..

ஐய வாதனைப் பழக்கமே மனம்நினை வதுதான்;
வையம் மீதினில் பரம்பரை யாதினும் மருவும்
மெய்யில் நின்று,ஒளிர் பெரியவர் சார்புற்று விளங்கிப்
பொய்யது என்பதை ஒருவி,மெய் உணருதல் போதம்.   29

அருஞ்சொற்பொருள்:

வையம் - உலகம். மருவும் - பொருந்தும். ஒருவி - நீக்கி. போதம் - ஞானம்.

பொழிப்புரை:

ஐயனே! வினையின் பயனாய், மனம் ஒன்றை விட்டு ஒன்றைப் பற்றி நிற்கும். எனவே இவ்வுலகில் வழிவழியாக எவற்றுடனும் பொருந்தும் மெய்யுணர்வின்கண் திளைக்கும் சிவனடியார்களைச் சார்ந்து நின்று, நிலையில்லாதவற்றை விட்டு நீங்கி, மெய்ப்பொருளை உணர்தல் வேண்டும்; அதுவே ஞானமாகும்.

..351..

குலம்இ லான்,குணம், குறிஇலான், குறைவுஇலான், கொடிதுஆம்
புலம்இ லான்,தனக்கு என்னஓர் பற்றுஇலான், பொருந்தும்
இலம்இ லான் மைந்தர் மனைவிஇல் லான்எவன்? அவன்சஞ்
சலம்இ லான்,முக்தி தரும்பர சிவன்எனத் தகுமே. 30

அருஞ்சொற்பொருள்:

புலம் - புலன். இலம் - இல்லம். சஞ்சலம் - கவலை.

பொழிப்புரை:

தனக்கென ஒரு சாதிகுலம் இல்லாதவனும், முக்குண வேறுபாடு இல்லாதவனும், அடையாளம் இல்லாதவனும், எந்தக் குறையும் இல்லாதவனும், கொடுமை இழைக்கும் புலன்கள் இல்லாதவனும், தனக்கு என எந்த பற்றும் இல்லாதவனும், தங்கி வாழ வீடு இல்லாதவனும், பிள்ளைகள் மனைவி என உறவுகள் இல்லாதவனும் எவனோ? அவனுக்கு மனக்கவலை இல்லை; அவன் தான் எல்லா உயிர்களுக்கும் முத்திப்பேறு அளிக்கும் மேலான சிவன் எனக் கொள்வாயாக!

..352..

கடத்தை மண்எனல் உடைந்தபோ தோ?இந்தக் கரும
ஜடத்தைப் பொய்எனல் இறந்தபோ தோசொலத் தருமம்;
விஷத்தை நல்லமிர் தாஉண்டு, பொன்பொது வெளிக்கே
நடத்தைக் காட்டி, எவ் உயிரையும் நடப்பிக்கும் நலத்தோய்! 31

அருஞ்சொற்பொருள்:

கடம் - மண்குடம். ஜடம் - உடம்பு. பொன்பொது - பொன்னம்பலம். வெளி - சிதாகாசம். நடத்தை - நடனத்தை.

பொழிப்புரை:

ஆலகால விடத்தை நல்ல அமுதம் என உண்டு, பொன்னம்பலமாகிய சிதாகாசத்தில் தனது ஐந்தொழில்

நடனத்தை நிகழ்த்தி எல்லா உயிர்களையும் இயக்கிக் கொண்டிருக்கும் நன்மை உடையோய்! மண்குடம் உடைந்த பிறகு, அதனை மண் என உணர்தல் அறமாகுமா? அது போல வினையால் வந்த உடலை இறந்தபோது ஜடம் என உணர்தல் அறமும் அறிவுடை செயலும் ஆகுமோ?

அறுசீர்க் கழிநெடிலடி ஆசிரிய விருத்தம்

..353..

நான்எனவும் நீஎனவும் இருதன்மை
    நாடாமல், நடுவே சும்மா
தான்அமரும் நிலைஇதுவே சத்தியம்சத்
    தியம்என,நீ தமிய னேற்கு
மோனகுரு ஆகியும்கை காட்டினையே,
    திரும்பவும்நான் முளைத்துத் தோன்றி,
மானதமார்க் கம்புரிந்துஇங்கு அலைந்தேனே;
    பரந்தேனே; வஞ்ச னேனே.   32

அருஞ்சொற்பொருள்:

மானத மார்க்கம் - மனம் போன வழி. பரந்தேன் - பரவினேன்.

பொழிப்புரை:

நான் எனவும், நீ எனவும் இரண்டு என்று கொள்ளாமல், பொதுவான ஒருதன்மையில் சும்மா இருப்பதுவே உண்மை உண்மை என்று தனியேனுக்கு மௌனகுருவாய் வந்து கைகாட்டி (சைகை காட்டி) அருள் செய்தாய். நான் அதை பொருட்படுத்தாது, மனம் கிளைத்துச் செல்ல, அதன்வழி சென்று, அலையலுற்றேன்; வஞ்சகனாகி பரந்து விரிந்து சென்றேனே.

..354..

தன்மயம், சுபாவம், சுத்தம், தண்அருள் வடிவம், சாந்தம்,
மின்மயம் ஆன அண்ட வெளிஉரு ஆன பூர்த்தி,
என்மயம் எனக்குக் காட்டாது எனைஅப கரிக்க வந்த
சின்மயம், அகண்டா காரம், தக்ஷிணா திக்க மூர்த்தம். 33

அருஞ்சொற்பொருள்:

மின்மயம் ஆன - மின்னல் போன்ற. என்மயம் - எனது சீவனின் நிலை.

பொழிப்புரை:

தென்திசையை நோக்கி எழுந்தருளி இருக்கும் தட்சிணா மூர்த்தமானது, எல்லாவற்றுடனும் நீக்கமற நிறைந்து நிற்கும் இயல்பு உடையது. அது தானும் தூய்மை உடையதாய், தன்னைச் சாரும் அனைத்தையும் தூய்மைப் படுத்துவதாய், குளிர்ந்த பேரருளே வடிவமாய், சாந்த குணம் உடையதாய், மின்னல் போல் தோன்றி மறையும் தன்மை உடைய அண்டத்தில் பரவி நிற்கும் பூரணத்துவம் உடையதாய் எனது நிலையை எனக்குக் காட்டாது, என்னை விழுங்க வந்த அறிவுமயமாய் எல்லையற்றதாய் விளங்கும் பொருளாகும்.

கலிநிலைத்துறை

..355..

சிற்ற ரும்புஅன சிற்றறி வாளனே! தெளிந்தால்
மற்றுஅ ரும்புஎன, மலர்எனப், பேரறிவு ஆகிக்,
கற்றுஅ ரும்பிய கேள்வியால் மதித்திடக், கதிச்சீர்
முற்றுஅ ரும்பிய மௌனியாய்ப் பரத்திடை முளைப்பான். 34

அருஞ்சொற்பொருள்:

கற்று அரும்பிய - கற்க வேண்டியவற்றைக் கற்று. மதித்திட - யாவரும் மதிக்கும்படி. கதிச்சீர் முற்று அரும்பிய - நற்கதிக்கு உரிய சிறந்த குணங்கள் முழுவதும் வாய்க்கப் பெற்று. முளைப்பான் - போய்ச் சேருவான்.

பொழிப்புரை:

சிறிய அரும்பு போன்ற சிற்றறிவு உடையோரை ஆளும் தன்மை உடையவனே! சிற்றரும்பு என்னும் நிலையில் தெளிவு பெற்றால் அது பேரரும்பு ஆகும். பின்னர் மலர் என பேரறிவாகும். கற்க வேண்டியவற்றைக் கற்று, கேட்க வேண்டியவற்றைக் கேட்டால் பலரும் மதிக்குமாறு, நற்கதி அடையத் தேவையான நற்குணங்கள் அனைத்தையும் பெறலாம். பின்னர் மௌனியாய் பேசாநிலை பெற்று, பரம்பொருளிடம் சென்று சேரலாம்.

..356..

மயக்கு சிந்தனை, தெளிவுஎன, இருநெறி வகுப்பால்
நயக்கும் ஒன்றன்பால் ஒன்றுஇலை எனல்நல வழக்கே;
இயக்கம் உற்றிடும் மயக்கத்தில் தெளிவுஉறல் இனிதுஆம்;
பயக்க வல்லதுஓர் தெளிவுஉடை யவர்க்குஎய்தல் பண்போ? 35

அருஞ்சொற்பொருள்:

மயக்கு சிந்தனை - மயக்க அறிவு. நயக்கும் - விரும்பும். இயக்கம் - சஞ்சாரம்.

பொழிப்புரை:

மயக்க அறிவும், தெளிந்த அறிவும் என இரண்டு நிலை இருப்பதால், ஒன்றை விரும்புபவரிடம் மற்றொன்று இருப்பது இல்லை; இது உலக வழக்கம்தான்; மயக்க உணர்வில் சஞ்சரித்துப் பின்னர் தெளிவு பெறுதல் இனிமை உடையது; ஆனால் தெளிவு பிறந்தவர் மயக்கம் உறுவது பண்பாகுமோ? (ஆகாது).

அறுசீர்க் கழிநெடிலடி ஆசிரிய விருத்தம்

..357..

அருள்வடிவு ஏழும் மூர்த்தம்; அவைகள்சோ பானம் என்றே
சுருதிசொல் லியவாற் றாலே தொழும்தெய்வம் எல்லாம் ஒன்றே;
மருள்எனக்கு இல்லை முன்பின் வரும்நெறிக்கு; இவ்வ ழக்குத்
தெருளின்முன் னிலைஆம் உன்னைச் சேர்ந்துயான் தெளிகின் றேனே. 36

அருஞ்சொற்பொருள்:

சோபானம் - படிகள். தெருள் - தெளிவு. முன்னிலையாம் உன்னை - முன் வந்து நிற்கும் தேவரீரை.

பொழிப்புரை:

சுத்தவித்தை, ஈசுவரன், சதாசிவம், விந்து, நாதம், சத்தி, சிவன் என்னும் ஏழு அருள்உருவங்களை முதல்வன் கொள்கிறான். இவைகளே படிகள் என்று வேதம் சொல்லிய வழியிலே வழிபட தெய்வம் ஒன்றே ஆகும். இதில் எனக்கு மயக்கம் இல்லை. இந்தத் தெளிவு என்னிடம் இருப்பதால், தெளிவின் முன்னிலையாக நிற்கும் உன்னைச் சார்ந்து அடியேனும் தெளிவாய் இருக்கிறேன்.

எழுசீர்க் கழிநெடிலடி ஆசிரிய விருத்தம்

..358..

எத்தனைப் பிறப்போ, எத்தனை இறப்போ,
எளியனேற்கு இதுவரை அமைத்தது;
அத்தனை எல்லாம் அறிந்தநீ அறிவை;
அறிவிலி அறிகிலேன்; அந்தோ
சித்தமும் வாக்கும் தேகமும் நினவே;
ஜென்மமும் இனிஎனால் ஆற்றா,
வைத்திடுஇங்க என்னை நின்அடிக் குடியா;
மறைமுடி இருந்தவான் பொருளே! 37

அருஞ்சொற்பொருள்:

ஆற்றா - பொறுக்க முடியாது. அடிக்குடி - அடிமைக்குடி. மறைமுடி இருந்த வான் பொருள் - வேதமுடிவாய் விளங்கும் மேலான பொருள்.

பொழிப்புரை:

வேத முடிவாய் விளங்கும் மேலான பொருளே! எளியவனாகிய எனக்கு அமைந்த பிறப்புகள் எத்தனை? இறப்புகள் எத்தனை? அத்தனையும் அறிந்த நீ, இதனையும் அறிவாய் அல்லவா? இதனை அறிவிலியாகிய நான் அறியேன்! அந்தோ! எனது எண்ணம், சொல், செயல் அனைத்தும் நின்னுடையதே! இனிப் பிறப்பு எடுக்க என்னால் முடியாது. எனவே என்னை, நினது திருவடியின் கீழ் வாழும் குடியாக வைத்தருள்வாயாக!

..359..

வான்பொருள் ஆகி, எங்கும்நீ இருப்ப,
வந்துஎனைக் கொடுத்து,நீ ஆகாது,
ஏன்பொருள் போலக் கிடக்கின்றேன்; முன்னை
இருவினை வாதனை அன்றோ?
தீன்பொருள் ஆன அமிர்தமே, நின்னைச்
சிந்தையில் பாவனை செய்யும்
நான்பொருள் ஆனேன்; நல்லநல் அரசே
நான்இறந்து இருப்பது நாட்டம். 38

அருஞ்சொற்பொருள்:

தீன் பொருள் - பருகும் பொருள். நான் இறந்து இருப்பது நாட்டம் - நான் சீவபோதம் அற்று இருப்பது குறிக்கோள்.

பொழிப்புரை:

நல்ல பெரிய அரசனே! உயர்ந்த பொருளாகி, எல்லாவற்றிலும் எக்காலத்திலும் நீ நீக்கமற நிறைந்திருக்கவும், உன்னிடம் அடைக்கலம் புகுந்து, என்னை உன் அடிமையாகக் கொடுத்தும், உன்னைப் போல் அறிவுடைப் பொருள்

ஆகாது, ஏன் இன்னும் அறிவற்ற பொருளாய்க் கிடக் கின்றேன்? இதுவும் முந்தைய பிறப்புகளின் நல்வினை தீவினைகளால் வந்தவாதனையோ?

பருகும் பொருளான அமுதமே! நின்னை எனது நினைப்பில் எப்பொழுதும் பாவித்துக் கொண்டிருக்கும் நானும் அறிவுப் பொருள் ஆனேன். நான் தற்போதம் (சீவபோதம்) அற்று இருப்பதே எனது குறிக்கோள் ஆகும். (பாடலின் முதற்பகுதி உலகருக்குச் சொன்னது; பிற்பகுதி தன் நிலை குறித்துச் சொன்னது).

..360..

நாட்டம்மூன்று உடைய செந்நிற மணியே;
    நடுவுறு நாயக விளக்கே;
கோட்டம்இல் குணத்தோர்க்கு எளியநிர்க் குணமே;
    கோதுஇலா அமிர்தமே; நின்னை
வாட்டம்இல் நெஞ்சம் கிண்ணமாச் சேர்த்து,
    வாய்மடுத்து அருந்தினன்; ஆங்கே
பாட்டுஅளி நறவம் உண்டுஅயர்ந் ததுபோல்
    பற்றுஅயர்ந்து இருப்பதுஎந் நாளோ?   39

அருஞ்சொற்பொருள்:

நாட்டம் - கண். கோட்டம் இல் - குற்றமற்ற. வாட்டம் இல் - வாடுதல் இல்லாத. பாட்டு அளி - பாடும் வண்டு. நறவம் - தேன். பற்று அயர்ந்து இருப்பது - பற்று விட்டு இருப்பது.

பொழிப்புரை:

மூன்று கண்களுடன் விளங்கும் செம்மை நிற மாணிக்க மணி போன்ற மேனி நிறம் உடையவனே! யாவற்றுக்கும், யாவர்க்கும், நடுநாயகமாக விளங்கும் விளக்குச் சுடரே! குற்றமில்லாத, நற்குணம் வாய்க்கப் பெற்றோருக்கு, எளிமை உடைய, முக்குண வசப்படாத பொருளே! குற்றமில்லாத நல்ல அமுதமே! வாட்டம் இல்லாத

மனத்தைக் கிண்ணமாக்கி, உன்னை வாய்வைத்துப் பருகி மகிழ்ந்தேன். அங்கே பாடும் வண்டுகள் தேன் உண்டு, மயங்கிக் கிடப்பது போல அடியேன் பற்று விட்டு இருப்பது எந்த நாளோ?

..361..

என்னுடை உயிரே; என்உளத்து அறிவே;
என்னுடை அன்புஎனும் நெறியாய்;
கன்னல்முக் கனி,தேன், கண்டு,அமிர்து என்னக்
கலந்து,எனை மேவிடக் கருணை
மன்னிய உறவே; உன்னைநான் பிரியா
வண்ணம்,என் மனம்எனும் கருவி
தன்னது வழியற்று, என்உழைக் கிடப்பத்
தண்அருள் வரமது வேண்டும். 40

அருஞ்சொற்பொருள்:

எனை மேவிட - என்னுடன் கூடி வாழ. தன்னது வழி அற்று - தன் போக்கில் போகாது. என் உழைக் கிடப்ப - என்னிடத்து உறுதியாகத் தங்க.

பொழிப்புரை:

எனது உயிரே! என் உள்ளத்து அறிவே! என்னுடைய அன்புக்கு வசப்படும் கொள்கை உடையவனே! கரும்பு, முக்கனி, தேன், கற்கண்டு, அமுதம் ஆகியவை போல என்னுடன் இன்பமுறக் கலந்து, என்னோடு கூடிவாழ, பேரருளாய் நிலைத்த பெருவாழ்வே! உன்னை விட்டு நான் எப்பொழுதும் பிரியாதபடி எனது மனமாகிய அகக் கருவி, தனது போக்கில் போகாது, என்னிடத்து உறுதி படத் தங்கி இருக்குமாறு, நினது குளிர்ந்த அருளாகிய வரத்தை அருளுதல் வேண்டும்.

25. எனக்கு எனச் செயல்

கலிநிலைத்துறை

..362..

எனக்குஎ னச்செயல் வேறுஇலை, யாவும்இங்கு ஒருநின்
தனக்குஎ னத்தகும்; உடல்பொருள் ஆவியும் தந்தேன்;
மனத்த கத்துஉள அழுக்குஎலாம் மாற்றி,எம் பிரான்நீ
நினைத்தது எப்படி, அப்படி அருளுதல் நீதம் 1

அருஞ்சொற்பொருள்:

அழுக்கு - மாசு (மும்மல அழுக்கு எனவும் கொள்ளலாம்). நீதம் - முறைமை.

பொழிப்புரை:

எம்பெருமானே! நீ என் மனத்திலுள்ள மாசு அனைத்தையும் போக்கி, உன் நினைப்பு எப்படியோ, அப்படி எனக்கு அருள் செய்தல் வேண்டும். ஏனெனில் எனக்குஎன இங்கு வேறு செயல்கள் இல்லை; உடல், பொருள், ஆவி மூன்றையும் உன்னிடம் ஒப்படைத்து விட்டேன்; அதனால் என் செயல்கள் அனைத்தும் உன் செயல்களாய் முடியும் அல்லவா?

..363..

உளவுஅ றிந்துஎலாம் நின்செயல் ஆம்என உணர்ந்தோர்க்கு
அளவுஇல் ஆனந்தம் அளித்தனை; அறிவுஇலாப் புன்மைக்
களவு நாயினேற்கு இவ்வணம் அமைத்தனை; கருத்துத்
தளரும் தன்மைஇங்கு ஆரொடு புகலுவேன் தக்கோய்! 2

அருஞ்சொற்பொருள்:

உளவு அறிந்து - உள்ளதை உள்ளபடி அறிந்து. களவு நாயினேன் - என்னை வேறாகக் கருதிக் கொள்ளும் கள்ளத்தனம் உடைய நாய் போன்ற கடையேனுக்கு. கருத்து தளரும் தன்மை - சிரத்தை இல்லாத தன்மை.

பொழிப்புரை:

எல்லாத் தகுதியும் உடையவனே! உள்ளதை உள்ளபடி அறியும் அறிவுடையோர், எல்லாம் நின்செயல் என்பதை உணர்வர். அவர்களுக்கு அளவில்லாத பேரின்பத்தைத் தந்தாய்; அறிவு இல்லாத கீழ்மைக் குணம் உடைய என்னை உன்னின் வேறாகக் கருதும் கள்ளத்தனம் உடைய நாய் போன்ற எனக்கு சிரத்தை இல்லாத தன்மையைத் தந்தாய்; இதனை யாரிடம் எடுத்துரைப்பேன்.

..364..

என்னைத் தான்இன்ன வண்ணம்என்று அறிகிலா ஏழை,
தன்னைத் தான்அறிந் திடஅருள் புரிதியேல், தக்கோய்!
பின்னைத் தான்நின்தன் அருள்பெற்ற மாதவப் பெரியோர்
நின்னைத் தான்நிகர் ஆர்?என வாழ்த்துவர் நெறியால். 3

அருஞ்சொற்பொருள்:

நின்னைத்தான் நிகர் ஆர் - உனக்கு ஒப்பாவார் யாருமில்லை. நெறியால் - முறையாக.

பொழிப்புரை:

எல்லாத் தகுதியும் உடையோய்! நான் எப்படிப்பட்டவன் என்பதை, நானே அறியாத அறிவிலியாய் இருக்கிறேன்; எனது தன்மை இன்னது என அறியும் அறிவை எனக்குத் தந்து அருளுவாயாயின், அதன்பிறகு நினது திருவருளைப் பெற்ற பெரிய தவசிகளாகிய பெரியோர், 'உனக்கு நிகராவார் யாருளர்?' என என்னை முறையாக வாழ்த்துவர்.

..365..

ஏதம் இன்றித்தன் அடியிணைக்கு அன்புதான் ஈட்டும்
காதல் அன்பர்க்குக் கதிநிலை ஈதுஎனக் காட்டும்
போத, நித்திய; புண்ணிய; எண்ணரும் புவன
நாத; தற்பர; நான்எவ்வாறு உய்குவேன்? நவிலாய். 4

அருஞ்சொற்பொருள்:

ஏதம் - குற்றம். கதி - முத்தி. போத - அறிஞனே. தற்பர - தன்னில் தானாய் இருப்பவனே.

பொழிப்புரை:

குற்றமின்றி நினது இணையான திருவடிகளுக்கு அன்பு செலுத்தும், காதல் மிகுதியும் உடைய மெய்யன்பர்க்கு முத்தி நிலை இது என்று காட்டும் அறிஞனே! நிலைத்த பொருளே! புண்ணியனே! எண்ணிச் சொல்ல முடியாத புவனங்கள் அனைத்துக்கும் தலைவனே! தன்னில் தானாய் இருப்பவனே! நான் எவ்வாறு பிழைப்பேன்; கூறுவாயாக!

..366..

வேதம் எத்தனை? அத்தனை சிரத்தினும் விளங்கும்
பாத; நித்திய; பரம்பர; நிரந்தர; பரம;
நாத; தற்பர; சிற்பர வடிவமாய் நடிக்கும்
நீத; நிர்க்குண! நினைஅன்றி ஒன்றும்நான் நினையேன்.

அருஞ்சொற்பொருள்:

சிரம் - உபநிடதம். பாத - திருவடி உடையவனே.

பொழிப்புரை:

மறைகள் எத்தனை? அதன் முடிபுகள் எத்தனை? அத்தனையாய் விளங்கும் திருவடிகள் உடையவனே! நிலையானவனே! மேன்மைக்கும் மேன்மையானவனே! எல்லாக் காலத்திலும் நிரந்தரமாய்த் திகழ்பவனே! பரமனே! நாதமாய் விளங்குபவனே! தன்னில் தானாய் விளங்குபவனே! மேலான தூயஅறிவு கொண்டு பலப் பல வடிவம் தாங்கும் முறைமை உடையவனே! முக்குண வேறுபாடு அற்றவனே! உன்னைத் தவிர அடியேன் வேறொன்றையும் நினைக்க மாட்டேன்.

..367..

நெறிகள் தாம்பல பலவுமாய், அந்தந்த நெறிக்குஆம்
செறியும் தெய்வமும் பலபல ஆகவும், செறிந்தால்
அறியும் தன்மைஇங்கு ஆர்?உனை அறிவினால் அறிந்தோர்
பிறியும் தன்மைஇல் லாவகை கலக்கின்ற பெரியோய்! 6

அருஞ்சொற்பொருள்:

செறியும் - பொருந்தும். அறிவினால் அறிந்தோர் - மெய்ஞ்ஞானிகள். கலக்கின்ற - ஞானிகள் மூலம் வெளிப்படுகின்ற.

பொழிப்புரை:

உன்னை அறிவினால் அறிந்த மெய்ஞ்ஞானிகளை விட்டு நீங்காத தன்மையால், அந்த ஞானிகள் மூலம் வெளிப் படுகின்ற பெருமை உடையோய்! உலகில் நெறிகள் பலவாகவும், அந்தந்த நெறிகளுக்குப் பொருந்தும் தெய்வங்கள் பலவாகவும் இருக்க, உன் பெருமைகளை அறிந்தார், இங்கு எவர் உளர்?

..368..

பெரிய அண்டங்கள் எத்தனை அமைத்து,அதில் பிறங்கும்
உரிய பல்லுயிர் எத்தனை அமைத்துஅவைக்கு உறுதி
வருவது எத்தனை அமைத்தனை, அமைத்துஅருள் வளர்க்கும்
அரிய தத்துவ! எனக்குஇந்த வண்ணம்ஏன் அமைத்தாய்? 7

அருஞ்சொற்பொருள்:

பிறங்கும் - விளங்கும். உறுதி வருவது - நிலைபெறுவதற்கான சூழ்நிலை. எனக்கு இந்த வண்ணம் ஏன் அமைத்தாய் - என்னை மட்டும் ஏன் பாராமுகமாய் விட்டுவிட்டாய்.

பொழிப்புரை:

எத்தனையோ பல பெரிய அண்டங்களை அமைத்தாய்; அவ்வண்டங்களில் எத்தனையோ உயிர்களுக்கு உடம்பு தந்து, அவ்வுயிர்கள் அவ்வுடம்பில் இருந்து வாழ எத்தனை

சூழல்களை அமைத்தாய்; இவ்வாறெல்லாம் படைத்து அவற்றிடம் அருளை வளர்க்கும் அரிய தத்துவம் கடந்த பொருளே! என்னையும் அதுபோலப் படைத்த நீ, என்னிடம் ஏன் பாராமுகமாய் நடந்து கொள்கிறாய்?

..369..

கணம தேனும்நின் காரணம் தன்னையே கருத்தில்
உணரும் மாதவர்க்கு ஆனந்தம் உதவினை; ஒன்றும்
குணம்இ லாதபொய் வஞ்சனுக்கு எந்தை;நிர்க் குண;மா
மணம்உ லாம்மலர்ப் பதம்தரின் யார்உனை மறுப்பார்?   8

அருஞ்சொற்பொருள்:

கணம் - ஒருகண நேரம். மாதவர் - பெரிய தவசிகள். வஞ்சகன் - வஞ்ச நெஞ்சம் உடையவன். மணம் உலாம் - மணம் கமழ்கின்ற. பதம் - திருவடி.

பொழிப்புரை:

எம்தந்தையே! முக்குண வேறுபாடு அற்றவனே! எல்லாக் கணமும் நின்னையே கருத்தில் கொள்ளும் பெரிய தவசிகளுக்கு பேரின்பம் தந்து உதவி செய்தாய்; எந்த நல்ல குணமும் இல்லாத கள்ள நெஞ்சம் உடைய வனாகிய எனக்கு, பெரிதும் மணம் வீசும் நினது திருவடி மலர்களைத் தந்து உதவினால், யார் வந்து உன்னைத் தடுக்கப் போகிறார்கள்?

..370..

கன்னல், முக்கனி, கண்டு,தேன், சருக்கரை கலந்தது
என்ன, முக்தியில் கலந்தவர்க்கு இன்பமாய் இருக்கும்
நன்ன லத்தநின் நற்பதம் துணைஎன நம்பச்
சொன்ன வர்க்கு,எனால் ஆம்கைம்மாறு இல்லை;என் சொல்வேன்?   9

அருஞ்சொற்பொருள்:

கலந்தது என்ன - கலந்ததுபோல. நன்னலத்த - மேலான மகிமையுடைய.

பொழிப்புரை:

கரும்பு, முக்கனி, கற்கண்டு, தேன், சருக்கரை ஆகிய இவைபோல் முத்திப்பேற்றில் கலந்தவர்க்கு இன்பம் பயக்கும் மேலான மகிமை உடையோய்! நினது நல்ல திருவடிகளே துணை என நம்புமாறு, எடுத்துக் கூறிய எம் குருநாதருக்கு என்னால் ஆகவேண்டியது ஒன்றும் இல்லை; இதற்கு நான் என் சொல்லுவேன்?

..371..

தந்தை, தாய்,தமர், மகவுஎனும் அவைஎலாம் ஜகத்தில்
பந்தம்ஆம் என்றே, அருமறை வாயினால் பகர்ந்த
எந்தை நீ,எனை இன்னம்அவ் அல்லலில் இருத்தில்
சிந்தை தான்தெளிந்து எவ்வணம் உய்வணம்? செப்பாய். 10

அருஞ்சொற்பொருள்:

தமர் - உறவினர். ஜகம் - உலகம். இருத்தில் - அழுத்தினால்.

பொழிப்புரை:

தந்தை, தாய், உறவினர், பிள்ளைகள் எனும் இவை அனைத்தும் உலகில் தளை என்று அரிய வேதத்தின் மூலம் எடுத்துரைத்த எம் தந்தை நீ. என்னை இன்னும் அத்துன்பத்தில் அழுத்துவை ஆயின், என் அறிவில் தெளிவு பெற்று உய்வது எப்படி? கூறுவாயாக!

..372..

துய்யன், தண்அருள் வடிவினன், பொறுமையால் துலங்கும்
மெய்யன் என்று,உனை ஐயனே அடைந்தனன்; மெத்த
நொய்யன், நுண்ணிய அறிவிலன், ஒன்றைநூறு ஆக்கும்
பொய்யன், என்றுஎனைப் புறம்விடின் என்செய்வேன்? புகலாய். 11

அருஞ்சொற்பொருள்:

துய்யன் - தூய்மையானவன். நொய்யன் - அற்பன்.

பொழிப்புரை:

ஐயனே! நீ, தூய அறிவுடையவன்; குளிர்ந்த அருள் வடிவினன்; பொறுமை என்னும் குணத்தால் விளக்கமுறும் மெய்ம்மையானவன்; என்று உன்னை வந்து அடைந்தேன்;

நானோ மிகவும் அற்பன்; நுண்ணறிவு இல்லாதவன்; ஒரு பொய்யைக் காப்பாற்ற நூறு பொய் கூறும் பெரும் பொய்யன்; என்று என்னைத் தள்ளிவிட்டால், அடியேன் என்ன செய்வேன்? கூறுவாயாக!

..373..

ஒன்ற தாய்ப்,பல வாய்,உயிர்த் திரட்குஎலாம் உறுதி
என்ற தாய்,என்றும் உள்ளதாய், எவற்றினும் இசைய
நின்ற தாய்,நிலை நின்றிடும் அறிஞ!என் நெஞ்சம்
மன்ற தாய்,இன்ப உருக்கொடு நடித்திடின் வாழ்வேன். 12

அருஞ்சொற்பொருள்:

அறிஞ - அறிஞனே! மன்று - சபை, அம்பலம்.

பொழிப்புரை:

ஒன்றாயும், பலவாயும், உயிர்க்கூட்டங்களுக்கு எல்லாம் உறுதி தருவதாயும், என்றும் உள்ள பொருளாயும், எல்லா வற்றோடும் பொருந்தி நிற்கும் தன்மை உடையதாயும், நிலைத்து நிற்கும் அறிஞனே! என் மனம் அம்பலமாய், அங்கு எழுந்தருளி, பேரின்பக் கூத்து நிகழ்த்திடின், அடியேன் வாழ்ந்தவன் ஆவேன்.

..374..

தனிஇ ருந்து,அருள் சஹஜமே பொருந்திடத், தமியேற்கு
இனிஇ ரங்குதல் கடன்,இது சமயம்,என் இதயக்
கனிவும் அப்படி ஆயினது; ஆதலால் கருணைப்
புனித! நீயறி யாததுஒன்று உள்ளதோ? புகலாய்.   13

அருஞ்சொற்பொருள்:

சஹஜம் - சகச நிட்டை. (உள்முகமாய் ஒப்பற்ற பேரின்பத்தில் இடைவிடாது அழுந்துதல்).

பொழிப்புரை:

தனியே இருக்கவும், சகச நிட்டை கூடவும், தமியனாகிய எனக்கு அருள்செய்ய வேண்டியது உனது கடமை; அதற்குரிய தருணம் இது; எனது இதயத்தில் அதற்கான பக்குவமும் வந்து விட்டது; ஆகையால் பேரருள் தூயோனே! நீ அறியாதது என்று ஏதேனும் ஒன்று உண்டோ? கூறுவாயாக!

..375..

திருந்து சீர்அடித் தாமரைக்கு அன்புதான் செய்யப்
பொருந்து நாள்,நல்ல புண்ணியம் செய்யும்நாள்; பொருந்தாது
இருந்த நாள்,வெகு தீவினை இழைத்தநாள்; என்றால்
அருந்த வா!உனைப் பொருந்துநாள் எந்தநாள் அடிமை?   14

அருஞ்சொற்பொருள்:

அருந்தவா - அரிய தவம் உடையவனே.

பொழிப்புரை:

அரிய தவம் உடையவனே! திருந்திய சிறப்பு மிகுந்த திருவடித் தாமரைக்கு அன்பு செய்ய வாய்ப்பு கிடைக்கும் நாள், நல்ல புண்ணியம் செய்த நாளாகும்; வாய்ப்பு கிடைக்காத நாள், மிகுந்த பாவம் செய்த நாளாகும்; எனவே அடிமையாகிய நான் உன்னோடு சேரும் நாள் எந்த நாளோ?

..376..

பின்னும், முன்னுமாய், நடுவுமாய், யாவினும் பெரியது
என்னும் தன்மையாய், எவ்வுயிர்த் திரளையும் இயக்கி,
மன்னும் தண்அருள் வடிவமே! உனக்குஅன்பு வைத்தும்
துன்னும் இன்னல்ஏன்? யான்எனும் அகந்தைஏன்? சொல்லாய். 15

அருஞ்சொற்பொருள்:

துன்னும் - மிகுதியான. இன்னல் ஏன் - துன்பம் ஏன் வந்தது.

பொழிப்புரை:

எல்லாவற்றுக்கும் பின்னுமாகவும்; முன்னுமாகவும்; நடுவுமாகவும்; எல்லாவற்றையும்விட பெரியதுமாகவும்; உயிர்க்கூட்டம் அத்தனையும் இயங்கச் செய்தும்; நிலை பெற்று விளங்கும் குளிர்ந்த அருள் வடிவமே! உன் மீது அன்பு வைத்த பிறகும் நெருக்கும் துன்பம் ஏன் வருகிறது? நான் என்னும் அகங்காரம் ஏன் வருகிறது? கூறுவாயாக!

..377..

மின்னை அன்னபொய் வாழ்க்கையே நிலைஎன மெய்ஆம்
உன்னை நான்மறந்து, எவ்வணம் உய்வணம் உரையாய்;
முன்னை வல்வினை வேர்அற முடித்து,என்றும் முடியாத்
தன்னைத் தன்அடி யார்க்குஅருள் புரிந்திடும் தக்கோய்! 16

அருஞ்சொற்பொருள்:

மின்னை அன்ன - மின்னலை ஒத்த. முடியா - கெடாத.

பொழிப்புரை:

பழைய கொடிய வினை கெடுமாறு வேருடன் களைந்து, என்றும் கெடுதலில்லாத தன்னைத் தன் அடியார்களுக்குத் தந்து, அருள்புரியும் தகுதி உடையோய்! மின்னல் போல் தோன்றி மறையும் பொய்யான வாழ்வை நிலை என்று எண்ணி, மெய்ப்பொருளாய் விளங்கும் உன்னை நான் மறந்து, எப்படி உய்வேன்? கூறுவாயாக!

..378..

எம்ப ராபர, எம்உயிர்த் துணைவ!என்று இறைஞ்சும்
உம்பர் இம்பர்க்கும் உளக்கணே நடிக்கின்றாய்; உன்தன்
அம்பொன் மாமலர்ப் பதத்தையே துணைஎன அடிமை
நம்பி னேன்;இனிப் புரப்பதுஎக் காலமோ? நவிலாய். 17

அருஞ்சொற்பொருள்:

உம்பர் - வான உலகத்தவர். இம்பர் - இம்மண்ணுலகத்தவர். உளக்கணே - மனத்தில். பதம் - திருவடி. புரப்பது - காப்பது.

பொழிப்புரை:

'எம் இறைவனே! எம் உயிருக்குத் துணைவனே!' என்று வணங்கும் வானுலகத்தவர்க்கும் மண்ணுலகத்தவர்க்கும் அவர்களது உள்ளத்தில் நின்று நடிக்கின்றாய்; உனது அழகியதும் பொன் போன்றதும் ஆகிய மேலான தாமரை மலர் போன்ற திருவடியே துணை என, அடிமையாகிய நான் நம்பி இருந்தேன்; இனி என்னைக் காப்பாற்றுவது எப்பொழுதோ? கூறுவாயாக!

..379..

பாடி, ஆடி,நின்று இரங்கி,நின் பதமலர் முடிமேல்
சூடி வாழ்ந்தனர் அமல!நின் அடியர்;யான் தொழும்பன்
நாடி யே,இந்த உலகத்தை மெய்என நம்பித்,
தேடி னேன்வெறும் தீமையே, என்இனிச் செய்வேன்? 18

அருஞ்சொற்பொருள்:

அமல - மலமற்ற. அடியர் - அடியார். தொழும்பன் - தொண்டன்.

பொழிப்புரை:

மலமற்றவனே! நினது அடியார்கள் பாடியும், ஆடியும், நின்று இரங்கியும், நினது திருவடி மலர்களைத் தலை மேல் சூடியும், வாழ்வு பெற்றனர்; தொண்டனாகிய

நானோ, இந்த உலக வாழ்வை விரும்பி, அதுவே உண்மை என நினைத்து, பாவங்களை தேடிச் சேர்த்துள்ளேன்; இதற்கு இனி நான் என்ன செய்வேன்?

..380..

களவு, வஞ்சனை, காமம்என்று இவைஎலாம் காட்டும்
அளவு மாயைஇங்கு ஆர்எனக்கு அமைத்தனர்? ஐயா!
உளவிலே எனக்கு உள்ளவாறு உணர்த்தின்,உன் அடிமை
வளரும் மாமதி போல்மதி தளர்வுஇன்றி வாழ்வேன். 19

அருஞ்சொற்பொருள்:

உளவு - இரகசியம். மதி தளர்வு இன்றி - அறிவு கெட்டுப் போகாமல்.

பொழிப்புரை:

ஐயனே! களவு, வஞ்சனை, காமம் என்று இவைகளை வெளிக்காட்டும் அளவு மாயையை எனக்குத் தந்தவர் யார்? இரகசியமாக இதுகுறித்த உண்மையை எனக்கு எடுத்துரைக்கின், உன் அடிமையாகிய நான், வளரும் சந்திரன் போல் அறிவில் தொய்வின்றி வளர்ந்து வாழ்வேன்.

..381..

வான நாயக, வானவர் நாயக, வளம்கூர்
ஞான நாயக, நான்மறை நாயக, நலம்சேர்
மோன நாயக, நின்அடிக்கு அன்புஇன்றி முற்றும்
தீன னாய்,அகம் வாடவோ என்செய்வேன்? செப்பாய். 20

அருஞ்சொற்பொருள்:

வளம்கூர் - வளமான. தீனன் - வறியவன்.

பொழிப்புரை:

வான உலகத்துக்குத் தலைவனே! தேவர்களுக்குத் தலைவனே! வளமான ஞானத்துக்குத் தலைவனே! நால்

வேதத்துக்கும் தலைவனே! நன்மை வந்து பொருந்தும் மௌனத்துக்குத் தலைவனே! நினது திருவடிக்கு அன்பு செய்தல் இன்றி முழுவதும் வறியவனாய் உள்ளம் குழையவோ? என்ன செய்வேன்? நீயே கூறு!

..382..

ஏதம் அற்றவர்க்கு இன்பமே பொழிகின்ற இறையே!
பாத கக்கருங் கல்மனம் கோயிலாப் பரிந்து
சூதுஅ கத்தனா, யாதினும் இச்சைமேல் தோன்றும்
வாத னைக்குஇடம் ஆயினேன்; எவ்வணம் வாழ்வேன்?   21

அருஞ்சொற்பொருள்:

ஏதம் அற்றவர் - குற்றம் நீங்கினவர். பாதகம் - பாவம். சூது - சூழ்ச்சி. இச்சை - விருப்பம். வாதனை - துன்பம்.

பொழிப்புரை:

நீ வந்து தங்கும் கோயிலாய் விளங்க வேண்டிய மனம் கருங்கல் போன்ற கடினத் தன்மையும், பாவமும், சூழ்ச்சியும் நிரம்பியதாகி விட்டது. மேலும் உலகப் பொருள்கள் யாவற்றின் மீதும் விருப்பம் கொண்டு, துன்பத்துக்கே வழிவகுத்து விட்டேன்; அவ்வாறிருக்க இனி வாழ்வது எப்படி?

..383..

தெளிவொடு ஈகையோ அறிகிலான், அறிவுஇலான், சிறிதும்
அளிஇ லான்,இவன் திருவருட்கு அயல்என அறிந்தோ
எளியன் ஆக்கினை; என்செய்வேன் என்செய்வேன்? எல்லா
ஒளியு மாய்,நின்ற வெளியுமாய், யாவும்ஆம் உரவோய்!   22

அருஞ்சொற்பொருள்:

அறிகிலான் - அறியாதவன். அளி - இரக்கம்.

பொழிப்புரை:

ஒளியுடைய பொருள்கள் அனைத்துக்கும் ஒளி தருபவனாய், எல்லாப் பொருள்களையும் தன்னுள் அடக்கி நிற்கும் பெருவெளியாய், எல்லாமும் ஆய் நிற்கும் சர்வ வல்லமை உடையவனே! தெளிந்த அறிவோ, ஈகைக் குணமோ என்னிடம் இல்லை; அறிவும் இல்லை; ஒரு சிறிதள வேனும் இரக்கமும் இல்லை; இவன் திருவருளுக்குப் புறம்பானவன் என அறிந்து, என்னை எளியவன் ஆக்கி விட்டாயோ? இதற்கு நான் என்ன செய்வேன்?

..384..

கண்ணின் உள்மணி என்னவே தொழும்அன்பர் கருத்துள்
நண்ணு கின்றநின் அருள்எனக்கு எந்தநாள் நணுகும்?
மண்ணும், விண்ணும்,மற்று உள்ளன பூதமும், மாறாப்
பெண்ணும், ஆணுமாய், அல்லவாய் நிற்கின்ற பெரியோய்! 23

அருஞ்சொற்பொருள்:

நண்ணுகின்ற - பொருந்துகின்ற. நணுகும் - வந்து அமையும்.

பொழிப்புரை:

மண் முதல் ஆகாயம் வரை உள்ள ஐம்பூதங்களாகவும், தன் நிலையில் என்றும் மாறுபடாததும், பெண்ணும் ஆணும் இரண்டும் இல்லா அலியும் என எல்லாமும் ஆய் நிற்கின்ற பெரியோய்! கண்ணில் பொருந்தி உள்ள மணி என நினைந்து, உன் அன்பர் சிந்தையுள், பொருந்துகின்ற நினது திருவருள் எனக்கு, எப்பொழுது வந்து பொருந்தும்?

..385..

ஜகம்எ லாம்தனி புரந்தனை; தகவுடைத் தக்கோர்
அகம்எ லாம்நிறைந்து ஆனந்தம் ஆயினை; அளவில்
மகம்எ லாம்புரிந் தோரைவாழ் வித்தனை; மாறா
இகம்எ லாம்எனைப் பிறந்திடச் செய்ததுஏன்? எந்தாய்! 24

அருஞ்சொற்பொருள்:

தனி புரந்தனை - பொதுவறக் காத்தனை. மகம் - யாகம். இகம் - உலகம்.

பொழிப்புரை:

எம் தந்தையே! உலகம் அனைத்தையும் பொது அறத் தனித் தன்மையுடன் காத்து அருள்புரிந்தாய்; தகுதி உடையவர் உள்ளங்களில் எல்லாம் நிறைந்து பேரின்பம் விளைவித்தாய்; அளவில்லாத யாகங்கள் செய்து வழிபட்டோரை வாழ் வித்தாய்; ஆனால் என்னை மட்டும் மீண்டும் மீண்டும் இவ்வுலகில் வந்து பிறந்திடச் செய்தாய்; அது ஏனோ?

..386..

ஏய்ந்த நல்லருள் பெற்றவர்க்கு ஏவலாய் எளியேன்,
வாய்ந்த பேரன்பு வளர்க்கவும் கருணைநீ வளர்ப்பாய்;
ஆய்ந்த மாமறை எத்தனை அத்தனை அறிவால்
தோய்ந்த பேர்கட்கும் தோன்றிலாத் தோன்றலாம் தூயோய்!

அருஞ்சொற்பொருள்:

ஏய்ந்த - பொருந்திய. ஏவலாய் - தொண்டனாகி. ஆய்ந்த - ஆராயப் பட்ட. தோன்றிலா - காணப்படாத. தோன்றல் - பெரியோர்.

பொழிப்புரை:

ஆராயப்பட்ட வேதங்கள் எத்தனையோ, அத்தனையும் தன் அறிவில் தோய்ந்த ஞானிகளுக்கு எல்லாம் காணப்படாத பெரியோனாகிய தூயோனே! நினது நல்ல திருவருளைப் பெற்றவர்களிடம் பேரன்பு பூண்டு எளியேன் பணிவிடை செய்ய எனக்கு அருள்பாலித்தனையே!

..387..

தக்க நின்அருள் கேள்வியோ சிறிதுஇன்றித், தமியேன்
மிக்க தெய்வமே! நின்இன்ப வெள்ளத்தில் வீழேன்!
ஒக்கல், தாய்,தந்தை, மகவுஎனும் பாசக்கட் டுடனே
துக்க வெள்ளத்தில் ஆழ்கின்றேன்; என்செய்வான் துணிந்தேன்? 26

அருஞ்சொற்பொருள்:

ஒக்கல் - சுற்றம். பாசக்கட்டு - மும்மலமாகிய தளை.

பொழிப்புரை:

மேலான தெய்வமே! மிகுந்த தகுதியுடைய நின்னுடைய திருவருள் குறித்து சற்றும் கேட்டறியாத தனியனாய் நான் இருந்துவிட்டேன்; அதனால் நினது பேரின்ப வெள்ளத்தில் விழவில்லை; சுற்றத்தார், தாய், தந்தை, பிள்ளை என்னும் மும்முலத் தளைகளுடன் வருத்தமாகிய வெள்ளத்தில் மூழ்கிக் கொண்டிருக்கிறேன்; என்ன செய்யலாம் என இவ்வாறு துணிவு கொண்டேன்?

..388..

பவம்பு ரிந்திடும் பாவியேற்கு அருள்நிலை பதியத்,
தவம்செ யும்படி தயவுசெய் தருள்வதே தருமம்;
அவம்பு ரிந்திடார்க்கு ஆனந்த அமிர்தத்தை அளிக்க,
நவம்கொள் தத்துவத் திரைஎறி கடல்எனும் நலத்தோய்! 27

அருஞ்சொற்பொருள்:

பவம் - பிறப்பு. நவம் - புதுமை. தத்துவத் திரை - தத்துவமாகிய அலைகள்.

பொழிப்புரை:

பிறவிக்குக் காரணமான வீண்செயல்களைச் செய்யாதவர்க்கு பேரின்பமாகிய அமுதினைக் கொடுக்க வரும் புதுமை வாய்ந்த தத்துவமாகிய அலைகள் வீசுகின்ற கடல் என்று

சொல்லப்படும் நன்மை உடையோய்! பிறவிக்குக் காரணமான பாவங்களைச் செய்யும் பாவிக்கு, நினது திருவருளானது வந்து பொருந்துமாறு, தவம் செய்யும்படி இரக்கம் காட்டி, அருள்செய்வதே நினக்கு அறச்செயலாகும்.

..389..

உற்று உணர்ந்து,எலாம் நீஅலது இல்லைஎன்று, உனையே
பற்று கின்றனர்; எந்தை!நின் அடியர்,யான் பாவி
முற்றும் மாயம்ஆம் ஜகத்தையே மெய்என, முதல்தான்
அற்றுஇ ருந்திடத் தொழில்செய்வான் தனைநிகர் ஆனேன். 28

அருஞ்சொற்பொருள்:

உணர்ந்து - ஆராய்ந்து உணர்ந்து. முதல் - கைப்பொருள் (மூலதனம்).

பொழிப்புரை:

எம் தந்தையே! நினது மெய்யடியார் எல்லாம் முழுவதுமாக ஆராய்ந்து உணர்ந்து, நீ அல்லது வேறு பொருள் இல்லை என முடிவு செய்து, உன்னையே பற்றி நிற்கின்றனர். பாவியாகிய நானோ, முழுவதும் மாயா காரியமாய் விளங்கும் உலகத்தையே மெய் என்று நம்பி, மூலதனத்தை முற்றும் இழந்து தொழில் செய்ய நினைப்பவனது நிலையைப் பெற்று நிற்கிறேன்.

26. மண்டலத்தின்

அறுசீர்க் கழிநெடிலடி ஆசிரிய விருத்தம்

..390..

மண்டலத்தின் மிசைஒருவன் செய்தவித்தை
அகோஎனவும், வார ணாதி
அண்டமவை அடுக்குஅடுக்காய் அந்தரத்தில்
நிறுத்தும்அவ தானம் போல,

எண்தரும்நல் அகிலாண்ட கோடியைத்தன்
அருள்வெளியில் இலக வைத்துக்
கொண்டுநின்ற அற்புதத்தை, எவராலும்
நிச்சயிக்கக் கூடா ஒன்றை; 1

அருஞ்சொற்பொருள்:

மண்டலம் - நிலவுலகம். வித்தை - கண்கட்டு வித்தை. அகோ - ஆச்சரியம். வாரண ஆதி அண்டம் - முட்டை. அந்தரத்தில் - ஆகாய வெளியில். அவதானம் - சாமர்த்தியம். எண்தரும் - நினைக்கத்தக்க. அருள்வெளி - சிதாகாசம். இலக - தங்கி இருக்கும்படி.

பொழிப்புரை:

இவ்வுலகில் கண்கட்டு வித்தை காட்டும் ஒருவன், கோழி முட்டைகளை அடுக்கு அடுக்காய் அந்தரத்தில் நிற்க விட்டு, சாமர்த்தியம் காட்டுவதுபோல நினைக்க அருமை உடைய கோடிக்கணக்கான கோளங்களைத் தன் அருள்வெளியில் தங்கி இருக்கும்படி செய்து, நிகழ்த்தும் அற்புதத்தை எவராலும் புரிந்து கொள்ள முடியாது.

..391..

ஒன்றுஇரண்டாய் விவகரிக்கும் விவகாரம்
கடந்து,ஏழாம் யோக பூமி
நின்று,தெளிந் தவர்பேசா மௌனநியா
யத்தைநிறை நிறைவைத் தன்னை
அன்றிஒரு பொருள்இலதாய், எப்பொருட்கும்
தான்முதலாய், அசலம் ஆகி,
என்றும்உள்ள இன்பத்தைத், தண்என்ற
சாந்தபத இயற்கை தன்னை; 2

அருஞ்சொற்பொருள்:

ஏழாம் யோக பூமி - ஏழாவதாக விளங்கும் யோக நிலம் (நிராதாரம்). அசலம் - அசைவற்றது.

பொழிப்புரை:

சீவனும் சிவனும் ஒன்று என்றும்; இரண்டு என்னும் விளக்கிச் சொல்லும் சமயநெறிகளைக் கடந்து, ஏழாவ தாகிய யோக பூமியில் (நிராதாரத்தில்) நின்று தெளிவு பெற்றவர், பெற்ற மௌனத்தில் வெளிப்பட்ட முழு நிறைவை; தன்னைத் தவிர வேறுஒரு பொருளும் இல்லை என்னும்படி, எல்லாப் பொருள்களுக்கும் தானே முதற்பொருளாய், அசைவற்றதாய், என்றும் இன்பத்தையே தருவதாய், குளிர்ச்சி பொருந்திய அமைதியே இயல்பாய் நிற்கும் பொருளை...

..392..

பதம்மூன்றும் கடந்தவர்க்கு மேலான
ஞானபதப் பரிசு காட்டிச்
சதம்ஆகி, நிராலம்ப சாக்ஷியதாய்,
ஆரம்பத் தன்மை ஆகி,
விதம்யாவும் கடந்துஅவித்தை எனும்இருளைக்
கீண்டுஎழுந்து, விமலம் ஆகி,
மதம்ஆறும் காணாத ஆனந்த
சாகரத்தை, மௌன வாழ்வை; 3

அருஞ்சொற்பொருள்:

பதம் மூன்று - சாலோகம், சாமீபம், சாரூபம் என்னும் மூன்று பதவி. ஞான பதப் பரிசு - சாயுச்சியம். சதம் - யாண்டும் உளது. நிராலம்ப - பற்றுக்கோடு இல்லாத. விதம் - வேற்றுமை. அவித்தை - அறியாமை. கீண்டு - பிளந்து.

பொழிப்புரை:

பதமுத்திகள் மூன்றையும் கடந்தவர்க்கு, மேலான ஞான பதத்துக்குரிய பரிசாகிய சாயுச்சியம் தந்து, நிலைத்ததாய், பற்றுக்கோடு இல்லாததாய், அனைத்துக்கும் சாட்சியாய், தொடக்க நிலை ஆகி, வேற்றுமை பலவும்

கடந்து, அறியாமை என்னும் ஆணவமல இருட்டைப்
பிளந்து, எழுச்சியுற்று, மலமற்றதாகி, அறுவகைச்
சமயங்களும் காணாத, பேரின்பப் பெருங்கடலை;
மௌனத்தின் வாழ்வை...

..393..

வாழ்வுஅனைத்தும் தந்தஇன்ப மாகடலை,
    நல்அமிர்தை, மணியைப், பொன்னைத்
தாழ்வுஅறஎன் உளத்துஇருந்த தத்துவத்தை,
    அத்வைத சாரம் தன்னைச்,
சூழ்பெரும்பே ரொளியை,ஒளி பரந்தபர
    வெளியை,இன்பச் சுகத்தை, மாறாது
ஏழ்உலகும் கலந்து,இன்றாய், நாளையாய்,
    என்றும்ஆம் இயற்கை தன்னை;   4

அருஞ்சொற்பொருள்:

மாகடல் - பெரும்கடல். தத்துவம் - உண்மை. அத்வைதம் - இரண்டற்றது என்னும் கோட்பாடு. இயற்கை - இயல்பு.

பொழிப்புரை:

உயிர்களுக்கு எல்லா விதமான வாழ்வையும் தந்து உதவும் இன்பமாகிய பெருங்கடலை; நல்ல அமுதத்தை; மாணிக்க மணியை; பொன்னை; தாழ்ச்சி இன்றி என் உள்ளத்தில் குடிகொண்டிருந்த உண்மையை; சீவனும் சிவனும் இரண்டறக் கலக்கும் என்னும் அத்வைதக் கொள்கையின் சாரத்தை; சூழ்ந்து நிற்கும் பெரிய பேரொளிப் பிழம்பை; ஒளிபரவ நிற்கும் மேலான வெளியை; இன்பமாகிய அனுபவத்தை; எப்பொழுதும் ஒரு தன்மையாய் உலகு ஏழினும் கலந்து, இன்று, நாளை என, என்றும் விளங்கும் இயல்பினை...

..394..

தன்னைஅறிந் தவர்தம்மைத் தான்ஆகச்
  செய்தருளும் சமத்தை, லோகம்
மின்னைநிகர்த் திடஅழியாச் சொரூபானந்
  தச்சுடரை, வேதம் ஆதி
என்னைஅறிவு அரிதுஎன்னச், சமயகோ
  டிகள்இடைய, இடையறாத
பொன்னைவிரித் திடும்உலகத்து உம்பரும்இம்
  பரும்பரவும் புனித மெய்யை;   5

அருஞ்சொற்பொருள்:

சமத்து - திறமை. மின் - மின்னல். இடைய - பின்வாங்க. பொன்னை விரித்திடும் உலகம் - பொன்னுலகம். உம்பர் - தேவர். இம்பர் - மனிதர். பரவும் - போற்றுகின்ற.

பொழிப்புரை:

'தன் உடம்பின் வேறாய் சீவன் ஒருவன் உளன்' என்று தன்னை அறிந்தவர்களைத் தான்ஆகவே (சிவமாகவே) செய்து அருளும் திறமையை; உலகம் மின்னல் போலத் தோன்றி மறையவும், தான் மட்டும் தோன்றி மறையாத பேரின்பப் பெருஞ்சுடரை; வேதம் முதலிய நூல்கள், அறிய அருமை உடையது என்று சொல்ல, சமயங்களும் அதனில் பின்வாங்க, இடைவிடாது பொன்னுலகத்துத் தேவர்களும் மனிதர்களும் வணங்கும் தூய மெய்யை...

..395..

பரவரிய பரசிவமாய், அதுஎனலாய்,
  நான்எனலாய்ப், பாச ஜாலம்
விரவிநின்ற விசித்திரத்தை, ஐக்யபதத்து
  இனிதுஇருந்த விவேகம் தன்னை,
இரவுபகல் நினைப்புமறப்பு எனும்தொந்தம்
  அறியார்கள் இதயம் வேதச்
சிரம்எனவாழ் பராபரத்தை, ஆனந்தம்
  நீங்காத சிதாகா சத்தை;   6

அருஞ்சொற்பொருள்:

பாச ஜாலம் - பாசக் கூட்டம். விசித்திரம் - அதிசயம். ஐக்ய பதம் - இணைந்த நிலை. தொந்தம் - தொடர்பு. இதயம் - உள்ளம். வேதச்சிரம் - வேதத்தின் முடிபு.

பொழிப்புரை:

போற்றுதற்கு அரிய பரசிவமாய்; அது என்னும் பொருளாய்; நான் என்னும் பொருளாய்; பாசக் கூட்டத்தோடு கலந்து நின்ற அதிசயத்தை; இணைந்த நிலையில் இனிதே இருந்த அறிவை; இரவுபகல், நினைப்புமறப்பு என்னும் தொடர்பு அறியாதவர், உள்ளத்தில் வேதத்தின் முடிபு என வாழும் பராபரத்தை; பேரின்பம் நீங்காத சிதாகாயத்தை...

..396..

அத்வைத அநுபவத்தை, அனந்தமறை
இன்னம்இன்னம் அறியேம் என்னும்
நித்தியத்தை, நிராமயத்தை, நிர்க்குணத்தைத்,
தன்அருளால் நினைவுக்கு உள்ளே
வைத்துவைத்துப் பார்ப்பவரைத் தான்ஆக
எந்நாளும் வளர்த்துக் காக்கும்
சித்தினை,மாத் தூவெளியைத், தன்மயமாம்
ஆனந்தத் தெய்வம் தன்னை; 7

அருஞ்சொற்பொருள்:

நிராமயம் - நோயில்லாதது. சித்து - அறிவு.

பொழிப்புரை:

இரண்டற்ற அனுபவத்தை; வேதம் பலவும் இன்னும் நாங்கள் அறியவில்லை என்று கூறும் நிலைத்த பொருளை; நோயில்லாததை; முக்குண வேறுபாடுகள் அற்றதை; தனது திருவருளால் தங்கள் உள்ளத்துள் வைத்து வைத்து

அனுபவிப்பவரைத் தானாகவே எண்ணி, எப்பொழுதும் அவர்களை மேன்மேலும் வளரச்செய்து, காப்பாற்றி வரும், அறிவுப் பொருளை; பெரிய தூயவெளியை; தானே தானாக நிற்கும் பேரின்பமய தெய்வத்தை...

..397..

தன்னிலே தான்ஆக நினைந்து,கனிந்து,
    அவிழ்ந்து,சுக சமாதி ஆகப்,
பொன்னிலே பணிபோலும் மாயைதரும்
    மனமே!உன் புரைகள் தீர்ந்தாய்
என்னினோ யான்பிழைப்பேன்; எனக்கு இனியார்
    உன்போல்வார் இல்லை இல்லை;
உன்னிலோ திருவருளுக்கு ஒப்பாவாய்;
    என்உயிர்க்கோர் உறவும் ஆவாய். 8

அருஞ்சொற்பொருள்:

பணி - ஆபரணம். புரைகள் - குற்றங்கள். உன்னுதல் - எண்ணிப் பார்த்தல்.

பொழிப்புரை:

தன் உடம்பின் வேறாய அறிவுப் பொருள், 'தான்' என்பதை உணர்ந்து, சிவனை நினைந்து, மனம் கனிந்து, நெஞ்சம் உருகி, இன்பம் தரும் சமாதி நிலை கைவரப் பெற்று; பொன்னால் அணிகலன்கள் ஆவதுபோல மனமாயையால் குற்றங்கள் விளைகின்றன என்று உணர்ந்து மனமே! அவற்றிலிருந்து நீ விடுபட்டால் நான் பிழைத்துக் கொள்வேன். இனி உன்னைப் போல எனக்கு உதவி செய்வார் யாருளர்? நினைத்துப் பார்க்க திருவருளுக்கு ஈடாக, நீ, என் உயிருக்கு ஓர் உறவாகவும் இருக்கிறாய்.

..398..

உறஉடலை எடுத்தவரில், பிரமாதி
யேனும்உனை ஒழிந்து தள்ளற்கு
அறவும்அரிது அரிதுஅன்றோ, இகபரமும்
உன்னைஅன்றி ஆவது உண்டோ?
வறிதில்உன்னை அசத்துஎன்னல் வழக்குஅன்று,
சத்துஎனவும் வாழ்த்து வேன்;என்
சிறுமைகெடப் பெருமையின்நின் ஜென்மதே
யத்தினில்நீ செல்லல் வேண்டும். 9

அருஞ்சொற்பொருள்:

உற - மிகவும். *உனை ஒழிந்து* - மனமே உன்னை நீக்கி. *அறவும்* - மிகவும். *வறிதில்* - வீணே. *அசத்து* - சடப்பொருள். *வழக்கு* - விகாரம். *ஜென்ம தேயம்* - ஜனன பூமி, பிறந்த இடம்.

பொழிப்புரை:

மனமே! மிகுதியும் உடல்எடுத்துப் பிறந்தவரில் பிரம்மன் முதலியோரும் உன்னை விட்டு நீங்க மிகுதியும் முடியாதல்லவா? இம்மையிலும் மறுமையிலும் நினது துணை இல்லையாயின், ஆகும் செயல் உண்டோ? வீணே உன்னை அறிவற்ற பொருள் என்று கூறுதல் பொருந்தாது; அறிவுள்ள பொருள் என்றே நான் வாழ்த்துவேன்; எனது கீழ்மை கெட வேண்டுமானால், நீ உனது பிறப்பிடத்துக்குச் செல்ல வேண்டும்.

..399..

வேண்டியநாள் என்னோடும் பழகியநீ,
எனைப்பிரிந்த விசாரத் தாலே
மாண்டுகிடக் கினும்,அந்த எல்லையையும்
பூரணமாய் வணக்கம் செய்வேன்;
ஆண்டகுரு மௌனிதன்னால் யான்எனதுஅற்று
அவன்அருள்நான் ஆவேன்; பூவில்
காண்தகஎண் சித்திமுக்தி எனக்குஉண்டுஆம்;
உன்னால்என் கவலை தீர்வேன். 10

அருஞ்சொற்பொருள்:

வேண்டிய நாள் - பல நாட்களாக. விசாரம் - துன்பம். மாண்டு - மடிந்து. பூ - உலகம். எண்சித்தி - அட்டமா சித்திகள். முத்தி - வீடுபேறு.

பொழிப்புரை:

மனமே! நெடுநாட்கள் என்னோடு பழகிய நீ, என்னைப் பிரிந்த துன்பத்தால், இறந்து கிடந்தாலும், அந்த இடத்தையும் முழுமையாய் வணக்கம் செய்வேன். என்னை ஆட்கொண்ட மௌனகுருவின் அருளால் யான், எனது என்னும் இரு வகைப் பற்றும் அற்று, அக்குருவின் அருளாகவே நான் நிற்பேன்; இவ்வுலகில் அனைவரும் காண அட்டமா சித்தியும், வீடுபேறும் எனக்குக் கிடைக்கும்; உன்னால் என் கவலை தீரும்.

..400..

தீராத என்ஜனன வழக்குஎல்லாம்
தீரும்இந்த ஜனனத் தோடே,
யாரேனும் அறிவுஅரிய ஜீவன்முக்தி
உண்டாகும், ஐய, ஐயோ!
காரேனும், கற்பகப்பூங் காவேனும்,
உனக்குஉவமை காட்டப் போமோ?
பார்ஆதி ஆகஎழு மண்டலத்தில்
நின்மகிமை பகர லாமோ? 11

அருஞ்சொற்பொருள்:

கார் - மழை. கற்பகப் பூங்கா - கற்பக மரச்சோலை. ஏழு மண்டலம் - ஏழு உலகம்.

பொழிப்புரை:

மனமே! நீ இறந்துபடுவை ஆயின், எனது பிறப்புஇறப்பு கணக்குவழக்கு அனைத்தும் இந்தப் பிறப்போடே தீர்ந்து விடும். ஐய! எவராலும் அறிதற்கு அறிய சீவன்முத்தி என்னும் நிலையும் கிடைக்கும்; மழை எனினும் கற்பக

மரச் சோலை எனினும் உனக்கு அவற்றை உவமை காட்ட முடியுமோ? நிலம் முதலாகச் சொல்லப்பட்ட 'மேல் ஏழு' எனப்படும் உலகங்களில் உன் பெருமைக்கு ஈடாக எதுவும் உண்டோ? (மனதை வஞ்சப் புகழ்ச்சியாகப் புகழ்ந்து, அதனை இறந்துபடுமாறு கூறியது).

27. பாயப்புலி

கட்டளைக் கலித்துறை

..401..

பாயப் புலிமுனம் மான்கன்றைக் காட்டும் படி,அகல
மாயைப் பெரும்படைக் கேஇலக் காளனை வைத்தனையோ?
நீஎப் படிவகுத் தாலும்நன் றே,நின் பெருங்கருணை
தாய்ஒத்து அடியர்க்கு அருள்சச்சி தானந்த தற்பரமே! 1

அருஞ்சொற்பொருள்:

பாயப் புலி - பாயும் புலி. முனம் - முன்னம். பெரும்படை - பெரிய எதிரி. இலக்கு - பலி. தாய் ஒத்து - அன்னையைப் போன்று.

பொழிப்புரை:

தாய்போல் பெருங்கருணை கொண்டு நின் அடியார்க்கு அருளும் சத்து சித்து ஆனந்த தற்பரமே! பாய்ந்து வரும் புலிக்கு முன்னால் மான் தனது கன்றினைக் காட்டினால் எப்படியோ, அப்படி மாயையாகிய பெரிய எதிரிக்கு முன்னர், என்னை பலியாக்க நினைத்தனையோ? நீ எப்படி முறை செய்தாலும் அதுவும் நல்லதே!

..402..

தற்பரம் ஆம்சிற் பரம்ஆகி, மன்றம் தனில்நடித்து
நிற்பர்;அம் போருகன், மால்பணி நீதர்,என் நெஞ்சகம்ஆம்
கல்பரந் தாங்கு கரைந்திட, வான்ஒத்த காட்சிநல்கும்
பொற்புஅர மாய்,என் வினைக்கருந் தாதைப் பொடிசெய்ததே. 2

அருஞ்சொற்பொருள்:

தற்பரம் - தன்னில் தானே பூரித்து நிற்கும். சிற்பரம் - ஞானச்சுடர். மன்றம் - சிற்றம்பலம். அம்போருகன் - தாமரை மலரில் எழுந்தருளி இருக்கும் பிரம்மா. மால் - திருமால். பணி - வணங்கத்தக்க. நீதர் - பாங்கு உடையவர். கல் பரந்தாங்கு - கல் பரப்பப்பட்டது போன்று. கரைந்திட - உருகிட. வான் ஒத்த - மேன்மை பொருந்திய. அரமாய் - அராவுதற்குரிய அரம். பொன் - அழகு. தாது - இரும்பு.

பொழிப்புரை:

தன்னில் தானாக பூரித்து நிற்கும் ஞானச் சுடராகி, பொன்னம்பலத்தில் நடனம் செய்வர்; தாமரை மலரில் எழுந்தருளி இருக்கும் பிரம்மனும் திருமாலும் பணிந்து வணங்கும் பாங்கு உடையவர்; என்னுடைய கல் போன்ற மனம் உருகிட, மேலான திருவருள் வீழ்ச்சியை நல்கினார்; அழகிய அரம்போல் நின்று, என்னுடைய வினைகளாகிய இரும்பை அராவி, பொடி செய்து அருளினார்.

..403..

செய்யும் தவம்சற்றும் இல்லாத நான்,உன் திருஅடிக்கே
கொய்யும் புதுமலர் இட்டு,மெய் அன்பர் குழாத்துடனே
கையும் சிரமிசை கூப்பிநின்று, ஆடிக், கசிந்துஉருகி,
உய்யும் படிக்குஅருள் செய்வதுஎன் றோ?புலி யூர்அத்தனே! 3

அருஞ்சொற்பொருள்:

குழாம் - திருக்கூட்டம். அத்தன் - தந்தை.

பொழிப்புரை:

புலியூர்ச் சிற்றம்பலத்தில் எழுந்தருளி இருக்கும் எம் தந்தையே! உன்னை வந்தடையச் செய்யவேண்டிய தவம் சிறிதும் இயற்றாத நான், புதுப்பூவைப் பறித்துக் கொண்டு வந்து உனது திருவடியில் சாத்தி, உண்மை அன்பர் கூட்டத்துடன் கலந்து இருந்து, கையிரண்டையும் தலைமேல் கூப்பி வணங்கி, ஆனந்தத்தால் ஆடி, கசிந்து உருகி, உய்யும்படிக்கு அருள்செய்வது எப்பொழுதோ?

..404..

அத்தனைச், சிற்றம் பலவனை, என்உயிர் ஆகிநின்ற
சுத்தனைச், சுத்த வெளிஆ னவனைச், சுகவடிவுஆம்
நித்தனை, நித்த நிராதாரம் ஆகிய நின்மலனை,
எத்தனை நாள்செல்லு மோ?மன மே!கண்டு இறைஞ்சுதற்கே.   4

அருஞ்சொற்பொருள்:

நித்த நிராதாரம் - எங்கும் தன்னில் தானாய் எந்த ஆதரவும் இன்றி விளங்கும். நின்மலன் - மலமற்றவன்.

பொழிப்புரை:

தந்தையை; தில்லைச் சிற்றம்பலத்தில் எழுந்தருளி இருப்பவனை; என் உயிருக்கு உயிராய் நிற்கும் தூயனை; தூயவெளியாய் விளங்குபவனை; பேரின்பமே வடிவமான நிலைத்த தன்மை உடையவனை; எங்கும், தன்னில் தானாய், எதனையும் பற்றாத, மலமற்றவனை; மனமே! கண்டு வணங்க இன்னும் எத்தனை நாள் ஆகுமோ?

..405..

கண்டார் உளத்தினில் கால்ஊன்றிப் பெய்யும் கருணைமுகில்;
அண்டார் புரத்துக்கும் அன்பர் வினைக்கும் அசனி;தன்னைக்
கொண்டாடி னார்முனம் கூத்துஆடும் மத்தன்தன் கோலம்எல்லாம்
விண்டால்,அம் மாஒன்றும் காணாது வெட்ட வெறுவெளியே!   5

அருஞ்சொற்பொருள்:

கால் ஊன்றி - காலாக ஊன்றி நின்று. அண்டார் புரம் - பகைவர்களது முப்புரம். அசனி - இடி. மத்தன் - உன்மத்தன், பித்தன். விண்டால் - சொல்லலாம் என்றால்.

பொழிப்புரை:

காண்பவர் மனத்தில் மழைக்காலாக இறங்கிப் பெய்யும் அருள்மழை; பகைவர்களாகிய முப்புரத்து அசுரர்களுக்கும்;

மெய்யன்பர்களின் வினைகளுக்கும் இடி; தன்னைப் போற்றிக் கொண்டாடும் ஆன்மாக்களுக்கு, அவர் முன்னே கூத்தாடும் பித்தன்; அவனது மகிமை குறித்துச் சொல்லலாம் எனின், அம்மா! ஒன்றும் காணமுடியாத வெட்டவெளியாக அல்லவா இருக்கிறான்!

..406..

வெளியான நீஎன் மனவெளி யூடு விரவின்,ஐயா
ஒளிஆரும் கண்ணும் இரவியும் போல்நின்று உலாவுவன்காண்;
அளிஆரும் கொன்றைச் சடைஆட, அம்புலி ஆடக்,கங்கைத்
துளிஆட, மன்றுள் நடம்ஆடும் முக்கண் சுடர்க்கொழுந்தே! 6

அருஞ்சொற்பொருள்:

வெளி - அறிவுப் பெருவெளி. ஊடு விரவின் - கலந்தால். ஒளி ஆரும் - பிரகாசம் பொருந்திய. அளிஆரும் - வண்டுகள் நிறைந்த. மன்றுள் - சிற்றம்பலத்தில். இரவி - சூரியன்.

பொழிப்புரை:

வண்டுகள் மொய்க்கும் கொன்றை சூடிய சடை ஆடவும், பிறைச் சந்திரன் ஆடவும், கங்கையின் நீர்த்துளி தளும்பவும், சிற்றம்பலத்தில் நின்று நடனம் ஆடும் மூன்று கண்ணுடைய சுடர்க்கொழுந்தே! ஐயனே! அறிவுப் பெருவெளியாக விளங்கும் நீவிர், எனது மனவெளியில் கலந்து கண்ணொளியும் சூரியஒளியும்போல நிற்பாயாயின், நானும் உன் அருள் துணையோடு இவ்வுலகில் நடமாடுவேன்.

..407..

கொழுந்தாது உறைமலர்க் கோதையர் மோகக் குரைகடலில்
அழுந்தாத வண்ணம்நின் பாதப் புணைதந்து அருள்வதுஎன்றோ?
எழுந்துஆ தரவுசெய், எம்பெரு மான்என்று இறைஞ்சிவிண்ணோர்
தொழும்தா தையே;வெண் பொடிபூத்த மேனிச் சுகப்பொருளே! 7

அருஞ்சொற்பொருள்:

தாது - மகரந்தம். கோதையர் - மகளிர். மோகம் - ஆசை. குரை கடல் - ஒலிக்கின்ற கடல். புணை - தெப்பம். ஆதரவு - உதவி. தாதை - தந்தை. வெண்பொடி - வெண்ணிற விபூதி.

பொழிப்புரை:

எழுந்து ஆதரவு செய்யும் எமது பெருமான் என்று தேவர்கள் வணங்கித் தொழும் தந்தையே! வெண்மை நிறத் திருநீறு பூசிய திருமேனியுடன் விளங்கும் இன்பப் பொருளே! செழுமையான மகரந்தம் தங்கும் பூக்களைச் சூடி இருக்கும் மகளிர்மீது வைக்கும் ஆசை ஆகிய ஒலிக்கின்ற கடலில் மூழ்காதவண்ணம், நினது திருவடியாகிய தெப்பத்தைத் தந்து, அருள்புரிவது எப்பொழுதோ?

..408 ..

சுகம்ஆகும் ஞானம் திருமேனி யாம்;நல்ல தொண்டர்தங்கள்
அகமேபொன் கோயில்;எனமகிழ்ந் தேமன்றுள் ஆடியகற்
பகமே;உன் பொன்அடி நீழல்கண் டால்அன்றிப், பாவிக்குஇந்த
ஜெகமாயை ஆன அருங்கோடை நீங்கும் திறம்இலையே. 8

அருஞ்சொற்பொருள்:

அகம் - மனம். அருங்கோடை - அகற்றுதற்கு அரிய கோடை வெப்பம்.

பொழிப்புரை:

இன்பத்தைத் தரும் திருவடி ஞானமே திருமேனியாகவும்; நல்ல தொண்டர்கள் மனமே பொற்கோயிலாகவும்; கொண்டு மகிழ்ந்து, பொன்னம்பலத்தில் நடனம் இயற்றுகின்ற கற்பகமே! உனது பொன் போன்ற திருவடி நிழல் கண்டால் அன்றி, பாவியேனாகிய எனது இந்த உலகமாயை என்னும் வெல்லுதற்கு அருமை உடைய கோட்டையைத் தகர்க்கும் வல்லமை இல்லையே!

..409..

நீங்காது உயிருக்கு உயிர்ஆகி நின்ற நினைஅறிந்தே,
தூங்காமல் தூங்கின்அல் லாதே எனக்குச் சுகமும்உண்டோ?
ஓங்காரம் ஆம்ஐந்து எழுத்தால் புவனத்தை உண்டுபண்ணிப்,
பாங்காய் நடத்தும் பொருளே; அகண்ட பரசிவமே! 9

அருஞ்சொற்பொருள்:

நின்னை அறிதல் - சிவஞானம் பெறுதல். தூங்காமல் தூங்குதல் - யோக நித்திரை கொள்ளுதல் (நனவில் உறக்கம்). ஓங்காரம் - ஓம் என்னும் பிரணவம். ஐந்து எழுத்து - திருஐந்தெழுத்து எனப்படும் சிவயநம. பாங்காய் - முறையாய்.

பொழிப்புரை:

சிவயநம என்னும் திருஐந்தெழுத்தினால் புவனங்களை ஆக்கிக் காத்து முறையாக நடத்தும் பொருளே! எல்லை யில்லாத மேலான சிவமே! உயிருக்கு உயிர்ஆகி, உயிரை விட்டு நீங்காது நின்ற நின்னை, நினது திருவருள் கொண்டே உணர்ந்து, தூங்காமல் தூங்கி சுகம் பெறுவது அல்லாமல், வேறு வகையில் சுகம் பெறுவதும் உண்டோ?

..410..

சிவம்ஆதி, நான்முகக் கோவந்த மாமறை செப்புகின்ற
நவமாய் இலங்கிய ஒன்றே; இரண்டுஅற்ற நன்மைபெறாது,
அவமே தரும்ஐம் புலப்பொறிக் கேஎன் அறிவுபொல்லாப்
பவமே லிளைக்கஎன் றோ,வெளி மான்எனப் பாய்ந்ததுவே. 10

அருஞ்சொற்பொருள்:

சிவம் ஆதி - சிவமே மூலம். நான்முகக்கோ - பிரம்மதேவன். நவம் - புதுமை. அவம் - வீண். பொல்லாப் பவம் - கொடிய பிறவி. வெளிமான் - வேகமாக ஓடும் மான். பாய்ந்தது - தாவிக் குதித்தது.

பொழிப்புரை:

சிவமே அனைத்துக்கும் மூலம்; நான்முகன் கற்றுக் கொண்ட வேதம் சொல்லும் புதுமையாய்த் திகழ்வதும் அதுவே. இரண்டு அற்ற நன்மையைப் பெறாது, வீணே ஐம்புலன்பொறிகள் வழிசென்று, என் அறிவு கொடிய பிறவிக்கு ஏது சொல்லி, துள்ளிக் குதிக்கும் மான்போலப் பாய்கிறதே!

..411..

ஆறுஒத்து இலங்கு சமயங்கள் ஆறுக்கும் ஆழ்கடலாய்,
வீறிப் பரந்த பரம்ஆன ஆனந்த வெள்ளம்ஒன்று,
தேறித் தெளிந்து, நிலைபெற்ற மாதவர் சித்தத்திலே
ஊறிப் பரந்து,அண்ட கோடிஎல் லாம்நின்று உலாவியதே.   11

அருஞ்சொற்பொருள்:

வீறிப் பரந்த - மிகவும் பரவிய. தேறித் தெளிந்து - தெற்றெனத் தெளிந்து. சித்தத்திலே - அறிவிலே. உலாவியது - வியாபித்தது.

பொழிப்புரை:

நதிகளைப் போல விளங்கும் சமயங்கள் ஆறும், சென்று சேரும் ஆழமான கடலாய்; மிகவும் பரவிய மேலான பேரின்ப வெள்ளம் ஒன்று, தெற்றென விளங்கி, நிலைத்த பெரிய தவமுடைய ஞானியரது அறிவிலே, ஊற்றெடுத்து கசிந்து பரவும், அண்டகோடிகள் அனைத்திலும் நின்று, யாண்டும் வியாபித்ததே.

..412..

நடக்கினும் ஓடினும் நிற்கினும் வேறுஒரு நாட்டம்இன்றிக்
கிடக்கினும் செவ்விது இருக்கினும் நல்அருள் கேள்வியிலே
தொடக்கும்என் நெஞ்சம்; மனம்அற்ற பூரணத் தொட்டிக்குள்ளே
முடக்குவன் யான்;பர மானந்த நித்திரை மூடிடுமே.   12

அருஞ்சொற்பொருள்:

செவ்விது இருக்கினும் - சுகமாக இருப்பினும். தொடக்கும் - கட்டுப் பட்டுக் கிடக்கும். பூரணத் தொட்டி - நிறைநிலை. முடக்குவன் - திளைத் திருப்பேன். நித்திரை மூடிடும் - நித்திரை வாய்க்கும்.

பொழிப்புரை:

நடந்தாலும், ஓடினாலும், நின்றாலும், வேறு ஒரு விருப்பம் இன்றி, கிடந்தாலும், சுகமாக இருந்தாலும், நல்ல அருளாளர் வாயிலாய் கேட்கும் கேள்விஅறிவில் என்மனம் கட்டுண்டு கிடக்கும்; மனம் இறந்துபட்ட நிலையில் நிறை நிலையில் திளைத்திருப்பேன்; அப்பொழுது பேரின்பப் பேருறக்கம் என்னை வந்து தழுவிக் கொள்ளும்.

..413..

எண்ணாதது எண்ணிய நெஞ்சே! துயர்ஒழி, என்இரண்டு
கண்ணே உறங்குக, என்ஆணை, முக்கண் கருணைப்பிரான்
தண்ஆர் கருணை மவுனத்தி னால்முக்தி சாதிக்கலாம்;
நண்ணாதது ஒன்றுஇல்லை எல்லா நலமும் நமக்குஉளவே.   13

அருஞ்சொற்பொருள்:

தண்ஆர் கருணை - குளிர்ந்த பேரருள். நண்ணாதது - கிடைக்கப் பெறாதது.

பொழிப்புரை:

எண்ணாத எண்ணமெல்லாம் எண்ணி ஏங்கும் மனமே! நீ வருந்துவதைக் கைவிடு! என் இரண்டு கண்களே! நீங்கள் உறங்குங்கள்! என்மீது ஆணையிட்டுச் சொல்கிறேன்; மூன்று கண்களுடன் விளங்கும் அருட்பெருமானின் குளிர்ந்த அருளால் மோனமும், அம்மோனத்தால் முத்தியும் சாதிக்கலாம். கிடைக்கப் பெறாத நலம் என்று ஒன்று இல்லை. எல்லா நலமும் நமக்கு உண்டு.

..414..

நான்என்று ஒருமுதல் உண்டுஎன்ற நான்தலை நாண,என்உள்
தான்என்று ஒருமுதல் பூரணம் ஆகத் தலைப்பட்டு,ஒப்புஇல்
ஆனந்தம் தந்து,என் அறிவைஎல் லாம்உண்டு, அவசம்நல்கி,
மோனம் தனைவிளைத் தால்இனி யாது மொழிகுவதே? 14

அருஞ்சொற்பொருள்:

அவசம் - தன்மயம். நல்கி - தந்து. மோனம் - மௌனம்.

பொழிப்புரை:

நான் என்ற ஒரு மூலம் உண்டு என்பதை அறியாதிருந்த நான், அதனை அறிந்த பின் நாணமுறவும், எனக்குள் தான் ஒரு முழு முதலாக, முன்னின்று ஒப்புமை கூற முடியாத பேரின்பம் தந்து, என் அறிவை எல்லாம் அற விழுங்கி, தன்மயமாக்கி, மௌனத்தை விளைவித்தது; அதனால் நான் பேசுவதற்கு இனி என்ன இருக்கிறது?

..415..

தானம் தவம்சற்றும் இல்லாத நான்,உண்மை தான்அறிந்து,
மோனம் பொருள்எனக் கண்டிடச் சற்குரு மோனனுமாய்த்,
தீனன் தனக்குஇங்கு இரங்கினை யே,இனிச் சிந்தைக்குஎன்றும்
ஆனந்தம் தான்அல்ல வோ?பர மே;சச்சி தானந்தமே! 15

அருஞ்சொற்பொருள்:

தீனன் - எளியேன், வறியவன். சச்சிதானந்தம் - சத்து + சித்து + ஆனந்தம்.

பொழிப்புரை:

மேலான பொருளே! சத்து, சித்து, ஆனந்தமே! தானம் தவம் என ஒரு சிறிதும் செய்யாத நான், உண்மை இன்னது என்பது அறிந்து, மௌனமே மெய்ப்பொருள் எனக் கண்டு, எளியேனுக்கு மௌனியே சற்குருவாய் எழுந்தருளி, இரக்கம் காட்டினையே! இனி என் சித்தத்தில் என்றும் விளைவது பேரின்பம் அல்லவோ?

..416..

எனக்குஓர் சுதந்தரம் இல்லைஅப் பா;எனக்கு எய்ப்பில்வைப்பாய்
மனக்கோது அகற்றும் பரம்பொரு ளே!என்னை வாழ்வித்திட
நினக்கே பரம்;நின்னை நீங்காத பூரண நீள்கருணை
தனக்கே பரம்;இனிச் சும்மா இருக்கத் தகும்என்றுமே. 16

அருஞ்சொற்பொருள்:

எய்ப்பில் வைப்பு - தளர்வில் தாங்குபவன். கோது - குற்றம். பரம் - பொறுப்பு.

பொழிப்புரை:

அப்பனே! அடியேனுக்கு ஒரு சுதந்தரம் இல்லை; தளர்வுறும் காலத்துத் தாங்குபவனாய் மனமாசுகளைப் போக்கும் பரம்பொருளே! என்னை வாழவைக்கும் பொறுப்பு நின்னுடையது; உன்னை விட்டுப் பிரியாத முழுமையான நீண்ட திருவருளைப் பெறுவதே எனது கடமை; இனி எப்பொழுதும் சும்மா இருக்கும் தகுதியும் உண்டு.

..417..

இடம்பெறு வீடும்,மின் னார்,சேய், ஜகமும், இருநிதியும்
உடம்பைவிட்டு ஆருயிர் போம்போது கூடி உடன்வருமோ?
மடம்பெறு மாயை மனமே! இனிஇங்கு வா!மவுனி!
திடம்பெற வைத்த மவுனம் சகாயம் தெரிந்துகொள்ளே. 17

அருஞ்சொற்பொருள்:

மின்னார் - மனைவி. இருநிதி - பெரிய செல்வம். மடம் - அறியாமை. சகாயம் - துணை, உதவி.

பொழிப்புரை:

அறியாமை நிறைந்துள்ள மாயை வசப்பட்ட மனமே! இங்கே என் அருகில் வா! இடம் அகன்ற பெரிய வீடும், மனைவியும், பிள்ளைகளும், இந்த உலகமும், பெரிய

செல்வமும் உடம்பை விட்டு அரிய உயிர் பிரிந்து போகும்போது உடம்புடன் கூடி, உடன் வருமோ? எனவே மௌனகுரு உறுதியாகச் சொன்ன, 'மௌனமே துணை!' என்பதைத் தெரிந்து கொள்வாயாக!

..418..

நாற்ற ஜடலத்தை, ஒன்பது வாசல் நடைமனையைச்
சோற்றுப் பசையினை, மும்மல பாண்டத் தொடக்குஅறையை,
ஆற்றுப் பெருக்குஅன்ன கன்மப் பெருக்கை, அடர்கிருமிச்
சேற்றைத் துணைஎன்ற நாய்க்கும்உண் டோகதி சேர்வதுவே? 18

அருஞ்சொற்பொருள்:

ஜடலம் - உடம்பு. தொடக்கு - அழுக்கு.

பொழிப்புரை:

துர்நாற்றம் வீசும் சடலத்தை, ஒன்பது துளைகளுடன் நடமாடும் வீட்டை, சோற்றால் உருவான பசையை, மும்மலமாகிய அழுக்கு சேமித்துவைக்கப்பட்ட அறையை, ஆற்றில் வெள்ளம் பெருகி ஓடுவதுபோல வினைகளைப் பெருக விடும் வெள்ளத்தை, கிருமிகள் நிறைந்த சேற்றை, துணை என்று நினைத்த நாய்போன்ற இழிகுணம் உடைய எனக்கு, முத்தி அடைவது என்பது உண்டோ?

..419..

பொய்ஆர் உலகம் நிலைஅல்ல, கால் புனல்எனவே
மெய்யா அறிந்துஎன்ன? என்னால் இதனை விடப்படுமோ?
கையால் மவுனம் தெரிந்தே,கல் ஆல்நிழல் கண்இருந்த
ஐயா;அப் பா;என் அரசே;முக் கண்ணுடை ஆர்அமுதே! 19

அருஞ்சொற்பொருள்:

கானல் புனல் - கானல்நீர். கையால் மௌனம் - சின்முத்திரை.

பொழிப்புரை:

கையால் சின்முத்திரை காட்டி, மௌன உபதேசம் செய்து, கல்லால நிழலில் எழுந்தருளிய ஐயனே! அப்பா! என் அரசே! மூன்று கண்ணுடைய தெவிட்டாத அமுதமே! பொய் நிறைந்த இந்த உலகம், கானல் நீர் போல நிலையில்லாதது; இதனை உண்மையாகத் தெரிந்திருந்து என்ன பயன்? என்னால் இது கைவிடப்படுமோ?

..420..

ஆரா அமுதுஎன மோனம் வகித்துக்கல் ஆல்நிழற்கீழ்ப்
பேராது நால்வ ருடன்வாழ்முக் கண்ணுடைப் பேரரசே!
நீராய் உருகஉள் அன்புதந் தே,சுக நிஷ்டையைநீ
தாரா விடின்,என் பெருமூச்சுத் தான்அத் தனஞ்ஜயனே. 20

அருஞ்சொற்பொருள்:

பேராது - இடம் மாறாது, அசையாது. பெருமூச்சு - சுவாசம். தனஞ் ஜயன் - பத்து வாயுக்களுள் ஒன்று.

பொழிப்புரை:

எனக்கு மௌனமாய் இருக்கக் கற்றுக் கொடுத்த தெவிட்டாத அமுதமே! கல்லால மரநிழலில் அசையாது, சனகன் முதலிய முனிவர்கள் நான்கு பேருடன், வாழ்கின்ற மூன்று கண்ணுடைய பேரரசே! என் உள்ளம் நீராய் உருகவும், சுகமான நிட்டை கூடவும், நீ அருள் செய்யா விடின், எனது சுவாசம் தனஞ்சயன் என்னும் காற்று போல் மண்டையைக் கிழித்துக் கொண்டு வெளியேறிவிடும்.

..421..

வாய்உண்டு வாழ்த்த; மவுனம்செய் போது மவுனஅருள்
தாய்உண்டு; சேய்என்ன என்னைப் புரக்கச் சதானந்தம்ஆம்
நீஉண்டு; நின்னைச் சரண்புக நான்உண்டு;என் நெஞ்சம்ஐயா!
தீஉண்டு இருந்த மெழுகுஅல வோகதி சேர்வதற்கே. 21

அருஞ்சொற்பொருள்:

அருள்தாய் - அருள்அன்னை. புரக்க - காப்பாற்ற. அலவோ - அல்லவோ.

பொழிப்புரை:

ஐயனே! உன்னை வாழ்த்த எனக்கு வாய் இருக்கிறது; மோனமாய் நிட்டை கூடும்போது அருள்செய்ய அன்னை இருக்கிறாள்; குழந்தையாய் நினைத்து என்னைக் காப்பாற்ற எக்காலமும் பேரின்பமாய் விளங்கும் நீ இருக்கிறாய்; உன்னைத் தஞ்சம் அடைய நான் தயாராக இருக்கிறேன்; இடையில் என் மனமோ, முத்தி அடைய வேண்டும் என்ற முனைப்புடன் அனலில் பட்ட மெழுகுபோல் உருகித் தவிக்கிறதே!

..422..

கல்லால் எறிந்தும்,கை வில்லால் அடித்தும், கனிமதுரச்
சொல்லால் துதித்தும்,நல் பச்சிலை தூவியும், தொண்டர்இனம்
எல்லாம் பிழைத்தனர்; அன்புஅற்ற நான்இனி ஏதுசெய்வேன்;
கொல்லா விரதியர் நேர்நின்ற முக்கண் கருமணியே! 22

அருஞ்சொற்பொருள்:

கொல்லா விரதியர் - கொல்லா விரதம் பூண்ட மெய்யடியார்.

பொழிப்புரை:

கொல்லாவிரதம் பூண்ட மெய்யடியார்களுக்கு காட்சி கொடுக்கும் மூன்று கண்ணுடைய குருமணியே! கல்லால் அடித்து சாக்கியனும், வில்லால் அடித்து அருச்சுனனும், இனிமையான சொற்கள் கொண்டு துதிப்பாடல்கள் பாடி நால்வர் பெருமக்களும், நல்ல பச்சிலை முதலியன கொண்டு வழிபட்டு அடியார்கள் பலரும், என இவ்வாறு ஒரு பெரிய தொண்டர் கூட்டமே பிழைத்துக் கொண்டது; அன்பு இல்லாதவனாகிய நான் இவற்றுள் எதனைச் செய்து, உய்யப் போகிறேன்?

..423..

முன்னிலைச் சுட்டுஒழி நெஞ்சே!நின் போதம் முளைக்கில்ஐயோ
பின்னிலை ஜன்மம் பிறக்கும்;கண் டாய்இந்தப் பேய்த்தனம்ஏன்?
தன்னிலை யேநில்லு; தானே தனிச்சச்சி தானந்தம்ஆம்
நன்னிலை வாய்க்கும்;எண் சித்தியும் காணும்; நமதுஅல்லவே. 23

அருஞ்சொற்பொருள்:

முன்னிலைச் சுட்டு - காட்சிக்கு உரியவை. பின்னிலை - பிறகு. நமது அல்ல - முன்னிலையில் உள்ள பொருள் வெறும் பொய்த்தோற்றம்.

பொழிப்புரை:

மனமே! நீ சுட்டி அறியப்படும் பொருள்களிலிருந்து விடுபடுவாயாக! ஏனெனில் அவை நிலை இல்லாதவை; அதனால் அதனைச் சொந்தம் கொண்டாடிப் பயன் இல்லை; தற்போதம் முளைவிட்டால், பிறகு பிறப்பு விளையும்; இந்த பேய்த்தனம் உனக்கு ஏன்? தன்னிலையில் (நிட்டையில்) நில்; இயல்பாகவே தனிச் சிறப்புடைய சத்து சித்து ஆனந்தம் ஆகிய நல்லநிலை உண்டாகும்; எட்டு சித்திகளும் கைகூடும்.

..424..

சொல்லால் மவுனம் மவுனம்என் றேசொல்லிச் சொல்லிக்கொண்டது
அல்லால், மனம்அறப் பூரண நிஷ்டையில் ஆழ்ந்ததுஉண்டோ?
கல்லாத மூடன் இனிஎன்செய் வேன்;ஜகத் காரணம்ஆம்
வல்லாளன் ஆன மவுன சதானந்த மாகடலே! 24

அருஞ்சொற்பொருள்:

வல்லாளன் - வலிமை உடையவன். சதானந்தம் - எப்பொழுதும் பேரின்பம்.

பொழிப்புரை:

உலகத் தோற்றத்திற்குக் காரணமான வல்லமை உடையவனாய் விளங்கும், மௌனியாய் எப்பொழுதும் பேரின்ப மயமாய்த் திகழும் பெரிய கடலே! சொல்லினால் மௌனம்

மௌனம் என்று பலமுறை சொல்லிக் கொண்டது தவிர, எப்போதேனும் மனம் இறந்துபட முழுமையான நிட்டை கூடியது உண்டோ? கல்வி அறிவில்லாத மூடன் இனி என்ன செய்யப் போகிறேன்?

..425..

ஆரணம் ஆகமம் எல்லாம் உரைத்த அருள்மவுன
காரண மூலம்,கல் ஆல்அடிக் கேஉண்டு; காணப்பெற்றால்,
பார்,அணங் கோடு சுழல்நெஞ்சம் ஆகிய பாதரசம்
மாரண மாய்விடும்; எண்சித்தி முக்தியும் வாய்த்திடுமே.   25

அருஞ்சொற்பொருள்:

காரண மூலம் - ஆதாரமான முதற்பொருள். பார் உலகம். அணங்கு - பெண். மாரணம் - ஒழிந்துபடுதல்.

பொழிப்புரை:

வேதம் ஆகமம் என எல்லாம் உரைத்த, அருளே வடிவாய் மௌனத்திற்கு மூலகாரணமாய், விளங்கும் ஒருவன் கல்லால மரநிழலில் எழுந்தருளி இருக்கிறான்; அவனைக் காணும் வாய்ப்பு கிடைத்தால், நிலம், பெண் ஆகிய வற்றின் மீது பற்றுவைத்து சுழலும் மனமாகிய பாதரசம் அழிந்துபடும்; எட்டு சித்தியும் வீடுபேறும் கைகூடும்.

..426..

சித்த மவுனி, வடபால் மவுனி,நம் தீபகுண்ட
சுத்த மவுனி எனும்மூவ ருக்கும் தொழும்புசெய்து,
சத்த மவுன முதல்மூன்று மௌனமும் தான்படைத்தேன்;
நித்த மவுனம்அல் லால்அறி யேன்மற்றை நிஷ்டைகளே.   26

அருஞ்சொற்பொருள்:

சித்த மௌனி - மௌன குரு. வடபால் மவுனி - வடஆலின் கீழ் எழுந்தருளி இருக்கும் தட்சிணாமூர்த்தியாகிய மௌனி. நம் தீப குண்ட சுத்த மவுனி - நமது உடம்பில் உள்ள அக்கினி மண்டலத்தில் தூய மௌனியாய் அடங்கிக் கிடக்கும் மூலாதாரக் குண்டலினி. தொழும்பு - தொண்டு. சத்த மவுனம் முதல் மூன்று - மனம், வாக்கு, காயங்களால் மௌனமாய் இருத்தல். நித்த மவுனம் - நிலைத்த மௌனம்.

பொழிப்புரை:

தனக்கு குருவாக வந்த மௌனியும், வடவாலின் கீழ் எழுந்தருளி இருக்கும் மௌனியும், அக்கினி குண்டத்து குண்டலினி ஆகிய மௌனியும், ஆகிய மூவருக்கும் தொண்டு செய்து, மனம், மொழி, மெய்களால் மௌனம் காத்தேன்; இப்படிப்பட்ட நிலையான மௌனத்தைத் தவிர அடியேனுக்கு வேறு நிட்டைகள் தெரியாது.

..427..

கண்டேன் நினதுஅருள் அவ்அரு ளாய்நின்று காண்பதுஎல்லாம்
உண்டே; அதுவும் நினதுஆக்கி னேன்;உவட் டாதஇன்பம்
மொண்டே அருந்தி இளைப்புஆறி னேன்;நல்ல முக்திபெற்றுக்
கொண்டேன்; பராபர மே!எனக்கு ஏதும் குறைவுஇல்லையே. 27

அருஞ்சொற்பொருள்:

உவட்டாத - தெவிட்டாத. இளைப்பு ஆறுதல் - களைப்பை போக்கிக் கொள்ளுதல்.

பொழிப்புரை:

மேலானவற்றுக்கும் மேலான கடவுளே! நினது திருவருளின் ஆற்றலைக் கண்டுகொண்டேன்; அவ்அருளால் காணப் பட்ட அனைத்தும் உள்ள பொருளே; அவற்றையும் உனக்கு உடைமை ஆக்கினேன்; தெவிட்டாத இன்பத்தை முகந்து பருகி களைப்பைப் போக்கிக் கொண்டேன்; நல்ல வீடுபேற்றுக்கு தகுதிபடுத்திக் கொண்டேன்; இனி எனக்கு எந்தக் குறையும் இல்லை.

..428..

மேல்கொண்ட வாயுவும் கீழ்ப்பட மூலத்து வெந்தழலைச்
சூல்கொண்ட மேகம் என,ஊமை நின்று சொரிவதைஎன்
னால்கண்டது அன்று; மவுனோப தேசிஅ ளிக்கைஇனிப்
பால்கண்டு கொண்டனன்; மேலே அமிர்தம் பருகுவனே. 28

அருஞ்சொற்பொருள்:

வாயு - பிராணன். அளிக்கை - கருணை வைத்ததால். இனிப்பால் - இனிப்புச் சுவையால். கண்டுகொண்டனன் - அனுபவத்தில் கண்டு கொண்டேன். அமிர்தம் - சந்திரமண்டிலத்து அமுதம்.

பொழிப்புரை:

மேல்நோக்கிச் செல்லும் பிராணனை கீழ்நோக்கிச் செலுத்தி, மூலத்தில் தீமூட்டி, அங்கு வெளிப்படும் குண்டலினி ஆற்றல் மழை மேகம் போல் சகசிரதளத்தை நோக்கிப் பொழிவதை நான் காணவில்லை; ஆனால் மௌனகுருவின் கருணையால் வாயில் இனிப்புச் சுவை உண்டாவதைக் கண்டேன்; அதனால் இனிமேல் அமுதம் பருகுவேன்.

(குண்டலினி ஆற்றல் சகசிரதளத்தில் சென்று முட்டுவதை, ஆத்ம சாதகன் அறியாவிட்டாலும், அமுதம் சுரக்கும். அதனை அமுதம் என அறியாவிட்டாலும், அதன் சுவை கொண்டு, பின்னர் அமுதம் சுரந்தது என்பதை அறியலாம் என்பது கருத்து).

..429..

சொல்லால், தொடர்பொரு ளால்,தொட ராப்பரம் ஜோதி!நின்னை
வல்லாளர் கண்ட வழிகண்டி லேன்;ஜக மார்க்கத்திலும்
செல்லாதுஎன் சிந்தை, நடுவே கிடந்து, திகைத்து,விம்மி,
அல்ஆன தும்பகல் ஆனதும் வாய்விட்டு அரற்றுவனே. 29

அருஞ்சொற்பொருள்:

வல்லாளர் - நிறைஞானிகள். ஜக மார்க்கம் - பிரபஞ்ச வழி. அல் - இரவு.

பொழிப்புரை:

சொல்லாலும், அச்சொல்லுக்குரிய பொருளாலும் அறிய முடியாத மேலான ஒளிப்பிழம்பே! மெய்ஞ்ஞானிகள் கண்ட வழியிலே சென்று, நான் உன்னைக் காணவில்லை; பிரபஞ்ச நெறியிலும் செல்ல என் மனம் ஒப்பவில்லை; எனவே இரண்டுக்கும் நடுவில் நின்று, திகைப்புற்றுத் தேம்பி, இரவு பகல் என எந்நேரமும் வாய்விட்டு புலம்பிக் கொண்டிருக்கிறேன்.

..430..

அறியாத என்னை அறிவாயும் நீஎன்று, அகம்புறமும்
பிறியாது, அறிவித்த பேரறிவு ஆம்சுத்தப் பேரொளியோ?
குறியாத ஆனந்தக் கோவோ அமுதுஅருள் குண்டலியோ?
சிறியேன் படும்துயர் கண்டுகல் ஆல்நிழல் சேர்ந்ததுவே. 30

அருஞ்சொற்பொருள்:

அறிவாயும் நீ என்று - தேவரீர்தானே அறிந்து கொள்கிறீர் என்று. கோவோ - தலைவனோ. குண்டலி - பராசக்தி.

பொழிப்புரை:

சிறியேன் படும் துன்பத்தைக் கண்டு, கல்லால மரநிழலில் எழுந்தருளிய தேவரீர், எவராலும் அறியமுடியாத என்னில் அறிவுக்கு அறிவாய் நின்று, அகத்திலும் புறத்திலும் பிரியாது இருந்து, அறிவித்து அருள்செய்தது, பேரறிவாம் தூய பேரொளியோ? குறித்து அறிய முடியாத பேரின்பப் பெருந்தலைவனோ? அமுதம் அருளும் அன்னை பராசக்தியோ? (அறியேன்).

..431..

எல்லாம் உதவும் உனை,ஒன்றில் பாவனை யேனும்செய்து,
புல்ஆ யினும்ஒரு பச்சிலை ஆயினும் போட்டுஇறைஞ்சி
நில்லேன்;நல் யோக நெறியும்செ யேன்;அருள் நீதிஒன்றும்
கல்லேன்;எவ் வாறு பரமே பரகதி காண்பதுவே? 31

அருஞ்சொற்பொருள்:

ஒன்றில் பாவனையேனும் செய்து - ஏதேனும் ஒரு திருவுருவத்தில் எழுந்தருளச் செய்து (விக்கிரஹத்தில் ஆவாஹனம் பண்ணி). புல் - அறுகம் புல். பச்சிலை - வில்வம் முதலிய தழை. அருள்நீதி - அருளைப் பெறுவதற்கான நோன்பு.

பொழிப்புரை:

மேலான பொருளே! எல்லா நலன்களும் தந்து உதவும் உன்னை, ஏதேனும் ஒரு உருவத் திருமேனியில் எழுந் தருளச் செய்து, அத்திருமேனிக்கு ஓர் அறுகம்புல்லோ அல்லது வில்வம் முதலிய ஏதேனும் ஒரு பச்சிலையோ கொண்டு வழிபட மாட்டேன்; நல்ல அகப்பயிற்சியாகிய யோக நெறியிலும் செல்லமாட்டேன்; திருவருளைப் பெற்று உய்வதற்கான நோன்பு எதனையும் மேற்கொள்ள மாட்டேன்; இவ்வாறிருக்க, நான் மேலான முத்திப்பேறு அடைவது எவ்வாறு?

..432..

ஒன்றும் தெரிந்திட இல்லை;என் உள்ளத்து ஒருவ!எனக்கு
என்றும் தெரிந்த இவை;அவை கேள்!இர வும்பகலும்
குன்றும் குழியும் வனமும் மலையும் குரைகடலும்
மன்றும் மனையும் மனம்ஆதி தத்துவ மாயையுமே. 32

அருஞ்சொற்பொருள்:

ஒருவ - ஒப்பற்றவனே. குன்றும் குழியும் - சிறுமலையும் மடுவும். குரைகடல் - ஒலிக்கின்ற கடல். மன்று - அம்பலம். மனை - வீடு.

பொழிப்புரை:

என் உள்ளத்தில் எழுந்தருளி இருக்கும் ஒப்பற்றவனே! எனக்கு உன்னைப் பற்றி என் உள்ளத்தில் ஒன்றும் புலப் படவில்லை. எனக்கு எப்பொழுதும் தெரிவதெல்லாம் இவைதாம்; அவை, எவை எனக் கூறுகிறேன்; கேட்பாயாக!

சிறுமலை, மடு, காடு, பெரிய மலை, ஒலிக்கின்ற கடல், பொதுஇடம் (அம்பலம்), வீடு முதலிய மாயையின் வெளிப்பாடாய் விளங்கும் பொருள்கள் மட்டுமே.

..433..

பழுதுஉண்டு, பாவையர் மோக விகாரப் பரவையிடை
விழுகின்ற பாவிக்கும், தன்தாள் புணையை வியந்துஅளித்தான்;
தொழுகின்ற அன்பர் உளம்களி கூரத் துலங்கும்மன்றுள்
எழுகின்ற ஆனந்தக் கூத்தன்,என் கண்மணி, என்அப்பனே. 33

அருஞ்சொற்பொருள்:

பழுது உண்டு - துன்பமுற்று. மோக விகாரப் பரவை - காமம் கொந்தளிக்கும் கடல். தாள் புணை - திருவடியாகிய தெப்பம். வியந்து - அதிசயித்து.

பொழிப்புரை:

வணங்குகின்ற அன்பர்களது மனத்தில் மகிழ்ச்சி தோன்றும் படி, விளங்குகின்ற அம்பலத்தில் எழுந்தருளி, பேரின்பக் கூத்து நிகழ்த்துபவன்; என் கண்ணில் மணி போல் விளங்குபவன்; என் அப்பன்; அவன்தான் மகளிரது காமக் கொந்தளிப்பு உடைய கடலில் விழுந்து துன்பமுற்றுக் கொண்டிருக்கும் பாவிக்குத் தனது திருவடியாகிய தெப்பத்தை அதிசயிக்கும்படி அளித்து அருளினான்.

..434..

அழுக்குஆர்ந்த நெஞ்சுஉடை யேனுக்கு,ஐ யாநின் அருள்வழங்கின்
இழுக்குஆகும் என்றுஎண்ணி யோஇரங் காத இயல்புகண்டாய்;
முழுக்காதல் ஆகி, விழிநீர் பெருக்கிய முக்தர்எனும்
குழுக்காண நின்று, நடம்ஆடும் தில்லைக் கொழுஞ்சுடரே! 34

அருஞ்சொற்பொருள்:

குழு - ஞானியர் கூட்டம். கொழுஞ்சுடர் - பேரொளி.

பொழிப்புரை:

முழுவதும் அன்பு உடையவராகி, கண்களில் நீரைப் பெருக்கிய, ஜீவன் முத்தர் என்னும் ஞானியர் கூட்டம் காணுமாறு நின்று, தில்லையில் நடனமாடும் பேரொளியே! ஐயா! அழுக்குப் படிந்த மனம் உடைய எனக்கு, நின் திருவருளை வழங்கினால், உனது தகுதிக்கு இழுக்கு ஆகும் என்று எண்ணியோ, இரக்கம் காட்டாத தன்மை உடையை ஆனாய்?

..435..

ஆலம் படைத்த விழியார்கள் மால்கொண்டு, அவர்செய்இந்த்ர
ஜாலம் படைத்துத் தளர்ந்தனை யே,என்றும் தண்அருள்கூர்
கோலம் படைத்துக்,கல் ஆல்அடிக் கீழ்வைகுகம் கோவுக்கு,அன்புஆம்
காலம் படைக்கத் தவம்படை யாதுஎன்கொல் கல்நெஞ்சமே! 35

அருஞ்சொற்பொருள்:

ஆலம் - விடம். மால் - மயக்கம். இந்த்ரஜாலம் - சூழ்ச்சி. வைகும் - எழுந்தருளி இருக்கும். காலம் படைக்க - காலம் வந்து வாய்க்க.

பொழிப்புரை:

கல் போன்ற கடினத் தன்மை கொண்ட மனமே! விடம் பொருந்திய கண்களுடன் கூடிய மகளிரிடம் மயக்கம் கொண்டு, அவர் செய்யும் சூழ்ச்சிக்குப் பலியாகித் தளர்ந் தனையோ? எப்பொழுதும் அருளொடு கூடிய கோலம் கொண்டு, கல்லால மரத்தின்கீழ் எழுந்தருளி இருக்கும் தலைவனுக்கு அன்புசெய்யும் காலம் உண்டாக, ஒரு தவம் செய்யாதது எதனாலோ?

..436..

சும்மா இருக்கச் சுகம்சுகம் என்று சுருதிஎல்லாம்
அம்மா நிரந்தரம் சொல்லவும், கேட்டும், அறிவுஇன்றியே
பெம்மான் மவுனி மொழியையும் தப்பி,என் பேதைமையால்
வெம்மாயக் காட்டில் அலைந்தேன்;அந் தோஎன் விதிவசமே. 36

அருஞ்சொற்பொருள்:

நிரந்தரம் சொல்லவும் - இடைவிடாது சொல்லிக்கொண்டு இருக்கவும். வெம்மாயக் காடு - கொடிய பொய்த்தோற்றமாகிய காடு.

பொழிப்புரை:

வாய்மூடி மௌனியாய் சும்மா இருப்பதே சுகம்சுகம் என்று வேதமெல்லாம் இடைவிடாது சொல்லவும், அதனைக் காதாரக் கேட்ட பின்னும், அறிவு சிறிதுமின்றி, குரு மௌனி சொன்ன சொல்லையும் ஏற்காத, என் அறியாமையால் கொடிய பொய்த்தோற்றம் ஆகிய காட்டில் அலைந்து திரிந்தேன்; அந்தோ! இது என் விதிவசமே!

..437..

தினமே செலச்செல, வாழ்நாளும் நீங்க, ஜெகத்துஇருள்சொப்
பனமே எனவெளி கண்டே இருக்கவும், பாசபந்த
இனமே துணைஎன்று இருந்தோம்; நமன்வரின் என்செய்குவோம்;
மனமே!நம் போலஉண் டோசுத்த மூடர்இவ் வையகத்தே? 37

அருஞ்சொற்பொருள்:

ஜெகத்து இருள் - பிரபஞ்சம் உண்மை என்னும் அறியாமை இருள். சொப்பனம் - கனவு. வெளிகண்டு - வெளிப்படையாகத் தெரிந்து. பாசபந்த இனமே - பிணிக்கின்ற பாசக்கூட்டமே.

பொழிப்புரை:

மனமே! நாள் செல்லச் செல்ல நம்முடைய வாழ்நாளும் குறைந்துகொண்டே வருகிறது; 'இந்த உலகம் உண்டு என்னும் அறியாமை இருள், கனவே!' என்பதை வெளிப் படக் கண்டும், பிணிக்கின்ற பாசக்கூட்டங்களே துணை என்று இருந்துவிட்டோம்; இனி எமன் வரும்போது என்ன செய்யப் போகிறோம்; இவ்வுலகில் நம்மைப் போன்ற முழுமூடரும் இருப்பார்களோ?

..438..

கடல்எத் தனை,மலை எத்தனை, அத்தனை கன்மம்;அதற்கு
உடல்எத் தனை,அத் தனைகடல் நுண்மணல் ஒக்கும்;இந்த
ஜடலத்தை நான்விடும் முன்னே உனைவந்து சார,இருள்
படலத்தை மாற்றப் படாதோ? நிறைந்த பராபரமே! 38

அருஞ்சொற்பொருள்:

இருள் படலம் - ஆணவச் செறிவு.

பொழிப்புரை:

எங்கும் நீக்கமற நிறைந்த மேலானவற்றுக்கும் மேலான தெய்வமே! கடல் எத்தனையோ, மலை எத்தனையோ, அத்தனை கன்மங்கள்; அதனால் எடுத்த உடல்கள் எத்தனை; அது கடல் நுண்மணலை எண்ணிச் சொல்வதோடு ஒக்கும். இந்த உடலை நான் விடும் முன்பே, உன்னை வந்து சேர்வதற்கு வாய்ப்பாக, ஆணவமல இருளாகிய படலத்தை மாற்றக் கூடாதோ?

..439..

நினையும் நினைவும் நினைஅன்றி இல்லை; நினைத்திடுங்கால்
வினைஎன்று ஒருமுதல் நின்னைஅல் லாது விளைவதுஉண்டோ?
தனையும் தெளிந்து,உன்னைச் சார்ந்தோர்கள் உள்ளச்செந் தாமரைஆம்
மனையும்,பொன் மன்றமும் நின்றுஆடும் ஜோதி மணிவிளக்கே! 39

அருஞ்சொற்பொருள்:

தனையும் தெளிந்து - தன்னை அறிந்து. உள்ளச் செந்தாமரை ஆம் மனை - மனமாகிய செந்தாமரை மலர் போன்ற வீடு. பொன் மன்றம் - பொன்னம்பலம்.

பொழிப்புரை:

தான் யார் என்பதை நன்கு அறிந்து, உன்னைச் சார்ந்து வாழும் அடியார்களது மனமாகிய செந்தாமரை மலர் போன்ற வீட்டிலும், பொன்னம்பலத்திலும், நின்று நடனமாடுகின்ற

சோதியாக விளங்கும் அழகிய விளக்கே! எண்ணும் எண்ணம், உன்னையன்றிப் பிறிதொன்று இல்லை; எனவே 'வினை' என்னும் வேறொரு மூலம் உன்னை அன்றி விளையுமோ?

..440..

உள்ளத் தையும்இங்கு எனையும்நின் கையினில் ஒப்புவித்தும்,
கள்ளத்தைச் செய்யும் வினையால் வருந்தக் கணக்கும்உண்டோ?
பள்ளத்தில் வீழும் புனல்போல் படிந்து,உன் பரமஇன்ப
வெள்ளத்தின் மூழ்கினர்க் கேஎளி தாம்தில்லை வித்தகனே! 40

அருஞ்சொற்பொருள்:

பரம இன்பம் - மேலான பேரின்பம். தில்லை வித்தகன் - தில்லையில் எழுந்தருளி இருக்கும் அறிவுமயமானவன்.

பொழிப்புரை:

பள்ளத்தை நோக்கிப் பாயும் வெள்ளத்தைப் போல் உனது மேலான பேரின்ப வெள்ளத்தில் தோய்ந்து மூழ்கினவர்களுக்கு எளிதில் அருளவல்ல தில்லையில் எழுந்தருளி இருக்கும் அறிவுமயக் கடவுளே! எனது உள்ளத்தையும், என்னையும் உன்னிடத்தில் ஒப்படைத்த பிறகும், கள்ளத் தனம் செய்யும் வினை கண்டு வருந்த வேண்டிய நிலை உண்டாகுமோ?

..441..

கள்ளம் பொருந்தும் மடநெஞ்ச மே!கொடுங் காலர்வந்தால்
உள்அன்பு அவர்கட்குஉண் டோஇல்லை யே;உலகு ஈன்றஅன்னை
வள்ளம் பொருந்தும் மலர்அடி காண,மன்று ஆடும்இன்ப
வெள்ளச்செம் பாதப் புணையேஅல் லால்கதி வேறுஇல்லையே. 41

அருஞ்சொற்பொருள்:

காலர் - எம தூதர். வள்ளம் - கிண்ணம். கதி - புகலிடம்.

பொழிப்புரை:

கள்ளத்தனம் பொருந்திய அறியாமை நிறைந்த மனமே! கொடிய எமதூதர் வந்தால், உன்னைப்போல் அவர் அன்பாக என்னிடம் நடந்து கொள்வாரோ? நடந்து கொள்ள மாட்டார் அன்றோ? உலகனைத்தையும் ஈன்ற சிவகாமி அம்மை காணுமாறு கிண்ணம் போன்ற தாமரைத் திருவடியைத் தூக்கி ஆடவும், அந்த பேரின்பக் கடலாகிய இறைவனுடைய திருவடித் தெப்பம் தவிர வேறு புகலிடம் இல்லையே!

..442..

தன்மயம் ஆனசு பாவத்தில் மெள்ளத் தலைப்படுங்கால்,
மின்மயம் ஆன ஜகம்யாது உரைத்துஎன்? வெளியில்உய்த்த
சின்மய முத்திரைக் கையேமெய் ஆகத் தெளிந்தநெஞ்சே!
நின்மயம், என்மயம் எல்லாம் நிறைந்த நிராமயமே. 42

அருஞ்சொற்பொருள்:

மின்மயம் ஆன ஜெகம் - மின்னல்போல் தோன்றி மறையும் உலகம். நிராமயம் - நோயின்மை, குறைஇன்மை.

பொழிப்புரை:

வெளிப்படையாகக் கைகொண்டு காட்டிய சின்முத்திரை கண்டு தெளிவு பெற்ற மனமே! இறைவனோடு கூடி இருக்கும் பாவனை மெள்ளக் கைகூடும்போது, தோன்றி மறையும் மின்னல் போன்ற உலகம் என்ன சொல்லின் என்? நின்மயம் என்பதும், என்மயம் என்பதும், எல்லாம் பெருநிறைவாய் விளங்கும் சிவமயமே.

..443..

ஆயும் கலையும் சுருதியும் காண்டற்கு அரியஉனைத்
தோயும் படிக்குக் கருணைசெய் வாய்;சுக வான்பொருளே!
தாயும் பிதாவும் தமரும் குருவும் தனிமுதலும்
நீயும் பரையும்என் றேஉணர்ந் தேன்;இது நிச்சயமே. 43

அருஞ்சொற்பொருள்:

தோயும் - அடையும். பரை - சத்தி.

பொழிப்புரை:

இன்பம் தரும் மேலான பொருளே! ஆராயப்படுகின்ற கலை ஞானங்களும், மறையும், காணஅரிய உன்னை, அடையும் படி அருள்செய்வாயாக! தாயும், தந்தையும், உறவினரும், குருவும், ஒப்பற்ற ஒருதனி மூலமும், நீயும், சத்தியும், ஆகிய எல்லாம் நீயே என்பதை உணர்ந்தேன்; இது உறுதி.

..444..

அல்லும் பகலும் உனக்கே அபயம் அபயம்என்று
சொல்லும்சொல் இன்னம் தெரிந்ததுஅன் றோ?துதிப் பார்கள்மனக்
கல்லும் கரைக்கும் மவுனா! உனது கருணைஎன்பால்
செல்லும் பொழுதுஅல்ல வோசெல்லு வேன்;அந்தச் சிற்சுகத்தே. 44

அருஞ்சொற்பொருள்:

மவுனா - மௌன குருவே! சிற்சுகம் - பேரின்பப் பெருவாழ்வு.

பொழிப்புரை:

வணங்குவாரது கல் போன்ற மனத்தையும் கரைக்கும் மௌன குருவே! இரவு பகல் என எந்நேரமும் உனக்கே அடைக்கலம் என்று நான் கூறும் சொல்லை நீ இன்னும் அறியவில்லையோ? உனது திருவருள் எப்பொழுது என்மீது படியுமோ? அப்பொழுதுதானே அந்தப் பேரின்பப் பெருவாழ்வினை அடியேன் பெறமுடியும்?

..445..

எல்லாம் சிவன்செயல் என்றுஅறிந் தால்,அவன் இன்னருளே
அல்லால் புகல்இடம் வேறும்உண் டோ?அது வேநிலையா
நில்லாய்;உன் னால்தமி யேற்குக் கதிஉண்டு;இந் நீள்நிலத்தில்
பொல்லா மயக்கத்தில் ஆழ்ந்துஆவது என்ன புகல்நெஞ்சமே! 45

அருஞ்சொற்பொருள்:

கதி - புகலிடம், வீடுபேறு. புகல் - சொல்வாய்.

பொழிப்புரை:

மனமே! 'எல்லாம் சிவன் செயல்' என்று தெரிந்து கொண்டால், அவனது இனிய திருவருள் இன்றி, வேறு புகலிடம் இல்லை என்பது தெரியவரும். அதனையே பற்றுக்கோடாகப் பற்றி நிற்பாயாக! அப்பொழுது உனது துணையோடு நானும் வீடுபேறு அடைவேன்; இந்த நீண்ட நிலவுலகின் கொடிய மயக்கத்தில் மூழ்குவதால் என்ன ஆகப் போகிறது?

..446..

ஒளியே, ஒளியின் உணர்வே, உணர்வின் உவகைபொங்கும் களியே, களிக்கும் கருத்தே, கருத்தைக் கவளம்கொண்ட வெளியே, வெளியின் விளைசுக மே,சுகர் வீறுகண்டும் தெளியேன்; தெளிந்த வரைப்போற்றி டேன்;என்ன செய்குவனே? 46

அருஞ்சொற்பொருள்:

சுகர் வீறு கண்டும் - சுகப்பிரம்மம் என்பவரது பெருமை பற்றிக் கேட்டிருந்தும்.

பொழிப்புரை:

பேரொளிப் பிழம்பே! அப்பேரொளிப் பிழம்பின்அறிவே! அந்த அறிவில் மகிழ்ச்சி பொங்கும் கனியே! அந்தக் கனிக்கும் அறிவே! அந்த அறிவை விழுங்கிய வெளியே! அந்த வெளியில் விளைகின்ற இன்பமே! சுகர் என்னும் முனிவரது பெருமை குறித்து கேள்விப்பட்டிருந்தும் இன்னும் என் அறிவில் தெளிவு பிறக்கவில்லையே! அவ்வாறு தெளிவு பெற்றவரை வணங்கவும் மாட்டேன்; இதற்கு நான் என்ன செய்வேன்? (சுகப்பிரம்மம் என்னும் மகரிஷி மகளிர் இன்பத்தை அறவே வெறுத்து கடுமையான பிரம்மச்சரிய விரதம் காத்தவர் என்பது அறிக).

..447..

மறக்கின்ற தன்மை இறத்தல்ஒப்பு ஆகும்; மனமதுஒன்றில்
பிறக்கின்ற தன்மை பிறத்தல்ஒப்பு ஆகும்;இப் பேய்ப்பிறவி
இறக்கின்ற எல்லைக்கு அளவுஇல்லை யே;இந்த ஜன்மஅல்லல்
துறக்கின்ற நாள்எந்த நாள்?பர மே!நின் தொழும்பனுக்கே. 47

அருஞ்சொற்பொருள்:

ஜன்மம் - பிறப்பு. தொழும்பன் - அடிமை.

பொழிப்புரை:

மேலான கடவுளே! மனம் மறக்கின்ற தன்மை பெறின், அது இறப்பை ஒக்கும்; மனம் நினைக்கின்ற தன்மை பெறின், அது பிறப்பை ஒக்கும்; பேய் போல் அலைந்து திரியும் இந்த பிறப்புக்கோ அளவே இல்லை; இந்தப் பிறப்பை விட்டால், உனது அடிமைக்கு உலகப்பற்றைத் துறக்கும் நாள், எந்த நாள்?

..448..

காட்டிய அந்தக் கரணமும், மாயைஇக் காயம்என்று
சூட்டிய கோலமும், நானா இயங்கத், துறைஇதனுள்
நாட்டிய நான்,தனக்கு என்றுஓர் அறிவுஅற்ற நான்,இவற்றைக்
கூட்டிநின்று ஆட்டினை யே;பர மே!நல்ல கூத்துஇதுவே. 48

அருஞ்சொற்பொருள்:

அந்தக்கரணம் - அகக் கருவிகள் (மனம், புத்தி, அகங்காரம், சித்தம்). காயம் - உடம்பு. துறை - பலப்பல துறைகள்.

பொழிப்புரை:

மேலான தெய்வமே! அந்தக்கரணமும் மாயையுமே இந்த உடம்பு; உடம்பு என்னும் வடிவம் கொண்ட இது பலவிதமாக இயங்கவும், இதனுள் பலப்பல துறைகள்

உள்ளன. நானோ, எனக்கு என ஓர்அறிவு இல்லாதவன்; எனவே நீ இவற்றை எல்லாம் கூட்டிவைத்து ஆட்டிப் படைக்கின்றாய்! இந்த கூத்து மிகவும் நல்ல கூத்து (ஏளனமாகச் சொன்னது).

..449..

பொல்லாத மாமர்க் கடமன மே!எனைப் போல்அடுத்த
எல்லாவற் றையும்பற்றிக் கொண்டனை யே;என்னை? நின்மயமா
நில்லாய் அருள்வெளி நீ;நான்நிற் பேன்அருள் நிஷ்டைஒரு
சொல்லால் பதிந்து; பரிபூர ணானந்தம் தோய்குவனே. 49

அருஞ்சொற்பொருள்:

மர்க்கடம் - குரங்கு. என்னை - என்ன காரணம். நின்மயம் - நினது திருவருள்மயம். ஒரு சொல்லால் பதிந்து - ஒரு வார்த்தைக்கு உட்பட்டு.

பொழிப்புரை:

கொடியதும் பெரியதும் குரங்கு போன்றதும் ஆகிய மனமே! என்னைப் போலவே, உன்னைச் சார்ந்த அனைத்தையும் பற்றிக் கொண்டாய்; இது என்ன காரணத்தால்? மன வெளியாகிய நீ அருள்வெளியில் கலந்து நிற்பாயாக! அப்படி நீ நின்றால், நான் 'சும்மா இரு' என்ற ஒரு சொல்லின் துணைகொண்டு, நிட்டை கூடுவேன்; பின்னர் முழுமையான பேரின்ப வெள்ளத்தில் மூழ்குவேன்.

..450..

வாராய்நெஞ் சே!உன்தன் துன்மார்க்கம் யாவையும் வைத்துக்கட்டு;இங்கு
ஆராய்; அடிக்கடி சுற்றுகின் றாய்;உன் அவலமதிக்கு
ஓர்ஆ யிரம்புத்தி சொன்னாலும் ஓர்கிலை; ஓகெடுவாய்;
பாராய்; உனைக்கொல்லு வேன்;வெல்லு வேன்;அருள் பாங்குகொண்டே.
50

அருஞ்சொற்பொருள்:

வைத்துக் கட்டு - மூட்டை கட்டு, ஒதுக்கித் தள்ளு. சுற்றுகின்றாய் - அலைகின்றாய். அவலமதி - கீழான புத்தி.

பொழிப்புரை:

மனமே! இங்கு அருகில் வா! உன்னுடைய தீயநெறியை முழுவதுமாக ஒதுக்கிவை! சற்றே ஆராய முற்படு! அடிக்கடி தேவையின்றி சுற்றித் திரிகின்றாய்! உன்னுடைய கீழான அறிவுக்கு ஓர்ஆயிரம் முறை புத்திமதி (அறிவுரை) கூறினாலும், நீ அதுகுறித்து கொஞ்சமும் ஓர்ந்து தெளிவு அடைவதில்லை! கெட்டு ஒழி! நன்றாக நான் சொல்வதைக் கேள்! எனக்குத் திருவருளின் துணை இருப்பதால் உன்னை நான் கொல்லுவேன்; அதில் வெற்றியும் பெறுவேன்.

..451..

மாதத்தி லேஒரு திங்கள்உண் டாகி மடிவதைநின்
போதத்தி லேசற்றும் வைத்திலை யே;வெறும் புன்மைநெஞ்சே!
வேதத்தி லே,தர்க்க வாதத்தி லேவிளங் காது;விந்து
நாதத்தி லேஅடங் காதுஅந்த வான்பொருள்; நாடிக்கொள்ளே.   51

அருஞ்சொற்பொருள்:

போதம் - அறிவு. நாதம் - ஒலி. விந்து - ஒளி. வான்பொருள் - மேலான பொருள். நாடிக் கொள் - ஆராய்ந்து பற்றிக்கொள்.

பொழிப்புரை:

வெறுமையும் இழிவும் பொருந்திய மனமே! மாதம் ஒரு முறை திங்கள் முழுவதும் தேய்வதும், வளர்வதுமாகி வாழ்நாளும் கழிகிறது என்பதை சற்றும் நின்அறிவில் கொள்வதில்லை; வேதத்திலும், தர்க்க சாத்திரத்திலும், ஒலி என்னும் நாத தத்துவத்திலும், ஒளி என்னும் விந்து தத்துவத்திலும், அந்த மேலான பொருள் அடங்கி நிற்காது; இதனை ஆராய்ந்து, நீ அப்பொருளை பற்றிக் கொள்வாயாக!

..452..

எங்கும் வியாபித்து உணர்வாய்; உனக்குஎன் இதயத்துஉள்ளே
தங்கும் துயரம் தெரியாத வண்ணம் தடைசெய்ததுஆர்?
அங்கம் குழைந்துஉள் உருகும்அன் பாளர்க்கு அணைகடந்து
பொங்கும் கருணைக் கடலே!சம் பூரண போதத்தனே! 52

அருஞ்சொற்பொருள்:

உணர்வாய் - அறிவாய். அன்பாளர் - அடியவர். சம்பூரண போதத்தன் - முழுநிறைவான ஞானமயன்.

பொழிப்புரை:

உடல்தளர்ந்து, உள்ளம் உருகும், அன்பர்களுக்கு அணையை உடைத்துக் கொண்டு பொங்கும் கடல்போல் அருளுபவனே! முழுநிறைவான அறிவுமயக் கடவுளே! நீ எங்கும் நீக்கமற நிறைந்திருக்கும் தன்மையை அறியவில்லையா? என் மனத்தில் ஒரு துயரம் உண்டு; அதை ஏன் நீ அறியவில்லை; அறியாதபடி செய்தவர் யார்?

..453..

வையக மாதர் சுகத்தையும் பொன்னையும் மாயைமல
மெய்யையும் மெய்என்று, நின்அடி யார்தம் விவேகத்தையும்
ஐயம்இல் வீட்டையும் மெய்ந்நூலை யும்பொய்ய தாகஎண்ணும்
பொய்யர்தம் நட்பை விடுவதுஎன் றோ?பரி பூரணமே! 53

அருஞ்சொற்பொருள்:

மெய் - உடல். மெய் என்று - நிலையானது என்று. வீடு - முத்தி.

பொழிப்புரை:

எங்கும் நீக்கமற நிறையும் பொருளே! இவ்வுலகில் மகளிர் இன்பத்தையும், பொன்னையும், மாயையால் கட்டப்பட்ட மலஉடம்பையும், மெய் என்றும்;

நினது அடியார்களது அறிவையும், சந்தேகத்துக்கு இட மளிக்காத வீடுபேற்றையும், மெய்ம்மை நூல்களையும் பொய் என்றும்;

எண்ணும் பொய்யர் நட்பை விட்டு விலகுவது எப்பொழுதோ?

..454..

அளியும் கனியொத்து, அருவினை யால்நொந்து அயர்வுறுவேன்;
தெளியும் படிக்குப் பரிபாக காலமும் சித்திக்குமோ?
ஒளியும் கருணையும் மாறாத இன்பமும் ஓர்உருவாய்
வெளிவந்து, அடியர் களிக்கநின்று ஆடும் விழுப்பொருளே! 54

அருஞ்சொற்பொருள்:

அளியும் கனி - கனிந்த கனி. அருவினை - கொடியவினை. வெளி வந்து - வெளிப்பட்டு நின்று.

பொழிப்புரை:

ஒளியும், இரக்கமும், என்றும் மாறாத இன்பமும் உடைய ஓர் உருவமாய் வெளிப்பட்டு நின்று, நினது அடியார்கள் மனம் மகிழ பொன்னம்பலத்தில் நின்று கூத்து நிகழ்த்துகின்ற விழுமிய பொருளே!

மிகவும் பழுத்த பழம் போன்று, எனது கொடிய வினைகள் முற்றி நிற்க, அதனால் மனம் மிக வேதனைப்பட்டு சோர்வு அடைகிறேன்; இதில் தெளிவு பிறக்கும்படி மலபரிபாகம் (பக்குவம்) உறும் காலமும் எனக்கு உண்டாகுமோ?

..455..

அடையார் புரம்செற்ற தேவே!நின் பொன்அடிக்கு அன்புசற்றும்
படையாத என்னைப் படைத்து,இந்தப் பாரில் படர்ந்தவினைத்
தடையால் தளையிட்டு, நெஞ்சம்புண் ணாகத் தளரவைத்தாய்;
உடையாய் உடைய படிஅன்றி, யான்செய்தது ஒன்றுஇலையே. 55

அருஞ்சொற்பொருள்:

அடையார் புரம் - பகைவரது முப்புரம். செற்ற தேவே - அழித்த இறைவா. வினைத்தடை - கர்ம பந்தம். தளை - விலங்கு. உடைய படி - உள்ளபடி.

பொழிப்புரை:

பகைவரது முப்புரத்தை அழித்த கடவுளே! நினது பொன் போன்ற அழகிய திருவடிகளுக்கு ஒருசிறிதளவும் அன்பு செய்யாத என்னை இப்பூவுலகில் வந்து பிறக்குமாறு படைப்பு நிகழ்த்தி, கர்ம பந்தத்தால் விலங்கு பூட்டி, நெஞ்சு புண்ணாகுமாறு சோர்வடையச் செய்தாய்! எல்லாம் உடையவனே! விதியின்படி அன்றி நானாகச் செய்தது ஒன்றும் இல்லையே!

..456..

ஆடும் கறங்கும் திரிகையும் போல அலைந்துஅலைந்து,
காடும் கரையும் திரிவதுஅல் லால்,நின் கருணைவந்து
கூடும் படிக்குத் தவம்முய லாத கொடியர்,எமன்
தேடும் பொழுதுஎன்ன செய்வார்? பரானந்த சிற்சுடரே!   56

அருஞ்சொற்பொருள்:

கறங்கு - காற்றாடி. திரிகை - குயவனது சக்கரம். காடும் கரையும் - காட்டிலும் நாட்டிலும்.

பொழிப்புரை:

மேலான பேரின்பமும் பேரறிவுப் பெருஞ்சுடரும் ஆன பெருமானே! காற்றில் பறக்கும் காற்றாடியும், குயவனது சக்கரமும் போல அலைந்து அலைந்து காட்டிலும் நாட்டிலும் ஆக சுற்றித்திரிவது தவிர, நினது திருவருள் வந்து பொருந்தும்படிக்கு தவம் முயலாத கொடியவர், எமதூதன் வந்து தேடும்போது என்ன செய்வார்?

..457..

கற்றும் பலபல, கேள்விகள் கேட்டும், கறங்குஎனவே
சுற்றும் தொழில்கற்றுச், சிற்றின்பத் தூடு சுழலின்என்ஆம்?
குற்றம் குறைந்து குணம்மே லிடும்அன்பர் கூட்டத்தையே
முற்றும் துணைஎன நம்புகண் டாய்;சுத்த மூடநெஞ்சே! 57

அருஞ்சொற்பொருள்:

கறங்கு - காற்றாடி. ஊடு - நடுவே.

பொழிப்புரை:

முழுதும் அறியாமல் சூழப்பட்ட மடமை பொருந்திய மனமே! பலப்பல ஞானநூல்களைக் கற்றும் கேட்டும் (அதன்படி நடவாது), காற்றாடிபோல் அலைந்து திரிந்து, சிற்றின்பத்தில் உழன்று கொண்டிருப்பதால் என்ன பயன்? குற்றத்தைக் குறைத்துக்கொண்டு, குணத்தை மிகுதிப் படுத்திக் கொள்ளும் அன்பர் திருக்கூட்டத்தையே முழுவதும் துணை என நம்புவாயாக!

..458..

நீஎன நான்என வேறுஇல்லை என்னும் நினைவுஅருளத்,
தாய்என மோன குருஆகி வந்து, தடுத்து,அடிமைச்
சேய்எனக் காத்தனை யே;பர மே!நின் திருவருளுக்
கேஎன செய்யும்கைம் மாறுஉள தோ?சுத்த ஏழையனே! 58

அருஞ்சொற்பொருள்:

நினைவு அருள - நினைவினைத் தந்து அருள் செய்ய. ஏழை - அறிவிலி.

பொழிப்புரை:

மேலான தெய்வமே! நீ எனவும், நான் எனவும் வேறு வேறு இல்லை என்னும் நினைவைத் தந்து அருள, தாய் போல் மௌன குருவாய் வந்து, அடியேனைத் தடுத்துச் சேய்போல் நினைத்துக் காப்பாற்றினாய்; சுத்த அறிவிலி யாகிய நான், நினது திருவருளுக்குச் செய்யும் பிரதி உபகாரம் உண்டோ?

..459..

ஆத்திரம் வந்தவர் போல்அலை யாமல், அரோகதிட
காத்திரம் தந்துஎன்னை யேஅன்னை போலும் கருணைவைத்து,இம்
மாத்திரம் முன்நின்று உணர்த்தினை யே;மவு னாஇனிநான்
சாத்திரம் சொன்ன படிஇயம ஆதியும் சாதிப்பனே. 59

அருஞ்சொற்பொருள்:

ஆத்திரம் - பரபரப்புடன் கூடிய அவசரம். அரோகம் - நோயின்மை. திடகாத்திரம் - உறுதியான உடல். இம்மாத்திரம் - இம்மட்டு. முன்நின்று - வெளிப்பட்டு அருளி. இயமம் ஆதி - இயமம் முதலிய.

பொழிப்புரை:

மௌன குருவே! ஆத்திரம் கொண்டவர்போல் அலையாமல் இருக்கச் செய்து, நோயற்ற வலிமை பொருந்திய உடலைத் தந்து, என்மீது தாய்போல் கருணை வைத்து, இந்த அளவுக்கு வெளிப்பட்டு நின்று அறிவுறுத்தினாய்; இனி நான் ஞானநூல்களில் கூறியுள்ளபடி இயமம் முதலியனவாகச் சொல்லப்படும் யோகங்களின் எட்டு அங்கங்களையும் முறைப்படி பயின்று, அதனில் வெற்றி பெறுவேன்.

28. உடல்பொய் உறவு

நேரிசை வெண்பா

..460..

உடல்,பொய் உறவுஆயின் உண்மைஉறவு ஆகக்
கடவார்ஆர்? தண்அருளே கண்டாய்;-திடமுடனே
உற்றுப்பார்; மோனன் ஒருசொல்லே உண்மை;நன்றாய்ப்
பற்றிப்பார்; மற்றஎல்லாம் பாழ். 1

அருஞ்சொற்பொருள்:

உறவாகக் கடவார் யார் - உறவாயினார் யாவர்.

பொழிப்புரை:

உடல், பொய்உறவு என்னும்போது, உண்மை உறவு ஆயினவர் யார்? தண்ணருளே அல்லவா! திடமனதுடன் கூர்ந்துநோக்கு! மௌனகுரு சொன்ன ஒருசொல்தான் உண்மை; நன்றாய் அதனைப் பற்றிநின்று கவனி; ஏனைய அனைத்தும் வீண் (என்பது தெரியவரும்).

..461..

பார்ஆதி பூதம்எல்லாம் பார்க்குங்கால், அப்பரத்தின்
சீர்ஆக நிற்கும் திறம்கண்டாய்;-நேர்ஆக
நிற்கும் திருவருளில் நெஞ்சே!யாம் நிற்பதுஅல்லால்
கற்கும்நெறி யாதுஇனிமேல்? காண்.   2

அருஞ்சொற்பொருள்:

சீர் ஆக - ஒழுங்கு ஆக. திறம் - வலிமை.

பொழிப்புரை:

மனமே! நிலம் முதலிய பூதங்கள் ஐந்தையும் பார்க்கும் போது, அவை அந்த மேலான கடவுளின் ஒழுங்கில் நிற்கும் வலிமையை அறியலாம். அந்த ஒழுங்குக்குச் சொந்தமான திருவருளில் நிற்பது தவிர, நாம் கற்றுக்கொள்ள எந்த நெறி எஞ்சி உள்ளது? இதனை நீ ஆராய்ந்து காண்பாயாக!

..462..

மெய்ஆன தன்மை விளங்கினால் யார்க்கேனும்
பொய்ஆன தன்மை பொருந்துமோ? - ஐயாவே!
மன்னுநி ராசைஇன்னம் வந்ததுஅல்ல; உன்அடிமை
என்னும்நிலை எய்தும்ஆறு என்?   3

அருஞ்சொற்பொருள்:

நிராசை - வைராக்கியம். ஆறு - வழி.

பொழிப்புரை:

ஐயா! உண்மைத் தன்மை ஒருவனுக்கு விளங்கிவிட்டால், அதன் பிறகு பொய்த்தன்மை அவனிடம் வந்து பொருந்துமோ? நிலையான வைராக்கியம் இன்னும் வந்தபாடில்லை; உனக்கு அடிமை என்னும் நிலையை அடையும் வழி யாது?

..463..

அறியாமை மேலிட்டு அறிவுஇன்றி நிற்கும்
குறியேற்கு, அறிவுஎன்ற கோலம் - வறிதேஆம்;
நீஉணர்த்த நான்உணரும் நேசத்தா லோ,அறிவுஎன்
றேஎனக்குஓர் நாமம்இட்ட தே. 4

அருஞ்சொற்பொருள்:

குறியேற்கு - குறிக்கோள் உடைய எனக்கு. வறிது - பொருளற்றது. நேசம் - அன்பு. நாமம் - பெயர்.

பொழிப்புரை:

அறியாமை மேலிட, அறிவின்றி நிற்கும் குறிக்கோள் கொண்ட எனக்கு, அறிவுடையவன் என்ற மனிதவடிவம் பொருளற்றது ஆய்விட்டது. நீ உணர்த்த நான் உணர்கிறேன்; அந்த அன்பினால், நானும் அறிவுடைப் பொருள்தான் என்ற பெயர் எனக்கு வந்து பொருந்தியது.

..464..

ஏதுக்குச் சும்மா இரு,மனமே! என்றுஉனக்குப்
போதித்த உண்மைஎங்கே போகவிட்டாய்? - வாதுக்கு
வந்துஎதிர்த்த மல்லரைப்போல் வாதாடி னாயே,உன்
புந்திஎன்ன? போதம்என்ன? போ. 5

அருஞ்சொற்பொருள்:

வாது - வழக்கு. மல்லர் - வீரர். போதம் - ஞானம்.

பொழிப்புரை:

மனமே! 'சும்மா இரு' என உனக்குக் குருநாதன் போதித்த போதனையை எங்கே போகவிட்டாய்? வழக்காட வந்த வீரன்போல வாதடினாயே! உன் அறிவை என்என்பது? ஞானத்தை என்என்பது? எனவே நீ, என்னை விட்டுப் போய் விடு!

..465..

ஜகம்அனைத்தும் பொய்எனவே தான்உணர்ந்தால், துக்க
சுகம்அனைத்தும் பொய்அன்றோ? சோராது - இகபரத்தும்
விட்டுப் பிரியாத மேலான அத்வைதக்
கட்டுக்குள் ஆவதுஎன்றோ? காண். 6

அருஞ்சொற்பொருள்:

ஜகம் - உலகம். துக்கம் - துன்பம். சுகம் - இன்பம். சோராது - தளராது. அத்வைதக் கட்டு - இரண்டற்றது என்னும் ஆணை. ஆவது - அடங்கி இருப்பது.

பொழிப்புரை:

உலகம் அனைத்தும் பொய் என்பதை உணரும்போது, துன்பஇன்பங்களும் பொய்தானே! தளர்வடையாது இம்மையிலும் மறுமையிலும் விட்டுநீங்காத 'இரண்டற்றது' என்னும் ஆணையில் அடங்கி நிற்பது எக்காலமோ?

..466..

கற்கண்டோ, தேனோ, கனிரசமோ, பாலோ,என்
சொற்குஅண்டாது ஏதுஎனநான் சொல்லுவேன் - வில்கண்ட
வானமதி காண மவுனிமவு னத்துஅளித்த
தானம்அதில் ஊறும்அமிர் தம். 7

அருஞ்சொற்பொருள்:

அண்டாது - எட்டாது. வில் - பிரகாசம். வானமதி - மதிமண்டலம். தானம் - இடம்.

பொழிப்புரை:

மௌனகுரு சொல்லிக் கொடுத்த மௌனத்தில் பிரகாச முடைய சந்திர மண்டலத்தில் ஊறும் அமுதானது, கற்கண்டோ, தேனோ, பழச்சாறோ, பாலோ, எனச் சொல்லால் வருணிக்க முடியாத இனிப்பு உடையது. அதனை வேறு எந்த சொல்லால் நான் வருணிப்பேன்!

..467..

கேட்டலுடன், சிந்தித்தல், கேடுஇலா மெய்த்தெளிவால்,
வாட்டம்அறா உற்பவநோய் மாறுமோ? - நாட்டம்உற்று
மெய்ஆன நிஷ்டையினை மேவினர்கட்கு அன்றோதான்
பொய்ஆம் பிறப்புஇறப்புப் போம். 8

அருஞ்சொற்பொருள்:

உற்பவ நோய் - பிறவிப்பிணி. மேவினர் - அடைந்தவர்.

பொழிப்புரை:

விருப்பமுடன் உண்மையான நிட்டை கூடியவர்களுக்கு தான் பொய்யாய் விளையும் பிறப்பு இறப்பு அகலும்; கேட்டல், சிந்தித்தல், தெளிதல் ஆகியவற்றால் மட்டும் தளர்ச்சி நீங்காத பிறவிநோய் மாறுமோ? (மாறாது).

..468..

மாயா ஜகத்தை மதியாதார், மண்முதலா
யேஆன தத்துவத்தில் எய்துவரோ? - நேயானு
பூதிநிலை நிற்கப் பொருந்துவர்கள்; அன்னவர்தம்
நீதியையே ஓர்;மனமே நீ. 9

அருஞ்சொற்பொருள்:

நேயம் - அன்பு. அனுபூதி - சிவானுபூதி (சிவப்பேறு).

பொழிப்புரை:

மனமே! நீ அன்பு மிகுதியால் சிவப்பேறு பெற்றவர்கள் கடைபிடித்த நீதியை ஓர்ந்து தெளிவடைவாயாக! மாயையின் காரியமாகிய உலகத்தை மதிக்காதவர், மண் முதல் நாதம் ஈறாகச் சொல்லப்பட்ட தத்துவத்தில் சிக்குவரோ?

..469..

இகம்முழுதும் பொய்எனவே ஏய்ந்துஉணர்ந்தால், ஆங்கே
மிகவளர வந்தஅருள் மெய்யே; - அகம் நெகிழப்
பாரீர்; ஒருசொல் படியே அனுபவத்தைச்
சேரீர்; அதுவே திறம். 10

அருஞ்சொற்பொருள்:

ஏய்ந்து - பொருந்தி. வளர வந்த அருள் - பெருகுகின்ற திருவருள்.

பொழிப்புரை:

இவ்வுலக இன்பம் அனைத்தும் பொய் எனப் பொருந்தி உணர்ந்தால், அங்கே பெருகுகின்ற திருவருள் மெய்யே ஆகும். மனம் நெகிழ இதனை உற்றுப் பார்! குருநாதன் சொன்ன ஒரு சொல்லின்படி அனுபவத்தில் பொருந்து! அதுதான் உறுதி.

..470..

ஆரணங்கள், ஆகமங்கள் யாவுமே ஆனந்த
பூரணமே உண்மைப் பொருள்என்னும் - காரணத்தை
ஓராயோ?உள்உள்ளே உற்றுஉணர்ந்துஅவ் உண்மையினைப்
பாராயோ? நெஞ்சே! பகர். 11

அருஞ்சொற்பொருள்:

ஆரணம் - வேதம். உள் உள்ளே - உள்ளத்தின் உள்ளே.

பொழிப்புரை:

மனமே! வேத ஆகமங்கள் அனைத்தும் 'பேரின்ப முழுமை யாகிய பரமே உண்மைப் பொருள்!' என முழங்கும் காரணத்தை நீ உணரமாட்டாயோ? உள்ளத்தின் உள்ளே கூர்ந்து நோக்கி, அதனை உணர்ந்து, அந்த உண்மையைப் பார்க்க மாட்டாயோ? சொல்வாயாக!

..471..

நேராய்அம் மௌனநிலை நில்லாமல், வாய்பேசி
ஆராய் அலைந்தீர்நீர்; ஆகெடுவீர்; - தேரீர்;
திரைஉந்து இரையும்நதிச் சென்னியனை நாவால்
கரையும்; கரையும்மனக் கல். 12

அருஞ்சொற்பொருள்:

ஆராய் - யாராய். தேரீர் - ஆராயுங்கள். இரையும் நதி - ஒலிக்கும் கங்கை. நாவால் கரையும் - வாய்விட்டுப் புகழுங்கள். மனக்கல் - கல் மனம், கல் போன்ற மனம்.

பொழிப்புரை:

நேர்பட அம்மௌன குரு சொன்னபடி மௌனநிலையில் நிலைத்து நிற்காமல், வாய்பேசி யாராக அலைகின்றீர்? ஆராய்வீராக! அலைவீசி ஆர்ப்பரிக்கும் கங்கை சூடிய சடை உடையவனை வாயாரப் புகழ்ந்தால், கல் போன்ற மனமும் கரையுமே!

..472..

அற்ப மனேம! அகிலவாழ்வு அத்தனையும்
சொற்பனம்கண் டாய்;உண்மை சொன்னேன்நான்; - கற்பனைஒன்று
இல்லா இடத்தே, எனைச்சும்மா வைத்திருக்கக்
கல்லாய்நீ தான்ஓர் கவி. 13

அருஞ்சொற்பொருள்:

அகில வாழ்வு - உலக வாழ்வு. சொற்பனம் - சொப்பனம், கனவு.

பொழிப்புரை:

அற்ப மனமே! உலக வாழ்வு முழுவதும் பொய் என்பதை நீ கண்டுகொண்டாய்; நானும் உனக்கு உண்மை எது என்பதை எடுத்துரைத்தேன்; 'நீ வேறு; நான் வேறு' என்னும் கற்பனை ஒன்று இல்லாத இடத்து, என்னைச் சும்மா வைத்திருக்க உதவும் பொருட்டு, ஒரு செய்யுளையேனும் நீ கற்பதில்லை.

..473..

ஏதும் திருவருளின் இச்சைஆம் என்றுஎன்றுஎப்
போதும் பொருந்தும் புனிதர்பால் - தீதுநெறி
செல்லுமோ?செல்லாதே; செல்லும்இடம் இன்பம்அலால்
சொல்லுமோ வேதத் தொனி. 14

அருஞ்சொற்பொருள்:

இச்சை - விருப்பம். வேதத் தொனி - வேத வாக்கு.

பொழிப்புரை:

'எல்லாம் திருவருளின் விருப்பப்படி நடக்கிறது' என்று எப்பொழுதும் நினைத்துக் கொண்டிருக்கும் தூய தவசிகளிடம் தீமைநெறி நெருங்குமோ? நெருங்காது அல்லவா! செல்லும் இடம் இன்பம் தராது என்றால், வேதவாக்கு மேற்கூறிய சொற்றொடரைக் கூறுமோ?

..474..

கல்லேறும் சில்லேறும் கட்டியே றும்போலச்
சொல்ஏறப் பாழ்த்த துளைச்செவிகொண்டு - அல்ஏறு
நெஞ்சன்என நிற்கவைத்தாய்; நீதியோ? தற்பரமே!
வஞ்சன்அல்லேன்; நீயே மதி. 15

அருஞ்சொற்பொருள்:

கல்லேறு - கல் எறிதல். சில்லேறு - ஓடு எறிதல். கட்டி - மண்ணாங் கட்டி. சொல் ஏற - சொல்வதை எல்லாம் கேட்டுக் கொள்கிற. துளைச் செவி - ஓட்டைக் காது. அல் - அறியாமை இருள்.

பொழிப்புரை:

தன்னில் தானாய் விளங்கும் மேலான பொருளே! கல் எறிதலையும், ஓடு எறிதலையும், மண்ணாங்கட்டி எறிதலையும் போல சொல்வதை எல்லாம் கேட்டுக் கொள்கின்ற வீணான துளைக் காது கொண்டு, அறியாமை இருள் சூழ்ந்த மனம் உடையவனாய் என்னைப் படைத்து விட்டாய்; இது நீதி ஆகுமோ? நான் வஞ்சனையுடன் கூடிய நெஞ்சம் உடையவன் அல்லேன்; நீயே மதிப்பிடுவாயாக!

..475..

அப்பொருளும் ஆன்மாவும் ஆரணநூல் சொன்னபடி
தப்புஇலாச் சித்துஒன்றுஆம் ஜாதியினால்; - எப்படியும்
தேரில் துவைதம்; சிவாகமமே சொல்லும்நிஷ்டை
ஆரும்இடத்து அத்வைதம் ஆம். 16

அருஞ்சொற்பொருள்:

அப்பொருள் - பரமான்மா. ஆன்மா - சீவான்மா. ஆரணநூல் - வேதம். சித்து - அறிவு. ஜாதி - சொரூப அமைப்பு. துவைதம் - இரண்டு. ஆரும் இடம் - கூடும் இடம். அத்வைதம் - இரண்டற்றது.

பொழிப்புரை:

வேதத்தில் சொன்னபடி பரமான்மா பேரறிவும், சீவான்மா சிற்றறிவும், கொண்டு விளங்குதலின், 'அறிவுள்ள பொருள்' என்னும் அடிப்படையில் ஒன்றாயினும், ஆராயுமிடத்து இரண்டு பொருளே; ஆனால் சைவ ஆகமம் சொல்லும் முறையில் கூடும் நிட்டையில் இரண்டறத் தன்மை உடையதே ஆகும்.

..476..

வேதம் முதலாய் விளங்கும் சிவவடிவுஆம்
போத நிலையில் பொருந்தாமல், - ஏதம்மிகு
மோகாதி அல்லலிலே மூழ்கினையே நெஞ்சே!இத்
தேகாதி மெய்யோ? தெளி. 17

அருஞ்சொற்பொருள்:

போதநிலை - ஆத்ம போதம், ஆன்ம அறிவு. ஏதம் - குற்றம். மோகம் - மயக்கம். அல்லல் - துன்பம்.

பொழிப்புரை:

மனமே! வேதத்தின் மூலமாக (முதற்பொருளாக) விளங்குவது சிவவடிவமே ஆகும். அந்தப் பேரறிவுப் பெருவடிவில் பொருந்தி நிற்பதற்கு முயற்சி செய்யாமல், நினது ஆன்ம அறிவிலே பொருந்தி நின்று, காமம் வெகுளி மயக்கம் என்னும் முக்குற்றங்களாகிய துன்பத்தில் மூழ்கிக் கிடக்கிறாயே! இந்த உடம்பு முதலியன நிலைத்த பொருள்களா? ஆராய்ந்து தெளிவாயாக!

..477..

நோக்கற்கு அரிதுஆன நுண்ணியவான் மோனநிலை
தாக்கற்கு உபாயம் சமைத்தபிரான்; - காக்கும்உயிர்
அத்தனைக்கும் நான்அடிமை ஆதலினால், யான்எனதுஎன்று
இத்தனைக்கும் பேசஇடம் இல். 18

அருஞ்சொற்பொருள்:

மோன நிலை - மௌன நிலை. தாக்கற்கு - அடைவதற்கு.

பொழிப்புரை:

ஆராய்ந்து அறிய முடியாத நுண்ணிய மேலான மௌன நிலை அடைவதற்கு வழியை உருவாக்கி வைத்துள்ள

பெருமான், எல்லா உயிர்களையும் காத்து அடிமை கொள்வதுபோல என்னையும் காப்பதால் நானும் அடிமையே ஆதலினால், 'யான், எனது' என்று பேசுவதற்கு இடமில்லை.

..478..

ஒன்றும்அற நில்என்று உணர்த்தியநம் மோனகுரு
தன்துணைத்தாள் நீடூழி தாம்வாழ்க - என்றுஎன்றே
திக்குஅனைத்தும் கைகுவிக்கும் சின்மயர்ஆம் - தன்மையர்க்கே
கைக்குவரும் இன்பக் கனி. 19

அருஞ்சொற்பொருள்:

ஒன்றும் அற - சிந்தை ஒன்றும் இல்லாமல் (மனத்தைக் காலி செய்து). துணைத்தாள் - இரண்டு திருவடிகள்.

பொழிப்புரை:

'மனத்தில் எண்ணம் எதுவும் இன்றி நிற்பாயாக! என்று சொன்ன நம் மௌனகுருவின் இரண்டு திருவடிகள் நீடூழி வாழ்க!' என்று பலமுறை வாழ்த்தி, திசைதோறும் கைகுவித்து வணங்கும், அறிவுமயமாய் விளங்கும் தன்மை உடையவர்க்கே, பேரின்பம் என்னும் கனி கைக்கு வந்து சேரும்.

..479..

மனத்தாலும் வாக்காலும் மன்னஒண்ணா மோன
இனத்தாரே நல்ல இனத்தார்; - கனத்தபுகழ்
கொண்டவரும் அன்னவரே; கூறரிய முக்திநெறி
கண்டவரும் அன்னவரே காண். 20

அருஞ்சொற்பொருள்:

மன்ன ஒண்ணா - அடைய முடியாத. இனத்தார் - கூட்டத்தார். கனத்த புகழ் - மிகுந்த புகழ். கூறரிய - கூற + அரிய.

பொழிப்புரை:

மனத்தினாலும் வாக்கினாலும் அடையமுடியாத (செயலால்) மௌனநிலையை அடைந்த கூட்டத்தாரே நல்ல கூட்டத்தார்; பெரும் புகழ் உடையவரும் அவரே; கூறுதற்கு அரிய வீடு பேற்று நெறி கண்டவரும் அவர்களே என்று அறிவீராக!

..480..

கண்ஒளியே; மோனக் கரும்பே; கவலைஅறப்
பண்ஒளிக்கும் உள்ஒளியாம் பான்மையினை - நண்ணிட, உன்
சித்தம் இரங்கிலதுஎன்? சித்தம் தெளியாவேறு
இத்தனைக்கும் ஆதரவும் இல்.   21

அருஞ்சொற்பொருள்:

கவலை அறப் பண் - கவலை தீருமாறு பண்ணுவாயாக. ஒளிக்கும் உள்ஒளி - உள்ளே ஒளிந்து நிற்கும் ஒளி. நண்ணிட - அடைந்திட. ஆதரவு - ஆதாரம்.

பொழிப்புரை:

கண்ணில் ஒளியாக விளங்கும் திருவருளே! மௌனமாகிய இனிக்கும் கரும்பே! என்னுடைய மனக்கவலையைத் தீருமாறு பண்ணுவாயாக! உள்ளே ஒளிந்திருக்கும் ஒளியாம் தன்மையினை அடைந்திட, நினது சித்தம், இரக்கம் காட்டவில்லையே! அது ஏன்? அடியேனின் சித்தம் தெளியாது இருக்கின்ற இத்தனைக்கும் வேறு பற்றுக்கோடு (ஆதரவு) இல்லையே! (திருவருளே இரங்குதல் வேண்டும் என்பது கருத்து).

..481..

அறியாமை சாரின் அதுவாய்; அறிவுஆம்
நெறிஆன போதுஅதுவாய் நிற்கும்;-குறியால்
சதசத்து அருள்உணர்த்தத், தான்உணரா நின்ற
விதம்உற்று, அறிவுஎனும்பேர் மெய்.   22

அருஞ்சொற்பொருள்:

குறியால் - இத்தகைய தன்மையால். சதசத்து - (சத்து + அசத்து) அறிவும் அறியாமையும். அருள் உணர்த்த - திருவருள் விளக்கி அருள.

பொழிப்புரை:

உயிர், அறியாமையை சார்ந்து நிற்கும்போது, அவ்வறியா மையாயும்; அறிவு என்னும் நெறியைச் சார்ந்து நிற்கும் போது, அவ்வறிவாயும் நிற்கும். இத்தகைய தன்மை உயிருக்கு இருப்பதால், திருவருள் உணர்த்தத் தான் உணர்கின்ற தன்மையால் சதசத்து ஆயிற்று. எனவே அதற்கு அறிவுடைய பொருள் என்று பெயர் வைத்தது சரியே.

..482..

குரு,லிங்க, ஜங்கமமாக் கொண்டதிரு மேனி,
கருஒன்று மேனிநம்பால் காட்டாது - அருள்என்று
கண்டவர்க்கே ஆனந்தம் கண்டுகொளல் ஆம்;அலது
கொண்டவர்க்குஇங்கு என்னகிடைக் கும். 23

அருஞ்சொற்பொருள்:

ஜங்கமம் - அடியார் கூட்டம். திருமேனி - கருவில் தங்காது பெறும் உடம்பு. கருமேனி - கருவில் தங்கி உருப்பெற்ற உடம்பு. அலது - உண்மை உணராமல். கொண்டவர் - உலகமயமாய்க் காண்பவர்.

பொழிப்புரை:

குரு, இலிங்கம், சிவனடியார் ஆகிய மூன்றும் சிவபெருமான் கொள்ளும் திருமேனிகள்; கருவில் தங்கிப் பிறந்ததாக சிவன் ஒருபோதும் தன்னைக் காட்டிக் கொள்ளமாட்டான்; எல்லாம் திருவருள் எனக் காணும் பக்குவம் உடைய வர்க்குப் பேரின்பம் கைகூடும்; அவ்வாறு கொள்ளாத பக்குவம் இல்லாதார்க்கு இங்கு என்ன கிடைக்கும்? (ஒன்றும் கிடைக்காது).

..483..

புலியின் அதள்உடையான்; பூதப் படையான்;
பலிஇரந்தும் எல்லாம் பரிப்பான்; - மலிபுனல்சேர்
பொன்முடியான்; முக்கண் புனிதன் சரண்புகுந்தோர்க்கு
என்முடியாது? ஏதும்உள தே. 24

அருஞ்சொற்பொருள்:

அதள் - தோல். பலி - பிச்சை. பரிப்பான் - காப்பான். பொன்முடி - அழகிய சடாமுடி. என் முடியாது - முடியாத செயல் ஏது.

பொழிப்புரை:

புலித்தோலை ஆடையாக உடுத்தியிருப்பவன்; பூத கணங்களைப் பெரும் சேனையாகக் கொண்டவன்; பிச்சை எடுத்துகூட எல்லா உயிர்களையும் தாங்குவான்; நீர் நிரம்பிய கங்கை சூடிய அழகிய சடாமுடி உடையவன்; மூன்று கண்களுடன் விளங்குபவன்; தூயன்; ஆகிய எம் சிவனைத் தஞ்சம் அடைந்தவர்க்கு, முடியாத செயல் என்று ஒன்று உண்டோ? எல்லாம் அவர்க்குக் கைகூடுமே!

..484..

சொல்லுக்கு அடங்காச் சுகப்பொருளை நாம்எனவே
அல்லும் பகலும் அரற்றுவதுஎன்? - நல்லசிவ
ஞானமயம் பெற்றோர்கள் நாம்இல்லை என்பர்;அந்தோ
மோனமயம் ஆன முறை. 25

அருஞ்சொற்பொருள்:

அரற்றுவது - பிதற்றுவது. முறை - முறைமை.

பொழிப்புரை:

சொல்லுக்கு அடங்காத பேரின்பப் பொருளை, நாம் (இது மாயாவாதிகள் கொள்கை) என்று கூறி இரவுபகல் என எந்நேரமும் பிதற்றுவதால் என்ன பயன்? நல்ல சிவஞானம்

கைவரப் பெற்றவர்கள் திருவருளே அன்றி, நாம் தனியே இல்லை என்று தெளிவாகக் கூறுவர்; மோனமயம் ஆனவர்கள் கூறும் முறைமையும் இதுதானே.

..485..

ஐயா; அருணகிரி அப்பா; உனைப்போல
மெய்ஆக ஓர்சொல் விளம்பினர்யார்? - வையகத்தோர்
சாற்றரிதுஎன்று ஏசற்றார்; தன்அனையாய், முக்கண்எந்தை
நாற்றிசைக்கும் கைகாட்டி னான். 26

அருஞ்சொற்பொருள்:

ஏசற்றார் - இளைத்துப் போனார். தன் அனையாய் - தனக்குத் தானே ஒப்பாக இருப்பவனே. கை காட்டினான் - சின்முத்திரை காட்டினான்.

பொழிப்புரை:

ஐயனே! அருணகிரி அப்பனே! உன்னைப் போல உண்மையாக ஒரு சொல்லால் உபதேசம் செய்தவர் யார் உளர்? உலகத்தார் இதுபோன்றதொரு உபதேசம் சொல்ல அரியது எனச் சோர்ந்துபோனார். தனக்குத் தானே ஒப்பாக இருப்பவனே! மூன்று கண்ணுடைய எம் தந்தையே! நான்கு திசையில் உள்ளோரும் உணர, நீ கைகாட்டினாய் (சின்முத்திரை காட்டி உபதேசம் செய்தாய்).

..486..

காதுஅற்றுப் போனமுறி கட்டிவைத்தால் ஆவதுஉண்டோ?
தீதுஅற்ற காயமும்அச் செய்கையே; - போதமாய்
நிற்பர்அல்லால் இச்சகத்தில் நேரார்கள்; நேர்ந்திடினும்
தற்பரமாக் கண்டிருப்பார் தாம். 27

அருஞ்சொற்பொருள்:

முறி - ஓலை. காது - கட்டி வைக்கப் பயன்படும் துளை. போதம் - மெய்யுணர்வு. சகத்தில் நேரார் - உலக விடயங்களை விரும்பார். தற்பரம் - மெய்ப்பொருளாம் சிவம்.

பொழிப்புரை:

(கோர்த்துக் கட்டி வைக்க) போடப்பட்ட துளை கிழிந்து போன ஓலையை, மீண்டும் கயிற்றில் கோத்து வைக்க முடியுமா? குற்றமற்ற மெய்யுணர்வினர் பெற்ற உடம்பும் அப்படிப்பட்டதே. அவர்கள் மெய்யுணர்வில் ஒன்றி நிற்பாரே அல்லாமல், உலக விடயங்களை நாடமாட்டார்; நாடினாலும் சிவமயமாகவே அனைத்தையும் காண்பர்.

..487..

வெள்ளம் குலாவுஜடை வெள்ளக் கருணையினான்
கள்ளம் குலாவுவஞ்சக் கள்ளனேன் - உள்ளத்தில்
இல்லன்என்றால், அன்னவன்தான் எங்கும் வியாபகத்தான்
அல்லன்என்றும் சொல்வழக்கு ஆம். 28

அருஞ்சொற்பொருள்:

ஜடை - சடை. வெள்ளக் கருணை - கருணைக் கடல். வியாபகத் தான் - நிறைபொருள்.

பொழிப்புரை:

கங்கையைத் தரித்த சடை உடைய கருணைக்கடல், கள்ளத் தனம் நிறைந்த வஞ்ச மனத்தனாகிய, என் உள்ளத்தில் இல்லான் ஆயின், 'அவன் எங்கும் நீக்கமற நிறைந் திருப்பவன் அல்லன்!' என்று சொல்லும் வழக்கம் உண்டாகக் காரணமாகிவிடும்.

..488..

தத்துவப்பே யோடே தலைஅடித்துக் கொள்ளாமல்
வைத்த அருள்மோன வள்ளலையே - நித்தம்அன்பு
பூணக் கருதும்நெஞ்சு; போற்றக் கரம்எழும்பும்;
காணத் துடிக்கும்இரு கண். 29

அருஞ்சொற்பொருள்:

அன்பு பூண - அன்பு உண்டாக. கரம் எழுப்பும் - கை எடுக்கும்.

பொழிப்புரை:

தத்துவங்கள் எனப்படும் பேயோடு சேர்ந்து, அவ்வப் பொழுது தலையில் அடித்துக் கொள்ளாமல் (நினைவுக்கு வராதவற்றை நினைவுக்குக் கொண்டுவர புருவ மத்தியில் விரலால் தட்டிக் கொள்ளுதல் நினைக), நம்மை நல்ல நிலையில் வைத்துள்ள மௌன வள்ளலாகிய தட்சிணா மூர்த்தியை, நாளும் அன்பு உண்டாக மனம் நினைக்கும்; வணங்கக் கைகுவியும்; காணக் கண் துடிக்கும்.

(தத்துவ விசாரணையும் ஆத்ம சாதனைக்கு இடையூறு என்பதை உணர்ந்து, அதிலிருந்து விடுபட்டு ஈசனிடம் அன்புவைத்து சாதிக்க வேண்டும் என்பது கருத்து).

..489..

தொல்லைவினைக்கு ஈடாய்ச் சுழல்கின்ற நான்ஒருவன்
எல்லைஇலா நின்கருணை எய்துவனோ? - வல்லவன்ஆம்
மோன குருவே! முழுதினையும் தான்உணர்ந்த
ஞான குருவே! நவில். 30

அருஞ்சொற்பொருள்:

தொல்லை வினை - பழைய வினை. சுழல்கின்ற - உழல்கின்ற. நவில் - சொல்வாய்.

பொழிப்புரை:

எல்லா வல்லமையும் உடைய மௌன குருவே! இடத்தாலும் காலத்தாலும் முழுமையும் ஒருசேர உணர்ந்த ஞானகுருவே! பழைய தீவினைகளுக்கு ஈடாய் (காரணமாக) உழன்று கொண்டிருக்கும் நான் ஒருவன், எல்லையற்ற நினது திருவருளைப் பெறுவேனோ? கூறுவாயாக!

..490..

மூன்றுகண்ணா, முத்தொழிலா, மும்முதலா, மூவுலகும்
தோன்றக் கருணைபொழி தோன்றலே, - ஈன்றஅன்னை
தன்னைப்போல் அன்பு தழைத்தோய், ஒருதெய்வம்
உன்னைப்போல் உண்டோ? உரை.   31

அருஞ்சொற்பொருள்:

மும்முதல் - மும்மூர்த்திகளுக்கும் முன்னவன். உரை - சொல்வாய்.

பொழிப்புரை:

சூரியன், சந்திரன், அக்கினி எனப்படும் மூன்று கண்கள் கொண்டவனே! படைத்தல், காத்தல், அழித்தல் எனப்படும் மூன்று தொழில்களையும் செய்பவனே! பிரம்மா, திருமால், உருத்திரன் எனப்படும் மும்மூர்த்திகளுக்கும் முன்னமே தோன்றியவனே! பூலோகமே, சொர்க்கலோகம், நரக லோகம் எனப்படும் மூன்று உலகங்களையும் படைக்கும் கருணை பொழியும் கடவுளே! பெற்ற தாய் போல் அன்பில் சிறந்து விளங்குபவனே! உன்னைப்போல ஒரு தெய்வம் உண்டோ? கூறுவாயாக!

..491..

நேசிக்கும் சிந்தை நினைவுக்குள் உன்னைவைத்துப்
பூஜிக்கும்; தான்நிறைந்து பூரணமாய் - யோசித்து
நின்றதுஅல்லால், மோனா! நிருவிகற்ப நிஷ்டைநிலை
என்றுவரு மோ?அறியே னே.   32

அருஞ்சொற்பொருள்:

பூஜிக்கும் - வழிபடும். பூரணம் - முழுமை. மோனா - மௌனனே.

பொழிப்புரை:

மௌன குருவே! உன்னை விரும்பும் என் மனம், நினைவில் உன்னையே வைத்து வழிபாடு செய்யும்; தான்

முழுமையாய் நிறைந்து நின்றது அல்லாமல், பூவும் நாரும் போல நிருவிகற்ப நிட்டை நிலை எப்பொழுது கைகூடுமோ? நான் அறியேன்.

..492..

அறிவில் அறியாமை அற்று,அறிவாய் நின்று,
பிறிவுஅறஆ னந்தமயம் பெற்றுக், - குறிஅவிழ்ந்தால்
அன்றைக்கு உடல்வேண்டேன்; ஐயா!இவ் ஆக்கையையே
என்றைக்கும் வேண்டுவனே யான். 33

அருஞ்சொற்பொருள்:

குறி அவிழ்ந்தால் - எண்ணம் ஒடுங்கினால். ஆக்கை - உடல்.

பொழிப்புரை:

அறிவில், அறியாமை முழுவதும் நீங்கி, அறிவுமயமாய் நின்று, நீவேறு, நான்வேறு என பிரிவுஇன்றி, பேரின்பம் பெற்று, எண்ணம் ஒடுங்கினால், அப்பொழுது இந்த உடம்பை விரும்பமாட்டேன்; அப்படி எண்ணம் ஒடுங்காத வரை இந்த உடம்பையே நான் வேண்டிப் பெறுவேன். (மனம் ஒடுங்கி நிட்டை கூட இந்த உடம்பு வேண்டும் என்பது கருத்து).

..493..

உடலைப் பழித்து,இங்கு உணவும் கொடாமல்,
விடவிடவே நாடுவரோ மெய்யைப் - படபடஎன
வேண்டுவேன் இந்தஉடல் மெய்உணராப் பொய்யன்நான்;
ஆண்டநீ தானே அறி. 34

அருஞ்சொற்பொருள்:

விடவிடவே - ஒதுக்கித்தள்ள. நாடுவரோ - விரும்புவரோ. படபட என - விரைவாக.

பொழிப்புரை:

திருவடி அடைய உதவும் பொருட்டு, கிடைத்த இந்த மனித உடம்பைப் பழிபேசி, உணவும் கொடுக்காமல், ஆத்ம சாதகர் ஒதுக்கித் தள்ள விருப்பம் கொள்வாரோ? எனவே இந்த உடம்பு வேண்டும் என்று பொய்யனாகிய நானும் வேண்டுகிறேன்; இதன் உண்மைத் தன்மை குறித்து நான் எதுவும் அறியேன்; அடியனை ஆட்கொண்ட நீ அனைத்தும் அறிவாய் அல்லவா?

..494..

அறியாயோ என்னையும்நீ, ஆண்டநீ சுத்த
வெறியாய் மயங்கவும்ஏன் விட்டாய்? - நெறிமயங்கிக்
குன்றும் செடியும் குறுகுமோ?ஐயாவே!
கன்றுகெட்டால் தாய்அருகே காண். 35

அருஞ்சொற்பொருள்:

வெறியாய் - வெறித்தனமாய். குறுகுமோ - நெருங்கித் தேடுமோ. கன்று கெட்டால் - கன்று காணாமல் போனால். தாய் - தாய்ப்பசு.

பொழிப்புரை:

ஐயா! என்னைப் பற்றி நீ, முழுவதும் அறியமாட்டாயோ? என்னை அடிமை கொண்ட நீ, வெறித்தனமாய் என்னை ஏன் அலையவிட்டாய்? கன்று காணாமல் போனால், தாய்ப்பசு பாதை தவறி சிறுமலை, செடிகள்என இவற்றின் இடமாகச் சென்று தேடிக் கண்டுபிடிக்குமே (தாய்ப்பசு கன்றை ஒரு போதும் பிரியாது; அதுபோல தேவரீரும் என்னை விட்டுப் பிரியாது இருந்திருக்க வேண்டும் என்பது கருத்து).

..495..

ஏதுக்கு உடல்சுமைகொண்டு ஏன்இருந்தேன்? ஐயனே!
ஆதிக்கம் மோனம் அருள்தாயே! - ஜோதிஆம்
மன்ன! நிருவிகற்ப ஆனந்த நிஷ்டையிலே
பின்னம்அற நில்லாத பின். 36

அருஞ்சொற்பொருள்:

பின்னம்அற - பிரிவு அற. நில்லாத பின் - நில்லாதபோது.

பொழிப்புரை:

ஐயனே! மௌன நிலையினைத் தந்து அருளுகின்ற அன்னையே! பேரொளிப் பிழம்பாம் மன்னவ! நிருவிகற்ப பேரின்ப நிட்டையில் பிரிவுஅற நில்லாதுபோக, அதன்பின் எதற்காக இந்த உடம்பைச் சுமந்துகொண்டு இருந்தேன்?

..496..

பின்னும் உடல்சுமையாப் பேசும் வழக்குஅதனால்;
என்னபலன்? நாம்உற்று இருந்தோமே - அன்னதனால்;
ஆனந்தம் தானேதான் ஆகும்;எம் ஐயனே!
ஏன்இந்தத் துன்பம் இனி? 37

அருஞ்சொற்பொருள்:

ஆனந்தம் - பேரின்பம். தானேதான் ஆகும் - தானே கைகூடும்.

பொழிப்புரை:

எம் ஐயனே! மேலும் இந்த உடல் சுமை என்று பேசும் பேச்சினால் விளையும் பயன் யாது? நாம் நிட்டை கூடி இருந்தோம். அதன் காரணமாக இனிப் பேரின்பம் தானே வந்து பொருந்தும். எனவே இது குறித்துப் பேசித் துன்பப் படுவது ஏன்?

..497..

துன்பக் கடலில் துளைந்ததுஎலாம் தீர்ந்ததே,
இன்பக் கடலில் இரும்என்ன, - அன்பில்
கரைந்து கரைந்துஉருகிக் கண்அருவி காட்ட,
விரைந்துவரும் ஆனந்த மே. 38

அருஞ்சொற்பொருள்:

துளைந்தது - திளைத்தது. எலாம் - எல்லாம்.

பொழிப்புரை:

துன்பமாகிய பிறவிக் கடலில் மூழ்கித் திளைத்தது எலாம் தீர்ந்துபோனது. 'இனி இன்பமாகிய கடலில் மூழ்கி இரு!' என்று சொல்ல, அன்பினில் கரைந்து கரைந்து, உருகி, கண்களில் நீர்அருவி பொழிய, விரைந்து பேரின்பம் வந்து சேருமே!

..498..

கரைந்து கரைந்துஉருகிக் கண்ணீர்ஆ றாக,
விரைந்தே நிருவிகற்பம் எய்த, - நிரந்தரமும்
நின்னையே சிந்திக்க நீகொடுத்தாய்; மோனா!நான்
என்னைமுழு தும்கொடுத்தே னே. 39

அருஞ்சொற்பொருள்:

நிரந்தரம் - எப்பொழுதும். மோனா - மௌன குருவே.

பொழிப்புரை:

மௌன குருவே! நான் கரைந்து கரைந்து உருகி, கண்களில் நீர் ஆறாகப் பெருக்கெடுக்க, விரைந்து நிருவிகற்ப நிட்டை கூட, என்னை முழுவதுமாக உன்னிடம் ஒப்படைத்தேன்; நீயோ, உன்னையே நினைத்துக் கொண்டிருக்குமாறு, உன்னைக் கொடுத்தாய்!

..499..

அல்லும் பகலும்பே ரன்புடனே தான்இருந்தால்
கல்லும் உருகாதோ? கல்நெஞ்சே!-பொல்லாத
தப்புவழி ஏன்நினைந்தாய்? சந்ததமும் நீஇறந்த
எய்ப்பிலே ஆனந்த மே. 40

அருஞ்சொற்பொருள்:

சந்ததமும் - எப்பொழுதும். எய்ப்பில் - நிலையில்.

பொழிப்புரை:

கல் போன்ற கடின மனமே! இரவு பகல் என எந்நேரமும், பேரன்பு மாறாமல் இருந்தால், கல்லும் உருகாதோ? தீய தவறான வழியை ஏன் தேர்ந்தெடுத்தாய்? எப்பொழுதும் நீ இறந்துபட்ட நிலையில் கிடைப்பதே பேரின்பம் ஆகும்.

..500..

கொடுத்தேனே என்னைக்; கொடுத்தவுடன் இன்பம்
மடுத்தேனே; நீடூழி வாழ்ந்தே - அடுத்தேனே;
பெற்றேனே; பெற்றுப் பிழைத்தேனே; ஜன்மஅல்லல்
இற்றேனே ஏழைஅடி யேன். 41

அருஞ்சொற்பொருள்:

ஜன்ம அல்லல் - பிறவித் துன்பம். இற்றேன் - ஒழிந்தேன்.

பொழிப்புரை:

அறிவிலியும் அடிமையும் ஆகிய நான், என்னை உன்னிடம் கொடுத்தேன்; கொடுத்தவுடன் இன்பத்தை வாய்மடுத்து உண்டேன்; நிலைத்த வாழ்வினைப் பெற்றேன்; பெற்ற தனால் பிழைத்தேன்; பிறவித் துன்பத்தை ஒழித்தேன்.

..501..

பெற்றோம் பிறவாமை; பேசாமை யாய்இருக்கக்
கற்றோம் எனஉரைக்கக் காரியம்ஏன்? - சற்றேனும்
நீக்குஅற்ற இன்ப நிலைபொருந்தி, ஏசற்று,
வாக்குஅற்றால் பேசுமோ வாய். 42

அருஞ்சொற்பொருள்:

காரியம் ஏன் - பயன் ஏது. நீக்கு அற்ற - பிரியாத. ஏசற்று - பழிஇன்றி.

பொழிப்புரை:

மீண்டும் வந்து பிறவாத தன்மையைப் பெற்றோம்; பேசாமல் மௌனமாய் இருக்கக் கற்றோம்; எனினும் அதனை எடுத்துரைப்பதால் வரும் பயன் யாது? ஒரு சிறிதளவேனும் பிரிப்பின்றி இன்பநிலையில் பொருந்தி இருந்து, பழிவரும் சொற்களை நீக்கி, வாக்கும் அற்ற நிலையில், வாய்தான் மீண்டும் பேச முயற்சிக்குமோ?

..502..

காலன் தனைஉதைத்தான்; காமன் தனைஎரித்தான்;
பாலன் பசிக்குஇரங்கிப் பால்கடலை - ஞாலம்மெச்சப்
பின்னே நடக்கவிட்டான் பேரருளை நாடாதார்க்கு
என்னே நடக்கை இனி? 43

அருஞ்சொற்பொருள்:

பாலன் - புலிக்கால் முனிவரது மகன் உபமன்யு.

பொழிப்புரை:

எமனை எட்டி உதைத்தான்; மன்மதனைச் சுட்டு எரித்தான்; புலிக்கால் முனிவரது மகன் உபமன்யு முனிவர் பசியைப் போக்க மனம் இரங்கி, திருப்பாற்கடலை, உலகம் புகழ, அம்முனிவர்க்குக் காட்டி, ஊட்டி, அவர்பின் நடக்கச் செய்தான்; இப்படிப்பட்ட அருஞ்செயல்கள் செய்தருளிய சிவபெருமானது பேரருளை நாடாதவர்க்கு, சிறப்பான நிகழ்வு என்ன நடக்கப் போகிறது?

..503..

விண்அருவி மேன்மேல் விளங்குவபோ லேஇரண்டு
கண்அருவி வெள்ளமொடு, கைகூப்பித் - தண்அமிர்த
வெள்ளமே; ஆனந்த வெற்பே எனத்தொழுவோர்
உள்ளமே ஞான ஒளி. 44

அருஞ்சொற்பொருள்:

விண் அருவி - மழை. ஆனந்த வெற்பு - பேரின்ப மலை.

பொழிப்புரை:

விண்ணிலிருந்து மழையானது பொழிவதுபோல இரண்டு கண்களிலும் நீரானது அருவியாய்ப் பொழிய, கை இரண்டையும் தலைமேல் கூப்பி, 'குளிர்ந்த அமுத வெள்ளமே! பேரின்பப் பெருமலையே!' என வாயார வாழ்த்தித் தொழுவாரது உள்ளத்தில் ஞான ஒளியானது சுடர் விடும்.

..504..

பிள்ளைமதிச் செஞ்ஜடையான்; பேசாப் பெருமையினான்;
கள்அவிழும் பூங்கொன்றைக் கண்ணியான் - உள்ளபடி
கல்ஆலின் கீழ்இருந்து கற்பித்தான் ஓர்வசனம்
எல்லாரும் ஈடேற வே. 45

அருஞ்சொற்பொருள்:

பிள்ளை மதி - இளம்பிறை. செஞ்ஜடையான் - சிவந்த சடையினை உடையவன். பேசாப் பெருமை - சொல்லில் அடங்காத பெருமை. கண்ணி - தலைமாலை. ஓர்வசனம் - ஒருசொல்.

பொழிப்புரை:

இளம்பிறையைச் சூடிய சிவந்த சடை உடையவன்; சொல்லுக்கடங்காத பெருமையுடையவன்; தேனொழுகும் கொன்றைப் பூவினைத் தலையில் சூடி இருப்பவன்; அவன் இயல்பாக கல்லால மரநிழலில் எழுந்தருளி எல்லா உயிர்களும் கடைத்தேறும் பொருட்டு ஒரு சொல்லால், அறத்தைக் கற்பித்தான்.

..505..

புலன்ஐந்தும் தானே பொர,மயங்கிச், சிந்தை
அலமந்து, உழலும் அடிமை - நலம்மிகுந்த
சித்துஆன மோன சிவனே!நின் சேவடிக்கே
பித்துஆனால் உண்டோ பிறப்பு? 46

அருஞ்சொற்பொருள்:

பொர - தாக்க. மயங்கிச் சிந்தை - மனம் கலங்கி. அலமந்து உழலும் - சுழன்று உழலும்.

பொழிப்புரை:

நன்மை மிகுந்த, பேரறிவான, மோன நிலையை உணர்த்த எழுந்தருளிய சிவபெருமானே! எனது ஐந்து புலன்களும் வலிய தானே முன்வந்து, அதுவேண்டும் இதுவேண்டும் என்று கேட்டு என்னுடன் சண்டை போடுகின்றன. அதனால் என்மனம் கலங்கிச் சுழன்று உழல்கின்றது; இப்படிப் பட்ட உனது அடிமை, உனது சிவந்த திருவடிகளின்மீது பித்துக்கொண்டால், மீண்டும் பிறப்பு வருமோ?

..506..

நிறைகுடம்தான் நீர்கொளுமோ? நிச்சயமா மோன
முறைஉணர்ந்தார் யாதைமுயல்வார்? - பிறைஅணிந்த
மிக்ககயி லாயமலை வித்தகனே; வேதியனே;
செக்கர்அணி மேனியனே! செப்பு. 47

அருஞ்சொற்பொருள்:

நிச்சயம் - உறுதி. மோன முறை - எல்லோருக்கும் கடைபிடிக்க வேண்டிய மௌனநிலை.

பொழிப்புரை:

மிகுந்த சிறப்புடைய கயிலை மலையில் எழுந்தருளி இருக்கும் பிறைச் சந்திரனைத் தலையில் சூடிய வியத்தகு மேன்மை உடையவனே! வேதங்களை ஓதி அருளியவனே!

சிவந்த அழகிய திருமேனி தாங்கியவனே! நீர் நிரம்பிய குடம், மேலும் தன்னுள் நீரை ஏற்குமோ? உறுதியான மௌன நிலையை முறைப்படி உணர்ந்து கொண்டவர்கள், வேறு எதனை முயற்சி செய்து பெற நினைப்பார்? நீயே கூறுவாயாக!

..507..

துங்கம்மழு மான்உடையாய்; சூலப் படைஉடையாய்;
திங்கள்அணி செஞ்ஜடையாய்; சேஉடையாய்; - மங்கைஒரு
பால்உடையாய்; செங்கண் பணியாய் என் சென்னியின்மேல்
கால்உடையாய்; நீயே கதி. 48

அருஞ்சொற்பொருள்:

துங்கம் மழு - தூய்மையான மழு என்னும் ஆயுதம். சே - காளை. பணி - பாம்பு.

பொழிப்புரை:

தூயதாய் விளங்கும் மழுப்படை உடையவன்; மான் ஏந்திய கையை உடையவன்; சூலாயுதத்தை உடையவன்; சந்திரனைச் சூடிய சடை உடையவன்; காளை வாகனம் உடையவன்; உமாதேவியை உடம்பின் ஒருபாகத்தில் கொண்டவன்; சிவந்த கண்ணுடைய பாம்பை அணிந் திருப்பவன்; எனது தலைமேல் தனது திருவடியைப் பதித்து (திருவடி தீட்சை) அருளியவன்; ஆக உன்னையே நான் சரண் அடைகிறேன்.

..508..

இனிய கருணைமுகில் எம்பிரான்; முக்கண்
கனி;அமிர்த வாரி;இன்பக் கட்டி; - தனிமுதல்வன்;
நித்தன்; பரமன்; நிமலன்;நிறை வாய்நிறைந்த
சுத்தன்;நமக்கு என்றும் துணை. 49

அருஞ்சொற்பொருள்:

அமிர்த வாரி - அமுதக் கடல். கட்டி - கற்கண்டு.

பொழிப்புரை:

இனிய பேரருளை மழையாகப் பொழியும் மேகமாகியவன் எமது பெருமான்; மூன்று கண்களுடன் விளங்கும் கனி; அமுதக் கடல்; இன்பமாகிய கல்கண்டு; ஒப்பற்ற முதல்வன்; என்றும் நிலைத்து இருப்பவன்; மேலானவன்; முழுமையாய் எங்கும் நிறைந்துள்ள தூயன்; அவன் நமக்கு என்றும் துணையாக இருப்பன்.

..509..

நீதியாய்க், கல்ஆலின் நீழலின்கீ ழேஇருந்து,
போதியா உண்மைஎல்லாம் போதித்தான்;-ஏதில்
சனகாதி ஆய தவத்தோர்க்கு ஞான
தினகரன்ஆம் மௌன சிவன். 50

அருஞ்சொற்பொருள்:

ஏதில் - குற்றமற்ற. ஞான தினகரன் - ஞானசூரியன். நீதி - முறைமை.

பொழிப்புரை:

குற்றமற்ற சனகன் முதலிய நான்கு முனிவர்களுக்கு, ஞான சூரியனாக விளங்கும் மோன நிலையில் இருந்த சிவ பெருமான், முறைப்படி கல்லால மரநிழலில் இருந்து, போதிக்க முடியாத உண்மைகளை எல்லாம் போதித்து, அருள் செய்தான்.

..510..

தேகச் செயல்தானும் சிந்தையுட னேகுழையில்,
யோகநிலை ஞானிகளுக்கு ஒப்புவதோ? - மோகநிலை
அல்லலிலே வாழ்வாரோ? அப்பனே! நீஅற்ற
எல்லையிலே சும்மா இரு. 51

அருஞ்சொற்பொருள்:

குழையில் - குழைந்து விடுமானால். அப்பனே - மனமாகிய அப்பனே. நீ அற்ற எல்லையில் - நீ (மனம்) ஒடுங்கின இடத்தில்.

பொழிப்புரை:

மனமாகிய அப்பனே! ஞானநெறியில் செல்லும் மூதறிவு உடையோர் உடம்பின் செயல் மனத்துடன் குழையும் யோக நெறியைப் பின்பற்ற சம்மதிப்பரோ? அவர்கள் மனத்துடன் இணைந்து, விருப்பம் கொண்டு, அவ்விருப்பத்தால் வரும் துன்ப வாழ்க்கை வாழ விரும்புவாரோ? எனவே மனமே! நீ இறந்துபட்ட நிலையில் சும்மா இருப்பாயாக!

..511..

சும்மா இருக்கச் சுகம்உதயம் ஆகுமே;
இம்மாயா யோகம்இனி ஏன்அடா? - தம்அறிவின்
சுட்டாலே ஆகுமோ? சொல்லவேண் டாம்;கன்ம
நிஷ்டா; சிறுபிள்ளாய் நீ! 52

அருஞ்சொற்பொருள்:

மாயா யோகம் - மாயையின் காரியமாய் விளங்கும் யோகம். சுட்டால்- சுட்டி அறியும் அறிவினால். கன்ம நிஷ்டா - வினையில் மூழ்கியவனே.

பொழிப்புரை:

வினையில் மூழ்கி இருப்பவனே! நீ இன்னும் சிறு பிள்ளைத்தனமாக செயல் செய்கிறாய்; மாயாகாரியமாகிய யோகம் இனிமேல் ஏனடா? உலக அறிவைக் கொண்டு, பேரின்பத்தை அளக்க முடியுமோ? இனி ஒன்றும் நீ சொல்ல வேண்டாம்; சும்மா இருத்தலாகிய ஞான நிட்டை கூட பேரின்பம் பிறக்கும்.

..512..

நீஅற்ற அந்நிலையே நிஷ்டை;அதில் நீஇலையோ?
வாய்அற் றவனே மயங்காதே; - போய்அற்று
இருந்தாலும் நீபோகாய்; என்றும்உள்ளாய்; சும்மா
வருந்தாதே; இன்பம்உண்டு வா. 53

அருஞ்சொற்பொருள்:

நீ - மனம். அதில் - யோகத்தில்.

பொழிப்புரை:

வாய்ப்பேச்சு அற்ற மௌனியே! நீ மயங்காதே! மனம் அற்ற நிலையே நிட்டை எனப்படும்; யோகத்தில் மனம் உண்டு; அதில் மனம் அற்று நின்றாலும், அது அவ்விடத்தை விட்டு நீங்காது; என்றும் நிலைத்து வாழ விரும்புபவனே! வீணே வருந்த வேண்டாம்; இன்பம் காத்திருக்கிறது; வா! அனுபவிக்கலாம்.

..513..

வாவாஎன்று இன்பம் வரஅழைக்கும் கண்ணீரோடு
ஆஆஎன் றேஅழுத அப்பனே! - நீவாடா;
எல்லாம் நமக்குஎனவே ஈந்தனையே, ஈந்தபடி
நில்லாய்; அதுவே நிலை. 54

அருஞ்சொற்பொருள்:

ஈந்தனை - கொடுத்தனை. ஈந்தபடி - கொடுத்தபடி.

பொழிப்புரை:

பேரின்பப் பேற்றினை 'வருக! வருக!' என அழைக்கும் சொல்லும், அதனால் கண்களில் நீர் சொரியும் மெய்ப்பாடும், ஆகிய இவை தோன்ற, ஆ! ஆ! என்று மனம் இரங்கி அழுது அழைக்க வந்து உயிருக்கு உதவும் தந்தையே!

நீ, என்னை அருகில் அழைத்து, உடல் பொருள் ஆவி மூன்றையும் ஒப்படைத்தமையைச் சுட்டிக் காட்டி, கொடுத்தது கொடுத்தபடி, அந்நிலையில் உறுதியாக நில்! அதுவே உண்மை நிலை என்றும் கூறினாய் அல்லவா!

..514..

நில்லாப் பொருளை நினையாதே; நின்னைஉள்ளோர்
சொல்லாப் பொருள்திரளைச் சொல்லாதே; - கல்லாத
சிந்தை குழைந்து,சுகம் சேரக், குருஅருளால்
வந்தவழி நல்ல வழி. 55

அருஞ்சொற்பொருள்:

நில்லாப் பொருள் - நிலையில்லாத பொருள். பொருள்திரள் - பொருள் கூட்டம், திரண்ட பொருள்.

பொழிப்புரை:

உலகத்து நிலையில்லாப் பொருள்களை நினைக்காதே! உன்னை ஏற்றுக்கொண்ட இறைவன், பொருள் என்று சொல்லாத பொய்ப்பொருள் குறித்து ஒன்றும் சொல்லாதே! கல்வி அறிவில்லாத மனம் இளகி, இன்பம் கைகூட, குருவின் துணையோடு, நீ வந்த வழி, நல்லவழி.

..515..

வழிஇதுஎன்றும், அல்லா வழிஇதுஎன்றும், சொல்லில்
பழிபழிஆம்; நல்அருளால் பார்த்துஓர் - மொழிஉனக்கே
ஏற்றிருக்கச் சொன்னஅன்றே எங்கும் பெருவெளிஆம்;
பார்த்தஇடம் எல்லாம்நீ பார். 56

அருஞ்சொற்பொருள்:

ஓர் - ஓர்ந்து தெளி. மொழி - குரு சொன்ன ஒருசொல்.

பொழிப்புரை:

இது நல்வழி என்றும், இது நல்வழி அல்லாத தீயவழி என்றும், சொன்னால் பெரும்பழி உண்டாகும். நல்ல திருவருளின் துணைகொண்டு ஆராய்ந்து அறி! ஒரு மொழியால் நீ ஏற்குமாறு அன்று சொன்ன உபதேசத்தால் கண்டதே பெருவெளி ஆம். ஞானியர் பலரும் கண்ட அந்த இடத்தையே, நீயும் பார்ப்பாயாக!

..516..

பார்அனைத்தும் பொய்எனவே பட்டினத்துப் பிள்ளையைப்போல்
ஆரும் துறக்கை அரிதுஅரிது; - நேரே
மனத்துறவும் அப்படியே; மாணா! இவற்றில்
உனக்குஇசைந்த வாறுஒன்றே ஓர். 57

அருஞ்சொற்பொருள்:

பட்டினத்துப்பிள்ளை - பட்டினத்தார் என்னும் பெயருடைய ஒரு துறவி. ஆரும் - யாரும்.

பொழிப்புரை:

மாணவனே! இந்த உலகம் அனைத்தும் பொய் என்று உணர்ந்து, பட்டினத்தடிகள் துறவு மேற்கொண்டதுபோல புறப்பொருளை ஏனையோர் துறத்தல் மிகவும் அரிது; அகத்துறவும் அப்படியே; இவற்றில் உனக்கு ஏற்புடைய ஒன்றை ஆராய்ந்து தெளிவாயாக!

..517..

ஓராம லே,ஒருகால் உன்னாமல், உள்ஒளியைப்
பாராமல், உள்ளபடி பார்த்திருந்தால் - வாராதோ?
பத்துத் திசையும் பரந்துஎழுந்துஆ னந்தவெள்ளம்
தத்திக் கரைபுரண்டு தான். 58

அருஞ்சொற்பொருள்:

ஓராமல் - ஆராயாமல். உன்னாமல் - நினையாமல் - உள்ஒளியைப் பாராமல் - தியான முயற்சி செய்யாமல்.

பொழிப்புரை:

நூலறிவு கொண்டு ஆராயாமலும், மனதில் எண்ணமற்றும், தியான முயற்சி செய்யாமலும், இயல்பாய் இருந்தால்; பேரின்ப வெள்ளமானது பத்துத் திசைகளிலிருந்தும் பரந்தும், எழுந்தும், தத்தியும், கரை புரண்டும் வராமலா போகும்?

..518..

தான்ஆன தன்மைவந்து தாக்கினால் அவ்இடத்தே
வான்ஆதி மாயை வழங்காதோ? - ஞானாகேள்!
உன்உள்ளே தோன்றா உறவுஆகி நின்றதுஎன
என்உள்ளே என்றும் இரு. 59

அருஞ்சொற்பொருள்:

நானா - மெய்யுணர்வு கைகூடப் பெற்ற மாணவன்.

பொழிப்புரை:

நான் என்னும் தன்மை (அகங்காரம்) வந்து தாக்கும்போது, வானம் முதலிய மாயாகாரியங்கள் தோன்றி நிற்கும் அல்லவோ? உன் உள்ளத்துள்ளே தோன்றி உனக்கு உறவாகி நின்றது எது என்பதை உணர்ந்து, நீ அதனுள்ளே மௌனமாய் என்றும் இருப்பாயாக!

..519..

என்னைஉன்னை இன்னதுஇது என்னாமல் நிற்கும்நிலை
தன்னை,அருள் என்ற தருணத்தில், - அன்னைபெற்ற
பிள்ளைக்கும் சொல்லாத பெற்றிகண்டாய்; ஐயனே!
உள்ளத்தின் உள்ளே உணர். 60

அருஞ்சொற்பொருள்:

அன்னை, பெற்ற பிள்ளைக்கும் சொல்லாத பெற்றி - தாய் தன் மணாளனொடு ஆடிய சுகத்தை தன் பிள்ளைக்கும் சொல்ல முடியாத தன்மை.

பொழிப்புரை:

என்னை என்றோ, உன்னை என்றோ, இன்னது இது என்றோ, சொல்ல முடியாமல் நிற்கும் நிலைமையினை, 'கூறி அருளுவாயாக!' என்று கேட்ட சமயத்தில், தாய் தன்னுடைய மணாளனுடன் கூடி அனுபவித்த இன்பத்தைத் தன் பிள்ளைக்கும் சொல்லமுடியாத தன்மை போல, வெளியில் சொல்லாது, உள்ளத்திலே வைத்து மகிழ்வாயாக!

..520..

சொன்னவர்தாம் நிஷ்டை தொகுத்திரார்; நிஷ்டையிலே
மன்னினவர் போதியார்; மாமவுனன் - தன்உள்
விருப்புஆகக் கைகாட்டி மிக்கவடம் நீழல்
இருப்பான் நிருவிகற்பத் தே. 61

அருஞ்சொற்பொருள்:

நிருவிகற்பம் - வேறுபாடற்ற ஒன்றிய நிட்டை.

பொழிப்புரை:

பரத்தைப் பற்றி எடுத்துப் பேசுபவர் நிட்டை கூடி இருக்க மாட்டார்; நிட்டை கூடியவர், அது குறித்து வெளியில் பேசமாட்டார்; அதனால்தான் பெரிய மௌனமாக விளங்கும் தட்சிணாமூர்த்தி வடஆலின்கீழ் இருந்து, கையினால் சின்முத்திரை காட்டி, நிருவிகற்ப சமாதி நிலையில் இருந்தான்.

..521..

இந்த நிருவிகற்பத்து எந்தை இருக்கநிஷ்டை,
சிந்தைநீ தேறாய்; ஜெகம்அனைத்தும் - வந்ததொடர்ப்
பாடுகெட அன்றோஓர் பாத்திரத்துக்கு ஆடல்அல்லால்,
ஆடுவதுஏன்? ஆட்டும் அவன்.   62

அருஞ்சொற்பொருள்:

தேறாய் - அடங்கி இரு. வந்த தொடர்ப்பாடு கெட - விளைந்துள்ள பந்தத் தொடர்பு கெட. ஓர் பாத்திரத்துக்கு - வெறும் விளையாட்டாக.

பொழிப்புரை:

இந்த நிருவிகற்ப நிட்டையில் எம் தந்தையானவன் இருக்க, மனமே! நீ அடங்கிஇரு! நம்மை எல்லாம் ஆட்டுவிக்கும் அப்பெருமான், விளைந்துள்ள பந்தத் தொடர்பு கெடுவதற்கு அன்றோ திருவிளையாடல் நிகழ்த்துகிறான்; அவ்வாறு இன்றேல், அவன் ஏன் திருவிளையாடல் நிகழ்த்த வேண்டும்?

..522..

அவனே பரமும்; அவனே குருவும்;
அவனே அகிலம் அனைத்தும்; - அவனேதாம்
ஆனவரே சொன்னால்; அவரே குருஎனக்கு;
நான்அவனாய் நிற்பதுஎந்த நாள்?   63

அருஞ்சொற்பொருள்:

அவன் - பரம்பொருள், இவன் - உயிர்.

பொழிப்புரை:

அந்தப் பரமே, பரமாகவும், குருவாகவும், அகிலம் அனைத்துமாகவும், இருக்கிறான் என்று, அவனாகவே ஆன ஞான அனுபவம் உள்ளவர்கள் சொல்லுவர்; ஆகையால் அவனே எனக்குக் குருநாதன் ஆவான்; எனவே நான் அவனாக நிற்கும் நாள், எந்த நாளோ?

..523..

நாள்அவங்கள் போகாமல், நாள்தோறும் நம்தமையே
ஆளவந்தார் தாளின்கீழ் ஆள்புகுந்தாய்; - மீளஉன்னைக்
காட்டாமல் நிற்கும் கருத்துஅறிந்தால், நெஞ்சே!உன்
ஆள்தான்நான் ஐயம்இல்லை ஆல். 64

அருஞ்சொற்பொருள்:

நாள் அவங்கள் போகாமல் - நாட்களை வீணே கழிக்காமல்.

பொழிப்புரை:

மனமே! நாட்களை வீணே கழிக்காமல், நாள்தோறும் நம்மை ஆட்கொண்டு அருள்செய்து வரும் குருநாதனின் திருவடிக்கீழ் அடிமையாய் இருந்து விடு! மீண்டும் உன்னைத் தனித்துக் காட்டிக் கொள்ளாதே! அவ்வாறு நீ இருக்கும் பட்சத்தில் நான் உனக்கு எப்போதும் அடிமை தான். இதில் எந்தவித சந்தேகமும் இல்லை.

..524..

யான்தான் எனல்அறவேஇன்பநிஷ்டை என்றுஅருணைக்
கோன்தான் உரைத்தமொழி கொள்ளாயோ? - தோன்றி
இழுக்கடித்தாய்; நெஞ்சேநீ! என்கலைகள் சோர,
அழுக்குஅடிக்கும் வண்ணார்போ லாய். 65

அருஞ்சொற்பொருள்:

அருணைக்கோன் - அருணகிரிநாதர். இழுக்கடித்தாய் - உபத்திரவப் படுத்தினாய். என் கலைகள் சோர - என் உடைகள் நழுவும்படி.

பொழிப்புரை:

மனமே! நீ 'நான்தான்' என்னும் செருக்கு ஒழியக் கூடுவதே நிட்டை என்று அருணகிரிநாதர் சொன்ன வார்த்தையைக் கேட்டதில்லையோ? வெளிப்பட்டுத் தோன்றி என்னை துன்புறுத்துகிறாய்; எனது உடைகளைக் கழற்றி அழுக்குப் போக துவைக்கும் வண்ணான் செயலை ஒத்தது உன் செயல்.

..525..

எங்கும் சிவமே; இரண்டுஅற்று நிற்கில்நெஞ்சே!
தங்கும் சுகம்;நீ சலியாதே; - அங்குஇங்குஎன்று
எண்ணாதே; பாழில் இறந்து பிறந்துஉழலப்
பண்ணாதே; யான்உன் பரம். 66

அருஞ்சொற்பொருள்:

சலியாதே - சோர்வடையாதே. பாழில் - வீணில்.

பொழிப்புரை:

சீவனும் சிவனும் இரண்டற்ற நிலையில் நிற்கும்போது, நெஞ்சமே! எங்கும் சிவமே வியாபித்திருப்பது தெரியவரும்; சுகமும் கைகூடும். எனவே நீ சோர்வடையத் தேவையில்லை; அங்கு இருக்கிறான், இங்கு இருக்கிறான் என்று பலவிதமாக எண்ணம் கொள்ள வேண்டா; வீணே பிறந்து இறந்து துன்புறுமாறு செய்யாதே; அவ்வாறு செய்யின், நான் உனக்கே அடைக்கலம்.

..526..

மெய்யைப்பொய் என்றிடவும், மெய்அணையாப் பொய்ந்நெஞ்சே!
பொய்யைத்தான் மெய்எனவும் போகுமோ? - ஐயம்அறத்
தன்மயத்தை மெய்எனவே சார்ந்தனையேல், ஆனந்தம்
என்மயமும் நின்மயமு மே. 67

அருஞ்சொற்பொருள்:

போகுமோ - தகுமோ. ஆனந்தம் - பேரின்பம்.

பொழிப்புரை:

உண்மையை உண்மை என்று ஏற்க மறுக்கும் பொய்யான மனமே! மெய்யைப் பொய் என்றும், பொய்யை மெய் என்றும் கொள்ளுதல் தகுதியோ? ஐயத்திற்கு இடமின்றி தன் சொரூபத்தை மெய் என்று அறிவாயேயானால்,

பேரின்பமானது என்னாலும் நின்னாலும் துய்க்கப் பெற்று, அப்பேரின்பமாய் இருக்கலாம். (உலகமும் உடலும் பொய்; சீவனும் சிவனும் மெய் என்பதை மனம் உணரவேண்டும்).

..527..

பூங்கா வனநிழலும், புத்தமுதும், சாந்தபதம்
வாங்காத ஆனந்த மாமழையும் - நீங்காவாம்;
சொல்இறந்து மாண்டவர்போல் தூமவுன பூமியில்,நான்
இல்லைஎன நின்ற இடம். 68

அருஞ்சொற்பொருள்:

பூங்காவன நிழல் - கற்பகச்சோலை நிழல். புத்தமுது - புதிய தேவாமிழ்தம். வாங்காத - தடையற்ற. ஆனந்த மாமழை - பேரின்பப் பெருமழை. நீங்காவாம் - யாண்டும் நிலைத்திருக்கும். தூ மௌன பூமி - தூய மௌன நிலை. நான் இல்லை என நின்ற இடம் - நான் என்னும் அகங்காரம் அற்ற இடம்.

பொழிப்புரை:

'நான்' என்னும் அகங்காரம் அற்று நிற்கும் இடத்தும்; பேச்சற்று, இறந்தவர் போல் கிடந்து, தூய மௌனம் கூடிய இடத்தும்; ஆகிய இரண்டிடத்தும் கற்பகச் சோலை நிழலும், புதிய அமுதமும், அமைதிநிலை தடைபடாத பேரின்பப் பெருமழையும் தரும் இன்பம் போன்றதொரு இன்பநிலை தோன்றும்; அது நம்மை விட்டு எப்பொழுதும் நீங்காது.

..528..

இடம்கானம், நல்லபொருள் இன்பம், எனக்குஏவல்
அடங்காக் கருவி, அனைத்தும் - உடன்உதவ
மந்தார தாருஎன வந்து, மவுனகுரு
தந்தான்ஓர் சொற்கொண்டு தான். 69

அருஞ்சொற்பொருள்:

கானம் - காடு. அடங்காக் கருவி - மனம். மந்தாரதாரு - மந்தார மரம்.

பொழிப்புரை:

இடம் காடாகவும், பொருள் திருவடி இன்பமாகவும், ஏவல் செய்வது அடங்காத மனம் முதலிய கருவிகளாகவும், அமைத்து, மந்தார மரம்போல் வந்து, என் மௌனகுரு எனக்கு ஒருசொல் கொண்டு உபதேசம் செய்து அருளினான்.

..529..

தானம் தவம்ஞானம் சாற்றரிய சித்திமுக்தி
ஆனவைஎல் லாம்தாமே ஆகுமே; - மோனகுரு
சொன்னஒரு சொல்லால் சுகமா இருமனமே!
இன்ன மயக்கம்உனக்கு ஏன்? 70

அருஞ்சொற்பொருள்:

சாற்றரிய - (சாற்று + அரிய) - சொல்லுவதற்கு அருமை உடைய.

பொழிப்புரை:

மௌனகுரு *சொன்ன ஒருசொல்லை உறுதியாகப் பிடித்து; அதன்படி மனமே! நீ சுகமாக இருப்பாயாக! அதனால் தானம், தவம், ஞானம், சொல்லுதற்கு அருமைஉடைய சித்தி, வீடுபேறு என அனைத்தும் தாமே வந்துசேரும்; அவ்வாறிருக்க, நீ மயங்கித் தவிப்பது ஏனோ?*

..530..

உன்னை, உடலை, உறுபொருளைத் தாஎனவே
என்னை அடிமைக்கு இருத்தினான் - சொன்னஒரு
சொல்லை மறவாமல் தோய்ந்தால்,நெஞ் சே!உன்னால்
இல்லை பிறப்பதுஎனக் கே. 71

அருஞ்சொற்பொருள்:

தோய்ந்தால் - கடைப்பிடித்தால்.

பொழிப்புரை:

மனமே! மௌனகுரு உடல், பொருள், ஆவி மூன்றையும் 'தா!' எனக் கூறி, கேட்டு வாங்கி, என்னை அடிமை யாக்கிக் கொண்டான். அவர் சொன்ன ஒரு சொல்லை மறவாமல் கடைபிடித்தால், உன்னால் எனக்கு மீண்டும் பிறப்பு உண்டாகாது.

..531..

எனக்கும் உனக்கும்உறவு இல்லைஎனத் தேர்ந்து,
நினைக்கஅரிது ஆனஇன்ப நிஷ்டை - தனைக்கொடுத்தே
ஆசான் மவுனி அளித்தான்;நெஞ் சே!உனைஓர்
காசா மதியேன்நான் காண். 72

அருஞ்சொற்பொருள்:

எனக்கு - சீவனுக்கு. உனக்கு - மனத்துக்கு.

பொழிப்புரை:

மனமே! எனக்கும் உனக்கும் எந்த உறவும் இல்லை என்று தெளிந்து, நினைத்துப் பார்க்கவும் அருமைஉடைய இன்ப நிட்டையை எனக்குக் கொடுத்து, என்குரு மௌனி அருள் செய்தான். இனி உன்னை ஒரு சல்லிக்காசு அளவுக்குக் கூட நான் மதிக்க மாட்டேன்.

..532..

ஆனந்த மோனகுரு ஆம்எனவே, என்அறிவில்
மோனம் தனக்குஇசைய முற்றியதால்; - தேன்உந்து
சொல்எல்லாம் மோனம்; தொல்ஆ தியும்மோனம்;
எல்லாம்நல் மோனவடி வே. 73

அருஞ்சொற்பொருள்:

தேன் உந்து - தேன் போல் சுவைக்கின்ற. தொழில் ஆதியும் - கர்மங்கள் முதலியனவும்.

பொழிப்புரை:

என் குருநாதன் பேரின்பம் பெறும் மௌனி என்பதால், எனக்கு அவன் உபதேசித்தபடி என் அறிவில் மோனம் முதிர்ந்த நிலை கூடியது. அதனால் தேன் போல் இனிக்கும் சொற்களுக்கும் மோனம்; செயல் முதலிய வற்றுக்கும் மோனம்; எண்ணம், சொல், செயல் மூன்றிலும் மோனம் கைகூடியதால் அதன்பிறகு எல்லாமும் மோன வடிவாகவே கண்டனம்.

..533..

எல்லாமே மோனநிறைவு எய்துதலால், எவ்விடத்தும்
நல்லார்கள் மோனநிலை நாடினார்; - பொல்லாத
நான்எனஇங்கு ஒன்றை நடுவே முளைக்கவிட்டு,இங்கு
ஏன்அலைந்தேன்; மோனகுரு வே! 74

அருஞ்சொற்பொருள்:

நல்லார் - ஞானியர். நாடினர் - விரும்பினர்.

பொழிப்புரை:

மௌன குருவே! எல்லாமும் மோன நிறைவைப் பெறும்போது, எல்லா இடத்தும் மெய்ஞ்ஞானியர் மோனநிலையையே விரும்பி ஏற்றுக்கொண்டனர்; இடையில் மிகவும் தீங்கு விளைக்கும் அகங்காரத்தை முளைக்கவிட்டு, அடியேன் மட்டும், ஏன் இன்னும் அலைந்து திரிந்து கொண்டிருக்கிறேன்?

..534..

மோன குருஅளித்த மோனமே ஆனந்தம்;
ஞானம் அருளும்அது, நானும்அது, - வான்ஆதி
நின்ற நிலையும்அது, நெஞ்சப் பிறப்பும்அது
என்றுஅறிந்தேன் ஆனந்த மே. 75

அருஞ்சொற்பொருள்:

நெஞ்சப் பிறப்பு - மனம் தோன்றி இயங்குவது.

பொழிப்புரை:

மௌனகுரு சொல்லிக் கொடுத்த மௌனமே பேரின்பம்; அதுதான் மெய்ஞ்ஞானத்தை அருளியது; நானும் (சீவனும்) அதுவே; வான்முதலாகச் சொல்லப்பட்ட பூதங்கள் இயங்கும் நிலையும் அது; மனம் பிறந்து இயங்குவதும் அதனால்தான்; என்று என்னால் நன்கு உணர முடிந்தது.

..535..

அறிந்த அறிவுஎல்லாம் அறிவுஅன்றி இல்லை;
மறிந்தமனம் அற்ற மவுனம் – செறிந்திடவே
நாட்டினான்; ஆனந்த நாட்டில் குடிவாழ்க்கை
கூட்டினான் மோன குரு. 76

அருஞ்சொற்பொருள்:

மறிந்த மனம் - இறந்துபட்ட மனம். செறிந்திட - பொருந்த.

பொழிப்புரை:

என் அறிவுக்கு எட்டிய விடயங்கள் அனைத்தும், சிவனது பேரறிவு அன்றி வேறில்லை; இறந்துபட்ட மனம் அற்றுப்போன மௌனம் வந்து பொருந்திட, என்னை அதனில் என் குரு நிலைநிறுத்தினான்; மேலும் பேரின்ப உலகிலே என்னைக் குடிஅமர்த்தினான்.

..536..

குருஆகித் தண்அருளைக் கூறுமுன்னே, மோனா!
உரு,நீடு உயிர்,பொருளும் ஒக்கத் - தருதிஎன
வாங்கினையே; வேறும்உண்மை வைத்திடவும் கேட்டிடவும்
ஈங்குஒருவர் உண்டோ இனி? 77

அருஞ்சொற்பொருள்:

ஒக்க - ஒருசேர. தருதி - தந்திடுவாய்.

பொழிப்புரை:

மௌன குருவே! நீ எனக்குக் குருவாக வந்து தண்ணளி செய்யும் முன்பே, உடல் பொருள் ஆவி மூன்றையும் ஒரு சேரத் தருமாறு, கேட்டுப் பெற்றுக் கொண்டாயே! இனி வேறு உண்மைகள் குறித்து அறிந்து கொள்ளவோ, கேட்டுத் தெரிந்து கொள்ளவோ, இங்கு வேறொருவர் உளரோ?

..537..

இனிய கருப்புவட்டை என்நாவில் இட்டால்
நனிஇரதம் மாறாது; நானும் - தனிஇருக்கப்
பெற்றிலேன் மோனம்;பிறந்தஅன்றே மோனம்அல்லால்
கற்றிலேன் ஏதும் கதி. 78

அருஞ்சொற்பொருள்:

கருப்பு வட்டை - கரும்புத் துண்டை. நனி இரதம் - மிகுந்த சுவை.

பொழிப்புரை:

இனிய கரும்புத் துண்டை என் நாவில் வைத்துச் சுவைக்க அதன் சுவையும் நாவும் ஒன்றுபடுதல் போல் நானும் மௌனத்தை விட்டு தனியே இருக்க முடியாது. மோனம் கைகூடிய பின் மோனத்தைத் தவிர, வேறு எதனையும் கற்றுக்கொள்ளும் பேறும் இல்லை.

..538..

ஏதுக்கும் சும்மா இருநீ எனஉரைத்த
சூதுக்கோ, தோன்றாத் துணைஆகிப், - போதித்து,
நின்றதற்கோ என்ஐயா! நீக்கிப் பிரியாமல்
கொன்றதற்கோ பேசாக் குறி. 79

அருஞ்சொற்பொருள்:

சூது - தந்திரம். பேசாக்குறி - சின்முத்திரை.

பொழிப்புரை:

என் ஐயனே! சும்மா இரு என நீ உபதேசித்தது, தந்திரமோ? தோன்றாத் துணையாய் நின்று உதவி செய்வதற்கோ? பரத்தை விட்டு நீங்காதிருக்க மாயையின் செயலை அடக்குவதற்கோ? எதற்காக இந்த சின்முத்திரை?

..539..

குறியும் குணமும்அறக் கூடாத கூட்டத்து
அறிவுஅறிவாய் நின்றுவிட, ஆங்கே - பிறிவுஅறவும்
சும்மா இருத்திச், சுகம்கொடுத்த மோன!நின்பால்
கைம்மாறு நான்ஒழிதல் காண். 80

அருஞ்சொற்பொருள்:

குறியும் குணமும் - அடையாளமும் குணவேறுபாடும். கூடாத கூட்டம் - கூடுதற்கு அரிய சிவனடியார் திருக்கூட்டம். அறிவு அறிவாய் நின்றுவிட - அடியார்தம் அறிவே தம் அறிவாய் நிலைத்துவிட. பிறிவு அற - நீக்கம் இல்லாமல். சும்மா இருத்தி - மௌனத்தில் இருக்கச் செய்து. நான் ஒழிதல் - தற்போதம் அறுதல்.

பொழிப்புரை:

மௌன குருவே! அடையாளமும் குணவேறுபாடும் அறுபடவும்; சிவடினயார் திருக்கூட்டத்தோடு சேர்ந் திருக்கவும்; அவர்தம் அறிவே தம் அறிவாய் கொண்டு

நிற்கவும்; அங்கே பரத்தோடு பிரிப்பின்றி நிற்கவும்;
சும்மா இருக்குமாறு செய்து இன்பம் கொடுத்தாய்!
இதற்குப் பிரதிஉபகாரம் தற்போதம் அழிதலேயாம்.

..540..

நான்தான் எனும்மயக்கம் நண்ணுங்கால், என்ஆணை
வான்தான் எனநிறைய மாட்டாய்நீ; - ஊன்றாமல்
வைத்தமவு னத்தாலே மாயை மனம்இறந்து
துய்த்துவிடும் ஞான சுகம். 81

அருஞ்சொற்பொருள்:

நண்ணுங்கால் - பொருந்தும் போது. ஊன்றாமல் - எதையும் பொருட்படுத்தாமல். துய்த்துவிடும் - அனுபவம் ஆகும்.

பொழிப்புரை:

மனமே! யான், எனது என்னும் அகப்பற்றும், புறப்பற்றும் பொருந்தி நிற்கும்போது, நீ மேலான பேரறிவோடு பொருந்தி நிற்க மாட்டாய்! இதை நான் உறுதியாகக் கூறுகிறேன். எதையும் பொருட்படுத்தாமல் மௌனம் மேற்கொள்ளின், மாயையாகிய மனம் இறந்துபடும்; அப்பொழுது ஞானத்தால் ஏற்படும் பேரின்பத்தை அனுபவித்து விடலாம்.

..541..

ஞானநெறிக்கு ஏற்றகுரு; நண்ணரிய சித்திமுக்தி
தானம் தருமம் தழைத்தகுரு; - மானமொடு
தாய்எனவும் வந்துஎன்னைத் தந்தகுரு; என்சிந்தை
கோயில்என வாழும் குரு. 82

அருஞ்சொற்பொருள்:

நண்ணரிய - அடைதற்கு அரிய. மானம் - பெருமை.

பொழிப்புரை:

ஞான நெறியிலே என்னை இட்டுச் செல்ல பொருத்தமான குரு; அடைதற்கு அரிய சித்தி, முத்தி, தானம், தருமம் இவை அனைத்தும் செழிக்கச் செய்யும் குரு; பெருமையுடன் தாய்போல் வந்து, என்னை இந்த உலகுக்கு தந்த குரு; என் மனமே கோயிலாகக் கொண்டு, அங்கு எழுந்தருளி வாழும் குரு.

..542..

சித்தும் ஜடமும் சிவத்தைவிட இல்லைஎன்ற
நித்தன் பரமகுரு நேசத்தால், - சுத்தநிலை
பெற்றோமே நெஞ்சே! பெரும்பிறவி சாராமல்
கற்றோமே மோனக் கரு. 83

அருஞ்சொற்பொருள்:

மோனக் கரு - மௌன வித்தை, பரவித்தை.

பொழிப்புரை:

மனமே! அறிவுள்ள பொருள்களும் அறிவற்ற பொருள்களும் என அனைத்தும், சிவத்தை விட்டுத் தனியே இல்லை என்னும் கருத்தை, நிலைத்து வாழும் எம் மேலான குருவின் உபதேசத்தால் பெற்று, பெரிய பிறவித் தொடரில் இருந்து விடுபட்டு, பரவித்தையை கற்றுக் கொண்டு விட்டோமே!

29. ஏசற்ற அந்நிலை

கொச்சகக் கலிப்பா

..543..

ஏசற்ற அந்நிலையே எந்தைபரி பூரணமாய்,
மாசுஅற்ற ஆனந்த வாரி வழங்கிடுமே;
ஊசல் சுழல்போல் உலகநெறி வாதனையால்
பாசத்துள் செல்லாதே பல்காலும்; பாழ்நெஞ்சே! 1

அருஞ்சொற்பொருள்:

ஏசற்ற - குற்றமற்ற. ஆனந்த வாரி - சிவானந்தப் பெருக்கு. ஊசல் - ஊஞ்சல். வாதனை - வாசனை.

பொழிப்புரை:

வீணான மனமே! பழிப்பு அற்ற அந்த மௌன நிலையே, எம் தந்தையாம் பரிபூரணமே, முன்நின்று குற்றமற்ற பேரின்பப் பெருக்கினை வழங்கிவிடுமே! எனவே நீ ஊஞ்சல் கயிறுபோல உலக வாழ்க்கை வாசனை காரணமாக முன்னும் பின்னுமாக பாசங்களுக்குள் பலமுறையும் செல்லாது இருப்பாயாக!

..544..

பாழ்ஆகி அண்டப் பரப்பைஎலாம் வாய்மடுத்தும்
ஆழ்ஆழி இன்பத்து அமுந்தப் படியாயோ?
தாழாயோ எந்தைஅருள் தாள்கீழ்?நெஞ் சே!எனைப்போல்
வாழாது வாழ்ந்து,அழியா வண்ணம் இருப்பாயே. 2

அருஞ்சொற்பொருள்:

வாய்மடுத்தும் - உள்ளடக்கியும். ஆழ் ஆழி - ஆழமான கடல். தாழாயோ - வணங்காயோ. வாழாது வாழ்ந்து - உலக நாட்டத்தில் வாழாது பரநாட்டத்தில் வாழ்ந்து.

பொழிப்புரை:

மனமே! வீணாக இந்த உலகப் பரப்பு முழுவதையும் உள்ளடக்கியும், ஆழமான பேரின்பக் கடலில் மூழ்கக் கற்றுக்கொள்ள மாட்டாயோ? எம் தந்தையாகிய சிவ பெருமானது திருவடியாகிய திருவருளின் கீழ் தலை வணங்கி நிற்கமாட்டாயோ? என்னைப் போல நீயும் உலகப் பற்றை விட்டு பரத்தைப் பற்றி நின்று வாழாது வாழ்ந்து, என்றும் அழியாப் பேரின்பப் பெருவாழ்வு வாழ்வாயாக!

..545..

இருப்பாய் இருந்திடப்,பே ரின்பவெளிக் கேநமக்குக்
குருப்பார்வை அல்லாமல் கூடக் கிடைத்திடுமோ?
அருள்பாய் நமக்குஆக ஆளவந்தார் பொன்அடிக்கீழ்
மருள்பேயர் போல் இருக்க வாகண்டாய்;வஞ்சநெஞ்சே!   3

அருஞ்சொற்பொருள்:

இருப்பு - கருவூலம். அருள்பாய் - அருளை விரித்து. ஆளவந்தார் - ஆட்கொள்ள வந்தவர். மருள் பேயர் - மயக்கத்தால் பேய் பிடித்தவர்.

பொழிப்புரை:

வஞ்சனை உடைய மனமே! பேரின்பப் பெருவெளிக்குக் கருவூலமாய்த் திகழும் வாய்ப்பு, குருவின் திருவருள் இன்றிக் கைகூடுமோ? அருளைப் பரவ விட்டு, நம்மை ஆட்கொள்ள வந்தவர், பொன் போன்ற அழகிய திரு வடியின்கீழ் மயக்கம் பொருந்த, பேய் பிடித்தவர் போல் திரிய வருவாயாக!

..546..

வஞ்சமோ? பண்டைஉள வாதனையால் நீஅலைந்து
கொஞ்சம்உற்றாய்; உன்னைக் குறைசொல்ல வாயும்உண்டோ?
அஞ்சல்அஞ்சல் என்றுஇரங்கும் ஆனந்த மாகடல்கீழ்
நெஞ்சமே! என்போல நீஅழுந்த வாராயோ?   4

அருஞ்சொற்பொருள்:

வாதனை - வாசனை. கொஞ்சம் - அற்பம். அஞ்சல் - பயப்படாதே. அழுந்த - மூழ்க.

பொழிப்புரை:

மனமே! பழைய மலவாசனையால் நீ அலைந்து அற்பம் அடைந்தது வஞ்சனையோ? உன்மீது குற்றம் சொல்ல எனக்கு ஒரு வாயும் உண்டோ? பயப்படாதே! பயப்படாதே! என்று இரங்கிக் கூறும், பேரின்பப் பெருங்கடலின் உள் என்னைப் போல நீயும் மூழ்கித் திளைக்க வரமாட்டாயோ?

..547..

வாரா வரவாய் வடம்நிழல்கீழ் வீற்றிருந்த
பூராயம் நம்மைப் புலப்படுத்த வேண்டிஅன்றோ?
ஓராயோ; நெஞ்சே! உருகாயோ; உற்றிருந்து
பாராயோ; அவ்வுருவைப் பார்க்கநிறை வாய்விடுமே.   5

அருஞ்சொற்பொருள்:

வாரா வரவு - வருவதற்கு அரிய வரவு. பூராயம் - வரலாறு.

பொழிப்புரை:

மனமே! எழுந்தருளி வருவதற்கு அரிய வரவுஆகி
எம்இறை வடவால மரநிழலில் வீற்றிருந்தது, நம்முடைய
அறிவில் தெளிவை உண்டுபண்ணுவதற்கு அல்லவோ?
இதனை நீ ஆராய மாட்டாயோ? ஆராய்ந்து மனம்
உருக மாட்டாயோ? உருகி உற்றுநோக்க மாட்டாயோ?
அப்படி நீ பார்த்தால், அம்முழு நிறைவாய் நீயும் ஆகி
விடலாம் அன்றோ?

..548..

வாயாதோ இன்பவெள்ளம்? வந்துஉன் வழியாகப்
பாயாதோ? நானும் பயிராய்ப் பிழையேனோ?
ஓயாமல் உன்னி உருகு;நெஞ்சே! அந்நிலைக்கே
தாய்ஆன மோனன்அருள் சந்திக்க வந்திடுமே.   6

அருஞ்சொற்பொருள்:

பிழையேனோ - பிழைத்துக் கொள்ள மாட்டேனோ, தழைத்து
வளர மாட்டேனோ.

பொழிப்புரை:

மனமே! நமக்கும் இன்ப வெள்ளத்தை அனுபவிக்கும்
நிலை வாய்க்காதோ? அது உன் வழியாகப் பாய்ந்து
வராதோ? நானும் சிவானந்தப் பயிராய் தழைத்து வளர

மாட்டேனோ? ஓயாமல் நினைத்து உருகுவாயாக! அந்நிலையில் தாய்போல் விளங்கும் மௌனகுருவின் அருள், நம்மிடம் வந்து பரவும் அன்றோ?

..549..

வந்த வரவை மறந்து,உலகாய் வாழ்ந்து,கன்ம
பந்தம்உற உன்னைப் படிப்பிக்கக் கற்றவர்யார்?
இந்தமதி ஏன்உனக்குஇங்கு? என்மதிகேள் என்னாலே
சந்ததம்நெஞ் சே!பரத்தில் சாரின்இன்பம் உண்டாமே. 7

அருஞ்சொற்பொருள்:

வந்த வரவை மறந்து - பிறப்பு எடுத்ததன் நோக்கத்தை மறந்து. படிப்பிக்க - பாடம் சொல்லிக் கொடுக்க.

பொழிப்புரை:

(மனமே! இறைவனது திருவருளைப் பெறுவதே நோக்கம் என வந்து பிறந்து) வந்து பிறந்தவிடத்து, வந்த நோக்கத்தை மறந்துவிட்டு, உலகாயதமான ஒரு வாழ்வை வாழ்ந்து விட்டு, வினையாகிய தளையில் சிக்கிக் கொள்ளுமாறு, உனக்குப் பாடம் சொல்லிக் கொடுத்தவர் யார்? இங்கு இந்த புத்தி உனக்கு ஏன் வந்தது? நான் கூறும் புத்தி மதியைக் கேட்பாயாக! அந்த புத்திமதியின்படி நீ, எப்பொழுதும் பரத்தையே சார்ந்திருப்பின், உனக்குப் பேரின்பம் உண்டாகுமே!

..550..

இன்பமய மாய்உலகம் எல்லாம் பிழைப்பதற்குஉன்
அன்புநிலை என்பார்; அதுவும்நினை அன்றிஉண்டோ?
உன்புலத்தை ஓரின்அருட்கு ஒப்பாவாய்; நெஞ்சே!நீ
தென்புலத்தா ரோடுஇருந்து செய்பூஜை கொண்டருளே. 8

அருஞ்சொற்பொருள்:

புலன் - அறிவு. ஓரின் - ஆராயின். தென்புலத்தார் - இறந்துபட்டவர்.

பொழிப்புரை:

மனமே! இவ்வுலக வாழ்வில் இன்பம் துய்த்து பிழைப்பதற்கு, உனது அன்பு வேண்டும் என்று கூறுவர்; அந்த அன்பும் உன்னை அன்றி வேறாக இல்லையே! உனது அறிவை ஆராய்ந்து பார்த்தால், மிகுந்த அருளுக்கு நீ ஒப்பாக இருப்பது தெரியவரும்; எனவே முன்னமே இறந்துபட்டவரோடு நீயும் சேர்ந்திருந்தால், அவர்க்குச் செய்யும் பிதுர்க்கடனை உனக்கும் சேர்த்துச் செய்து விடுவோம்; அதனை ஏற்று நீ அருள்செய்ய வேண்டும்.

..551..

அருளேஓர் ஆலயமா; ஆனந்த மாய்இருந்த
பொருளோடு யான்இருக்கப் போய்ஒளித்த நெஞ்சே!நீ
மருள்தீர் முயல்கோடோ; வான்மலரோ; பேய்த்தேரோ;
இருள்தீர நீஉறைந்தது எவ்விடமோ? காணேன்.   9

அருஞ்சொற்பொருள்:

மருள்தீர் - மயக்கமற்ற. முயல்கோடு - முயல் கொம்பு. வான்மலர் - ஆகாயப்பூ. பேய்த்தேர் - கானல் நீர். இருள் தீர - அறியாமை இருள் நீங்க.

பொழிப்புரை:

அருளானது ஓர் ஆலயமாக, பேரின்பமயமாய் விளங்கும் ஒரு பொருளோடு நான் கூடி இருந்தபோது, போய் ஒளிந்து கொண்ட மனமே! நீ மயக்கமற்ற முயல் கொம்போ? ஆகாயப் பூவோ? கானல் நீரோ? அறியாமை இருள் நீங்க, நீ தங்கி இருந்த இடம் இவற்றுள் எது என்று கூறுவாயாக!

..552..

எவ்விடத்தும் பூரணம்ஆம் எந்தைபிரான் தண்அருளே;
அவ்இடத்தே உன்னைநெஞ்சே ஆராயின் கண்டிலனே;
அவ்இடத்து மாயையிலே மாண்டனையோ?அவ்இடமும்
செவ்விடமே; நீயும் ஜெனன்அற்று வாழியவே! 10

அருஞ்சொற்பொருள்:

செவ்விடம் (செம்மை + இடம்) - அருளின் இருப்பிடம்.

பொழிப்புரை:

மனமே! எல்லா இடங்களிலும் முழுமையாய் நிறைந்து விளங்குவது எம்தந்தையாகிய பெருமானின் திருவருளாகவே இருக்க, அவ்விடத்தில் உன்னைத் தேடி நான் காணமுடியவில்லையே! அவ்விடத்தில் உள்ள மாயையில் மூழ்கி நீ இறந்து போனாயோ? அந்த மாயையின் இடமும் திருவருளுக்குச் சொந்தமானது அன்றோ? எனவே எம்மோடு சேர்ந்து நீயும் பிறப்பற்று வாழ்வாயாக!

30. காடும் கரையும்

அறுசீர்க் கழிநெடிலடி ஆசிரிய விருத்தம்

..553..

காடும் கரையும் மனக்குரங்கு கால்விட்டு ஓட, அதன்பிறகே
ஓடும் தொழிலால் பயன்உளதோ? ஒன்றாய்ப், பலவாய், உயிர்க்குஉயிராய்
ஆடும் கருணைப் பரஞ்ஜோதி அருளைப் பெறுதற்கு அன்புநிலை
தேடும் பருவம் இதுகண்டீர்; சேர வாரும் ஜகத்தீரே! 1

அருஞ்சொற்பொருள்:

கரை - மேடு. ஆடும் கருணைப் பரஞ்சோதி - ஆடுகின்ற பேரருள் பிழம்பாய் விளங்கும் ஒளி (நடராசா).

பொழிப்புரை:

காட்டிலும் மேட்டிலும் மனமாகிய குரங்குகால் வைத்துப் பாய்ந்து ஓட, அதன் பிறகு ஓடிஓடி தொழில் செய்வதால் என்ன பயன் விளையப்போகிறது? ஒன்றாகவும், பல வாகவும், உயிருக்கு உயிராகவும், ஆடும் அருள்சோதியாக விளங்கும் நடராசப் பெருமானின் திருவருளைப் பெறு வதற்கு அன்பைத் தேடிப் பிடித்துப் பாய்ச்சும் பருவம் இதுவாகும்; எனவே, உலகரே! நீங்களும் உடன்வாருங்கள்!

..554..

சைவ சமய மேசமயம்; சமயா தீதப் பழம்பொருளைக்
கைவந் திடவே மன்றுள்வெளி காட்டும்; இந்தக் கருத்தைவிட்டுப்,
பொய்வந்து உழலும் சமயநெறி புகுத வேண்டாம்; முக்திதரும்
தெய்வ சபையைக் காண்பதற்குச் சேர வாரும் ஜகத்தீரே!   2

அருஞ்சொற்பொருள்:

சமயாதீதம் - சமயம் கடந்த. பழம்பொருள் - எல்லாப் பொருள் களுக்கும் தான் முதன்மையாய் விளங்கும் பொருள். மன்று - அம்பலம். கருத்தை - உண்மையை.

பொழிப்புரை:

சைவ சமயம் ஒன்றுதான் சமயம்; சமயங் கடந்த முதன்மைப் பொருளை அடைய வேண்டுமாயின், சிற்றம்பலத்தில் வெளியாக(ஆகாயமாக)க் காட்டிநிற்கும், இந்த உண்மைப் பொருளை விட்டுவிட்டு பொய் வந்து சேர்ந்துள்ள சமயநெறிகளிலே சென்று சேரவேண்டாம். வீடுபேற்றினை நல்க உதவும் தெய்வம் எழுந்தருளி இருக்கும் பொன்னம்பலத்தைக் காண்பதற்கு, உலக மக்களே! ஒன்றுதிரண்டு வாருங்கள்!

..555..

காகம் உறவு கலந்துஉண்ணக் கண்டீர்; அகண்டா காரசிவ
போகம் எனும்பே ரின்பவெள்ளம் பொங்கித் ததும்பிப் பூரணமாய்,
ஏக உருவாய்க் கிடக்குது ஐயோ; இன்புற் றிடநாம் இனிஎடுத்த
தேகம் விழுமுன் புசிப்பதற்குச் சேர வாரும் ஜகத்தீரே! 3

அருஞ்சொற்பொருள்:

அகண்டாகாரம் - கண்டம் செய்யப்படாதது, எல்லையற்றது.

பொழிப்புரை:

காகம் தன் கூட்டத்தோடு சேர்ந்து இருந்து உண்பதைப் பார்க்கிறோம்; எல்லையற்ற சிவபோகம் என்னும் பேரின்ப வெள்ளம் பொங்கித் ததும்பி எங்கும் முழு நிறைவாய் ஒரே உருவமாய்க் கிடக்கின்றது; ஐயகோ! நாம் எடுத்த உடம்பு இனிக் கீழே விழும் முன்பே, இந்த இன்பத்தை நாம் அள்ளிப் பருகுவதற்கு, உலகவரே! ஒருசேரத் திரண்டு வாருங்கள்!

31. எடுத்த தேகம்

எண்சீர்க் கழிநெடிலடி ஆசிரிய விருத்தம்

..556..

எடுத்த தேகம், பொருள்,ஆவி மூன்றும்நீ;
எனக்குஒன்று இல்லை என,மோன நன்னெறி
கொடுத்த போது கொடுத்ததுஅன் றோ?பினும்
குளறி நான்என்று கூத்தாட மாயையை
விடுத்த வாறும்,கண் ணீரொடு கம்பலை
விலகு மாறும்,என் வேட்கைப்ர வாகத்தைத்
தடுத்த வாறும் புகலாய்; சிரகிரித்
தாயு மான தயாபர மூர்த்தியே! 1

அருஞ்சொற்பொருள்:

பினும் - பின்னும். குளறி - உளறி, பிதற்றி. கம்பலை - மெய்நடுக்கம். ப்ரவாகம் - பெருக்கு.

பொழிப்புரை:

திருச்சிராப்பள்ளி மலைமீது கோவில் கொண்டு எழுந்தருளி இருக்கும் மேலான அருளே வடிவான தாயுமான தெய்வமே! எடுத்த உடம்பு, பொருள், ஆவி ஆகிய மூன்றும் நீயே; எனக்குஎன எதுவும் இல்லைஎன்று மௌனநெறியை அருளியபோது, அருளிய உபதேசம் அன்றோ? அதன் பிறகும் 'நான்' என்று தன்முனைப்பு, தோன்றப் பிதற்றி, மாயை கூத்தாட, அதனைத் தடுத்தவாறும்; கண்ணீரும் உடல்நடுக்கமும் விலகுமாறும்; எனது ஆசையாகிய பெருக்கினைத் தடுத்தவாறும் எவ்வாறு? சொல்வாயாக!

..557..

நோயும் வெம்கலிப் பேயும் தொடர,நின்
நூலில் சொன்ன முறைஇய மாதிநான்
தோயும் வண்ணம் எனைக்காக்கும் காவலும்;
தொழும்பு கொள்ளும் சுவாமியும் நீகண்டாய்;
ஓயும் ஜன்மம் இனி,அஞ்சல் அஞ்சல்என்று
உலகம் கண்டு தொழ,ஓர் உருவிலே
தாயும் தந்தையும் ஆனோய்; சிரகிரித்
தாயு மான தயாபர மூர்த்தியே! 2

அருஞ்சொற்பொருள்:

கலி - வறுமை. தோயும் வண்ணம் - அனுபவிக்குமாறு. தொழும்பு - அடிமை.

பொழிப்புரை:

திருச்சிராப்பள்ளி மலைமீது கோவில் கொண்டு எழுந்தருளி இருக்கும் மேலான அருளே வடிவமான தாயுமான தெய்வமே! நோயும், கொடிய வறுமை ஆகிய பேயும்

என்னைத் தொடர்ந்து வர, நினது யோக நூல்களில் சொல்லப்பட்ட இயமம் முதலியவற்றில் நான் தோய, அதனால் நோயும் வறுமையும் தீர, என்னைக் காக்கும் காவலும்; என்னை அடிமையாக ஏற்றுக்கொள்ளும் கடவுளும் நீயே! இனி பிறப்பு ஒழியும்; பயப்படாதே பயப்படாதே எனச் சொல்லி உலகத்தவரைத் தேற்றும், ஒரே உருவில் தாயாகவும் தந்தையாகவும் தோன்றியும் நீயே அருளினாய்!

32. முகம்எலாம்

கலிநிலைத்துறை

..558..

முகம்எ லாம்கணீர் முத்துஅரும் பிடச்,செங்கை முகிழ்ப்ப,
அகம்எ லாம்குழைந்து ஆனந்தம் ஆக,நல் அறிஞர்
இகம்எ லாம்தவம் இழைக்கின்றார்;என்செய்கோ ஏழை?
ஜகம்எ லாம்பெற நல்லருள் உதரமாச் சமைந்தோய்! 1

அருஞ்சொற்பொருள்:

உதரம் - வயிறு. இகம் - உலகம்.

பொழிப்புரை:

உலகம் முழுவதும் உள்ள உயிர்கள் திருவருள் பெற்று உய்யுமாறு, திருவருளையே திருவயிறாகக் கொண்டு விளங்குபவனே! முகம் முழுவதும் கண்ணீர்ப் பெருக்கு, முத்து முத்தாய் அரும்பி நிற்க; சிவந்த கைகள் கூப்பி நிற்க; மனம் முழுவதும் குழைந்து பேரின்பமயமாய் ஆக; திருவருள் பெற்று உய்யும்பொருட்டு ஞானியர் அனைவரும் இவ்வுலகம் முழுவதும் தவத்தை மேற்கொள்கின்றனர்; அறிவிலியாகிய நான் என்ன செய்வேன்?

33. திடம் உறவே

கொச்சகக் கலிப்பா

..559..

திடம்உறவே நின்அருளைச் சேர்த்து,என்னைக் காத்துஆள
கடன்உனக்குஎன்று எண்ணி,நின்னைக் கைகுவித்தோன் நான்அலனோ?
அடைவுகெட்ட பாழ்மாயை ஆழியிலே இன்னம்அல்லல்
படமுடியாது; என்ஆவிப் பற்றே பராபரமே! 1

அருஞ்சொற்பொருள்:

திடம் - உறுதி. அடைவு - ஒழுங்கு. பற்றே - ஆதாரமே.

பொழிப்புரை:

என் உயிருக்கு ஆதாரமே! மேலான தெய்வமே! உறுதியாக நின்அருளில் இணைத்து, என்னைக் காப்பாற்றி, ஆள வேண்டியது உனது கடமை என்று நினைந்து, நின்னைக் கைகூப்பி வணங்கினவன் அல்லவா நான்? ஒழுங்கு கெட்ட வீணான மாயை என்னும் கடலிலே மூழ்கிக் கிடந்து, இனிமேலும் துன்பப்பட முடியாது.

..560..

ஆராமை கண்டுஇங்கு அருள்குருவாய் நீஒருகால்
வாராயோ? வந்து வருத்தம்எல்லாம் தீராயோ?
பூராயம் ஆகஅருள் பூரணத்தில் அண்டம்முதல்
பார்ஆதி வைத்த பதியே; பராபரமே! 2

அருஞ்சொற்பொருள்:

ஆராமை - இயலாமை. பூராயம் - முழுவதும். பார் ஆதி - நிலம் முதலிய.

பொழிப்புரை:

முழுவதும், அருளாகிய முழுமையில் உலகம் முதல் அனைத்து அண்டங்களையும் வைத்து அருளிய தலைவனே!

மேலான தெய்வமே! எனது இயலாமையைக் கண்டு, இங்கு அருள்குருவாய் நீ ஒருபோதும் வரமாட்டாயோ? வந்து எனது துன்பம் அனைத்தையும் தீர்க்கமாட்டாயோ?

..561..

வாழாது, வாழ,உனை வந்துஅடைந்தோர் எல்லாரும்
ஆழ்ஆழி என்னஅருள் ஆனார்; அழுக்காற்றோடு
ஏழாய் எனஉலகம் ஏசும்;இனி நான்ஒருவன்
பாழ்ஆகா வாறுமுகம் பார்நீ பராபரமே! 3

அருஞ்சொற்பொருள்:

வாழாது வாழ - சிறு நெறி பற்றி வாழாது பெருநெறி பற்றி வாழ. ஆழ்ஆழி - ஆழமான கடல். ஏழாய் - ஏழையே, அறிவிலியே.

பொழிப்புரை:

மேலான தெய்வமே! சிறுநெறியைப் பின்பற்றி வாழாது, பெருநெறியைப் பற்றி வாழ்வதற்காக, உன்னை வந்தடைந்த அனைவரும், ஆழமான கடல் போல் பேரருளில் மூழ்கினார். 'அழுக்காறு உடைய அறிவிலியே!' என என்னை உலகம் ஏசும்; இனி நான் ஒருவன் மட்டும் வீணாகாதவாறு, என் முகத்தை நீ ஏறெடுத்துப் பார்ப்பாயாக!

..562..

உள்ளத்தின் உள்ளே ஒளித்து,என்னை ஆட்டுகின்ற
கள்ளக் கருணையையான் காணும் தரம்ஆமோ?
வெள்ளத்தை மாற்றி, விடக்குஉண்பார் நஞ்சுஊட்டும்
பள்ளத்தின் மீன்போல் பதைத்தேன்; பராபரமே! 4

அருஞ்சொற்பொருள்:

தரம் - தகுதி. விடக்கு - ஊன்.

பொழிப்புரை:

மேலான தெய்வமே! என் உள்ளத்தின் உள்ளே ஒளிந்து நின்று, என்னை ஆட்டுவிக்கின்ற கள்ளத்தனம் பொருந்திய திருவருளாளனின் தகுதியை அடியேன் அறிய முடியுமோ? ஊன் உண்பவரைக் கண்டு, பள்ளத்தில் நிரம்பி இருந்த நீரை வடிய விட்டு, பின்னர் சிறிதே விடத்தினைக் கலந்த போது, கரை ஒதுங்கும் மீன்போல மனம் நடுக்குற்றேன்.

..563..

வாவிக் கமலமலர் வண்டாய்த் துவண்டுதுவண்டு
ஆவிக்குள் நின்றஉனக்கு அன்புவைத்தார்க்கு அஞ்சல் என்பாய்;
பூவிற்கும் வான்கடையில் புல்விற்போர் போல ஒன்றைப்
பாவிக்க மாட்டேன் பதியே! பராபரமே! 5

அருஞ்சொற்பொருள்:

வாவி - குளம். அஞ்சல் - அஞ்சாதே. ஒன்றை - உன்னை அன்றி வேறொன்றை.

பொழிப்புரை:

தலைவனே! மேலான தெய்வமே! குளத்தில் பூத்துள்ள தாமரை மலரை நாடி வந்த வண்டு தேனுக்காக ஏங்குவது போல உயிருக்கு உயிராய் நின்ற உன்மீது அன்பு வைத்த தொண்டருக்கு, 'அஞ்சாதே!' என்று கூறி அருள்செய்வாய்; பூவிற்கும் உயர்ந்த கடையில் புல் விற்பரோ? (விற்க மாட்டார்). அதுபோல உன்னை விட்டு வேறொரு தெய்வத்தை நானும் நினைப்பேனோ?

..564..

விண்ஆறு வெற்பின் விழுந்தாங்கு எனமார்பில்
கண்ஆறு பாய்ச்சிடும்என் காதல்வெள்ளம் கண்டிலையோ?
தண்நாறு சாந்தபதத் தற்பரமே! நால்வேதப்
பண்நாறும் இன்பப் பதியே! பராபரமே! 6

அருஞ்சொற்பொருள்:

விண் ஆறு - ஆகாய கங்கை. கண் ஆறு - கண்ணீராகிய ஆறு. தண் நாறு - குளிர்ச்சி மிகுகின்ற. பண் நாறு - இசை விளங்குகின்ற.

பொழிப்புரை:

குளிர்ச்சி மிகுந்த அமைதி தவழும் தனிமுதலே! நான்கு வேதங்களின் இசையானது விளங்குகின்ற, இன்பம் மிகுவிக்கும் தலைவனே! மேலான தெய்வமே! ஆகாய கங்கை மலையில் இழிவது போல எனது மார்பில் கண்ணீராகிய அன்பு வெள்ளம் பாய்வதை நீ காணவில்லையோ?

..565..

கூடியநின் சீர்அடியார் கூட்டம்என்றோ வாய்க்கும்என
வாடியஎன் நெஞ்சும்முக வாட்டமும்நீ கண்டிலையோ?
தேடியநின் சீர்அருளைத் திக்குஅனைத்தும் கைகுவித்துப்
பாடியநான் கண்டாய்; பதியே! பராபரமே! 7

அருஞ்சொற்பொருள்:

சீர் - சிறப்பு. திக்கு - திசை.

பொழிப்புரை:

தலைவனே! மேலான தெய்வமே! 'உன்னோடு கூடி நிற்கும் சிறப்பு மிகுந்த அடியார் திருக்கூட்டத்தோடு சேர்ந்திருக்கும் வாய்ப்பு எப்பொழுது கிடைக்கும்?' என வாட்டமுற்ற என் மனத்தையும் முகத்தையும் நீ பார்க்கவில்லையோ? இதுவரை நான் தேடித் திரட்டிய நினது திருவருளை, எல்லா திசைகளிலும் கைகூப்பி நின்று, பாடிப் பரவினேன்.

..566..

நெஞ்சத்தி னூடே நினைவாய், நினைவூடும்
அஞ்சல்என வாழும்எனது ஆவித் துணைநீயே!
சஞ்சலம்மாற் றினை;இனிமேல் தாய்க்குஉபசா ரம்புகன்று
பஞ்சரிக்க நான்ஆர்? பதியே! பராபரமே!   8

அருஞ்சொற்பொருள்:

சஞ்சலம் - கவலை. பஞ்சரிக்க - கெஞ்சுவதற்கு.

பொழிப்புரை:

தலைவனே! மேலான தெய்வமே! எனது மனத்தில் நினைவாகவும், அந்த நினைவிலும் 'அஞ்சாதே!' எனக் கூறி வாழ்ந்து கொண்டிருக்கும், எனது உயிருக்கு உற்ற துணையும் ஆகிய நீயே! எனது மனக்கவலைப் போக்கினாய்; இனிமேலும் தாய் போல் விளங்கும் உனக்கு முகமன் கூறி, கெஞ்சிக் கேட்பதற்கு, நான் யார்?

..567..

புத்திநெறி ஆகஉனைப் போற்றிப் பலகாலும்
முக்திநெறி வேண்டாத மூடனேன் ஆகெடுவேன்;
சித்திநெறிக்கு என்கடவேன்? சீர்அடியார்க்கு ஏவல்செயும்
பக்திநெறிக் கேனும்முகம் பார்நீ; பராபரமே!   9

அருஞ்சொற்பொருள்:

மூடனேன் - அறிவிலி ஆகிய நான். ஏவல் - பணிவிடை.

பொழிப்புரை:

மேலான தெய்வமே! அறிவால் உன்னைப் பலமுறையும் வழிபட்டு, வீடுபேற்று நெறியை விரும்பாத அறிவிலியாக நான், அந்தோ! கெடுவேன்; சித்தி நெறி வாய்க்க என்ன செய்யப் போகிறேன்? சிறந்த அடியார்களுக்குத் தொண்டு செய்யும் பக்தி நெறிக்காவது அருள் செய்ய, ஏறெடுத்துப் பார்ப்பாயாக!

..568..

கண்டுஅறியேன்; கேட்டுஅறியேன்; காட்டும்நினை யேஇதயம்
கொண்டுஅறியேன்; முக்தி குறிக்கும் தரமும்உண்டோ?
தொண்டுஅறியாப் பேதமையேன் சொல்லேன்நின் தொன்மைஎலாம்
பண்டுஅறிவாய் நீயே பகராய்; பராபரமே! 10

அருஞ்சொற்பொருள்:

தொன்மை - பழைமை. பண்டு - முன்னமே.

பொழிப்புரை:

மேலான தெய்வமே! அடியேன் உனது திருமேனியை இதுவரை கண்டதில்லை; உன் பெருமையினை மெய் ஞானியர் கூறக் கேட்டதில்லை; உள்ளத்தில் வைத்து தியானிக்கும் முறையையும் அறிந்ததில்லை; தொண்டு நெறி அறியாத அறிவிலியாகிய நான், நினது பழம் பெருமை குறித்துப் பேசுவதுமில்லை; இதனை எல்லாம் நீ முன்னமே அறிவாய் அல்லவா? அவ்வாறு இருக்க எனக்கு வீடுபேறு கைகூடுமோ?

34. தன்னை

..569..

தன்னை அறியத், தனதுஅருளால் தான்உணர்த்தும்
மன்னைப் பொருள்எனவே வாழாமல் பாழ்நெஞ்சே!
பொன்னைப், புவியை,மடப் பூவையரை மெய்எனவே
என்னைக் கவர்ந்துஇழுத்திட்டு என்னபலன் கண்டாயே? 1

அருஞ்சொற்பொருள்:

மன்னை - நிலைத்த பொருளாய் விளங்கும் இறைவனை.

பொழிப்புரை:

வீணான மனமே! தன்னை அறிய முயலுபவர் தமக்கு, தன் அருளால், தன் உண்மையை உணர்த்தும் இறைவன் தான் நிலையான பொருள் என்பதை உணர்ந்து வாழாமல்,

பொன், மண், பெண் என்னும் மூன்றும் நிலை என நினைத்து, என்னையும் அந்த நினைப்பில் சிக்கவைத்து, நீ என்ன பயன் அடைந்தாய்?

35. ஆக்குவை

அறுசீர்க் கழிநெடிலடி ஆசிரிய விருத்தம்

..570..

ஆக்குவை மாயை யாவும்; நொடியினில் அவற்றை மாள
நீக்குவை; நீக்கம் இல்லா நினைப்பொடு மறப்பும் மாற்றி,
போக்கொடு வரவும் இன்றிப் புனிதநல் அருள்ஆ னந்தம்
தாக்கவும் செய்வாய் அன்றோ? சச்சிதா னந்த வாழ்வே! 1

அருஞ்சொற்பொருள்:

ஆக்குவை - உண்டுபண்ணுவாய். மாள நீக்குவை அழியும்படி துடைப்பாய். மறப்பும் மாற்றி - மறதியையும் ஒழித்து.

பொழிப்புரை:

சத்து சித்து ஆனந்தப் (உண்மை அறிவு இன்பம்) பெரு வாழ்வே! உடல், கருவி, உலகம், நுகர்ச்சிப்பொருள் ஆகிய அனைத்தையும் மாயையின் காரியமாய் படைப்பாய்; ஒருநொடிப் பொழுதில் அவற்றை அழியும்படி துடைப்பாய்; நீங்குதல் இல்லாத நினைப்பையும் மறப்பையும் மாற்றுவாய்; பிறப்பு இறப்பு இன்றி உயிர் நிலைபெறத் தூய நல்ல அருட்பேரின்பம், அவ்வுயிரில் பதியுமாறும் செய்வாய் அல்லவா?

36. கற்புறு சிந்தை

..571..

கற்புறு சிந்தை மாதர் கணவரை அன்றி வேறுஓர்
இல்புறத் தவரை நாடார்; யாங்களும் இன்ப வாழ்வும்
தன்பொறி ஆக நல்கும் தலைவநின் அலது,ஓர் தெய்வம்
பொற்புஉறக் கருதோம் கண்டாய்; பூரணா னந்த வாழ்வே! 1

அருஞ்சொற்பொருள்:

கற்புறு சிந்தை - மனத்தின் நிறைநிலை. இல் புறத்தவர் - அயல் வீட்டார். பொறி - செல்வம். பொற்புஉற - பொலிவு பெற.

பொழிப்புரை:

எங்கும் நீக்கமற நிறைந்துள்ள பேரின்பப் பெருவாழ்வே! மனத்தில் நிறைநிலை உடைய மகளிர், தனது கணவனை அன்றி, வேறு ஒருவரை (அயலில் வசிப்பவரை) நாட மாட்டார்; எங்களுக்கு இன்ப வாழ்வைச் செல்வமாக வழங்கிக் கொண்டிருக்கும் தலைவனே! அடியார்களாகிய நாங்களும் உன்னை அல்லாத ஒரு தெய்வத்தை பொலிவு பெறக் காணமாட்டோம்.

..572..

முருந்துஇள நகையார் பார முலைமுகம் தழுவிச், செவ்வாய்
விருந்துஅமிர்து எனஅ ருந்தி, வெறியாட்டுக்கு ஆளாய், நாளும்
இருந்தலோ காய தப்பேர் இனத்தனாய் இருந்த ஏழை
பொருந்தவும் கதிமேல் உண்டோ? பூரணா னந்த வாழ்வே! 2

அருஞ்சொற்பொருள்:

முருந்து - வெண்மை. முலைமுகம் - முலைமுகடு. வெறியாட்டு - பொருளற்ற செயல். லோகாயதப் பேர் - உலகாதயன் என்னும் பெயர்.

பொழிப்புரை:

எங்கும் நீக்கமற நிறைந்துள்ள பேரின்பப் பெருவாழ்வே! வெண்மையான பற்களுடன் கூடிய மகளிரது பெரிய முலை முகட்டைத் தழுவி, சிவந்த உதட்டின் எச்சிலை அமுதம் என உண்டு, பொருளற்ற செயலுக்கு ஆளாகி, உலகாயதன் என்னும் பெயர் தாங்கிய கூட்டத்தாரோடு சேர்ந்து இருந்த அறிவிலிக்கு, மேலான வீட்டுநெறி கைகூடுமோ?

..573..

தீதுஎலாம் ஒன்றுஆம் வன்மை செறிந்து,இருள் படலம் போர்த்த
பாதகச் சிந்தை பெற்ற பதகன்,உன் பாத நீழல்
ஆதரவு அடைய உள்ளன்பு அருள்கிலை ஆயின், மற்றுயார்
போதனை செய்ய வல்லார்? பூரணா னந்த வாழ்வே! 3

அருஞ்சொற்பொருள்:

பதகன் - பாதகன், பாவியாகிய நான். அருள்கிலை - அருளாவிடின்.

பொழிப்புரை:

எங்கும் நீக்கமற நிறைந்துள்ள பேரின்பப் பெருவாழ்வே! தீமை எல்லாம் ஒன்றுசேர்ந்து, வலுப்பெற்று, அறியாமை ஆகிய இருள் படலமாக சூழப்பட்ட பாவச் சிந்தனை பெற்ற பாவியாகிய நான், உனது திருவடி நிழலின் ஆதரவினைப் பெற, உள்ளன்பினை நீ எனக்கு அருளவில்லையாயின், வேறு யாரால் அந்த அருளைப் போதிக்க முடியும்?

..574..

நாதனை, நாதா தீத நண்பனை, நடுவாய் நின்ற
நீதனைக் கலந்து நிற்க நெஞ்சமே நீவா என்றால்;
வாதனை பெருக்கி, என்னை வசம்செய்து, மனம்துன் மார்க்க
போதனை செய்தல் நன்றோ? பூரணா னந்த வாழ்வே! 4

அருஞ்சொற்பொருள்:

நீதன் - நீதிமான். வாதனை - உலக வாதனை. துன்மார்க்கம் - தீயநெறி.

பொழிப்புரை:

எங்கும் நீக்கமற நிறைந்துள்ள பேரின்பப் பெருவாழ்வே! நாத தத்துவமாய் விளங்குபவனை, நாதத்துக்கு அப்பாலும் நின்று உயிருக்கு நட்பாய் விளங்குபவனை, நடுநிலை

தவறாத நீதிமானைப் பொருந்தி நிற்கலாம் வா, மனமே, என அழைத்தால், நீயோ, உலக வாதனையைப் பெருக்கி, என்னையும் உன்வசப்படுத்தி, தீயநெறியில் செல்லுமாறு போதிப்பது நன்மை ஆகுமோ?

..575..

எண்ணிய எண்ணம் எல்லாம், இறப்புமேல் பிறப்புக்கு ஆசை
பண்ணி,என் அறிவை எல்லாம் பாழ்ஆக்கி, எனைப்பாழ் ஆக்கும்
திண்ணிய வினையைக் கொன்று, சிறியனை உய்யக் கொண்டால்
புண்ணியம் நினக்கே அன்றோ? பூரணா னந்த வாழ்வே! 5

அருஞ்சொற்பொருள்:

திண்ணிய வினை - வலுவான வினை. கொன்று - அழித்து.

பொழிப்புரை:

எங்கும் நீக்கமற நிறைந்துள்ள பேரின்பப் பெருவாழ்வே! நினைத்த நினைப்பு அனைத்தும், இறப்புக்கும் மீண்டும் பிறப்புக்கும் வழிசெய்து, என் அறிவை முழுவதுமாகக் கெடுத்து, என்னையும் கெடுக்கும் வலிய வினையை அழித்து, சிறியேனை உய்யுமாறு அருள்செய்தால், அந்தப் புண்ணியம் உனக்கு சேருமன்றோ?

..576..

பக்திநீ; பக்திக்கு ஆன பலனும்நீ; பலவாச் சொல்லும்
சித்திநீ; சித்தர் சித்தித் திறமும்நீ; திறம்ஆர் மோன
முக்திநீ; முக்திக்கு ஆன முதலும்நீ; முதன்மை ஆன
புத்திநீ; எனக்குஒன்று உண்டோ? பூரணா னந்த வாழ்வே! 6

அருஞ்சொற்பொருள்:

பத்தி - அன்பு. சித்தி - சித்தித்தல். புத்தி - தூயஅறிவு.

பொழிப்புரை:

எங்கும் நீக்கமற நிறைந்துள்ள பேரின்பப் பெருவாழ்வே! அன்புருவாய் இருப்பவன் நீ! அந்த அன்பினால் விளையும் பயனும் நீ! பலவிதமாகச் சொல்லப்படும் சித்திகளும் நீ! சித்தர்கள் செய்யும் சித்துகளுக்குக் காரணமானவன் நீ! அந்த சித்தியின் வலிமையால் கைகூடும் மோன முத்தியும் நீ! முத்திக்கு மூலமும் நீ! அம்மூலத்திற்கு உரிய தூய அறிவும் நீ! இவ்வாறு இருக்க எனக்கு உன்னை அன்றி, வேறு துணை உண்டோ?

..577..

தாயினும் இனிய நின்னைச் சரண்என அடைந்த நாயேன்
பேயினும் கடையன் ஆகிப், பிதற்றுதல் செய்தல் நன்றோ?
தீயிடை மெழுகாய் நொந்தேன்; தெளிவுஇலேன்; வீணே காலம்
போயினது; ஆற்ற கில்லேன்; பூரணா னந்த வாழ்வே! 7

அருஞ்சொற்பொருள்:

சரண் - அடைக்கலம், தஞ்சம். ஆற்றகில்லேன் - பொறுத்துக் கொள்ள முடியாதவனாய் இருக்கிறேன்.

பொழிப்புரை:

எங்கும் நீக்கமற நிறைந்துள்ள பேரின்பப் பெருவாழ்வே! தாயினும் இனிமை செய்யும் நின்னைத் தஞ்சம் என வந்தடைந்த நாய் போன்றவனும், பேயினும் கடைப் பட்டவனும் ஆகி, உளறுதல் நன்மை ஆகுமோ? அனலில் பட்ட மெழுகுபோல் உருகினேன்; அறிவில் தெளிவு இல்லாதவனாய் இருக்கிறேன்; இதுவரை கடந்துவந்த காலம் வீணாக் கழிந்துவிட்டது; இதனை பொறுத்துக் கொள்ள முடியவில்லை.

37. மலைவளர்காதலி

பன்னிருசீர்க் கழிநெடிலடி ஆசிரிய விருத்தம்

..578..

பதிஉண்டு, நிதிஉண்டு, புத்திரர்கள், மித்திரர்கள்,
பக்கம்உண்டு, எக்காலமும்
பவிசுஉண்டு, தவிசுஉண்டு, திருஷ்டாந் தம்ஆகயம
படர்எனும் திமிரம்அணுகாக்
கதிஉண்டு, ஞானம்ஆம் கதிர்உண்டு, சதிர்உண்டு,
காயசித் திகளும்உண்டு,
கறைஉண்ட கண்டர்பால் அம்மைநின் தாளில்
கருத்துஒன்றும் உண்டாகுமேல்;
நதிஉண்ட கடல்எனச் சமயத்தை உண்டபர
ஞானஆ னந்தஒளியே!
நாதாந்த ரூபமே! வேதாந்த மோனமே!
நான்எனும் அகந்தைதீர்த்துஎன்
மதிஉண்ட மதிஆன மதிவதன வல்லியே!
மதுசூ தனன்தங்கையே!
வரைரா ஜனுக்கு இருகண் மணியாய் உதித்தமலை
வளர்காத லிப்பெண்உமையே! 1

அருஞ்சொற்பொருள்:

பதி - இருப்பிடம். பக்கம் - உறவினர். பவிசு - திறமை. தவிசு - உறக்கம். திருஷ்டாந்தம் - உண்மை. யமபடர் - எமதூதர். திமிரம் - அறியாமை இருள். கதி - வீடுபேறு. கதிர் - ஒளி. சதிர் - தகைமை. காயசித்தி - உடலைப் பாதுகாக்கும் சித்தி. மதி உண்ட - சீவபோதத்தை அழித்த. மதி - பேரறிவு. மதிவதனம் - சந்திரன் போன்ற முகம். மதுசூதனன் - நாராயணன்.

பொழிப்புரை:

நதிகளைத் தன்னகத்தே உள்வாங்கிக் கொள்ளும் கடல் போல சமயங்கள் அனைத்தையும் உள்வாங்கிக் கொண்ட மேலான அறிவுமயப் பேரின்பப் பேரொளியே! நாத தத்துவத்தையும் கடந்த உருவமே! வேத முடிபாய் விளங்கும் மௌனமே! 'நான்' என்னும் தன்முனைப்பை

நீக்கி, தற்போதம் அறச்செய்த, பேரறிவாய் விளங்கும், சந்திரன் போன்ற முகப்பொலிவு பெற்றண வல்லிக் கொடி போன்று விளங்கும் உமையே! நாராயணனுக்குத் தங்கையே! இமயமலை அரசனுக்கு கண்ணின் மணிபோல் வந்துதித்தவளும், மலையில் வளர்ந்தவளும், பெற்றோருக்கு விருப்பம் மிக வளர்ந்த பெண்ணுமாகிய பார்வதி தேவியே! விடக்கறை பொருந்திய கண்டம் உடையவரின் தேவி யாகிய நினது திருவடியில் சிந்தை செல்லுமாயின்;

இருக்க இடம் கிடைக்கும்; செல்வம் கிடைக்கும்; பிள்ளைகளும் நண்பர்களும் உறவினர்களும் கிடைப் பார்கள்; எப்பொழுதும் திறமை பளிச்சிடும்; நல்ல உறக்கம் கிடைக்கும்; உண்மையாக, எமதூதர் என்னும் அறியாமை இருள்விலகி, வீடுபேறு கிடைக்கும்; ஞான ஒளி உண்டாகும்; உடம்பு அழியாத தன்மை பெறும்; மேலும் பல மேலான தகைமைகளும் வந்துசேரும்.

..579..

தெட்டிலே, வலியமட மாதர்வாய் வெட்டிலே,
சிற்றிடையி லே,நடையிலே
சேல்ஒத்த விழியிலே, பால்ஒத்த மொழியிலே,
சிறுபிறை நுதல்கீற்றிலே,
பொட்டிலே, அவர்கட்டு பட்டிலே, புனைகந்த
பொடியிலே, அடியிலே,மேல்
பூரித்த முலையிலே, நிற்கின்ற நிலையிலே
புந்திதனை நுழையவிட்டு
நெட்டிலே அலையாமல்; அறிவிலே, பொறையிலே,
நின்அடியர் கூட்டத்திலே,
நிலைபெற்ற அன்பிலே, மலைவுஅற்ற மெய்ஞ்ஞான
ஞேயத்தி லே,உன் இருதாள்
மட்டிலே மனதுசெல நினதுஅருளும் அருள்வையோ?
வளம்மருவு தேவைஅரசே!
வரைரா ஜனுக்கு இருகண் மணியாய் உதித்தமலை
வளர்காத லிப்பெண்உமையே! 2

அருஞ்சொற்பொருள்:

தெட்டில் - வஞ்சகம். வாய்வெட்டு - சொல் திறமை. சேல் - கெண்டை மீன். கீற்று - பிறைச்சந்திரன். கந்தப்பொடி - நறுமணப் பொடி. புந்திதனை நுழைய விட்டு - அறிவினைப் பறிகொடுத்து. நெட்டில் - மனம் போன போக்கில். மலைவு - மயக்கம். தேவை - தேவை நகர் (இராமநாதபுரம்).

பொழிப்புரை:

வளமை மிகுந்த 'தேவை' என்னும் நகருக்கு அரசியே! இமயமலை அரசனுக்கு கண்ணின் மணிபோல் வந்து உதித்தவளும், மலையில் வளர்ந்தவளும், பெற்றோருக்கு விருப்பம் மிக வளர்ந்த பெண்ணுமாகிய பார்வதி தேவியே!

வன்மையும் இளமையும் உடைய மகளிரது வஞ்சனையிலும், சொல் திறமையிலும், சிறிய இடையிலும், நடையிலும், கெண்டை மீன் போன்ற கண்களிலும், பால் போன்ற இனிய மொழியிலும், பிறை போன்ற நெற்றியிலும், நெற்றிப் பொட்டிலும், அவர் உடுத்தும் பட்டாடையிலும், பூசுகின்ற மணமுள்ள பொடியிலும், காலடியிலும், மேலே பருத்து விளங்கும் முலையிலும் ஆக இவ்வாறு அவர் பலவிதமாக அழகுகாட்டி நிற்க, அவரது நிலையில், அறிவினை மயங்க விட்டு, மனம் போன போக்கில் அலைந்து திரியாமல்;

அறிவிலும், பொறுமையிலும், நினது அடியார் திருக் கூட்டத்திலும், நிலைத்த அன்பிலும், மயக்கம் இல்லாத மெய்ஞ்ஞான உண்மையிலும், ஆக உனது திருவடி இணையிலே மனம் செல்லுமாறு, நினது திருவருளை என்மீது வைப்பாயோ?

..580..

பூதமுதல் ஆகவே நாதபரி யந்தமும்
பொய்என்று எனைக்காட்டி,என்
போதத்தின் நடுவாகி, அடிஈறும் இல்லாத
போதபூ ரணவெளிக்குள்

ஏதும்அற நில்என்று உபாயமா வைத்து,நினைவு
எல்லாம்செய் வல்லசித்தாம்
இன்பஉரு வைத்தந்த அன்னையே! நின்னையே
எளியேன் மறந்துஉய்வனோ?
வேதமுதல் ஆனநல் ஆகமத் தன்மையை
விளக்கும்உள் கண்இலார்க்கும்,
மிக்கநின் மகிமையைக் கேளாத செவிடர்க்கும்,
வீறுவா தம்புகலும்வாய்
வாதநோ யாளர்க்கும் எட்டாத முக்கணுடை
மாமருந்துக்கு அமிர்தமே!
வரைரா ஜனுக்கு இருகண் மணியாய் உதித்தமலை
வளர்காத லிப்பெண்உமையே! 3

அருஞ்சொற்பொருள்:

நாத பரியந்தம் - நாதம் வரை. போதத்தின் நடுவாகி - அறிவின் இருப்பிடம் ஆகி. அடிஈறும் இல்லாத - தொடக்கமும் முடிவும் இல்லாத. ஏதும் அற - நிலையற்றவைகளை ஒதுக்கித் தள்ளிவிட்டு. உபாயம் - முறை. சித்தம் - ஞானம். உள்கண் - அகக்கண், ஞானக்கண். வீறுவாதம் - பொருளற்ற வீண்பேச்சு.

பொழிப்புரை:

வேதம், ஆகமம் முதலியவற்றை விளக்கிக் கூறும் ஞானக் கண் இல்லார்க்கும், மிகுந்த நினது பெருமைகளைக் கேட்டு அறியாத செவிடர்களுக்கும், பொருளற்ற வீண் பேச்சுப் பேசும் விதண்டாவாதம் செய்பவர்க்கும், காண அரிய மூன்று கண்களுடன் விளங்கும் பிறவிநோய்க்கு மருந்தாக விளங்கும் எம்பெருமானுக்கு அமுதம் போன்றவளே! இமயமலை அரசனுக்கு கண்ணின் மணி போல் வந்து உதித்தவளும், மலையில் வளர்ந்தவளும், பெற்றோருக்கு விருப்பம் மிகுமாறு வளர்ந்த பெண்ணும் ஆகிய பார்வதி தேவியே!

ஐம்பூதங்கள் முதல் நாதம் ஈறாகச் சொல்லப்பட்ட தத்துவங்கள் அனைத்தும் பொய் எனவே, சுட்டிக்காட்டி, என் அறிவிலே வந்து தங்கி, தொடக்கமும் முடிவும் இல்லாத முழுமையாம் வெளிக்குள், நிலையில்லாத பொருள்களை ஒதுக்கித் தள்ளிவிட்டு, ஏகமாய் நில் என்று,

ஒருமுறைமையை அமைத்துத் தந்து, நினைவெல்லாம் ஞானமயமாய், இன்ப உருவைத் தந்து அருளிய தாயே! நின்னை எளியேனாகிய நான் மறக்கவோ, மறந்து உய்யவோ முடியுமோ?

..581..

மிடிஇட்ட வாழ்க்கையால் உப்புஇட்ட கலம்எனவும்
மெய்எலாம் உள்உடைந்து,
வீறுஇட்ட செல்வர்தம் தலைவாயில் வாசமாய்
வேதனைகள் உற வேதனும
துடிஇட்ட வெவ்வினையை ஏவினான்; பாவிநான்
தொடர்இட்ட தொழில்கள்எல்லாம்
துண்டுஇட்ட சாண்கும்பி யின்பொருட் டாயதுஉன்
தொண்டர்பணி செய்வதுஎன்றோ?
அடிஇட்ட செந்தமிழின் அருமைஇட்டு ஆரூரில்
அரிவைஓர் பரவைவாயில்
அம்மட்டும் அடிஇட்டு நடைநடந் தருள்அடிகள்
அடிஈது முடிஈதுஎன
வடிஇட்ட மறைபேசு பச்சிளங் கிள்ளையே!
வளம்மருவு தேவைஅரசே!
வரைரா ஜனுக்கு இருகண் மணியாய் உதித்தமலை
வளர்காத லிப்பெண்உமையே! 4

அருஞ்சொற்பொருள்:

மிடி - வறுமை. வீறு இட்ட செல்வர் - பெரும் பணக்காரர். வேதனும் - வேதம் ஓதும் பிரம்மதேவனும். துடி இட்ட வெவ்வினை - நடுங்குவதற்கு ஏதுவாகிய கொடிய வினை. துண்டு இட்ட - துண்டிக்கப்பட்ட சாண் கும்பி - ஒரு சாண் வயிறு. அடிஇட்ட - பழைமை வாய்ந்த. வடிஇட்ட மறை - தெளிவுபடுத்திய வேதங்கள்.

பொழிப்புரை:

மிகவும் பழைமை வாய்ந்த செந்தமிழ் மொழியின் பெருமையை உணர்த்த, (சுந்தரன் பாட்டுக்கு மயங்கி) திருவாரூரில் பரவைநாச்சியார் என்னும் ஒருபெண்ணின்

வீட்டு வாயில்வரை கால்பதித்து நடந்து, சுந்தரனுக்காக அருள் விளையாட்டு செய்தருளிய எம் அடிகளது, அடி இது என்றும், முடி இது என்றும், தெளிவுபடுத்தும் வேதத்தை ஓதுகின்ற பசிய இளம் கிளியே! வளம் நிறைந்த 'தேவை' நகருக்கு அரசியே! இமயமலை அரசனுக்குக் கண்ணின் மணிபோல் வந்து உதித்தவளும், மலையில் வளர்ந்தவளும், பெற்றோருக்கு விருப்பம் மிகுமாறு வளர்ந்த பெண்ணும் ஆகிய பார்வதி தேவியே!

வறுமை நிறைந்த வாழ்க்கையால் உப்பிட்ட பாண்டம் போல் உடம்பு முழுவதும் உள்ளே அரித்து இருக்கவும், மிகுந்த செல்வம் உடையவரது வீட்டு வாசலில் மன வேதனையுடன், வாசம் செய்யுமாறு, வேதங்கற்ற நான்முகனும் நடுக்கம் கொள்ள ஏதுவாகிய வினையின் வழி, விதியால் ஏவினான். பாவியாகிய நான் தொடர்ந்து செய்த தொழில்கள் அனைத்தும் ஒருசாண் வயிறு வளர்க்க மட்டுமே பயன்பட்டது; அல்லாது உன் அடியார்களுக்குத் தொண்டு செய்து, உய்யப் பயன்படவில்லை; அதனால் இனி நான், உய்யும் நாள், எந்நாளோ?

..582..

பூரணி, புராதனி, சுமங்கலை, சுதந்தரி,
புராந்தகி, த்ரயம்பகி,எழில்
புங்கவி, விளங்குசிவ சங்கரி, ஸஹஸ்ரதள
புஷ்பமிசை வீற்றிருக்கும்
நாரணி, மனாதீத நாயகி, குணாதீத
நாதாந்த சக்திஎன்றுஉன்
நாமமே உச்சரித் திடும்அடியர் நாமமே
நான்உச்ச ரிக்கவசமோ?
ஆர்அணி சடைக்கடவுள் ஆரணி எனப்புகழ
அகிலாண்ட கோடிஈன்ற
அன்னையே! பின்னையும் கன்னிஎன மறைபேசும்
ஆனந்த ரூபமயிலே!

வார்அணியும் இருகொங்கை மாதர்மகிழ் கங்கைபுகழ்
　　வளம்மருவு தேவைஅரசே!
வரைரா ஜனுக்கு இருகண் மணியாய் உதித்தமலை
　　வளர்காத லிப்பெண்உமையே!　　　　　　　　5

அருஞ்சொற்பொருள்:

புராந்தகி - முப்புரங்களை அழித்தவள். த்ரயம்பகி - மூன்று கண் உடையவள். ஆர் அணி சடைக் கடவுள் - ஆத்திமாலை அணிந்துள்ள சடையை உடைய கடவுளாகிய சிவன். ஆரணி - வேதநாயகி. வார் - கச்சை.

பொழிப்புரை:

ஆத்திமாலை சூடிய சடையை உடைய சிவபெருமான் வேதநாயகி எனப் புகழ்ந்து அழைக்க, அண்டகோடிகள் அனைத்தையும் பெற்றெடுத்த தாயே! அதன்பிறகும் கன்னித் தன்மை மாறாதவள் என வேதங்களால் பேசப்படும் பேரின்ப வடிவ அழகு மயிலே! கச்சு அணிந்த இரண்டு முலைகளுடன் விளங்கும் கங்காதேவியால் மகிழ்ந்து புகழ்ந்து பாராட்டப்பட்ட வளமை நிரம்பிய தேவை நகர் அரசியே! இமயமலை அரசனுக்குக் கண்மணி போல் வந்து உதித்தவளும், மலையில் வளர்ந்தவளும், பெற்றோருக்கு விருப்பம் மிகுமாறு வளர்ந்த பெண்ணும் ஆகிய பார்வதி தேவியே!

'பூரணி, புராதனி, சுமங்கலை, சுதந்தரி, புராந்தகி, திரயம்பகி, அழகிய புங்கவி, விளங்கி நிற்கும் சிவசங்கரி, ஆயிரம் இதழ்த் தாமரை மலரில் (சகசிரதளத்தில்) வீற்றிருக்கும் நாரணி, மனங்கடந்த நாயகி, முக்குண வசப்படாத நாதமுடிவில் விளங்கும் சத்தி' என்று எப்பொழுதும் உமது திருப்பெயர்களையே உச்சரித்துக் கொண்டிருக்கும் அடியார்களது திருப்பெயர்களை நான் உச்சரிக்க அருள் செய்வாயோ?

..583..

பாகமோ பெறஉனைப் பாடஅறி யேன்மல
பரிபாகம் வரவும்மனதில்
பண்புமோ சற்றும்இலை; நியமமோ செய்திடப்
பாவியேன் பாபரூப
தேகமோ திடம்இல்லை; ஞானமோ கனவிலும்
சிந்தியேன்; பேரின்பமோ
சேரஎன் றால்கள்ள மனமோ மெத்தவும்
சிந்திக்குது, என்செய்குவேன்?
மோகமோ, மதமோ, குரோதமோ, லோபமோ,
முற்றுமாற் சரியமோதான்
முறியிட்டு எனைக்கொள்ளும்; நிதியமோ தேடஎனில்
மூசுவரி வண்டுபோல
மாகம்ஓ டவும்வல்லன்; எனைஆள வல்லையோ?
வளம்மருவு தேவைஅரசே!
வரைரா ஜனுக்கு இருகண் மணியாய் உதித்தமலை
வளர்காத லிப்பெண்உமையே! 6

அருஞ்சொற்பொருள்:

பாகம் - நயம். நியமம் - ஒழுக்கம். மோகம் - மயக்கம். மதம் - தற்பெருமை. குரோதம் - வெறுப்பு. லோபம் - கொடை இன்மை. மாற்சரியம் - பொறாமை. முறி இட்டு - ஓலை எழுதி. நிதியம் - செல்வம். மூசு வரி வண்டு - மலர்களில் மொய்க்கும் அழகிய வண்டு. மாகம் - ஆகாயம். ஓடவும் - சஞ்சரிக்கவும்.

பொழிப்புரை:

வளம் மிகுந்த தேவை நகருக்கு அரசியே! இமயமலை அரசனுக்குக் கண்மணி போல் வந்து உதித்தவளும், மலையில் வளர்ந்தவளும், பெற்றோருக்கு விருப்பம் மிகுமாறு வளர்ந்த பெண்ணும் ஆகிய பார்வதி தேவியே!

நயமுடன் உன்னைப் புகழ்ந்து பாட எனக்குத் தெரியாது; மலபரிபாகம் வருவதற்கு ஏற்ற பண்பு ஒருசிறிதும் என் மனதில் இல்லை; ஒழுக்கநெறிகளைக் கடைபிடிக்கும் இயமம் முதலிய யோக நெறியில் நிற்கலாம் எனின்,

பாவியாகிய என்னுடைய பாவவடிவ உடம்புக்கு வலிமை இல்லை; ஞானநெறி பற்றி கனவில்கூட சிந்தித்துப் பார்க்கவில்லை; பேரின்பம் பெறலாம் என்றால் கள்ள மனம் மிகுதியும் தடுக்க நினைக்கிறது; இதற்கு நான் என்ன செய்வேன்?

மோகம், மதம், குரோதம், லோபம், மாற்சரியம் முதலியன அடிமை ஒலை எழுதி, என்னை அந்த ஆவணத்தால் அடிமை கொள்கிறது; செல்வத்தைத் தேடலாம் எனிலோ, மலர்களைத் தேடிச் சென்று மொய்க்கும் அழகிய வண்டுகள் போல ஆகாயத்திலும் திரிய வல்லவனாய் இருக்கிறேன்; இப்படிப்பட்ட என்னை நீ, உனது வல்லமை கொண்டு ஆட்கொள்வாயோ?

..584..

தூள்ஏறு தூசுபோல் வினைஏறு மெய்எனும்
தொக்கினுள் சிக்கி,நாளும்
சுழல்ஏறு காற்றினிடை அழல்ஏறு பஞ்சுஎனச்
சூறையிட்டு அறிவைஎல்லாம்,
நாள்ஏற நாள்ஏற வார்த்திகம் எனும்கூற்றின்
நட்புஏற உள்உடைந்து,
நயனங்கள் அற்றதுஓர் ஊர்ஏறு போலவே
நானிலம் தனில்அலையவோ?
வேள்ஏறு தந்தியைக் கனதந்தி யுடன்வென்று,
விரைஏறு மாலைசூடி,
விண்ஏறு மேகங்கள் வெற்புஏறி மறைவுஉற
வெருட்டிய கருங்கூந்தலாய்!
வாள்ஏறு கண்ணியே! விடைஏறும் எம்பிரான்
மனதுக்கு இசைந்தமயிலே!
வரைரா ஜனுக்கு இருகண் மணியாய் உதித்தமலை
வளர்காத லிப்பெண்உமையே! 5

அருஞ்சொற்பொருள்:

தூள் - அழுக்கு. தூசு - ஆடை. தொக்கு - தோல்பை. சுழல் ஏறு காற்று - சுழன்றடிக்கும் காற்று. அழல் ஏறு - நெருப்புப்பட்ட. வார்த்திகம் - முதுமை. கூற்றின் நட்பு ஏற - எமனுடைய நட்பு அதிகரிக்க. உள் உடைந்து - மனம் கலங்கி. ஊர் ஏறு - ஊர்க்காளை. வேள் - மன்மதன். தந்தி - தந்தம் உடையது (யானை). விரை - மணம். வெற்பு ஏறி - மலையில் ஏறித் திரிந்து.

பொழிப்புரை:

மன்மதன் ஏறிவரும் இருளாகிய யானையையும், பெரிய தந்தமுடைய யானையையும் வென்று, மணம் பொருந்திய மலர்களால் ஆன மாலை அணிந்து, ஆகாயத்தில் தவழும் மேகங்கள் மலைமீது, நாணமுடன் தவழ, கரிய கூந்தலை உடையாய்! வாள் போன்ற கண்ணை உடையாய்! இடபத்தில் ஏறிவரும் எம்பெருமானது மனதுக்கு விருப்பம் உடைய மயிலின் சாயலை உடையாய்! இமயமலை அரசனுக்குக் கண்மணி போல் வந்துதித்தவளும், மலையில் வளர்ந்தவளும், பெற்றோருக்கு விருப்பம் மிகுமாறு வளர்ந்த பெண்ணும் ஆகிய பார்வதியே!

அழுக்கு மிகும் ஆடை போல் வினை ஈட்டும் உடம்பு என்னும் தோல்பையினுள் சிக்கிக்கொண்டு, நாள்தோறும் சுழன்றடிக்கும் காற்றில் பற்றி எரியும் நெருப்பில் பட்ட பஞ்சுபோல அறிவெல்லாம் அழிந்துபட; நாள் செல்லச் செல்ல, முதுமை என்னும் எமனுடன் தொடர்பு அதிகரிக்க, மனம் கலங்கி, கண்ணில்லாத ஊர்க்காளை போல இந்நிலவுலகில் அலைந்து திரியவோ?

..585..

பூதமொடு பழகிவளர் இந்திரியம் ஆம்பேய்கள்,
    புந்திமுதல் ஆனபேய்கள்,
போராடு கோபாதி ராக்ஷசப் பேய்கள்என்
    போதத்தை ஊடுஅழித்து,

வேதனை வளர்த்திடச் சதுர்வேத வஞ்சன்
 விதித்தான்;இவ் அல்லல்எல்லாம்
வீழும் படிக்குஉனது மௌனமந்த் ராதிக்ய
 வித்தையை வியந்து அருள்வையோ?
நாதவடிவு ஆகிய மஹாமந்த்ர ரூபியே!
 நாதாந்த வெட்டவெளியே!
நற்சமயம் ஆனபயிர் தழையவரும் மேகமே!
 ஞானஆ னந்தமயிலே!
வாதமிடு பரசமயம் யாவுக்கும் உணர்வுஅரிய
 மகிமைபெறு பெரியபொருளே!
வரைரா ஜனுக்கு இருகண் மணியாய் உதித்தமலை
 வளர்காத லிப்பெண்உமையே!   8

அருஞ்சொற்பொருள்:

இந்திரியம் - ஞானேந்திரிய கன்மேந்திரியங்கள். புத்தி முதல் ஆன பேய்கள் - மனம், புத்தி, அகங்காரம், சித்தம் என்னும் அந்தக்கரணம் என்றழைக்கப்படும் பேய். கோபாதி ராக்ஷசப் பேய்கள் - கோபம், மோகம், மதம், லோபம், குரோதம், மாற்சரியம் முதலிய அசுரத்தனம் உடைய பேய்கள். போதம் - அறிவு. சதுர்வேத வஞ்சன் - நான்கு வேதங்களையும் கற்ற வஞ்சகன் (நான்முகன்). மௌன மந்த்ராதிக்ய வித்தையை - மௌன மந்திரமாகிய பரவித்தையை. ரூபியே - உருவினளே.

பொழிப்புரை:

நாத வடிவாய் விளங்கும் பெரிய மந்திர வடிவினளே! (பிரணவ சொரூபியே) நாதம் கடந்த வெட்ட வெளியே! நல்ல சமயமாகிய சைவம் ஆகிய பயிர் தழைத்து வளர உதவும் மழை மேகமே! ஞானப் பேரின்ப மயிலே! வாதம் செய்யும் மற்றைய சமயங்கள் அனைத்துக்கும் அறிதற்கு அரிய மகிமை பொருந்திய பெரிய பொருளே! இமய மலை அரசனுக்குக் கண்மணிபோல் வந்து உதித்தவளும், மலையில் வளர்ந்தவளும், பெற்றோருக்கு விருப்பம் மிகுமாறு வளர்ந்த பெண்ணும் ஆகிய பார்வதி தேவியே!

ஐம்பூதங்களோடு சேர்ந்து வளர்ந்துள்ள ஞானேந்திரிய கன்மேந்திரியப் பேய்களும், புத்தி முதலிய அந்தக்கரண

பேய்களும், போராட்டம் செய்யும் கோபம் முதலிய அசுரப் பேய்களும், என் அறிவினுள் புகுந்து, அதனை அழித்து, துன்பம் மிகுமாறு நான்கு வேதங்களைக் கற்ற வஞ்சகப் பிரம்மன் படைத்தான்; இந்த துன்பங்கள் அனைத்தும் இற்று விழுமாறு, உனது மௌனமாகிய பரவித்தையை எனக்கு தந்து அருள்செய்வாயோ?

38. அகிலாண்டநாயகி

பதினான்குசீர்க் கழிநெடிலடி ஆசிரிய விருத்தம்

..586..

வட்டம் இட்டுஒளிர்பி ராண வாயுஎனும்
நிகள மோடுகம னம்செயும்
மனம்எ னும்பெரிய மத்த யானையைஎன்
வசம்அ டக்கிடின்,மும் மண்டலத்து
இஷ்டம் உற்றவள ராஜ யோகம்இவன்
யோகம் என்றுஅறிஞர் புகழவே
ஏழை யேன்உலகில் நீடு வாழ்வன்;இனி
இங்குஇ தற்கும்அனு மானமோ?
பட்ட வர்த்தனர் பராவு சக்ரதர
பாக்யம் ஆனசுப யோகமும்,
பார காவிய கவித்வம் நான்மறை
பாராய ணம்செய்மதி யூகமும்,
அஷ்ட சித்தியும்நல் அன்ப ருக்குஅருள
விருது கட்டியபொன் அன்னமே!
அண்ட கோடிபுகழ் காவை வாழும்அகி
லாண்ட நாயகிஎன் அம்மையே! 1

அருஞ்சொற்பொருள்:

நிகளம் - விலங்கு, பிணிப்பு. மும்மண்டலம் - மூன்று உலகங்கள். ராஜயோகம் - மேலான யோகம். அனுமானம் - கருதல் அளவை. பட்டவர்த்தனர் - அரசர். பராவும் - வணங்கும். சக்ரதரபாக்யம் - அரசருக்கு

உரிய பேறுகள் (சக்கரம் - ஆணைச் சக்கரம்). பார காவிய கவித்வம் - மேலான கவிதை அறிவு. மதியூகம் - நுண்ணறிவு. விருது கட்டிய - தீர்மானம் செய்த. காவை வாழும் - திருவானைக்கா என்னும் தலத்தில் எழுந்தருளி இருக்கும்.

பொழிப்புரை:

அரசர்கள் போற்றும் அரசபோகமும், மேலான கவிதைப் புலமையும், நான்கு வேதங்களை ஓதும் நுண்ணறிவும், அட்டமா சித்தியும் ஆகிய இவற்றை, நல்ல அடியார்களுக்குத் தீர்மானமாக அளித்து அருளும் பொன்னால் செய்யப்பட்ட அன்னப்பறவை போன்ற அழகுடைய அம்மையே! அண்டகோடிகள் அனைத்தும் புகழும் திருவானைக்காவில் எழுந்தருளி இருக்கும் அகிலாண்ட நாயகியே! என் அம்மையே!

வட்டமாய்ச் சுழித்து, ஒளிரும் பிராணவாயு என்னும் பிணிப்புடன் கூடிய மனம் என்னும் பெரிய மத்தகம் உடைய யானையை என்வசமாய் அடக்கி விடுவேனாயின், மூவுலகங்களிலும் இவன் பழகிய யோகம், ராஜயோகம் என்று அறிஞர்கள் புகழ்வார்கள்; ஏழையாகிய நானும் இவ்வுலகில் நீண்டகாலம் வாழ்வு பெறுவேன்; இனி இங்கு இதனை கருதல் அளவை எனப்படும் அனுமானம் கொண்டு அறியவோ?

39. பெரியநாயகி

பன்னிருசீர்க் கழிநெடிலடி ஆசிரிய விருத்தம்

..587..

காற்றைப் பிடித்துமண் கரகத்து அடைத்தபடி,
கன்மப் புனற்குள்ஊறும்
கடைகெட்ட நவவாயில் பெற்றபசு மண்கலக்
காயத்துள் எனைஇருத்திச்,
சோற்றைச் சுமத்தி,நீ பந்தித்து வைக்கத்,
துருத்திக்குள் மதுஎன்னவே

துள்ளித் துடித்துஎன்ன பேறுபெற் றேன்?அருள்
தோயம்நீ பாய்ச்சல்செய்து,
நாற்றைப் பதித்ததுஎன ஞானம்ஆம் பயிரதனை
நாட்டிப், புலப்பட்டியும்
நமன்ஆன தீப்பூடும் அணுகாமல் முன்நின்று,
நாடுசிவ போகம்ஆன
பேற்றைப் பகுத்துஅருளி எனைஆள வல்லையோ?
பெரியஅகி லாண்டகோடி
பெற்றநா யகி!பெரிய கபிலைமா நகர்மருவு
பெரியநா யகிஅம்மையே! 1

அருஞ்சொற்பொருள்:

கன்மப் புனல் - கன்மமாகிய நீர். பசுமண்கலம் - சுடாத மண் பாண்டம். பந்தித்து - தளைத்து, கட்டி. மது - கள். அருள் தோயம் - திருவருளாகிய நீர். புலப்பட்டி - ஐம்புலன்களாகிய மாடுகளைக் கட்டி வைக்கும் பட்டி. நமன் ஆன தீப்பூடு - எமன் என்று சொல்லப்படும் தீய புல்பூண்டுகளாகிய களை.

பொழிப்புரை:

பெரிய அகில அண்டகோடிகளைப் பெற்றெடுத்த தலைவியே! கபிலை மாநகரில் எழுந்தருளி இருக்கும் பெரியநாயகி அம்மையே!

காற்றினைப் பிடித்து மண் கலயத்தில் அடைத்து வைத்தது போல கன்மமாகிய நீரில் ஊறும், கடைகெட்ட, ஒன்பது துளைகளுடன் கூடிய பச்சை மண்பாண்டம் போன்ற உடம்புக்குள் என்னை இருக்குமாறு செய்து, சோற்றை சுமக்குமாறு செய்து, என்னை அதனோடு கட்டி வைக்க, தோலால் ஆன துருத்திக்குள் அடைத்து வைத்த கள் (புளிப் பேறிக் குதிப்பது) போலக் குதித்து என்ன பயன் பெற்றேன்?

நீ, திருவருளாகிய நீரினைப் பாய்ச்சி, ஞானமாகிய பயிரை நாற்று நடுவதுபோல நட்டு, ஐம்புலப் பட்டிமாடுகளும், எமன் என்னும் பூடும் நெருங்காமலும் முன்நின்று காத்து, சிவபோகம் என்னும் பயனைத் தந்தருளி, என்னை ஆட்கொள்ள வல்லையோ?

40. தந்தைதாய்

..588..

தந்தைதாய் மகவுமனை வாழ்க்கை யாக்கை
ஜகம்அனைத்தும் மௌனிஅருள் தழைத்த போதே
இந்த்ரஜா லம்,கனவு, கானல் நீராய்
இருந்ததுவே இவ்இயற்கை என்னே என்னே! 1

அருஞ்சொற்பொருள்:

ஜகம் - உலகம். இந்த்ர ஜாலம் - ஜாலவித்தை.

பொழிப்புரை:

தந்தை, தாய், பிள்ளைகள், இல்வாழ்க்கை, உடம்பு, உலகம் ஆகிய இவை அனைத்தும் மௌன குருவின் அருள் தழைத்து வளர்ந்த போதே; சாலவித்தை, கனவு, கானல்நீர் ஆகியன போல் நிலையற்றதாய் விட்டனவே; இந்த இயற்கை நியதியை என்னென்பது?

..589..

என்னைநான் கொடுக்கஒருப் பட்ட காலம்
யாதுஇருந்துஎன்? எதுபோய்என்? என்னை நீங்கா
அன்னைபோல் அருள்பொழியும் கருணை வாரி;
ஆனந்தப் பெருமுகிலே; அரசே சொல்லாய்! 2

அருஞ்சொற்பொருள்:

ஒருப்பட்ட காலம் - ஒத்துக் கொண்ட காலம். கருணைவாரி - அருட்கடல்.

பொழிப்புரை:

என்னை விட்டு நீங்காத தாயைப் போல அருளைப் பொழியும் அருட்கடலே! பேரின்பப் பெருமேகமே! அரசே! என்னை நான், உன்னிடம் ஒப்படைக்க ஒத்துக் கொண்ட காலத்தில் எது இருந்தால் என்ன? எது போனால் என்ன? சொல்வாயாக!

..590..

அரசே!நின் திருக்கருணை அல்லாது ஒன்றை
  அறியாத சிறியேன்நான்; அதனால் முக்திக்
கரைசேரும் படிக்குஉன்அருள் புணையைக் கூட்டும்
  கைப்பிடியே கடைப்பிடியாக் கருத்துள் கண்டேன்.   3

அருஞ்சொற்பொருள்:

புணை - மரக்கலம். கைப்பிடி - பெரும் துணை. கடைப் பிடியாக் கருத்துள் கண்டேன் - கன்மத்தை ஒழிக்க உதவும் என்று மனதில் கொண்டேன்.

பொழிப்புரை:

அரசே! நினது திருவருளை அன்றி, வேறொன்றையும் அறியமாட்டாத சிறியவன் நான்; அதனால் வீடுபேறாகிய கரை ஏறுவதற்கு உனது அருளாகிய மரக்கலத்தைப் பெரும்துணை என நினைத்து, கன்மத்தை ஒழிக்க அது உதவும் என்று எண்ணினேன்.

..591..

கண்டேன்இங்கு என்னையும்,என் தனையும் நீங்காக்
  கருணையும்,நின் தன்னையும்நான் கண்டேன்கண்டேன்;
விண்டேன்என்று எனைப்புறம்பாத் தள்ள வேண்டாம்;
  விணடதுநின் அருள்களிப்பின் வியப்பால் அன்றோ?   4

அருஞ்சொற்பொருள்:

விண்டேன் - வெளிப்படச் சொன்னேன். வியப்பு - அதிசயம்.

பொழிப்புரை:

இங்கு நான், என்னையும், என்னை விட்டு நீங்காத திருவருளையும், நின்னையும் நன்றாகக் கண்டேன்; இதனை வெளிப்படச் சொன்னேன் என்பதற்காக என்னைத் தள்ளிவைத்து விடாதே! அவ்வாறு நான் சொன்னது திருவருள் களிப்பில் ஏற்பட்ட அதிசயத்தால் அல்லவா?

..592..

ஓஎன்ற சுத்தவெளி ஒன்றே நின்று,இங்கு
உயிரைஎல்லாம் வம்மின்என, உவட்டா இன்பத்
தேஎன்ற நீகலந்து கலந்து, முக்தி
சேர்த்தனையேல் குறைவாமோ ஜெகவி லாசம்? 5

அருஞ்சொற்பொருள்:

ஓ என்ற - இத்தன்மை உடையதா என்று வியக்கத்தக்க. தே என்ற - தெய்வம் என்று சொல்லப்படுகின்ற. ஜெக விலாசம் - பிரபஞ்ச விளையாட்டு.

பொழிப்புரை:

'இப்படிப்பட்டதா?' என வியக்கத்தக்க வெறுவெளி ஒன்றிலே நின்று, உயிர்களை எல்லாம், 'இங்கு வாருங்கள்!' என அழைக்கும், தெவிட்டாத இன்பமயத் தெய்வம் என்ற நீ, உயிரில் கலந்து கலந்து முத்தி தருவையேல், பிரபஞ்ச விளையாட்டு கொஞ்சமும் குறைவாமோ?

..593..

ஜெகத்தைஎல்லாம் அணுஅளவும் சிதறா வண்ணம்
சேர்த்துஅணுவில் வைப்பை;அணுத் திரளை எல்லாம்
மகத்துவமாப் பிரமாண்டம் ஆகச் செய்யும்
வல்லவா!நீநினைந்த வாறே எல்லாம். 6

அருஞ்சொற்பொருள்:

சிதறாவண்ணம் - கெடாதபடி. வைப்பை - வைப்பாய், வைத்திடுவாய். வல்லவா - பேராற்றல் உடையவனே.

பொழிப்புரை:

உலகத்தை எல்லாம், ஓர் அணு அளவு கூட கெடாதபடி சேர்த்து, அணுவினுள் ஆற்றலாக ஒடுக்கி வைப்பாய்; அணுக்கூட்டங்களை எல்லாம் மிகப் பெரியதாக்கி

உலகங்களாகக் காட்டும் வல்லமையும் உனக்கு உண்டு. நீ நினைத்தபடியே எல்லாம் நடக்கும். (அண்டத்தை அணுவில் அடக்கவும், அணுவை அண்டமாக்குவதும் இறைவனால் முடியும்).

..594..

சொல்லாலே வாய்துடிப்பது அல்லால், நெஞ்சம்
 துடித்து,இருகண் நீர்அருவி சொரியத் தேம்பிக்,
கல்லால்ஏய் இருந்தநெஞ்சும் கல்ஆல் முக்கண்
 கனியே!நெக்குஉருகிடவும் காண்பேன் கொல்லோ? 7

அருஞ்சொற்பொருள்:

தேம்பி - வாடி. கல்லால் ஏய் இருந்த - கல் போல் சமைக்கப்பட்டிருந்த.

பொழிப்புரை:

சொல்லால் வாய் துடிக்குமே அல்லாமல் மனம் துடி துடிப்பதில்லை. அப்படித் துடித்திருந்தால் இருகண்களில் நீர் அருவிபோல் பொழிய, வாடி, கல் போன்று இருந்த மனம், 'கல்லால மரநிழலில் எழுந்தருளி இருக்கும் மூன்று கண்களுடைய கனியே!' என்று நெகிழ்ந்து உருகக் கண்டிருப்பேன் அல்லவா?

41. பெற்றவட்கே

..595..

பெற்றவட்கே தெரியும்அந்த வருத்தம்; பிள்ளை
 பெறாப்பேதை அறிவாளோ? பேரா னந்தம்
உற்றவர்க்கே கண்ணீர்,கம்பலைஉண் டாகும்;
 உறாதவரே கல்நெஞ்சம் உடையர் ஆவார்.   1

அருஞ்சொற்பொருள்:

பேதை - அறிவிலி. கம்பலை - உடல் நடுக்கம்.

பொழிப்புரை:

பிள்ளை பெற்றவளுக்குதான் அந்த வருத்தம் தெரியும். பிள்ளை பெறாத பேதைக்கு அந்த வருத்தம் தெரியுமோ? பேரின்பம் பெற்றவர்க்கே கண்ணீரும் உடல்நடுக்கமும் உண்டாகும். பேரின்பம் அடையாதவர் கல்நெஞ்சம் உடையவரே ஆவர்.

..596..

ஆஆஎன்று அழுதுதொழும் கையர் ஆகி,
அப்பனே; ஆனந்த அடிக ளே;நீ
வாவாஎன் றவர்க்குஅருளும் கருணை எந்தாய்!
வன்னெஞ்சர்க்கு இரங்குவதுஎவ் வாறு நீயே? 2

அருஞ்சொற்பொருள்:

ஆவா - ஐயோ. அடிகள் - கடவுள். கருணை - அருள்.

பொழிப்புரை:

ஐயோ என்று அழுதும், கையால் வணங்கியும், 'அப்பனே! பேரின்பக் கடவுளே! என்று அழைத்தவர்க்கு; நீயும் 'வா! வா!' என்று அழைத்து அருள் செய்வாய். அருளாய் விளங்கும் எம் தந்தையே! வலியநெஞ்சம் உடையவர்க்கு நீ இரக்கம் காட்டுவது எவ்வாறு?

..597..

நீயேஇங்கு எளியேற்கும் தாக மோக
நினைவூடே நின்றுஉணர்த்தி நிகழ்த்த லாலே;
பேயேற்கும் தனக்குஎனஓர் அன்பும் உண்டோ?
பெம்மானே! இன்னம்அன்பு பெருகப் பாராய். 3

அருஞ்சொற்பொருள்:

தாக மோக நினைவூடே - அருள் தாக நினைவுடன்.

பொழிப்புரை:

எளியனாகிய எனக்கும் நீயே, அருள் தாக நினைவில் நின்று உணர்த்தி நிகழ்த்துவதால், பேயனாகிய நான் தனியே வைக்கும் அன்பு என ஒன்று உண்டோ? பெருமானே! இன்னும் அன்பு பெருகுவதைப் பார்ப்பாய்! (நீயே பெருக்குவாய் என்பது கருத்து).

..598..

பாராயோ என்துயரம் எல்லாம்? ஐயா
பகரும்முன்னே தெரியாதோ? பாவி யேன்முன்
வாராயோ இன்னம்ஒரு கால்?ஆ னாலும்
மலர்க்கால்என் சென்னிமிசை வைத்தி டாயோ? 4

அருஞ்சொற்பொருள்:

பகரும் முன்னே - சொல்லும் முன்பே. ஒருகால் - ஒருமுறை.

பொழிப்புரை:

நான் படும் துன்பங்களை எல்லாம் பார்க்கமாட்டாயோ? ஐயா! நான் எடுத்துச் சொல்லும் முன்பே, உனக்குத் தெரியாதோ? பாவியாகிய என்முன் இன்னும் ஒருமுறை வரமாட்டாயோ? ஆனாலும் உனது மலரடியை என் தலைமீது சூட்டமாட்டாயோ?

..599..

வைத்திடும்கா லைப்பிடித்துக் கண்ணில், மார்பில்
வைத்துஅணைத்துக் கொண்டு,கையால் வளைத்துக்கட்டிச்,
சித்தமிசைப் புகஇருத்திப் பிடித்துக்கொண்டு
தியக்கம்அற இன்பசுகம் சேர்வது என்றோ? 5

அருஞ்சொற்பொருள்:

புகஇருத்தி - பொருந்த வைத்து, தியக்கம் அற - மயக்கம் இன்றி.

பொழிப்புரை:

காலைப் பிடித்துக் கண்ணிலும் மார்பிலும் வைத்து அணைத்துக் கொண்டு, கையால் வளைத்துக் கட்டிப்பிடித்து சிந்தையில் பொருந்துமாறு வைத்து, கெட்டியாகப் பிடித்துக் கொண்டு, மயக்கம் அற இன்பம் துய்ப்பது எப்பொழுதோ?

..600..

சேராமல் சிற்றினத்தைப் பிரிந்து, எந் நாளும்
    திருவடிப்பே ரினத்துடனே சேரா வண்ணம்
ஆர்ஆக நான் அலைந்தேன்; அரசே! நீதான்
    அறிந்துஇருந்தும் மாயையில்ஏன் அழுந்த வைத்தாய்?   6

அருஞ்சொற்பொருள்:

சிற்றினம் - கீழான நட்பு. அழுந்த - மூழ்க.

பொழிப்புரை:

அரசே! சிறியவரது கீழான நட்பை விட்டு, எப்பொழுதும் திருவடியாகிய பெரிய நட்பைச் சேராவண்ணம், யாராக நான் அலைந்து கொண்டு இருந்தேன்? அறிந்து இருந்தும் மாயையில் ஏன் என்னை மூழ்குமாறு செய்வித்தாய்?

..601..

வைத்தபொருள், உடல், ஆவி மூன்றும் நின்கை
    வசம்எனவே யான்கொடுக்க வாங்கிக் கொண்டு,
சித்தம்மிசைப் புகுந்ததுதான் மெய்யோ? பொய்யோ?
    சிறியேற்குஇங்கு உளவுஉரையாய் திகையா வண்ணம்   7

அருஞ்சொற்பொருள்:

உளவு - உட்கிடக்கை. திகையாவண்ணம் - திகைப்படையாதவாறு.

பொழிப்புரை:

ஈட்டிய பொருள், உடல், உயிர் மூன்றையும் நின்னிடத்தில், நான் கொடுக்க வாங்கிக்கொண்டு, எனது சித்தத்தில் நீவிர் புகுந்தது உண்மையோ? பொய்யோ? சிறியேனாகிய எனக்கு இங்கு உனது உள்ளக் கிடக்கையை, எனது திகைப்பு நீங்குமாறு, கூறி அருளுவாயாக!

..602..

திகையாதோ எந்நாளும்? பேரா னந்தத்
தெள்ளமுதம் உதவாமல், திவலை காட்டி,
வகைஆக அலக்கழித்தாய்; உண்டு, உடுத்து
வாழ்ந்தேன்நான் இரண்டுகால் மாடு போலே. 8

அருஞ்சொற்பொருள்:

திவலை - துளி.

பொழிப்புரை:

பேரின்பமாகிய தெளிந்த அமுதினை முழுதும் தந்து உதவாமல், ஒரு சிறு துளி மட்டும் காட்டி, பலவாறாக அலைக்கழித்தாய்; நானும் இங்கு இரண்டு கால் மாடு போல உண்டும் உடுத்தும் வாழ்ந்து கொண்டிருக்கிறேன்; இவ்வாறு செய்தால் என் உள்ளம் மயங்காதா? என்ன!

..603..

மாடு,மக்கள், சிற்றிடையார், செம்பொன், ஆடை,
வைத்தகன தனம்,மேடை மாட கூடம்
வீடும்என்பால் தொடர்ச்சியோ? இடைவி டாமல்
மிக்ககதி வீடுஅன்றோ விளங்கல் வேண்டும். 9

அருஞ்சொற்பொருள்:

வீடும் - விட்டு நீங்கும். என்பால் - அடியேனிடம். கனதனம் - பெரிய செல்வம்.

பொழிப்புரை:

கறவை மாடு, சிறிய இடையினை உடைய அழகிய மனைவி, மக்கள், நல்ல பொன், ஆடை, ஈட்டிவைத்த பெரிய செல்வம், மேல் மாடியுடன் கூடிய வளமனை ஆகிய இவை அனைத்தும் நிலையற்ற பொருளாய், என்னை விட்டு நீங்கும் அல்லவா? இடையீடின்றி எவற்றினும் மேம்பட்ட நிலைத்த வீடுபேறு அன்றோ, விளங்கித் தோன்ற வேண்டும்.

..604..

விளங்கஎனக்கு உள்உள்ளே விளங்கா நின்ற
வேதகமே; போதகமே; விமல வாழ்வே;
களங்கரகி தப்பொருளே; என்னை நீங்காக்
கண்ணுதலே; நாதாந்தக் காட்சிப் பேறே! 10

அருஞ்சொற்பொருள்:

களங்க ரகிதப் பொருளே - மாசற்ற பொருளே! நாதாந்தம் - நாத முடிவு.

பொழிப்புரை:

என் உள்ளத்தின் உள்ளே விளக்கமுற நின்ற வேதத்தின் உட்பொருளே! பேரறிவுப் பெரும்பொருளே! மலமற்ற வாழ்வே! மாசற்ற பொருளே! என்னை விட்டு நீங்காத நெற்றிக் கண்ணனே! நாதமுடிவில் விளங்கும் வெளியாய் காட்சி தரும் பெரும்பேறே!

..605..

நாதமே; நாதாந்த வெளியே; சுத்த
ஞாதுருவே; ஞானமே; ஞேய மே;நல்
வேதமே; வேதமுடிவு ஆன மோன
வித்தேஇங்கு என்னைஇனி விட்டி டாதே. 11

அருஞ்சொற்பொருள்:

ஞாதுரு - காண்பான். ஞானம் - காட்சி. ஞேயம் - காணப்படுபொருள்.

பொழிப்புரை:

நாத தத்துவமே! நாத முடிவில் காணப்படும் பரவெளியே! தூய காண்பவனே! காட்சியே! காணப்படுபொருளே! நல்ல வேதமே! வேத முடிவாய் விளங்கும் மௌனத்தின் விதையே! இங்கு என்னை இனிக் கைவிட்டு விடாதே.

42. கல்ஆலின்

..606..

கல்ஆலின் நீழல்தனில் ஒருநால் வர்க்கும்
கடவுள்நீ உணர்த்துவதும் கைகாட்டு என்றால்,
சொல்லாலே சொல்லப்படுமோ? சொல்லும் தன்மை
துரும்புபற்றிக் கடல்கடக்கும் துணிபே அன்றோ? 1

அருஞ்சொற்பொருள்:

நீழல் - நிழல். கைகாட்டு - சின்முத்திரை காட்டியது.

பொழிப்புரை:

கல்லால மரநிழலில் இருந்து முனிவர் நால்வர்க்கும் கடவுளாகிய நீ சொன்ன உபதேசம் வெறும் சின்முத்திரை (கைகாட்டு) என்றால், சொல்லால் சொல்லி விளக்க முடியுமோ? சொல்லி விளங்க வைப்பது, ஒரு சிறு துரும்பைப் பற்றிக் கொண்டு கடலைக் கடக்க நினைக்கும் செயலோடு ஒக்கும் அல்லவா?

..607..

அன்றோ,ஆ மோஎனவும் சமய கோடி
அத்தனையும் வெவ்வேறாய் அரற்ற நேரே
நின்றாயே; நினைப்பெறுமாறு எவ்வாறு? ஆங்கே
நின்அருள்கொண்டு அறிவதுஅல்லால் நெறிவேறு உண்டோ? 2

அருஞ்சொற்பொருள்:

அன்றோ - மெய்ப்பொருள் இது அன்றோ. ஆமோ - இது மெய்ப் பொருள் ஆகுமோ. அரற்ற - புலம்ப.

பொழிப்புரை:

மெய்ப்பொருள் இதுவன்றோ? என்றும், இது மெய்ப் பொருள் ஆகுமோ? என்றும், சமயகோடிகள் அனைத்தும் வேறுவேறு விதமாகப் புலம்பி நிற்க, அத்தனையும் பொருந்துமாறு நின்றாயே! அப்படிப்பட்ட உன்னை, எவ்வாறு வந்து அடைவது? அங்கே நினது திருவருளின் துணை கொண்டு அறியலாமே அன்றி, வேறு நெறி உண்டோ? (இல்லை).

..608..

நெறிபார்க்கின் நின்னைஅன்றி அகிலம் வேறோ?
 நிலம்நீர்தீக் கால்வானும் நீஅ லாத
குறியாதும் இல்லைஎன்றால், யாங்கள் வேறோ?
 கோதைஒரு கூறுஉடையாய் கூறாய் கூறாய்! 3

அருஞ்சொற்பொருள்:

குறி - அடையாளம். கோதை - உமாதேவி.

பொழிப்புரை:

முறையாகப் பார்க்கும்போது உன்னை அன்றி, இந்த உலகம் வேறொரு முதலோ? நிலம், நீர், நெருப்பு, காற்று, ஆகாயம் என்னும் ஐம்பூதங்களும் நினது அடையாளமே அன்றி, வேறில்லை என்னும்போது, நாங்கள் மட்டும் எப்படி உன்னின் வேறானவர் ஆக முடியும்? உமா தேவியை உடம்பின் பாதியில் கொண்டவனே! நீயே இதற்கு விடை கூறவேண்டும்.

..609..

கூறாய ஐம்பூதச் சுமையைத் தாங்கிக்,
    குணம்இலா மனம்எனும்பேய்க் குரங்கின் பின்னே
மாறாத கவலையுடன் சுழல என்னை
    வைத்தனையே பரமே;நின் மகிமை நன்றே!   4

அருஞ்சொற்பொருள்:

ஐம்பூதச் சுமை - ஐம்பூதங்களால் ஆகிய உடல்சுமை. சுழல - அலமற.

பொழிப்புரை:

மேலான பொருளே! ஐம்பூதங்களால் ஆன உடலாகிய சுமையைத் தாங்கிக்கொண்டு, குணம் சிறிதும் இல்லாத மனம் என்னும் பேய் பிடித்த குரங்கின் பின்னே, எப்பொழுதும் தீராத கவலையுடன் அலமற என்னை வைத்து விட்டாய்; உன் பெருமை மிக நன்றாயிருக்கிறது!

..610..

நன்றுஎனவும் தீதுஎனவும் எனக்குஇங்கு உண்டோ?
    நான்ஆகி நீஇருந்த நியாயம் சற்றே
இன்றுஎனக்கு வெளியானால், எல்லாம் வல்ல
    இறைவா!நின் அடியருடன் இருந்து வாழ்வேன்.   5

அருஞ்சொற்பொருள்:

நியாயம் - போக்கு, விதம். வெளியானால் - வெளிப்பட்டால்.

பொழிப்புரை:

எல்லாம் வல்ல இறைவா! நன்று எனவும், தீமை எனவும், எனக்கென்று தனியே ஏதேனும் உண்டோ? நான் ஆகி, நீ இருந்த விதம், ஒரு சிறிது அளவு இன்று எனக்கு வெளிப்படத் தெரியுமாயின், நினது அடியார்களுடன் கூடி இருந்து, வாழ்ந்து விடுவேன்.

..611..

வாழ்வுஎனவும் தாழ்வுஎனவும் இரண்டாப்பேசும்
வையகத்தார் கற்பனையாம் மயக்கம் ஆன
பாழ்வலையைக் கிழித்துஉதறிச் செயல்போய் வாழப்
பரமே!நின் ஆனந்தப் பார்வை எங்கே? 6

அருஞ்சொற்பொருள்:

தாழ்வு - வாழாது கெட்டுப் போதல். செயல் போய் - செய்யும் செயல் அற்று.

பொழிப்புரை:

வாழ்வு எனவும், தாழ்வு எனவும், இரண்டு நிலை இருப்பதாக இந்த உலகம் பேசும் கற்பனை மயக்கத்தால் உருவான வீண் வலையைக்கிழித்து, உதறித் தள்ளி விட்டு, செயலற்ற நிலையில் வாழும் ஒரு வாழ்வை, மேலான பொருளே! நீ பார்க்கும் ஒரு அருட்பார்வையால் பெறுவேன்; அந்தப் பேரின்பப் பார்வை எங்கே போனது?

..612..

எங்கேஎங் கேஅருள்என்று எமைஇ ரந்தான்
ஏழைஇவன் எனவும்எண்ணி, இச்சை கூரும்
அங்கேஅங் கேஎளிவந்த, என்னை ஆண்ட
ஆரமுதே! உனைக்காண்பான் அலந்து போனேன். 7

அருஞ்சொற்பொருள்:

இரந்தான் - கெஞ்சிக் கேட்டான். எளிவந்து - எளிதில் தோன்றி. அலந்து - அங்கலாய்த்து.

பொழிப்புரை:

'திருவருள் எங்கே, எங்கே? என கெஞ்சிக் கேட்ட ஏழை இவன்!' என நினைத்து, அடியேன் விரும்பும் இடங்களில் எல்லாம், எளிதில் தோன்றி, என்னை அடிமைகொண்ட தெவிட்டாத அமுதமே! அதன்பிறகு உன்னைக் காண முடியாது அங்கலாய்த்துக் கொண்டு இருக்கிறேன்.

..613..

போனநாட்கு இரங்குவதே தொழிலா, இங்ஙன்
 பொருந்தும்நாள் அத்தனையும் போக்கினேன்;என்
ஞானநா யகனே!நின் மோன ஞான
 நாட்டம்உற்று வாழ்ந்திருக்கும் நாள்எந் நாளோ?   8

அருஞ்சொற்பொருள்:

மோன ஞான நாட்டம் - மௌனமாகிய மூதறிவில் விருப்பம்.

பொழிப்புரை:

எனது ஞானத் தந்தையே! கழிந்து போன நாட்கள் குறித்து வருந்துவதையே தொழிலாகக் கொண்டு, இப்படியே நிகழ்காலமாக வந்து பொருந்தும் நாட்களையும் வீணே போக்கினேன். நினது மௌனமாகிய மூதறிவில் விருப்பம் வைத்து வாழ்ந்திருக்கும் நாள், இனி எந்த நாளோ?

..614..

நாள்பட்ட கமலம்என்ன இதயம் மேவும்
 நறுந்தேனே! துன்மார்க்க நாரி மார்கண்
வாள்பட்ட காயம்இந்தக் காயம்; என்றோ
 வன்கூற்றும் உயிர்பிடிக்க வரும்அந் நீதி?   9

அருஞ்சொற்பொருள்:

நாள் பட்ட - அன்று அலர்ந்த. நறுந்தேன் - சுவையான தேன். நாரிமார் - பெண்கள். காயம் - உடம்பு. அந்நீதி - அந்த முறை.

பொழிப்புரை:

அன்று அலர்ந்த தாமரை போன்ற இதயத்தில் எழுந்தருளிய இனிமையும் மணமும் பொருந்திய தேனே! தீயநெறியில் ஒழுகும் மகளிரது கண்ணாகிய வாள் பட்டதால் காயம் (புண்) பட்ட உடம்பு, இந்த உடம்பு; உயிரைக் கவர வரும் கொடுங்கூற்றுவன், அம்முறையை நிறைவேற்ற என்னிடம் வரும் நாள், எந்த நாளோ?

..615..

நீதிஎங்கே? மறைஎங்கே? மண்விண் எங்கே?
  நித்தியர்ஆம் அவர்கள்எங்கே? நெறிதப் பாத
ஜாதிஎங்கே? ஒழுக்கம்எங்கே? யாங்கள் எங்கே?
  தற்பரநீ! பின்னும்ஒன்றைச் சமைப்பது ஆனால்   10

அருஞ்சொற்பொருள்:

தற்பரன் - தனிமுதல் பொருள். சமைப்பது - படைப்பது.

பொழிப்புரை:

தனி முதலாய் விளங்கும் மேலான பொருளே! நீ மீண்டும் ஓர் உலகைப் படைப்பதாய் இருந்தால், அதற்கான நீதி எங்கே? வேதம் எங்கே? மண் முதல் ஆகாயம் எங்கே? நினது திருவடி நிழலில் நிலைத்த வாழ்வு பெற்ற அடியார்கள் எங்கே? நெறி பிறழாத சாதிகள் எங்கே? ஒழுக்கம் எங்கே? நாங்கள் எங்கே? (படைப்பு பல ஆயினும் அமைப்பு ஒன்றே என்பது கருத்து).

..616..

ஆனாலும் யான்எனதுஇங்கு அற்ற அல்லை
  அதுபோதும், அதுகதிதான் அல்ல என்று
போனாலும், யான்போவன் அல்லால், மோனப்
  புண்ணியனே! வேறும்ஒரு பொருளை நாடேன்.   11

அருஞ்சொற்பொருள்:

யான், எனது - யான் என்னும் அகப்பற்றும், எனது என்னும் புறப்பற்றும்.

பொழிப்புரை:

என்ன ஆனாலும் பரவாயில்லை; யான் என்னும் அகப் பற்றும், எனது என்னும் புறப்பற்றும் அற்ற அந்நிலையே போதுமானது; அதுவே வீடுபேறு இல்லை என்று போனாலும், யான் போவேனே தவிர, மௌனப் புண்ணியனே! வேறொரு பொருளை விரும்பமாட்டான்.

..617..

பொருளே!நின் பூரணம்மே லிட்ட காலம்
　போக்குவரவு உண்டோ?தற் போதம் உண்டோ?
இருள்தான்உண் டோ?அல்லால் வெளிதான் உண்டோ?
　இன்பம்உண்டோ? துன்பம்உண்டோ? யாம்அங்கு உண்டோ? 12

அருஞ்சொற்பொருள்:

நின் பூரணம் - நினது முழுமை. மேலிட்ட காலம் - என்னைத் தன் மயமாக்கிய காலம்.

பொழிப்புரை:

எல்லாப் பொருள்களுக்கும் மூலமாய் விளங்கும் முதற் பொருளே! நினது முழுமை மேலிட என்னைத் தன்மயம் ஆக்கிய காலத்தில், போக்கு (இறப்பு) வரவு (பிறப்பு) உண்டோ? தற்போதம் உண்டோ? இருளாகிய ஆணவமலம் உண்டோ? அல்லாமல் ஆகாயம்தான் உண்டோ? இன்பம் உண்டோ? துன்பம் உண்டோ? யான் அங்கு உண்டோ? (உயிர் இறைவனோடு இரண்டறக் கலந்த நிலையில் திரிபுடி இல்லை எனவே, இவை அனைத்தும் இல்லை).

..618..

உண்டோநீ படைத்தஉயிர்த் திரளில் என்போல்
　ஒருபாவி? தேகாதி உலகம் பொய்யாக்
கண்டேயும், எள்அளவுத் துறவும் இன்றிக்
　காசினிக்குள் அலைந்தவர்ஆர்? காட்டாய் தேவே! 13

அருஞ்சொற்பொருள்:

உயிர்த்திரள் - உயிர்க்கூட்டம். தேகம் - உடல். காசினி - உலகம்.

பொழிப்புரை:

தெய்வமே! நீ படைத்த உயிர்க் கூட்டத்தினுள் என்போல் ஒரு பாவி உண்டோ? உடல், உலகம், கருவி, நுகர்ச்சிப்

பொருள் அனைத்தும் பொய் எனக் கண்டபின்பும், எள் அளவுகூட எதனையும் துறக்காமல், இவ்வுலகில் அலைந்து திரிந்தவர் யார்? காட்டுவாயாக!

..619..

தேவர்எலாம் தொழச்சிவந்த செந்தாள் முக்கண்
　　செங்கரும்பே! மொழிக்குமொழி தித்திப்பு ஆக
மூவர்சொலும் தமிழ்கேட்கும் திருச்செ விக்கே
　　மூடனேன் புலம்பியசொல் முற்று மோதான்?　　14

அருஞ்சொற்பொருள்:

செங்கரும்பே - செங்கரும்பு போல் இனிக்கும் பேரின்பம். முற்றுமோ - ஒப்பாகுமோ.

பொழிப்புரை:

தேவர்கள் எல்லாம் வந்து தொட்டு வணங்க, அதனால் சிவந்ததிருவடியும், மூன்று கண்ணும் உடைய செம்மையான கரும்பே! சொல்லுக்குச் சொல் இனிக்கும் தேவார மூவர் தமிழ்கேட்கும் தேவரீரது திருச்செவிக்கு, மூடனாகிய அடியேன் புலம்பிய சொல், ஒப்புடையது ஆகுமோ?

..620..

முற்றுமோ எனக்குஇனிஆ னந்த வாழ்வு?
　　மூதறிவுக்கு இனியாய்!நின் முளரித் தாளில்
பற்றுமோ சற்றும்இல்லை; ஐயோ, ஐயோ!
　　பாவிபடும் கண்கலக்கம் பார்த்தி லாயோ?　　15

அருஞ்சொற்பொருள்:

முளரித் தாள் - தாமரைத் திருவடி.

பொழிப்புரை:

பேரறிவுக்கு இனிமையானவனே! எனக்கு இனிப் பேரின்பப் பெருவாழ்வு வந்து பொருந்துமோ? நினது தாமரைத் திருவடிகளில் ஒரு சிறிதும் பற்று இல்லை; ஐயகோ, ஐயகோ! பாவியாகிய நான் படும் துன்பத்தை நீ பார்க்கவில்லையோ?

..621..

பார்த்தனஎல் லாம்அழியும்; அதனால் சுட்டிப்
பாராதே; பார்த்துஇருக்கப், பரமே! மோன
மூர்த்திவடி வாய்உணர்த்தும் கைகாட்டு உண்மை
முற்றிஎனது அல்லல்வினை முடிவது என்றோ? 16

அருஞ்சொற்பொருள்:

முற்றி - முற்றுப் பெற்று. அல்லல்வினை - தீயவினை.

பொழிப்புரை:

கண்ணால் காணும் பொருள் அனைத்தும் அழியும் தன்மை உடையவை; எனவே எதனையும் குறித்துக் காணாதே! மேலான பொருளே! மௌன மூர்த்தியாய் சின்முத்திரை காட்டிய உண்மையைக் கண்டு, அது முற்றுப்பெற்று, எனது தீயவினை கெடுவது எப்பொழுதோ?

..622..

என்றுஉளைநீ அன்றுஉளம்யாம் என்பது என்னை?
இதுநிற்க, எல்லாம்தாம் இல்லை என்றே
பொன்றிடச்செய் வல்லவன்நீ, எமைப்ப டைக்கும்
பொற்புஉடையாய் என்னின்,அது பொருந்திடாதோ? 17

அருஞ்சொற்பொருள்:

பொன்றிட - துடைத்திட, அழித்திட. பொற்பு - பாங்கு.

பொழிப்புரை:

என்று முதல் நீ இருக்கிறாயோ, அன்று முதல் நானும் இருக்கிறேன் என்று கூறுவது எதனால்? அது நிற்க. எதுவும் இல்லை என்னும்படியாக அனைத்தையும் துடைக்கும் வல்லமை உடையவன் நீ; எம்மைப் படைக்கும் பாங்கு உடையவன் என்னும்போது, மேற்கூறிய கூற்று பொருந்தாமல் போகுமோ?

..623..

பொருந்துஜகம் அனைத்தினையும் பொய்பொய் என்று
புகன்றபடி, மெய்என்றே போத ரூபத்து
இருந்தபடி என்றுஇருப்பது? அன்றே அன்றோ
எம்பெருமான்! யான்கவலை எய்தாக் காலம். 18

அருஞ்சொற்பொருள்:

ஜகம் - உலகம். புகன்றபடி - சொல்லியபடி. மெய் என்று - உண்மை என்று. போத ரூபம் - அறிவு வடிவாய்.

பொழிப்புரை:

தோன்றிய உலகம் அனைத்தும் நிலையற்றது, நிலை யற்றது என்று சொன்னபடி, அதுவே உண்மை என்று, அறிவு வடிவாய் இருந்தபடி இருப்பது எப்பொழுது? எம்பெருமானே! அந்தநாள்தான் நான் கவலையின்றி இருக்கும் நாள்!

..624..

காலமே! காலம்ஒரு மூன்றும் காட்டும்
காரணமே! காரணகா ரியங்கள் இல்லாக்
கோலமே! எனைவாவா என்று கூவிக்,
குறைவுஅறநின் அருள்கொடுத்தால் குறைவோ? - சொல்லாய் 19

அருஞ்சொற்பொருள்:

கோலம் - வடிவம்.

பொழிப்புரை:

காலமே! மூன்று காலத்தையும் காட்டும் காரணமே! காரண காரியங்கள் இல்லா வடிவமே! என்னை, 'வா,வா!' எனக் கூவி அழைத்து, குறைவற நின் திருவருளைத் தந்தால், உனக்குக் குறைவு வருமோ? சொல்லுவாயாக!

..625..

சொல்ஆய தொகுதிஎல்லாம் கடந்து நின்ற
    சொரூபானந் தச்சுடரே! தொண்ட னேனைக்
கல்ஆகப் படைத்தாலும் மெத்த நன்றே;
    கரணமுடன் நான்உறவு கலக்க மாட்டேன்.   20

அருஞ்சொற்பொருள்:

கரணம் - புறக்கருவி அகக்கருவிகள். மெத்த - மிகவும்.

பொழிப்புரை:

சொல்லுக்கு அப்பாற்பட்டு நிற்கும் பேரின்பப் பெருஞ் சுடர் வடிவே! தொண்டனாகிய என்னைக் கல்லாகப் படைத்தாலும் மிகவும் நல்லதே; அப்பொழுது கருவி கரணங்களோடு நான் உறவாடாமல் இருப்பேன் அல்லவா?

..626..

கலங்காத நெஞ்சுடைய ஞான தீரர்
    கடவுள்!உனைக் காணவே காயம் ஆதி
புலம்காணார்; நான்ஒருவன் ஞானம் பேசிப்
    பொய்க்கூடு காத்ததுஎன்ன புதுமை கண்டாய்?   21

அருஞ்சொற்பொருள்:

காயம் ஆதி - உடல் முதலிய. புலம் காணார் - பற்று வைக்க மாட்டார்.

பொழிப்புரை:

கலங்காத மணமுடைய சுத்த ஞானவீரனாகிய கடவுளே! உன்னைக் காணும் பொருட்டு, உடல் முதலியவற்றில் ஞானிகள் பற்று வைக்க மாட்டார்கள்; நான் ஒருவன் மட்டும் வாயினால் ஞானம் பேசி, பொய்யான (நிலையில்லாத) உடலாகிய கூட்டினைக் காத்துக் கிடந்தேன்; இது என்ன புதுமையோ? நீயே காண்பாயாக!

..627..

கண்டிலையோ யான்படும்பாடு எல்லாம் மூன்று
கண்இருந்தும்? தெரியாதோ? கசிந்துஉள் அன்புஆர்
தொண்டர்அடித் தொண்டன்அன்றோ? கருணை நீங்காச்
சுத்தபரி பூரணம்ஆம் ஜோதி நாதா. 22

அருஞ்சொற்பொருள்:

பாடு - துன்பம். சுத்த - தூய. பரிபூரணம் - முழுநிறைவு. ஜோதி - ஒளி.

பொழிப்புரை:

பேரருளை விட்டு நீங்காத, தூய முழு நிறைவாம் பேரொளித் தலைவ! நான் படும் துன்பங்கள் எதனையும் நீ காணவில்லையோ? மூன்று கண் இருந்தும், உனக்கு இது தெரியாமல் போகுமோ? உள்ளம் கசிந்து உருகும் தொண்டர்களது அடித்தொண்டன் அல்லவோ நான்?

..628..

ஜோதியாய் இருள்பிழம்பைச் சூறை ஆடும்
தூவெளியே! எனைத்தொடர்ந்து தொடர்ந்து,எந்நாளும்
வாதியா நின்றவினைப் பகையை வென்ற
வாழ்வே!இங்கு உனைப்பிரிந்து மயங்கு கின்றேன். 23

அருஞ்சொற்பொருள்:

வாதியா நின்ற - வாதித்து நின்ற, துன்புறுத்திய.

பொழிப்புரை:

பேரொளியாய்த் தோன்றி, ஆணவமல இருள்பிழம்பை, கொள்ளை கொள்ளும் தூயவெளியே! என்னைப் பின் தொடர்ந்து, பின்தொடர்ந்து துன்புறுத்திய வினையாகிய பகையை வெற்றி கொண்ட பெருவாழ்வே! இங்கு உன்னைப் பிரிந்து நின்று மயங்குகின்றேன்.

..629..

மயக்குறும்என் மனம்அணுகாப் பாதை காட்டி
 வல்வினையைப் பறித்தனையே வாழ்வே! நான்என்
செயக்கடவேன்; செயல்எல்லாம் நினதே என்று
 செங்கைகுவிப் பேன்,அல்லால் செயல்வேறு இல்லை. 24

அருஞ்சொற்பொருள்:

அணுகாப் பாதை - நெருங்காத வழி. செங்கை குவிப்பேன் - சிவந்த கைகளைக் குவித்து வணங்குவேன்.

பொழிப்புரை:

மயக்கம் அடையும் என் மனம் நெருங்க முடியாத ஒரு பாதையைக் காட்டிக் கொடுத்து எனது வலிய வினைகள் அனைத்தையும் பறித்து எறிந்த பெருவாழ்வே! என்னால் என்ன செய்ய முடியும்? நான் செய்யும் செயல் அனைத்தும், நின்செயலே அன்றி, என் செயல் ஆவது ஒன்றும் இல்லை என்று, சிவந்த கைகளைக் கூப்பி வணங்குவேன். (மனத்தை ஏமாற்றி அதனைக் கொல்ல வேண்டும் என்பது கருத்து).

..630..

வேறுபடும் சமயம்எல்லாம் புகுந்து பார்க்கின்,
 விளங்குபரம் பொருளே!நின் விளையாட்டு அல்லால்
மாறுபடும் கருத்துஇல்லை; முடிவுஇல் மோன
 வாரிதியில் நதித்திரள்போல் வயங்கிற்று அம்மா. 25

அருஞ்சொற்பொருள்:

மோன வாரிதி - மௌனக் கடல். வயங்கிற்று - விளங்கிற்று.

பொழிப்புரை:

வேறுபட்ட சமயங்கள் ஒவ்வொன்றிலும் புகுந்து பார்க்க, அதிலும் விளங்கி நிற்கும் மேலான பொருளே! நினது திருவிளையாடலே அன்றி, கருத்து மாறுபாடு ஒன்றும் இல்லை; முடிவில்லாத மௌனக் கடலில் நதிக்கூட்டம் போல் அம்மா! அவை வந்து கலந்தன.

..631..

அம்மாஃது அதிசயம்தான் அன்றோ, அன்றோ!
அகண்டநிலை ஆக்கி,என்னை அறிவுஆம் வண்ணம்
சும்மாவே இருக்கவைத்தாய், ஐயா! ஆங்கே
சுகமயமாய் இருப்பது அல்லால், சொல்வான் என்னே? 26

அருஞ்சொற்பொருள்:

அகண்ட நிலை - கண்டம் செய்யப்படாத நிலை, பரந்துபட்ட நிலை.

பொழிப்புரை:

அம்மா! இங்கே நிகழ்வது அதிசயம்தான், அதிசயம்தான்; எம்மையும் அகண்ட நிலையில் அடக்கி, அறிவு என்னும்படி சும்மா இருக்க வைத்தாய்; ஐயனே! அங்கே சுகமாய் இருப்பது தவிர, சொல்வதற்கு வேறு என்ன இருக்கிறது?

..632..

என்னேநான் பிறந்துஉழல வந்த ஆறுஇங்கு?
எனக்குஎனஓர் செயல்இலையே? ஏழை யேன்பால்
முன்னேசெய் வினைஎனவும், பின்னே வந்து
மூளும்வினை எனவும்வர முறைஏன்? எந்தாய்! 27

அருஞ்சொற்பொருள்:

முன்னே செய்வினை - சஞ்சிதம். பின்னே வந்து மூளும் வினை - ஆகாமியம்.

பொழிப்புரை:

எம் தந்தையே! நான் இங்கு வந்து பிறந்து உழல்வது எதற்காக? எனக்கு என ஒரு செயலும் இல்லையே! ஏழையேன் இடத்து முன்னமே செய்த வினையும், பின்னே வந்து சேரும் வினையும் இல்லையே! (ஞானிகளுக்குச் சஞ்சிதமும் ஆகாமியமும் இல்லை என்பது கருத்து).

..633..

தாய்ஆன தண்அருளை நிரம்ப வைத்துத்,
 தமியேனைப் புரவாமல் தள்ளித் தள்ளிப்
போய்ஆனது என்கொல்?ஐயா! ஏக தேசம்
 பூரணத்துக்கு உண்டோதான்? புகலல் வேண்டும். 28

அருஞ்சொற்பொருள்:

புரவாமல் - காக்காமல். ஏகதேசம் - ஒருசார்பு.

பொழிப்புரை:

தாய் போல் தண்ணளியை நிறைய வைத்து, தனியனாகிய என்னைக் காப்பாற்றாமல், தள்ளித் தள்ளிப் போனதால் உனக்கு என்ன கிடைத்தது? ஐயனே! ஒருசார்பாய் நிற்பது முழுநிறைவுக்கான இலக்கணம் ஆகுமோ? நீதான் விடை கூற வேண்டும்.

..634..

புகல்அரிய நின்விளையாட்டு என்னே? எந்தாய்!
 புன்மைஅறிவு உடையஎன்னைப் பொருளாப் பண்ணி
இகல்விளைக்கும் மலமாயை கன்மத் தூடே
 இடர்உறவும் செய்தனையே; இரக்கம் ஈதோ? 29

அருஞ்சொற்பொருள்:

புன்மை அறிவு - கீழான புத்தி. இகல் - துன்பம். இடர் - துன்பம்.

பொழிப்புரை:

எம் தந்தையே! சொல்ல அரிய நின் விளையாட்டுதான் என்னே! இழிந்த புத்தி உடைய என்னை ஒரு பொருளாய்ச் செய்து, துன்பத்தை விளைவிக்கும் மாயாமலத்துடனும், கன்ம மலத்துடனும், சேர்த்து வைத்துத் துன்பத்தை அனுபவிக்குமாறு செய்துவிட்டாயே! உனது இரக்க குணம் என்பது இதுதானோ?

..635..

இரக்கமொடு பொறை,ஈதல், அறிவு,ஆ சாரம்
 இல்லேன்நான்; நல்லோர்கள் ஈட்டம் கண்டால்
கரக்கும்இயல்பு உடையேன்,பாழ் நெஞ்சம் எந்தாய்!
 கருந்தாதோ? வல்உருக்கோ? கரிய கல்லோ?   30

அருஞ்சொற்பொருள்:

ஆசாரம் - ஒழுக்கம். ஈட்டம் - கூட்டம். கரக்கும் இயல்பு - மறையும் தன்மை. கருந்தாது - இரும்பு. வல் உருக்கு - வலிய எஃகு. கரிய கல் - கருங்கல்.

பொழிப்புரை:

நானோ, இரக்கம், பொறுமை, ஈதல், அறிவு, ஒழுக்கம் என எதுவும் இல்லாதவன்; நல்லோர் கூட்டத்தைக் கண்டால் ஒளிந்து கொள்ளும் இயல்புடையவன்; எம் தந்தையே! என் மனம் என்ன இரும்பா? எஃகா? கருங் கல்லா? அறியேன்.

43. பராபரக்கண்ணி

(இதுமுதல் பாடலும் பொழிப்புரையும் மட்டும் தந்துள்ளோம்)

..636..

சீர்ஆரும் தெய்வத் திருஅருள்ஆம் பூமிமுதல்
பார்ஆதி ஆண்ட பதியே பராபரமே.   1

பொழிப்புரை:

சிறந்த தெய்வத்தன்மை பொருந்திய திருவருள் வெளி முதலாக நிலம் வரை உள்ள அனைத்தையும் ஆட்சி செய்யும் தலைவனே! மேலான தனிமுதற் பொருளே!

..637..

கண்ஆரக் கண்டோர் கருப்பொருள்கா ணாமல்அருள்
விண்ணூடு இருந்தஇன்ப வெற்பே பராபரமே.   2

பொழிப்புரை:

திருவருளின் துணையோடு உன்னைக் கண்ணாரக் கண்டவர்கள், மீண்டும் கருவில் சென்று தங்காதவாறு பார்த்துக் கொள்ளும் அருள்வெளியில் இருந்த பேரின்ப மலையே! (பராபரமே என்பதன் பொருளை இனிவரும் பாடல்களிலும் பொருந்திப் பார்க்கவும்).

..638..

சிந்தித்த எல்லாம்என் சிந்தைஅறிந் தேஉதவ
வந்த கருணை மழையே பராபரமே.   3

பொழிப்புரை:

என் அறிவில் தோன்றிய அனைத்தும், அவ்வறிவால் அறியப் பட வந்து உதவி செய்த அருள் மழையே!

..639..

ஆரா அமுதே அரசேஆ னந்தவெள்ளப்
பேராறே மோனப் பெருக்கே பராபரமே.   4

பொழிப்புரை:

தெவிட்டாத அமுதமே! அரசனே! பேரின்ப வெள்ளம்
பெருக்கெடுத்து ஓடும் பெரிய நதியே! மௌனக் கடலே!

..640..

ஆர்அறிவார் என்ன அனந்தமறை ஓலமிடும்
பேரறிவே இன்பப் பெருக்கே பராபரமே.   5

பொழிப்புரை:

'யாரால் அறியமுடியும்?' என பல வேதங்கள் ஓலமிட்டு
அலறும் பேரறிவே! இன்ப வெள்ளமே!

..641..

உரைஇறந்த அன்பர்உளத்து ஓங்குஒளியாய் ஓங்கிக்
கரைஇறந்த இன்பக் கடலே பராபரமே.   6

பொழிப்புரை:

பேச்சு அற்ற மௌன அன்பர்கள்தம் உள்ளத்தில் உயர்ந்த
ஒளியாய் வளர்ந்து நிற்கும், கரை இல்லாத இன்பக் கடலே!

..642..

எத்திக்கும் தான்ஆகி என்இதயத் தேஊறித்
தித்திக்கும் ஆனந்தத் தேனே பராபரமே.   7

பொழிப்புரை:

எல்லா திசைகளும் தானாக நின்று, என் இதயத்தில் ஊறித் தித்திக்கும் பேரின்பத் தேனே!

..643..

திக்கொடுகீழ் மேலும் திருஅருள்ஆம் பொற்புஅறிந்தோர்
கைக்குள்வளர் நெல்லிக் கனியே பராபரமே. 8

பொழிப்புரை:

எட்டு திசைகளுடன் கீழும்மேலும் என இரண்டையும் கூட்ட வரும் பத்து திசைகளிலும் விளங்கித் தோன்றுவது நினது திருவருளே என்பதைக் கண்ட மெய்யுணர்வினருக்குத் தெற்றென விளங்கும் உள்ளங்கை நெல்லிக்கனியே!

..644..

முத்தே பவளமே மொய்த்தபசும் பொன்சுடரே
சித்தேஎன் உள்ளத் தெளிவே பராபரமே. 9

பொழிப்புரை:

முத்தே! பவளமே! பசுமை சூழ்ந்த அழகிய ஒளியே! பேரறிவே! என் உள்ளத்துத் தெளிவே!

..645..

கண்ணே கருத்தேஎன் கற்பகமே கண்நிறைந்த
விண்ணேஆ னந்த வியப்பே பராபரமே. 10

பொழிப்புரை:

கண்ணே! எண்ணமே! எனது கற்பக மரமே! கண்ணால் காண நிறைந்து தோன்றும் விண்ணே! பேரின்பம் என்னும் வியப்பே!

..646..

வாக்காய் மனதாய் மனவாக்கு இறந்தவர்பால்
தாக்காதே தாக்கும் தனியே பராபரமே. 11

பொழிப்புரை:

வாக்காகவும் மனமாகவும் இருந்து, மனம் வாக்கு ஒழிய நின்றவரிடம், உலக வாழ்க்கைத் தாக்கத்தைக் கெடுத்து, தன் தாக்கத்தை உண்டுபண்ணும் தனி முதலே!

..647..

பார்த்தஇடம் எல்லாம் பரவெளியாய்த் தோன்றஒரு
வார்த்தைசொல்ல வந்த மனுவே பராபரமே. 12

பொழிப்புரை:

பார்க்கும் இடங்கள் எல்லாம் பரவெளியாய்த் தோன்றுமாறு, ஒரு சொல்லால் உபதேசம் செய்தருளிய அறிவுப் பொருளே!

..648..

வான்அந்தம் மண்ணின்அந்தம் வைத்துவைத்துப் பார்க்களனக்கு
ஆனந்தம் தந்த அரசே பராபரமே. 13

பொழிப்புரை:

வானத்தின் முடிவும், நிலத்தின் முடிவும், வைத்து வைத்துப் பார்க்க, எனக்குப் பேரின்பம் தந்தருளிய அரசே!

..649..

அன்பைப் பெருக்கிஎனது ஆருயிரைக் காக்கவந்த
இன்பப் பெருக்கே இறையே பராபரமே. 14

பொழிப்புரை:

நின்னிடத்தில் அன்பு பெருகுமாறு செய்து, எனது அரிய உயிரைக் காப்பாற்ற வந்த இன்ப வெள்ளமே! கடவுளே!

..650..

வானம்எல் லாம்கொண்ட மௌனமணிப் பெட்டகத்துக்கு
ஆனபணி ஆன அணியே பராபரமே. 15

பொழிப்புரை:

வெளி முழுவதையும் தன்னகத்தே அடக்கிக் கொண்ட மௌனமாகிய அழகிய பெட்டிக்கு, அணிகலனாக விளங்கும் அணிகலனே!

..651..

ஓடும் இருநிதியும் ஒன்றாகக் கண்டவர்கள்
நாடும் பொருள் ஆன நட்பே பராபரமே. 16

பொழிப்புரை:

ஓட்டுத் துண்டையும் பெருஞ்செல்வத்தையும் ஒன்று போல் பாவிப்பவர்கள் வந்து சேரும் பெரும்பொருளாய் விளங்கும் நட்பே!

..652..

சித்த நினைவும் செயும்செயலும் நீஎனவாழ்
உத்தமர்கட்கு ஆன உறவே பராபரமே. 17

பொழிப்புரை:

சித்தத்தில் தோன்றும் எண்ணமும், செய்கின்ற செயலும் என அனைத்தும், நீயே என வாழ்கின்ற ஞானியர்க்கு, உறவாய் விளங்குபவனே!

..653..

போதாந்தப் புண்ணியர்கள் போற்றிஜய போற்றிஎனும்
வேதாந்த வீட்டில் விளக்கே பராபரமே. 18

பொழிப்புரை:

மெய்ஞ்ஞானத்தின் முடிவை உணர்ந்தவர்கள், போற்றி! என்றும், சயபோற்றி! என்றும் போற்ற; வேத முடிவாகிய வீட்டில் ஏற்றப்பட்ட விளக்கே!

..654..

முத்தாந்த வீதி முளரிதொழும் அன்பருக்கே
சித்தாந்த வீதிவரும் தேவே பராபரமே. 19

பொழிப்புரை:

சீவன் முத்தர் வடிவாய்ப் பெறும் வீடுபேற்றில் வணங்கும் தாமரைத் திருவடிகள் மெய்அடியார்களுக்காக சித்தாந்தம் என்னும் திருவீதியில் உலாவரும் தெய்வமே!

..655..

ஈனம் தரும்உடலம் என்னதுயான் என்பதுஅற
ஆனந்தம் வேண்டி அலந்தேன் பராபரமே. 20

பொழிப்புரை:

இழிவைச் செய்யும் உடலை யான் என்றும், ஏனைய பொருள்களை எனது என்றும், கொண்ட நினைப்பு அற, பேரின்பம் வேண்டி அலைந்து வருந்தினேன்.

..656..

என்புஉருகி நெஞ்சம் இளகிக் கரைந்துகரைந்து
அன்புஉருவாய் நிற்க அலந்தேன் பராபரமே. 21

பொழிப்புரை:

எலும்பு உருகி, மனம் இளகிக் கரைந்து கரைந்து, அன்பே உருவமாய் நிற்க, அலைந்து வருந்தினேன்.

..657..

சுத்த அறிவாய்ச் சுகம்பொருந்தின் அல்லால்என்
சித்தம் தெளியாதுஎன் செய்வேன் பராபரமே. 22

பொழிப்புரை:

மலமற்ற, தூய அறிவுடன், பேரின்பம் பொருந்தின் அல்லால், என் சிந்தையில் தெளிவு பிறக்காது; இதற்கு நான் என்ன செய்வேன்?

..658..

மாறா அநுபூதி வாய்க்கின்அல்லால் என்மயக்கம்
தேறாதுஎன் செய்வேன் சிவமே பராபரமே. 23

பொழிப்புரை:

என்றும் மாறுதல் இல்லாத, பேரின்ப அனுபவம் கிடைக்காமல், எனது அறியாமை மயக்கம் தெளிவு பெறாது. இதற்கு நான் என்ன செய்வேன்?

..659..

தாகம்அறிந்து இன்பநிஷ்டை தாராயேல் ஆகெடுவேன்
தேகம் விழுந்திடின்என் செய்வேன் பராபரமே. 24

பொழிப்புரை:

அடியேன் கொண்டுள்ள பெருவிருப்பினை அறிந்து, இன்ப நிட்டை தராது ஒழியின், அந்தோ! கெட்டு ஒழிவேன்; உடம்பு விழுந்துவிட்டால், அதன்பிறகு என்ன செய்வேன்?

..660..

அப்பாஎன் எய்ப்பில்வைப்பே ஆற்றுகிலேன் போற்றிஎன்று
செப்புவதுஅல் லால்வேறுஎன் செய்வேன் பராபரமே. 25

பொழிப்புரை:

அப்பா! வறுமைக் காலத்தில் உதவ சேமித்து வைத்த பொருளே! பொறுக்க முடியாதவனாய் இருக்கிறேன்; போற்றி! என்று சொல்வதைத் தவிர, வேறு என்னால் என்ன செய்ய முடியும்?

..661..

உற்றுஅறியும் என்அறிவும் உட்கருவி போல்சவிமாண்டு
அற்றும்இன்பம் தந்திலையே ஐயா பராபரமே. 26

பொழிப்புரை:

ஐம்பொறிகள் வழிப் பெறும் என்னுடைய அறிவும், அதுபோல அகக்கருவிகளால் பெறும் அறிவும், ஒளி மழுங்கி செயலற்ற பின்னும் நினது இன்பத்தை, ஐயனே! நீ தந்தருளவில்லையே!

..662..

சொல்லால் அடங்காச் சுகக்கடலில் வாய்மடுக்கின்
அல்லால்என் தாகம் அறுமோ பராபரமே. 27

பொழிப்புரை:

சொல்லால் வருணிக்க முடியாத பேரின்பத்தை, அப்பேரின்பக் கடலில் வாய் வைத்துப் பருகினால் அன்றி, எனது தாகம் தீருமோ?

..663..

பாராயோ என்னைமுகம் பார்த்துஒருகால் என்கவலை
தீராயோ வாய்திறந்து செப்பாய் பராபரமே. 28

பொழிப்புரை:

என்முகத்தை ஏறெடுத்துப் பார்க்க மாட்டாயோ? ஒருமுறையேனும் பார்த்து, என் கவலையைத் தீர்க்கமாட்டாயோ? வாய் திறந்து விடை கூறுவாயாக!

..664..

ஓயாதோ என்கவலை உள்ளேஆ னந்தவெள்ளம்
பாயாதோ ஐயா பகராய் பராபரமே. 29

பொழிப்புரை:

என் கவலை ஒருபோதும் தீராதோ? என் உள்ளே பேரின்ப வெள்ளம் பெருகி ஓடாதோ? ஐயனே! கூறுவாயாக!

..665..

ஓகோ உனைப்பிரிந்தார் உள்ளம் கனலில்வைத்த
பாகோ மெழுகோ பகராய் பராபரமே. 30

பொழிப்புரை:

ஐயோ! உன்னைப் பிரிந்தவர் உள்ளம், நெருப்பில் பட்ட சர்க்கரைப் பாகோ? மெழுகோ? சொல்லுவாயாக!

..666..

கூர்த்தஅறிவு அத்தனையும் கொள்ளைகொடுத்து உன்அருளைப்
பார்த்தவன்நான் என்னைமுகம் பாராய் பராபரமே. 31

பொழிப்புரை:

கூர்மையான என்னுடைய உலகியல் அறிவனைத்தையும் கொள்ளை கொடுத்துவிட்டு, உன் திருவருளை எதிர்பார்த்து நிற்பவன் நான்; நீ என் முகத்தை ஏறெடுத்துப் பார்ப்பாயாக!

..667..

கடல்அமுதே தேனேஎன் கண்ணே கவலைப்
படமுடியாது என்னைமுகம் பார்நீ பராபரமே. 32

பொழிப்புரை:

கடலில் விளைந்த அமுதமே! தேனே! என்னுடைய கண்ணே! இனியும் என்னால் கவலைப்பட முடியாது; அதனால் நீ எனது முகத்தை ஏறெடுத்துப் பார்ப்பாயாக!

..668..

உள்ளம் அறிவாய் உழப்புஅறிவாய் நான்ஏழை
தள்ளிவிடின் மெத்தத் தவிப்பேன் பராபரமே. 33

பொழிப்புரை:

என் உள்ளக்கிடக்கை என்ன என்பதை நீ அறிவாய்; மனக் குழப்பத்தையும் அறிவாய்; நான் அறிவிலி; என்னைப் புறந்தள்ளி விட்டால், மிகவும் தவிப்பு எய்துவேன்.

..669..

கன்றினுக்குச் சேதா கனிந்துஇரங்கல் போலஎனக்கு
என்றுஇரங்கு வாய்கருணை எந்தாய் பராபரமே. 34

பொழிப்புரை:

என்மீது அருளைப் பொழியும் எம் தந்தையே! தன் கன்றுக்காக இரங்கும் தாய்ப்பசு போல் எனக்கு எப்பொழுது இரக்கம் காட்டுவாய்?

..670..

எண்ணாத எண்ணம்எலாம் எண்ணிஎண்ணி ஏழைநெஞ்சம்
புண்ஆகச் செய்ததுஇனிப் போதும் பராபரமே. 35

பொழிப்புரை:

அறிவிலியாகிய இந்த ஏழையின் மனம், நினைக்கக் கூடாதவற்றை எல்லாம் நினைத்து, புண் ஆகிப் போனது; அந்த நிலை இனிப் போதும் (இனிமேலும் தொடர வேண்டாம்).

..671..

ஆழித் துரும்புஎனவே அங்கும்இங்கும் உன்அடிமை
பாழில் திரிவதுஎன்ன பாவம் பராபரமே. 36

பொழிப்புரை:

உன் அடிமையாகிய நான், கடலில் விழுந்த துரும்பு போல அங்கும் இங்கும் வீணில் திரிந்து அலைவது என்ன பாவமோ?

..672..

கற்றஅறி வால்உனைநான் கண்டவன்போல் கூத்துஆடில்
குற்றம்என்றுஎன் நெஞ்சே கொதிக்கும் பராபரமே. 37

பொழிப்புரை:

உலகியலில் கற்ற கல்வி அறிவு கொண்டு, உன்னை நான் கண்டது போல் நடிப்பேன் ஆயின், 'இது குற்றச் செயல்!' என்று என் மனமே கொதிப்படையும்.

..673..

ஐயோ உனைக்காண்பான் ஆசைகொண்டது அத்தனையும்
பொய்யோ வெளியாப் புகலாய் பராபரமே. 38

பொழிப்புரை:

ஐயகோ! உன்னைக் காணும்பொருட்டு, நான் ஆசைப் பட்டது அனைத்தும், பொய்யோ? வெளிப்படையாகக் கூறுவாயாக!

..674..

துன்பக்கண் ணீரில் துளைந்தேற்குஉன் ஆனந்த
இன்பக்கண் ணீர்வருவது எந்நாள் பராபரமே. 39

பொழிப்புரை:

துன்பக் கண்ணீரில் மூழ்கி இருந்த எனக்கு, உனது பேரின்பத்தால் இன்பக் கண்ணீர் வெளிப்படுவது எப்பொழுது?

..675..

வஞ்சனையும் பொய்யும்உள்ளே வைத்து அழுக்காறாய்உளறும்
நெஞ்சனுக்கும் உண்டோ நெறிதான் பராபரமே. 40

பொழிப்புரை:

சூதும் பொய்யும் உள்ளே வைத்து, பொறாமை கொண்டு, பிதற்றும் மனம் உடைய எனக்கு, உய்வு பெற ஒரு வழி தான் உண்டோ?

..676..

பாசம்போய் நின்றவர்போல் பாராட்டி ஆனாலும்
மோசம்போ னேன்நான் முறையோ பராபரமே. 41

பொழிப்புரை:

மும்மலக் குற்றங்களில் இருந்து விடுபட்டு நின்றவன் போல் நடித்தேன்; ஆனாலும் அதனால் மோசமான நிலைக்குத் தள்ளப்பட்டேன்; இது முறையாகுமோ?

..677..

நன்றுஅறியேன் தீதுஅறியேன் நான்என்று நின்றவன்ஆர்
என்றுஅறியேன் நான்ஏழை என்னே பராபரமே. 42

பொழிப்புரை:

நல்லதை அறியமாட்டேன்; தீயதை அறிய மாட்டேன்; 'நான்' என்று நின்றவன் யார் என்பது குறித்தும் அறிய மாட்டேன்; நான் அறிவிலியாய் இருப்பது ஏனோ?

..678..

இன்றுபுதிது அன்றே எளியேன் படும்துயரம்
ஒன்றும்அறி யாயோ உரையாய் பராபரமே. 43

பொழிப்புரை:

எளியவனாகிய அடியேன் துன்பப்படுவது, ஏதோ இன்று நிகழ்ந்த ஒன்றல்ல; இது குறித்து உனக்கு ஒன்றும் தெரியாதோ? சொல்வாயாக!

..679..

எத்தனைதான் ஜன்மம்எடுத்து எத்தனைநான் பட்டதுயர்
அத்தனையும் நீ அறிந்தது அன்றோ பராபரமே. 44

பொழிப்புரை:

இதுவரை நான் எடுத்த பிறவிகள் எத்தனை? அப்பிறவி களில் நான் பட்ட துன்பங்கள் எத்தனை? அத்தனையும் நீ அறிவாய் அல்லவா?

..680..

இந்தநாள் சற்றும் இரங்கிலையேல் காலன்வரும்
அந்தநாள் காக்கவல்லார் ஆர்காண் பராபரமே. 45

பொழிப்புரை:

இப்பொழுதே நீ ஒரு சிறிதும் இரக்கம் காட்டவில்லை என்றால், எமன் வரும் அந்த வேளையில், என்னைக் காப்பாற்ற வல்லவர் யார் உளர்? நீயே காண்பாயாக!

..681..

உற்றுஉற்று நாடி உளம்மருண்ட பாவியைநீ
சற்றுஇரங்கி ஆளத் தகாதோ பராபரமே. 46

பொழிப்புரை:

ஆழ்ந்து தேடி, உள்ளத்தில் மருட்சிகொண்ட பாவியை, நீ சற்றே இரங்கி ஆட்கொள்ளல் ஆகாதோ? அது என்ன! தகாத செயலாய் முடியுமோ?

..682..

எள்அளவும் நின்னைவிட இல்லா எனைமயக்கில்
தள்ளுதலால் என்னபலன் சாற்றாய் பராபரமே. 47

பொழிப்புரை:

உன்னைவிட எந்தவகையிலும் எள் அளவுகூட பெரியவன் இல்லாத என்னை, அறியாமையில் தள்ளுவதால் உனக்கு என்ன பயன்? சொல்லுவாயாக!

..683..

பாடிப் படித்துஉலகில் பாராட்டி நிற்பதற்கோ
தேடி எனைஅடிமை சேர்த்தாய் பராபரமே. 48

பொழிப்புரை:

பல தோத்திரங்களைப் பாடியும், ஞான நூல்களைப் படித்தும், பாராட்டி, இருந்தபடி இருக்க வைக்கவோ; தேடிப்பிடித்து என்னை உன் அடிமை ஆக்கினாய்?

..684..

சொன்னத்தைச் சொல்வதுஅல்லால் சொல்அறஎன் சொல்இறுதிக்கு
என்னத்தைச் சொல்வேன் எளியேன் பராபரமே. 49

பொழிப்புரை:

சொன்னதையே சொல்வேனே அல்லாமல், சொல் அற்ற (சொல்லின் இறுதி) நிலைக்கு, எளியவனாகிய நான் என்னத்தைச் சொல்லுவேன்.

..685..

சொல்லும் பொருளும்அற்றுச் சும்மா இருப்பதற்கே
அல்லும் பகலும்எனக்கு ஆசை பராபரமே. 50

பொழிப்புரை:

சொல்லும், அதற்குரிய பொருளும் அற்று, இரவும் பகலும் என எந்நேரமும், மௌனமாய் இருப்பதற்கே எனக்கு விருப்பம் பிறக்கிறது.

..686..

நேச நிருவிகற்ப நிஷ்டையல்லால் உன்னடிமைக்கு
ஆசைஉண்டோ நீஅறியாதது அன்றே பராபரமே. 51

பொழிப்புரை:

அன்புடன் கூடிய வேறுபாடற்ற நிருவிகற்ப நிட்டை கூடுவது அல்லால், உன் அடிமையாகிய எனக்கு, வேறு விருப்பம் உண்டோ? இது நீ அறியாத உண்மை அல்லவே!

..687..

துச்சன்என வேண்டாம்இத் தொல்உலகில் அல்லல்கண்டால்
அச்சம் மிகஉடையேன் ஐயா பராபரமே. 52

பொழிப்புரை:

ஐயனே! என்னை இழிவானவன் என நினைக்க வேண்டாம்; பழைமையான இப்பூவுலகில் துன்பம் கண்டால், மிகுதியும் அஞ்சும் சுபாவம் உடையவன் நான்.

..688..

கண்ஆவா ரேனும்உனைக் கைகுவியார் ஆயின்அந்த
மண்ஆவார் நட்பை மதியேன் பராபரமே. 53

பொழிப்புரை:

என் கண்போல் எனக்கு மிகவும் வேண்டப்பட்டவர் ஆயினும், உன்னைக் கைகூப்பி வணங்கார் ஆயின், அந்த மண்ணாய்ப் போகும் அவர் நட்பை மதிக்கமாட்டேன்.

..689..

கொல்லா விரதம் குலவயம்எல் லாம்ஓங்க
எல்லார்க்கும் சொல்லுவதுஎன் இச்சை பராபரமே. 54

பொழிப்புரை:

இந்த உலகம் முழுவதும் கொல்லா விரதம் மேலோங்கி நிற்க வேண்டும்; இதனை எல்லோர்க்கும் எடுத்துரைப்பது என் விருப்பம்.

..690..

எத்தால் பிழைப்பேனோ எந்தையே நின்அருட்கே
பித்துஆனேன் மெத்தவும்நான் பேதை பராபரமே. 55

பொழிப்புரை:

எம் தந்தையே! நின்னுடைய திருவருளைப் பெற பேதையாகிய நான் பெரும் பித்துக் கொண்டேன்; இனி எதைக் கொண்டு என் பிழைப்பை நடத்துவது?

..691..

வாயினால் பேசா மவுனத்தை வைத்துஇருந்தும்
தாய்இலார் போல்நான் தளர்ந்தேன் பராபரமே. 56

பொழிப்புரை:

வாய் கொண்டு பேசாத மௌனத்தில் நான் இருந்தும் கூட தாய்இல்லாப் பிள்ளைபோலத் தளர்வு அடைந்தேன்.

..692..

அன்னைஇலாச் சேய்போல் அலக்கண்உற்றேன் கண்ஆர
என்அகத்தில் தாய்போல் இருக்கும் பராபரமே. 57

பொழிப்புரை:

கண்ணாரக் காணுமாறு என் நெஞ்சின் உள்ளே இருக்கும் மேலான தெய்வமே, நீ தாய் போல் இருந்தும், நான் தாய் இல்லாத பிள்ளை போலத் தவிக்கின்றேன்.

..693..

உற்றுநினைக் கில்துயரம் உள்உள்ளே செந்தீயாய்ப்
பற்றநொந்தேன் என்னைமுகம் பார்நீ பராபரமே. 58

பொழிப்புரை:

ஆழ்ந்து நினைக்கிலோ, என் உள்ளத்தின் உள்ளே, துன்பமானது சிவந்த தீப்போல் பற்றி எரிய, மனம் வாடினேன்; என்னை ஏறெடுத்துப் பார்ப்பாயாக!

..694..

பொய்யன்இவன் என்றுமெள்ளப் போதிப்பார் சொல்கேட்டுக்
கைவிடவும் வேண்டாம்என் கண்ணே பராபரமே. 59

பொழிப்புரை:

என் கண் போன்றவனே! 'இவன் பொய்யன்!' என்று கொஞ்சம் கொஞ்சமாக போதிப்பவரின் சொல்லைக் கேட்டுக்கொண்டு, என்னைக் கைவிட்டு விடவேண்டாம்.

..695..

எண்ணம் அறிந்தே இளைப்புஅறிந்தே ஏழைஉய்யும்
வண்ணம் திருக்கருணை வையாய் பராபரமே. 60

பொழிப்புரை:

என் எண்ணத்தை அறிந்து, என் மனதில் இருக்கும் சோர்வை அறிந்து, இந்த ஏழை உய்யுமாறு, நினது திருவருளைப் பதிய வைப்பாயாக!

..696..

நாட்டாதே என்னைஒன்றில் நாட்டி ஹிதம்அஹிதம்
காட்டாதே எல்லாம்நீ கண்டாய் பராபரமே. 61

பொழிப்புரை:

எளியேனை எதனினும் பற்றுமாறு செய்யாதே! பற்றுமாறு செய்தாயாயின் அதனால் நன்மை தீமைகள் உண்டாகும்; அவ்வாறு உண்டாகாமல் இருக்க, எல்லாம் நீயே (உன்னுள் நானும்) ஆக இருக்குமாறு பார்த்துக் கொள்வாயாக!

..697..

உன்னைநினைந்து உன்நிறைவின் உள்ளே உலாவும்என்னை
அன்னைவயிற்று இன்னம்அடைக் காதே பராபரமே.   62

பொழிப்புரை:

உன்னையே எப்பொழுதும் நினைந்து கொண்டிருக்கும், உன் முழு நிறைவுள் நடமாடுகின்ற என்னை, மீண்டும் ஒரு தாய் வயிற்றில் கொண்டுபோய் அடைத்து வைக்காதே! (மீண்டும் பிறப்பு வேண்டாம் என்பது கருத்து).

..698..

பரம்உனக்குஎன்று எண்ணும் பழக்கமே மாறா
வரம்எனக்குத் தந்துஅருள்என் வாழ்வே பராபரமே.   63

பொழிப்புரை:

எனது வாழ்வே! 'என்னைக் காத்தருளும் பொறுப்பு உன்னுடையது' என்று எண்ணிக் கொண்டிருக்கும், அந்தப் பழக்கம் மாறுபடாத, வரத்தை எனக்குத் தந்து அருளுவாயாக!

..699..

வந்தித்து நின்னை மறவாக் கடன்ஆகச்
சிந்திக்க நின்னதுஅருள் செய்யாய் பராபரமே.   64

பொழிப்புரை:

எப்பொழுதும் உன்னை மறவாமல் சிந்தித்து இருக்கவும், வணங்கிப் போற்றவும், ஆகிய கடமை நிறைவேறும் பொருட்டு அருள் செய்வாயாக!

..700..

எவ்உயிரும் என்உயிர்போல் எண்ணி இரங்கவும்நின்
தெய்வ அருள்கருணை செய்யாய் பராபரமே. 65

பொழிப்புரை:

எல்லா உயிர்களையும், என் உயிர் போல் நினைத்து, அவ்வுயிர்களிடத்தில் இரக்கம் காட்ட, நினது தெய்வத் திருவருளைச் செய்வாயாக!

..701..

வெட்டவெளிப் பேதையன்யான் வேறுகபடு ஒன்றுஅறியேன்
சிஷ்டருடன் சேர்அனந்தம் தெண்டன் பராபரமே. 66

பொழிப்புரை:

நானோ, ஒளிவுமறைவு இல்லாத வெளிப்படையான மனம் உடைய அறிவிலி; என்னிடத்தில் வேறு சூது ஒன்றும் இல்லை; எனவே நினது அடியார்களுடன் சேர்ந்து, உன்னைப் பலமுறையும் வஞ்சனை இன்றி வணங்குவேன்.

..702..

இரவுபகல் அற்றஇடத்து ஏகாந்த யோகம்
வரவும் திருக்கருணை வையாய் பராபரமே. 67

பொழிப்புரை:

இரவுபகல் அற்ற வெறுவெளியில் இருந்து ஏகாந்த யோகம் பயில, நினது திருவருளைத் தந்து உதவுவாயாக!

..703..

மால்காட்டிச் சிந்தை மயக்காமல் நின்றுசுகக்
கால்காட்டி வாங்காதே கண்டாய் பராபரமே. 68

பொழிப்புரை:

ஆசை காட்டி, அவ்வாசையில் மனம் மயங்காமல் நிற்கச் செய்து, பேரின்பம் பெறும் நிலையைத் தொடங்கி வைத்து, பின்னர் அதனில் இருந்து பின்வாங்காது இருக்க, அருளுவாயாக!

..704..

எப்பொருளும் நீஎனவே எண்ணிநான் தோன்றாத
வைப்பைஅழி யாநிலையா வையாய் பராபரமே. 69

பொழிப்புரை:

'எல்லாப் பொருள்களும் நீயே!' என எண்ணி, 'நான்' என்னும் தன்முனைப்பு தோன்றாத ஒரு செல்வம் கை கூடப்பெற்று, அச்செல்வம் ஒருபோதும் அழியாத நிலையில், என்னை வைத்துக் காப்பாயாக!

..705..

சும்மா இருப்பதுவே சுட்டுஅற்ற பூரணம்என்று
எம்மால் அறிதற்கு எளிதோ பராபரமே. 70

பொழிப்புரை:

'மௌனமாய் இருப்பதுவே, சுட்டி அறியப்படாத முழுமை' என்பதை, எம்போன்றோர் அறிதல் என்பது, அவ்வளவு எளிதோ?

..706..

முன்னெடுபின் பக்கம் முடிஅடிநாப் பண்அறநின்
தன்னொடுநான் நிற்பதுஎன்றோ சாற்றாய் பராபரமே. 71

பொழிப்புரை:

முன்பக்கம், பின்பக்கம், மேல்பக்கம், கீழ்ப்பக்கம், நடுப்பக்கம் என்ற வேறுபாடு அற, நின்னோடு நான் எல்லாப் பக்கங்களிலும் ஒருதன்மைத்தாய் சேர்ந்து நிற்பது, எப்பொழுதோ?

..707..

மைவ்வண்ணம் தீர்ந்த மவுனிசொன்னது எவ்வண்ணம்
அவ்வண்ணம் நிஷ்டை அருளாய் பராபரமே. 72

பொழிப்புரை:

அறியாமை ஆகிய ஆணவஇருள் நீங்க, எம் மௌன குரு சொன்ன முறைப்படி நிட்டை கூடி இருக்க, எனக்கு அருள் புரிவாயாக!

..708..

வித்துஅன்றி யாதும் விளைவதுஉண்டோ நின்அருள்ஆம்
சித்துஅன்றி யாங்கள்உண்டோ செப்பாய் பராபரமே. 73

பொழிப்புரை:

விதை இன்றி எங்கும் விளைச்சல் உண்டாகுமோ? அது போல நினது திருவருளாகிய பேரறிவு இன்றி, நாங்கள் உண்டோ? கூறுவாயாக!

..709..

ஆங்காரம் அற்றுஉன் அறிவுஆன அன்பருக்கே
தூங்காத தூக்கம்அது தூக்கும் பராபரமே. 74

பொழிப்புரை:

'நான்' என்னும் அகங்காரம் (சீவபோதம்) அற்று, உன் அறிவு (சிவபோதம்) கைவரப் பெற்ற மெய்யன்பர்களுக்கு மட்டுமே, தூங்காமல் தூங்கும் அறிதுயில் (நனவில் உறக்கம்) ஆனது, மேலோங்கி நிற்கும்.

..710..

சிந்தை அவிழ்ந்துஅவிழ்ந்து சின்மயம்ஆம் நின்அடிக்கே
வந்தவர்க்கே இன்பநிலை வாய்க்கும் பராபரமே. 75

பொழிப்புரை:

மனம் உருகிஉருகி, அறிவுமயமான நினது திருவடியை வந்தடைந்த அன்பருக்கே, பேரின்ப நிலையானது கைகூடும்.

..711..

சொல்ஆடா ஊமரைப்போல் சொல்இறந்து நீஆகின்
அல்லால் எனக்குமுக்தி ஆமோ பராபரமே. 76

பொழிப்புரை:

சொல் சொல்லாத (பேசாத) ஊமையர் போல சொல் கடந்த மௌனம் என்னுள் தோன்றாமல், எனக்கு வீடு பேறு கைகூடுமோ?

..712..

பேச்சுஆகா மோனம் பிறவா முளைத்ததுஎன்றற்கு
ஆச்சுஆச்சு மேற்பயன்உண் டாமோ பராபரமே. 77

பொழிப்புரை:

பேச்சற்ற மௌனம் வந்து தோன்றியது என்பது உறுதி ஆகி விட்டது; எனவே இனி அதன் பயனாகிய வீடு பேறும் கிடைக்கும்.

..713..

கெட்டிஎன்றுஉன் அன்பர்மலம் கெட்டுஅயர்ந்தோர் பூரணம்ஆம்
தொட்டிலுக்குள் சேய்போல் துயின்றார் பராபரமே. 77

பொழிப்புரை:

'இவர் மிகவும் கெட்டிக்காரர்!' என்று கொண்டாடத்தக்க உள்ள நின் உண்மை அடியார், மும்மலம் கெட்டுப் பின் அயர்வு எய்தி, பூரணம் என்னும் தொட்டிலில் குழந்தை போலப் படுத்து, யோக நித்திரை கொள்வர்.

..714..

காட்ட அருள்இருக்கக் காணாது இருள்மலத்து
நாட்டம் எனக்குவரல் நன்றோ பராபரமே. 78

பொழிப்புரை:

என்மீது காட்டுவதற்கு, நின்னிடத்தில் பேரருளின் திறம் இருக்க, அதனைக் காணுவதை விடுத்து, இருள்மலம் எனப்படும் ஆணவமலத்தின் மீது எனக்கு விருப்பம் தோன்றுதல் நன்மை பயக்குமோ?

..715..

எத்தன்மைக் குற்றம் இயற்றிடினும் தாய்பொறுக்கும்
அத்தன்மை நின்அருளும் அன்றோ பராபரமே. 79

பொழிப்புரை:

எப்படிப்பட்ட குற்றத்தைக் குழந்தை செய்தாலும், தாய் அதனைப் பொறுத்துக் கொள்ளும் தன்மையைப் போன்றது நின்னுடைய திருவருளின் தன்மையும் ஆம்.

..716..

எத்தனையோ தேர்ந்தாலும் என்னாலே இன்பம்உண்டோ
சித்துஉருவே இன்பச் சிவமே பராபரமே. 80

பொழிப்புரை:

பேரறிவின் திருஉருவமே! இன்பமாம் செம்பொருளே! எத்தனைதான் நான் கற்றுத் தேர்ச்சி பெற்றாலும், என்னால் எனக்கு இன்பம் உண்டோ? (நின் திருவருள் இன்றி உயிருக்கு இன்பம் விளையாது அல்லவோ?).

..717..

மண்ணொடுவிண் காட்டி மறைந்துமறை யாஅருளைக்
கண்ணொடுகண் ஆகஎன்று காண்பேன் பராபரமே. 81

பொழிப்புரை:

இந்நிலவுலகத்துடன், ஆகாயத்தின் பரந்து விரிந்த தன்மையையும் காட்டி, மறைவு பெற்றும், மறையாத நின் பேரருளை, கண்ணில் உள்ள கண்ணொளி போல் யான் பெறுவது எப்பொழுது?

..718..

பஞ்சரித்து நின்னைப் பலகால் இரந்ததுஎல்லாம்
அஞ்சல் எனும்பொருட்டே அன்றோ பராபரமே. 82

பொழிப்புரை:

பலமுறையும் உன்னிடம் கெஞ்சி யாசித்தது எல்லாம், நின் திருவடியைத் தஞ்சம் அடையும்போது, 'அஞ்சாதே!' என்று கூறி அருளுவதற்காக அன்றோ?

..719..

எங்குளங்கே பார்த்தாலும் எவ்உயிர்க்கும் அவ்உயிராய்
அங்குஅங்கு இருப்பதுநீ அன்றோ பராபரமே. 83

பொழிப்புரை:

எந்தஎந்த திசையை திரும்பிப் பார்த்தாலும், அந்தஅந்த திசையில் காணப்படும் எல்லா உயிர்களுக்கும் உயிராய் இருப்பது நீ அல்லவா?

..720..

அனைத்துமாய் நின்றாயே யான்வேறோ நின்னை
நினைக்குமாறு எங்கே நிகழ்த்தாய் பராபரமே. 84

பொழிப்புரை:

அனைத்திலும் நீயே நீக்கமற நிறைந்து நிற்பதால், நான் உன்னின் வேறாக நின்று, உன்னைத் தியானிப்பதற்கு எங்கே வாய்ப்பு இருக்கிறது?

..721..

நின்போதத் தாலே நினைப்பும் மறப்பும்என்றால்
என்போதம் எங்கே இயம்பாய் பராபரமே. 86

பொழிப்புரை:

நினைப்பு, மறப்பு என உன்அறிவால் எல்லாம் நிகழும் என்றால், என் அறிவு என்ற ஒன்று எங்கே இருக்கிறது? சொல்லுவாயாக!

..722..

ஒன்றைநினைந்து ஒன்றைமறந்து ஓடும்மனம் எல்லாம்நீ
என்றுஅறிந்தால் எங்கே இயங்கும் பராபரமே. 87

பொழிப்புரை:

ஒன்றை நினைக்கவும், முன்னமே நினைத்த ஒன்றை மறக்கவும், என ஓடிக்கொண்டிருக்கும் மனம் எல்லாம், நீ என்று அறிந்து கொண்டால், அந்த மனம் எங்கு சென்று தனித்து இயங்கும்?

..723..

கொழுந்தில் வயிரம்எனக் கோதுஅறஉள் அன்பில்
அழுந்தும்அவர்க் கேசுகம்உண் டாகும் பராபரமே. 88

பொழிப்புரை:

(கொழுந்தாய் இருந்து பின்னர் வயிரம் பாய்வதால்) கொழுந்தில் வயிரம் மறைந்திருக்கிறது; அதுபோல குற்றமற என் அன்பில் மூழ்கும் அடியார்களுக்கே பேரின்பப் பயன் உண்டாகும்.

..724..

பற்றும் பயிர்க்குப் படர்கொழுந்து போல்பருவம்
பெற்றவர்க்கே நின்அருள்தான் பேறுஆம் பராபரமே. 89

பொழிப்புரை:

விளையும் பயிரை அதன் கொழுந்திலே (முளையிலே) கண்டுகொள்ளலாம்; அதுபோல பக்குவம் அடைந்தவர்க்கே நின்திருவருளாகிய பேறு வாய்க்கும்.

..725..

யோகியர்க்கே ஞானம் ஒழுங்குஆம்பே ரன்புஆன
தாகியரும் யோகம்முன்னே சார்ந்தோர் பராபரமே. 90

பொழிப்புரை:

யோகம் முற்றியவர்க்கே ஞானம் என்னும் நெறி அமையும்; பேரன்பு பூண்ட மிகுந்த தாகமுடையவர், முற்பிறவியிலே யோகம் முதலியனவற்றில் முதிர்ந்த நிலை பெற்றிருப்பர்.

..726..

அல்லும் பகலும் அறிவுஆகி நின்றவர்க்கே
சொல்லும் பொருளும் சுமைகாண் பராபரமே. 91

பொழிப்புரை:

இரவுபகல் என எந்நேரமும் பேரறிவில் ஊறி நிற்பவர்க்கு சொல்லும், அதன் பொருளும், சுமையே ஆகும். (பேச்சற்ற மௌனமே அவர்க்கு இயல்பு என்பது கருத்து).

..727..

எச்சில்என்று பூவை இகழ்ந்தோர்க்கு உனைப்போற்றப்
பச்சிலையும் கிள்ளப் படுமோ பராபரமே. 92

பொழிப்புரை:

(வண்டு தேன் உண்டதால்) பூவை எச்சில் என்று ஒதுக்கினவர்க்கு, உன்னைத் துதிக்க, பச்சிலையும் கிள்ளப்படுமோ?

..728..

அந்தக் கரணம் அடங்கத் துறப்பதுவே
எந்தத் துறவினும்நன்று எந்தாய் பராபரமே. 93

பொழிப்புரை:

எம்தந்தையே! அந்தக்கரணம் எனப்படும் அகக்கருவி களாகிய மனம், புத்தி, அகங்காரம், சித்தம் என்ற நான்கையும் துறப்பதுவே, துறவுகள் எல்லாவற்றுள்ளும் மேலான துறவு.

..729..

தன்னை அறிந்தால் தலைவன்மேல் பற்றுஅலது
பின்னைஒரு பற்றும்உண்டோ பேசாய் பராபரமே.   94

பொழிப்புரை:

திருவருளின் துணைகொண்டு, தன்னை அறிந்தவரே தலைவன் மேல் பற்று கொள்வர்; அது தவிர, வேறொரு பற்றும் இவ்வுலகில் உண்டோ? கூறுவாயாக!

..730..

அன்பால் கரைந்துகண்ணீர் ஆறுகண்ட புண்ணியருக்கு
உன்பால் வரவழிதான் உண்டோ பராபரமே.   95

பொழிப்புரை:

அன்பு மிகுதியால் உள்ளம் கரைந்து, கண்ணீர் ஆறாகப் பெருகக் கண்ட புண்ணியம் உடையவர், அந்நிலையிலேயே மூழ்கிக் கிடப்பது அன்றி, உன்னிடம் வந்துசேர அவர்க்கு வழியும் உண்டோ?

..731..

தன்னை அறிந்துஅருளே தாரகமா நிற்பதுவே
உன்னை அறிதற்கு உபாயம் பராபரமே.   96

பொழிப்புரை:

தன்னைத் திருவருளால் அறிந்து, அத்திருவருளையே ஆதரவாகக் கொண்டு நிற்பதுதான் உன்னை அறிந்து கொள்ள உதவும் ஒரே வழி.

..732..

கற்றகலை யால்நிலைதான் காணுமோ காண்பதுஎல்லாம்
அற்றஇடத் தேவெளிஆம் அன்றோ பராபரமே.   97

பொழிப்புரை:

கற்ற நூலறிவு கொண்டு, வெட்டவெளியைக் காண முடியுமோ? காட்சியற்ற இடத்தில்தானே, வெளியிருக்கிறது.

..733..

கண்மூடிக் கண்விழித்துக் காண்பதுஉண்டோ நின்அருள்ஆம்
விண்மூடின் எல்லாம் வெளிஆம் பராபரமே.   98

பொழிப்புரை:

நின்னுடைய திருவருளாகிய ஆகாயம் மூடிக்கொண்டால் எல்லாம் வெட்டவெளியாகும். அதனைக் கண்ணை மூடியோ, கண்ணைத் திறந்தோ காணமுடியுமோ?

..734..

நேரே நினதுஅருள்என் நெஞ்சைக் கவரின்ஒன்றும்
பாரேன் சுகமும் படைப்பேன் பராபரமே.   99

பொழிப்புரை:

நின்னுடைய திருவருள் என் மனத்தில் நேரே புகுந்து ஆட்கொள்ளுமாயின், வேறொன்றையும் பார்க்க மாட்டேன்; பேரின்பமும் நுகர்வேன்.

..735..

வான்காண வேண்டின் மலைஏறல் ஒக்கும்உன்னை
நான்காணப் பாவனைசெய் நாட்டம் பராபரமே. 100

பொழிப்புரை:

உனது திருவடியைக் காண்பதற்கு என் அறிவு கொண்டு
முயற்சி செய்வது, வானத்தைப் பார்க்க மலைமேல் ஏறி
நின்றதோடு ஒக்கும்.

..736..

வாதனைவிட்டு உன்அருளின் மன்னின்அல்லால் வேறும்ஒரு
சாதனைதான் உண்டோநீ சாற்றாய் பராபரமே. 101

பொழிப்புரை:

உலக துன்பத்தில் இருந்து விடுபட்டு, உனது திருவருளில்
நிலைத்து நிற்பது அல்லாமல், வேறே ஒரு சாதனைதான்
இந்த உலகில் உண்டோ? கூறுவாயாக!

..737..

பார்அகமும் விண்அகமும் பற்றுஆக நிற்பதுஅருள்
தாரகத்தைப் பற்றிஅன்றோ சாற்றாய் பராபரமே. 102

பொழிப்புரை:

நிலவுலகமும் விண்ணுலகமும் என எல்லா உலகங்களும்
நினது திருவருளை ஆதரவாகக் கொண்டுதானே நிற்கிறது?
கூறுவாயாக!

..738..

விளக்கும் தகளியையும் வேறுஎன்னார் நின்னைத்
துளக்கம்அற ஜீவன்என்று சொல்வார் பராபரமே. 103

பொழிப்புரை:

விளக்கையும் அது இருக்கும் இடத்தையும் விளக்கு என்றே கூறுபவர் போல நின்னைக் கலக்கமற சீவன் என்றே கூறுவர். (அத்துவித பாவனையால் என்க).

..739..

பார்ஆதி நீயாப் பகர்ந்தால் அஹம்எனவும்
ஆராயும் ஜீவனும்நீ ஆம்காண் பராபரமே. 104

பொழிப்புரை:

நிலம் முதலியவற்றை நீ என்று சொல்லும்போது, நான் எனப்படும் சீவனும் நீ ஆவாய் என்பதை அறிய முடிகிறது அல்லவா?

..740..

பொய்யைப்பொய் என்றுஅறியும் போதத்துக்கு ஆதரவுஉன்
மெய்அருளே அன்றோ விளம்பாய் பராபரமே. 105

பொழிப்புரை:

நிலையில்லாதவற்றை, நிலையில்லாதவை என அறிவதற்கு, உன் மெய்யறிவே துணை நிற்கிறது அல்லவா? கூறுவாயாக!

..741..

வருவான்வந் தேன்எனல்போல் மன்னிஅழி யும்ஜகத்தைத்
தெரிவுஆக இல்லைஎன்ற தீரம் பராபரமே. 106

பொழிப்புரை:

வரஇருக்கும் ஒருவன் வந்தேன் என இறந்த காலத்தில் கூறுவது போன்ற தன்மை உடையது அழியப்போகும் உலகத்தை 'இல்லை' என்று சொல்லும் உறுதிப்பாடு.

..742..

மாயா ஜகம்இலையேல் மற்றுஎனக்குஓர் பற்றும்இலை
நீயேநான் என்றுவந்து நிற்பேன் பராபரமே. 107

பொழிப்புரை:

மாயையின்காரியமாய் விளங்கும் இந்த உலகம் இல்லை
யெனில், மற்றபடி இங்கு எனக்கு ஒரு பற்று இல்லை;
நீயேதான் நான் என்று வந்து விடுவேன்.

..743..

வான்ஆதி நீஎனவே வைத்தமறை என்னையும்நீ
தான்ஆகச் சொல்லாதோ சாற்றாய் பராபரமே. 108

பொழிப்புரை:

வான் முதலிய பூதங்களை நீ என்றே வேதங்கள் கூறு
கின்றன; அவ்வாறிருக்க என்னையும் நீதான் என்று அந்த
வேதங்கள் சொல்லாதோ? கூறுவாயாக!

..744..

வெள்ளக் கருணைமத வேழம்ஆம் நின்அருட்குஎன்
கள்ளக் கருத்தே கவளம் பராபரமே. 109

பொழிப்புரை:

நின்னுடைய வெள்ளம்போல் பெருக்கெடுக்கும் திரு
வருளாகிய, அருளை மதமாக ஒழுகவிடும் யானைக்கு,
என் உள்ளத்தில் தோன்றும் வஞ்சனை பொருந்திய
எண்ணங்களே கவளமாகும். (கவளம் - யானைக்கு உணவு).

..745..

வண்டாய்த் துவண்டு மவுன மலர்அணைமேல்
கொண்டார்க்கோ இன்பம் கொடுப்பாய் பராபரமே. 110

பொழிப்புரை:

வண்டுபோல் துவண்டு மௌனம் எனப்படும் மலர்ப் படுக்கை மேல் கிடப்பவர்க்கு அல்லவோ, நீ இன்பம் தருவாய்.

..746..

மாயைமுதல் ஆம்வினைநீ மன்உயிர்நீ மன்உயிர்தேர்ந்து
ஆயும்அறிவு ஆனதுநீ அன்றோ பராபரமே. 111

பொழிப்புரை:

மாயை முதலியன செய்யும் காரியங்களும் உன்னால் நிகழ்வனவே; உயிர்களும் உன் துணையோடுதான் இயங்குகின்றன; உயிர் ஆராய்ந்து அறியும் அறிவுப் பொருளாய் இருப்பவனும் நீயே.

..747..

என்அறிவும் யானும்எனது என்பதுவும் ஆம்இவைகள்
நின்னவையே அன்றோ நிகழ்த்தாய் பராபரமே. 112

பொழிப்புரை:

என்னுடைய சிற்றறிவும், நான் என்று சொல்வதுவும் எனது என்று சொல்வதுவும், ஆகிய இவை அனைத்தும் நின் அடிமையும் உடைமையும் அன்றோ? சொல்லுவாயாக!

..748..

பார்அறியாது அண்டப் பரப்புஅறியாது உன்பெருமை
யார்அறிவார் நானோ அறிவேன் பராபரமே. 113

பொழிப்புரை:

இந்நிலவுகலத்தையும் வெளியின் பரப்பளவையும் அறியாது, நின்பெருமையை யாரால் அறிய முடியும்? ஆனால் நான் உனது பெருமையை அறிவேன்.

..749..

அண்டம் அனைத்திலுமாய் அப்பாலுக்கு அப்பாலும்
கொண்டநின்னை யார்அறிந்து கொள்வார் பராபரமே. 114

பொழிப்புரை:

அனைத்து உலகங்களிலும், அவ்வுலகங்களுக்கு அப்பாலும், அந்த அப்பாலுக்கு அப்பாலுமாய் விளங்கும் நின்னை, யாரால் அறிந்துகொள்ள முடியும்?

..750..

ஒப்புஉயர்வுஒன்று இன்றி ஒலிபுகா மோனவட்டக்
கப்பலுக்குஆம் வான்பொருள்நீ கண்டாய் பராபரமே. 115

பொழிப்புரை:

ஈடும் எடுப்பும் (ஒப்பும் உயர்வும்) இல்லாத பேச்சு இறந்த மௌனம் என்னும் வட்டக் கப்பலுக்கு, அதனில் ஏற்றும் சரக்காக (பொருளாக) விளங்குவது நினது திருவடியே (திருவருளே) ஆகும்.

..751..

என்போல் எளியவரும் எங்குளங்கும் பார்த்தாலும்
உன்போல் வலியவரும் உண்டோ பராபரமே.   116

பொழிப்புரை:

என் போன்ற எளிமை உடையவரும், எங்குளங்கு சென்று
தேடினாலும் உன்னைப்போல் வலிமை உடையவரும்
உண்டோ?

..752..

பார்க்கின் அண்டபிண்டப் பரப்புஅனைத்தும் நின்செயலே
யார்க்கும் செயல்இலையே ஐயா பராபரமே.   117

பொழிப்புரை:

ஐயனே! அண்டப் பரப்பிலும் பிண்டப் பரப்பிலும்
ஆராய்ந்து பார்க்கும்போது, எல்லாம் நின் செயலாகவே
தென்படுகிறது; அவர் செயல் என எதுவும் இல்லையே!

..753..

ஒன்றே பலவே உருவே அருவேயோ
என்றே அழைப்பதுஉன்னை என்றோ பராபரமே.   118

பொழிப்புரை:

உன்னை ஒன்று என்றோ, பல என்றோ, உருவம் உள்ளது
என்றோ, உருவம் அற்றது என்றோ எவ்வாறு அழைப்பது?

..754..

செப்புவதுஎல் லாம்ஜெபம்நான் சிந்திப்பது எல்லாம்நின்
ஒப்புஇல் தியானம்என ஓர்ந்தேன் பராபரமே.   119

பொழிப்புரை:

நான் பேசுவது எல்லாம் செபம் செய்வதும், நான் நினைக்கும் நினைப்பெல்லாம் ஒப்புமை கூற முடியாத தியானம் எனவும் அறிந்துகொண்டேன்.

..755..

ஆர்இருந்துஎன் ஆர்போய்என் ஆர்அமுதுஆம் நின்அருளின்
சீர்இருந்தால் உய்வேன் சிவமே பராபரமே.   120

பொழிப்புரை:

இவ்வுலகில் யார் இருந்தால் என்ன? யார் போனால் என்ன? தெவிட்டாத அமுதம் போன்ற நின்னுடைய திருவருளின் சிறப்பு இருந்தால், சிவமே! நான் உய்வேன்.

..756..

வஞ்சநமன் வாதனைக்கும் வன்பிறவி வேதனைக்கும்
அஞ்சிஉனை அடைந்தேன் ஐயா பராபரமே.   121

பொழிப்புரை:

ஐயனே! வஞ்ச நெஞ்சமுள்ள எமனது துன்புறுத்தலுக்கும், வலிய பிறவியாகிய துன்பத்திற்கும் பயந்துதான் உன்னைச் சரண் அடைந்தேன்.

..757..

எந்தப் படிஉன் இதயம் இருந்ததுஎமக்கு
அந்தப் படிவருவது அன்றோ பராபரமே.   122

பொழிப்புரை:

உமது உள்ளக்குறிப்பு எப்படி இருந்ததோ, அப்படி எமது வினைக்கு ஈடாக இன்பதுன்பங்களும் அடியேனுக்கு வந்து பொருந்தியது.

..758..

எந்தெந்த நாளும் எனைப்பிரியாது என்உயிராய்ச்
சிந்தைகுடி கொண்டஅருள் தேவே பராபரமே. 123

பொழிப்புரை:

எந்தஎந்தப் பிறப்பில் நான் சென்றபோதும், அந்தஅந்தப் பிறப்பிலும், எல்லா நாளும், என் உயிருக்கு உயிராய், என்னை விட்டு நீங்காத திருவருளாகிய தெய்வமே!

..759..

அஞ்சல்அஞ்சல் என்றுஅடிமைக்கு அப்போதைக்கு அப்போதே
நெஞ்சில் உணர்த்தும் நிறைவே பராபரமே. 124

பொழிப்புரை:

அடிமையாக என்னைக் கையில் எடுத்து, அவ்வப்போது, 'அஞ்சாதே, அஞ்சாதே!' என்று ஆறுதல் கூறி, நெஞ்சில் நிற்கும் முழுநிறைவான பொருளே!

..760..

என்னைஉந்தன் கைக்குஅளித்தார் யாவர்என்னை யான்கொடுத்துப்
பின்னைஉன்னால் பெற்றநலம் பேசேன் பராபரமே. 125

பொழிப்புரை:

என்னை உன்னிடம் ஒப்படைத்தவர் யார்? (யாருமில்லை). என்னை நானே உன்னிடம் ஒப்படைத்துவிட்டு, அதன் பிறகு உன்னால் அடைந்த நன்மைகள் குறித்து விவரித்துப் பேசமுடியாது இருக்கிறேன்.

..761..

வாய்பேசா ஊமைஎன வைக்கஎன்றோ நீமவுனத்
தாய்ஆக வந்துஅருளைத் தந்தாய் பராபரமே. 126

பொழிப்புரை:

நீ மௌனகுருவாக வந்து அருள்செய்தது, என்னை வாய் பேசா ஊமை எனப் பிறர் கூறுமாறு வைப்பதற்கு அன்றோ?

..762..

தன்னைத்தந்து என்னைத் தடுத்துஆண்ட நின்கருணைக்கு
என்னைக்கொண்டு என்னபலன் எந்தாய் பராபரமே. 127

பொழிப்புரை:

எம் தந்தையே! உன்னை என்னிடம் தந்து, என்னைத் தடுத்து ஆட்கொண்ட நினது திருவருளுக்கு, என்னை அடிமை கொண்டதால் என்ன பயன்?

..763..

மார்க்கண்டர்க்கு ஆக மறலிபட்ட பாட்டைஉன்னிப்
பார்க்கின்அன் பர்க்குஎன்ன பயங்காண் பராபரமே. 128

பொழிப்புரை:

மார்க்கண்டர்க்காக எமன் பட்ட பாட்டை நினைத்துப் பார்க்க, இனி அடியார்களுக்கு எமபயம் இல்லை அன்றோ?

..764..

சுட்டிஉண ராமல் துரியநிலை யாய்வெளியில்
விட்டநின்னை யானோ வியப்பேன் பராபரமே. 129

பொழிப்புரை:

சுட்டி உணரும் உணர்வு ஏற்படாமல், துரியநிலையாகிய வெளியில் அடியேனை விட்டு அருளிய நினது தண்ணளியை அடியேனா வியந்து பேசுவேன்?

..765..

சூதுஒன்றும் இன்றிஎன்னைச் சும்மா இருக்கவைத்தாய்
ஈதுஒன்றும் போதாதோ இன்பம் பராபரமே. 130

பொழிப்புரை:

வஞ்சனை ஒருசிறிதும் இல்லாது என்னை மௌன நிலையில் இருக்க வைத்தாய்; அதனால் கிடைத்த இன்பம் ஒன்றே போதாதோ?

..766..

வாய்ஒன்றும் பேசா மவுனியாய் வந்துஆண்ட
தேஒன்றும் போதாதோ இன்பம் பராபரமே. 131

பொழிப்புரை:

வாய் பேசாத மௌனகுருவாய் வந்து, ஆட்கொண்டதால் இன்பம் பிறந்தது. அவ்வாறு ஆட்கொண்டது மட்டும் போதாதோ (போதும்).

..767..

என்றும் இருந்தபடிக்கு என்னை எனக்குஅளித்தது
ஒன்றும்போ தாதோ உரையாய் பராபரமே. 132

பொழிப்புரை:

எப்பொழுதும் நான் இருந்தபடியே இருக்க, என்னையே எனக்குத் தந்து அருளிய ஒன்றுமட்டும் போதாதோ? உரைப்பாயாக!

..768..

எண்திசைக்கீழ் மேல்ஆன எல்லாம் பெருவெளியாக்
கண்டஇடத்து என்னையும்நான் கண்டேன் பராபரமே. 133

பொழிப்புரை:

எட்டு திசைகளும் அதனுடன் கீழும்மேலும் ஆகிய இரண்டும்கூட, ஆக பத்து திசைகளும் எல்லாம் பெருவெளி யாகக் காணப்பட்ட இடத்து, என்னையும் நான் கண்டேன்.

..769..

பித்தனைஏ தும்அறியாப் பேதையனை ஆண்டஉனக்கு
எத்தனைதான் தெண்டன் இடுவேன் பராபரமே. 134

பொழிப்புரை:

பித்தனும் ஒன்றுமறியாத பேதையனும் ஆகிய என்னை ஆண்ட உன்னை எத்தனை முறை வணங்கினாலும் அது போதுமானது ஆகாது.

..770..

தாயர்கர்ப்பத் தூடுஅனமும் தண்ணீரும் தந்துஅருளும்
நேயஉனை யாரே நினையார் பராபரமே. 135

பொழிப்புரை:

தாயின் கர்ப்பத்தில் இருக்கும்போது சோறும் தண்ணீரும் தந்தருளிய நின்னை நினைத்துப் பார்க்காதவர் எவர் உளர்?

..771..

விரிந்த மனம்ஒடுங்கும் வேளையில்நான் ஆகப்
பரந்தஅருள் வாழி பதியே பராபரமே. 136

பொழிப்புரை:

தலைவனே! மனம் வெளிப்பட்டு புலன்களின் வழி விரிந்து சென்றபோது, அதனை அகமுகமாக்கி, 'நான் இருக்கிறேன்!' என்று முன்வந்து நின்ற திருவருள் வாழ்க!

..772..

சிந்தனைபோய் நான்எனல்போய்த் தேக்கஇன்ப மாமழையை
வந்து பொழிந்தனைநீ வாழி பராபரமே. 137

பொழிப்புரை:

நினைப்பெல்லாம் ஒழிந்து, நான் என்னும் தன்முனைப்பும் ஒழிந்து, தேக்கித் திளைப்பதற்குப் பேரின்பப் பெரு மழையை வந்து பொழிந்தனையே! நீ வாழ்வாயாக!

..773..

தந்தேனே ஓர்வசனம் தந்தபடிக்கு இன்பமுமாய்
வந்தேனே என்தனைநீ வாழி பராபரமே. 138

பொழிப்புரை:

'உனக்கு ஒருசொல்லால் உபதேசம் செய்தேன்; அதன் படி உனக்கு இன்பமும் தந்தேன்!' என்று சொன்ன நீவிர் வாழ்வீராக!

..774..

மண்ணும்விண்ணும் வந்து வணங்காவோ நின்அருளைக்
கண்ணுறஉள் கண்டவரைக் கண்டால் பராபரமே. 139

பொழிப்புரை:

நினது திருவருளை கண்ணாரவும் உள்ளத்தளவிலும் கண்ட அன்பரைக் கண்டால், உலகத்து மக்களும் விண்ணுலகத் தேவரும் வணங்க மாட்டாரோ?

..775..

என்றும் கருணைபெற்ற இன்பத் தபோதனர்சொல்
சென்றசென்ற திக்குஅனைத்தும் செல்லும் பராபரமே. 140

பொழிப்புரை:

எப்பொழுதும் நீங்காத் திருவருள் பெற்ற பேரின்பப் பெருந்தவமுடையோர் சொல்லும் சொல், சென்ற சென்ற திசைகளில் எல்லாம் பயன் தரும்.

..776..

ஆடுவதும் பாடுவதும் ஆனந்தம் ஆகநின்னைத்
தேடுவதும் நின்அடியார் செய்கை பராபரமே. 141

பொழிப்புரை:

பேரின்பமுற்று ஆடுவதும், பாடுவதும், நின்னைத் தேடுவதும் ஆகிய இவை அனைத்தும் நின் அடியார்கள் செய்யும் செயலாகும்.

..777..

பொங்கியநின் தண்அருளைப் புஷ்கலமாப் பெற்றவர்கட்கு
எங்குஎழுந்துஎன் ஞாயிறு இயம்பாய் பராபரமே. 142

பொழிப்புரை:

பொங்கிப் பெருகும் நினது திருவருளை நிறைவாகப் பெற்றவர்களுக்கு, சூரியன் எந்தத் திசையில் உதித்தால் என்ன? கூறுவாயாக!

..778..

பாலரொடு பேயர்பித்தர் பான்மைஎன நிற்பதுவே
சீலம்மிகு ஞானியர்தம் செய்கை பராபரமே. 143

பொழிப்புரை:

சிறுபிள்ளைகள், பேய் பிடித்தவர்கள், பித்துப் பிடித்தவர்கள் ஆகிய இவர்களது தன்மையில் நிற்பதே ஒழுக்கம் மிகுந்த ஞானியர்களது செயலாகும்.

..779..

உண்டுஉடுத்துப் பூண்டுஇங்குஉலகத்தார் போல்திரியும்
தொண்டர்விளை யாட்டே சுகம்காண் பராபரமே. 144

பொழிப்புரை:

உலக மக்கள் போல உண்டும், உடுத்தும், அணிகலன் முதலியன பூண்டும் திரியும் அடியார்களது திருவிளை யாடலைக் காண்பதே இன்பம் பயக்கும்.

..780..

கங்குல்பகல் அற்றதிருக் காட்சியர்கள் கண்டவழி
எங்கும் ஒருவழியே எந்தாய் பராபரமே. 145

பொழிப்புரை:

எம் தந்தையே! இரவுபகல் அற்ற இடத்தில் இருந்து, அக்காட்சி கண்ட அனைவரும், அதைப் பெற முயன்ற வழி ஒரேவழிதான்.

..781..

காயம்நிலை அல்லஎன்று காண்பார் உறங்குவரோ
தூயஅருள் பற்றாத் தொடர்வார் பராபரமே. 146

பொழிப்புரை:

எடுத்த உடம்பு நிலையற்றது என்ற உண்மையை அறிந்தவர், உறக்கம் கொள்வாரோ? நின்னுடைய தூய திருவருளைப் பற்றாகப் பற்ற அல்லவா, அலைந்து திரிவர்?

..782..

அப்பும்உப்பும் போன்ற அயிக்கியபரா னந்தர்தமக்கு
ஒப்புஉவமை சொல்லவும்வாய் உண்டோ பராபரமே.   147

பொழிப்புரை:

தண்ணீரும் உப்பும் போல இரண்டறக் கலந்த மேலான பேரின்பம் பெற்றவர் தமக்கு, இவ்வுலகில் ஏதேனும் ஒரு பொருளை உவமையாகக் கூற, நமக்கு வாயும் உண்டோ?

..783..

சித்தம் தெளிந்து சிவம்ஆனோர் எல்லோர்க்கும்
கொத்தடிமை ஆன குடிநான் பராபரமே.   148

பொழிப்புரை:

சித்தத்தில் தெளிவு பிறக்க, சிவமயமானவர் எல்லோர்க்கும், நான் என்னுடைய குடி முழுவதையும் கொத்தடிமை ஆக்குவேன்.

..784..

தம்உயிர்போல் எவ்உயிரும் தான்என்று தண்அருள்கூர்
செம்மையருக்கு ஏவல்என்று செய்வேன் பராபரமே.   149

பொழிப்புரை:

தன் உயிர்போல் பிறஉயிரையும் கருதும் தண்ணளி உடையவருக்கு, அடியேன் எப்பொழுதும் பணிவிடை செய்து வாழ்வேன்.

..785..

விண்ணுக்கும் விண்ஆகி மேவும்உனக்கு யான்பூஜை
பண்ணிநிற்கும் ஆறு பகராய் பராபரமே.   150

பொழிப்புரை:

பூத ஆகாயத்தும் ஆகாயமாய் (பரவெளியாய்) நிற்கும் உனக்கு, நான் பூசை செய்ய விரும்புகிறேன்; அதனை எவ்வாறு செய்ய வேண்டும் என்று கூறுவாயாக!

..786..

நெஞ்சகமே கோயில் நினைவே சுகந்தம்அன்பே
மஞ்சனநீர் பூஜைகொள்ள வாராய் பராபரமே.   151

பொழிப்புரை:

என் மனமே நீ எழுந்தருளி இருக்கும் திருக்கோவில்; நல்ல நினைவுகளே நறுமணப் பொருள்கள்; அன்புதான் திருமஞ்சன நீர்; என்னுடைய பூசையை ஏற்க வருவாயாக!

..787..

கெட்டவழி ஆணவப்பேய் கீழ்அக மேல்ஆன
சிஷ்டர் உனைப்பூஜை செய்வார் பராபரமே.   152

பொழிப்புரை:

தீயவழியில் நம்மை இட்டுச் செல்லும் ஆணவமலம் எனப்படும் பேய் கீழிடுமாறு, மேலான தன்மையுடைய நல்லோர் உன்னைப் பூசிப்பர்.

..788..

கால்பிடித்து மூலக் கனலைமதி மண்டலத்தின்
மேல்எழுப்பில் தேகம் விழுமோ பராபரமே.   153

பொழிப்புரை:

காற்றைப் பிடித்து நிறுத்தி (பிராணாயாமம் செய்து) மூலாதாரத்தில் சூடு கிளம்பச் செய்து, மூலாதார ஆற்றலை மதிமண்டலத்தில் (சகசிரதளத்தில்) மோதச் செய்தால் அப்பொழுது அமுதம் சுரக்கும். அதனை உண்டு வாழ்பவர் உடல் மண்ணில் விழுமோ? (இறப்பாரோ? மாட்டார் என்பது கருத்து).

..789..

பஞ்சசுத்தி செய்துநின்னைப் பாவித்துப் பூஜைசெய்தால்
விஞ்சிய ஞானம் விளங்கும் பராபரமே. 154

பொழிப்புரை:

பூதசுத்தி, உடல் சுத்தி, திரவிய சுத்தி, ஆத்ம சுத்தி, மந்திர சுத்தி என்னும் ஐந்து வகை சுத்திகளும் செய்து, நின்னை முன்னிறுத்திப் பூசை செய்தால், பரஞானம் விளங்கித் தோன்றும்.

..790..

அன்பர்பணி செய்யஎனை ஆள்ஆக்கி விட்டுவிட்டால்
இன்பநிலை தானேவந்து எய்தும் பராபரமே. 155

பொழிப்புரை:

மெய்யடியார்களுக்குத் தொண்டு செய்ய, என்னை ஆளாக நியமித்துவிட்டால், இன்பநிலையானது தானே வந்து சேரும்.

..791..

மூர்த்திதலம் தீர்த்தம் முறையால் தொடங்கினர்க்குஓர்
வார்த்தைசொலச் சற்குருவும் வாய்க்கும் பராபரமே. 156

பொழிப்புரை:

மூர்த்தி, தலம், தீர்த்தம் ஆகிய இவற்றை முறையாக வழிபடத் தொடங்கினவர்க்கு ஒரு வார்த்தையால் உபதேசம் செய்தருள சற்குரு கிடைப்பார்.

..792..

விரும்பும் சரியைமுதல் மெய்ஞ்ஞானம் நான்கும்
அரும்புமலர் காய்கனிபோல் அன்றோ பராபரமே.   157

பொழிப்புரை:

விருப்பமுடைய சரியை, கிரியை, யோகம், ஞானம் ஆகிய நான்கும் முறையே அரும்பு, மலர், காய், கனி போல்வது அல்லவா?

..793..

தானம் தவம்தருமம் சந்ததமும் செய்வர்சிவ
ஞானம் தனைஅணைய நல்லோர் பராபரமே.   158

பொழிப்புரை:

சிவஞானம் கைவர விருப்பம் கொள்ளும் நல்லோர் தானம், தவம், தருமம் ஆகியவற்றை எப்பொழுதும் செய்துவருவர்.

..794..

சொன்னத்தைச் சொல்லித் துடிக்கின்ற ஆணவப்பேய்க்கு
இன்னல் வருவதுஎந்நாள் எந்தாய் பராபரமே.   159

பொழிப்புரை:

எம் தந்தையே! நான்நான் என்று கூறித் திரியும் ஆணவ மலமாகிய பேய்க்கு அழிவது வருவது எப்பொழுது?

..795..

இன்றோ இருவினைதந்து ஏறியது நான்என்றோ
அன்றே விளைந்ததுஅன்றோ ஆற்றேன் பராபரமே. 160

பொழிப்புரை:

நான் என்றிலிருந்து இருக்கிறேனோ, அன்றிலிருந்தே நல்வினை தீவினைகள் வந்துசேரத் தொடங்கிவிட்டன. அவை ஏதோ இன்று தொடங்கிதான் வந்து சேருவதாக நினைக்க வேண்டாம்; இந்த வினையின் சுமை பொறுக்க முடியாததாய் இருக்கிறது.

..796..

எண்ணமும்தான் நின்னைவிட இல்லைஎன்றால் யான்முனமே
பண்ணவினை ஏது பகராய் பராபரமே. 161

பொழிப்புரை:

என் எண்ணம் முழுவதும் உன்னை விட்டுப் பிரியாது இருக்க, யான் முன்னமே செய்வதற்கு என்ற ஒரு வினை எங்கிருந்து வந்தது? கூறுவாயாக!

..797..

என்னைஇன்னது என்றுஅறியா ஏழைக்கும் ஆகெடுவேன்
முன்னைவினை கூடல் முறையோ பராபரமே. 162

பொழிப்புரை:

என்னை, இன்னதன்மை உடையது என்று நான் அறியாத அறிவிலிக்கும், அதன் முன்னமே வினை வந்து கூடுவது எந்த நியாயத்தால்? அந்தோ! நான் கெட்டு அழிவேன்!

..798..

அறியாநான் செய்வினையை ஐயாநீ கூட்டும்
குறிஏது எனக்குஉளவு கூறாய் பராபரமே. 163

பொழிப்புரை:

நல்வினை, தீவினை என்ற பாகுபாடு அறியாத நான் செய்யும் வினைகளை, ஐயா! நீ என்னுடன் கூட்டுவிக்கும் முறைமை குறித்து உள்ளபடி கூறுவாயாக!

..799..

என்னைக் கெடுக்க இசைந்த இருவினைநோய்
தன்னைக் கெடுக்கத் தகாதோ பராபரமே. 164

பொழிப்புரை:

என்னைக் கெடுக்க நினைக்கும், நல்வினை தீவினைகள் எனப்படும் இருவினைகளைக் கெடுக்க முடியாதோ?

..800..

வல்லமையே காட்டுகின்ற மாமாயை நான்ஒருவன்
இல்லைஎனின் எங்கே இருக்கும் பராபரமே. 165

பொழிப்புரை:

தனது வலிமையை முழுவதும் வெளிக்காட்டுகின்ற பெரிய மாயையானது, நான் ஒருவன் இல்லை என்றால், அது எங்கே சென்று தங்கும்?

..801..

முக்குணத்தால் எல்லாம் முளைக்கப் பிரகிருதிக்கு
இக்குணத்தை நல்கியதுஆர் எந்தாய் பராபரமே. 166

பொழிப்புரை:

எம் தந்தையே! இராசதம், தாமசம், சாத்துவிகம் என்னும் முக்குணங்களில் இருந்து எல்லாம் தோன்றுவதற்கு பிரகிருதி மாயைக்கு இக்குணத்தைத் தந்து உதவியவர் யார்?

..802..

ஆற்றப் படாதுதுன்பம் ஐயஎன்னால் என்மனது
தேற்றப் படாதுஇனிஎன் செய்வேன் பராபரமே.   167

பொழிப்புரை:

ஐயனே! என்னால் இனி இத்துன்பங்களைப் பொறுத்துக் கொள்ள முடியாது; என் மனத்துக்கு என்ன கூறினாலும் அது ஆறுதல் அடைவதில்லை; இதற்கு இனி நான் என்ன செய்வேன்?

..803..

பூராய மாய்மனதைப் போக்கஅறி யாமல்ஐயோ
ஆராய் அலைந்தேன் அரசே பராபரமே.   168

பொழிப்புரை:

அரசே! முழுவதுமாய் மனத்தை அழிப்பதற்கு வகை தெரியாமல், ஐயகோ! யாராக நான் அலைந்து திரிந்தேன்?

..804..

சினம்இறக்கக் கற்றாலும் சித்திஎல்லாம் பெற்றாலும்
மனம்இறக்கக் கல்லார்க்கு வாய்ஏன் பராபரமே.   169

பொழிப்புரை:

சினத்தை அடக்கக் கற்றுக் கொண்டாலும், சித்தில் எல்லாம் கைகூடப் பெற்றாலும், மனம் இறக்கக் கற்க வில்லையாயின், அவர்க்கு வாய்ப்பேச்சு எதற்கு?

..805..

வாதுக்கு வந்துஎதிர்த்த மல்லரைப்போல் பாழ்த்தமனம்
ஏதுக்குக் கூத்துஆடுது எந்தாய் பராபரமே. 170

பொழிப்புரை:

எம்தந்தையே! சொற்போர் செய்ய வரும் வலிமை உடையவரைப் போல வீணான மனம் எதற்காக வந்து இங்கு நாடகம் நடத்திக் கொண்டிருக்கிறது?

..806..

சூதுஆடு வார்போல் துவண்டு துவண்டுமனம்
வாதாடின் என்னபலன் வாய்க்கும் பராபரமே. 171

பொழிப்புரை:

சூதாடுபவர் இடைஇடையே தோற்பதுபோல மனம் துவண்டுதுவண்டு வாதாடி என்ன பலனைப் பெறப் போகிறது?

..807..

கொள்ளித்தேள் கொட்டிக் குதிக்கின்ற பேய்க்குரங்காய்க்
கள்ளமனம் துள்ளுவதுஎன் கண்டாய் பராபரமே. 172

பொழிப்புரை:

கொள்ளித்தேன் எனப்படும் ஒருவகைத் தேள் கொட்ட, துள்ளிக் குதிக்கும் பேய்க்குரங்கு போல எனது வஞ்ச மனம் துள்ளுகிறதே! இது எதற்காக?

..808..

வந்ததையும் போனதையும் வைத்துவைத்துப் பார்த்துஇருந்தால்
சிந்தை ஹிதம்அஹிதம் சேரும் பராபரமே. 173

பொழிப்புரை:

வந்ததையும் போனதையும் வைத்துவைத்து கணக்குப் பார்த்துக் கொண்டிருந்தால், இன்பமும் துன்பமும் சிந்தையில் சேர்ந்து கொண்டேதான் இருக்கும்.

..809..

ஏறுமயிர்ப் பாலம்உணர்வு இந்தவிஷ யங்கள்நெருப்பு
ஆறுஎனவும் நன்றாய் அறிந்தேன் பராபரமே. 174

பொழிப்புரை:

(விடயங்கள் நெருப்பு ஆறு போன்றது. உணர்வு மயிர்ப் பாலம் போன்றது). விடயங்கள் எனப்படும் நெருப்பாற்றை உணர்வு எனப்படும் மயிர்ப் பாலத்தின்மீது ஏறி நடந்து கடக்கவேண்டி உள்ளது என்பதை நன்றாக நான் அறிவேன்.

..810..

பொறிவழியே ஏழை பொறியாய் உழல்வதுநின்
அறிவின் விதித்தவிதி ஆமோ பராபரமே. 175

பொழிப்புரை:

ஏழை ஆகிய நான் பொறிகளின் வழிசென்று, அதன் புலன் நுகர்வுகளில் கிடந்து உழல்வது, நினது ஆணையின் வழி நிகழும் செயலே ஆகும்.

..811..

பாசஜா லங்கள்எல்லாம் பற்றுவிட ஞானவைவாள்
வீசுநாள் எந்நாள் விளம்பாய் பராபரமே. 176

பொழிப்புரை:

மாயா காரியமாய் விளங்கும் பொருள்களின்மீது கொண்டு உள்ள பற்றுக்களனைத்தையும் விட்டொழிக்க, கூர்மையான ஞானவாளை வீசும் நாள், எந்த நாளோ? கூறுவாயாக!

..812..

எந்தஉட லேனும் எடுத்தஉடல் நல்லதுஎன்று
சிந்தைசெய வந்ததிறம் செப்பாய் பராபரமே. 177

பொழிப்புரை:

எடுத்த உடல்களிலே மிகவும் ஏதுவான உடல் மனித உடல் என்று எண்ணுவதற்குரிய உறுதிப்பாடு குறித்து விரித்துரைப்பாயாக!

..813..

பொய்எல்லாம் ஒன்றாப் பொருத்திவைத்த பொய்உடலை
மெய்என்றால் மெய்யாய் விடுமோ பராபரமே. 178

பொழிப்புரை:

நிலையில்லாத பொருள்கள் அனைத்தையும் ஒன்றுதிரட்டிச் செய்து அமைத்த பொய்உடலை மெய் என்று சொல்வதால் மட்டும், அது மெய்யாய் (நிலைத்ததாய்) விடுமோ?

..814..

மின்அனைய பொய்உடலை மெய்என்று நம்பிஐயோ
நின்னை மறக்கை நெறியோ பராபரமே. 179

பொழிப்புரை:

மின்னல் போல் தோன்றி, விரைந்து மறையவுள்ள பொய்உடலை மெய்என்று நம்பி, ஐயகோ! நின்னை மறந்திருப்பது முறையாகுமோ?

..815..

நித்தியம்ஒன்று இல்லாத நீர்க்குமிழி போன்றஉடற்கு
இத்தனைதான் துன்பம்உண்டோ என்னே பராபரமே. 180

பொழிப்புரை:

நிலைபேறு என்ற ஒன்று இல்லாத நீரில் தோன்றும் குமிழி போன்ற இந்த உடலுக்கு, இத்தனை துன்பம் ஏன் உண்டானது? இது என்ன அதிசயமா?

..816..

தேகம்இறும் என்றுஜடர் தேம்புவதுஎன் நித்திரையில்
ஊகம்அறிந் தால்பயம்தான் உண்டோ பராபரமே. 181

பொழிப்புரை:

இந்த உடம்பு அழிந்துபோகும் என்று அறிவற்றவர்கள் (ஜடர்கள்) புலம்புவது ஏனோ? உறங்கும் போது (சுழுத்தியில்) உடம்பு எங்கே போனது என்பதை அறிந்து கொண்டால் பயம் உண்டாகுமோ?

..817..

ஏதைச் சுமையா எடுப்பார் எடுத்தஉடல்
சேதம்உறின் யாதுபின்னே செல்லும் பராபரமே. 182

பொழிப்புரை:

எடுத்த இந்த உடம்பு அழிந்த பின்பு, வேறு எந்தவிதமான உடம்பைச் சுமையாக எடுக்கப் போகிறாறோ? இந்த உடம்பு அழியும்போது, அதனுடன் இந்த உலகத்துப் பொருள்களில் எது உடன் செல்லும்?

..818..

தோல்பாவை நல்லாள் சுமைஆகும் ஜீவன்ஒன்றுஇங்கு
ஆர்ப்பால் எடுத்ததுஎவ ராலே பராபரமே.   183

பொழிப்புரை:

தோலால் ஆன பொம்மை உடல். நாலுபேர் சுமக்கும் சுமையாக மாறும். சீவன் என்ற ஒன்று யாரிடமிருந்து வரவழைக்கப்பட்டது? வரவழைத்தவர் யார்?

..819..

ஞாலத்தை மெய்எனவே நம்பிநம்பி நாளும்என்தன்
காலத்தைப் போக்கிஎன்ன கண்டேன் பராபரமே.   184

பொழிப்புரை:

இந்த மாயாகாரிய உலகை மெய் என்று நம்பிநம்பி, நாள்தோறும் என்னுடைய காலத்தை வீணே கழித்து, என்ன பலன் கண்டேன்?

..820..

பொய்உலக வாழ்க்கைப் புலைச்சேரி வாதனைநின்
மெய்அருளில் மூழ்கின் விடும்காண் பராபரமே.   185

பொழிப்புரை:

பொய்யான இந்த உடலோடு கூடிவாழும் உலக வாழ்க்கை, புலாலோடு கூடி வாழும் துர்நாற்றம் வீசும் வாழ்க்கை; நினது திருவருளிலே மூழ்கினால் இதிலிருந்து விடுபடலாம்.

..821..

நூல்ஏணி விண்ஏற நூற்குப் பருத்திவைப்பார்
போலே கருவிநன்னூல் போதம் பராபரமே.   186

பொழிப்புரை:

நூல்ஏணி கொண்டு ஆகாயத்தில் ஏறலாம் என நினைத்து, அந்த ஏணி செய்ய உதவும் நூலுக்கு, வேண்டும் பருத்தியைப் பயிர் செய்வது போன்றது, நூலறிவு கொண்டு இறைவனை அடைய நினைப்பது.

..822..

சின்னஞ் சிறியார்கள் செய்தமணல் சோற்றைஒக்கும்
மன்னும் கலைஞான மார்க்கம் பராபரமே. 187

பொழிப்புரை:

மிகவும் சிறுபிள்ளைகள் மணல்சோறு சமைத்து உண்பது போல் பாவனை செய்வதோடு ஒக்கும் அபரஞானம் (நூலறிவு) கொண்டு இறைவனை அடைய நினைப்பது.

..823..

வாசகஞா னத்தால் வருமோ சுகம்பாழ்த்த
பூசல்என்று போமோ புகலாய் பராபரமே. 188

பொழிப்புரை:

ஞானம் குறித்து வாயினால் பேசுவதால் மட்டும் பேரின்பம் கைகூடுமோ? வீணான இந்த வாய்ப்பேச்சால் விளையும் பூசல் என்று தொலையுமோ? கூறுவாயாக!

..824..

கேட்டதையே சொல்லும் கிளிபோல நின்அருளின்
நாட்டம்இன்றி வாய்பேசல் நன்றோ பராபரமே. 189

பொழிப்புரை:

கேட்டதைத் திருப்பிக் கூறும் கிளிப்பிள்ளைபோல நினது திருவருளில் விருப்பம் சிறிதுமின்றி, வாய் பேசுவதால் என்ன நன்மை விளையும்?

..825..

வெளியாய் அருளில் விரவும்அன்பர் தேகம்
ஒளியாய்ப் பிறங்கியதும் உண்டோ பராபரமே. 190

பொழிப்புரை:

சிதாகாயம் எனப்படும் திருவருள் வெளியிலே கலந்த அன்பரது உடல், ஒளி வடிவமாய் இவ்வுலகில் விளங்கித் தோன்றுவதும் உண்டோ?

..826..

காலம்ஒரு மூன்றும் கருத்தில்உணர்ந் தாலும்அதை
ஞாலம் தனக்குஉரையார் நல்லோர் பராபரமே. 191

பொழிப்புரை:

காலம் ஒரு மூன்றிலும் நடந்த, நடக்கின்ற, நடக்கும் உண்மைகள் குறித்து ஞானிகள் அறிந்திருந்தாலும், அதனை உலக மக்களிடம் விரித்துக் கூறமாட்டார்.

..827..

கொல்லா விரதம்ஒன்று கொண்டவரே நல்லோர்மற்று
அல்லாதார் யாரோ அறியேன் பராபரமே. 192

பொழிப்புரை:

(பிற உயிர்களைக் கொல்லாத தன்மை உடைய) கொல்லா விரதம் ஒன்று மட்டும் கடைபிடிப்பவராயினும், அவரே மிகவும் நல்லவர்; அதனைக் கடைபிடியாதவர் யார் என்று கூட நான் அறிய விரும்பவில்லை.

..828..

இல்லாத காரியத்தை இச்சித்துச் சிந்தைவழி
செல்லாமை நல்லோர் திறம்காண் பராபரமே. 193

பொழிப்புரை:

நிலையில்லாத செயல்மீது விருப்பங்கொண்டு, அதன் வழி மனத்தைப் போகவிடாதவர் நல்லோர் எனப்படும் உரம் உடையோர்.

..829..

ஏதுவந்தும் ஏதுஒழிந்தும் என்னதுயான் என்னார்கள்
போதநிலை கண்ட புலத்தோர் பராபரமே. 194

பொழிப்புரை:

எது வந்தாலும், எது போனாலும், 'யான், எனது' என்று சொல்லாதவர்கள் மெய்யுணர்வு நிலையை எட்டிய மேலோர் என்க.

..830..

ஆயிரம்சொன் னாலும்அறியாத வஞ்சநெஞ்சப்
பேயரொடு கூடின் பிழைகாண் பராபரமே. 195

பொழிப்புரை:

மெய்ப்பொருளை அறியாத வஞ்ச நெஞ்சம் உடைய பேயரொடு சேர்ந்து இருப்பது, ஆயிரம்தான் சமாதானம் சொன்னாலும், அது பெரும் பிழையே.

..831..

மாய மயக்குஒழிந்தார் மற்றுஒன்றை நாடுவரோ
நேய அருள்நிலையில் நிற்பார் பராபரமே. 196

பொழிப்புரை:

மாயையால் ஏற்படும் மயக்கம் நீங்கினவர், வேறு உலகப் பொருள்கள் எதனையும் விரும்பமாட்டார்; அவர் அன்பின் திருவருளிலே திளைத்து நிற்பர்.

..832..

நித்திரையில் செத்தபிணம் நேரும்உடற்கு இச்சைவையாச்
சுத்தர்களே நல்ல துறவோர் பராபரமே. 197

பொழிப்புரை:

தூங்கும்போது, செத்த பிணம்போல் கிடக்கும் தன்மை உடைய, இந்த உடம்பின்மீது பற்று வைக்காத தூயோரே, நல்ல துறவிகள் ஆவர்.

..833..

எந்நெஞ்ச மேனும் இரங்குமே நின்அருட்குக்
கல்நெஞ் சரும்உளரோ காட்டாய் பராபரமே. 198

பொழிப்புரை:

தேவரீரது திருவருளுக்கு முன்பு எப்படிப்பட்ட மனமும் இளகுமே! அப்படி இளகாத கல்மனம் உடையார் இருப்பின், எனக்குக் காட்டுவாயாக!

..834..

மந்தஅறிவு ஆகிஇன்பம் வாயாது இருந்துஅலைந்தால்
சிந்தைமயங் காதோஎன் செய்வேன் பராபரமே. 199

பொழிப்புரை:

மந்தபுத்தி உடையவனாய் இருந்து, இன்பம் கைகூடாது அலைந்து திரிந்தால், அறிவில் குழப்பம் ஏற்படாதோ? அதற்கு நான் என்ன செய்வேன்?

..835..

தேடினேன் திக்குஅனைத்தும் தெண்டனிட்டேன் சிந்தைநைந்து
வாடினேன் என்மயக்கம் மாற்றாய் பராபரமே. 200

பொழிப்புரை:

எல்லா திசைகளிலும் தேடினேன்; மனம் வருத்தமுற்று விழுந்து வணங்கினேன்; மனம் வாடினேன்; மயங்கினேன்; எனது அம்மயக்கத்தை மாற்றுவாயாக!

..836..

மடிமைஎனும் ஒன்றை மறுத்துஅன்றோ என்னை
அடிமைகொளல் வேண்டும் அரசே பராபரமே. 201

பொழிப்புரை:

அரசே! என்னிடம் உள்ள சோம்பல் என்ற ஒன்றைப் போக்கி அல்லவா, என்னை அடிமை கொள்ள வேண்டும்.

..837..

காலர்பயம் தீரஇன்பக் காற்குஅபயம் என்றுஎழுந்த
மாலை வளர்த்தனையே வாழி பராபரமே. 202

பொழிப்புரை:

எமபயம் தீரும்பொருட்டு, நின் திருவடி இன்பம் பெற வேண்டும் என்று எழுந்த பெருவிருப்பத்தை வளர்த்து விட்டாயே! அந்தத் திருவடிகள் வாழ்வதாக!

..838..

நீர்ப்புற் புதமாய் நினைவுஅருட்கே நின்றுஅழியப்
பார்ப்பதுஅல்லால் வேறும்ஒன்றைப் பாரேன் பராபரமே. 203

பொழிப்புரை:

என்னுடைய நினைவுகள் அனைத்தும் நீரில் தோன்றும் குமிழிபோல் உடனுக்குடன் அழிவதைப் பார்ப்பது தவிர, வேறொன்றையும் பார்க்க மாட்டேன்.

..839..

நீர்க்குமிழி போல்என் நினைவுவெளி யாய்க்கரையப்
பார்க்கும்இடம் எல்லாம்என் பார்வை பராபரமே. 204

பொழிப்புரை:

நீர்க்குமிழிபோல என் நினைவு அருள்வெளியில் கரைய, பார்க்கும் இடங்கள்தோறும் அப்பரவெளியே தோன்றுகிறது.

..840..

ஆடிஓய் பம்பரம்போல் ஆசையுடன் எங்கும்உனைத்
தேடிஓய் கின்றேன்என் செய்வேன் பராபரமே. 205

பொழிப்புரை:

சுழன்று ஓய்ந்துபோன பம்பரம் போல பெருவிருப்பமுடன் எங்கும் உன்னைத் தேடி அலைந்து ஓய்ந்து போனேன்; இதற்கு வேறு என்ன செய்வேன்?

..841..

வேதாந்தம் சித்தாந்தம் வேறுஎன்னார் கண்களிக்கும்
நாதாந்த மோன நலமே பராபரமே. 206

பொழிப்புரை:

கண்ணால் கண்டு களிக்கும் நாதமுடிவில் காணும் மௌன சுகம் கண்டோர், வேதாந்தத்துக்கும் சித்தாந்தத்துக்கும் வேறுபாடு காண்பதில்லை (சமரசமே காண்பர்).

..842..

ஆனந்தம் ஆனநின்னை அன்றிஒன்றை உன்னாத
மோனம் தமியேற்கு முக்தி பராபரமே. 207

பொழிப்புரை:

பேரின்ப வடிவாய் நிற்கும் உன்னை அன்றி வேறொன்றை நினைக்காத மௌனம் கைகூடப் பெற்ற தமியேனுக்கு வீடுபேற்று நிலை கைவரும்.

..843..

ஏதுக்கும் உன்னைவிட இல்லைஎன்றால் என்கருத்தைச்
சோதிக்க வேண்டாம்நான் சொன்னேன் பராபரமே. 208

பொழிப்புரை:

எந்த ஒன்றுக்கும் உன்னைவிட சிறந்த ஒன்று இல்லை என்பதாகக் கொள்ளும் என் எண்ணத்தைச் சோதித்து அறிய வேண்டாம். இதுவே நான் சொல்லும் விண்ணப்பம்.

..844..

முக்தியிலும் தேகமிசை மூவிதம்ஆம் சித்திபெற்றோர்
எத்தனைபேர் என்றுஉரைப்பது எந்தாய் பராபரமே. 209

பொழிப்புரை:

எம்தந்தையே! முத்தி அடைந்தவரிலும் உருவச் சித்தி, அருவச் சித்தி, அருவுருவச் சித்தி என மூன்று விதமான முத்தி அடைந்தோர் எவ்வளவு பேர் என்று எண்ணிச் சொல்ல முடியாது.

..845..

நீஅன்றி நான்ஆர் நினைவுஆர்என் நெஞ்சகம்ஆர்
தாய்அன்றிச் சூலும்உண்டோ சாற்றாய் பராபரமே.   210

பொழிப்புரை:

நீ இல்லை என்றால், நான் யார்? என் எண்ணம் யார்? என் மனம் யார்? தாய் இல்லாது கரு உண்டோ? கூறுவாயாக!

..846..

அங்கமே நின்வடிவம் ஆனசுகர் கூப்பிடநீ
எங்கும்ஏன் ஏன்என்றது என்னே பராபரமே.   211

பொழிப்புரை:

உடம்பே நீயாய் வடிவம் கொண்ட சுகப்பிரம்மம் மகரிஷி கூப்பிட, நீ எல்லா திசைகளிலிருந்தும் ஏன்ஏன்? எனக் கேட்டருளியது எதற்காக?

..847..

கொள்ளைவெள்ளத் தண்அருள்மேல் கொண்டுசுழித்து ஆர்த்துஇழுத்தால்
கள்ளமனக் கப்பல்எங்கே காணும் பராபரமே.   212

பொழிப்புரை:

திருவருளாகிய பெரிய வெள்ளப் பெருக்கு சுழித்து ஆரவாரம் செய்து, இழுத்துக் கொண்டு ஓடும்போது, வஞ்சனை பொருந்திய மனம் என்னும் கப்பல் எங்கே தென்படும்?

..848..

எக்கலையும் கற்றுஉணர்ந்தோம் என்றவர்க்கும் சம்மதம்சொல்
வக்கணையால் இன்பம் வருமோ பராபரமே. 213

பொழிப்புரை:

எல்லாக் கலைகளையும் கற்றுத் தெளிந்தோம் என்று நினைப்பவர்க்கு, அவரது வெறும் பேச்சுத் திறமையால், அவர்க்கு இன்பம் உண்டாகுமோ?

..849..

கல்எறியப் பாசி கலைந்துநன்னீர் காணும்நல்லோர்
சொல்உணரின் ஞானம்வந்து தோன்றும் பராபரமே. 214

பொழிப்புரை:

கல் கொண்டு வீச பாசி கலைந்து நல்ல நீர் தெரிவது போல நல்லோர் சொல்லும் சொல்லின் உண்மையை ஆராயின், ஞானம் பிறக்கும்.

..850..

நின்னைஉணர்ந் தோர்கடமை நிந்தித்த பேய்அறிஞர்
என்ன கதிபெறுவார் எந்தாய் பராபரமே. 215

பொழிப்புரை:

எம் தந்தையே! நின்னை உணர்ந்த மெய்ஞ்ஞானியரது செயல்களை இழித்துப் பேசும் புல்லறிவாளர் என்ன கதிக்கு ஆளாவாரோ?

..851..

என்னதுயான் என்னல்அற்றோர் எங்குஇருந்து பார்க்கினும்நின்
சன்னிதிஆம் நீபெரிய சாமி பராபரமே. 216

பொழிப்புரை:

இது என்னுடையது என்றும், இதைச் செய்து முடித்தது நான் என்றும், கூறிக்கொள்ளும் மமகார அகங்காரம் அற்றவர்க்கு, எங்கிருந்து பார்த்தாலும் நின் சன்னிதியே தெரியும்; அங்கு நீயே தெய்வமாயும் எழுந்தருளுவாய்.

..852..

சோற்றுத் துருத்திச் சுமைசுமப்பக் கண்பிதுங்கக்
காற்றைப் பிடித்துஅலைந்தேன் கண்டாய் பராபரமே.   217

பொழிப்புரை:

சோற்றால் நிரப்பப்பட்ட துருத்தியாகிய தோல்பையை சுமையாகச் சுமந்து, காற்றை பிடித்து நிறுத்தி, அடயோகம் பயின்று, விழி பிதுங்க, அலைந்து திரிந்தேன்.

..853..

உள்ளபடி ஒன்றை உரைக்கின்அவர்க்கு உள்உறவாய்க்
கள்ளம்இன்றி அன்பாய்க் களிப்பேன் பராபரமே.   218

பொழிப்புரை:

ஒரு விடயத்தை உள்ளது உள்ளபடி ஒருவர் கூறுவாரே யானால், அவரிடம் உள்ளார்ந்த நட்பு கொண்டு, மனதில் கபடம் இன்றி, அன்பினால் மகிழ்வேன்.

..854..

அடுத்தஇயல்பு ஆகஒன்றை யான்பகர்வது அல்லால்
தொடுத்ததுஒன்றை யான்வேண்டிச் சொல்லேன் பராபரமே.   219

பொழிப்புரை:

ஞானநூல்களில் பேசப்பட்டுள்ள உண்மை இயல்புக்குப் பொருத்தமான சொற்களைப் பேசுவதை விடுத்து, கற்பனையாக இட்டும் கட்டியும் வேறொன்றை நான் சொல்ல மாட்டேன்.

..855..

உள்ளம்அறி யாதுஒருவர் ஒன்றைஉன்னிப் பேசில்ஐயோ
துள்ளிஇளங் கன்றாய்த் துடிப்பேன் பராபரமே.   220

பொழிப்புரை:

எனது உள்ளப் பாங்கினை அறியாது, ஒருவர் ஒன்று குறித்து, கற்பனை செய்து பேசினால், ஐயகோ! இளங் கன்றுக் குட்டிப்போல துள்ளித் துடிதுடித்துப் போவேன்.

..856..

எல்லாரும் இன்புற்று இருக்க நினைப்பதுவே
அல்லால் வேறுஒன்று அறியேன் பராபரமே.   221

பொழிப்புரை:

இவ்வுலகிலுள்ள எல்லா உயிர்களும் இன்பம் உற்று இருக்க நினைப்பது அன்றி, வேறு ஒன்றையும் அறிய மாட்டேன்.

..857..

முன்னாள்மெய்ஞ் ஞான முனிவர்தவம் ஈட்டுதல்போல்
இந்நாளில் காணஎனக்கு இச்சை பராபரமே.   222

பொழிப்புரை:

முற்காலத்தில் மெய்ஞ்ஞானம் பெற்ற முனிவர்கள் தவம் இயற்றியதுபோல இந்நாளிலும் தவம் இயற்றுவோரைக் காண வேண்டும் என ஆசைப்படுவேன்.

..858..

கன்மம்என்பது எல்லாம் கரிசுஅறவே மெய்ஞ்ஞான
தன்மநிலை சார்ந்ததுஅன்பர் தன்மை பராபரமே. 223

பொழிப்புரை:

உண்மை ஞானம் என்னும் தர்மத்தை சார்ந்த மெய்யன்பர்களது தன்மை என்பது, அவர்கள் செய்யும் செயல்கள் அனைத்தும் குற்றம் அற்றவை என்னும் நிலையதாக இருக்க வேண்டும் என்பதே ஆகும்.

..859..

கண்துயிலாது என்அறிவின் கண்ணூடே காட்சிபெற
மண்டிய பேரொளிநீ வாழி பராபரமே. 224

பொழிப்புரை:

கண் உறக்கம் கொள்ளாது, என் அறிவுக் கண்ணின் உள்ளே, காட்சி தந்து பேரொளியாய் நின்ற நின் திருவருள் வாழ்வதாக!

..860..

நான்ஆன தன்மைஎன்றும் நாடாமல் நாடஇன்ப
வான்ஆகி நின்றனைநீ வாழி பராபரமே. 225

பொழிப்புரை:

நான் என்னும் தற்போத நிலையை எப்பொழுதும் விரும்பாமல், உனது திருவடி ஞானத்தையே விரும்பி நின்ற எனக்கு, இன்பமாகிய உயர்வாகி நின்றாய்! நீ வாழ்வாயாக!

..861..

அகத்தூடு அணுஅணுவாய் அண்டம்எல்லாம் தானாய்
மகத்துஆகி நின்றனைநீ வாழி பராபரமே. 226

பொழிப்புரை:

என் உள்ளில் அணுவுக்குள் நுண்அணுவாகவும், பின்னர் பல அண்டங்களாகவும், அதன்மேலும் அளவிட்டு அறியமுடியாத அளவு மிகப் பெரிய பேரண்டங்களாகவும் சுருங்கியும் விரிந்தும் நிற்கும் நீவிர் வாழ்வீராக!

..862..

கார்அகம்ஆம் கர்ப்பஅறைக் கண்ணூடும் என்கண்ணே
வாரம்வைத்துக் காத்தனைநீ வாழி பராபரமே.   227

பொழிப்புரை:

என் கண்ணே! கரிய இருள் சூழ்ந்த கருப்பப்பைக்குள் நான் தங்கி இருந்த காலத்திலும் என்மீது அன்பு வைத்து என்னைக் காப்பாற்றினை; நீ நீடுவாழ்வாயாக!

..863..

புரந்தோர்தம் தேசம்என்பார் பூமியைப்போர் ஆடி
இரந்தோரும் தம்மதுஎன்பார் என்னே பராபரமே.   228

பொழிப்புரை:

நிலத்தைக் காத்து அரசாட்சி செய்யும் அரசரும் தம்மது என்பர்; போராடிப் பண்படுத்தி நிலத்தை உழுது பயிர் செய்யும் வேளாளரும் அந்நிலத்தைத் தம்மது என்று கூறுவர்; இது என்ன அதிசயம்!

..864..

மூர்த்திஎல்லாம் வாழிஎங்கள் மோனகுரு வாழிஅருள்
வார்த்தைஎன்றும் வாழிஅன்பர் வாழி பராபரமே.   229

பொழிப்புரை:

தெய்வத் திருமேனிகள் அனைத்தும் வாழ்க! எங்களது மௌனகுரு வாழ்க! அவர் உபதேசித்த அருள்வார்த்தை எப்பொழுதும் வாழ்க! அன்பர் திருக்கூட்டமும் வாழ்வதாக!

..865..

சொல்லும் பொருளும் தொடரா அருள்நிறைவில்
செல்லும் படிக்குஅருள்நீ செய்தாய் பராபரமே.   230

பொழிப்புரை:

சொல்லும், அதன் பொருளும் பின்தொடராவண்ணம், அருள்நிறைவில் செல்லும்படி எனக்கு நீ அருள்செய்தாய்.

..866..

இற்றைவரைக்கு உள்ஆக எண்ணரிய சித்திமுக்தி
பெற்றவர்கள் எத்தனைபேர் பேசாய் பராபரமே.   231

பொழிப்புரை:

இன்றுவரை அகத்தவம் செய்து, எண்ணிச் சொல்ல முடியாத அளவு, சித்திகளும் முத்திகளும் பெற்றவர்கள், எத்தனை பேர்? கூறுவாயாக!

..867..

நாடும்நக ரும்நிசான் நாட்டிய பாளயமும்
ஈடுசெயு மோமுடிவில் எந்தாய் பராபரமே.   232

பொழிப்புரை:

எம் தந்தையே! நாடு ஆகட்டும், நகரம் ஆகட்டும், நிஜாம்களால் ஆளப்பட்ட பாளையங்கள் ஆகட்டும், உயிர் பிரியும் காலத்தில் அவை வந்து உதவுமோ?

..868..

தேடும் திரவியமும் சேர்ந்தமணிப் பெட்டகமும்
கூட வரும்துணையோ கூறாய் பராபரமே. 233

பொழிப்புரை:

தேடிய செல்வமும், இதுவரை சேர்த்துவைத்த நவமணிப்
பெட்டியும், உயிர் பிரியும்போது, உடன் வருமோ?
கூறுவாயாக!

..869..

தேடாத தேட்டினரே செங்கைத் துலாக்கோல்போல்
வாடாச் சமன்நிலையில் வாழ்வார் பராபரமே. 234

பொழிப்புரை:

புறஉலகில் ஈட்டமுடியாத, இறைவனது திருவருளைப்
பெற்ற அடியார்கள், தராசுபோல தளர்வில்லாச் சம
நிலையில் வாழ்பவராவர்.

..870..

நீராய்க் கசிந்துஉருகி நெட்டுயிர்த்து நின்றேனைப்
பாராதது என்னோ பகராய் பராபரமே. 235

பொழிப்புரை:

நீர்போல் உள்ளம் கசிந்து உருக, பெருமூச்சு விட்டு நின்ற
என்னை ஏறெடுத்துப் பாராதது ஏன் என்று கூறுவாயாக!

..871..

உள்ள பொருள்ஆவி உடல்மூன்றும் அன்றேதான்
கொள்ளைகொண்ட நீஎன் குறைதீர் பராபரமே. 236

பொழிப்புரை:

உடல், பொருள், ஆவி என்று மூன்றையும் அப்பொழுதே கொள்ளை அடித்த நீ, என் குறையைத் தீர்த்து வைப்பாயாக!

..872..

ஆழ்ந்தாயே இவ்உலகில் அல்லல்எல்லாம் தீர்ந்துஅருளால்
வாழ்ந்தாயே என்றனைநீ வாழி பராபரமே. 237

பொழிப்புரை:

'இவ்வுலக வாழ்வில் மூழ்கிக் கிடந்த நீ, எமது அருளால் துன்பமெல்லாம் தீர்ந்து வாழ்ந்தாயே!' என்று கூறியருளிய நீவிர் வாழ்வீராக!

..873..

தாரா அருளைஎல்லாம் தந்துஎனையும் நின்அருளில்
வாராயோ என்றனைநீ வாழி பராபரமே. 238

பொழிப்புரை:

பிறருக்குத் தந்து அருளாத அருளை எல்லாம் அடியேனுக்குத் தந்தருளி, 'எனது திருவருளில் வந்து பொருந்தாயோ?' எனக் கேட்ட நீவிர் வாழ்வீராக!

..874..

ஆசைஉன்மீது அல்லால் அருள்அறிய வேறும்ஒன்றில்
பாசம்வையேன் நின்கருணைப் பாங்கால் பராபரமே. 239

பொழிப்புரை:

நினது திருவருளின் தன்மையால் உன்மீது ஆசை வைத்தேனே தவிர, திருவருள் சாட்சியாக வேறு எதன் மீதும் பற்று வைக்கமாட்டேன்.

..875..

ஆதிஅந்தம் நீகுருவாய் ஆண்டதுஅல்லால் நின்னைஅன்றிப்
போதனையும் உண்டோ புகலாய் பராபரமே.   240

பொழிப்புரை:

தொடக்கம் முதலே நீயே குருவாய் வந்து போதித்து
ஆட்கொண்டது அல்லாமல், நின்னை அன்றி எனக்குப்
போதனை செய்ய எவர் உளர்? கூறுவாயாக!

..876..

தான்ஆக வந்து தடுத்துஆண்டு எனைஇன்ப
வான்ஆகச் செய்தஇன்ப வானே பராபரமே.   241

பொழிப்புரை:

தானாக முன்வந்து, தடுத்து ஆட்கொண்டு, என்னை
இன்பத்தின் உச்சத்திற்குக் கொண்டு சென்ற, இன்பத்தின்
எல்லையே!

..877..

பற்றுஅற்று இருக்கும்நெறி பற்றின் கடல்மலையும்
சுற்ற நினைக்கும்மனம் சொன்னேன் பராபரமே.   242

பொழிப்புரை:

பற்றற்ற நெறியினைப் பற்றி நிற்க முயற்சிக்கும் போது
தான், என்மனம் கடல் மலை என எல்லா இடங்களிலும்
சுற்றித் திரிய நினைக்கிறது. இதனையும் உன்னிடம்
சொல்லி வைக்கிறேன்.

..878..

படிப்புஅற்றுக் கேள்விஅற்றுப் பற்றுஅற்றுச் சிந்தைத்
துடிப்புஅற்றார்க்கு அன்றோ சுகம்காண் பராபரமே. 243

பொழிப்புரை:

படித்த படிப்பை விட்டு, கேள்வி ஞானத்தை விட்டு, பற்று விட்டு, சிந்தை விட்டு நின்றவர்க்கு அன்றோ, பேரின்பம் கிட்டும்.

..879..

சத்துஆகி நின்றோர் ஜடங்கள் இலிங்கம்என
வைத்தாரும் உண்டேஎன் வாழ்வே பராபரமே. 244

பொழிப்புரை:

எனது வாழ்வே! சிவமாம் தன்மை பெற்றவரின் உடல்களைப் புதைத்து, அதன்மேல் சிவலிங்கம் வைத்தவரும் உண்டு! உடலையே சிவலிங்கமாக மாற்றிக் கொண்டவரும் உண்டு என்க. (பட்டினத்தார் வரலாறு நினைக).

..880..

சித்த நிருவிகற்பம் சேர்ந்தார் உடல்தீபம்
வைத்தகர்ப்பூ ரம்போல் வயங்கும் பராபரமே. 245

பொழிப்புரை:

நிருவிகற்ப சமாதி என்னும் இரண்டற்ற தன்மையிலான நிட்டை கூடியவர் உடல், தீப்பற்றிய கற்பூரம்போல கரைந்து காணாமல் போகும். (மாணிக்கவாசகர் வரலாறு நினைக).

..881..

ஆதிகா லத்தில்எனை ஆண்டனையே இப்பால்நீ
போதிஎனில் எங்கேநான் போவேன் பராபரமே. 246

பொழிப்புரை:

தொடக்க காலத்தில் அடியேனை ஆட்கொண்டு அருள் செய்துவிட்டு, இப்பொழுது, 'நீ போய்விடு!' என்று கூறினால், நான் எங்கே போவேன்.

..882..

நாவழுத்தும் சொல்மலரோ நாள்உதிக்கும் பொன்மலரோ
தேவைஉனக்கு இன்னதுஎன்று செப்பாய் பராபரமே. 247

பொழிப்புரை:

நாவால் புகழ்ந்து பாடும் சொல்லால் ஆன பாமாலையேோ, அல்லது நாளும் பூக்கும் அழகிய பூக்களால் ஆன பூமாலையேோ, ஆகிய இரண்டில் உனக்கு எது தேவை? என்று கூறிவிடுவாயாக!

..883..

கன்னல்தரும் பாகாய்ப் கருப்புவட்டாய்க் கற்கண்டாய்
இன்னமுதாய் என்உள் இருந்தாய் பராபரமே. 248

பொழிப்புரை:

கரும்பஞ்சாறாகவும், வெல்லக்கட்டியாகவும், கற்கண்டு ஆகவும், இனிய அமுதமாகவும், எப்பொழுதும் நீ என்னுள் இருக்கிறாய்!

..884..

சிற்பரமே தற்பரமே தெய்வச் சுருதிசொன்ன
அற்புதமே அன்பே அறிவே பராபரமே. 249

பொழிப்புரை:

தூய அறிவினனே! தன்னில் தானாய் விளங்கும் மேலான வனே! தெய்வ மறை புகழ்ந்து பேசும் அற்புதமே! அன்பே! அறிவே!

..885..

அறிவிப்பான் நீஎன்றால் ஐம்புலம்க டந்துஅந்
நெறிநிற்பார் யாரே நிகழ்த்தாய் பராபரமே. 250

பொழிப்புரை:

அறிவிப்பவன் நீயாக இருக்கிறபடியால், ஐம்புலன்களைக் கடந்து மெய்ந்நெறியில் நிற்பவர் யார் என்று சொல்வது? (ஐம்புலன்களை வென்றால் மெய்ஞ்ஞானி ஆகலாமா? திருவருள் துணை இருந்தால் மெய்ஞ்ஞானி ஆகலாமா? என்பதே கேள்வி).

..886..

அந்தக் கரணம்எனும் ஆகாத பேய்கள்எனை
வந்துபிடித்து ஆட்ட வழக்கோ பராபரமே. 251

பொழிப்புரை:

அகக்கருவிகளாக விளங்கும் மனம், புத்தி, அகங்காரம், சித்தம் என்னும் பேய்கள் என்னை வந்து பிடித்து ஆட்டிப் படைப்பது, என்ன முறையோ?

..887..

ஐவரொடும் கூடாமல் அந்தரங்க சேவைதந்த
தெய்வ அறிவே சிவமே பராபரமே. 252

பொழிப்புரை:

ஐம்பொறிகளின் வழி செல்லாமல், மிகவும் இரகசிய மாகக் காட்சி தந்து, என்னை ஆட்கொண்ட ஞானமே! செம்பொருளே!

..888..

அருள்ஆகி நின்றசுகம் ஆகாமல் ஐயோ
இருள்ஆகி நிற்க இயல்போ பராபரமே. 253

பொழிப்புரை:

திருவருளுக்கு உடம்பட்டவனாகிக் கிடைத்த பேரின்பத்தை நுகராமல், ஐயகோ! இருளாகிய ஆணவமல வசப்பட்டு நிற்றல் இயல்பாகுமோ?

..889..

அன்பர்எல்லாம் இன்பம் அருந்திடவும் யான்ஒருவன்
துன்புறுதல் நன்றோநீ சொல்லாய் பராபரமே. 254

பொழிப்புரை:

நினது அடியார்கள் எல்லாம் இன்பம் பருகிடவும், நான் ஒருவன் மட்டும் துன்புறுதல் நல்லதோ? நீயே விடை கூறுவாயாக!

..890..

சந்ததமும் நின்கருணை சாற்றுவதுஅல் லால்வேறு
சிந்தை அறியேன்உன் சித்தம் பராபரமே. 255

பொழிப்புரை:

எப்பொழுதும் நினது திருவருளைப் புகழ்ந்து பேசுவதைத் தவிர, வேறு எண்ணம் ஒன்றும் இல்லாதவனாய் இருக்கிறேன்; உன் சித்தமே என் சித்தமும் ஆகும்.

..891..

நான்நான் எனக்குளறும் நாட்டத்தால் என்னைவிட்டுப்
போனாலும் உன்னைவிட்டுப் போகேன் பராபரமே. 256

பொழிப்புரை:

நான்நான் என்று தன்முனைப்பு காட்டி உளறிக் கொண்டு திரிவதால், நீ என்னை விட்டுப் போகவும் வாய்ப்புண்டு; அப்படி நீ பிரிந்து போனாலும் உன்னை விட்டு நான் பிரிய மாட்டேன்.

..892..

இக்காயம் பொய்என்றோர் ஈட்டத்து உனக்குஅபயம்
புக்காதார் உண்டோ புகலாய் பராபரமே. 257

பொழிப்புரை:

இவ்வுடம்பு பொய் (நிலை இல்லாதது) என அறிந்தோர் திருக்கூட்டத்துள், உன்னிடம் அடைக்கலம் புகாதவரும் உண்டோ? கூறுவாயாக!

..893..

தான்ஆதல் பூரணமே சாரும்இடம் உண்டுஉயிரும்
வான்ஆதி யும்ஒழுங்காய் மன்னும் பராபரமே. 258

பொழிப்புரை:

உயிர்களிடத்தும், வானம் முதலான பூதங்களிடத்தும், நீக்கமற நிறைந்து நிற்கும் முழுமுதலே! அவைகள் ஒழுங்காய்ச் சார்ந்து நிற்க உதவும் நிலைக்களமே! அடியேனுக்கும் திருவருளே நிலையாகத் தங்கும் இடம் ஆகும்.

..894..

உன்னும்மனம் கர்ப்பூர உண்டைபோ லேகரைய
மின்னும்ஆ னந்த விளக்கே பராபரமே. 259

பொழிப்புரை:

நினைக்கின்ற மனமானது கற்பூரக்கட்டி போலக் கரைய, ஒளிவிடும் பேரின்பப் பெருஞ்சுடர் விளக்கே!

..895..

நான்பட்டு அலைந்த நடுக்கம்எலாம் தீரஉனக்கு
ஆள்பட்டும் துன்பம்எனக்கு ஆமோ பராபரமே. 260

பொழிப்புரை:

நீண்டகாலமாக அலைந்து பட்ட நடுக்கம் எல்லாம் தீருமாறு உனக்கு அடிமைப்பட்டேன்; அவ்வாறு அடிமைப் பட்ட பிறகும், அடியேன் துன்பப்படுதல் நியாயமோ?

..896..

பாவிபடும் கண்கலக்கம் பார்த்தும்இரங் காதுஇருந்தால்
ஆவிக்கு உறுதுணையார் ஐயா பராபரமே. 261

பொழிப்புரை:

ஐயா! பாவியாகிய நான் படுகின்ற துன்பம் அனைத்தையும் பார்த்திருந்தும், இரக்கம் காட்டாது இருந்தால், என் உயிருக்கு உற்ற துணையாவார் யாருளர்?

..897..

நின்நிறைவே தாரகமாய் நின்றுசுகம் எய்தாமல்
என்நிறைவே பாவித்தேன் என்னே பராபரமே. 262

பொழிப்புரை:

நின்னுடைய நிறைவே நிலைக்களம் என்று நின்று, இன்பம் எய்தாமல், என்னுடைய நிறைவையே பாவித்து இருந்தேன்; இது என்னே இழிவு!

..898..

நின்னைச் சரண்புகுந்தால் நீகாக்கல் வேண்டும்அல்லால்
என்னைப் புறம்விடுதல் என்னே பராபரமே. 263

பொழிப்புரை:

உன்னை நான் சரண் அடைந்ததால், நீதானே என்னைக் காப்பாற்ற வேண்டும். அதனைத் தவிர்த்து, என்னைத் தனியே விடுதல் என்ன நியாயம்?

..899..

மாறாத துன்பம்எல்லாம் வந்துஉரைத்தால் நின்செவியில்
ஏறாத வாறுஏது இயம்பாய் பராபரமே. 264

பொழிப்புரை:

என்னை விட்டு நீங்காத துன்பங்கள் குறித்து உன்னிடம் வந்து சொன்னால், நினது திருச்செவியில் அது ஏறுவது இல்லையே! அது ஏன்? சொல்லுவாயாக!

..900..

விஞ்சுபுலப் பாடுஅனைத்தும் வீறுதுன்பம் செய்யவந்த
அஞ்சுபுல வேடருக்கும் ஆற்றேன் பராபரமே. 265

பொழிப்புரை:

மேலான அறிவு அனைத்தையும் அழித்து, பெரும்துன்பம் செய்யவந்த ஐம்புல வேடர்களைக் கண்டு அஞ்சுகிறேன்; அவர்களைச் சமாளிக்க முடியவில்லை.

..901..

கன்னம் கரியநிறக் காமாதி ராக்ஷசப்பேய்க்கு
என்னைஇலக்கு ஆகவைத்தது என்னே பராபரமே. 266

பொழிப்புரை:

அறியாமை ஆகிய மிகுந்த இருளாம் கரியநிறப் பேய் களாகிய காமம் முதலியவற்றுக்கு என்னைப் பலியாகத் தந்தது ஏனோ?

..902..

சித்திநெறி கேட்டல் ஜெகமயக்கம் ஜன்மம்அற
முக்திநெறி கேட்டல் முறைகாண் பராபரமே. 267

பொழிப்புரை:

அணிமா முதலிய சித்திகளைக் கேட்டுப் பெறுதல் உலக மயக்கமே ஆகும். பிறவி அறுமாறு வீடுபேறு கேட்டுப் பெறுவதே முறைமை என்பதை அறிவாயாக!

..903..

சிந்தை சிதையச் சிதையாத ஆனந்தம்
எந்தவகை யாலேவந்து எய்தும் பராபரமே. 268

பொழிப்புரை:

மனம் அழிந்தால், அழியாத பேரின்பம் வந்து கைகூடும் என்பர். அது எந்த வகை நெறியால், வந்து கைகூடும்?

..904..

கூர்த்தஅறி வால்அறியக் கூடாது எனக்குரவன்
தேர்த்தபடி தானே திரிந்தேன் பராபரமே. 269

பொழிப்புரை:

'கூர்மையான உலகியல் அறிவு கொண்டு, இறைவனை அறிய முற்படக் கூடாது!' என என்குரு உபதேசித்தபடியே, அவன் தெளிவிக்கவே நான் தெரிந்து கொண்டேன்.

..905..

பக்தர் அருந்தும் பரமசுகம் யான்அருந்த
எத்தனைநாள் செல்லும் இயம்பாய் பராபரமே. 270

பொழிப்புரை:

நின்மீது அன்புடையோர் அருந்தி மகிழும் மேலான இன்பத்தை, யான் அருந்தி மகிழ, இன்னும் எத்தனை நாள் ஆகும்? கூறுவாயாக!

..906..

தீரத்தி னால்துறவு சேராமல் இவ்வுலகில்
பாரத் தனம்பேசல் பண்போ பராபரமே. 271

பொழிப்புரை:

மனஉறுதியின் காரணமாக துறவு நெறியை அடையாமல், இவ்வுலகில் தற்பெருமை பேசுதல் பண்பாகுமோ?

..907..

இந்த வெளியினைஉண்டு ஏப்பம்இடப் பேரறிவாத்
தந்தவெளிக் கேவெளியாய்ச் சார்ந்தேன் பராபரமே. 272

பொழிப்புரை:

பூதவெளியாகிய ஆகாயத்தைத் திருவருளால் கண்டு (உண்டு) தெளிவுபெற்று (ஏப்பம் விட்ட) பேரறிவாய் விளங்கும் வெட்ட வெளியை, அடியேன் வெளிப் படையாகப் பெற்றேன்.

..908..

உணர்த்தும்உனை நாடாது உணர்ந்தவையே நாடி
இணக்குறும்என் ஏழைமைதான் என்னே பராபரமே. 273

பொழிப்புரை:

உயிருக்கு உயிராய் நின்று, நீ உணர்த்தும் உண்மையினை உணராது, முன்னமே உணர்ந்த உலகியல் பொருள் களையே நாடும், என்னுடைய அறியாமை, எவ்வளவு வலிமை உடையது?

..909..

உண்டுபோல் இன்றாம் உலகைத் திரம்எனஉள்
கொண்டுநான் பெற்றபலன் கூறாய் பராபரமே. 274

பொழிப்புரை:

உள்ளது போல் காட்டி, அழிய இருக்கும் உலகத்தை, 'உறுதி!' என உள்ளத்தில் பதித்து, நான் பெற்ற பயன் யாது? சொல்லுவாயாக!

..910..

உள்ளபடி யாதும்என உற்றுஉணர்ந்தேன் அக்கணமே
கள்ளமனம் போனவழி காணேன் பராபரமே. 275

பொழிப்புரை:

'திருவருள் ஆணையின்படியே அனைத்தும் நிகழ்கிறது'
என்பதை உள்ளபடி நான் உணரத்தலைப்பட்டவுடன்,
அந்தக் கணத்திலேயே எனது வஞ்சனை பொருந்திய
மனம் என்னைவிட்டுப் புறப்பட்டு போய் விட்டது; அது
போன வழியும் தெரியவில்லை.

..911..

சித்தம் மவுனம் செயல்வாக்கு எலாம்மவுனம்
சுத்த மவுனம்என் பால் தோன்றின் பராபரமே. 276

பொழிப்புரை:

தூய மௌனமானது எனக்குக் கைகூடுமாயின், என்
மனம் மௌனமாகும்; சொல் மௌனமாகும்; செயல்
மௌனமாகும்; இவ்வாறு அனைத்தும் மௌனமாகும்.

..912..

எண்ணில்பல கோடிஉயிர் எத்தனையோ அத்தனைக்கும்
கண்ணில் கலந்தஅருள் கண்ணே பராபரமே. 277

பொழிப்புரை:

எண்ணிச் சொல்ல முடியாத பல கோடி உயிர்கள்
அத்தனையிலும், அவற்றின் கண்களில் கலந்த அருட்
கண்ணாக (கண் ஒளியாக) நீயே விளங்குகின்றாய்.

..913..

எனக்குஇனியார் உன்போலும் இல்லைஎன்றால் யானும்
உனக்குஇனியான் ஆகா உளவுஏன் பராபரமே. 278

பொழிப்புரை:

எனக்கு இன்பம் பயப்பவர், உன்னைப்போல் வேறொருவர் இல்லை என்னும்போது, யான் மட்டும் உனக்கு இனிமை உடையவன் ஆகாதது எதனாலோ?

..914..

அண்டபிண்டம் காணேன் அகமும் புறமும்ஒன்றாக்
கண்டஎன்னை நீகலந்த காலம் பராபரமே. 279

பொழிப்புரை:

எனக்கு உள்ளும் புறம்பும் என்னுடன் ஒன்றாக என்னைக் கலந்த காலம் ஒன்று உண்டல்லவா? அது முதல் அண்டம் பிண்டம் எனப்படும் உலகம், உடல் என்னும் இவை பற்றி ஒன்றும் அறியேன்.

..915..

எத்தனையோ கோடி எடுத்துஎடுத்துச் சொன்னாலும்
சித்தம் இரங்கிலைஎன் செய்வேன் பராபரமே. 280

பொழிப்புரை:

எத்தனை கோடி முறை என் குறைகளை எடுத்துஎடுத்து தேவரீர் முன்பு கூறினாலும், தங்களது சித்தம் இரக்கம் காட்டவில்லையே! இதற்கு நான் என்ன செய்வேன்?

..916..

அன்றுஅந்த நால்வருக்கும் அற்புதமாய் நீஉரைத்தது
ஒன்றுஅந்த வார்த்தைஎனக்கு உண்டோ பராபரமே. 281

பொழிப்புரை:

அன்று அந்த சனகன் முதலிய முனிவர் நான்கு பேருக்கும், அற்புதமாக நீவிர் உரைத்த அந்த ஒரு வார்த்தை, இன்று எனக்கும் உண்டோ?

..917..

அப்பன்என்றும் அன்னைஎன்றும் ஆரியன்என் றும்உனையே
செப்புவதும் உன்நிலையின் சீர்காண் பராபரமே. 282

பொழிப்புரை:

தந்தை என்றும், தாய் என்றும், ஆசாரியன் என்றும், உன்னை அனைவரும் சொல்லி அழைப்பது, உனது தன்மையின் சிறப்பினை உணர்த்தும் மெய்ம்மொழிகள். (உபசார வழக்கன்று).

..918..

கட்டும் கனமும்அந்தக் காலர்வரும் போதுஎதிர்த்து
வெட்டும் தளமோ விளம்பாய் பராபரமே. 283

பொழிப்புரை:

உறவு, செல்வம் முதலிய பந்தமும், செல்வாக்கும், அந்த எமனார் வரும்போது, எதிர்த்து நின்று, வெட்டி வீழ்த்தும் படை ஆகுமோ? சொல்லுவாயாக!

..919..

பேசாத மோனநிலை பெற்றுஅன்றோ நின்அருள்ஆம்
வாசாம் அகோசரந்தான் வாய்க்கும் பராபரமே. 284

பொழிப்புரை:

பேசாத மௌனநிலையை அடைந்த பிறகுதானே, நினது திருவருளாகிய பேச்சு இறந்த பெருவெளியில் வசிக்கும் நிலை வாய்க்கும்.

..920..

கற்றாலும் கேட்டாலும் காயம்அழி யாதசித்தி
பெற்றாலும் இன்பம்உண்டோ பேசாய் பராபரமே. 285

பொழிப்புரை:

உலகியல் நூல்களைக் கற்பதாலும், பிறர் பாடம் சொல்லக் கேட்பதாலும், உடல் அழியாமல் இருக்கும் காயசித்தி பெற்றாலும், இன்பம் கைகூடுமோ? கூறுவாயாக!

..921..

கண்டவடிவு எல்லாம் கரைக்கின்ற அஞ்சனம்போல்
அண்டம்எல்லாம் நின்அருளே அன்றோ பராபரமே. 286

பொழிப்புரை:

மை தீட்டப்பட்ட பொருள்கள் அனைத்தும், மையின் நிறத்தைப் பெறுவதுபோல உலகம் அனைத்தும் நின் திருவருளின் வடிவமே அன்றோ?

922..

தன்செயலால் ஒன்றும்இலை தான்என்றால் நான்பாவி
நின்செயலாய் நில்லா நினைவுஏன் பராபரமே. 287

பொழிப்புரை:

என் செயலால் ஆகப் போவது ஒன்றும் இல்லை; அவ்வாறிருக்க பாவியாகிய நான், 'எல்லாம் நின் செயல்!' என்னும் நினைவு கொள்ளாது, இருப்பது ஏன்?

..923..

கொலைகளவு கள்காமம் கோபம்விட்டால் அன்றோ
மலைஇலக்கா நின்அருள்தான் வாய்க்கும் பராபரமே. 288

பொழிப்புரை:

கொலை, களவு, கள், காமம், கோபம் முதலிய குற்றங்களை விட்டு, நல்லொழுக்கத்தில் நின்றால் அல்லவோ, மலை இலக்குபோல் பெரிய குறிக்கோளாய் விளங்கும், நுமது திருவருள் விளங்கித் தோன்றும்.

..924..

தன்னைஅறி யாதுஜகம் தானாய் இருந்துவிட்டால்
உன்னை அறியஅருள் உண்டோ பராபரமே. 289

பொழிப்புரை:

தன்னைத் தான் யாரென்று அறியாது, உலகம் உடல் என்ற அளவில் இருந்துவிட்டால், உன்னை அறிய திருவருள் துணை செய்யுமோ? (செய்யாது).

..925..

ஒன்றுஇரண்டுஎன்று உன்னா உணர்வுகொடுத்து உள்ளபடி
என்றும்என்னை வையாய் இறையே பராபரமே. 290

பொழிப்புரை:

சீவனும் சிவனும் ஒன்றா, இரண்டா என்ற எண்ண மெல்லாம் வராதபடி, உள்ள ஓர் உணர்வினை எனக்குத் தந்து, இறையே! எப்பொழுதும் என்னை உன்னோடு வைத்திருப்பாயாக!

..926..

கருதும்அடி யார்கள்உளம் காணவெளி ஆகும்
துரியநிறைவு ஆன சுகமே பராபரமே. 291

பொழிப்புரை:

எப்பொழுதும் துரியத்தில் நின்று, நின்னை நினைவு செய்யும் அடியார்கள் காண, வெறும் வெட்டவெளியாய் விளங்கும் பேரின்பமே!

..927..

பொய்குவித்த நெஞ்சன்அருள் பொற்புஅறிந்து திக்குஅனைத்தும்
கைகுவித்து நிற்பதுஎந்தக் காலம் பராபரமே. 292

பொழிப்புரை:

பொய்யைக் குவித்து வைத்திருக்கும் மனம் உடைய வனாகிய நான், அருளின் பெருமையறிந்து, எல்லா திசைகளை நோக்கியும், கைகூப்பி வணங்கி நிற்பது, எப்பொழுது?

..928..

அத்வைதம் ஆன அயிக்ய அனுபவமே
சுத்தநிலை அந்நிலையார் சொல்வார் பராபரமே. 293

பொழிப்புரை:

இரண்டற்று ஐக்கியப்பட்ட அனுபவமே சுத்தநிலை; அந்நிலை குறித்து விளக்கிக் கூற யாரால் முடியும்?

..929..

வைத்த சுவர்அலம்பின் மண்போமோ மாயையினோர்க்கு
எத்தனைபோ தித்தும்என்ஆம் எந்தாய் பராபரமே.   294

பொழிப்புரை:

எம் தந்தையே! மண்ணால் சுவர் அமைத்துவிட்டு, அதனைத் தண்ணீர் விட்டு கழுவினால், சுவர் முழுவதுமாகக் கரையுமோ? மாயை வசப்பட்டவர்க்கு, எவ்வளவுதான் நூலறிவு கொண்டு போதனை செய்தாலும், அதனால் ஒரு பயனும் விளையாது.

..930..

பூட்டுஅற்றுத் தேகம்அற்றுப் போகும்முன்னே நின்அருளைக்
காட்டத் தகாதோஎன் கண்ணே பராபரமே.   295

பொழிப்புரை:

என் கண்ணே! நரம்புக் கட்டுகள் தளர்ந்து, இந்த உடல் விழும் முன்பே, நினது திருவருளைக் காட்டி அருளினால், அதுஎன்ன தகாத செயல் என்று ஆகிவிடுமா?

..931..

சொல்லில் பதர்களைந்து சொல்முடிவு காணாதார்
நெல்லில் பதர்போல நிற்பார் பராபரமே.   296

பொழிப்புரை:

சொல்லில் காணப்படும் பதர் போன்ற வீணான சொற் களைக் களைந்துவிட்டு, சொல்லின் உண்மை முடிபைக் காணாதவர், நெல்லில் பதர்போல் பயனற்றவர் ஆவர்.

..932..

அழுக்காற்றால் நெஞ்சம் அழுங்கியபுன் மாக்கள்
இழுக்காற்றால் இன்பநலம் எய்தார் பராபரமே. 297

பொழிப்புரை:

பொறாமையால் மனம் புழுங்கும் இழிந்த விலங்கு போல்வார், தீயநெறியில் சென்று, பெற வேண்டிய இன்பங்களைப் பெறாது இழப்பர்.

..933..

தேகாதி பொய்எனவே தேர்ந்தஉப சாந்தருக்கு
மோகாதி உண்டோ மொழியாய் பராபரமே. 298

பொழிப்புரை:

உடல் முதலியன பொய் என்று அறிந்த நல்ல சாந்த குணம் உள்ளவர்க்கு, மோகம் முதலிய குற்றங்கள் உண்டாகுமோ? கூறுவாயாக!

..934..

சாதனைஎல் லாம்அவிழத் தற்போதம் காட்டாதோர்
போதனைநீ நல்குவதுஎப் போதோ பராபரமே. 299

பொழிப்புரை:

சாதனை எல்லாம் நழுவ, தற்போதம் காட்டாத பேர்க்கு, நீ போதனை செய்வது எப்பொழுது?

..935..

ஒன்றும்அறி யாஇருள்ஆம் உள்ளம் படைத்தஎனக்கு
என்று கதிவருவது எந்தாய் பராபரமே. 300

பொழிப்புரை:

எம் தந்தையே! ஒன்றும் அறியாத இருள் உள்ளம் படைத்த எனக்கு, எப்பொழுது முத்திநிலை கைகூடும்?

..936..

சிந்திக்குந் தோறும்என்உள் சிற்சுகமாய் ஊற்றுஊறிப்
புந்திக்குள் நின்றஅருள் பொற்பே பராபரமே. 301

பொழிப்புரை:

நினைக்கும் தோறும், என் உள்ளத்தின் உள்ளே, பேரின்ப ஊற்றாய் ஊறி நின்று, புத்திக்குள் பேரருளைச் செய்யும், திருவருள் பொலிவே!

..937..

என்றும்அடைந் தோர்கட்கு இரங்கார் குறிப்புஅனைத்தும்
கன்றைஉதை காலி கதைகாண் பராபரமே. 302

பொழிப்புரை:

தன்னை வந்து சரண் அடைந்தவர்க்கு, எப்பொழுதும் மனம் இரங்காதது, தாய்ப் பசுவிடம் பால் உண்ணச் சென்ற கன்றை, பசு உதைப்பது போன்ற செயலாகும்.

..938..

குற்றம் குறைய குணம்மே லிடஅருளை
உற்றவரே ஆவிக்கு உறவுஆம் பராபரமே. 303

பொழிப்புரை:

குற்றம் குறையவும், குணம் மேலோங்கவும், ஆக அருளைப் பெற்றவரே, தன் உயிருக்கு உறவாக இருக்க முடியும். (அவர் உயிருக்கு அவர் செய்யும் உபகாரம் அதுவே என்பது கருத்து).

..939..

ஓர்உரையால் வாய்க்கும்உண்மைக்கு ஓர்அனந்த நூல்கோடிப்
பேருரையால் பேசில்என்ன பேறுஆம் பராபரமே. 304

பொழிப்புரை:

ஒரு சொல்லால் பெறவேண்டிய மெய்யைப் பெறுவதை விடுத்து, நூலில் பேசப்பட்டுள்ள பலகோடி வார்த்தைகளை விரித்துப் பேசுவதால், என்ன பயன் விளையப் போகிறது?

..940..

சொல்லும் சமயநெறிச் சுற்றுக்கு ளேசுழலும்
அல்லல் ஒழிவதுஎன்றைக்கு ஐயா பராபரமே. 305

பொழிப்புரை:

ஐயா! பலவாக விரித்துச் சொல்லப்படும், சமயநெறி என்னும் வட்டத்துக்குள், சுழன்று திரியும் துன்பம், நீங்குவது எப்பொழுது?

..941..

பிடித்ததையே ஸ்தாபிக்கும் பேரா ணவத்தை
அடித்துத் துரத்தவல்லார் ஆர்காண் பராபரமே. 306

பொழிப்புரை:

தான் கொண்ட கொள்கையே மேலானது என்று நிலை நிறுத்தும் பெரிய ஆணவத்தை அடித்து விரட்ட வல்லவர் யார் இருக்கிறார்கள்?

..942..

நேசத்தால் நின்னை நினைக்கும் நினைவுஉடையார்
ஆசைக் கடலில் அழுந்தார் பராபரமே. 307

பொழிப்புரை:

அன்பினால் நின்னை நினைக்கும் நினைவினைக் கொண்டவர், ஆசையாகிய கடலிலே மூழ்கமாட்டார்.

..943..

கள்ளாது கட்டுணவும் காரியமோ நான்ஒருசொல்
கொள்ளாத தோஷம்அன்றோ கூறாய் பராபரமே. 308

பொழிப்புரை:

ஒரு பொருளையும் திருடாதவன், திருட்டுக் குற்றம் இழைத்தான் எனச் சிறைப்படுவது முறையாகுமோ? நான் குருவின் ஒரு சொல்லால் ஆன உபதேசத்தை கேளாதது அன்றோ குற்றம்? கூறுவாயாக!

..944..

சென்றஇடம் எல்லாம் திருஅருளே தாரகமா
நின்றவர்க்கே ஆனந்த நிஷ்டை பராபரமே. 309

பொழிப்புரை:

எவ்விடத்துச் சென்றாலும், அவ்விடம் எங்கும் திருவருளையே ஆதரவாகக் கொள்பவர்க்குப் பேரின்ப நிட்டையானது கைகூடும்.

..945..

நீட்சி குறுகல்இல்லா நித்யசுகா ரம்பஜக
சாக்ஷிஆம் உன்னைவந்து சார்ந்தேன் பராபரமே. 310

பொழிப்புரை:

நீளுதலும் குறுகுதலும் இல்லாததும், நிலைத்ததும், பேரின்பத் தொடக்கமும், உலக சாட்சியாயும் விளங்கும், உன்னை வந்து சரண் அடைந்தேன்.

..946..

வான்ஆதி தத்துவமாய் மன்னிநின்ற காரணநீ
நான்ஆகி நிற்பதுஎந்த நாளோ பராபரமே. 311

பொழிப்புரை:

ஆகாயம் முதலிய தத்துவமாகவும், நிலைத்து நிற்கும் அவற்றுக்குக் காரணமாகவும், விளங்குபவன் நீ; நீ, நான் என்று ஆகி என்னுடன் நிற்பது எப்பொழுதோ?

..947..

காஷ்டத்தில் அங்கி கடையவந்தால் என்னஉன்னும்
நாட்டத்தி னூடுவந்த நட்பே பராபரமே. 312

பொழிப்புரை:

விறகுக்கட்டையில் உள்ள நெருப்பை, ஒரு கட்டையோடு மற்றொரு கட்டை கொண்டு கடைந்து வெளிப்படுத்தல் போல உன்னை நினைக்க நினைக்கவே உன்னுடைய நட்பு கைகூடும்.

..948..

நித்திரையாய்த் தானே நினைவுஅயர்ந்தால் நித்தம்நித்தம்
செத்தபிழைப்பு ஆனதுஎங்கள் செய்கை பராபரமே. 313

பொழிப்புரை:

(தியானம் செய்து நினைவு தப்பாமல்) தூக்கத்தால் நினைவு தப்ப வாழும் வாழ்க்கை, நாள்தோறும் செத்துப் பிழைப்பது போன்ற தன்மை உடையது.

..949..

இன்பநிஷ்டை எய்தாமல் யாதுஎனினும் சென்றுமனம்
துன்புறுதல் வன்பிறவித் துக்கம் பராபரமே. 314

பொழிப்புரை:

இன்பம் தரும் நிட்டை கூடாமல், எந்த ஒன்றை மனம் பற்றினாலும், அதனால் துன்பமும் கொடிய பிறவியும் உண்டாகும்.

..950..

பொய்அகல மெய்ஆன போதநிலை கண்டோர்க்குஓர்
ஐயம்இலை ஐயம்இலை ஐயா பராபரமே. 315

பொழிப்புரை:

பொய்ப்பொருளை பொய் என ஒதுக்கி, மெய்ப்பொருளை மெய் எனக் கொள்ளும், அறிவு வாய்க்கப் பெற்றவர்க்கு, வீட்டுநெறி வாய்க்கும்; இதில் எந்த ஓர் ஐயமும் கொள்ள வேண்டாம்.

..951..

மந்திரத்தை உன்னி மயங்காது எனக்குஇனிஓர்
தந்திரத்தை வைக்கத் தகாதோ பராபரமே. 316

பொழிப்புரை:

மந்திரம் செபித்து, அதிலேயே காலம் கழித்து மயங்காது, எனக்கு ஒரு உபாயம் சொல்லித் தந்தால், அது உனக்குத் தகாதோ?

..952..

விண்கருணை பூத்ததுஎன்ன மேவி உயிர்க்குஉயிராய்த்
தண்கருணை தோன்றஅருள் தாய்நீ பராபரமே. 317

பொழிப்புரை:

வான் மழை பயன் கருதாது இரங்கி அருள் செய்வது போல உயிருக்கு உயிராய் நிற்கும் நீ, நினது திருவருளைப் பொழியும் அருள் தாயாய் இருப்பாயாக!

..953..

தன்மயமாய் நின்றநிலை தானேதான் ஆகிநின்றால்
நின்மயமாய் எல்லாம் நிகழும் பராபரமே. 318

பொழிப்புரை:

தானே தானாய் நிற்கும் முழுமுதற் பொருளே தலைவன் என்றும், உயிர்கள் அடிமை என்றும், தான் அதுவாய் நிற்க, உயிருக்கு வேண்டிய அனைத்தும் கிடைக்கும்.

..954..

ஏங்கிஇடை யும்நெஞ்சம் ஏழையைநீ வாஎன்றே
பாங்குபெறச் செய்வதுஉன்மேல் பாரம் பராபரமே. 319

பொழிப்புரை:

திருவருளைப் பெற ஏக்கம் கொண்டு, நைகின்ற மனம் உடைய அறிவிலியை, 'நீ வா!' என்று கூறி, சிறப்புறுமாறு செய்வது தேவரீரது கடமை ஆகும்.

..955..

ஆண்டநின்னை நீங்கா அடிமைகள்யாம் ஆணவத்தைப்
பூண்டதுஎன்ன காமம் புகலாய் பராபரமே. 320

பொழிப்புரை:

எங்களை ஆட்கொண்ட உங்களுக்கு நாங்கள் அடிமைகள்; அவ்வாறு இருக்க, ஆணவ மலத்தை ஓர் அணிகலனாகப் பூண்டது என்ன விருப்பத்தாலோ? கூறுவாயாக!

..956..

எங்கணும்நீ என்றால் இருந்தபடி எய்தாமல்
அங்கும்இங்கும் என்றுஅலையல் ஆமோ பராபரமே. 321

பொழிப்புரை:

எங்கும் நினது திருவருளே நீக்கமற நிறைந்துள்ளது என்னும்போது, இருந்த இடத்திலிருந்து அத்திருவருளைப் பெறுவதை விடுத்து, அங்கு இருக்கிறார், இங்கு இருக்கிறார் என்று கூறிக்கொண்டு அலைந்து திரியலாமோ?

..957..

கற்கும்மது உண்டு களித்ததுஅல்லால் நின்அருளில்
நிற்கும்மது தந்ததுஉண்டோ நீதான் பராபரமே. 322

பொழிப்புரை:

நூல்களைக் கற்பதால் வரும் இன்பமாகிய தேனினை உண்டு மகிழ்ந்தது அல்லாமல், நினது திருவருளில் நிற்கும் அதனால் ஏற்படும் இன்பமாகிய தேனைத் தந்து அருளியது உண்டோ?

..958..

அண்டபகி ரண்டம் அறியாத நின்வடிவைக்
கண்டவரைக் கண்டால் கதிஆம் பராபரமே. 323

பொழிப்புரை:

அண்டத்திலும் பேரண்டத்திலும் தேடி அறிய முடியாத நின் திருவுருவை, முன்னமே கண்டவரைக் கண்டால், வீடுபேறு சித்திக்கும்.

..959..

கலக்கம்உற நெஞ்சைக் கலக்கித் திரும்பத்
துலக்குபவன் நீஅலையோ சொல்லாய் பராபரமே. 324

பொழிப்புரை:

வினைக்கு ஈடாக முதலில் மனத்தைத் துன்பம் உறுமாறு செய்து, அவ்வினை கழிந்தபின், அம்மனத்தைத் தூய்மைப் படுத்தி, அருள் செய்பவனும் நீ அல்லவோ?

..960..

சிந்தையும்என் போலச் செயல்அற்று அடங்கிவிட்டால்
வந்ததுஎலாம் நின்செயலா வாழ்வேன் பராபரமே. 325

பொழிப்புரை:

அடியேன் செயலற்று அடங்கி இருப்பதுபோல என் மனமும் செயலற்று அடங்கிவிடுமாயின், அதன்பிறகு செயலனைத்தும், நின்செயலாய் ஏற்று வாழ்ந்துவிடுவேன்.

..961..

பந்தம்எலாம் தீரப் பரஞ்ஜோதி நீகுருவாய்
வந்த வடிவை மறவேன் பராபரமே. 326

பொழிப்புரை:

எனது தளை எல்லாம் நீங்குமாறு, மேலான சுடரே! நீ குருவாய் வந்த, அந்த தோற்றத்தை எப்பொழுதும் மறக்க மாட்டேன்.

..962..

தான்அந்தம் ஆன சகஜ நிருவிகற்ப
ஆனந்த நிஷ்டைஅருள் ஐயா பராபரமே. 327

பொழிப்புரை:

ஐயனே! தற்போதம் அழிந்துபட்ட நிலையில், இயல்பானதும், வேறுபாடு இல்லாததும், பேரின்பத்தை வழங்குவதும், ஆகிய நிட்டையைத் தந்து அருளுவாயாக!

..963..

அல்லல்எல்லாம் தீரஎனக்கு ஆனந்தம் ஆகஒரு
சொல்லைஎன்பால் வைத்ததைஎன் சொல்வேன் பராபரமே. 328

பொழிப்புரை:

என்னுடைய பிறவித் துன்பம் எல்லாம் தீருமாறு, பேரின்பம் பயக்கும் ஒரு சொல்லை உபதேசமாக என்னிடம் தந்து அருளியது குறித்து, என்ன சொல்லி வியப்பேன்?

..964..

சிந்தை மயக்கம்அறச் சின்மயமாய் நின்றஉன்னைத்
தந்தஉனக்கு என்னையும்நான் தந்தேன் பராபரமே. 329

பொழிப்புரை:

அடியேனது சிந்தையில் குடிகொண்டிருந்த அறியாமை மயக்கம் தீர, அறிவுமயமாய் நின்ற உன்னைத் தந்து அருளிய உனக்கு, என்னையும் நான் ஈடாகத் தந்தேன்.

..965..

மைகாட்டும் மாயை மயக்கம்அற நீகுருவாய்க்
கைகாட்ட வும்கனவு கண்டேன் பராபரமே. 330

பொழிப்புரை:

கருமாயை ஆகிய அறியாமை தீர, நீ குருவாய் எழுந்தருளி, சின்முத்திரை காட்டும் கனவு ஒன்று கண்டேன்.

..966..

மால்வைத்த சிந்தை மயக்குஅறஎன் சென்னிமிசைக்
கால்வைக்க வும்கனவு கண்டேன் பராபரமே. 331

பொழிப்புரை:

மயங்கி நிற்கும் அறிவில் உள்ள அறியாமை மயக்கம் தீருமாறு, என் தலைமீது கால் பதிப்பதுபோல் கனவு ஒன்று கண்டேன்.

..967..

மண்ஆன மாயைஎல்லாம் மாண்டுவெளி ஆகஇரு
கண்ஆர வும்கனவு கண்டேன் பராபரமே. 332

பொழிப்புரை:

மண் முதலிய மாயையின் காரியம் அனைத்தும் அழிந்து பட, வெட்டவெளி இருப்பதைக் கண்ணாரக் காண்பது போல் ஒரு கனவு கண்டேன்.

..968..

மண்நீர்மை யாலே மயங்காதுஉன் கையால்என்
கண்ணீர் துடைக்கவும்நான் கண்டேன் பராபரமே. 333

பொழிப்புரை:

இந்த உலக வாழ்க்கையில் கிடந்து உழன்று மயங்காது, உன் கையினால் என் கண்ணீரைத் துடைக்கும் ஒரு காட்சியையும், என் மனத்திரையில் கண்டேன்.

..969..

உள்ளது உணரா உணர்விலிமா பாவிஎன்றா
மெள்ளமெள்ளக் கைநெகிழ விட்டாய் பராபரமே. 334

பொழிப்புரை:

மெய்ப்பொருள் உண்மையை, உள்ளது உள்ளபடி உணராத, பெரும்பாவி என்பதாலோ, மெள்ள மெள்ள என்னைக் கைவிட்டு விட்டாய்?

..970..

எல்லாம் நினதுசெயல் என்றுஎண்ணும் எண்ணமும்நீ
அல்லால் எனக்குஉளதோ ஐயா பராபரமே. 335

பொழிப்புரை:

ஐயனே! 'எல்லாம் நின்னுடைய செயலே' என்று நினைக்கும் நினைப்பும், நின்தயவால் அல்லாமல் எனக்கு உதயமாகுமோ?

..971..

பந்தம் மயக்குஇருக்கப் பற்றுஒழிந்தேன் என்றுஉளறும்
இந்த மயக்கம் எனக்குஏன் பராபரமே. 336

பொழிப்புரை:

பொருட்சார்பு, உயிர்ச்சார்பு என்னும் இரு வகைப் பற்றுக்களையும் பற்றி நிற்கும் அறியாமை என்னிடம் இருக்கவும், 'பற்று விட்டேன்' என்று உளறும் இந்த மயக்கம் எனக்கு ஏன் வந்தது?

..972..

காட்சிஎல்லாம் கண்ணைவிடக் கண்டதுஉண்டோ யாதினுக்கும்
ஆட்சி உனதுஅருளே அன்றோ பராபரமே. 337

பொழிப்புரை:

உலகத்திலுள்ள பொருள்களை எல்லாம் காணும் காட்சி என்பது கண்இன்றி நிகழுமோ? அதுபோல எல்லாவற்றின் இயக்கமும் நினது திருவருளின் துணையின்றி நிகழுமோ?

..973..

எட்டுத் திசையும்ஒன்றாய் இன்பமாய் நின்றஉன்னை
விட்டுப் பிரியஇடம் வேறோ பராபரமே. 338

பொழிப்புரை:

எட்டு திசைகளிலும் நீக்கமற ஒன்றாய், பேரின்பமயமாய் நின்ற உன்னைப் பிரிந்து செல்ல, வேறு தனியே ஓர் இடம் எங்குள்ளது?

..974..

பிரியாது உயிர்க்குஉயிராய்ப் பின்னம்அற ஓங்கும்
செறிவே அறிவே சிவமே பராபரமே. 339

பொழிப்புரை:

உயிரை விட்டுப் பிரியாது, எப்பொழுதும் உயிருக்கு உயிராய், வேறுபாடுஇன்றி நின்று, கலந்து நிற்கும் செறிவே! பேரறிவே! செம்பொருளே!

..975..

ஏதுஏது சொன்னாலும் எள்அளவும் நீஇரங்காச்
சூதுஏது எனக்குஉளவு சொல்லாய் பராபரமே. 340

பொழிப்புரை:

என்னதான் நான், எனது குறைகளை பலமுறை விதந்து ஓதினாலும், ஓர் எள்அளவு கூட மனம் இரங்கா வஞ்சனை உனக்கு எங்கிருந்து வந்தது? வெளிப் படையாக எடுத்துரைப்பாயாக!

..976..

கற்பனையாப் பாடுகின்றேன் கண்ணீரும் கம்பலையும்
சொற்பனத்தும் காணேன்என் சொல்வேன் பராபரமே. 341

பொழிப்புரை:

கண்ணீர் சோரவும், உடல் நடுக்கம் கொள்ளவுமாக நின்று, உன்னைப் பற்றி கற்பனையாக நான் பாடிக் கொண்டிருக்கிறேன்; உன்னை நான் கனவில்கூட கண்ட தில்லை; இதற்கு நான் என்ன சொல்லுவேன்?

..977..

வன்புஒன்று நீங்கா மனதுஇறப்ப மாறாப்பேர்
அன்புஒன்றும் போதும்எனக்கு ஐயா பராபரமே. 342

பொழிப்புரை:

ஐயனே! கடினத்தன்மை உடைய எனது மனம் இறந்து படவும், அதற்கு மாறாக, நினது திருவடியின் கீழ் அன்பு செய்து வாழவும், அருள் செய்வையேல், அதுவே போதுமானது.

..978..

ஏதும் தெரியா எளியேனை வாஎனநின்
போதநிலை காட்டின் பொறாதோ பராபரமே. 343

பொழிப்புரை:

ஒன்றும் அறியாத எளியவனாகிய என்னை, 'அருகில் வா!' எனக் கூறி அழைத்து, திருவடி ஞானத்தை வழங்கினால், அதை என்னால் சுமக்க முடியாது என்று நினைக்கிறாயோ?

..979..

ஓராமல் எல்லாம் ஒழிந்தேற்குஉன் தெய்வஅருள்
தாராது இருக்கத் தகுமோ பராபரமே. 344

பொழிப்புரை:

இந்த உலகநடை எதனையும் அறியாமல், அனைத்திலிருந்தும் பற்று விட்டு நிற்கும் எனக்கு, உனது தெய்வத் திருவருளைத் தராது இருக்க, அது தகுதி உடைய செயலா?

..980..

மோனம் தரும்ஞானம் ஊட்டி எனக்குஉவட்டா
ஆனந்த வாழ்க்கை அருளாய் பராபரமே. 345

பொழிப்புரை:

மௌனம் தரும் ஞானத்தை முதலில் எனக்குப் புகட்டி, அதன்பின் தெவிட்டாத பேரின்பப் பெருவாழ்வு வாழ, எனக்கு அருள்செய்வாயாக!

..981..

வாடுமுகம் கண்டுஎன்னை வாடாம லேகாத்த
நீடும் கருணை நிறைவே பராபரமே. 346

பொழிப்புரை:

தேவரீரைக் காணாமல் அடியேன் முகம் வாடவும், அதுகண்டு அம்முகம் வாடாதவாறு என்னைக் காத்து அருள்செய்த நீண்ட பெரிய திருவருளே! பெருநிறைவே!

..982..

புந்தியினால் நின்அடியைப் போற்றுகின்ற மெய்அடியார்
சிந்தைஇறப் போநின் தியானம் பராபரமே. 347

பொழிப்புரை:

அறிவில் நினது திருவடியை வைத்துப் போற்றுகின்ற மெய்யடியார்களது மனம் இறந்துபடும் நிலைதானே தியானம் எனப்படுகிறது.

..983..

உனக்குஉவமை யாக்கருணை உள்ளவரும் வன்மைக்கு
எனக்குஉவமை ஆனவரும் இல்லை பராபரமே. 348

பொழிப்புரை:

உன் அருளுக்கு ஒப்பான அருள் உள்ளவரும், என் வன்மத்துக்கு ஒப்பான வன்மனம் உள்ளவரும், இவ்வுலகில் இல்லை. அதனால் இவ்விரண்டு தன்மைகளும் உவமை கூற முடியாத தன்மைகள்.

..984..

தாய்இருந்தும் பிள்ளை தளர்ந்தாற்போல் எவ்இடத்தும்
நீஇருந்தும் நான்தளர்ந்து நின்றேன் பராபரமே. 349

பொழிப்புரை:

பெற்ற தாய் உடன்இருக்கவும், பிள்ளை தளர்வடைந்தது போல எல்லா இடத்திலும் நீ நீக்கமற நிறைந்திருந்தும், நான் தளர்ந்து நிற்கிறேன்.

..985..

வாயால் கிணறுகெட்ட வாறேபோல் வாய்பேசிப்
பேய்ஆனார்க்கு இன்பம்உண்டோ பேசாய் பராபரமே. 350

பொழிப்புரை:

கிணற்றின் வாய் திறந்திருக்க, வேண்டாத பொருள்களை எல்லாம் மக்கள் அதனுள் கொட்ட, அக்கிணறு தூர்ந்தது போல வெறும் வாயினால் ஞானம் பேசி, பேய் போல் திரிபவர்க்கு, இன்பம் வாய்க்குமோ? கூறுவாயாக!

..986..

பாவம்என்றால் ஏதும் பயம்இன்றிச் செய்யஇந்த
ஜீவனுக்குஆர் போதம் தெரித்தார் பராபரமே. 351

பொழிப்புரை:

தீயவினைகளை எந்தவித அச்சமும் இன்றி, தொடர்ந்து செய்துவர, இந்தச் சீவனுக்கு, அறிவு புகட்டியவர் யாராக இருப்பர்?

..987..

இன்ப நிருவிகற்பம் இன்றேதா அன்றுஎனிலோ
துன்பம் பொறுப்புஅரிது சொன்னேன் பராபரமே. 352

பொழிப்புரை:

இன்பம் பயக்கும் இரண்டற்ற நிட்டையை இன்றே எனக்குத் தந்துவிடு! அவ்வாறு தராது ஒழியின், வர இருக்கும் துன்பத்தை என்னால் பொறுத்துக் கொள்ள முடியாது; எதற்கும் முன்கூட்டியே சொல்லி வைக்கிறேன்.

..988..

கற்கும்நிலை கற்றால் கருவிஅவி ழாதுஅருளாய்
நிற்கும்நிலை கற்பதுவே நீதம் பராபரமே. 353

பொழிப்புரை:

உலகியல் அறிவு பெறக் கற்கும் கல்வியால் தத்துவங்கள் நம்மை விட்டுக் கழலாது. திருவருளாய் திருவருளில் ஒன்றி நிற்கக் கற்பதுவே நீதி ஆகும்.

..989..

காச்சச் சுடர்விடும்பொன் கட்டிபோல் நிர்மலமாய்ப்
பேச்சற் றவரே பிறவார் பராபரமே. 354

பொழிப்புரை:

சுடச்சுட ஒளிவிடும் பொன்கட்டி போல மலமற்றவராய், பேச்சற்ற மௌன நிலை பெற்றவரே, பிறவா நெறி பெற்றவர் ஆவார்.

..990..

பற்றுஒழிந்து சிந்தைப் பதைப்புஒழிந்து தானேதான்
அற்றிருப்பது என்றைக்கு அமைப்பாய் பராபரமே. 355

பொழிப்புரை:

உலகப்பற்றை ஒழித்து, சிந்தையில் தடுமாற்றத்தை நீக்கி, தானே, தான் என்னும் நினைப்பற்று இருப்பதை, எப்பொழுது எனக்கு அமைத்துத் தருவாய்?

..991..

உருவெளிதான் வாதவூர் உத்தமர்க்குஅல் லால்இனமும்
குருவழிநின் றார்க்கும்உண்டோ கூறாய் பராபரமே. 356

பொழிப்புரை:

திருவாதவூரில் அவதரித்த உத்தமராகிய மணிவாசகருக்குத் திருமேனி தாங்கி வந்து அருளினை; அதுபோல் இனி மேலும் குருவாய் வந்து அருள் செய்வீரோ? சொல்லுவீராக!

..992..

தேகம்யா தேனும்ஒரு சித்திபெற ஜீவன்முக்தி
ஆகும்நெறி நல்லநெறி ஐயா பராபரமே. 357

பொழிப்புரை:

ஐயனே! இந்த உடம்பை கற்பூரம்போல் கரைக்கவோ, சிவலிங்கமாக மாற்றவோ, உடம்புடன் சமாதிக் குகைக்குள் இருக்கவோ, என இவற்றில் ஏதேனும் ஒரு சித்தி அடைதலே, சீவன் முத்தி ஆகும். அந்த சீவன் முத்தியைத் தரும் நெறியே நல்ல நெறி.

..993..

உலகநெறி போல்ஜடலம் ஓய உயிர்முக்தி
இலகும்எனல் பந்த இயல்போ பராபரமே. 358

பொழிப்புரை:

உலகில் இயல்பாய் நிகழும் உடல் கீழே விழுவதும், உயிர் பிரிவதும், ஆக நிகழும் செயல், மீண்டும் பிறப்புக்கு வழிவகுப்பதாகவே அமையும்.

..994..

பரமாப் பரவெளியாப் பார்ப்பதுஅல்லால் மற்றுஎவர்க்கும்
திரம்ஏதும் இல்லைநன்றாத் தேர்ந்தேன் பராபரமே. 359

பொழிப்புரை:

பரசிவனை பரவெளியாகப் பார்ப்பது தவிர, ஏனைய எந்நிலையை எட்டிய எவர்க்கும் எந்தத் திறமையும் இல்லை என்பதை நன்றாகத் தேர்ந்து தெரிந்து கொண்டேன்.

..995..

தேடுவேன் நின்அருளைத் தேடும்முன்னே எய்தில்நடம்
ஆடுவேன் ஆனந்தம் ஆவேன் பராபரமே. 360

பொழிப்புரை:

நினது திருவடியாக விளங்கும் உமது திருவருளையே எப்பொழுதும் தேடிக் கொண்டிருப்பேன்; தேடும் முன்பே கிடைத்துவிட்டால், மகிழ்ச்சியால், இன்பக் கூத்து ஆடுவேன்; பேரின்பமயமாய் மாறிவிடுவேன்.

..996..

உள்ளம் குழைய உடல்குழைய உள்இருந்த
கள்ளம் குழையஎன்று காண்பேன் பராபரமே. 361

பொழிப்புரை:

அகத்தவம் எனப்படும் தியானம் செய்வதால் உள்ளம் உருகவும், உடல் இளைக்கவும், மனத்தில் இருந்த வஞ்சனை நீங்கவும், ஆக இவை நிகழ்வதை எப்பொழுது காணப் போகிறேன்?

..997..

பட்டப் பகல்போலப் பாழ்த்தசிந்தை மாளின்எல்லாம்
வெட்டவெளி ஆக விளங்கும் பராபரமே. 362

பொழிப்புரை:

ஆணவ மல இருள் விலகி, வீணான மனம் பட்டப்பகல் போல் வெளுத்து இறந்துபடின், எல்லாம் வெறும் வெளியாகும் காட்சி கிடைக்கும்.

..998..

பார்க்கின்அணுப் போல்கிடந்த பாழ்ஞ்சிந்தை மாளின்என்னை
யார்க்குச் சரிஇடலாம் ஐயா பராபரமே. 363

பொழிப்புரை:

ஐயா! பார்க்க ஓர் அணுபோல மிகச் சிறியதாய் இருக்கும் வீணான மனம் இறந்துபடின், என்னை யாருக்கு வேண்டுமானாலும் ஒப்பிடலாம்.

..999..

பாட்டுக்கோ அன்பினுக்கோ பக்திக்கோ அன்பர்தங்கள்
நீட்டுக்குஎல் லாம்குறுகி நின்றாய் பராபரமே. 364

பொழிப்புரை:

அன்பர்கள் தங்கள்மீது பாடிய பாடல்களுக்கு மட்டுமா? அன்புக்கு மட்டுமா? அவர்கள் தங்கள்மீது வைத்த பக்திக்கு மட்டுமா? மேலும் அவர் இழுத்த இழுப்புக்கு எல்லாம் உடன் சென்றும், உதவி செய்தும், உன் பெருமையைக் குறைத்துக் காட்டிக் கொள்கிறாயே!

..1000..

முத்தாந்த வித்தே முளைக்குநில மாய்எழுந்த
சித்தாந்த மார்க்கச் சிறப்பே பராபரமே. 365

பொழிப்புரை:

வீடுபேற்று இன்பத்துக்கு மூலமே! அது முளைக்கும் நிலமாய், உலகில் விளங்கித் தோன்றும் சித்தாந்தப் பெருநெறியே! அந்நெறியின் சிறப்பே!

..1001..

உன்னா வெளியாய் உறங்காத பேருணர்வாய்
என்ஆவிக்கு உள்ளே இருந்தாய் பராபரமே. 366

பொழிப்புரை:

நினைத்தற்கு அரிய வெளியாகவும், உறங்காத பேருணர் வாகவும், என் உயிருக்கு உள்ளே உயிராய் இருந்து அருள் செய்தாய்.

..1002..

தத்துவம்எல் லாம்அகன்ற தன்மையர்க்குச் சின்மயம்ஆம்
நித்தமுக்த சுத்த நிறைவே பராபரமே. 367

பொழிப்புரை:

தத்துவ தாத்துவிகங்கள் அனைத்தையும் கடந்து நின்ற ஞானியர்க்கு; அறிவுமயமாயும், நிலைத்ததாயும், வீடு பேறாயும், தூயதாயும், நிறைவாயும் விளங்கும் பொருளே!

..1003..

உள்ளக் கொதிப்புஅகல உள்உள்ளே ஆனந்த
வெள்ள மலர்க்கருணை வேண்டும் பராபரமே.   368

பொழிப்புரை:

உள்ளத்தில் தோன்றும் நினைவுஅலைகள் அகலுமாறு, என் உள்ளத்தின் உள்ளே பேரின்ப வெள்ளமாகிய மலர் போன்ற மென்மையான திருவருள் மலர வேண்டும்.

..1004..

என்னைப் புரப்பதுஅரு ளின்கடன்ஆம் என்கடன்ஆம்
நின்னில் பணிஅறவே நிற்கை பராபரமே.   369

பொழிப்புரை:

என்னைக் காப்பாற்ற வேண்டியது திருவருளின் கடமையாக இருக்கிறது; என் கடமை எதுவெனில், நின்னில் ஒன்றி, எப்பணியும் செய்யாது இருப்பது.

..1005..

தானேஆம் நன்னிலையைத் தந்தஅருள் ஆனந்த
வானே மனாதீத வாழ்வே பராபரமே.   370

பொழிப்புரை:

தானே ஆகிற நல்லநிலையை இந்த உயிருக்குத் தந்தருளிய, பேரின்ப வெளியே! மனம் கடந்த பெரிய வாழ்வே!

..1006..

மண்ஆதி பூதம்எல்லாம் வைத்திருந்த நின்நிறைவைக்
கண்ஆரக் கண்டு களித்தேன் பராபரமே. 371

பொழிப்புரை:

மண்முதல் நாதம் ஈறாகச் சொல்லப்பட்ட தத்துவங்கள் முப்பத்தாறையும், தன் முழுநிறைவுக்குள் வைத்து இருந்த தன்மையினைக் கண்ணாரக் கண்டேன்; கண்டு இன்பம் உற்றேன்.

..1007..

அறியாமை ஈதுஎன்று அறிவித்த அன்றேதான்
பிறியா அருள்நிலையும் பெற்றேன் பராபரமே. 372

பொழிப்புரை:

'அறியாமையாகிய ஆணவ மலம் இது' என்று அறிவித்த அன்றே, தன்னை விட்டுப் பிரியாது இருக்கும் திரு வருளையும் பெற்றேன்.

..1008..

தீதுஎனவும் நன்றுஎனவும் தேர்ந்துநான் தேர்ந்தபடி
ஏதும் நடக்கஒட்டாது என்னே பராபரமே. 373

பொழிப்புரை:

இது தீமை தருவது, இது நன்மை செய்வது, என ஆராய்ந்து முடிவு செய்த பின்னரும்; தீமையை அகற்றி, நன்மையை மட்டும் செய்ய இயலவில்லையே! அது ஏன்?

..1009..

கண்ட அறிவுஅகண்டா காரம்என மெய்அறிவில்
கொண்டவர்க்கே முக்தி கொடுப்பாய் பராபரமே. 374

பொழிப்புரை:

குறுகிய அறிவே, எல்லையற்ற அறிவாய் விரிவடையும் மெய்யறிவு உடையவருக்கே வீட்டுநெறி அருளுவாய் போலும்.

..1010..

ஈறுஆக வல்வினைநான் என்னாமல் இன்பசுகம்
பேறுஆம் படிக்குஅடிமை பெற்றேன் பராபரமே. 375

பொழிப்புரை:

வலிய வினையின் காரியம் எல்லாம் முற்றுப்பெற, நான் என்னும் தன்முனைப்பும் அறுபட, இன்பம் பெறும் பாக்கியத்தை அடியேன் பெற்றேன்.

..1011..

பெற்றார் அனுபூதி பேசாத மோனநிலை
கற்றார் உனைப்பிரியார் கண்டாய் பராபரமே. 376

பொழிப்புரை:

பேசாத மௌனநிலையைக் கற்றவர் இறைஅனுபூதி பெற்றவர் ஆவார்; அவர் எப்பொழுதும், உன்னைப் பிரிந்து வாழார்.

..1012..

நீயேநான் என்று நினைப்பும் மறப்பும்அறத்
தாயே அனையஅருள் தந்தாய் பராபரமே. 377

பொழிப்புரை:

நீயே, நான் என்று, உன்னில் என்னை ஏற்றுக்கொண்டு, நினைப்பு மறப்பு அறுமாறு செய்து, தாய் போல் இருந்து அருள் செய்தனை!

..1013..

சஞ்சலம்அற்று எல்லாம்நீ தான்என்று உணர்ந்தேன்என்
அஞ்சலியும் கொள்ளாய் அரசே பராபரமே.   378

பொழிப்புரை:

என்னுடைய மனக்கவலை அனைத்தும் தீர்ந்துபோக, எல்லாம் நீதான் என்று உணர்ந்து கொண்டேன்; எனது வணக்கத்தையும், அரசே! ஏற்றுக் கொள்வாயாக!

..1014..

பூதம்முதல் நாதம்வரை பொய்என்ற மெய்யர்எல்லாம்
காதலித்த இன்பக் கடலே பராபரமே.   379

பொழிப்புரை:

ஐம்பூதங்கள் முதல் நாதம் வரை சொல்லப்பட்ட முப்பத்தாறு தத்துவங்களும் பொய் எனவே, கண்டுகொண்ட மெய்யர்கள் அனைவரும் காதலித்த இன்பக் கடலே!

..1015..

வாக்குமனம் ஒன்றுபட்ட வார்த்தைஅல்லால் வெவ்வேறாய்ப்
போக்குடைய வார்த்தை பொருந்தேன் பராபரமே.   380

பொழிப்புரை:

மனம் நினைப்பதை வாயால் சொல்லும் சொல் தவிர, வெவ்வேறான போக்குடைய சொற்களைப் பேசமாட்டேன்.

..1016..

வன்மைஇன்றி எல்லாம் மதித்துஉணர்வார்க்கு ஆகெடுவேன்
தன்மைஒன்றும் தோயாத் தடையோ பராபரமே. 381

பொழிப்புரை:

மனத்தின் வலிமை இன்றி, எல்லாவற்றையும் திருவருளாலே அறியும் தேவரீருக்கு, அடியேன்பால் பொருந்துவதற்குத் தடைஏதும் உளதோ? அப்படி இருப்பின், ஐயோ! கெடுவேன்.

..1017..

பக்தர்சித்தர் வாழிபரி பக்குவர்கள் வாழிசெங்கோல்
வைத்தவர்கள் வாழிகுரு வாழி பராபரமே. 382

பொழிப்புரை:

தேவரீரிடத்து பக்தி செய்தவர் வாழ்க! சித்தி பெற்றோர் வாழ்க! பரிபக்குவம் அடைந்த ஆன்மாக்கள் வாழ்க! செங்கோல் கொண்டு அரசாட்சி செய்யும் அரசர்கள் வாழ்க! எமது குருநாதர் வாழ்க!

..1018..

கல்லாதேன் ஆனாலும் கற்றுஉணர்ந்த மெய்அடியார்
சொல்லாலே நின்னைத் தொடர்ந்தேன் பராபரமே. 383

பொழிப்புரை:

அடியேன் கல்வி கல்லாதவன் ஆயினும், கற்று உன்னை உணர்வால் உணர்ந்த மெய்யடியார் சொல்கேட்டு நடந்து, உன்னைப் பின்தொடர்ந்தேன்.

..1019..

சொல்இறப்பச் சற்குருவாய்த் தோன்றிச் சுகம்கொடுத்த
நல்லவர்க்கே கொத்தடிமை நான்காண் பராபரமே. 384

பொழிப்புரை:

பேச்சு அற்ற, மௌன சற்குருவாய் எழுந்தருளி, இன்பம்
தந்த நல்லவர்க்கே, நான் கொத்தடிமை என்பதைக்
காணுவீராக!

..1020..

முக்திக்கு வித்துஆன மோனக் கரும்புவழி
தித்தித் திடவிளைந்த தேனே பராபரமே. 385

பொழிப்புரை:

வீடுபேற்றுக்கு வாயிலாய் (விதையாய்) விளங்கும்
மௌனம் என்னும் கரும்பின் வழியாக இனிப்பு தருமாறு
ஒழுகிய தேனே!

..1021..

நித்திரையும் பாழ்த்த நினைவும்அற்று நிற்பதுவோ
சுத்த அருள்நிலைநீ சொல்லாய் பராபரமே. 386

பொழிப்புரை:

உறக்கத்தையும், வீணான எண்ணங்களையும், விட்டு
ஒழித்து நிற்கும் நிலைதான், சுத்த அருள்நிலை என்று
சொல்லப்படுமோ? கூறுவாயாக!

..1022..

மண்ணும் மறிகடலும் மற்றுஉளவும் எல்லாம்உன்
கண்ணில் இருக்கவும்நான் கண்டேன் பராபரமே. 387

பொழிப்புரை:

நிலமும், இந்நிலத்தைச் சூழ்ந்துள்ள அலை வீசும் கடலும், மற்றும் உள்ள எல்லாப் பொருள்களும், உன் கண்அசைவில் இயங்குவதை நான் கண்டேன்.

..1023..

பூட்டிவைத்து வஞ்சப் பொழிவழியே என்தனைநீ
ஆட்டுகின்றது ஏதோ அறியேன் பராபரமே. 388

பொழிப்புரை:

தத்துவக் கூட்டங்களோடு என்னைப் பூட்டி வைத்து, வஞ்சனை நிறைந்த பொறிகளின் வழி என்னை, நீ ஆட்டுவிப்பது ஏன் என்று அறியேன்.

..1024..

பொய்உணர்வாய் இந்தப் புழுக்கூட்டைக் காத்திருந்தேன்
உய்யும் வகையும் உளதோ பராபரமே. 389

பொழிப்புரை:

நிலை இல்லாத, இந்த புழுக்களுடன் கூடிய கூடாகிய உடம்பை, நிலையானது என பொய்யாய் அறிந்து, வீணே காலம் கடத்திக் கொண்டிருந்தேன்; இதிலிருந்து தப்பிப் பிழைக்க வழியும் உண்டோ?

44. பைங்கிளிக்கண்ணி

..1025..

அந்தமுடன் ஆதி அளவாமல் என்அறிவில்
சுந்தரவான் ஜோதி துலங்குமோ பைங்கிளியே. 1

பொழிப்புரை:

பசிய நிறமுடைய கிளியே! திருவருளின் முடிவையும் தொடக்கத்தையும் அளந்து பார்க்க முடியாதல்லவா? அதனால் என்னுடைய சிற்றறிவில் அழகிய மேலான பேரொளி வெளிப்படுமோ?

..1026..

அகம்மேவும் அண்ணலுக்குஎன் அல்லல்எல்லாம் சொல்லிச்
சுகம்ஆன நீபோய்ச் சுகம்கொடுவா பைங்கிளியே. 2

பொழிப்புரை:

என் உள்ளத்தின் உள்ளே தங்கியிருக்கும் எம்தலைவனுக்கு, நான் படும் துன்பம் அனைத்தையும் எடுத்துக் கூறி, சுகம் (கிளி) என்று பெயர் பெற்ற நீ போய் சுகம் (இன்பம்) கொண்டு வந்து சேர்ப்பாயாக! (பைங்கிளியே என்பதன் பொருளை வரும் பாடல்களிலும் இணைத்துப் பொருள் காண்பீராக).

..1027..

ஆவிக்குள் ஆவிஎனும் அற்புதனார் சிற்சுகம்தான்
பாவிக்கும் கிட்டுமோ சொல்லாய்நீ பைங்கிளியே. 3

பொழிப்புரை:

உயிருக்கு உயிராய் விளங்கும் வியத்தகு பெருமானின் அறிவின்பம், இந்த பாதகனுக்கும் கிடைக்குமோ? கூறுவாயாக!

..1028..

ஆரும்அறி யாமல்எனை அந்தரங்கம் ஆகவந்து
சேரும் படிஇறைக்குச் செப்பிவா பைங்கிளியே. 4

பொழிப்புரை:

யாரும் அறியாதபடி, மறைவாக என்னிடம் வந்து புணரும் படி, அந்த இறைவருக்குச் செய்தி சொல்லி வருவாயாக!

..1029..

ஆறுஆன கண்ணீர்க்குஎன் அங்கபங்கம் ஆனதையும்
கூறாதது என்னோ குதலைமொழிப் பைங்கிளியே. 5

பொழிப்புரை:

மழலை மொழி பேசும் பசுமை நிறக்கிளியே! கண்களில் நீர் ஆறாகப் பெருகி, என் உடலை நனைத்து, அதன் அழகைக் கெடுத்த தன்மையை, என் தலைவனுக்கு எடுத்துக் கூறாதது ஏனோ?

..1030..

இன்புஅருள ஆடைஅழுக்கு ஏறும்எமக்கு அண்ணல்சுத்த
அம்பரம்ஆம் ஆடை அளிப்பானோ பைங்கிளியே. 6

பொழிப்புரை:

அழுக்கு ஏறிய ஆடை உடுத்தியுள்ள எனக்கு, எம் தலைவன் தூயவெளி எனப்படும் வெள்ளை ஆடையை உடுத்தத் தருவானோ? தந்து அதன்பின் இன்பம் அருளுவானோ?

..1031..

உன்னாமல் ஒன்றுஇரண்டுஎன்று ஓராமல் வீட்டுநெறி
சொன்னான் வரவும்வகை சொல்லாய்நீ பைங்கிளியே. 7

பொழிப்புரை:

சீவனும் சிவனும் ஒன்று என்றும், இரண்டு என்றும் நினையாமலும், ஆராயாமலும்; 'இரண்டற்றது' என்னும் இந்த ஒரு வீட்டு நெறியை, அடியேனுக்குச் சொல்லி அருளிய குருவை, மற்றும் ஒருமுறை வரவழைக்கும் வழியைக் கூறுவாயாக!

..1032..

ஊரும்இலார் பேரும்இலார் உற்றார்பெற் றாருடனே
யாரும்இலார் என்னை அறிவாரோ பைங்கிளியே. 8

பொழிப்புரை:

என் தலைவனுக்கோ, ஊரில்லை; பேரில்லை; உற்றார் இல்லை; பெற்றோர் இல்லை; மற்றபடி யாருமே இல்லை; அவ்வாறிருக்க என்னை மட்டும் அறிந்து கொள்வாரோ?

..1033..

ஊரைப்பா ராமல்எனக்கு உள்அகத்து நாயகனார்
சீரைப்பார்த் தால்கருணை செய்வாரோ பைங்கிளியே. 9

பொழிப்புரை:

பிறந்து வளர்ந்த ஊர் எது என்று பாராமல், என் உள்ளத்தில் ஏற்பட்டிருக்கும் பரிபாக நிலையைப் பார்த்தால், எம் தலைவர் எனக்கு, அருள்செய்ய மாட்டாரோ?

..1034..

என்று விடியும் இறைவாஓ என்றுஎன்று
நின்றநிலை எல்லாம் நிகழ்த்தாய்நீ பைங்கிளியே. 10

பொழிப்புரை:

இறைவா! ஐயகோ! பொழுது எப்பொழுது விடியும் (ஆணவ இருள் விலகும்) என்றுஎன்று, ஏங்கி நின்ற நிலையை எல்லாம், நீ எடுத்துக் கூறுவாயாக!

..1035..

எந்தமட லூடும் எழுதா இறைவடிவைச்
சிந்தைமட லாஎழுதிச் சேர்ப்பேனோ பைங்கிளியே.   11

பொழிப்புரை:

ஏட்டில் எழுத முடியாத இறைவனது வடிவத்தினை, எனது மனமாகிய ஏட்டிலே எழுதி, அவன் கையில் கிடைக்குமாறு கொடுத்து அனுப்புவேனோ?

..1036..

கண்ணுள்மணி போல்இன்பம் காட்டி எனைப்பிரிந்த
திண்ணியரும் இன்னம்வந்து சேர்வாரோ பைங்கிளியே.   12

பொழிப்புரை:

என் கண்ணினுள் கருமணி போல விளங்கும் எம் தலைவன், என்னுடன் பொருந்தி, எனக்கு இன்பம் தந்து, பிரிந்து போய்விட்டான்; அப்படிப்பட்ட வலியமனம் படைத்தவன் மீண்டும் வந்து என்னுடன் சேர்வானோ?

..1037..

ஏடுஆர் மலர்சூடேன் எம்பெருமான் பொன்அடிஆம்
வாடா மலர்முடிக்கு வாய்க்குமோ பைங்கிளியே.   13

பொழிப்புரை:

இதழ்களுடன் கூடிய வாடுகின்ற மலர்களை என் தலையில் சூடிக்கொள்ள மாட்டேன்; என்னுடைய தலைவனின் அழகிய வாடா மலராகிய திருவடியைத் தலைமேல் சூட்டிக் கொள்ளக் காத்திருப்பேன்; அது எப்பொழுது நிகழுமோ?

..1038..

கல்லேன் மலரேன் கனிந்தஅன்பே பூஜைஎன்ற
நல்லோர்பொல் லாஎனையும் நாடுவரோ பைங்கிளியே. 14

பொழிப்புரை:

ஞானநூல்களைக் கற்கமாட்டேன்; திருவடியின்மீது அன்பு கொண்டு, எனது உள்ளக் கமலத்தை மலரச் செய்யமாட்டேன்; 'கனிந்த அன்பே பூசை' என்று எப்பொழுதும் அன்பைப் பொழியும் நல்லவர்கள், என்னையும் ஒரு பொருட்டாக மதிப்பரோ?

..1039..

கண்டதனைக் கண்டு கலக்கம் தவிர்எனவே
விண்டபெரு மானையும்நான் மேவுவனோ பைங்கிளியே. 15

பொழிப்புரை:

எல்லாவற்றையும் ஒருசேர உணரும் முற்றறிவினனாக விளங்கும் பெருமானை, 'உணர்வில் கண்டு கவலை தீர்வாயாக!' என உபதேசம் செய்த என் குருநாதனை, மீண்டும் நான் அடைவேனோ?

..1040..

காணாத காட்சி கருத்துவந்து காணாமல்
வீண்நாள் கழித்து மெலிவேனோ பைங்கிளியே. 16

பொழிப்புரை:

கண்ணினால் காணமுடியாத கருத்தால் காணும் திருவடிக் காட்சியைக் காணாமல் நாட்களை வீணாகக் கழித்து, உள்ளம் தளர்வேனோ?

..1041..

காந்தம் இரும்பைக் கவர்ந்துஇழுத்தால் என்னஅருள்
வேந்தன் எமைஇழுத்து மேவுவனோ பைங்கிளியே. 17

பொழிப்புரை:

காந்தமானது இரும்பைக் கவர்ந்து தன்னில் சேர்த்துக் கொள்வதுபோல அருள் ஆட்சி செய்யும் அரசன், என்னைத் தன்னுடன் சேர்த்துக் கொள்வானோ?

..1042..

காதலால் வாடினதும் கண்டனையே எம்இறைவர்
போதரவாய் இன்பம் புசிப்பேனோ பைங்கிளியே. 18

பொழிப்புரை:

எம் இறைவர் மீது வைத்த காதல் காரணமாக அடியேன் மனவாட்டம் உற்றதைக் கண்டாய் அல்லவா; இனி அவரது வருகையினால் இன்பம் அனுபவிப்பேனோ?

..1043..

கிட்டிக்கொண்டு அன்பர்உண்மை கேளாப் பலஅடிகொள்
பட்டிக்கும் இன்பம்உண்டோ சொல்லாய்நீ பைங்கிளியே. 19

பொழிப்புரை:

மெய்யடியார்களுடன் சேர்ந்து இருந்து, அவர் கூறும் உண்மை மொழிகளைக் கேளாது, பலமுறையும் அடி வாங்கும் பட்டி மாடுபோல இருந்த எனக்கும், இன்பம் உண்டாகுமோ? நீ கூறுவாயாக!

..1044..

கிட்டூராய் நெஞ்சில் கிளர்வார் தழுவஎன்றால்
நெட்டூரர் ஆவர்அவர் நேசம்என்னோ பைங்கிளியே. 20

பொழிப்புரை:

அருகில் உள்ள ஊரைச் சேர்ந்தவர் போல என் உள்ளத்தில் தோன்றும் அவரைத் தழுவலாம் என்று முயலும்போது, தூரத்து ஊரைச் சேர்ந்தவர்போல விலகி விடுகிறார்; அவரது அன்பின் தன்மை எப்படிப்பட்டது?

..1045..

கூறும் குணமும்இல்லாக் கொள்கையினார் என்கவலை
ஆறும் படிக்கும் அணைவாரோ பைங்கிளியே. 21

பொழிப்புரை:

உலகியல் தன்மையும், குணமும் இல்லாத எம்தலைவர், என் கவலை தீரும்படி என்னை வந்து கூடுவாரோ?

..1046..

சின்னம் சிறியேன்தன் சிந்தைகவர்ந் தார்இறைவர்
தன்னம் தனியே தவிப்பேனோ பைங்கிளியே. 22

பொழிப்புரை:

மிகவும் இளமைப் பருவம் உடைய எளியேனது உள்ளத்தைக் கவர்ந்து கொண்டார் எம் இறைவர்; ஆனால் இப்போது தன்னம் தனியே தவித்துக் கொண்டிருக்கிறேன்.

..1047..

சிந்தை மருளைத் தெளிவித்து எனைஆள
வந்தகுரு நாதன்அருள் வாய்க்குமோ பைங்கிளியே. 23

பொழிப்புரை:

எமது சிந்தையில் இருந்த அறியாமையைத் தெளிவு படுத்தி, எம்மை ஆட்கொள்ள வந்த, எம்குருநாதனின் திருவருள் எனக்கு வந்து கைகூடுமோ?

..1048..

சொல்இறந்து நின்ற சுகரூபப் பெம்மானை
அல்லும் பகலும் அணைவேனோ பைங்கிளியே. 24

பொழிப்புரை:

சொல்லும் சொல்லுக்கு அடங்காது நின்ற பேரின்பப் பெருவடிவினனாகிய எம்தலைவனை, இரவு பகல் என எந்நேரமும் தழுவி இருப்பேனோ?

..1049..

தற்போதத் தாலே தலைகீழது ஆகஜயன்
நற்போத இன்புவர நாள்செலுமோ பைங்கிளியே. 25

பொழிப்புரை:

என்னுடைய தன்முனைப்பினால் அடியேன் தலைகால் புரியாமல் (தலைகீழாக நிற்பதால்) எம் தலைவனது நல்லறிவாகிய இன்பம் என்னிடம் வந்து பொருந்த இன்னும் நீண்டகாலம் ஆகுமோ?

..1050..

தன்னை அறியும் தருணம் தனில்தலைவர்
என்னைஅணை யாதவண்ணம் எங்குஒளித்தார் பைங்கிளியே. 26

பொழிப்புரை:

எம் தலைவனாகிய சிவபெருமானை நான் அறிந்து கொள்ள வேண்டிய இந்த வேளையில், அவன் என்னை வந்து தழுவாது எங்கு சென்று ஒளிந்து கொண்டான்?

..1051..

தாங்கரிய மையல்எல்லாம் தந்துஎனைவிட்டு இன்னருளாம்
பாங்கியைச்சேர்ந் தார்இறைக்குப் பண்போசொல் பைங்கிளியே. 27

பொழிப்புரை:

அடியேனால் தாங்கிக் கொள்ள முடியாதஅளவு பெரு விருப்பத்தினை எனக்குத் தந்துவிட்டு, என்னைப் புணராது, திருவருளாகிய தோழியைப் புணர்ந்து நிற்கிறாரே! இது இறைவனுக்குப் பண்புடைய செயலா?

..1052..

தாவியதுஓர் மர்க்கடம்ஆம் தன்மைவிட்டே அண்ணல்இடத்து
ஓவியம்போல் நிற்கின்எனை உள்குவரோ பைங்கிளியே. 28

பொழிப்புரை:

மரம் விட்டு மரம் தாவுகின்ற குரங்குபோல ஒரு தெய்வத்தை விட்டு மற்றொரு தெய்வத்தை வணங்கும் தன்மை விட்டு, சிவபெருமான் இடத்து அசையாது ஓவியம் போல் மனத்தை நிறுத்தின், என்னை நினைப்பார்போலும்.

..1053..

தீராக் கருவழக்கைத் தீர்வைஇட்டுஅங்கு என்னைஇனிப்
பார்ஏறாது ஆண்டானைப் பற்றுவனோ பைங்கிளியே. 29

பொழிப்புரை:

மீண்டும்மீண்டும் பிறப்பில் வரும் வழக்கினைத் தீர்த்து வைத்து, இனி என்னை இந்த உலகில் வந்து பிறக்காது இருக்க, ஆண்டு அடிமை கொண்ட எம்தலைவனைப் பற்றி நிற்பேனோ?

..1054..

தூங்கிவிழித்து என்னபலன் தூங்காமல் தூங்கிநிற்கும்
பாங்கு கண்டால் அன்றோ பலன்காண்பேன் பைங்கிளியே. 30

பொழிப்புரை:

நாள்தோறும் தூங்கி விழிப்பதால் என்ன பயன் கிட்டும்? பரமானந்த நிட்டை கூடித் தூங்காமல் தூங்கும் (அறிதுயில்) தன்மை கைவந்தால் அல்லவா, பலன் கிடைக்கும்.

..1055..

தெல்லைக் கவலை தொலைத்துத் தொலையாத
எல்லைஇலா இன்பமயம் எய்துவனோ பைங்கிளியே. 31

பொழிப்புரை:

தொன்றுதொட்டு தொடர்ந்து வந்து கொண்டிருக்கிற பிறவியாகிய கவலையைப் போக்கி; தீராத, எல்லையற்ற, பேரின்பமயம் கைகூடப் பெறுவேனோ?

..1056..

நன்னெஞ்சத்து அன்பர்எல்லாம் நாதரைச்சேர்ந்து இன்புஅணைந்தார்
வன்னெஞ்சத் தாலேநான் வாழ்வுஇழந்தேன் பைங்கிளியே.   32

பொழிப்புரை:

இடைவிடாது திருவடி இன்பத்தையே நினைக்கும் நல்ல மனமுடைய அடியார்கள் அனைவரும் எம் தலைவரை அடைந்து இன்பம் பெற்றார்; வலிய கல் நெஞ்சம் படைத்ததால் நான் வாழ்வை இழந்து நிற்கிறேன்.

..1057..

நானே கருதின்வர நாடார்சும் மாஇருந்தால்
தானே அணைவர்அவர் தன்மைஎன்னோ பைங்கிளியே.   33

பொழிப்புரை:

நானே விருப்பம் கொண்டு அவரை அடைய நினைக்கும் போது அவர் வருவதில்லை; ஆனால் அவ்வாறு நினையாது வாளா இருக்கும்போது, தானே வலியவந்து என்னிடம் சேர்கிறார்; அவர் தன்மையை என்ன என்று கூறுவது?

..1058..

நீர்க்குமிழி போன்றஉடல் நிற்கையிலே சாசுவதம்
சேர்க்கஅறி யாமல் திகைப்பேனோ பைங்கிளியே.   34

பொழிப்புரை:

நீர்க்குமிழிபோல் தோன்றி விரைந்து மறையும் உடல் இருக்கும் போதே, என்றும் அழியாத திருவடிப் பேற்றினை (முத்தியை) அடையும் வழி அறியாமல் திகைத்து நிற்பேனோ?

..1059..

நெஞ்சகத்தில் வாழ்வார் நினைக்கின்வேறு என்றுஅணையார்
வஞ்சகத்தார் அல்லர்அவர் மார்க்கம்என்னோ பைங்கிளியே.　　35

பொழிப்புரை:

என் மனத்தில் குடிகொண்டிருக்கும் என் தலைவரை, (நான் வேறு, அவர் வேறு என) வேறுபடுத்தி நினைக்கின், அவரும் 'வேறு' என்று எண்ணி, என்னைப் புணராது சென்று விடுகிறார்; ஆனால் அவர் வஞ்சமனம் உடையவர் அல்லர்; அவரது நெறிதான் யாதோ?

..1060..

பன்முத் திரைச்சமயம் பாழ்படக்கல் ஆல்அடிவாழ்
சின்முத் திரைஅரசைச் சேர்வேனோ பைங்கிளியே.　　36

பொழிப்புரை:

பலவிதமான அடையாளங்களைக் கொண்ட பலவிதமான சமயங்களும் என்னைவிட்டு நீங்கிவிடவும்; கல்லால மரநிழலில் அமர்ந்து சின்முத்திரை காட்டி அருளிய தென்முகக் கடவுளைச் சென்று சேர்வேனோ?

..1061..

பச்சைகண்ட நாட்டில் பறக்கும்உனைப் போல்பறந்தேன்
இச்சைஎல்லாம் அண்ணற்கு இயம்பிவா பைங்கிளியே.　　37

பொழிப்புரை:

பசுமையான கிளியே! பசுமையான மரங்கள் அடர்ந்த சோலைகளில் நீ எப்படி அலைந்து திரிவாயோ, அது போல நானும் எம் தலைவன் இருக்கும் இடம் தேடி அலைந்து திரிகிறேன்; எனவே அவரிடம் எனது விருப்பத்தைத் தெரிவிப்பாயாக!

..1062..

பாசபந்தம் செய்ததுன்பம் பாராமல் எம்இறைவர்
ஆசைதந்த துன்பம்அதற்கு ஆற்றேன்நான் பைங்கிளியே. 38

பொழிப்புரை:

பாசப் பிணிப்பினால் ஏற்பட்ட துன்பத்தை நான் கண்டு கொள்வதில்லை; ஆனால் எம் இறைவர்மீது வைத்த ஆசையால் ஏற்பட்ட துன்பத்தை என்னால் தாங்கிக் கொள்ள முடியவில்லை.

..1063..

பார்ஆசை அற்றுஇறையைப் பற்றுஅறநான் பற்றிநின்ற
பூராயம் எல்லாம் புகன்றுவா பைங்கிளியே. 39

பொழிப்புரை:

உலகியல் பற்றை அறுத்து, அவ்வாறு பற்றுஅற நின்றதனால், இறைவனைப் பற்றினேன் என்ற இந்த விவரத்தை முழுவதுமாகவும், தெளிவாகவும், அவருக்குச் சொல்லி வருவாயாக!

..1064..

பேதைப் பருவத்தே பின்தொடர்ந்துஎன் பக்குவமும்
சோதித்த அண்ணல்வந்து தோய்வாரோ பைங்கிளியே. 40

பொழிப்புரை:

அடியேன் பேதையாய் (பேதைப் பருவமாய்) இருக்கும் போதே, என்னைப் பின்தொடர்ந்து வந்து, என் பக்குவம் குறித்து சோதித்துத் தெரிந்து கொண்ட எம் தலைவர், இனி என்னை வந்து கூடுவாரோ?

..1065..

பைம்பயிரை நாடும்உன்போல் பார்பூத்த பைங்கொடிசேர்
செம்பயிரை நாடித் திகைத்தேன்நான் பைங்கிளியே.   41

பொழிப்புரை:

பசிய நிறமுடைய கிளியே! நீ பசும்பயிரை நாடிச் செல்லுவதுபோல உலகனைத்தையும் பெறாது பெற்ற பசுங்கொடி போன்ற உமாதேவியைச் சேர்ந்திருக்கும் செம்பயிர் போன்ற சிவபெருமானைத் தேடி, நானும் திகைத்து நிற்கிறேன்.

..1066..

பொய்க்கூடு கொண்டு புலம்புவனோ எம்இறைவர்
மெய்க்கூடு சென்று விளம்பிவா பைங்கிளியே.   42

பொழிப்புரை:

பொய்யான இந்த உடல்கொண்டு புலம்பித் திரிகிறேன் என்னும் இச்செய்தியை எம்தலைவனாகிய இறைவரிடம் சென்று கூறிவிட்டு வருவாயாக!

..1067..

பொய்ப்பணி வேண்டேனைப் பொருள்படுத்தி அண்ணல்என்பால்
மெய்ப்பணியும் தந்துஒருகால் மேவுவனோ பைங்கிளியே.   43

பொழிப்புரை:

பொய்யான இந்த உலகத்துச் செயல்களை விரும்பாத என்னையும் ஒரு பொருளாக மதித்து, என்னிடம் மெய்யான செயல்கள் செய்யுமாறு ஏவி, எம் தலைவன் ஒருமுறையேனும் எம்மோடு வந்து பொருந்துவானோ?

..1068..

மண்உறங்கும் விண்உறங்கும் மற்றுஉளஎ லாம்உறங்கும்
கண்உறங்கேன் எம்இறைவர் காதலால் பைங்கிளியே. 44

பொழிப்புரை:

மண்ணுலகத்தவர் உறங்குவர்; விண்ணுலகத்தவர் உறங்குவர்; மற்றுமுள்ள வேறுபல உலகங்களில் உள்ளவர்களும் உறங்குவர்; ஆனால் அடியேன் மட்டும் எம்இறைவர் மீது வைத்த காதலால் கண்உறங்க மாட்டேன்.

..1069..

மட்டுப் படாத மயக்கம்எல்லாம் தீரஎன்னை
வெட்டவெளி வீட்டில்அண்ணல் மேவுவனோ பைங்கிளியே. 45

பொழிப்புரை:

அளவில் அடங்காத என் மயக்கம் தீருமாறு, என்னை வெட்டவெளியாகிய வீட்டில் வைத்து, எம் தலைவன் பொருந்துவானோ?

..1070..

மாலைவளர்த்து என்னை வளர்த்துஇறைவர் பன்னெறிஆம்
பாலைவனத் தில்விட்ட பாவம்என்னோ பைங்கிளியே. 46

பொழிப்புரை:

எம் இறைவர் முதன்முதலில் அவர்மீது எனக்கு மயக்கம் உண்டாகுமாறு செய்தார்; பின்னர் என் அறிவை வளரச் செய்தார்; ஏனோ, அதன் பிறகு பலவிதமான சமய நெறிகளாகிய பாலைவனத்தில் அலைந்து திரியுமாறு விட்டுவிட்டார்; இது என்ன பாவத்தினாலோ?

..1071..

மெய்யில்நோய் மாற்றுஅவுழ்தம் மெத்தஉண்டுஎம் அண்ணல்தந்த
மையல்நோய் தீர்க்க மருந்தும்உண்டோ பைங்கிளியே. 47

பொழிப்புரை:

உடம்பில் ஏற்படும் நோய்கள் பலவற்றையும் போக்கிக் கொள்ள மருந்துகள் பலவுண்டு; ஆனால் எம் தலைவன் எமக்குத் தந்த காதல் நோயைப் போக்க, அவரைத் தவிர, வேறு மருந்தும் உண்டோ?

..1072..

மேவுபஞ்ச வண்ணம்உற்றாய் வீண்சிறையால் அல்லல்உற்றாய்
பாவிபஞ்ச வண்ணம்பகர்ந்துவா பைங்கிளியே. 48

பொழிப்புரை:

கிளியே! நீ ஐந்து நிறங்களைக் கொண்டாய் (பஞ்ச வர்ணக்கிளி); வீணே இப்பொழுது என்னிடம் சிறைப் பட்டுத் துன்பம் உறுகிறாய்; பாவியாகிய நான் படும் துன்பங்களை எடுத்துரைக்க (சிறையிலிருந்து விடுபட்டு) எம் தலைவரிடம் சென்று வருவாயாக!

..1073..

வாய்திறவா வண்ணம்எனை வைத்துஆண்டார்க்கு என்துயரை
நீதிறவாச் சொல்லின் நிஜம்ஆம்காண் பைங்கிளியே.   49

பொழிப்புரை:

வாய் திறந்து பேசாத மௌனத்தில் இருக்குமாறு வைத்து, என்னை ஆட்கொண்ட எம் தலைவருக்கு யான்படும் துன்பங்களை நீ வெளிப்படச் சொல்லின், அவர் அதனை உண்மையாகவே ஏற்றுக்கொள்வார்.

..1074..

வாட்டப் படாத மவுனஇன்பம் கையாலே
காட்டிக் கொடுத்தானைக் காண்பேனோ பைங்கிளியே.   50

பொழிப்புரை:

மனம் வருந்தாத வகையில், மௌன இன்பத்தை சின் முத்திரையினாலே காட்டிக் கொடுத்த எம் தலைவனை, நான் காணும் பேறு உண்டாகுமோ?

..1075..

வாரா வரவுஆக வந்துஅருளும் மோனருக்குஎன்
பேராசை எல்லாம்போய்ப் பேசிவா பைங்கிளியே.   51

பொழிப்புரை:

உலகத்தவர் அழைப்பை ஏற்று வராத, ஞானிகளது அழைப்பை ஏற்றுவந்து அருள்செய்யும் மௌனிக்கு, எனது பேராசை முழுதும் எடுத்துச் சொல்லித் திரும்பி வருவாயாக!

..1076..

விண்ணவர்தம் பால்அமுதம் வேப்பங்காய் ஆகஎன்பால்
பண்ணியதுஎம் அண்ணல்மயல் பார்த்தாயோ பைங்கிளியே.   52

பொழிப்புரை:

எம் தலைவர் மீது வைத்த பெருவிருப்பு, தேவர் உலகத்து
அமுதத்தையும் வேப்பங்காய் போல் கசக்குமாறு செய்து
விட்ட தன்மையை, நீ தெரிந்து கொண்டாயோ?

..1077..

விண்ணுள் வளிஅடங்கி வேறுஅற்றது என்னஅருள்
கண்ணுள் அடங்கிடவும் காண்பேனோ பைங்கிளியே.   53

பொழிப்புரை:

ஆகாயத்தில் காற்று அடங்கி நிற்கும்போது, ஆகாயமாகவே
அறியப்படுவதுபோல, அடியேன் திருவருளில் அடங்கி,
திருவருளாகவே விளங்கும் நிலையைக் காண்பேனோ?

..1078..

விண்ஆர் நிலவுதவழ் மேடையில்எல் லாரும்உற
மண்ஆன வீட்டில்என்னை வைத்ததுஎன்னோ பைங்கிளியே.   54

பொழிப்புரை:

அடியார்கள் அனைவரும் ஆகாயத்தில் திகழும் சந்திர
மண்டலமாகிய மேடையிலே அமர்ந்து மகிழ்ந்து
இருப்ப, அடியேன் மட்டும் இம்மண்ணுலக வீட்டில்
இருப்பது ஏனோ?

..1079..

உள்ளத்தின் உள்ளே ஒளித்துஇருந்துஎன் கள்ளம்எல்லாம்
வள்ளல்அறிந் தால்எனக்கு வாயும்உண்டோ பைங்கிளியே. 55

பொழிப்புரை:

என் உள்ளத்தின் உள்ளே ஒளிந்து இருந்துகொண்டு, நான் செய்யும் கள்ளத்தனம் அனைத்தையும் எம் வள்ளல் அறிந்துகொண்டதால், அவரிடம் பொய் பேச எனக்கு வாய் பயன்படுமோ?

..1080..

ஆகத்தை நீக்கும்முன்னே ஆவித் துணைவரைநான்
தாகத்தின் வண்ணம் தழுவுவனோ பைங்கிளியே. 56

பொழிப்புரை:

இந்த உடம்பை விட்டுப் பிரியும் முன்னே, என் உயிர்த் தலைவனை, நான் தாகம் தீரத் தழுவுவேனோ?

..1081..

தானே சுபாவம் தலைப்படநின் றான்ஞான
வான்ஆ னவரும் வருவாரோ பைங்கிளியே. 57

பொழிப்புரை:

*'**தான்**' என்னும் தன்முனைப்பு மேலோங்கி நிற்பாரிடம், ஞானவான் எனப்படும் இறைவர் எழுந்தருளி வருவாரோ? (வர மாட்டார்).*

..1082..

கள்ளத் தலைவர்அவர் கைகாட்டிப் பேசாமல்
உள்ளத்தில் வந்தஉபாயம்என்னோ பைங்கிளியே. 58

பொழிப்புரை:

நினைவு செய்யாதவர்க்கு வெளிப்பட்டு அருளாத கள்ளத் தனம் உடைய எம்தலைவர், கையால் சின்முத்திரை காட்டியும்; பேசாமல் மௌனமாய் இருந்தும்; என் உள்ளத்தில் எழுந்தருளிய விதம்தான் யாதோ?

45. எந்நாள் கண்ணி

1. தெய்வ வணக்கம்

..1083..

நீர்பூத்த வேணி நிலவுஎறிப்ப மன்றுஆடும்
கார்பூத்த கண்டனையான் காணுநாள் எந்நாளோ.   1

பொழிப்புரை:

கங்கை தங்கிய சடையில், நிலவு ஒளிவீச, தில்லைச் சிற்றம்பலத்தில் ஆடுகின்ற, கரிய நிறக் கண்டம் உடைய வனை, யான் காணும் நாள், எந்நாளோ?

..1084..

பொன்ஆரும் மன்றுள்மணிப் பூவைவிழி வண்டுசுற்றும்
என்ஆர் அமுதின்நலம் இச்சிப்பது எந்நாளோ.   2

பொழிப்புரை:

அழகிய பொன்னம்பலத்தில் நாகணவாய்ப் பறவை போன்ற மேனி நிறமுடைய சிவகாம சுந்தரியின் கண் களாகிய வண்டுகள் சுற்றித் திரியும், அமுதம் போன்ற எமது நடராசப் பெருமானின் திருவருளை விரும்பி நிற்பது எப்பொழுதோ?

..1085..

நீக்கிமலக் கட்டுஅறுத்து நேரே வெளியில்எம்மைத்
தூக்கிவைக்கும் தாளைத் தொழுதிடுநாள் எந்நாளோ. 3

பொழிப்புரை:

மாயா மலத்தில் இருந்து விடுவித்து, ஆணவ மலக் கட்டினையும் அறுத்தெறிந்து விட்டு, நேரே வெட்ட வெளியில் எம்மைத் தூக்கிக்கொண்டு போய்ச் சேர்க்கும் திருவடியைத் தொழும் நாள், எந்நாளோ?

..1086..

கருமுகம்காட் டாமல்என்றும் கர்ப்பூரம் வீசும்
திருமுகமே நோக்கித் திருக்குஅறுப்பது எந்நாளோ. 4

பொழிப்புரை:

மீண்டும் கருவில் சென்று தங்காது, கர்ப்பூர மணம் வீசும் திருமுகத்தையே பார்த்துக் கொண்டிருந்து, குற்றங்களை அறுக்கும் நாள், எந்நாளோ?

..1087..

வெஞ்சேல் எனும்விழியார் வேட்கைநஞ்சுக்கு அஞ்சினரை
அஞ்சேல் எனும்கைக்கு அபயம்என்பது எந்நாளோ. 5

பொழிப்புரை:

கெண்டைமீன் போன்ற கண்களுடன் கூடிய மகளிர்மீது கொள்ளும் விருப்பமாகிய நஞ்சுக்கு அஞ்சும் அடியார்களை, ‘அஞ்சாதே!’ என்று அபயம் காட்டும் கைக்கு அடைக் கலப்படுவது எப்பொழுதோ?

..1088..

ஆறுசம யத்தும் அதுஅதுவாய் நின்றுஇலங்கும்
வீறு பரைதிருத்தாள் மேவுநாள் எந்நாளோ. 6

பொழிப்புரை:

அறுவகைச் சமயங்கள் என்று சொல்லப்படும் அனைத்திலும், அதனதன் தெய்வங்களாய் நின்று விளங்குகின்ற பரையினது திருவடிகளைச் சென்றடையும் நாள், எந்நாளோ?

..1089..

பச்சைநிற மாய்ச்சிவந்த பாகம் கலந்துஉலகை
இச்சையுடன் ஈன்றாளை யாம்காண்பது எந்நாளோ. 7

பொழிப்புரை:

பச்சைநிற மேனியுடையவளாய், சிவந்த நிறமுடைய சிவபெருமானின் திருமேனியில் ஒருபாகம் பெற்று, உலகனைத்தையும் பெறாமல் பெற்ற தாயினை, நான் காணும் நாள், எந்நாளோ?

..1090..

ஆதிஅந்தம் காட்டாது அகண்டிதமாய் நின்றுஉணர்த்தும்
போதவடிவு ஆம்அடியைப் போற்றுநாள் எந்நாளோ. 8

பொழிப்புரை:

தொடக்கத்தையும் முடிவையும் காட்டாத எல்லையற உயிர்க்கு உயிராய் நின்று உணர்த்தும், அறிவே வடிவான திருவடியைப் போற்றும் நாள், எந்நாளோ?

..1091..

கங்கை நிலவுஜடைக் காட்டானைத் தந்தைஎனும்
புங்கவெண்கோட்டு ஆனைபதம் புந்திவைப்பது எந்நாளோ. 9

பொழிப்புரை:

கங்கை தங்கிய சடை என்னும் காட்டை உடையவனை; தந்தையாகக் கொண்ட, சிறந்த வெண்மை நிறக் கொம்பு உடைய யானைமுகன் என்னும் விநாயகக் கடவுளின் திருவடிகளை, சிந்தையில்வைத்து வணங்குவது எப்பொழுது?

..1092..

அஞ்சுமுகம் காட்டாமல் ஆறுமுகம் காட்டவந்த
செஞ்சரணச் சேவடியைச் சிந்தைவைப்பது எந்நாளோ. 10

பொழிப்புரை:

அச்சம் கொள்ளுமாறு முகம் காட்டாது, ஆறுதல் அளிக்கும் விதமாக ஆறுமுகங்களைக் காட்டுவதற்குத் தோன்றிய அடைக்கலம் புகத் தகுதியுடைய முருகப் பெருமானின் சிவந்த திருவடிகளை மனதில் வைத்துப் போற்றுவது எப்பொழுது?

..1093..

தந்தைஇரு தாள்துணித்துத் தம்பிரான் தாள்சேர்ந்த
எந்தைஇரு தாள்இணைக்கே இன்புறுவது எந்நாளோ. 11

பொழிப்புரை:

சிவபூசைக்கு இடையூறாக இருந்த தந்தையாரின் இரண்டு தாள்களையும் துணித்து, சிவபெருமானது திருவடி அடைந்த எம் தந்தை சண்டேசுவர நாயனாரது திருவடி இணையை நினைத்து மகிழ்வது எந்நாளோ?

2. குருமரபின் வணக்கம்

..1094..

துய்ய கரமலரால் சொல்லாமல் சொன்னஉண்மை
ஐயனைக்கல் ஆல்அரசை யாம்அணைவது எந்நாளோ. 1

பொழிப்புரை:

தூய திருக்கைகளால் சின்முத்திரை காட்டி வாயினால் சொல்லாமலே உபதேசம் செய்தருளிய ஐயனை, கல்லால மரநிழலில் எழுந்தருளிய வேந்தனை, யாம் சென்று சேர்வது எந்நாளோ?

..1095..

சிந்தையினுக்கு எட்டாத சிற்சுகத்தைக் காட்டவல்ல
நந்திஅடிக் கீழ்க்குடியாய் நாம்அணைவது எந்நாளோ. 2

பொழிப்புரை:

சிந்தைக்கு எட்டாத அறிவுப் பேரின்பத்தைக் காட்டும் வல்லமை உடைய நத்தியெம்பெருமானின் திருவடிக்கு அடிக்குடியாய் நாம் சென்று சேர்வது எப்பொழுதோ?

..1096..

எந்தை சனற்குமரன் ஆதிஎமை ஆட்கொள்வான்
வந்த தவத்தினரை வாழ்த்துநாள் எந்நாளோ. 3

பொழிப்புரை:

எம் தந்தையாகிய சனற்குமரன் முதல் எம்மை ஆட்கொள்ள வந்த, தவத்தில் சிறந்த குரு பரம்பரையை வாழ்த்தும் நாள், எந்நாளோ?

..1097..

பொய்கண்டார் காணாப் புனிதம்எனும் அத்வைத
மெய்கண்ட நாதன்அருள் மேவுநாள் எந்நாளோ. 4

பொழிப்புரை:

பொய் நெறியைப் பற்றி நிற்போரால் காண முடியாத,
சுத்தாத்துவிதம் என்னும் மெய்நெறியைப் போதித்த, மெய்
கண்டநாதனின் அருளைப் பொருந்தும் நாள், எந்நாளோ?

..1098..

பாதிவிருத் தத்தால்இப் பார்விருத்தம் ஆகஉண்மை
சாதித்தார் பொன்அடியைத் தான்பணிவது எந்நாளோ. 5

பொழிப்புரை:

"அறியாமை அறிவு அகற்றி" எனத் தொடங்கும்
விருத்தப்பாவில் ஒரு பாதியிலேயே உலக நிலையாமையை
எடுத்துரைத்த அருள்நந்தி சிவாச்சாரியாரது பொன் போன்ற
திருவடிகளைப் பணிந்து வணங்குவது எப்போதோ?

..1099..

சிற்றம் பலம்மன்னும் சின்மயர்ஆம் தில்லைநகர்க்
கொற்றங் குடிமுதலைக் கூறுநாள் எந்நாளோ. 6

பொழிப்புரை:

தில்லையில் வாழ்ந்த ஞானமயமாம் கொற்றவன்குடி
உமாபதி சிவத்தின் குரு, மறைஞான சம்பந்தனின் பெருமை
கூறும் நாள், எந்நாளோ?

..1100..

குறைவுஇல்அருள் ஞானமுதல் கொற்றங் குடிஅடிகள்
நறைமலர்த்தாட்கு அன்புபெற்று நாம்இருப்பது எந்நாளோ. 7

பொழிப்புரை:

குறைவிலா நிறைவாய், அருள் ஞானகுரு கொற்றவன் குடி உமாபதி அடிகளின் திருவடித் தாமரை இடத்து, அன்பு வைத்து நாம் இருப்பது, எந்நாளோ?

..1101..

நாள்அவங்கள் போகாமல் நன்னெறியைக் காட்டிஎமை
ஆளவந்த கோலங்கட்கு அன்புவைப்பது எந்நாளோ. 8

பொழிப்புரை:

நாட்களை வீணே கழிக்காமல், சித்தாந்த நன்னெறி காட்டி, எம்மை ஆட்கொள்ள வந்த உருத்திராக்கம், திருநீறு முதலிய அடையாளங்களிடத்தில் அன்பு வைப்பது எப்பொழுதோ?

..1102..

என்அறிவை உள்அடக்கி என்போல் வரும்மவுனி
தன்அறிவுக்கு உள்ளேநான் சாருநாள் எந்நாளோ. 9

பொழிப்புரை:

எனது அறிவை அடங்குமாறு செய்து, என்போல் மெளனியாய் எழுந்தருளி வந்து, தன் அறிவுக்குள்ளே, என்னை அடக்கிக்கொண்ட குருவைச் சாரும் நாள், எந்நாளோ?

..1103..

ஆறுள்ஒன்றை நாடின்அதற்கு ஆறும்உண்டாம் என்றுஎமக்குக்
கூறும் மவுனிஅருள் கூடுநாள் எந்நாளோ. 10

பொழிப்புரை:

ஆறு சமயங்களில் ஒப்பற்ற சமயமாம் சைவத்தைச் சார்ந்து ஒழுகின், அதற்கான பயனாய் வீடுபேறு உண்டாம் என்று எமக்குக் கூறி அருள்செய்த மௌனகுருவைச் சேர்ந்திருப்பது எப்பொழுதோ?

..1104..

நில்லாமல் நின்றுஅருளை நேரேபார் என்றஒரு
சொல்லால் மவுனிஅருள் தோற்றுநாள் எந்நாளோ. 11

பொழிப்புரை:

புறப்பொருள் எதனையும் பார்த்து நில்லாமல், திருவருள் ஒன்றையே எதிர்பார்த்து இரு என்று, ஒருசொல்லால் மௌனி சொன்ன உபதேசத்தின்படி நின்று, அருள் பெறும் நாள், எந்நாளோ?

..1105..

வைதிகம்ஆம் சைவ மவுனிமவு னத்துஅளித்த
மெய்திகழ்ந்துஎன் அல்லல் விடியுநாள் எந்நாளோ. 12

பொழிப்புரை:

வைதிக சமயமாகிய சைவம் சார்ந்து, மௌனி மௌனத்தால் உபதேசித்த உண்மை விளங்கி, என் துன்பம் தீரும் நாள், எந்நாளோ?

..1106..

வாக்குமனம் அற்ற மவுனிமவு னத்துஅருளே
தாக்கவும்என் அல்லல்எல்லாம் தட்டுஅழிவது எந்நாளோ. 13

பொழிப்புரை:

வாக்கும் மனமும் அற்ற மௌனியின் மௌனத்து அருள் வந்து பொருந்தவும், என் துன்பம் எல்லாம் நிலைகெட்டு அழியும். அது நிகழ்வது எந்நாளோ?

3. அடியார் வணக்கம்

..1107..

வெம்பந்தம் தீர்த்துஉலகுஆள் வேந்தன் திருஞான
சம்பந் தனைஅருளால் சாருநாள் எந்நாளோ. 1

பொழிப்புரை:

கொடிய பிறவிப் பிணிப்பை அறுத்து, சைவத்தை நிலை நாட்டி, உலகவரை ஆண்டு அருள் செய்த திருஞான சம்பந்தப் பிள்ளையை, அருளாலடையும் நாள், எந்நாளோ?

..1108..

ஏரின் சிவபோகம் இங்குஇவற்கே என்னஉழ
வாரம்கொள் செங்கையர்தாள் வாரம்வைப்பது எந்நாளோ. 2

பொழிப்புரை:

மேலான சிவபோகம் என்னும் செல்வமானது, இங்கு இவருக்காகவே ஏற்பட்டது என்பதுபோல, உழவாரப் படை ஏந்திய கையுடன் விளங்கும் திருநாவுக்கரசரது திருவடிக்கு அன்பு செய்யும் நாள், எந்நாளோ?

..1109..

பித்தர்இறை என்றுஅறிந்து பேதைபால் தூதுஅனுப்பு
வித்த தமிழ்ச்சமர்த்தர் மெய்புகழ்வது எந்நாளோ. 3

பொழிப்புரை:

இறைவனைப் பித்தன் என்று அறிந்து, தன் மனைவியிடம்
தூது அனுப்பிய தமிழ்வல்லார் சுந்தரமூர்த்தி சுவாமிகளது
உண்மை அன்பைப் புகழ்ந்து பேசுவது எப்பொழுதோ?

..1110..

போதவூர் நாடுஅறியப் புத்தர்தமை வாதில்வென்ற
வாதவூர் ஐயன்அன்பை வாஞ்சிப்பது எந்நாளோ. 4

பொழிப்புரை:

ஞானநெறி இப்படிப்பட்டது என நாடறியச் செய்ய,
புத்தர்களை வாதில் வென்ற திருவாதவூர்த் தலைவன்
மாணிக்க வாசகனது அன்பை விரும்புவது எந்நாளோ?

..1111..

ஒட்டுடன்பற்று இன்றி உலகைத் துறந்தசெல்வப்
பட்டினத்தார் பத்ரகிரி பண்புஉணர்வது எந்நாளோ. 5

பொழிப்புரை:

யாரோடும் ஒட்டுதலின்றி, உலகப் பொருள்கள் மீது
பற்றும் இன்றி, உலகைத் துறந்த செல்வந்தர்களாகிய
பட்டினத்தார், பத்திரகிரியார் ஆகியோரது பண்பினை
உணரும் நாள், எந்நாளோ?

..1112..

கண்டதுபொய் என்றுஅகண்டா காரசிவம் மெய்எனவே
விண்டசிவ வாக்கியர்தாள் மேவுநாள் எந்நாளோ. 6

பொழிப்புரை:

கண்ணால் காணப்படும் பிரபஞ்சம் பொய் என்றும், எல்லையற்ற பரந்துவிரிந்த சிவமே மெய் என்றும், சொன்ன சிவவாக்கியர் திருவடியை அடையும் நாள், எந்நாளோ?

..1113..

சக்கர வர்த்தி தவராஜ யோகிஎனும்
மிக்கதிரு மூலன்அருள் மேவுநாள் எந்நாளோ. 7

பொழிப்புரை:

தவராஜ யோகிகளுள்ளும் சிறந்து விளங்கிய (அரசர்க்கு அரசர் என்னுமாறு யோகிகளுக்கெல்லாம் மேலாம் யோகி என்னும்படி பெருமை பெற்ற) திருமூல நாயனாரது அருளைப் பொருந்தும் நாள், எந்நாளோ?

..1114..

கந்தர்அநு பூதிபெற்றுக் கந்தர்அநு பூதிசொன்ன
எந்தை அருள்நாடி இருக்குநாள் எந்நாளோ. 8

பொழிப்புரை:

முருகப் பெருமானுடைய திருவருளைப் பெற்று, கந்தர் அனுபூதி என்னும் நூலைப் பாடி அருளிய, எம் தந்தை அருணகிரி நாதனின் அருளை விரும்பி இருக்கும் நாள், எந்நாளோ?

..1115..

எண்ணரிய சித்தர் இமையோர் முதல்ஆன
பண்ணவர்கள் பக்தர்அருள் பாலிப்பது எந்நாளோ. 9

பொழிப்புரை:

எண்ணிச் சொல்ல அரிய (அளவிட முடியாத) சித்தர்கள்,
தேவர்கள், முதலாகச் சொல்லப்பட்ட பண்பாளர்களாகிய
மெய்யன்பர்களின் அருள் நம்மீது பதிவது எந்நாளோ?

4. யாக்கையைப் பழித்தல்

..1116..

சுக்கிலமும் நீரும் சொரிமலமும் நாறும்உடல்
புக்குஉழலும் வாஞ்சைஇனிப் போதும்என்பது எந்நாளோ. 1

பொழிப்புரை:

சுக்கிலமும், சிறுநீரும், மலமும் ஆகியவற்றைத் தன்னகத்தே
கொண்டு, முடைநாற்றம் வீசும் இந்த உடல்மீது வைத்த
ஆசை, 'இனிப் போதும்!' என்று கூறும் நாள், எந்நாளோ?

..1117..

நீர்க்குமிழி பூண்அமைத்து நின்றாலும் நில்லாமெய்
பார்க்கும் இடத்துஇதன்மேல் பற்றுஅறுவது எந்நாளோ. 2

பொழிப்புரை:

நீர்க்குமிழிக்குப் பூண் கட்ட முடியாதவாறு போல
உடலும் நிலை இல்லாதது என்பது உணர்ந்து, இதன்மீது
வைத்த பற்றை அறுக்கும் நாள், எந்நாளோ?

..1118..

காக்கைநரி செந்நாய் கழுகுஒருநாள் கூடிஉண்டு
தேக்குவிருந்து ஆமஉடலைச் சீஎன்பது எந்நாளோ. 3

பொழிப்புரை:

காக்கை, நரி, செந்நாய், கழுகு ஆகிய இவைகள் ஒருநாள் கூடிஇருந்து, தங்களுக்குப் பெருவிருந்து கிடைத்து விட்டதென்று உண்ணப்போகும் உடலை, 'ச்சீ!' என்று வெறுத்து ஒதுக்குவது எப்பொழுதோ?

..1119..

செங்கிருமி ஆதி ஜெனித்தஜென்ம பூமியினை
இங்குஎன்உடல் என்னும் இழுக்குஒழிவது எந்நாளோ. 4

பொழிப்புரை:

கிருமி முதலியன பிறப்பதற்கு இடமாய் விளங்கும், என் உடம்பைச் சுமப்பது இழுக்கு என்று அறிந்து, அதனை விட்டு ஒழிப்பது எப்பொழுதோ?

..1120..

தத்துவர்தொண் ணூற்றுஅறுவர் தாமாய்வாழ் இந்நாட்டைப்
பித்தன்நான் என்னும் பிதற்றுஒழிவது எந்நாளோ. 5

பொழிப்புரை:

தொண்ணூற்று அறுவராகிய தத்துவங்கள் தங்களுடையது ஆக்கி வாழும் நாடாகிய இந்த உடம்பை பித்தனாகிய நான், நான் என்று பிதற்றும் பிதற்று ஒழிவது எப்பொழுது?

..1121..

ஊன்ஒன்றி நாதன் உணர்த்துமதை விட்டுஅறிவேன்
நான்என்ற பாவிதலை நாணுநாள் எந்நாளோ. 6

பொழிப்புரை:

உடலில் தங்கி இருந்து, இறைவன் அறிவிப்பதை கவனிக்காமல் விட்டுவிட்டு, நான் அறிவேன் என்று புறப்படும் பாவியின் தலை, நாணத்தால் தாழும் நாள், எந்நாளோ?

..1122..

வேலைஇலா வேதன் விதித்தஇந்த்ர ஜாலஉடல்
மாலைவியா பார மயக்குஒழிவது எந்நாளோ. 7

பொழிப்புரை:

வேறு வேலை இல்லாத பிரம்மன் படைத்த கண்கட்டு வித்தைபோல் நிலையில்லாத உடலின், மாலை நேரத்தில் நடக்கும் வியாபார மயக்கம் (ஆணுக்கும் பெண்ணுக்கும் இடையே சிற்றின்பப் பரிமாற்றமாகிய வியாபாரத்தில் சற்றே திளைக்கும் மயக்கம்) ஒழிவது, எப்பொழுதோ?

..1123..

ஆழ்ந்து நினைக்கின் அரோசிகம்ஆம் இவ்உடலில்
வாழ்ந்துபெறும் பேற்றை மதிக்குநாள் எந்நாளோ. 8

பொழிப்புரை:

ஆழ்ந்து நோக்குமிடத்து இவ்வுடல் அருவருக்கத்தக்க தன்மை உடையதாய் இருக்கிறது. ஆனாலும் இவ்வுடலில் வாழும் காலத்திலேயே முத்திப் பேற்றை பெற்றுவிட வேண்டும். அதனைப் பெறும் நாள், எந்நாளோ?

..1124..

மும்மலச்சேறு ஆன முழுக்கும்பி பாகம்எனும்
இம்மலகா யத்துள் இகழ்ச்சிவைப்பது எந்நாளோ. 9

பொழிப்புரை:

ஆணவம், கன்மம், மாயை என்னும் மும்மலச் சேற்றால்
ஆன, முழுமையான சேற்றில், ஒரு பகுதியாக மலமும்
தங்கியுள்ள இந்த உடம்பின் மீது, இகழ்ச்சி தோன்றுவது
எப்பொழுது?

..1125..

நாற்றம்மிகக் காட்டும் நவவாயில் பெற்றபசுஞ்
சோற்றுத் துருத்தி சுமைஎன்பது எந்நாளோ. 10

பொழிப்புரை:

மிகுதியும் துர்நாற்றம் வீசும், ஒன்பது துளையுடன் கூடிய
சோற்றை அடைத்து வைக்கும் தோல்பையைச் சுமை என்று
கருதுவது எப்பொழுதோ?

..1126..

உருவுஇருப்ப உள்ளேதான் ஊறும்மலக் கேணி
அருவருப்பு வாழ்க்கையைக்கண்டு அஞ்சுநாள் எந்நாளோ. 11

பொழிப்புரை:

புறத்தோற்றத்தில் ஓர் அழகு இருக்கவும், உள்ளே
மலம் ஊறும் கிணறாக விளங்கும் அருவருப்பு உடைய
உடல் கொண்டு, வாழும் வாழ்க்கை கண்டு அஞ்சும்
நாள், எந்நாளோ?

5. மாதர் மயக்கு அறுத்தல்

..1127..

மெய்வீசும் நாற்றம்எலாம் மிக்கமஞ்ச ளால்மறைத்துப்
பொய்வீசும் வாயார் புலைஒழிவது எந்நாளோ. 1

பொழிப்புரை:

உடம்பிலிருந்து வீசும் துர்நாற்றத்தை மஞ்சள் பூசி மறைத்து, பொய் பேசும் வாயினை உடைய மகளிரது வஞ்சனையில் இருந்து விடுபடுவது எந்நாளோ?

..1128..

திண்ணியநெஞ் சப்பறவை சிக்கக் குழல்காட்டில்
கண்ணிவைப்போர் மாயம் கடக்குநாள் எந்நாளோ. 2

பொழிப்புரை:

வலிய மனமாகிய பறவை, கூந்தலாகிய காட்டில் சிக்கிக் கொள்ளுமாறு, கண்ணி வைத்துப் பிடிக்கும் மகளிரது மாய வலையை அறுத்து, வெளியேறும் நாள், எந்நாளே?

..1129..

கண்டுமொழி பேசிமனம் கண்டுகொண்டு கைவிலையாக்
கொண்டுவிடும் மானார்பொய்க் கூத்துஒழிவது எந்நாளோ. 3

பொழிப்புரை:

கற்கண்டு போல் தித்திக்கும் மொழி பேசி, ஆடவரது மன உணர்ச்சியைக் கண்டுகொண்டு, அவர்களை சிறிதாக விலை கொடுத்து வாங்குவதுபோல வாங்கிக் கைப் பொருளாக்கிக் கொண்டுவிடும், மான்போல் மருண்ட பார்வை உடைய மகளிரிடம், நிகழ்த்தும் சிற்றின்ப விளையாட்டிலிருந்து விடுபடும் நாள், எந்நாளோ?

..1130..

காமனைவா என்றுஇருண்ட கண்வலையை வீசும்மின்னார்
நாமம் மறந்துஅருளை நண்ணுநாள் எந்நாளோ. 4

பொழிப்புரை:

மன்மதனை வருமாறு கூவி அழைத்து, இருண்ட கண்ணாகிய வலையை ஆடவர் மேல் வீசும் மின்னல் கொடி போன்ற மகளிரது தொடர்பினை மறந்து, இறைவனது திருவருளில் பற்று வைத்து, அதனை அடையும் நாள், எந்நாளோ?

..1131..

கண்கணில்வெண் பீளை சுரப்பக் கருமைஇட்ட
பெண்கள்மயல் தப்பிப் பிழைக்குநாள் எந்நாளோ. 5

பொழிப்புரை:

கண்களில் இருந்து வெள்ளை நிறப் பீளை சுரக்கவும், அதனை மறைக்கக் கருநிறம் கொண்ட மைபூசும் மகளிரது மயக்கத்திலிருந்து தப்பிப் பிழைக்கும் நாள், எந்நாளோ?

..1132..

வீங்கித் தளர்ந்து விழும்முலையார் மேல்வீழ்ந்து
தூங்கும்மதன் சோம்பைத் துடைக்குநாள் எந்நாளோ. 6

பொழிப்புரை:

முதலில் பருத்து விம்மி, பின்னர் தளர்ந்து தொங்கும் முலையுடைய மகளிர் மீது படுத்து உறங்கும், மன்மதனால் தரப்படும் மயக்கத்தைப் போக்கிக் கொள்வது எந்நாளோ?

..1133..

கச்சுஇருக்கும் கொங்கை கரும்புஇருக்கும் இன்மாற்றம்
வைச்சுஇருக்கும் மாதர் மயக்குஒழிவது எந்நாளோ. 7

பொழிப்புரை:

கச்சு அணிந்த இளமுலையும், கரும்பு போன்று இனிக்கும் சொல்லும் கொண்டு, ஆடவரை மயக்கி வைத்திருக்கும், மகளிரது மயக்கம் ஒழிவது எப்பொழுதோ?

..1134..

பச்சென்ற கொங்கைப் பசப்பியர்பாழ் ஆனமயல்
நச்சுஎன்று அறிந்துஅருளை நண்ணுநாள் எந்நாளோ. 8

பொழிப்புரை:

இளமை பொருந்திய முலையும், பசப்பு வார்த்தையும் பேசும், மகளிரிடம் கொள்ளும் வீணான மயக்கம், விடம் என்பதை அறிந்து, திருவருள்மீது நாட்டம் கொண்டு, உய்யும் நாள் எந்நாளோ?

..1135..

உந்திச் சுழியால் உளத்தைச் சுழித்தகன
தந்தி ஸ்தனத்தார் தமைமறப்பது எந்நாளோ. 9

பொழிப்புரை:

கொப்பூழ் என்னும் சுழியில் ஆடவரது மனத்தைச் சுழல விடுபவரும், யானையின் பருத்த தந்தம் போல் பூரித்து நிற்கும் முலையினை உடையவரும், ஆகிய மகளிரை மறப்பது எப்பொழுதோ?

..1136..

தட்டுவைத்த சேலைப்பூங் கொய்சகத்தில் சிந்தைஎல்லாம்
கட்டிவைக்கும் மாயமின்னார் கட்டுஅழிவது எந்நாளோ. 10

பொழிப்புரை:

மடிப்பு வைத்து அழகிய சேலையின் கொய்சகத்தில் ஆடவரது மனங்களைக் கட்டிவைக்கும், மாயம் செய்யும் மின்னல் கொடிபோன்ற மகளிரது மயக்கமாகிய பற்றில் இருந்து விடுபடுவது எந்நாளோ?

..1137..

ஆழ்ஆழி என்ன அளவுபடா வஞ்நெஞ்சப்
பாழ்ஆன மாதர்மயல் பற்றுஒழிவது எந்நாளோ. 11

பொழிப்புரை:

ஆழமான கடல் போல அளக்க முடியாத வஞ்சனை பொருந்திய மனமுடைய வீணான மகளிர்மீது வைத்த மயக்கமாகிய பற்று ஒழிவது எப்பொழுதோ?

..1138..

தூயபனித் திங்கள் சுடுவதுஎனப் பித்துஏற்றும்
மாய மடவார் மயக்குஒழிவது எந்நாளோ. 12

பொழிப்புரை:

தூய குளிர்ந்த சந்திரஒளி கூட வெப்பம் தருவது போல் உணரச் செய்யும் அளவு பித்து ஏற்றி மயக்கம் செய்விக்கும் மகளிரது, காம மயக்கத்திலிருந்து விடுபடுவது எந்நாளோ?

..1139..

ஏழைக் குறும்புசெயும் ஏந்திழையார் மோகம்எனும்
பாழைக் கடந்து பயிர்ஆவது எந்நாளோ. 13

பொழிப்புரை:

ஒன்றும் அறியாதவர்போல் காமத்தால் குறும்புகள் பலவும்
செய்யும், அணிகலன்கள் அணிந்த மகளிர்மீது, கொண்ட
மோகம் என்னும் பாழைக் கடந்து, திருவருள் மழையில்
பயிராய்த் தழைத்து வளர்வது எப்பொழுதோ?

..1140..

விண்டு மொழிகுளறி வேட்கைமது மொண்டுதரும்
தொண்டியர்கள் கண்கடையின் சுற்றுஒழிவது எந்நாளோ. 14

பொழிப்புரை:

வெளிப்படையாகப் பேசி, வார்த்தை தடுமாறுவதுபோல்
நடித்து, ஆடவரது பெருவிருப்பமாகிய மதுவினை
மொண்டு, அவர்க்கே அதனைக் கொடுத்து மயக்கும்
வேசியர்தம் கடைக்கண் பார்வைக்குச் சுருளும் நிலை
ஒழிவது எப்பொழுதோ?

..1141..

மெய்யில் சிவம்பிறக்க மேவும்இன்பம் போல்மாதர்
பொய்யில்இன்பு இன்றுஎன்று பொருந்தாநாள் எந்நாளோ. 15

பொழிப்புரை:

சீவகரணங்கள் சிவகரணங்கள் ஆகும்போது, உடம்பில்
பிறக்கும் இன்பம்போல் மகளிரது பொய்யான மயக்கும்
உடலில் இன்பம் இல்லை என்பதை உணர்ந்து,
அம்மகளிரைப் பொருந்தாது வாழும் நாள், எந்நாளோ?

தத்துவ முறைமை

..1142..

ஐம்பூதத் தாலே அலக்கழிந்த தோஷம்அற
எம்பூத நாதன்அருள் எய்துநாள் எந்நாளோ. 1

பொழிப்புரை:

ஐம்பூதங்களால் ஆன இந்த உடம்பில் இருந்து, அலைக் கழிக்கப்பட்டு இருவினைக்கு ஈடாய் நன்மை தீமைகளை அனுபவித்தது போதும்; இனி பூதநாதனாக விளங்கும் எம் இறைவன் அருளை அடையும் நாள், எந்நாளோ?

..1143..

சத்தமுதல் ஆம்புலனில் சஞ்சரித்த கள்வர்எனும்
பித்தர்பயம் தீர்ந்து பிழைக்குநாள் எந்நாளோ. 2

பொழிப்புரை:

ஓசை முதலாகச் சொல்லப்பட்ட ஐம்புலன் வழி வரும் ஐந்து வகை ஆசை என்னும் திருடர் ஆகிய பித்தர்களது பயத்தைப் போக்கி, என்னைப் பிழைப்பிக்கச் செய்யும் நாள், எந்நாளோ?

..1144..

நாளும் பொறிவழியை நாடாத வண்ணம்எமை
ஆளும் பொறியால் அருள்வருவது எந்நாளோ. 3

பொழிப்புரை:

நாள்தோறும் ஐந்து பொறிகள் (அறிவுக்கருவிகள்) வழியாக அனுபவிக்கும் இன்பத்தை விரும்பாமல், எம்மை ஆட்கொண்டு அருள்செய்யும், மூதறிவால் பேரருள் வருவது எப்பொழுதோ?

..1145..

வாக்குஆதி ஆனகா்ம மாயைதம்பால் வீண்காலம்
போக்காமல் உண்மை பொருந்துநாள் எந்நாளோ. 4

பொழிப்புரை:

வாக்கு முதலாகச் சொல்லப்பட்ட தொழிற் கருவிகளால் செய்யப்படும் செயலால் பாவ, புண்ணியம் ஈட்டி; மாயையில் அழுந்தி, வீணே காலத்தைக் கழிக்காமல்; மெய்ப் பொருளாகிய திருவருளைப் பொருந்தும் நாள், எந்நாளோ?

..1146..

மனம்ஆன வானரக்கைம் மாலைஆ காமல்
எனைஆள் அடிகள்அடி எய்துநாள் எந்நாளோ. 5

பொழிப்புரை:

குரங்கு கையில் கிடைத்த பூமாலைபோல் மனத்தின் வசப்பட்டு சீரழியாமல்; என்னை அடிமை கொண்ட இறைவனது திருவடிகளை அடையும்நாள், எந்நாளோ?

..1147..

வேட்டைப் புலப்புலையா் மேவாத வண்ணம்எனக்
காட்டைத் திருத்திக் கரைகாண்பது எந்நாளோ. 6

பொழிப்புரை:

வேட்டையாடும் புலையா் போன்ற புலன்கள் வழி செல்லாத வண்ணம், மனமாகிய காட்டினைப் பண்படுத்தி, அதன் எல்லையைக் காண்பது எப்பொழுதோ?

..1148..

உந்து பிறப்புஇறப்பை உற்றுவிடாது எந்தைஅருள்
வந்து பிறக்க மனம்இறப்பது எந்நாளோ. 7

பொழிப்புரை:

மீண்டும் மீண்டும் பிறப்பு இறப்பில் வராது இருக்க, எம் தந்தையின் திருவருள் துணைவேண்டும்; அந்தத் திருவருளும் மனம் இறந்துபட்ட நிலையில் கைகூடும்; அது கைகூடுவது எப்பொழுதோ?

..1149..

புத்திஎனும் துத்திப் பொறிஅரவின் வாய்த்தேரை
ஒத்துவிடாது எந்தைஅருள் ஓங்குநாள் எந்நாளோ. 8

பொழிப்புரை:

பாம்பின் வாயில் அகப்பட்ட தேரை போல் புத்தியின் வசம் அகப்பட்ட உயிருக்குத் துன்பம் நேரும்; அது நேராதிருக்க, எம் தந்தையின் திருவருள் ஓங்கவேண்டும்; அது நிகழ்வது எப்பொழுதோ?

..1150..

ஆங்காரம் என்னும்மத யானைவா யில்கரும்பாய்
ஏங்காமல் எந்தைஅருள் எய்துநாள் எந்நாளோ. 9

பொழிப்புரை:

மதங்கொண்ட யானையின் வாயில் அகப்பட்ட கரும்பு போல ஆங்காரம் எனப்படும் தன்முனைப்பு கொண்டு, துன்புறும் உயிருக்கு, எம் தந்தையின் திருவருள் பதிவது எப்பொழுதோ?

..1151..

சித்தம்எனும் பௌவத் திரைக்கடலில் வாழ்துரும்பாய்
நித்தம்அலை யாதுஅருளில் நிற்குநாள் எந்நாளோ.   10

பொழிப்புரை:

சித்தம் என்னும் பிறவியாகிய அலைவீசும் கடலில்
துரும்புபோல அலைக்கழியாது, திருவருளில் ஒன்றி
நிற்பது எப்பொழுதோ?

..1152..

வித்தியா தத்துவங்கள் ஏழும் வெருண்டுஓடச்
சுத்தபர போகத்தைத் துய்க்குநாள் எந்நாளோ.   11

பொழிப்புரை:

வித்யா தத்துவங்கள் ஏழும் அஞ்சி ஓடும்படி செய்து, தூய
மேலான சிவபோகம் அனுபவிக்கும் நாள், எந்நாளோ?

..1153..

சுத்தவித்தை யேமுதலாத் தோன்றும்ஓர் ஐந்துவகைத்
தத்துவத்தை நீங்கிஅருள் சாருநாள் எந்நாளோ?   12

பொழிப்புரை:

சுத்தவித்தை முதலாகச் சொல்லப்பட்ட சுத்த தத்துவங்கள்
ஓர் ஐந்தும் நீங்கி, அருளைச் சாரும் நாள், எந்நாளோ?

..1154..

பொல்லாத காமப் புலைத்தொழிலில் என்அறிவு
செல்லாமல் நன்னெறியில் சேருநாள் எந்நாளோ.   13

பொழிப்புரை:

தீய காமமாகிய புலால் தொழிலில் என் அறிவு செல்லாதபடி, நன்னெறியில் சேரும் நாள், எந்த நாளோ?

..1155..

அடிகள்அடிக் கீழ்க்குடியாய் யாம்வாழா வண்ணம்
குடிகெடுக்கும் பாழ்மடிமைக் கூறுஒழிவது எந்நாளோ. 14

பொழிப்புரை:

எம் இறைவனது திருவடிக்குக் கட்டுப்பட்ட குடியாய், யாம் வாழாதபடிக்குத் தடுத்து, குடிகெடுக்கும் வீணான சோம்பலின் கூறு, ஒழிவது எப்பொழுது?

..1156..

ஆன புறக்கருவி ஆறுபத்தும் மற்றுஉளவும்
போனவழி யும்கூடப் புல்முளைப்பது எந்நாளோ. 15

பொழிப்புரை:

தத்துங்களைப் போலவே தாத்துவிகங்கள் அறுபதும், மற்றுமுள்ளனவும், போன வழியில்கூட புல்முளைப்பது எப்பொழுதோ?

..1157..

அந்தகனுக்கு எங்கும்இருள ஆனஆ றாஅறிவில்
வந்தஇருள் வேலை வடியுநாள் எந்நாளோ. 16

பொழிப்புரை:

பிறவிக் குருடனுக்கு எங்கும் இருளாகவே தோன்றுவது போல என் அறிவை மயக்கி வந்த ஆணவமல இருள் என்னும் கடல், வரளும் நாள் எந்நாளோ?

..1158..

புன்மலத்தைச் சேர்ந்துமல போதம் பொருந்துதல்போய்
நின்மலத்தைச் சேர்ந்துமலம் நீங்குநாள் எந்நாளோ. 17

பொழிப்புரை:

இழிவான மும்மலத்தோடு சேர்ந்து தற்போதம் பொருந்த வாழ்தல்போய், மலமற்ற இறைவனைச் சேர்ந்து மும்மலக் கறைகளைப் போக்கும் நாள், எந்நாளோ?

..1159..

கண்டுகண்டும் தேறாக் கலக்கம்எல்லாம் தீர்வண்ணம்
பண்டைவினை வேரைப் பறிக்குநாள் எந்நாளோ. 18

பொழிப்புரை:

பலமுறையும் பலவாறாகக் கண்ட பின்னும், தெளிவு பெறாத கவலை எல்லாம் தீரும்படி, பழைய வினையின் வேரைப் பறிக்கும் நாள், எந்நாளோ?

..1160..

பைங்கூழ் வினைதான் படுசாவி ஆகஎமக்கு
எம்கோன் கிரணவெயில் எய்துநாள் எந்நாளோ. 19

பொழிப்புரை:

பசிய பயிர்போல் தழைத்து வளரும் வினை விளையா வண்ணம் (சாவி ஆகுமாறு) எமக்கு, எம்தலைவனின் ஒளிக்கதிர்கள் படும்நாள், எந்நாளோ?

..1161..

குறித்தவிதம் ஆதியால் கூடும்வினை எல்லாம்
வறுத்தவித்தாம் வண்ணம்அருள் வந்திடுநாள் எந்நாளோ. 20

பொழிப்புரை:

மனம், மொழி, மெய் ஆகிய மூன்றினாலும் வந்துசேரும் வினையாகிய விதையானது, வறுத்த விதை ஆகுமாறு திருவருள் வந்து சேரும் நாள், எந்நாளோ? *(வறுபட்ட விதை மீண்டும் முளைக்காது - அதாவது பிறப்பு அறுபடும் என்பது கருத்து).*

..1162..

சஞ்சிதமே ஆதி சரக்குஆன முச்சேறும்
வெந்தபொரி ஆகஅருள் மேவுநாள் எந்நாளோ.   21

பொழிப்புரை:

சஞ்சிதம் *(தொல்வினை)*, பிராரத்தம் *(நுகர்வினை)*, ஆகாமியம் *(ஏறுவினை)* ஆகிய மூன்று பொருள்களாகிய சேறும் வரண்டு, வறுத்த பொரி போல் ஆக, திருவருள் பொருந்தும் நாள், எந்நாளோ?

..1163..

தேகம்முதல் நான்காத் திரண்டுஒன்றாய் நின்றுஇலகும்
மோகம்மிகு மாயை முடியுநாள் எந்நாளோ.   22

பொழிப்புரை:

உடல், கருவி, உலகம், நுகர்ச்சிப் பொருள் என்னும் நான்கும் ஒன்றாய் நின்று விளங்கும், ஆசையை உண்டுபண்ணும் மாயை முடியும் நாள், எந்நாளோ?

..1164..

சத்தம் முதலாத் தழைத்துஇங்கு எமக்குஉணர்த்தும்
சுத்தமா மாயை தொடக்கு அறுவது எந்நாளோ.   23

பொழிப்புரை:

சத்தம் எனப்படும் வாக்குகளாக விளங்கும் (வைகரி, மத்திமை, பைசந்தி, சூக்குமை) இவை தழைத்து, எமக்கு உணர்த்தும் சுத்த மாயையின் தொடக்கு அறும் நாள், எந்நாளோ?

..1165..

எம்மை வினையை இறையைஎம்பால் காட்டாத
அம்மை திரோதை அகலுநாள் எந்நாளோ. 24

பொழிப்புரை:

எம்மையும், எமது வினையையும், எம் இறைவனையும் எமக்குக் காட்டாது மறைத்து நிற்கும் மறைப்பாற்ற லாகிய அம்மை திரோதாயி எம்மை விட்டு அகலும் நாள், எந்நாளோ?

..1166..

நித்திரையாய் வந்து நினைவுஅழிக்கும் கேவலம்ஆம்
சத்துருவை வெல்லும் சமர்த்துஅறிவது எந்நாளோ. 25

பொழிப்புரை:

உறக்கம் (சுழுத்தி) என்னும் அவத்தையில் நினைவு அனைத்தையும் அழித்துநிற்கும் கேவலம் (இருள்நிலை - ஆணவமல மறைப்புடன் கூடிய நிலை) ஆகிய பகையை வெல்லும் சாமர்த்தியம் அறிவது எப்பொழுதோ?

..1167..

சன்னல்பின்னல் ஆன சகலம்எனும் குப்பையிடை
முன்னவன்ஞா னக்கனலை மூட்டுநாள் எந்நாளோ. 26

பொழிப்புரை:

சன்னல் (சாளரம்) போன்ற உடம்பில் உயிர் பின்னிக் கிடக்கும் சகலம் (மருள்நிலை) என்னும் குப்பையில் கிடந்து உழலும்போது (உலக வாழ்வில் சிக்கிச் சீரழியும் போது) முதல்வனாகிய இறைவன், ஞானத்தீயை மூட்டும் நாள், எந்நாளோ?

..1168..

மாயா விகார மலம்ஒழிசுத் தாவஸ்தை
தோயா அருளைத்தொடருநாள் எந்நாளோ. 27

பொழிப்புரை:

மாயையினால் காரியப்பட்டு ஈட்டிய வினை என்னும் கன்ம மலமும் ஒழிந்து, சுத்த அவத்தை(அருள்நிலை)யில் தோய்ந்து, திருவருளில் திளைத்திருக்கும் நாள், எந்நாளோ?

7. தன் உண்மை

..1169..

உடம்புஅறியும் என்னும்அந்த ஊழல்எல்லாம் தீரத்
திடம்பெறவே எம்மைத் தெரிசிப்பது எந்நாளோ. 1

பொழிப்புரை:

'உயிர் வேறு உடம்பு வேறு' என்பதை, உடம்பே அறிந்து கொள்ளும் என்னும் குளறுபடிகள் நீங்கித் தெளிவு பெற எம்மை (உயிரை) தரிசிப்பது எப்பொழுதோ?

..1170..

செம்மைஅறி வால்அறிந்து தேகாதிக் குள்இசைந்த
எம்மைப் புலப்படவே யாம்அறிவது எந்நாளோ. 2

பொழிப்புரை:

மேலான அறிவு கொண்டு அறிந்து, உடம்பு முதலியவற்றுள் பொருந்தி இருந்த எம்மை (உயிரை) புலப்படுமாறு அறிவது எப்பொழுதோ?

..1171..

தத்துவம்ஆம் பாழ்த்த ஜடஉருவைத் தான்சுமந்த
சித்துஉருஆம் எம்மைத் தெரிசிப்பது எந்நாளோ. 3

பொழிப்புரை:

தத்துவங்கள் என்னும் அறிவற்ற வீணான உருவத்தைச் சுமந்து நிற்பது, அறிவு வடிவாய் விளங்கும் உயிரே என்பதைக் காண்பது எந்நாளோ?

..1172..

பஞ்சப் பொறியைஉயிர் என்னும்அந்தப் பஞ்சம்அறச்
செஞ்செவே எம்மைத் தெரிசிப்பது எந்நாளோ. 4

பொழிப்புரை:

ஐந்து பொறிகளை உயிர் என்று கூறும் அந்த வறட்சி (அறிவுப் பற்றாக்குறை) நீங்க, செம்மையாய் உயிரைத் தரிசிப்பது எந்நாளோ?

..1173..

அந்தக் கரணம்உயிர் ஆம்என்ற அந்தரங்க
சிந்தைக் கணத்தில்எம்மைத் தேர்ந்துஅறிவது எந்நாளோ. 5

பொழிப்புரை:

அந்தக்கரணமே உயிர் என்னும் கொள்கையை மறுத்து, மறைவாய்க் கணநேரத்தில் சிந்தையில் தெளிவு பிறந்து, உயிர் என்று வேறே ஒரு பொருள் உண்டு, என்று அறிவது எப்பொழுதோ?

..1174..

முக்குணத்தை ஜீவன்என்னும்மூடத்தை விட்டுஅருளால்
அக்கணமே எம்மை அறிந்துகொள்வது எந்நாளோ. 6

பொழிப்புரை:

மூன்று குணங்களே சீவன் என்னும் அறியாமையிலிருந்து விடுபட்டு, திருவருளால், அந்தக் கணப்பொழுதிலே என்னை (உயிரை) அறிந்து கொள்ளுதல் எப்பொழுதோ?

..1175..

காலைஉயிர் என்னும் கலதிகள்சொல் கேளாமல்
சீலமுடன் எம்மைத் தெளிந்துகொள்வது எந்நாளோ. 7

பொழிப்புரை:

பிராணனே உயிர் என்று சொல்லும் மூடர்களது சொல்லைக் கேட்காமல், ஒழுக்கமுடன் எம்மைத் தெரிந்து கொள்வது எந்நாளோ?

..1176..

வான்கெடுத்துத் தேடும் மதிகேடர் போலஎமை
நான்கெடுத்துத் தேடாமல் நன்குஅளிவது எந்நாளோ. 8

பொழிப்புரை:

வான்வெளியில் இருந்துகொண்டே, 'வானத்தைக் காண வில்லை' என்று கூறித் தேடும் அறிவுகெட்டவர்களைப் போல எம்மை நானே தேடாமல், நன்கறிவது எப்பொழுதோ?

8. அருள் இயல்பு

..1177..

ஈனம் தரும்நாடு இதுநமக்கு வேண்டாஎன்று
ஆனந்த நாட்டில் அவதரிப்பது எந்நாளோ. 1

பொழிப்புரை:

இழிவாகிய பிறப்பினை மீண்டும் மீண்டும் தரும் இந்த நாடு எனக்கு வேண்டாம் என்று, பேரின்பம் தரும் நாட்டில் அவதரிப்பது எப்பொழுதோ?

..1178..

பொய்க்காட்சி ஆன புவனத்தை விட்டுஅருள்ஆம்
மெய்க்காட்சி ஆம்புவனம் மேவுநாள் எந்நாளோ. 2

பொழிப்புரை:

பொய்யாய்த் தோன்றும் இந்த உலக வாழ்வை விட்டு, அருள் ஆகிய உண்மைக் காட்சியாய் விளங்கும், வீட்டுலகம் மேவும் நாள், எந்நாளோ?

..1179..

ஆதிஅந்தம் காட்டாமல் அம்பரம்போ லேநிறைந்த
தீதுஇல் அருள்கடலைச் சேருநாள் எந்நாளோ. 3

பொழிப்புரை:

தொடக்கமும் முடிவும் காட்டாத வானம் போல் எங்கும் நீக்கமற நிறைந்து விளங்கும் குற்றமற்ற அருளாகிய கடலைச் சேரும் நாள், எந்நாளோ?

..1180..

எட்டுத் திசைக்கீழ்மேல் எங்கும் பெருகிவரும்
வெட்டவெளி விண்ஆற்றில் மெய்தோய்வது எந்நாளோ. 4

பொழிப்புரை:

எட்டு திசை, கீழ், மேல் ஆக பத்து திசை எங்கும் பரவி நிற்கும், வெட்டவெளி எனப்படும் ஆகாய நதியில், உண்மையாய் ஒன்றி நிற்பது எப்பொழுதோ?

..1181..

சூதானம் என்று சுருதிஎல்லாம் ஓலமிடும்
மீதானம் ஆனவெற்பை மேவுநாள் எந்நாளோ. 5

பொழிப்புரை:

நுட்பமான இடம் என்று வேதமெல்லாம் ஓலமிடும் மீதானம் ஆம் மலையைப் பொருந்தும் நாள், எந்நாளோ? (உச்சந்தலைக்கு மேல் பன்னிரண்டு அங்குல உயரத்தில் இருக்கும் ஆயிரம் இதழ்த் தாமரை வடிவிலான, ஆறு ஆதாரங்களுக்கும் அப்பால் உள்ள, நிராதாரம் என்றும், மீதானம் என்றும், சகசிரதளம் என்றும், பிரமரந்திரம் என்றும் குறிப்பிடப்படும் ஒரு இடம் உண்டு என்பது வேதம் முதலியவற்றில் கூறப்படும் ஒரு செய்தி ஆகும்).

..1182..

வெந்துவெடிக் கின்றசிந்தை வெப்புஅகலத் தண்அருளால்
வந்துபொழி கின்ற மழைகாண்பது எந்நாளோ. 6

பொழிப்புரை:

மூலாதாரத்தில் மூண்டுஎழும் கனலால் வெந்து வெடிக்கின்ற சிந்தை வெப்பம் தணியுமாறு, தண்அருளை மழைபோலப் பொழியும் நாள், எந்நாளோ?

..1183..

சூரியர்கள் சந்திரர்கள் தோன்றாச் சுயம்ஜோதிப்
பூரணதே சத்தில் பொருந்துநாள் எந்நாளோ.   7

பொழிப்புரை:

சூரியனாலும், சந்திரனாலும் ஒளிபெறாத, சுயம்சோதியாய்
(சிவசூரியனாய்) விளங்கும், வெட்டவெளிப் பூரணத்தில்
பொருந்தும் நாள், எந்நாளோ?

..1184..

கன்றுமன வெப்பக் கலக்கம்எலாம் தீரஅருள்
தென்றல்வந்து வீசுவெளி சேருநாள் எந்நாளோ.   8

பொழிப்புரை:

புழுங்குகின்ற மனவெப்பத்தால் உண்டாகும் கவலைகள்
எல்லாம் தீருமாறு, திருவருளாகிய தென்றல் காற்று வந்து
வீசும் வெட்டவெளியைச் சேரும் நாள், எந்நாளோ?

..1185..

கட்டுநமன் செங்கோல் கடாஅடிக்கும் கோல்ஆக
வெட்ட வெளிப்பொருளை மேவுநாள் எந்நாளோ.   9

பொழிப்புரை:

பாசக்கயிறு கொண்டு கட்டி இழுத்துச் செல்லும் எமனது
கையிலுள்ள செங்கோல், எருமைக் கடாவை ஓட்டும்
கோலாகுமாறு; வெட்டவெளியில் உள்ள பூரணப்
பொருளைப் பொருந்தும் நாள், எந்நாளோ?

..1186..

சாலக் கபாடத் தடைதீர எம்பெருமான்
ஓலக்க மண்டபத்துள் ஓடுநாள் எந்நாளோ. 10

பொழிப்புரை:

மாயை என்னும் பெரிய கதவாய் விளங்கும் தடை விலக, எம்பெருமான் எழுந்தருளி இருக்கும் திருஓலக்க மண்டபத்தினுள் நுழையும் நாள், எந்நாளோ?

..1187..

விண்ணவன் தாள்என்னும் விரிநிலா மண்டபத்தில்
தண்ணீர் அருந்தித் தளர்வுஒழிவது எந்நாளோ. 11

பொழிப்புரை:

தேவதேவனின் திருவடி என்னும் நிலவொளி வீசும் மண்டபத்தில் தண்ணீர் குடித்துக் களைப்பு நீங்குவது எப்பொழுதோ?

..1188..

வெய்யபுவி பார்த்து விழித்துஇருந்த அல்லல்அறத்
துய்ய அருளில் துயிலுநாள் எந்நாளோ. 12

பொழிப்புரை:

கொடிய இந்த உலகத்துப் பொருள்களுக்குக் காவல் இருந்து கண் விழித்து பட்ட துன்பம் தீருமாறு, தூய திருவருளில் உறங்கும் நாள், எந்நாளோ?

..1189..

வெய்ய பிறவிவெயில் வெப்பம்எலாம் விட்டுஅகல
ஐயன்அடி நீழல் அணையுநாள் எந்நாளோ. 13

பொழிப்புரை:

கொடிய பிறவியாகிய வெயிலின் வெப்பம் தீருமாறு,
எம் ஐயனின் திருவடி நிழலைச் சென்றடைவது, எந்நாளோ?

..1190..

வாதைப் பிறவி வளைகடலை நீந்தஐயன்
பாதப் புணைஇணையைப் பற்றுநாள் எந்நாளோ.   14

பொழிப்புரை:

துன்பம் தரும் பிறவியாகிய சூழ்ந்து நிற்கும் கடலை
நீந்திக் கரை சேர, எம் ஐயனது திருவடியாகிய தெப்பம்
கைக்குக் கிடைக்கும் நாள், எந்நாளோ?

..1191..

ஈனம்இல்லா மெய்ப்பொருளை இம்மையிலே காணவெளி
ஞானம்எனும் அஞ்சனத்தை நான்பெறுவது எந்நாளோ.   15

பொழிப்புரை:

குறை ஒன்றும் இல்லாத மெய்ப்பொருளை (இறைவனை)
இப்பிறப்பிலேயே காண்பதற்கு வெளிப்படைத் தன்மை
யுடன், ஞானமாகிய மையை நான் பெறுவது எப்பொழுதோ?

..1192..

எல்லாம் இறந்தஇடத்து எந்தைநிறைவு ஆம்வடிவைப்
புல்லாமல் புல்லிப் புணருநாள் எந்நாளோ.   16

பொழிப்புரை:

தத்துவங்கள் முப்பத்தாறையும் கடந்த இடத்து, எம்
தந்தையாகிய ஒருநிறைவாம் வடிவைத் தழுவாமல்
தழுவிச் சேரும் நாள், எந்நாளோ?

..1193..

ஜடத்துள்உயிர் போல்எமக்குத் தான்உயிராய் ஞானம்
நடத்தும்முறை கண்டுபணி நாம்விடுவது எந்நாளோ. 17

பொழிப்புரை:

இந்த உடம்பினுள் உயிர் இருப்பதுபோல உயிருக்கு
உயிராய் இறைவன் இருந்து, தமது மூதறிவாலே நடத்தும்
முறை கண்டு, கன்மம் விட்டு நிற்பது எந்நாளோ?

..1194..

எக்கணும்ஆம் துன்ப இருள்கடலை விட்டுஅருள்ஆம்
மிக்ககரை ஏறி வெளிப்படுவது எந்நாளோ. 18

பொழிப்புரை:

எல்லா இடத்தும் சூழ்ந்து நிற்கும் துன்பமாகிய இருள்
கடலை விட்டு நீங்கி, அருளாகிய மேலான கரையில்
ஏறி வெளிப்படும் நாள், எந்நாளோ?

9. பொருள் இயல்பு

..1195..

கைவிளக்கின் பின்னேபோய்க் காண்பார்போல் மெய்ஞ்ஞான
மெய்விளக்கின் பின்னேபோய் மெய்காண்பது எந்நாளோ. 1

பொழிப்புரை:

கைவிளக்கு கொண்டு உலகியல் பொருள்களைக் காண்பது
போல மெய்ஞ்ஞானமாகிய மெய்விளக்கினைக் கொண்டு,
இறைவனது திருவடியைக் காண்பது எந்நாளோ?

..1196..

கேடுஇல்பசு பாசம்எல்லாம் கீழ்ப்படவும் தானேமேல்
ஆடும் சுகப்பொருளுக்கு அன்புறுவது எந்நாளோ. 2

பொழிப்புரை:

இதுவரை கெடாமல் இருந்த பசுத்தன்மையும், பாசங்களின் இயல்பும் கெட்டு, மேலே இன்பக் கூத்து நிகழ்த்தும், பேரின்பப் பெரும் பொருளிடத்தில், அன்பு வைப்பது எப்பொழுதோ?

..1197..

ஆணவத்தை நீக்கி அறிவூடே ஐவகையாக்
காண்அவஸ்தைக்கு அப்பாலைக் காணுநாள் எந்நாளோ. 3

பொழிப்புரை:

ஆணவமல இருளை நீக்கி, அறிவிலே ஐந்து வகையாகக் காணப்படும் அவத்தைகளுக்கு அப்பால் நிற்கும், சிவ பெருமானின் திருவடியைக் காணும் நாள், எந்நாளோ?

(ஐந்து அவத்தைகள்: நனவு, கனவு, உறக்கம், பேருறக்கம், உயிர்ப்படங்கல்).

..1198..

நீக்கப் பிரியா நினைக்கமறக் கக்கூடாப்
போக்குவரவு அற்ற பொருள்அணைவது எந்நாளோ. 4

பொழிப்புரை:

உயிரை விட்டு நீக்கப் பிரியாததும், நினைக்க மறக்கக் கூடாததும், போக்குவரவு அற்றதுமான பொருளைச் சேர்வது எந்நாளோ?

..1199..

அண்டருக்கும் எய்ப்பில்வைப்புஆம் ஆர்அமுதை என்அகத்தில்
கண்டுகொண்டு நின்று களிக்குநாள் எந்நாளோ. 5

பொழிப்புரை:

தேவர்களுக்கும் வறுமைக் காலத்து உதவும் சேமித்து வைத்த செல்வம் போல் உதவும், தெவிட்டாத அமுதை, மனத்தில் கண்டு நின்று, மகிழும் நாள், எந்நாளோ?

..1200..

காட்டும் திருஅருளே கண்ஆகக் கண்டுபர
விட்டுஇன்ப மெய்ப்பொருளை மேவுநாள் எந்நாளோ. 6

பொழிப்புரை:

திருவருளையே கண்ணாகக் கொண்டு, மேலான வீட்டின்ப மெய்ப்பொருளைக் கண்டு, அப்பொருளைப் (திருவருளை) பொருந்தும் நாள், எந்நாளோ?

..1201..

நான்ஆன தன்மை நழுவியே எவ்உயிர்க்கும்
தான்ஆன உண்மைதனைச் சாருநாள் எந்நாளோ. 7

பொழிப்புரை:

நான் என்னும் தன்முனைப்பு கழல, எல்லா உயிர்க்கும் உயிராய் விளங்கும், இறைவனது உண்மை கண்டு, அம்மெய்ப் பொருளை அடையும் நாள், எந்நாளோ?

..1202..

சிந்தை மறந்து திருஅருளாய் நிற்பவர்பால்
வந்தபொருள் எம்மையும்தான் வாழ்விப்பது எந்நாளோ. 8

பொழிப்புரை:

தன் சிந்தை அற்று, திருவருளாய் நிற்பவரிடத்தில் வந்து பொருந்திய பொருள், எம்மையும் வாழ்விப்பது எந்நாளோ?

..1203..

எள்ளுக்குள் எண்ணெய்போல் எங்கும் வியாபகமாய்
உள்ளஒன்றை உள்ளபடி ஓருநாள் எந்நாளோ. 9

பொழிப்புரை:

எள்ளுக்குள் எண்ணெய் மறைந்து இருப்பதுபோல எங்கும் நீக்கமற நிறைந்து உள்ள ஒரு பொருளை, உள்ளது உள்ளபடி உணரும் நாள், எந்நாளோ?

..1204..

அருஉருவம் எல்லாம் அகன்றுஅதுவாய் ஆன
பொருள்எமக்கு வந்து புலப்படுவது எந்நாளோ. 10

பொழிப்புரை:

உருவம், அருவம், அருவுருவம் என மூன்று நிலைகளையும் கடந்து, தான் தானாய் நின்ற பொருள், எமக்கு வெளிப் பட்டு அருளுவது எப்பொழுதோ?

..1205..

ஆரணமும் காணா அகண்டிதா காரபரி
பூரணம்வந்து எம்மைப் பொருந்துநாள் எந்நாளோ. 11

பொழிப்புரை:

வேதங்களாலும் காண முடியாத எல்லையற்ற, முழு நிறைவாய் விளங்கும் பொருள் வந்து, எம்மைப் பொருந்துவது எப்பொழுதோ?

..1206..

சத்தொடுசித்து ஆகித் தயங்கியஆ னந்தபரி
சுத்த அகண்டசிவம் தோன்றுநாள் எந்நாளோ. 12

பொழிப்புரை:

நிலைத்ததும், அறிவுடையதும் பேரின்பமும், முழுமையும், தூயதும், எல்லையற்றதும் ஆய் விளங்கும் சிவம் வெளிப் பட்டு, எமக்குத் தோற்றம் அளிப்பது, எப்பொழுதோ?

..1207..

எங்குளங்கும் பார்த்தாலும் இன்புஉறுவாய் நீக்கம்இன்றித்
தங்கும் தனிப்பொருளைச் சாருநாள் எந்நாளோ. 13

பொழிப்புரை:

எந்த திசையை நோக்கினாலும், அங்கங்கே இன்பமே உருவமாய், நீக்கமற நிறைந்து விளங்கும், தனிப்பொருளைச் சென்று சேரும் நாள், எந்நாளோ?

..1208..

அடிமுடிகாட் டாதசுத்த அம்பரம்ஆம் ஜோதிக்
கடுவெளிவந்து என்னைக் கலக்குநாள் எந்நாளோ. 14

பொழிப்புரை:

தனது திருவடியினையும், திருமுடியினையும் காட்டி அருளாத தூயவெளியாய் விளங்கும், சோதிமயமான, எல்லையற்ற, பரவெளி வந்து, என்னில் கூடும் நாள், எந்நாளோ?

..1209..

ஒன்றனையும் காட்டா உளத்துஇருளைச் சூறைஇட்டு
நின்றபரஞ் ஜோதியுடன் நிற்குநாள் எந்நாளோ. 15

பொழிப்புரை:

உலகத்துப் பொருள்கள் எதனையும், உள்ளது உள்ள படி காட்டாத, ஆணவமல இருட்டை கொள்ளை கொண்டு நின்ற, மேலான ஒளிப்பிழம்புடன் கலக்கும் நாள், எந்நாளோ?

..1210..

எந்தச் சமயம் இசைந்தும்அறி வூடுஅறிவாய்
வந்தபொரு ளேபொருளா வாஞ்சிப்பது எந்நாளோ. 16

பொழிப்புரை:

எல்லா சமயத்தையும் ஒப்புக்கொண்டு, அந்தந்த சமயத்தவர் பெற்ற அறிவின் அறிவாய் நின்று அருளும் சிவ பெருமானையே முழுமுதற் பொருளாகக் கருதி, அன்பு வைப்பது, எப்பொழுதோ?

..1211..

எவ்வாறுஇங்கு உற்றுஉணர்ந்தார் யாவர் அவர்தமக்கே
அவ்வாறாய் நின்றபொருட்கு அன்புவைப்பது எந்நாளோ. 17

பொழிப்புரை:

இங்குள்ளோர் எவ்வாறு உன்னை நினைத்தாரோ, அவ்வாறே வந்து அருள்செய்யும் மெய்ப்பொருள் மீது, அன்பு வைப்பது, எப்பொழுதோ?

..1212..

பெண்ஆண் அலிஎனவும் பேசாமல் என்அறிவின்
கண்ணூடே நின்றஒன்றைக் காணுநாள் எந்நாளோ. 18

பொழிப்புரை:

பெண் என்றோ, ஆண் என்றோ, இரண்டும் அற்ற அலி என்றோ பேசமுடியாதபடி, என் அறிவில் நின்ற, ஒரு பொருளைக் காணும் நாள், எந்நாளோ?

..1213..

நினைப்பும் மறப்பும்அற நின்றபரஞ் ஜோதி
தனைப்புலமா என்அறிவில் சந்திப்பது எந்நாளோ. 19

பொழிப்புரை:

நினைப்பும் மறப்பும் அற்ற இடத்து, மேலோங்கி நிற்கும் மேலான சோதியை, வெளிப்படையாக, என்அறிவில் சந்திக்கும் நாள், எந்நாளோ?

10. ஆனந்த இயல்பு

..1214..

பேச்சுமூச்சு இல்லாத பேரின்ப வெள்ளம்உற்று
நீச்சுநிலை காணாமல் நிற்குநாள் எந்நாளோ. 1

பொழிப்புரை:

பேச்சும் மூச்சும் ஒழிந்து, பேரின்ப வெள்ளத்தில் மூழ்கி, நீந்தும் நிலையும் அற்று நிற்கும் நாள், எந்நாளோ?

..1215..

சித்தம் தெளிந்தோர் தெளிவில் தெளிவுஆன
சுத்த சுகக்கடலுள் தோயுநாள் எந்நாளோ.   2

பொழிப்புரை:

சித்தத்தில் தெளிவு பெற்றவரது, தெளிவிலும், தெளிவாய் விளங்கும், தூய இன்பக் கடலுள் மூழ்கும் நாள், எந்நாளோ?

..1216..

சிற்றின்பம் உண்டுஊழ் சிதையஅனந் தம்கடல்போல்
முற்றின்ப வெள்ளம்எமை மூடுநாள் எந்நாளோ.   3

பொழிப்புரை:

சிற்றின்பத்தில் திளைத்து, ஊழ்வினையைப் பெருக்கிக் கொள்ளாது, அளவற்ற எல்லையில்லாத கடல்போல் இன்ப வெள்ளம் வந்து, என்னை மூடிக் கொள்ளும் நாள், எந்நாளோ?

..1217..

எல்லைஇல்பே ரின்பமயம் எப்படிஎன் றோர்தமக்குச்
சொல்அறியா ஊமர்கள்போல் சொல்லுநாள் எந்நாளோ.   4

பொழிப்புரை:

எல்லையற்ற பேரின்பம் எப்படி இருக்கும் என்று கேட்ட வர்க்கு, சொல்ல முடியாத ஊமைபோல் செய்கையால் சொல்லும் நாள், எந்நாளோ?

..1218..

அண்டர்அண்ட கோடி அனைத்தும் உகாந்தவெள்ளம்
கொண்டதுஎனப் பேரின்பம் கூடுநாள் எந்நாளோ. 5

பொழிப்புரை:

தேவர்கள் வாழும் உலகங்களும் யுகமுடிவில் அழியும் போது, நீரில் மூழ்குவது போல பேரின்ப வெள்ளத்தில் நானும் மூழ்க வேண்டும். அது நிகழ்வது எந்நாளோ?

..1219..

ஆதிஅந்தம் இல்லாத ஆதிஅ நாதிஎனும்
ஜோதிஇன்பத் தூடே துளையுநாள் எந்நாளோ. 6

பொழிப்புரை:

தொடக்கமும், முடிவும் இல்லாத, தொடக்கமாகிய, தொடக்கம் அற்ற, சோதியினது இன்பத்துள், மூழ்கும் நாள், எந்நாளோ?

..1220..

சாலோகம் ஆதி சவுக்கியமும் விட்டநம்பால்
மேல்ஆன ஞானஇன்பம் மேவுநாள் எந்நாளோ. 7

பொழிப்புரை:

சாலோகம், சாமீபம், சாரூபம் ஆகிய பதவி முத்திகள் வேண்டாம் என்று கைவிட்ட நம்மிடம், அவற்றுக்கும் மேலான பரமுத்தி இன்பமாய சாயுச்சியம் பெறும் நாள், எந்நாளோ?

..1221..

தற்பரத்தின் உள்ளேயும் சாலோகம் ஆதிஎனும்
பொற்புஅறிந்துஆ னந்தம் பொருந்துநாள் எந்நாளோ. 8

பொழிப்புரை:

சிவமாம் தன்மை அடைந்த பிறகும், சாலோகம் முதலியன இருத்தலின், அதன் தன்மைகளையும் அறிந்து, பேரின்பம் அடையும் நாள், எந்நாளோ?

..1222..

உள்ளத்தின் உள்ளேதான் ஊறும் சிவானந்த
வெள்ளம் துளைந்து விடாய்தீர்வது எந்நாளோ. 9

பொழிப்புரை:

எனது உள்ளத்தின் உள்ளே, தானாய் ஊற்றெடுக்கும் சிவானந்தம் என்னும் வெள்ளத்தில் மூழ்கி, தாகம் தீர்வது எப்பொழுதோ?

..1223..

கன்னலுடன் முக்கனியும் கற்கண்டும் ஜீனியுமாய்
மன்னும்இன்ப ஆரமுதை வாய்மடுப்பது எந்நாளோ. 10

பொழிப்புரை:

கரும்பு, முக்கனி, கற்கண்டு, சர்க்கரை ஆகிய இவை போல் தெவிட்டாது இனிக்கும் அமுதை, வாய்வைத்து உறிஞ்சிக் குடிப்பது, எப்பொழுதோ?

..1224..

மண்ணூடு உழன்ற மயக்கம்எல்லாம் தீர்ந்திடவும்
விண்ணூடு எழுந்தசுகம் மேவுநாள் எந்நாளோ. 11

பொழிப்புரை:

இவ்வுலக வாழ்வில் உழன்று திரிந்த மயக்கம் (அறியாமை) எல்லாம் தீருமாறு, ஆகாயத்தில் (வெளியில்) பேரின்ப சுகம் பெறுவது எப்பொழுது?

..1225..

கானல் ஜலம்போன்ற கட்டுஉழலைப் பொய்தீர
வான்அமுத வாவி மருவுநாள் எந்நாளோ.   12

பொழிப்புரை:

கானல்நீர் போன்ற பொய்யான உலகவாழ்வில் உழலுவதை விட்டு, பொய்தீர ஆகாய அமுதக் குளத்தில் சேரும் நாள், எந்நாளோ?

..1226..

தீங்கரும்புஎன் றால்இனியா தின்றால் இனிப்பனபோல்
பாங்குறும்பே ரின்பம் படைக்குநாள் எந்நாளோ.   13

பொழிப்புரை:

இனிய கரும்பு என்று வாயினால் கூறிய மட்டில் இனிப்பதில்லை; மென்று தின்றால்தான் இனிக்கும்; அதுபோல பேரின்பம் என்னும் ஒன்றில் மூழ்கித் திளைத்து, அதனை அனுபவிக்க வேண்டும். அதற்குரிய நாள், எந்நாளோ?

..1227..

புண்ணியபா வங்கள் பொருந்தாமெய் அன்பர்எல்லாம்
நண்ணியபே ரின்பசுகம் நான் அணைவது எந்நாளோ.   14

பொழிப்புரை:

புண்ணிய பாவங்களைப் பொருந்தாத (இருவினை ஒப்பு நிகழ்த்திய) மெய்யன்பர்கள் எல்லாம் அடைந்த பேரின்ப சுகத்தை, நானும் அடைய வேண்டும்; அது எப்பொழுது?

11. அன்பு நிலை

..1228..

தக்கரவி கண்ட சரோருகம்போல் என்இதயம்
மிக்கஅருள் கண்டு விகசிப்பது எந்நாளோ. 1

பொழிப்புரை:

சூரியனைக் கண்ட தாமரை மலர் மலர்வது போல என் மனம் மிகுந்த திருவருளைக் கண்டு, மலர்வது எப்பொழுது?

..1229..

வானமுகில் கண்ட மயூரபக்ஷி போலஐயன்
ஞானநடம் கண்டு நடிக்குநாள் எந்நாளோ. 2

பொழிப்புரை:

வானத்தில் மேகத்தைக் கண்ட மயில் மகிழ்ந்து ஆடுவது போல ஐயனது ஞானநடனம் கண்டு, மகிழ்ந்து ஆடும் நாள், எந்நாளோ?

..1230..

சந்திரனை நாடும் சகோரபக்ஷி போல்அறிவில்
வந்தபரஞ் ஜோதியையான் வாஞ்சிப்பது எந்நாளோ. 3

பொழிப்புரை:

சந்திரனை விரும்பும் சகோரப் பறவை போல என்அறிவில் வெளிப்பட்ட, மேலான சுடரை, நான் விரும்புவது, எப்பொழுதோ?

..1231..

சூத்திரமெய்ப் புற்றகத்துக் குண்டலிப்பாம்பு ஒன்றுஆட்டும்
சித்தனைஎன் கண்ணால்தெரிசிப்பது எந்நாளோ. 4

பொழிப்புரை:

வஞ்சனை நிறைந்த உடம்பாகிய புற்றில், குண்டலியாகிய பாம்பினை, ஆட்டுவிக்கும் தலைவனை, என் கண்ணால் காண்பது, எப்பொழுதோ?

..1232..

அந்தரத்தே நின்றுஆடும் ஆனந்தக் கூத்தனுக்குஎன்
சிந்தை திறைகொடுத்துச் சேவிப்பது எந்நாளோ. 5

பொழிப்புரை:

ஆகாயத்தில் நின்று ஆடுகின்ற பேரின்பக் கூத்தனுக்கு, எம் சிந்தையைக் கப்பமாகக் கட்டி, தரிசிப்பது எப்பொழுதோ?

..1233..

கள்ளன்இவன் என்றுமெள்ளக் கைவிடுதல் காரியமோ
வள்ளலே என்று வருந்துநாள் எந்நாளோ. 6

பொழிப்புரை:

எம் வள்ளலே! என்னைக் கள்ளன் என்று கூறி, கைவிட்டு விடாதே என்று வருந்தும் நாள், எந்நாளோ?

..1234..

விண்நாடர் காணா விமலா பரஞ்ஜோதி
அண்ணாவா வாஎன்று அரற்றுநாள் எந்நாளோ. 7

பொழிப்புரை:

தேவர் உலகில் வாழும் தேவர்களாலும் காண முடியாத மலமற்றவனே! மேலான சுடரே! அண்ணா! வா, வா! என்று புலம்பி அழைக்கும் நாள், எந்நாளோ?

..1235..

ஏதுஏது செய்தாலும் என்பணிபோய் நின்பணிஆம்
மாதேவா என்று வருந்துநாள் எந்நாளோ. 8

பொழிப்புரை:

தேவதேவனே! நான் எந்த ஒரு செயலைச் செய்தாலும், அது என் செயல் என்பது அற்று, நின் செயலாய் முடிய வேண்டும் என வருந்தி உரைக்கும் நாள், எந்நாளே?

..1236..

பண்டும்கா ணேன்நான் பழம்பொருளே இன்றும்உனைக்
கண்டும்கா ணேன்எனவும் கைகுவிப்பது எந்நாளோ. 9

பொழிப்புரை:

பழம்பொருளே! உன்னை, நான் இதற்கு முன்னும் கண்டதில்லை; இப்பொழுதும் கண்டும், காணாதவனாகவே இருக்கிறேன்; இவ்வாறு கூறி வணங்கும் நாள், எந்நாளோ?

..1237..

பொங்குஏதம் ஆன புழுக்கம்எலாம் தீரஇன்பம்
எங்கேஎங் கேஎன்று இரங்குநாள் எந்நாளோ. 10

பொழிப்புரை:

குற்ற மிகுதியால், மனதில் புழுக்கம் தோன்ற, அவை தீருமாறு, 'இறை இன்பம் எங்கே எங்கே?' என்று இரங்கும் நாள், எந்நாளோ?

..1238..

கடலின்மடை கண்டதுபோல் கண்ணீர் ஆறுஆக
உடல்வெதும்பி மூர்ச்சித்து உருகுநாள் எந்நாளோ. 11

பொழிப்புரை:

கடல்மடை திறந்தாற் போல கண்களில் நீர் ஆறாகப் பெருக, உடல் வெதும்பி, மூர்ச்சை அடைந்து, உள்ளம் உருகும் நாள், எந்நாளோ?

..1239..

புலர்ந்தேன் முகம்சருகாய்ப் போனேன்நின் காண
அலந்தேன்என்று ஏங்கி அழுங்குநாள் எந்நாளோ. 12

பொழிப்புரை:

முகம் வாடினேன்; உடல் சருகுபோல் இளைத்தேன்; உன்னைக் காணாது தேடி அலைந்தேன்; என ஏங்கி வருந்தும் நாள், எந்நாளோ?

..1240..

புண்ணீர்மை யாளர் புலம்புமா போல்புலம்பிக்
கண்ணீரும் கம்பலையும் காட்டுநாள் எந்நாளோ. 13

பொழிப்புரை:

புண்பட்டவர் புலம்புவது போல புலம்பி, அடியேனும் திருவடிப் பேற்றினை அடைய முடியாது, கண்ணீரும் உடல் நடுக்கமும் காட்டும் நாள், எந்நாளோ?

..1241..

போற்றேன்என் றாலும்என்னைப் புந்திசெயும் வேதனைக்குஇங்கு
ஆற்றேன்ஆற் றேன்என்று அரற்றுநாள் எந்நாளோ. 14

பொழிப்புரை:

தேவரீரை இதுவரை போற்றிப் புகழவில்லை ஆயினும், என் புத்தி செய்யும் வேதனைச் செயலுக்குப் பொறுக்க மாட்டேன், பொறுக்க மாட்டேன் என்று புலம்புவது எப்பொழுதோ?

..1242..

பொய்ம்முடங்கும் பூமிசில போட்டுஅலறப் பூங்கமலன்
கைம்முடங்க நான்ஜனனக் கட்டுஅறுவது எந்நாளோ. 15

பொழிப்புரை:

நிலையில்லாத இந்நிலவுலகம், சில விடயங்களை அசை போட்டு விடைகாண முடியாது அலறும் வண்ணம், தாமரை மலரோன் (பிரம்மன்) கை முடங்குமாறு, நான் பிறப்பாகிய தளையிலிருந்து விடுபடுவது, எப்பொழுது?

..1243..

கல்குணத்தைப் போன்றவஞ்சக் காரர்கள்கை கோவாமல்
நல்குணத்தார் கைகோத்து நான்திரிவது எந்நாளோ. 16

பொழிப்புரை:

கல் போன்ற மனமுடன், வஞ்சனை பொருந்திய குணக் கேடர்களோடு சேராது, நல்ல குணமுடையோருடன் சேர்ந்து, நான் திரியும் நாள் எந்நாளோ?

..1244..

துஷ்டனைமா மாயைச் சுழல்நீக்கி அந்தரமே
விட்டனையோ என்று வியக்குநாள் எந்நாளோ. 17

பொழிப்புரை:

துட்டனாகிய அடியேனைப் பற்றிஇருந்த பெரிய மாயை
யாகிய சுழலிலிருந்து காப்பாற்றி, ஆகாயத்தில் விட்டாயோ
என்று வியப்படையும் நாள், எந்நாளோ?

12. அன்பர் நெறி

..1245..

அத்துவா எல்லாம் அடங்கச்சோ தித்தபடி
சித்துஉருவாய் நின்றார் தெளிவுஅறிவது எந்நாளோ. 1

பொழிப்புரை:

அத்துவா என்னும் வழி எல்லாம் அடங்கிச் சோதித்த
படி, அறிவுருவாய் நின்றார் (இறைவர்) குறித்து, தெளிவு
பிறப்பது எப்பொழுதோ?

(அத்துவாக்கள் ஆறு; அவையாவன: மந்திரம், பதம்,
வன்னம், புவனம், தத்துவம், கலை).

..1246..

மூச்சுஅற்றுச் சிந்தை முயற்சிஅற்று மூதறிவாய்ப்
பேச்சுஅற்றோர் பெற்றஒன்றைப் பெற்றிடுநாள் எந்நாளோ. 2

பொழிப்புரை:

மூச்சை அடக்கி, சிந்தனை அறுபடச் செய்து, மூதறிவினாலே
பேச்சும் அற்று, நின்றோர் பெற்ற ஒன்றை (மெய்ப்
பொருளை) அடியேனும் பெற்றிடும் நாள், எந்நாளோ?

..1247..

கோட்டாலை ஆன குணம்இறந்த நிர்க்குணத்தோர்
தேட்டாலே தேடுபொருள் சேருநாள் எந்நாளோ. 3

பொழிப்புரை:

துன்பத்திற்குக் காரணமான முக்குண வேறுபாடு அற்ற குணமற்றோர், விருப்பங் கொண்டு தேடிப் பெற்ற பொருளைச் (இறைவனை) சென்று சேரும் நாள், எந்நாளோ?

..1248..

கெடுத்தே பசுத்துவத்தைக் கேடுஇலா ஆனந்தம்
அடுத்தோர் அடுத்தபொருட்டு ஆர்வம்வைப்பது எந்நாளோ. 4

பொழிப்புரை:

பசுத்துவத்தைக் கெடுத்து, கெடுதல் இல்லாத பேரின்பம் பெற்றோர், பெற்ற மெய்ப்பொருள் மீது ஆர்வம் வைப்பது எப்பொழுதோ?

..1249..

கல்கண்டால் ஓடுகின்ற காக்கைபோல் பொய்ம்மாயச்
சொல்கண்டால் ஓடும்அன்பர் தோய்வுஅறிவது எந்நாளோ. 5

பொழிப்புரை:

ஒரு கல்கொண்டு வீச, அதுகண்டு பறந்து ஓடும் பல காக்கை போல பொய்மாயச் சொல் கண்டு ஓடுகின்ற அன்பர்களுடன், கூடி இருப்பது எப்பொழுதோ?

..1250..

மெய்த்தகுலம் கல்விபுனை வேஷம்எலாம் ஓடவிட்ட
சித்தர்ஒன்றும் சேராச் செயல்அறிவது எந்நாளோ. 6

பொழிப்புரை:

குலப்பெருமை, கல்விப் பெருமை, புனைந்து கொண்ட
கோலப் பெருமை ஆகிய அனைத்தையும் விட்டு நீங்கி
நிற்கும் சித்தர்கள், ஒன்றினையும் சேராது நிற்கும் செயலின்
பெருமை அறிவது எப்பொழுதோ?

..1251..

குற்றச் சமயக் குறும்புஅடர்ந்து தற்போதம்
அற்றவர்கட்கு அற்றபொருட்கு அன்புவைப்பது எந்நாளோ. 7

பொழிப்புரை:

குற்றமுடைய கொள்கைகளைக் கொண்ட சமயங்களின்
குறும்பு நீங்கி, தற்போதம் அற்று நிற்போருக்கு, உதவும்
மெய்ப்பொருட்கு அன்பு செய்யும் நாள், எந்நாளோ?

..1252..

தர்க்கமிட்டுப் பாழ்ஆம் சமயக் குதர்க்கம்விட்டு
நிற்கும்அவர் கண்டவழி நேர்பெறுவது எந்நாளோ. 8

பொழிப்புரை:

வீண் விவாதம் புரிந்து, பாழாகும் சமயச் சழக்கு
விட்டு நிற்கும், நல்லறிஞர் கண்ட வழியைப் பற்றி நேர்
பெறுவது எப்பொழுது?

..1253..

வீறியவே தாந்தமுதல் மிக்கக லாந்தம்வரை
ஆறும்உணர்ந் தோர்உணர்வுக்கு அன்புவைப்பது எந்நாளோ.   9

பொழிப்புரை:

மேலான வேதாந்தம் முதல் சிறப்புமிகு கலாந்தம் வரை உள்ள; ஆறு அந்தங்களையும் உணர்ந்தோர், உணர்வின் மீது அன்பு வைப்பது, எப்பொழுது? (அந்தம் ஆறாவன: வேதாந்தம், சித்தாந்தம், நாதாந்தம், போதாந்தம், யோகாந்தம், கலாந்தம்).

..1254..

கண்டஇடம் எல்லாம் கடவுள்மயம் என்றுஅறிந்து
கொண்டநெஞ்சர் நேயநெஞ்சில் கொண்டுஇருப்பது எந்நாளோ. 10

பொழிப்புரை:

காணுகின்ற இடம் அனைத்தும் கடவுள்மயம் என்று அறிந்துகொண்ட மனம் உடையவர்களை, அடியேன் மனதில் ஏற்றுப் போற்றும் நாள், எந்நாளோ?

..1255..

பாக்கியங்கள் எல்லாம் பழுத்து மனம்பழுத்தோர்
நோக்கும் திருக்கூத்தை நோக்குநாள் எந்நாளோ. 11

பொழிப்புரை:

பேறு அனைத்தும் பெற்று, அனுபவம் முதிர்ந்து, மனம் பக்குவப்பட்டு நிற்போர், பார்த்துக் கொண்டிருக்கும் இறைவனது திருக்கூத்து தரிசனத்தை, அடியேனும் தரிசிக்கும் நாள், எந்நாளோ?

..1256..

எவ்உயிரும் தன்உயிர்போல் எண்ணும் தபோதனர்கள்
செவ்வறிவை நாடிமிகச் சிந்தைவைப்பது எந்நாளோ. 12

பொழிப்புரை:

எல்லா உயிர்களையும் தன் உயிர்போல் எண்ணி மதிக்கும் தவமுடையோர்களின், செம்மையான அறிவை விரும்பி, அவர்மீது மனம் வைப்பது, எப்போதோ?

13. அறிஞர் உரை

..1257..

இருநிலனாய்த் தீஆகி என்றதிருப் பாட்டின்
பெருநிலையைக் கண்டுஅணைந்து பேச்சுஅறுவது எந்நாளோ. 1

பொழிப்புரை:

''இருநிலனாய்த் தீயாகி'' என்று தொடங்கும் திருநாவுக்கரசு நாயனாரின் திருப்பாட்டின் பொருள் உணர்ந்து, பேச்சு அறுபட, மௌனம் மேற்கொள்வது எப்பொழுதோ?

..1258..

அற்றவர்கட்கு அற்றசிவன் ஆம்என்ற அத்வைத
முற்றுமொழி கண்டுஅருளில் மூழ்குநாள் எந்நாளோ. 2

பொழிப்புரை:

''அற்றவர்க்கு அற்ற சிவன்'' என்ற வரியைப் பாடி அருளிய அருள்நந்தி சிவாச்சாரியாரின், அத்துவித உண்மை கண்டு, திருவருளில் மூழ்கும் நாள், எந்நாளோ?

..1259..

தான்என்னை முன்படைத்தான் என்ற தகஉரையை
நான்என்னா உண்மைபெற்று நாம்உணர்வது எந்நாளோ. 3

பொழிப்புரை:

"தான் என்னை முன்படைத்தான்" என்று பாடிய சுந்தர
மூர்த்தி நாயனாரது தகுதி பொருந்திய சொல் கேட்டு,
நான் என்னும் தன்முனைப்பு காட்டாது, உண்மையை
உணரும் நாள், எந்நாளோ?

..1260..

என்னுடைய தோழனுமாய் என்ற திருப்பாட்டின்
நன்னெறியைக் கண்டுஉரிமை நாம்செய்வது எந்நாளோ. 4

பொழிப்புரை:

"என்னுடைய தோழனுமாய்" என்னும் திருப்பாட்டில்
(சுந்தரர் பதிகம்) காணப்படும் நல்ல நெறியைக் கடை
பிடித்து, சிவத்தொண்டு செய்யும் நாள், எந்நாளோ?

..1261..

ஆருடனே சேரும் அறிவுஎன்ற அவ்உரையைத்
தேரும் படிக்குஅருள்தான் சேருநாள் எந்நாளோ. 5

பொழிப்புரை:

"உயிரின் அறிவு சேர்ந்ததன் வண்ணமாம் தன்மை
உடையது" என்ற சித்தாந்தக் கருத்தை ஆராயும்படிக்குத்
திருவருள் கூட்டுவிக்கும் நாள், எந்நாளோ?

..1262..

உன்னில்உன்னும் என்ற உறுமொழியால் என்இதயம்
தன்னில்உன்னி நன்னெறியைச் சாருநாள் எந்நாளோ.   6

பொழிப்புரை:

"உயிர் இறைவனை நினைக்க, இறைவனும் அவ்வுயிரை நினைப்பான்" என்னும் உறுதி பொருந்திய அப்பர் மொழியை, என் இதயத்தில் நிறுத்தி, அதனை நினைந்து, நல்ல நெறியை அடையும் நாள், எந்நாளோ?

..1263..

நினைப்புஅறவே தான்நினைந்தேன் என்றநிலை நாடி
அனைத்தும்ஆம் அப்பொருளில் ஆழுநாள் எந்நாளோ.   7

பொழிப்புரை:

"நினைப்பு அற நினைந்தேன்" என்னும் மணிவாசகப் பெருமானின் கூற்றுப்படி, தானற்று நின்று, திருவருளில் மூழ்கும் நாள், எந்நாளோ?

..1264..

சென்றுசென் றேஅணுவாய்த் தேய்ந்துதேய்ந்து ஒன்றுஆகி
நின்றுவிடும் என்றநெறி நிற்குநாள் எந்நாளோ.   8

பொழிப்புரை:

"சென்று சென்று அணுவாய்த் தேய்ந்து தேய்ந்து ஒன்றாகி நின்று விடும்" என்று மாணிக்கவாசகர் கூறி அருளிய நெறியில் நிற்கும் நாள், எந்நாளோ?

..1265..

ஆதிஅந்தம் இல்லா அரியபரஞ் ஜோதிஎன்ற
நீதிமொழி கண்டுஅதுவாய் நிற்குநாள் எந்நாளோ. 9

பொழிப்புரை:

''ஆதி அந்தம் இல்லா அரும்பெரும் ஜோதி'' என்று மணிவாசகப் பெருமான் திருவெம்பாவையில் பாடி அருளிய நீதிகண்டு, அதுவாய் நிற்கும் நாள், எந்நாளோ?

..1266..

பிறிதுஒன்றில் ஆசைஇன்றிப் பெற்றிருந்தேன் என்ற
நெறிஉடையான் சொல்லில்நிலை நிற்குநாள் எந்நாளோ. 10

பொழிப்புரை:

''பிறிது ஒன்றில் ஆசையின்றி பெற்றிருந்தேன்'' என்ற நெறியை மேற்கொண்டு ஒழுகிய அருளாளர்களின் கருத்தில் நிலைத்து நிற்பது, எந்நாளோ?

..1267..

திரைஅற்ற நீர்போல் தெளிய எனத்தேர்ந்த
உரைபற்றி உற்றுஅங்கு ஒடுங்குநாள் எந்நாளோ. 11

பொழிப்புரை:

''அலை ஒழிந்த நீர்போல் மனம் தெளியப் பெறுக!'' எனக் கூறிய கூற்றுப்படி, மனம் ஒடுங்கி நிற்கும் நாள், எந்நாளோ?

..1268..

அறியா அறிவில் அவிழ்ந்துஏற என்ற
நெறிஆம் உரைஉணர்ந்து நிற்குநாள் எந்நாளோ. 12

பொழிப்புரை:

''சிற்றறிவால் அறிய முடியாத மெய்ப்பொருளை, அப்பொருளின் திருவருள் கொண்டு உணரலாம்'' என்ற மொழியின் உண்மையினைத் தெரிந்து, அதன் வழிச் செல்லும் நாள், எந்நாளோ?

..1269..

எனக்குள்நீ என்றும் இயற்கையாப் பின்னும்
உனக்குள்நான் என்ற உறுதிகொள்வது எந்நாளோ. 13

பொழிப்புரை:

'எனக்குள் நீ; உனக்குள் நான்' என இயற்கையாய்ச் சீவனும் சிவனும் கலக்கும் கலப்பில், உறுதியாய் நிற்பது, எப்பொழுதோ?

..1270..

அறிவை அறிவதுவே ஆகும்பொருள்என்று
உறுதிசொன்ன உண்மையினை ஓருநாள் எந்நாளோ. 14

பொழிப்புரை:

''அறிவை அறிவால் அறிவதே மெய்ப்பொருளைக் காணும் வழி'' என்று அனுபவம் உடையோர் உறுதி சொன்ன உண்மையை ஆராயும் நாள், எந்நாளோ?

14. நிற்கும் நிலை

..1271..

பண்ணின் இசைபோலப் பரமன்பால் நின்றதிறன்
எண்ணிஅருள் ஆகி இருக்குநாள் எந்நாளோ. 1

பொழிப்புரை:

பண்ணும் அதனோடு ஒத்து இசைக்கும் ஓசையும் போல பரமனிடத்தில் அத்துவிதமாய்க் கலந்து நின்ற திறனை நினைந்து, திருவருள் மயமாய் இருக்கும் நாள், எந்நாளோ?

..1272..

அறிவோடு அறியாமை அற்றுஅறிவி னூடே
குறியில் அறிவுவந்து கூடுநாள் எந்நாளோ.   2

பொழிப்புரை:

உலகியல் அறிவும் அறியாமையும் அற்று, பதிஅறிவின் வழியே, பதியை அடையாளம் காணும் அறிவு வந்து பொருந்தும் நாள், எந்நாளோ?

..1273..

சொல்லால் மனத்தால் தொடராச்சம் பூரணத்தில்
நில்லா நிலையாய் நிலைநிற்பது எந்நாளோ.   3

பொழிப்புரை:

வாக்குக்கும் மனத்துக்கும் எட்டாத முழுநிறைவாம் (சம்பூரணம்) திருவருளில் தலைமையோடு நில்லாது அடிமையாய் நிற்பது, எப்பொழுதோ?

..1274..

செங்கதிரின் முன்மதியம் தேசுஅடங்கி நின்றிடல்போல்
அங்கணனார் தாளில் அடங்குநாள் எந்நாளோ.   4

பொழிப்புரை:

சிவந்த சூரியன் முன் சந்திரன் ஒளி மழுங்கி நிற்பது போல அழகிய கண்ணை உடைய சிவபெருமானது திருவடியில் அடங்கும் நாள், எந்நாளோ?

..1275..

வானூடு அடங்கும் வளிபோல இன்புஉருஆம்
கோனூடு அடங்கும் குறிப்புஅறிவது எந்நாளோ. 5

பொழிப்புரை:

வானத்தில் அடங்கி நிற்கும் காற்று போல இன்ப மயமாய் இறைவனிடம் அடங்கி நிற்கும் குறிப்பினை அறிவது, எப்பொழுது?

..1276..

செப்பரிய தண்கருணைச் சித்சுகனார் பூரணத்தில்
அப்பினிடை உப்பாய் அணையுநாள் எந்நாளோ. 6

பொழிப்புரை:

சொல்லுதற்கரிய தண்ணளி உடைய பேரின்பப் பேரறிவு உடைய சிவபெருமானின், எங்கும் நீக்கமற நிறைந்து நிற்கும் முழுமையில், தண்ணீரில் கலந்த உப்பு போல சேர்ந்து கரையும் நாள், எந்நாளோ?

..1277..

தூய அறிவுஆன சுகரூப ஜோதிதன்பால்
தீயில் இரும்புஎன்னத் திகழுநாள் எந்நாளோ. 7

பொழிப்புரை:

தூய, அறிவு ஆன இன்ப வடிவ ஒளியில், தீயில் பட்டு உருகும் இரும்பு உருகித் தீயாக விளங்குவதுபோல விளங்கும் நாள், எந்நாளோ?

..1278..

தீதுஅணையாக் கர்ப்பூர தீபம்என நான்கண்ட
ஜோதியுடன் ஒன்றித் துரிசுஅறுவது எந்நாளோ.   8

பொழிப்புரை:

குற்றமற்ற நெருப்பில் பட்ட கற்பூரம் போல நான் கண்ட அந்த ஒளியில் கலந்து ஒன்றி, என் குற்றம் நீங்குவது, எப்பொழுதோ?

..1279..

ஆர்ஆரும் காணாத அற்புதனார் பொற்புஅடிக்கீழ்
நீர்ஆர் நிழல்போல் நிலாவுநாள் எந்நாளோ.   9

பொழிப்புரை:

யாராலும் காணமுடியாத வியப்புக்குரியவராகிய சிவ பெருமானின் அழகிய திருவடியின்கீழ், நீர்நிலையுடன் கூடிய நிழலில் தங்குவதுபோலத் தங்கும் நாள், எந்நாளோ?

..1280..

எட்டத் தொலையாத எந்தைபிரான் சந்நிதியில்
பட்டப் பகல்விளக்காய்ப் பண்புறுவது எந்நாளோ.   10

பொழிப்புரை:

தேடிக் காணமுடியாத எம்தந்தையாகிய பெருமானின் சந்நிதியில், சூரிய ஒளியில் வைக்கப்பட்ட விளக்குபோல ஒளிகுன்றும் நாள், எந்நாளோ?

..1281..

கருப்புவட்டை வாய்மடுத்துக் கண்டார்நாப் போல
விருப்புஉவட்டா இன்புஉருவை மேவுநாள் எந்நாளோ. 11

பொழிப்புரை:

வெல்லத்தை வாயில் போட்டு சுவை கண்டவரது நாவினைப் போல தெவிட்டாத விருப்பம் மிகும் பேரின்ப வடிவைப் பொருந்தும் நாள், எந்நாளோ?

..1282..

துச்சப் புலனால் சுழலாமல் தண்அருளால்
உச்சிக் கதிர்ஸ்படிகம் ஒவ்வுநாள் எந்நாளோ. 12

பொழிப்புரை:

புலன் இன்பமாகிய சிறுமையில் கிடந்து உழலாமல், தண்ணிய திருவருளினாலே உச்சிப் பொழுதில், ஸ்படிகம் சூரிய ஒளியை அப்படியே வாங்கிப் பிரதிபலிப்பது போல் திருவருள் பேரின்பமாய் நிற்கும் நாள், எந்நாளோ?

..1283..

இம்மா நிலத்தில் இருந்தபடி யேஇருந்து
சும்மா அருளைத் தொடருநாள் எந்நாளோ. 13

பொழிப்புரை:

இந்நிலவுலகில் பற்றுஅற இருந்தபடியே சும்மா இருந்து (மௌனமாய் இருந்து) திருவருளைத் தொடர்ந்து பற்றும் நாள், எந்நாளோ?

..1284..

தானவன்ஆம் தன்மைஎய்தித் தண்டம்என அண்டம்எங்கும்
ஞானமத யானை நடத்துநாள் எந்நாளோ. 14

பொழிப்புரை:

உயிர்தான், இறைவனாம் தன்மை எய்தி, உலகெங்கும் ஞானமாகிய மதயானையைப் பாகனாய் இருந்து வழி நடத்தும் நாள், எந்நாளோ?

..1285..

ஒன்றுஇரண்டும் இல்லதுவாய் ஒன்றுஇரண்டும் உள்ளதுவாய்
நின்ற சமத்துநிலை நேர்பெறுவது எந்நாளோ. 15

பொழிப்புரை:

சீவன் ஒன்று, சிவன் ஒன்று ஆக இரண்டு என்றும்; சீவனும் சிவனும் கலக்கும்போது சீவன் வேறாகவும், சிவன் வேறாகவும் நில்லாது, இரண்டற்று நிற்கும் என்றும்; அதனாலேயே அது ஒன்றுஆகாது என்றும்; சாமர்த்தியமாய்ப் புரிந்துகொள்வது எப்பொழுதோ?

..1286..

பாசம்அக லாமல் பதியில் கலவாமல்
மாசுஇல் சமத்துமுக்தி வாய்க்குநாள் ஏந்நாளோ. 16

பொழிப்புரை:

ஆணவமலம் அழியாமல், அடங்கி மட்டுமே நிற்கவும், பதியில் உயிர்கலவாமல் இரண்டறப் புணர்ந்தும், குற்றமற்ற சாமர்த்தியமான முத்தி வாய்க்கும் நாள், எந்நாளோ?

..1287..

சிற்றறிவு மெள்ளச் சிதைந்துஎம்மான் பேரறிவை
உற்றுஅறியா வண்ணம்அறிந்து ஓங்குநாள் எந்நாளோ. 17

பொழிப்புரை:

உலகியல் அறிவாகிய உயிரின் சிற்றறிவு மெள்ள அழிந்து, எம்பெருமானது பேரறிவோடு பொருந்தி, திருவடி தவிர வேறு எதனையும் அறியாதபடி, சிறந்து விளங்கும் நாள், எந்நாளோ?

..1288..

தந்திரத்தை மந்திரத்தைச் சாரின்நவை ஆம்அறிவுஎன்று
எந்தைஉணர் வேவடிவாய் எய்துநாள் எந்நாளோ. 18

பொழிப்புரை:

தந்திரம் மந்திரம் முதலியவற்றைச் சார்ந்து ஒழுகின், அவை குற்றம் என்றறிந்து, எம் தந்தையை அறியும், அறிவே வடிவாய் நின்று, திருவடியை அடையும் நாள், எந்நாளோ?

..1289..

போக்குவரவு அற்றவெளி போல்நிறைந்த போதநிலை
நீக்கம்அறக் கூடிநினைப்பு அறுவது எந்நாளோ. 19

பொழிப்புரை:

போக்கும் வரவும் இல்லாத, வெளிபோல நிறைந்த, மூதறிவு நிலையில் இரண்டறக் கலந்து, திருவடி நினைப்பு தவிர, வேறு நினைப்பு எதுவும் இன்றி, இருக்கும் நாள், எந்நாளோ?

..1290..

காண்பானும் காட்டுவதும் காட்சியுமாய் நின்றஅந்த
வீண்பாவம் போய்அதுவாய் மேவுநாள் எந்நாளோ. 20

பொழிப்புரை:

காண்பான், காட்சி, காணப்படுபொருள் என்ற மூன்றும் நிகழும் வீணான பாவம் நீங்கி, அவை அற்ற நிலையில் பொருந்தி நிற்கும் நாள், எந்நாளோ?

..1291..

வாடாதே நானாவாய் மாயாதே எம்கோவை
நாடாதே நாடி நலம்பெறுவது எந்நாளோ. 21

பொழிப்புரை:

மனதில் வாட்டம் உறாமலும், உலகியலில் பலவாய் விரிந்து சென்று அறிவு அழியாமலும், எம் தலைவனைத் தற்போதத்தால் தேடாது, திருவருள் முனைப்பால் தேடி, நலம் பெறுவது, எப்பொழுது?

..1292..

ஆடலையே காட்டிஎனது ஆடல்ஒழித்து ஆண்டான்பொன்
தாள்தலைமேல் சூடித் தழைக்குநாள் எந்நாளோ. 22

பொழிப்புரை:

தனது திருநடனத்தைக் காட்டி, எனது உலக வாழ்க்கை என்னும் ஆட்டத்தை ஒழித்துக் கட்டிய ஆண்டானின் அழகிய திருவடிகளைத் தலைமேல் சூடித் தழைக்கும் நாள், எந்நாளோ?

..1293..

மேலொடுகீழ் இல்லாத வித்தகனார் தம்முடனே
பாலொடுநீர் போல்கலந்து பண்புறுவது எந்நாளோ. 23

பொழிப்புரை:

அடியும் முடியும் காட்டாத, பேரறிவுப் பெருமானார், தம்முடன் பாலொடு நீர் கலப்பதுபோலக் கலந்து, பண்பு பெறுவது எப்பொழுதோ?

..1294..

அறியாது அறிந்துஎமைஆள் அண்ணலைநாம் ஆகக்
குறியாத வண்ணம் குறிக்குநாள் எந்நாளோ. 24

பொழிப்புரை:

தன்அறிவு கொண்டு அறியாது, திருவருளின் துணை கொண்டு அறிந்து, எம்மை ஆட்கொண்ட தலைவனை, நாமாக நினையாது, திருவருளால் நினைக்கும் நாள், எந்நாளோ?

..1295..

ஓராமல் மந்திரமும் உன்னாமல் நம்பரனைப்
பாராமல் பார்த்துப் பழகுநாள் எந்நாளோ. 25

பொழிப்புரை:

ஆராயாமலும், மந்திரம் செபிக்காமலும், நமது பரம் பொருளை நேரில் பாராமலும், திருவருளால் பார்த்தும், பழகியும், உடனிருப்பது, எப்பொழுதோ?

..1296..

ஊன்பற்றும் என்னோடு உறவுபற்றும் பூரணன்பால்
வான்பற்றும் கண்போல் மருவுநாள் எந்நாளோ. 26

பொழிப்புரை:

ஊனால் ஆன உடம்பினைப் பற்றி நின்று வாழும் என்னோடு, தொன்றுதொட்டு பற்று வைத்திருக்கும் முழுமுதற் பொருளிடத்தே, தடையின்றி ஆகாயத்தைப் பார்க்கும் கண் போல், தடையின்றித் திருவருளால் பொருந்தும் நாள், எந்நாளோ?

..1297..

ஆண்டான் மவுனி அளித்தஅறி வால்அறிவைத்
தூண்டாமல் தூண்டித் துலங்குநாள் எந்நாளோ. 27

பொழிப்புரை:

எம்மை ஆட்கொண்ட மௌனகுரு அளித்த அறிவு கொண்டு, தூய அறிவினனாகிய சிவபெருமானது திருவருள் தூண்டத் துலங்கும் நாள், எந்நாளோ?

..1298..

ஆணவத்தோடு அத்வைதம் ஆனபடி மெய்ஞ்ஞானத்
தாணுவினோடு அத்வைதம் சாருநாள் எந்நாளோ. 28

பொழிப்புரை:

ஆணவமலம் திருவருளின் முன்னிலையில் அழிவதில்லை என்றாலும் அடங்கி நிற்கும். அதுபோல உயிர் இறைவன் முன்னிலையில் அழிந்து படுவதில்லை; ஆனால் இரண்டறக் கலந்து நிற்கும். அந்த அத்வைத நிலையைச் சாரும் நாள், எந்நாளோ?

15. நிலைபிரிந்தோர் கூடுதற்கு உபாயம்

..1299..

கன்மநெறி தப்பில் கடுநரகுஎன்று எந்நாளும்
நன்மைதரும் ஞானநெறி நான்அணைவது எந்நாளோ. 1

பொழிப்புரை:

கன்ம நெறியில் முயல்வோர் சிறிது பிறழ்ந்தாலும் கொடிய நரகமே கிட்டும் என்று கூறுவர். அதனால் எப்பொழுதும் நன்மையே தரும் ஞான நெறியை நான் பொருந்துவது, எப்பொழுதோ?

..1300..

ஞானநெறி தானே நழுவிடினும் முப்பதத்துள்
ஆனமுக்தி நல்கும்என அன்புறுவது எந்நாளோ. 2

பொழிப்புரை:

ஞானநெறியில் முன்னேறும் போது சற்றே அதிலிருந்து நழுவினாலும், மற்றுமுள்ள மூன்று பதமுத்திகளுள் (சாலோகம், சாமீபம், சாரூபம்) ஏதேனும் ஒன்று கிடைக்கும் என்று அன்பு செய்வது, எப்பொழுதோ?

..1301..

பன்மார்க்கம் ஆன பலஅடிபட் டேனும்ஒரு
சொல்மார்க்கம் கண்டு துலங்குநாள் எந்நாளோ.   3

பொழிப்புரை:

பல நெறிகளிலும் சென்று பல அனுபவங்கள் பட்டிருந்
தாலும், குருநாதன் சொன்ன ஒருசொல்லை உறுதியாகப்
பிடித்து உய்யும் நாள், எந்நாளோ?

..1302..

அத்வைதம் என்ற அந்நியச்சொல் கண்டுஉணர்ந்து
சுத்த சிவத்தைத் தொடருநாள் எந்நாளோ.   4

பொழிப்புரை:

இரண்டற்றது (ஆனால் ஒன்றன்று) என்னும் வேதாந்த
நெறிக்கு அந்நியமான ஒரு சொல்லின் பொருளை
ஆராய்ந்து உணர்ந்து, தூய சிவத்தை பின்தொடர்ந்து
பற்றும் நாள், எந்நாளோ?

..1303..

கேட்டல்முதல் நான்காலே கேடுஇலா நாற்பதமும்
வாட்டம் அறஎனக்கு வாய்க்குநாள் எந்நாளோ.   5

பொழிப்புரை:

ஞான நூல்களைக் கேட்டல் முதலிய நான்கினாலே
(கேட்டல், சிந்தித்தல், தெளிதல், நிட்டை கூடுதல்)
கெடுதலில்லாத நான்கு பதங்களும் தொய்வின்றி எனக்குக்
கிடைக்கும் நாள், எந்நாளோ?

..1304..

என்னதுயான் என்பதுஅற எவ்இடமும் என்ஆசான்
சந்நிதியாக் கண்டுநிஷ்டை சாதிப்பது எந்நாளோ. 6

பொழிப்புரை:

எனது, யான் என்னும் புறப்பற்றையும் அகப்பற்றையும் விட்டு, எவ்விடத்தையும் என் குருநாதனின் சந்நிதியாகக் கண்டு நிட்டையில் உறைத்து நிற்பது எப்பொழுதோ?

..1305..

நாம்பிரமம் என்றால் நடுவேஒன்று உண்டாமால்
தேம்பிஎல்லாம் ஒன்றாய்த் திகழுநாள் எந்நாளோ. 7

பொழிப்புரை:

நாம் பிரம்மம் என்று சொன்னால், நடுவே வேறொன்று உண்டு என்று பொருள்படுகிறது; எனவே அந்த சந்தேகத்திற்கு இடமளிக்காத வகையில், இரண்டற்றது எனக் கொள்ளும் நாள், எந்நாளோ?

..1306..

முச்சகமே ஆதி முழுதும்அகண் டாகார
சச்சிதா னந்தசிவம் தான்என்பது எந்நாளோ. 8

பொழிப்புரை:

மேல், கீழ், நடு என்னும் மூன்று உலகம் முதலாகச் சொல்லப்படும் அனைத்தும்; எல்லையற்ற உண்மை, அறிவு, இன்ப சிவமே என்பது, எந்நாளோ?

..1307..

எவ்வடிவும் பூரணம்ஆம் எந்தைஉருவு என்றுஇசைந்த
அவ்வடிவுக்கு உள்ளே அடங்குநாள் எந்நாளோ.   9

பொழிப்புரை:

எல்லா வடிவங்களும், ஒரு முழுமையாய் விளங்கும்
எம்தந்தையாகிய சிவபெருமானின் வடிவம் என்று ஒப்புக்
கொண்ட, அந்த வடிவத்துக்கு உள்ளே அடங்கி நிற்கும்
நாள், எந்நாளோ?

..1308..

சிந்தித்தது எல்லாம் சிவபூ ரணம்ஆக
வந்தித்து வாழ்த்தி வணங்குநாள் எந்நாளோ.   10

பொழிப்புரை:

சிந்தனையில் தோன்றிய அனைத்தும் சிவம் என்னும்
முழுமையே; ஆகவே அச்சிவத்தை போற்றிப் புகழ்ந்து
வழிபடும் நாள், எந்நாளோ?

..1309..

தாங்கியபார் விண்ஆதி தானேஞா னாக்கினியாய்
ஓங்கும் யோகஉணர்வு உற்றிடுநாள் எந்நாளோ.   11

பொழிப்புரை:

தாங்குகின்ற நிலம் முதல் ஆகாயம் வரை உள்ளவை,
தானே ஞானநெருப்பாய் மூள, மேலான யோக உணர்வு
பெறும் நாள், எந்நாளோ"

..1310..

ஆசனமூர்த் தங்கள் அறஅகண்டா காரசிவ
பூஜைசெய ஆசை பொருந்துநாள் எந்நாளோ. 12

பொழிப்புரை:

ஆசனங்களும், ஆதார தேவதைகளும் விட்டு, எல்லையற்ற சிவத்தை பூசை செய்ய ஆசை ஏற்படும் நாள், எந்நாளோ?

..1311..

அஞ்சுஎழுத்தின் உண்மை அதுஆன அப்பொருளை
நெஞ்சுஅழுத்தி ஒன்றுஆகி நிற்குநாள் எந்நாளோ. 13

பொழிப்புரை:

திருவைந்தெழுத்தின் உண்மையாய் விளங்கும் அந்தப் பொருளை (சிவத்தை) மனதிலே பதித்து, அதனோடு ஒன்றி நிற்பது, எப்பொழுதோ?

..1312..

அவ்உயிர்போல் எவ்உயிரும் ஆனபிரான் தன்அடிமை
எவ்உயிரும் என்றுபணி யாம்செய்வது எந்நாளோ. 14

பொழிப்புரை:

'அ' என்னும் உயிரெழுத்து எல்லா எழுத்துகளுடன் ஒன்றி நிற்பது போல எவ்வுயிருமாய் நிற்கும், 'பெருமான் தனக்கு நான் அடிமை' என்று எண்ணிப் பணி செய்யும் நாள், எந்நாளோ?

..1313..

தேசிகர்கோன் ஆன திறன்மவுனி நம்தமக்கு
வாசி கொடுக்க மகிழுநாள் எந்நாளோ. 15

பொழிப்புரை:

குருவாய் எழுந்தருளி வந்த, திறம்மிக்க மௌனி நமக்குச் சொன்ன, யோக தத்துவத்தைக் கடைபிடித்து மகிழும் நாள், எந்நாளோ?

..1314..

குருலிங்க ஜங்கமமாக் கொண்ட திருமேனி
அருள்மயம்என்று அன்புற்று அருள்பெறுவது எந்நாளோ. 16

பொழிப்புரை:

குரு, இலிங்கம், அடியார் திருக்கூட்டம் என்ற மூன்றும் சிவனது திருமேனி என்றும், அதுவே அருள்மயம் என்றும், கொண்டு, அவற்றின் மீது அன்புகொண்டு, அருள் பெறுவது, எப்பொழுதோ?

46. காண்பேனோ என் கண்ணி

..1315..

சிந்திக்கும் தோறும் தெவிட்டா அமுதேஎன்
புந்திக்குள் நீதான் பொருந்திடவும் காண்பேனோ. 1

பொழிப்புரை:

நினைக்கும் தோறும் தெவிட்டாத அமுதமே! என் புத்தியுள் நீ வந்து பொருந்திடக் காண்பேனோ?

..1316..

கேவலத்தில் நான்கிடந்து கீழ்ப்படாது இன்பஅருள்
காவலன்பால் ஒன்றிக் கலந்திடவும் காண்பேனோ. 2

பொழிப்புரை:

கேவல அவத்தையில் (உயிர் ஆணவ மலத்தோடு கட்டுண்டு கிடந்த இருள்நிலையில்) நான் கிடந்து, கீழ்மை அடையாமல் இருக்க, இன்ப அருளைப் பாய்ச்சும் காவலனிடம் ஒன்றிக் கலப்பதையும் காண்பேனோ?

..1317..

துரியம் கடந்தஒன்றே தூவெளியாய் நின்ற
பெரியநிறை வேஉனைநான் பெற்றிடவும் காண்பேனோ. 3

பொழிப்புரை:

துரிய நிலையைக் கடந்த துரியாதீதத் தூயவெளியாய் நின்ற பெரிய நிறைவே! உன்னை நான் பெற்றிடவும் காண்பேனோ?

..1318..

மாசுஅற்ற அன்பர்நெஞ்சே மாறாத பெட்டகமாத்
தேசுஉற்ற மாமணிநின் தேசினையும் காண்பேனோ. 4

பொழிப்புரை:

குற்றமற்ற அடியார்களது மனமே மாறாத பெட்டகம் என அறிந்து, பெருமை பொருந்திய பெரிய மாணிக்க மணியே, உன் பேரொளி வடிவையும் காண்பேனோ?

..1319..

மாயா விகார மலம்அகல எந்தைபிரான்
நோயாநு பூதி நிலைபெறவும் காண்பேனோ. 5

பொழிப்புரை:

மாயாமலத்தின் வேறுபடுத்திக் காட்டும் தன்மை அகல, எம் தந்தையாகிய பெருமானின் அன்புஅனுபவம், என்னில் நிலைத்து நிற்கக் காண்பேனோ?

..1320..

பொய்உலகும் பொய்உறவும் பொய்உடலும் பொய்எனவே
மெய்யநினை மெய்எனவே மெய்யுடனே காண்பேனோ. 6

பொழிப்புரை:

பொய்யான உலகமும், பொய்யான உறவும், பொய்யான உடலும் ஆகிய இவை நிலை இல்லாதவை என அறிந்து, மெய்யனே! உன்னை மெய் எனவே உண்மை யுடன் காண்பேனோ?

..1321..

வால்அற்ற பட்டம்என மாயா மனப்படலம்
கால்அற்று வீழவும்முக் கண்உடையாய் காண்பேனோ. 7

பொழிப்புரை:

மூன்று கண்ணுடன் விளங்கும் பெருமானே! வால் அறுந்த பட்டம்போல மாயா மனத்தின் தொடர்பு அறுபட்டுக் காலின்றி (செயலற்று) வீழ்வதைக் காண்பேனோ?

..1322..

உள்ளும் புறம்பும் ஒருபடித்தாய் நின்றுசுகம்
கொள்ளும் படிக்குஇறைநீ கூட்டிடவும் காண்பேனோ. 8

பொழிப்புரை:

இறைவனே! நீ உள்ளேயும் புறத்தேயும் ஒருதன்மைத்தாய்
நின்று, இன்பம் பெறுமாறு கூட்டிவைக்கவும் காண்பேனோ?

..1323..

காட்டுகின்ற முக்கண் கரும்பே கனியேஎன்
ஆட்டம்எல்லாம் தீரஉனது ஆடலையும் காண்பேனோ. 9

பொழிப்புரை:

வெளிப்பட்டு அருளும் மூன்று கண்களுடன் விளங்கு
பவனே! கரும்பே! கனியே! எனது ஆட்டம் அனைத்தும்
தீர, உனது ஆடலை நான், காண்பேனோ?

..1324..

தூங்காமல் தூங்கிச் சுகப்பெருமான் நின்நிறைவில்
நீங்காமல் நிற்கும் நிலைபெறவும் காண்பேனோ. 10

பொழிப்புரை:

பேரின்பப் பெருமானே! தூங்காமல் தூங்கும் அறிதுயில்
நிலையைப் பெற்று, நினது நிறைவில் நீங்காமல் நிற்கும்
நிலையைப் பெறவும் காண்பேனோ?

..1325..

வாதவூ ராளிதனை வான்கருணை யால்விழுங்கும்
போதவூர் ஏறேநின் பொன்அடியும் காண்பேனோ. 11

பொழிப்புரை:

ஞான நாட்டுக்குத் தலைவனே! திருவாதவூரன் என்னும் பெயருடைய மாணிக்கவாசகன் தன்னை, நினது மேலான அருளால் விழுங்கிய அழகிய திருவடியைக் காண்பேனோ?

..1326..

சாட்டைஇலாப் பம்பரம்போல் ஆடும் ஜடஜால
நாட்டம்அற எந்தைசுத்த ஞானவெளி காண்பேனோ. 12

பொழிப்புரை:

எம் தந்தையே! சாட்டை இல்லாத பம்பரம் போல் ஆடுகின்ற இந்த அறிவற்ற உடலின் இயக்கம் நிற்க, அதன் பின், நினது தூயதான ஞானவெளியைக் காண்பேனோ?

..1327..

மன்றுஆடும் வாழ்வே மரகதம்சேர் மாணிக்கக்
குன்றேநின் தாள்கீழ்க் குடிபெறவும் காண்பேனோ. 13

பொழிப்புரை:

தில்லைச் சிற்றம்பலத்தில் ஆடுகின்ற எமது வாழ்வே! மரகதப் பச்சை போன்ற மேனி நிறமுடைய சிவகாமித் தாயாருடன் எழுந்தருளி இருக்கும் மாணிக்க மணிபோல் சிவந்த மேனி நிறமுடைய மலையே! அடியேன் நினது திருவடியின்கீழ் அடிமைக் குடியாக வாழ்வு பெறும் நிலையைக் காண்பேனோ?

..1328..

பொய்என்று அறிந்தும்எமைப் போகஒட்டாது ஐயஇந்த
வையம் கனமயக்கம் ஆற்றிடவும் காண்பேனோ. 14

பொழிப்புரை:

ஐயனே! இந்த உலகமும் உடலும் பொய் என்று அறிந்த பின்னரும், எம்மைப் போகவிட, அவை சம்மதிப்பதில்லை; இந்த உலகம் பெரும் மாயையின் காரியம் என்பதை அறிந்த நான், விட்டு நீங்கும் செயலைச் செய்யவும் காண்பேனோ?

..1329..

தாயினும் நல்ல தயாளுவே நின்னைஉன்னித்
தீயின்மெழுகு ஒத்துஉருகும் சிந்தைவரக் காண்பேனோ.   15

பொழிப்புரை:

தாயினும் மேலாம் கருணை உடையவனே! நின்னை நினைத்து, நெருப்பில் பட்ட மெழுகுபோல் உருகும் சிந்தை வருவதைக் காண்பேனோ?

..1330..

என்செயினும் என்பெறினும் என்இறைவா ஏழையன்யான்
நின்செயல்என்று உன்னும் நினைவுவரக் காண்பேனோ.   16

பொழிப்புரை:

எம் இறைவனே! ஏழையாகிய நான் எச்செயலைச் செய்தாலும், எப்பொருளைப் பெற்றாலும், அது நினது செயலாலே என நினைக்கும் நினைவு வரக் காண்பேனோ?

..1331..

எள்ளத் தனையும் இரக்கம்இலா வன்பாவி
உள்ளத்தும் எந்தை உலவிடவும் காண்பேனோ.   17

பொழிப்புரை:

ஓர் எள்ளளவும் இரக்கம் இல்லாத கொடும்பாவியாகிய என் உள்ளத்தில், எம் தந்தையாகிய நீ உலாவுவதைக் காண்பேனோ?

..1332..

வஞ்சகத்துக்கு ஆலயம்ஆம் வல்வினையேன் ஆகெடுவேள்
நெஞ்சுஅகத்தில் ஐயாநீ நேர்பெறவும் காண்பேனோ.   18

பொழிப்புரை:

வன்மனம் படைத்தவனது மனமோ, சூழ்ச்சிக்கு ஆலயமாக விளங்குகிறது; ஆ! கெடுவேன்; இந்நிலை மாறி, என் மனத்தில் ஐயா! நீ வந்து தங்குவதைக் காண்பேனோ?

..1333..

தொல்லைப் பிறவித் துயர்கெடவும் எந்தைபிரான்
மல்லல் கருணை வழங்கிடவும் காண்பேனோ.   19

பொழிப்புரை:

பல சிரமங்களுக்கு ஆளாக்கும் பிறவித் துன்பத்திலிருந்து விடுபடவும், வளமான நினது திருவருள் என்னுள் பாயவும் காண்பேனோ?

..1334..

வாள்ஆரும் கண்ணார் மயல்கடலில் ஆழ்ந்தேன்சற்று
ஆள்ஆக எந்தை அருள்செயவும் காண்பேனோ.   20

பொழிப்புரை:

வாள் போன்ற கண்ணுடைய மகளிரது மயக்கமாகிய கடலில் மூழ்கி இருந்தேன்; என்னைக் கைதூக்கி விட்டு, சற்றே ஓர் ஆளாகுமாறு எம் தந்தை அருள் செய்வதையும் காண்பேனோ?

..1335..

பஞ்சாய்ப் பறக்கும்நெஞ்சப் பாவியைநீ கூவிஐயா
அஞ்சாதே என்றுஇன் னருள்செயவும் காண்பேனோ.   21

பொழிப்புரை:

பஞ்சுபோல் பறந்து திரியும் மனமுடைய பாவியை, நீ கூவி அழைத்து, 'ஐயா! அஞ்சாதே!' என்று கூறி அருள் பாலிப்பதைக் காண்பேனோ?

..1336..

ஆடுகறங்கு ஆகி அலமந்து உழன்றுமனம்
வாடும்எனை ஐயாநீ வாஎனவும் காண்பேனோ.   22

பொழிப்புரை:

வானில் பறக்கும் காற்றாடி போல் மனம் அலைந்து திரிந்து வாடும் என்னை, 'ஐயா! நீ வருவாயாக!' எனக் கூவி அழைக்கக் காண்பேனோ?

..1337..

சிஷ்டர்க்கு எளிய சிவனேயோ தீவினையேன்
மட்டற்ற ஆசை மயக்குஅறவும் காண்பேனோ.   23

பொழிப்புரை:

முனி சிரேஷ்டர்களுக்கு எளிதிலருளும் சிவபெருமானோ நீ? இருப்பினும், தீவினையாளனாகிய எனது அளவில்லாத ஆசை மயக்கத்தையும் போக்கும் அதனையும் நான் காண்பேனோ?

..1338..

உள்நின்று உணர்த்தும் உலப்புஇலா ஒன்றேநின்
தண்என்ற சாந்தஅருள் சார்ந்திடவும் காண்பேனோ. 24

பொழிப்புரை:

உள்ளத்தின் உள்ளே நின்று உணர்த்தும், அழிவில்லாத ஒரு பொருளே! நினது குளிர்ந்த சாந்தமான அருளானது என்னை வந்து பொருந்த, அதனைக் காண்பேனோ?

..1339..

ஓடும் கருத்துஒடுங்க உள்உணர்வு தோன்றநினைக்
கூடும் படிக்குஇறைநீ கூட்டிடவும் காண்பேனோ. 25

பொழிப்புரை:

இறைவா! உலகியலில் பரந்துபரந்து ஓடும் கருத்து ஒடுங்கவும், உள்ளத்தில் மெய்யுணர்வு தோன்றவும், நின்னை வந்து கூடும்படிக்கு நீ கூட்டுவிக்கவும் காண்பேனோ?

..1340..

வாக்கால் மனத்தால் மதிப்புஅரியாய் நின்அருளை
நோக்காமல் நோக்கிநிற்கும் நுண்ணறிவு காண்பேனோ. 26

பொழிப்புரை:

வாக்குக்கும் மனத்துக்கும் எட்டாத அரிய பொருளே! நினது திருவருளைப் புறஉணர்வால் நோக்காது, அக உணர்வால் நோக்கும் நுண்ணறிவு பெறுமாற்றைக் காண்பேனோ?

..1341..

இவ்உடம்பு நீங்கும்முனே எந்தாய்கேள் இன்னருளாம்
அவ்உடம்புக்கு உள்ளே அவதரிக்கக் காண்பேனோ. 27

பொழிப்புரை:

எம் தந்தையே! கேட்பாயாக! இந்தப் பொய்யுடல் நீங்கு முன்பே, நினது திருவருளாகிய அவ்வுடம்பு கொண்டு அவதரிப்பதைக் காண்பேனோ?

..1342..

நித்தமாய் ஒன்றாய் நிரஞ்சனமாய் நிர்க்குணம்ஆம்
சுத்தவெளி நீவெளியாய்த் தோன்றிடவும் காண்பேனோ. 28

பொழிப்புரை:

அழிவில்லாததாய், ஒப்பில்லாததாய், களங்கமில்லாததாய், முக்குண வசப்படாததாய் விளங்கும் தூய வெளியாய் நீ வெளிப்பட்டுத் தோன்றுவதைக் காண்பேனோ?

..1343..

கண்நிறைந்த மோனக் கருத்தேஎன் கண்ணேஎன்
உள்நிறைந்த மாயை ஒழிந்திடவும் காண்பேனோ. 29

பொழிப்புரை:

என் கண்ணே! என் கண்ணில் விளங்கும் மோனக் காட்சியே! என் மனத்தில் நிறைந்து விளங்கும் மாயை ஒழிந்துபடுவதை, நான் காண்பேனோ?

..1344..

அத்தா விமலா அருளாளா ஆனந்த
சித்தா எனக்குஉன்அருள் செய்திடவும் காண்பேனோ. 30

பொழிப்புரை:

தந்தையே! மலமற்றவனே! அருளாளனே! பேரின்பச் சித்தனே! எனக்கு உன் அருள்வந்து பொருந்துவதைக் காண்பேனோ?

..1345..

வீணே பிறந்துஇறந்து வேசற்றேன் ஆசைஅறக்
காணேன் இறைநின் கருணைபெறக் காண்பேனோ. 31

பொழிப்புரை:

இறைவனே! நான் வீணாகப் பிறந்து இறந்து அலைக் கழிந்தேன்; இருப்பினும் என் ஆசை இன்னும் தீர்ந்த பாடில்லை; எனவே நினது கருணையைப் பெறுவதை, நான் காண்பேனோ?

..1346..

சட்டைஒத்த இவ்உடலைத் தள்ளுமுன்னே நான்சகஜ
நிஷ்டையைப்பெற்று ஐயா நிருவிகற்பம் காண்பேனோ. 32

பொழிப்புரை:

ஐயனே! சட்டைக்கு நிகரான இந்த உடலைக் கழற்றி வீசு முன்னே, நான் இயல்பான நிட்டை கூடி, உம்மோடு இரண்டற்று நிற்பதைக் காண்பேனோ?

..1347..

எல்லாம் தெரியும் இறைவாஎன் அல்லல்எல்லாம்
சொல்லாமுன் நீதான் தொகுத்துஇரங்கக் காண்பேனோ. 33

பொழிப்புரை:

இறைவனே! உனக்கு நடக்கின்ற நடப்பு அனைத்தும் தெரியும்; என் துன்பம் அனைத்தையும் நான் தொகுத்துச் சொல்லு முன்பே, நீ எனக்காக இரங்கி அருளுவதைக் காண்பேனோ?

..1348..

அண்டபகி ரண்டம் அனைத்தும் ஒருபடித்தாக்
கண்டவர்கள் கண்டதிருக் காட்சியையும் காண்பேனோ. 34

பொழிப்புரை:

அண்டம், பேரண்டம் என அனைத்தையும் ஒருதன்மையாய்க் காணும் அருளாளர்கள் கண்ட நின் திருவடிக் காட்சியை, நானும் காண்பேனோ?

..1349..

ஊன்இருந்த காயம்உடன்இருப்ப எந்தைநின்பால்
வான்இருந்தது என்னவும்நான் வந்திருக்கக் காண்பேனோ. 35

பொழிப்புரை:

எம் தந்தையே! ஊனால் ஆன இந்த உடம்பு என்னுடன் இருக்கவும், நின்னிடம் வானம் இருப்பதுபோல நானும் (எனது அறிவு ஆகாயமும்) வந்து உன்னிடம் இருப்பக் காண்பேனோ?

..1350..

தினைஅத் தனையும் தெளிவுஅறியாப் பாவியேன்
நினைவில் பரம்பொருள்நீ நேர்பெறவும் காண்பேனோ. 36

பொழிப்புரை:

தினைஅளவு கூட தெளிந்த அறிவு பெறாத பாவியாகிய எனது எண்ணத்தில், பரம்பொருளாகிய நீ, வந்து தங்குவதை நான் காண்பேனோ?

..1351..

துன்பம்எனும் திட்டுஅனைத்தும் சூறையிட ஐயாவே
இன்பவெள்ளம் வந்துஇங்கு எதிர்ப்படவும் காண்பேனோ. 37

பொழிப்புரை:

ஐயா! துன்பமாகிய மேட்டினை, நினது இன்பமாகிய வெள்ளம் அடித்துக் கரைத்துக்கொண்டு ஓடுவதை இங்கு நான் எதிர்ப்பட நின்று காண்பேனோ?

47. ஆகாதோ என் கண்ணி

..1352..

கல்லாத நெஞ்சம் கரைந்துஉருக எத்தொழிற்கும்
வல்லாய்நின் இன்பம் வழங்கினால் ஆகாதோ. 1

பொழிப்புரை:

எந்தத் தொழிலிலும் சிறந்து விளங்கும் நீ, கல்வி அறிவு பெறாத என்மனம் கரைந்து உருகுமாறு இன்பம் வழங்கினால் ஆகாதோ?

..1353..

என்னை அறிய எனக்குஅறிவாய் நின்றுஅருள்நின்
தன்னைஅறிந்து இன்பநலம் சாரவைத்தால் ஆகாதோ. 2

பொழிப்புரை:

என்னை, 'நான் யார்?' என்று அறிய எனக்கு அறிவாய் நிற்கும் நீ, நினது அருளின் தன்மையை நானறிந்து, அதனால் ஏற்படும் இன்பமாகிய நன்மையை அனுபவிக்கச் செய்தல் ஆகாதோ?

..1354..

பொய்ம்மயமே ஆன புரைதீர எந்தைஇன்ப
மெய்ம்மயம்வந்து என்னை விழுங்கவைத்தால் ஆகாதோ. 3

பொழிப்புரை:

பொய் மயமாய் நிற்கும் குற்றம் தீர, எம் தந்தையின் மெய் மயம் வந்து, என்னை விழுங்குமாறு செய்தல் ஆகாதோ?

..1355..

மட்டுஇல்லாச் சிற்சுகம்ஆம் வாழ்வேநின் இன்பமயம்
சிஷ்டர்போல் யான்அருந்தித் தேக்கவைத்தால் ஆகாதோ. 4

பொழிப்புரை:

அளவிடற்கரிய பேரின்பப் பெருவாழ்வே! நினது அடியார்கள் அருந்தும் இன்ப மயத்தை யானும் அருந்தித் திளைத்தால் ஆகாதோ?

..1356..

அத்தாநின் பொன்தாள் அடிக்கே அநுதினமும்
பித்துஆக்கி இன்பம் பெருகவைத்தால் ஆகாதோ. 5

பொழிப்புரை:

தந்தையே! நின்னுடைய அழகிய திருவடிக்கு நாளும் பித்துஆக்கி, இன்பம் பெருகுமாறு செய்தால் ஆகாதோ?

..1357..

மெல்லியலார் மோக விழற்குஇறைப்பேன் ஐயாநின்
எல்லையில்ஆ னந்தநலம் இச்சித்தால் ஆகாதோ. 6

பொழிப்புரை:

ஐயா! மகளிரது மோகமாகிய விழலுக்கு நீர் பாய்ச்சுவேன்; ஆனால் நினது எல்லையற்ற பேரின்ப நன்மையை விரும்புவது ஆகாதோ?

..1358..

சுட்டுஅழகாய் எண்ணும்மனம் சூறையிட்டுஆ னந்தமயக்
கட்டழகா நின்னைக் கலக்கவைத்தால் ஆகாதோ. 7

பொழிப்புரை:

பேரின்ப மயக் கட்டழகனே! உலகியல் பொருள்களைச் சுட்டி அறியும் மனம் கொள்ளை போக, அதன்பிறகு உன்னுடன் கலக்குமாறு செய்தால் ஆகாதோ?

..1359..

ஜோதியே நந்தாச் சுகவடிவே தூவெளியே
ஆதியே நின்னை அறியவைத்தால் ஆகாதோ. 8

பொழிப்புரை:

சுடரே! அழிவில்லாத பேரின்பப் பெருவடிவே! தூய வெட்ட வெளியே! முழு முதலே! நின்னை, நான் அறியுமாறு செய்தால் ஆகாதோ?

..1360..

நேசம் சிறிதும்இலேன் நிர்மலனே நின்அடிக்கே
வாசம் செயஇரங்கி வாஎன்றால் ஆகாதோ. 9

பொழிப்புரை:

மலமற்றவனே! நின்மீது அன்பு சிறிதும் இல்லாதவன்; ஆனாலும் நின்திருவடியின் கீழ் வசிக்க, இரக்கம் காட்டி, 'வா!' என்று அழைத்தால் ஆகாதோ?

..1361..

என்அறிவுக்கு உள்ளே இருந்ததுபோல் ஐயாவே
நின்அறிவுள் நின்னுடன்யான் நிற்கவைத்தால் ஆகாதோ. 10

பொழிப்புரை:

ஐயா! என் அறிவுக்குள் நீ இருந்தது போல உன் அறிவுக்குள் நான், உன்னுடன் கூடி இருக்குமாறு வைத்தால் ஆகாதோ?

..1362..

ஆதிப் பிரானேஎன் அல்லல் இருள்அகலச்
ஜோதிப்ர காசமயம் தோற்றுவித்தால் ஆகாதோ. 11

பொழிப்புரை:

முழுமுதற் கடவுளே! எனது அறியாமைத் துன்பஇருள் நீங்குமாறு, தங்களது பேரொளிப் பெரும்பிழம்பாம் தன்மையைக் காட்டி நின்றால் ஆகாதோ?

..1363..

ஆசைச் சுழல்கடலில் ஆழாமல் ஐயாநின்
நேசப் புணைத்தாள் நிறுத்தினால் ஆகாதோ. 12

பொழிப்புரை:

ஐயா! ஆசையாகிய நீர்ச்சுழிகள் நிரம்பிய கடலில் ஆழ்ந்து போகாமல், நினது அன்பாகிய திருவடித் தெப்பத்தைத் தந்தால் ஆகாதோ?

..1364..

பாசநிக ளங்கள்எல்லாம் பஞ்சுஆகச் செஞ்செவே
ஈசஎனை வாஎன்று இரங்கினால் ஆகாதோ. 13

பொழிப்புரை:

ஈசனே! பாசமாகிய விலங்கு பஞ்சுபோல் பொடிப் பொடியாக, செம்மையுடன் என்னை, 'வா!' என்று அழைத்து, இரக்கம் காட்டினால் ஆகாதோ?

..1365..

ஓயாஉள் அன்பாய் உருகிவாய் விட்டுஅரற்றிச்
சேய்ஆகி எந்தைநின்னைச் சேரவைத்தால் ஆகாதோ. 14

பொழிப்புரை:

எம் தந்தையே! இடைவிடாத அன்பை உள்ளத்தில் பெருக விட்டு உருகவும், வாய் விட்டு அரற்றவும் செய்து, ஒரு குழந்தை போல் என்னை, நின்னுடன் சேர்த்துக் கொண்டால் ஆகாதோ?

..1366..

ஆதிஆம் வாழ்வாய் அகண்டிதமாய் நின்றபரஞ்
ஜோதிநீ என்னைத் தொழும்பன்என்றால் ஆகாதோ. 15

பொழிப்புரை:

முழுமுதல் வாழ்வாய், எல்லையற்றதாய், நின்ற மேலான சுடர் நீ, என்னை ஓர் அடிமையாக ஏற்றுக்கொண்டால் ஆகாதோ?

..1367..

விண்ஆரக் கண்ட விழிபோல் பரஞ்ஜோதி
கண்ஆர நின்நிறைவைக் காணவைத்தால் ஆகாதோ. 16

பொழிப்புரை:

மேலான சுடரே! ஆகாயத்தைத் தடை இன்றிக் காண்பது போல நினது முழுநிறைவாய் விளங்கும் தன்மையைக் கண்ணாரக் காண வைத்தால் ஆகாதோ?

..1368..

சேராமல் சேர்ந்துநின்று சின்மயனே நின்மயத்தைப்
பாராமல் பார்எனநீ பக்ஷம்வைத்தால் ஆகாதோ. 17

பொழிப்புரை:

ஞானமயமானவனே! உன்னுடன் ஒன்றாகாமலும், இரண்டாகாமலும், இரண்டறக் கலந்து நின்று, நீ திருவருள் மயமாய் நிற்பதை, நான் முனைப்பு கொண்டு பாராமல் அருளால் பார்க்க அன்பு வைத்தால் ஆகாதோ?

..1369..

கண்ணாடி போலஎல்லாம் காட்டும் திருவருளை
உள்நாடி ஐயா உருகவைத்தால் ஆகாதோ. 18

பொழிப்புரை:

ஐயா! தன் முன் இருக்கும் பொருளை அப்படியே காட்டும் கண்ணாடி போல தத்துவக் கூட்டங்களை, உள்ளபடி காட்டும் திருவருளை, உள்ளத்தால் ஆராய்ந்து, உருகச் செய்தால் ஆகாதோ?

..1370..

மூலஇருள் கால்வாங்க மூதறிவு தோன்றஅருள்
கோலம்வெளி ஆகஎந்தை கூடுவித்தால் ஆகாதோ. 19

பொழிப்புரை:

எம் தந்தையே! உயிர் தோன்றிய போதே உடன் தோன்றிய மூல மலமாகிய ஆணவ இருள் அகன்று நிற்க, திருவடிப் பேருணர்வு விளங்க, திருவருட் கோலம் வெளிப்பட, அதனுள் என்னைக் கூட்டுவித்தால் ஆகாதோ?

..1371..

சாற்றரிய இன்பவெள்ளம் தாக்கும்அதில் நீமுளைக்கில்
ஊற்றம்உறும் என்னஅதில் உண்மைசொன்னால் ஆகாதோ. 20

பொழிப்புரை:

சொல்லஅரிய இன்பவெள்ளம் பெருகி ஓடும்போது, அதில் நீ வெளிப்பட்டால், அடியேனுக்கு உறுதி பிறக்கும் என்னும் உண்மையைச் சொன்னால் ஆகாதோ?

..1372..

கையும் குவித்துஇரண்டு கண்அருவி பெய்யஅருள்
ஐயநின்தாள் கீழே அடிமைநின்றால் ஆகாதோ. 21

பொழிப்புரை:

ஐயனே! கை இரண்டையும் தலைமேல் குவித்து, கண்களில் நீர் அருவிபோல் பாய, திருவருளாகிய நினது திருவடியின் கீழே அடிமையாகிய எளியேன் நின்றால் ஆகாதோ?

48. இல்லையோ என் கண்ணி

..1373..

ஏதும் தெரியாது எனைமறைத்த வல்இருளை
நாதநீ நீக்கஒரு ஞானவிளக்கு இல்லையோ. 1

பொழிப்புரை:

எம் தலைவனே! எதுவுமே தெரியாதபடி என்னை இருள் நிலையில் (கேவல அவத்தையில்) மறைத்து நின்ற ஆணவ மல இருட்டை, நீக்கி அருள, நீயே ஒரு ஞான விளக்கு அல்லவா!

..1374..

பணிஅற்று நின்று பதைப்புஅறஎன் கண்ணுள்
மணிஒத்த ஜோதிஇன்ப வாரிஎனக்கு இல்லையோ. 2

பொழிப்புரை:

கண்ணுள் விளங்கும் கருமணிபோல் ஒளிரும் சுடரே! உலகத்துச் செயல்கள் அனைத்தும் அற்று நின்று, மனதில் எந்தவிதமான பதைபதைப்பும் இல்லாதபடி செய்ய, நினது இன்பமாகிய பெருக்கு எனக்கு இல்லையோ?

..1375..

எம்மால் அறிவதுஅற எம்பெருமான் யாதும்இன்றிச்
சும்மா இருக்கஒரு சூத்திரம்தான் இல்லையோ. 3

பொழிப்புரை:

எம்பெருமானே! எம்மால் எதுவும் அறியப்படாதும், வேறு செயல்கள் இன்றியும், சும்மா இருக்குமாறு செய்யும் ஒரு சூழ்ச்சி உன்னிடம் இல்லையோ?

..1376..

நாய்க்கும் கடையானேன் நாதாநின் இன்பமயம்
வாய்க்கும் படிஇனிஓர் மந்திரம்தான் இல்லையோ. 4

பொழிப்புரை:

தலைவனே! நாயினும் கடைப்பட்டவனாய் நான் இருக்கிறேன்; நினது இன்பம் எனக்கு வந்து சேரும்படி செய்ய ஏதேனும் ஒரு மந்திரம் நின்னிடம் இல்லையோ?

..1377..

ஊன்ஆக நிற்கும் உணர்வைமறந்து ஐயாநீ
தான்ஆக நிற்கஒரு தந்திரம்தான் இல்லையோ. 5

பொழிப்புரை:

ஐயா! உடம்பாக நிற்கும் உணர்வை மறந்து, நீயே தானாக, நான் நிற்க, ஒரு தந்திரம் உன்னிடம் இல்லையோ?

..1378..

அல்லும் பகலும் அகண்டவடி வேஉனைநான்
புல்லும் படிஎனக்குஓர் போதனைதான் இல்லையோ. 6

பொழிப்புரை:

எல்லையற்ற பெருவடிவே! இரவுபகல் என எந்நேரமும் உன்னை, நான் தழுவி இருக்கும்படி, போதிக்க ஒரு போதனை உன்னிடம் இல்லையோ?

49. வேண்டாவோ என் கண்ணி

..1379..

கண்டவடிவு எல்லாம்நின் காட்சிஎன்றே கைகுவித்துப்
பண்டும்இன்றும் நின்றஎன்னைப் பார்த்துஇரங்க வேண்டாவோ. 1

பொழிப்புரை:

கண்ட வடிவம் எல்லாம், நின் வடிவமாகவே கண்டு, கைகுவித்து எக்காலத்திலும் வணங்கி வரும் என்னைப் பார்த்து, இரக்கம் கொள்ள வேண்டாவோ?

..1380..

வாதனையோடு ஆடும் மனப்பாம்பு மாயஒரு
போதனைதந்து ஐயா புலப்படுத்த வேண்டாவோ. 2

பொழிப்புரை:

ஐயா! துன்பத்தோடு படமெடுத்து ஆடும் மனமாகிய பாம்பு இறந்துபட, ஓர் உபதேசம் தந்து, தெளிவுபடுத்த வேண்டாவோ?

..1381..

தன்னை அறியத் தனிஅறிவாய் நின்றுஅருளும்
நின்னைஅறிந்து என்அறிவை நீங்கிநிற்க வேண்டாவோ.   3

பொழிப்புரை:

ஆன்மாவானது தன்னை அறிய வேண்டுமாயின், முதலில் பதிஞானமாக விளங்கும் ஒப்பற்ற தனிஅறிவை, அறிய வேண்டும். அதன்பின்னர் ஆன்மா தன்அறிவு ஒழிந்து நிற்க வேண்டும். அது கைகூட வேண்டாமோ?

..1382..

அள்ளக் குறையா அகண்டிதா னந்தம்எனும்
வெள்ளம்எனக்குஐயா வெளிப்படுத்த வேண்டாவோ.   4

பொழிப்புரை:

ஐயா, அள்ளஅள்ளக் குறையாத, எல்லையற்ற, பேரின்பப் பெருவெள்ளத்தை, எனக்கு வெளிப்படுத்திக் காட்ட வேண்டாவோ?

..1383..

அண்டனே அண்டர் அமுதேஎன் ஆருயிரே
தொண்டனேற்கு இன்பம் தொகுத்துஇரங்க வேண்டாவோ.   5

பொழிப்புரை:

தேவனே! தேவர்களது அமுதமே! எனது அருமையான உயிரே! தொண்டனாகிய எனக்கு, நினது இன்பத்தை தொகுத்துத் தந்து, இரங்கி அருள வேண்டாவோ?

..1384..

பாராதே நின்று பதையாதே சும்மாதான்
வாராய் எனவும் வழிகாட்ட வேண்டாவோ. 6

பொழிப்புரை:

'தன்முனைப்பு கொண்டு எதனையும் பார்க்காதே! நின்று மனம் பதைபதைக்காதே! மௌனமாய் வருவாயாக!' என்று கூறி எனக்கு வழிகாட்ட வேண்டாவோ?

50. நல்லறிவே என் கண்ணி

..1385..

எண்நிறைந்த மேன்மைபடைத்து எவ்உயிர்க்கும் அவ்உயிராய்க்
கண்நிறைந்த ஜோதியைநாம் காணவா நல்லறிவே. 1

பொழிப்புரை:

அடியார்களின் எண்ணங்களை நிறைவேற்றி வைக்கும் மேன்மை படைத்து, எல்லா உயிர்களிலும் உயிருக்கு உயிராய் நின்று, கண் நிறைந்த அருட்சோதியினை கண்டு கும்பிட, நல்லறிவே! நீ வருவாயாக!

..1386..

சித்துஆன நாம்என் ஜடத்தைநாம் என்னஎன்றும்
சத்துஆன உண்மைதனைச் சாரவா நல்லறிவே. 2

பொழிப்புரை:

அறிவு வடிவாய் விளங்கும் நாம், நமது அறிவற்ற உடலை நாம் என்று கூறும், அறியாமையை விட்டு; சத்தாகிய மெய்ப்பொருளை நீங்காது சார்ந்திருக்க, நல்லறிவே! நீ வருவாயாக!

..1387..

அங்கும்இங்கும் எங்கும்நிறை அற்புதனார் பொற்புஅறிந்து
பங்கயத்துள் வண்டாய்ப் பயன்பெறவா நல்லறிவே. 3

பொழிப்புரை:

அவ்விடம், இவ்விடம் என்று எவ்விடத்தும் நீக்கமற நிறைந்து நிற்கும் வியக்கத்தக்க பெருமானாரின் சிறப்பினை அறிந்து, தாமரை மலரை நாடும் வண்டு போல, நல்லறிவே! நாடிப் பயன்பெற வருவாயாக!

..1388..

கான்றசோறு என்னஇந்தக் காசினிவாழ்வு அத்தனையும்
தோன்ற அருள்வெளியில் தோன்றவா நல்லறிவே. 4

பொழிப்புரை:

'கக்கிய சோறு போன்றது இந்த உலக வாழ்வு' என்பது குறித்து, அனைத்தும் புலப்பட, அருள்வெளியில் தோன்றுவதற்கு, நல்லறிவே! வருவாயாக!

51. பலவகைக் கண்ணி

..1389..

என்அரசே கேட்டிலையோ என்செயலோ ஏதும்இலை
தன்அரசு நாடுஆகித் தத்துவம்கூத்து ஆடியதே. 1

பொழிப்புரை:

என் அரசனே! இங்கு என் செயல் என்று எதுவும் இல்லை; தத்துவக் கூட்டங்கள் சூழ்ந்து நின்று, இந்த உடம்பை தனக்குச் சொந்தமான நாடு என்று கொண்டு, கூத்தாடுகின்றன. இது குறித்து நீ ஒன்றும் கேட்டு அறியவில்லையோ?

..1390..

பண்டுஒருகால் நின்பால் பழக்கம்உண்டோ எந்தைநினைக்
கண்டுஒருகால் போற்றக் கருத்தும் கருதியதே. 2

பொழிப்புரை:

எம் தந்தையாகிய உன்னைக் கண்டு, ஒருமுறையேனும் போற்றிப் புகழ வேண்டும் என்று ஒரு கருத்து என்னுள் உண்டாயிற்று, அப்படியாயின், முன்னமே நின்னிடத்து அடியேனுக்குப் பழக்கம் உண்டு போலும்.

..1391..

கண்டவனே காணும்அன்றிக் காணாவோ காணாஎன்
கொண்டுஅறிவேன் எந்தைநினைக் கூடும் குறிப்பினையே. 3

பொழிப்புரை:

மனமானது முன்னமே கண்ட பொருள்களையே மீண்டும் கண்டால் அடையாளம் காணும்; புதிய பொருள்களைக் காணின், அதனை அம்மனம் அடையாளம் காணாது. எம்தந்தையே! உம்மைக் கூடும் குறிப்பினை எவ்வாறு என் மனத்துக்கு அடையாளப்படுத்துவேன்?

..1392..

கல்ஆல் அடியில்வளர் கற்பகமே என்அளவோ
பொல்லா வினைக்குப் பொருத்தம்தான் சொல்லாயோ. 4

பொழிப்புரை:

கல்லால மரநிழலில் எழுந்தருளி இருக்கும் கற்பகம் போன்றவரே! தீயவினைகளுக்கு என்னிடம் தங்குவது தான் பொருத்தமானதோ? வேறு யாரிடமாவது சென்று தங்குமாறு கூறமாட்டாயோ?

..1393..

தப்பிதம்ஒன்று இன்றிஅது தான்ஆக நிற்கஉண்மை
செப்பியதும் அல்லால்என் சென்னியது தொட்டனையே. 5

பொழிப்புரை:

தவறு எதுவும் இன்றி, சீவன் சிவனாக நிற்க உண்மை கூறியதும், அல்லாமல் என் தலை மீது கை வைத்து தீட்சையும் தந்தாய்!

..1394..

மாசுஆன நெஞ்சன்இவன் வஞ்சன்என்றோ வாய்திறந்து
பேசா மவுனம் பெருமான் படைத்ததுவே. 6

பொழிப்புரை:

பெருமான் எம் முன் பேசா மௌனம் கொண்டு எழுந்தருளியது, இவன் குற்றம் பொருந்திய மனம் உடையவன் என்பதாலும், வஞ்ச மனம் உடையவன் என்பதாலும் அன்றோ?

..1395..

கற்பதுஎல்லாம் கற்றேம்முக் கண்ணுடையாய் நின்பணியாய்
நிற்பதுகற்று அன்றோ நிருவிகற்பம் ஆவதுவே.   7

பொழிப்புரை:

மூன்று கண்ணுடைய பெருமானே! கற்கவேண்டிய உலகியல் நூல்கள் அனைத்தும் கற்றோம்; ஆயினும் என் பணி எல்லாம் நின் பணியாய் நிற்கக் கற்றோம் இல்லை; அது கற்ற பிறகுதானே, இரண்டற்ற தன்மையில் நிட்டை கூட முடியும்?

..1396..

முன்அளவில் கர்மம் முயன்றான் இவன்என்றோ
என்அளவில் எந்தாய் இரங்காது இருந்ததுவே.   8

பொழிப்புரை:

முற்பிறவியில் இவன் தீவினைகள் செய்தவன் என்பதனாலோ, என்னவோ, என்அளவில் எம்தந்தை இரக்கம் காட்டாது இருக்கின்றார்.

..1397..

நெஞ்சகம்வேறு ஆகி நினைக்கூட எண்ணுகின்ற
வஞ்சகனுக்கு இன்பம்எந்தாய் வாய்க்குமாறு எவ்வாறே.   9

பொழிப்புரை:

எம் தந்தையே! மனத்தால் வேறுபட்டு, ஆனால் உன்னோடு கலக்க வேண்டும் என்று நினைக்கின்ற வஞ்சகனுக்கு இன்பம் வாய்ப்பது எப்படி?

..1398..

பள்ளங்கள் தோறும் பரந்தபுனல் போல்உலகில்
உள்ளம் பரந்தால் உடையாய்என் செய்வேனே. 10

பொழிப்புரை:

எல்லாம் உடையவனே! பள்ளமுள்ள இடங்களில் எல்லாம்
நீர் பரவுவதுபோல உலக இயல்பில் உள்ளம் பரந்துவிரிந்து
செல்லுமானால், அதற்கு நான் என்னசெய்வேன்?

..1399..

முன்நினைக்கப் பின்மறைக்கும் மூடஇருள் ஆகெடுவேன்
என்நினைக்க என்மறக்க எந்தை பெருமானே. 11

பொழிப்புரை:

எம் தந்தையாகிய பெருமானே! ஒன்றை முன்னே
நினைக்க, பின்னே அது ஆணவமல இருளால் மறந்து
விடுகிறது; எனவே நான் எதனை நினைப்பேன்?
எதனை மறப்பேன்?

..1400..

வல்லாளா மோனாநின் வான்கருணை என்னிடத்தே
இல்லாதே போனால்நான் எவ்வண்ணம் உய்வேனே. 12

பொழிப்புரை:

எல்லாம் வல்லவனே! மௌன குருவே! நினது மேலான
திருவருள் என்னிடம் இல்லாது போனால், நான் எவ்வாறு
உய்வு பெறுவேன்?

..1401..

வாக்கும் மனமும் மவுனம்உற எந்தைநின்னை
நோக்கும் மவுனம்இந்த நூல்அறிவில் உண்டோமோ. 13

பொழிப்புரை:

வாக்கும் மனமும் அடங்குமாறு, எம் தந்தையாகிய நீ, என்னை நோக்கிக் கற்பித்த மௌனத்தை, நூல் அறிவு கொண்டு பெறமுடியுமோ?

..1402..

ஒன்றாய்ப் பலவாய் உலகம்எங்கும் தானேயாய்
நின்றாய்ஐ யாஎனைநீ நீங்கற்கு எளிதாமோ. 14

பொழிப்புரை:

ஐயா! நீ ஒன்றாகவும், பலவாகவும், உலகம் எங்கும் நீயே ஆகவும், நின்றாய்! அப்படி இருக்க, என்னை மட்டும் தனியே விட்டு, நீ நீங்க முடியுமா?

..1403..

ஆவித் துணையே அருமருந்தே என்றனைநீ
கூவிஅழைத்து இன்பம் கொடுத்தால் குறைவுஆமோ. 15

பொழிப்புரை:

என் உயிர்த்துணையே! அரிய பிறவி நோய்க்கு மருந்தே! என்னை நீ கூவி அழைத்து, இன்பம் தந்தால், குறைந்து விடுமோ?

..1404..

எத்தனையோ நின்விளையாட்டு எந்தாய்கேள் இவ்வளவுஎன்று
அத்தனையும் என்னால் அறியும் தரம்ஆமோ. 16

பொழிப்புரை:

எம் தந்தையே! கேட்பாயாக! உன்னுடைய திருவிளை யாடல்கள் அளவிடற்கு அரியன; அவை எத்தனை என்று என்னால் அளவிட்டு உரைக்க முடியுமோ?

..1405..

தேடுவார் தேடும் சிவனேயோ நின்திருத்தாள்
கூடுவான் பட்டதுயர் கூறற்கு எளிதாமோ. 17

பொழிப்புரை:

தேடுதற்கு உரிமை உடையோர், தேடிக் காணும் சிவ பெருமானே! நினது திருவடி அடைய, அடியேன் பட்ட துன்பம், கூறுவதற்கு எளிமை உடையதோ?

..1406..

பற்றினதைப் பற்றும்எந்தாய் பற்றுவிட்டால் கேவலத்தில்
உற்றுவிடும் நெஞ்சம்உனை ஒன்றிநிற்பது எப்படியோ. 18

பொழிப்புரை:

எம் தந்தையே! என் மனம் பற்றின பொருளையே மீண்டும் மீண்டும் பற்றி நிற்கும்; பற்று விட்டாலோ, அது கேவல அவத்தைக்குச் சென்றுவிடும்; எனவே உன்னைப் பற்றி நிற்பது எப்படியோ?

..1407..

ஒப்புஇலா ஒன்றேநின் உண்மைஒன்றும் காட்டாமல்
பொய்ப்புவியை மெய்போல் புதுக்கிவைத்தது என்னேயோ. 19

பொழிப்புரை:

ஒப்பு உவமை கூற முடியாத ஒரு பொருளே! நினது உண்மைத் தன்மை ஒன்றையும் காட்டாது, பொய்யான உலகை மெய் போல் காட்டி, அலங்காரம் செய்து வைத்திருப்பது எதற்காகவோ?

..1408..

காலால் வழிதடவும் காலத்தே கண்முளைத்தால்
போலே எனதுஅறிவில் போந்துஅறிவாய் நில்லாயோ. 20

பொழிப்புரை:

காலால் தடவி வழிகாணும் முதுமைக் காலத்தில், மீண்டும் கண்பார்வை வந்தாற்போல எனது அறிவில் நுழைந்து, என் அறிவுக்கு அறிவாய் விளங்க மாட்டாயோ?

..1409..

தன்அரசு நாடாம் ஜடஜால பூமிமிசை
என்அரசே என்னை இறையாக நாட்டினையோ. 21

பொழிப்புரை:

எம் அரசே! தத்துவக் கூட்டத்தால் உருவாக்கி அரசு நடத்தி வரும் அறிவற்ற, கண்கட்டு வித்தை போல் பொய்யான, இவ்வுலகின்மீது ஆட்சி செய்ய என்னை நியமித்தாயோ?

..1410..

திங்கள்அமு தாநின் திருவாக்கை விட்டுஅரசே
பொங்கு விஷம்அனைய பொய்ந்நூல் புலம்புவனோ. 22

பொழிப்புரை:

அரசே! சந்திர மண்டலத்து அமுதம் போன்ற நினது திருவார்த்தைகளைக் கைவிட்டு, பொங்கி வரும் நஞ்சு போன்ற கருத்துகளைக் கக்கும் பொய்ந்நூல்களைப் படித்துப் புலம்புவேனோ?

..1411..

உன்னஉன்ன என்னைஎடுத்து உள்விழுங்கும் நின்நிறைவை
இன்னம்இன்னம் காணாமல் எந்தாய் சுழல்வேனோ. 23

பொழிப்புரை:

எம் தந்தையே! நினைக்க நினைக்க என்னை எடுத்து அப்படியே உள்விழுங்கும், உன் முழுமையை இன்னம் இன்னம் காணாமல், மனம் சுழல்வேனோ?

..1412..

ஆரா அமுதுஅனைய ஆனந்த வாரிஎன்பால்
தாராமல் ஐயாநீ தள்ளிவிட வந்ததுஎன்னோ. 24

பொழிப்புரை:

ஐயா! தெவிட்டாத அமுதம் போன்ற பேரின்பக் கடலை என்பால் தராமல், நீ என்னைத் தள்ளி விட நினைத்தது ஏனோ?

52. நின்ற நிலை

..1413..

நின்றநிலை யேநிலையோ வைத்துஆ னந்த
நிலைதானே நிர்விகற்ப நிலையும் ஆகி,
என்றும்அழி யாதஇன்ப வெள்ளம் தேக்கி
இருக்கஎனைத் தொடர்ந்துதொடர்ந்து இழுக்கும்அந்தோ. 1

பொழிப்புரை:

அடியேனை முன்னமே நின்ற நிலையிலேயே நிற்க வைத்து, பேரின்ப நிலைதானே வேறுபாடற்ற நிலையும் ஆகி, என்றும் அழிதலில்லாத இன்ப வெள்ளத்து அழுந்தி இருக்க, என்னைத் தொடர்ந்துதொடர்ந்து பற்றி இழுக்கும் நிலை வியப்புக்குரியது.

..1414..

இருக்குஆதி மறைமுடிவும் சிவாகமம் ஆதி
    இதயமும்கை காட்டுளனவே இதயத்து உள்ளே
ஒருக்காலே உணர்ந்தவர்கட்கு எக்கா லும்தான்
    ஒழியாத இன்பவெள்ளம் உலவா நிற்கும்.   2

பொழிப்புரை:

இருக்கு முதலிய வேதங்களின் முடிவும், சிவஆகமங்கள் முதலியவற்றின் உட்கருத்தும், 'சின்முத்திரைக் குறிப்பே' என்பதை நன்றாக உணர்ந்தவர்களுக்கு, எப்பொழுதும் இன்ப வெள்ளம் ஒழியாது கிடைத்துக் கொண்டே இருக்கும்.

..1415..

கற்றதும்கேட் டதும்தானே ஏதுக்கு ஆகக்
    கடபடம்என்று உருட்டுதற்கோ? கல்ஆல் எம்மான்
குற்றம்அறக் கைகாட்டும் கருத்தைக் கண்டு
    குணம்குறிஅற்று இன்பநிஷ்டை கூடஅன்றோ.   3

பொழிப்புரை:

ஞானநூல்களைக் கற்றதும், வல்லார் வாய்க் கேட்டதும், எதற்காக எனின், 'கடபடம்' என உருட்டுவதற்கோ? கல்லால மரநிழலில் அமர்ந்த எம்தலைவன், குற்றம் நீங்கக் காட்டிய சின்முத்திரைக் கருத்தை உள்வாங்கி, குணமும் அடையாளமும் அற்று, இன்ப நிட்டை கூடுவதற்கு அன்றோ?

53. பாடுகின்ற பனுவல்

..1416..

பாடுகின்ற பனுவலோர்கள், தேடுகின்ற செல்வமே
நாடுகின்ற ஞானமன்றில், ஆடுகின்ற அழகனே.   1

பொழிப்புரை:

ஞான நூல்களை ஓதும் உணர்வு உடையவர்கள், தேடு
கின்ற செல்வமே! விரும்புகின்ற ஞானஅம்பலத்தில்
ஆடுகின்ற அழகனே!

..1417..

அத்தன்என்ற நின்னையே, பக்திசெய்து பனுவலால்
பித்தன்இன்று பேசவே, வைத்ததுஎன்ன வாரமே.   2

பொழிப்புரை:

தந்தை என்று உன்னை அழைத்து, உன்மீது பக்தி செய்து,
பித்தனாகிய நான் நூல்களில் உள்ள தோத்திரங்களைக் கூறி,
வழிபடுமாறு வைத்திருக்கும் உன் அன்பு, என்ன அன்போ?

..1418..

சிந்தைஅன்பு சேரவே, நைந்துநின்னை நாடினேன்
வந்துவந்துஉள் இன்பமே, தந்துஇரங்கு ஸ்தாணுவே.   3

பொழிப்புரை:

மனதில் அன்பு சேருமாறு, மனம் நைந்து உன்னை நாடி
வந்தேன்; வந்துவந்து நீயும் உன் இன்பத்தை எனக்கு
தந்து, நிலைத்த பொருளே! என்மீது இரக்கம் காட்டுவாயாக!

..1419..

அண்டர்அண்டம் யாவும்நீ, கொண்டுநின்ற கோலமே
தொண்டர்கண்டு சொரிகணீர், கண்டநெஞ்சு கரையுமே. 4

பொழிப்புரை:

அண்டங்களும், அவ்வண்டங்களில் உள்ள உயிர்க்குயிராய் இருக்கும் நீ கொண்ட கோலத்தை, தொண்டர் கண்டு, கண்ணீர் சொரிய, அது கண்ட மனமும் கரைந்து உருகுமே!

..1420..

அன்னைபோல அருள்மிகுத்து, மன்னும்ஞான வரதனே
என்னையே எனக்குஅளித்த, நின்னையானும் நினைவனே. 5

பொழிப்புரை:

தாயைப் போல அருளை மிகுதியும் பொழியும், நிலைத்த ஞான வள்ளலே! என்னை எனக்குக் கொடுத்த உன்னை, நானும் நினைப்பேனே!

54. வண்ணம்

..1421..

அருஎன் பனவும்அன்றி உருஎன் பனவும்அன்றி
அகமும் புறமும்அன்றி - முறைபிற ழாது,
குறியும் குணமும்அன்றி நிறைவும் குறைவும்அன்றி
மறைஒன்று எனவிளம்ப - விமலமது ஆகி,
அசலம் பெறஉயர்ந்து விபுலம் பெறவளர்ந்து
சபலம் சபலம்என்றுஉள் - அறிவினர் காண
- ஞானவெளியிடை மேவும்உயிராய்,

அனல்ஒன் றிடஎரிந்து புகைமண் டிடுவதுஅன்று
புனல்ஒன் றிடஅமிழ்ந்து - மடிவிலது ஊதை
சருவும் பொழுதுஉயர்ந்து சலனம் படுவதுஅன்று
சமர்கொண்டு அழிவதுஅன்றுஓர் - இயல்பினது ஆகும்;

அவன்என் பதுவும்அன்றி அவள்என் பதுவும்அன்றி
அதுஎன் ப்துவும்அன்றி - எழில்கொடு உலாவும்
- ஆரும்நிலைஅறி யாதபடியே, 1/4

இருள்என் பதுவும்அன்றி ஒளிஎன் பதுவும்அன்றி
எவையும் தன்உள்அடங்க ஒருமுதல் ஆகும்;
உளதுஎன் பதுவும்அன்றி இலதுஎன் பதுவும்அன்றி
உலகம் தொழஇருந்த - அயன்முத லோர்கள்
எவரும் கவலைகொண்டு சமயங் களில்விழுந்து
சுழலும் பொழுதுஇரங்கி அருள்செயு மாறு
- கூறரியஜக மாயைஅறவே,

எனதுஎன் பதைஇகழ்ந்த அறிவின் திரளில்நின்றும்
அறிவுஒன்று எனவிளங்கும் உபயமது ஆக
அறியும் தரமும்அன்று பிறியும் தரமும்அன்று
அசரம் சரம்இரண்டின் - ஒருபடி ஆகி,
எதுசந் ததம்நிறைந்தது எதுசிந் தனைஇறந்தது
எதுமங் களசுபங்கொள் - சுகவடிவு ஆகும்
-யாதுபரம்அதை நாடிஅறிநீ,

பருவம் குலவுகின்ற மடமங் கையர்தொடங்கு
கபடம் தனில்விழுந்து - கெடுநினைவு ஆகி,
வலையின் புடைமறிந்த மறிஎன்று அவசம்உண்டு
வசனம் திரமும்இன்றி - அவர்இதழ் ஊறல்
பருகும் தொழில்இணங்கி இரவும் பகலும்இன்சொல்
பருகும் படிதுணிந்து - குழல்அழகு ஆக,
- மாலைவகைபல சூடிஉடனே, 3/4

பதுமம் தனைஇசைந்த முலைஎன்று அதைஉகந்து
வரிவண்டு எனஉழன்று - கலில்என ஆடும்
சிறுகிண் கிணிசிலம்பு புனைதண் டைகள்முழங்கும்
ஒலிநன்று எனமகிழ்ந்து - செவிகொள, நாசி
பசுமஞ் சளின்வியந்த மணம்முந் திடமுகந்து,
பவமிஞ் சிடஇறைஞ்சி - வரிசையி னூடு
- காலின்மிசைமுடி சூடிமயலாய்,

மருளும் தெருளும்வந்து கதிஎன் பதைமறந்து
மதனன் சலதிபொங்க - இரணமது ஆன
அளிபுண் தனைவளைந்து விரல்கொண்டு உறஅளைந்து
சுரதம் சுகம்இதுஎன்று - பரவசம் ஆகி,
மருவும் தொழில்மிகுந்து தினமும் தினமும்விஞ்சி
வளரும் பிறைகுறைந்த - படிமதி சோர
- வானரமதுஎன மேனிதிரையாய்,

வயதும் படஎழுந்து பிணியும் திமிதிம்என்று
வரவும் செயல்அழிந்துஉள் - இருமலும் ஆகி,
அனமும் செலுதல்இன்றி விழியும் சுடர்கள்இன்று
முகமும் களைகள்இன்று - சரிஎன நாடி,
மனைஇன் புறஇருந்த இனமும் குலைகுலைந்து
கலகம் செயஇருண்ட - யமன்வரும் வேளை
- ஏதுதுணைபழி காரமனமே! 1

பொழிப்புரை:

உருவம் அற்றது என்பனவும் அல்லாமல், உருவம் உடையது என்பனவும் அல்லாமல்; அகமும் புறமும் அல்லாமல்; முறை பிறழாது, அடையாளமும் குணமும் உடையது அல்லாமல்; நிறைவும் குறைவும் அல்லாமல்; வேதம் 'ஒன்று' என்று சொல்ல; மலமற்றதாகி, மலை போல், உயர்ந்து, அகன்று வளர்ந்து, 'வாய்ப்பு வாய்ப்பு' என்று மனத்தில் நினைக்கின்ற பேரறிஞர்கள் தரிசிக்க, ஞானஆகாயத்தில் விளங்கும் உயிராய்;

நெருப்பு ஒன்றிட எரிந்து, புகை மண்டுவது இல்லை; நீரில் ஒன்றிட அமிழ்ந்து, அழிவதில்லை; காற்று வீசும் போது, உயர்ந்து சலனம் அடைவதும் இல்லை; போரினால் மடிவதும் இல்லை; இப்படிப்பட்ட ஓர் இயல்புடையது ஆகும். அது அவன் என்பதுவும் அல்லாமல், அவள் என்பதுவும் அல்லாமல், அது என்பதுவும் அல்லாமல், அழகிய தோற்றம் கொண்டு உலாவரும்; அதன் உண்மை நிலையை யாரும் அறிய முடியாது. 1/4

இருள் என்பதும் அல்லாமல், ஒளி என்பதும் அல்லாமல், எவையும் தன்னுள் அடங்குமாறு ஒரு முதற் பொருளாய் விளங்குவது ஆகும்; உள்ளது என்பதும் அல்லாமல்,

இல்லது என்பதும் அல்லாமல், உலகம் வணங்க இருந்த, நான்முகன் முதலியோர் சமயங்களில் விழுந்து, கவலை கொண்டு, மனம் சலியும்போது, இரங்கி அருள் செய்யும் பொருட்டு, சொல்லரிய உலகமாயை மயக்கு அறுமாறு;

எனது என்னும் மமகாரத்தை விட்ட அறிவில் நின்றும், அறிவு ஒன்று என விளங்கும் தன்மை உடையதாக, அறியும் தன்மை உடையதும் அல்லாமல், நீங்கும் தன்மை உடையதும் அல்லாமல்; அசையா, அசையும் உயிர்கள் இரண்டிடத்தும் ஒரு தன்மையாய் நடந்து; எது எப்பொழுதும் நிறைவாய் விளங்குவதோ; எது சிந்தைக்கு அப்பாற்பட்டதோ; எது மங்கள சுபங்கள் நிறைந்த இன்ப வடிவு ஆனதோ; அதுவே பரம்பொருள்; அதை நீ ஆராய்ந்து அறிவாயாக!

பருவ மங்கையர் வீசும் சூழ்ச்சி வலையில் வீழ்ந்து, நினைவு கெட்டு, வலையில் சிக்குண்ட மான்போல் துன்பம் அடைந்து, சொல்லும் சொல்லில் உறுதிகுன்றி, அவரது வாயில் ஊறும் எச்சிலை உதட்டில் பருக ஒப்புக் கொண்டு, இரவுபகல் என எந்நேரமும் அவர் கூறும் சொற்களைக் கேட்கும்படி துணிவுகொண்டு, கூந்தல் அழகாகும்படி பலவகை மாலைகள் சூடி, மேலும்;

தாமரை மொக்கு என முலையை வருணித்து, அதன்மீது விருப்பம் கொண்டு, அழகிய வண்டு போல் சுற்றி வந்து, காலில் சிலம்பும் கிண்கிணியும் கலீல் என ஒலி செய்ய, அது கேட்டு மகிழ்ந்து, செவி ஏற்க; அவர் பூசியுள்ள பசுமஞ்சளின் மணத்தை மூக்கு நுகர; பிறவி நீளுமாறு, அவரிடம் கெஞ்சி, அவரது காலில் தன் தலை வைத்துப் பணிந்து, மயக்கம் கொண்டு; 3/4

இடைஇடையே தெளிவு பிறந்தும், வீடுபேறு என்ப தெல்லாம் மறந்து, மன்மதனின் காமச் சேறு பொங்கி வழிய, புண்போல் பிளவுபட்டுக் கிடக்கும் பெண்குறி யிடத்து விரல் கொண்டு கிண்டி, இதுவே இன்பசுகம் என்று மனம் பரவசப்பட்டு, மகளிரைப் பொருந்தும் இத்தொழிலை மிகுதியும் செய்து, தினம்தினம் வளர்ந்த பிறை, பின்னர் குறைந்தது போல வளர்ந்த உடல் தளர்ந்து, குரங்கு போல் குறுகி;

வயதும் கூட, பிணியும் திமுதிமு என்று ஒன்றுசேர்ந்து வர, உடம்பு செயல் இழந்து, இருமல் தோன்றி, அன்னமும் உண்ண முடியாமல், கண்கள் ஒளி இழக்க, முகமும் களை இழந்து வாட; மனைவியும் உறவினர்களும் இன்பம் இழந்து, நிலைகுலைந்து, சரி என மனதைத் தேற்றி, பெருங் குரல் எழுப்பி அழுமாறு, கரியநிற எமன் வந்து உயிரைக் கேட்கும்போது, பழிகார மனமே! உனக்கு ஏது துணை?

1

55. அகவல்

..1422..

திருஅருள் ஞானம் சிறந்துஅருள் கொழிக்கும்
குருவடிவு ஆன குறைவுஇலா நிறைவே
நின்ற ஒன்றே நிர்மல வடிவே
குன்றாப் பொருளே குணப்பெருங் கடலே
ஆதியும் அந்தமும் ஆனந்த மயம்ஆம்
ஜோதியே சத்தே தொலைவுஇலா முதலே
சீர்மலி தெய்வத் திருஅருள் அதனால்
பார்முதல் அண்டப் பரப்புஎலாம் நிறுவி,
அண்டசம் முதல்ஆம் எண்தரு நால்வகை
ஏழு பிறவியில் தாழாது ஓங்கும்
அனந்த யோனியின் இனம்பெற மல்க,
அணுமுதல் அசலம் ஆன ஆக்கையும்
கணம்முதல் அளவுஇல் கற்ப காலமும்
கர்மப் பகுதித் தொன்மைக்கு ஈடா
இமைப்பொழு தேனும் தமக்குஎன அறிவுஇலா
ஏழை உயிர்த்திரள் வாழ அமைத்தனை;
எவ்உடல் எடுத்தார் அவ்உடல் வாழ்க்கை
இன்பம் எனவே துன்பம் இலைஎனப்
பிரியா வண்ணம் உரிமையின் வளர்க்க
ஆதரவு ஆகக் காதலும் அமைத்திட்டு,

ஊகம் இன்றியே தேகம் நான்என
அறிவு போல்அறி யாமை இயக்கிக்
காலமும் கர்மமும் கட்டும் காட்டியே
மேலும் நரகமும் மேதகு சுவர்க்கமும்
மால்அற வகுத்தனை ஏலும் வண்ணம்;

அமையாக் காதலில் சமய கோடி
அறம்பொருள் ஆதி திறம்படு நிலையில்
குருவாய் உணர்த்தி, ஒருவர்போல் அனைவரும்
தத்தம் நிலையே முக்தி முடிவுஎன
வாத தர்க்கமும் போத நூல்களும்

நிறைவில் காட்டியே குறைவுஇன்றி வயங்க
அங்குஅங்கு நின்றனை; எங்கும் ஆகிச்,
சமயா தீதத் தன்மை ஆகி,
இமையோர் முதலிய யாவரும் முனிவரும்
தம்மைக் கொடுத்திட்டு எம்மை ஆள்என

ஏசற்று இருக்க மாசுஅற்ற ஞான
நலமும் காட்டினை; ஞானம் இலேற்கு
நிலையும் காட்டுதல் நின்அருட் கடனே.

பொழிப்புரை:

திருவருள் ஞானமானது சிறந்து விளங்கித் திருவருளைப் பொழிகின்ற குருவடிவாய் எழுந்தருளிய குறைவு ஒன்றும் இல்லாது நிறைவாய் நின்ற ஒரு பொருளே! மலமற்ற வடிவமே! எவ்வகையிலும் குணக்கேடு இல்லாத பொருளே! முக்குணவசப்படாத பெருங்கடலே! தொடக்கமும் முடிவுமாய் பேரின்பமயமாய் விளங்கும் பெருஞ்சுடரே! என்றும் ஒரே தன்மையாய் நிலைத்து நிற்கும் பொருளே! அடியேனை விட்டு நீங்காத முழுமுதற் பொருளே!

சிறப்பு பொருந்திய தெய்வத் திருவருளினால் உலகம் முதலாய் உள்ள அண்டங்கள் பலவற்றையும் உண்டாக்கி; முட்டை முதல் சொல்லப்பட்ட நால்வகைத் தோற்றத்து; (முட்டை, கரு, வியர்வை, விதை) ஏழு வகைப்பிறப்பில் (தேவர், மக்கள், விலங்கு, பறவை, ஊர்வன, நீர்வாழ்வன, தாவரம்) தாழாது சிறந்து விளங்கும் எண்பத்து நான்கு

இலட்சம் யோனி பேதங்கள் அமைத்து, உயிரினங்கள் பெருக வளருமாறு செய்து; அணு முதல் மலை வரை சிறிதும் பெரிதுமாக உடம்புகளைப் படைத்தும்; ஒரு கணம் முதலாக யுகம் எனப்படும் கால அளவுகளை அமைத்து; வினைகளுக்கு ஈடாக, கண்இமைக்கும் நேரம் கூட தனக்கு என சொந்த அறிவு இல்லாத உயிர்க் கூட்டங்களை வந்து வாழுமாறு செய்தனை;

ஒருவர் எவ்வுடல் எடுத்தாரோ, அவர்க்கு அவ்வுடல் இன்பம் எனுமாறும், துன்பம் இல்லை எனுமாறும், அவற்றை விட்டுப் பிரியாது நின்று, உரிமையுடன் வளர்க்கவும், ஆதரவாக நின்று அன்பு செய்தும், யோசனை எதுவும் இன்றி, உடம்பே நான் என்று கூறும் அறிவு போல் அறியாமையை நடத்தி, காலமும் வினைகளும் உடலோடு வாழும் கட்டுநிலையும் காட்டியே, மேலும் நரகமும் மேலான சொர்க்கமும் மயக்கமற ஏற்கும்வண்ணம் வகுத்து வைத்துள்ளாய்;

நீங்காத அன்புடன் சமயகோடிகள் அறம், பொருள், இன்பம், வீடு என திறமை பொருந்த குருவாய் வந்து உணர்த்தி; ஒருவர் போல் ஏனையோரும் தத்தம் நிலையே முத்திமுடிவு என வாதம், விவாதம், அறிவுநூல்கள் என நிறைவாய்க் காட்டி குறைவின்றி விளங்க; அங்கு அங்கு நின்றாய்.

எங்கும் ஆகவும் சமயங்கடந்த தன்மை ஆகவும், தேவர் முதலிய அனைவரும், யாவரும், முனிவர்களும் தம்மைக் கொடுத்து; ‘எம்மை ஆட்கொள்!’ எனக் கவலையற்று இருக்க, குற்றமற்ற ஞானநலமும் காட்டினை.

ஞானம் இல்லாதவர்க்கும் உண்மை நிலையைக் காட்டுதல் நின் அருளுக்குக் கடமை ஆகும்.

56. ஆனந்தக் களிப்பு

சங்கர சங்கர சம்பு–சிவ, சங்கர சங்கர சங்கர சம்பு

நலம் செய்பவனே! நலம் செய்பவனே! ஆனந்தம் கொடுப்பவனே! மங்களமே! நலம் செய்பவனே! நலம் செய்பவனே! நலம் செய்பவனே! ஆனந்தம் கொடுப்பவனே!

..1423..

ஆதி அநாதியும் ஆகி - எனக்கு
ஆனந்த மாய்அறி வாய்நின்று இலங்கும்
ஜோதி மவுனியாய்த் தோன்றி - அவன்
சொல்லாத வார்த்தையைச் சொன்னாண்டி தோழி - சங்கர 1

பொழிப்புரை:

தோழி! *தொடக்கமும் முடிவும் ஆகி, எனக்குப் பேரின்ப மாய், அறிவாய், நின்று விளங்கும் பேரொளி மௌனியாய்த் தோன்றி, அவன் பிறர் சொல்லாத வார்த்தையைச் சொன்னான்.*

..1424..

சொன்னசொல் ஏதுஎன்று சொல்வேன் - என்னைச்
சூதாய்த் தனிக்கவே சும்மா இருத்தி
முன்னிலை ஏதும்இல் லாதே-சுகம்
முற்றச்செய் தேஎனைப் பற்றிக்கொண் டாண்டி - சங்கர 2

பொழிப்புரை:

தோழி! *அவன் சொன்ன சொல் எதுஎனச் சொல்வேன்; என்னைச் சூழ்ச்சியாய், தனியே சும்மா இருக்குமாறு செய்து, பொறிகளின் வழிகாணும் சுட்டு எதுவும் இல்லாது, இன்பம் பெருகுமாறு செய்து, என்னைப் பற்றிக் கொண்டான்.*

..1425..

பற்றிய பற்றுஅற உள்ளே - தன்னைப்
பற்றச்சொன் னான்பற்றிப் பார்த்த இடத்தே
பெற்றதை ஏதுஎன்று சொல்வேன் - சற்றும்
பேசாத காரியம் பேசினான் தோழி - சங்கர 3

பொழிப்புரை:

தோழி! முன்னமே பற்றி இருந்த உலகப் பற்றுக்கள் அறு மாறும், அகமுகமாக தன்னைப் பற்றிக் கொள்ளுமாறும் எடுத்துச் சொன்னான். அவ்வாறு பற்றிப் பார்த்தபோது, பெற்றதை என்ன என்று வியப்பேன்? சிறிதும் பேசாத செயலெல்லாம் பேசினான்.

..1426..

பேசா இடும்பைகள் பேசிச்-சுத்தப்
    பேய்அங்கம் ஆகிப் பிதற்றித் திரிந்தேன்
ஆசா பிசாசைத் துரத்தி - ஐயன்
    அடியிணைக் கீழே அடக்கிக்கொண் டாண்டி - சங்கர   4

பொழிப்புரை:

தோழி! பேசத்தகாத பழிச்சொற்கள் பேசி, முழுவதும் பேய் உடம்பு கொண்டு பிதற்றித் திரிந்தேன்; அப்பொழுது ஆசை ஆகிய பேயை விரட்டிவிட்டு, தனது திருவடி இணையின் கீழே அடங்கி இருக்குமாறு செய்தான்.

..1427..

அடக்கிப் புலனைப் பிரித்தே - அவன்
    ஆகிய மேனியில் அன்பை வளர்த்தேன்
மடக்கிக்கொண் டான்என்னைத் தன்னுள் - சற்றும்
    வாய்பேசா வண்ணம்மரபும்செய் தாண்டி - சங்கர   5

பொழிப்புரை:

தோழி! திருவடியின்கீழ் அடக்கி, புலன்களைப் பிரித்து, அவன் ஆகிய திருமேனியில் அன்பை வளர்த்தேன்; அப்பொழுது என்னைத் தனக்குள் மடக்கி வைத்துக் கொண்டான்; சிறிதும் வாய் பேசாதபடியும், அவனைப் பற்றி மட்டும் பேசும்படியும் ஒரு மரபு செய்தான்.

..1428..

மரபைக்கெடுத்தனன் கெட்டேன் - இத்தை
வாய்விட்டுச் சொல்லிடின் வாழ்வுஎனக்கு இல்லை
கரவு புருஷனும் அல்லன் - என்னைக்
காக்கும் தலைமைக் கடவுள்காண் மின்னே - சங்கர 6

பொழிப்புரை:

மின்னல் போன்ற பெண்ணே! அவன் என், உலக வாழ்க்கை முறையை மாற்றி அமைத்தான்; இதை நான் வாய்விட்டுச் சொன்னால் எனக்கு வாழ்வு இல்லை; கள்ளப் புருஷன் என்று சொல்லவும் முடியாது; அவன் என்னைக் காப்பாற்றும் தலைமைக் கடவுள் காண்பாயாக!

..1429..

கடலின் மடைவிண்டது என்ன - இரு
கண்களும் ஆனந்தக் கண்ணீர் சொரிய
உடலும் புளகிதம் ஆக - எனது
உள்ளம் உருக உபாயம்செய் தாண்டி - சங்கர 7

பொழிப்புரை:

தோழி! கடல் மடை உடைந்தது போல இருகண்களிலும் கண்ணீர் ஆறாகப் பெருக, உடல் புளகாங்கிதம் கொள்ள, எனது உள்ளம் உருகுமாறு ஒரு வழியை உண்டாக்கினான்.

..1430..

உள்ளதும் இல்லது மாய்முன் - உற்ற
உணர்வது வாய்உன் உளம்கண்டது எல்லாம்
தள்ளனச் சொல்லிஎன் ஐயன் - என்னைத்
தான்ஆக்கிக் கொண்ட சமர்த்தைப்பார் தோழி - சங்கர 8

பொழிப்புரை:

தோழி! தோற்றத்தில் இருப்பதும், இல்லாததும் ஆகி, முன்னமே பெற்ற அறிவதுவாய், உன் மனம் கண்டவற்றை எல்லாம் தள்ளிவிடு எனச்சொல்லி, எம்தலைவன், என்னைத் தான்ஆக்கிக் கொண்ட சாமர்த்தியத்தைப் பார்ப்பாயாக!

..1431..

பார்ஆதி பூதம்நீ அல்லை - உன்னிப்
   பார்இந் திரியம் கரணம்நீ அல்லை
ஆராய் உணர்வுநீ என்றான் - ஐயன்
   அன்பாய் உரைத்தசொல் ஆனந்தம்தோழி - சங்கர   9

பொழிப்புரை:

தோழி! நிலம் முதலாகச் சொல்லப்பட்ட பூதம் நீ அல்லை; நினைத்துப் பார்க்க, அறிவுக் கருவிகளும், தொழிற்கருவிகளும், அகக்கருவிகளும் நீ அல்லை; ஆராய்ந்து பார், உணர்வே நீ என்று சொன்னான்; ஐயன் அன்பாய் உரைத்த சொல், பேரின்பம் தந்தது.

..1432..

அன்பருக்கு அன்புஆன மெய்யன் - ஐயன்
   ஆனந்த மோனன் அருள்குரு நாதன்
தன்பாதம் சென்னியில் வைத்தான் என்னைத்
   தான்அறிந் தேன்மனம் தான்இறந் தேனே - சங்கர   10

பொழிப்புரை:

தோழி! அன்பரிடம் அன்பு செய்யும் மெய்யானவன்; ஐயன் பேரின்ப மௌனன்; அருள்குரு நாதன்; தன் திருவடியை தலைமேல் வைத்தான்; என்னையே நான் அறிந்தேன்; அப்பொழுது என் மனம்அது இறந்துபட்டது.

..1433..

இறப்பும் பிறப்பும் பொருந்த - எனக்கு
  எவ்வணம் வந்ததுஎன்று எண்ணியான் பார்க்கில்
மறப்பும் நினைப்புமாய் நின்ற - வஞ்ச
  மாயா மனத்தால் வளர்ந்தது தோழி - சங்கர   11

பொழிப்புரை:

தோழி! எனக்கு இறப்பும் பிறப்பும் பொருந்த வந்தது, எவ்வாறு என எண்ணிப் பார்த்தால், மறப்பும் நினைப்புமாய் நின்ற வஞ்சனையுடன் கூடிய மாயாமனத்தால் வளர்ந்தது என அறியலாம்.

..1434..

மனதேகல் லால்எனக்கு அன்றோ - தெய்வ
  மவுன குருஆகி வந்துகை காட்டி
எனதுஆம் பணிஅற மாற்றி - அவன்
  இன்னருள் வெள்ளத்து இருத்திவைத் தாண்டி - சங்கர   12

பொழிப்புரை:

தோழி! என் மனம் கல்லால் ஆனது; இருந்தும் தெய்வம், மௌன குரு ஆகி வந்து, கையினால் காட்டி உபதேசம் செய்து, என் பணி என எதுவும் இல்லையாகும்படி செய்து, அவனுடைய இனிய அருள்வெள்ளத்துள் மூழ்கி இருக்குமாறு வைத்தான்.

..1435..

அருளால் எவையும்பார் என்றான் - அத்தை
  அறியாதே சுட்டிஎன் அறிவாலே பார்த்தேன்
இருள்ஆன பொருள்கண்டது அல்லால் - கண்ட
  என்னையும் கண்டிலன் என்னேடி தோழி - சங்கர   13

பொழிப்புரை:

தோழி! திருவருளின் துணைகொண்டு எல்லாவற்றையும் சிவமாகவே பார்க்குமாறு கூறினான். ஆனால் நானோ, அவற்றை எனது சுட்டறிவால் கண்டேன்; அப்பொழுது இருளாய் விளங்கும் பொருளைக் கண்டேன்; அது தவிர அவ்விருளைக் கண்ட என்னையும் நான் காண முடிய வில்லை; இது என்ன அதிசயமோ!

..1436..

என்னையும் தன்னையும் வேறா - உள்ளத்து
எண்ணாத எண்ணம் இரண்டுஅற நிற்கச்
சொன்னது மோஒரு சொல்லே - அந்தச்
சொல்லால் விளைந்த சுகத்தைஎன் சொல்வேன் - சங்கர 14

பொழிப்புரை:

தோழி! என்னையும் தன்னையும் வேறுவேறாக மனத்தகத்து எண்ணாத வண்ணம், இரண்டு அற நிற்கச் சொன்னது என்னவோ, ஒரு சொல்தான்; ஆனால் அந்த ஒரு சொல்லால் விளைந்த இன்பத்தை எவ்வாறு விளக்குவேன்?

..1437..

விளையும் சிவானந்த பூமி - அந்த
வெட்ட வெளிநண்ணித் துஷ்ட இருள்ஆம்
களையைக் களைந்துபின் பார்த்தேன் - ஐயன்
களைஅன்றி வேறுஒன்றும் கண்டிலன் தோழி - சங்கர 15

பொழிப்புரை:

தோழி! சிவானந்தம் விளையும் பூமியாகிய அந்த வெட்ட வெளியை அடைந்து, கொடிய இருளாகிய ஆணவமலம் நீங்கப் பெற்று, பிறகு பார்த்தேன்; அப்பொழுது எம் தலைவனின் அழகைத் தவிர வேறொன்றும் கண்டிலேன்.

..1438..

கண்டார் நகைப்புஉயிர் வாழ்க்கை - இரு
கண்காண நீங்கவும் கண்டோம் துயில்தான்
கொண்டார்போல் போனாலும் போகும் - இதில்
குணம்ஏது நலம்ஏது கூறாய்நீ தோழி - சங்கர 16

பொழிப்புரை:

தோழி! *உடம்போடு கூடி உயிர் வாழும் வாழ்க்கை, கண்டார் நகைப்புக்கு இடமாவது; உடம்பை விட்டு உயிர் பிரிந்து போவதை இரு கண்களாலும் கண்டோம்; உறங்குபவர் போல் உடம்பு இருக்க, உயிர் போனாலும் போகும்; இதில் குணம் ஏது? நன்மை ஏது? நீ கூறுவாயாக!*

..1439..

நலம்ஏதும் அறியாத என்னைச் - சுத்த
நாதாந்த மோனம்ஆம் நாட்டம்தம் தேசம்
சலம்ஏதும் இல்லாமல் எல்லாம் - வல்லான்
தாளால்என் தலைமீது தாக்கினான் தோழி - சங்கர 17

பொழிப்புரை:

நன்மை சிறிதும் அறியாத என்னை, தூய நாத முடிவாய் விளங்கும் வெட்ட வெளியாகிய மோனம் ஆம் விருப்பம் மிகுந்த தன் தேசத்தில், குற்றம் எதுவும் இன்றி, எல்லா வல்லமையும் உடையவன், தன் திருவடியால் என் தலையைத் தாக்கினான்.

..1440..

தாக்கும்நல் ஆனந்த ஜோதி - அணு
தன்னில் சிறிய எனைத்தன் அருளால்
போக்கு வரவுஅற்று இருக்கும் - சுத்த
பூரணம் ஆக்கினான் புதுமைகாண் மின்னே - சங்கர 18

பொழிப்புரை:

மின்னல் போன்ற பெண்ணே! என்னைத் தூக்கிய பேரின்பப் பெருஞ்சுடர், அணுவினும் சிறிய என்னை, தன் திருவருளால் பிறப்பு இறப்பு அறுத்து, தூய முழுமையாய் ஆக்கினான்; இது என்ன புதுமை!

..1441..

ஆக்கி அளித்துத் துடைக்கும் - தொழில்
அத்தனை வைத்தும்எள் அத்தனை யேனும்
தாக்குஅற நிற்கும் சமர்த்தன் - உள்ள
சாக்ஷியைச் சிந்திக்கத் தக்கது தோழி - சங்கர 19

பொழிப்புரை:

தோழி! படைத்து, காத்து, அழிக்கும் தொழில் அத்தனையும் செய்தும்; எள்அளவு கூட தன்நிலையில் மாறுபடாது, தாக்கு அற நிற்கும் சமர்த்தன்; அப்படி சாட்சி மாத்திரமாய் நிற்கும் தன்மை சிந்தனைக்குரியது.

..1442..

சிந்தை பிறந்ததும் ஆங்கே - அந்தச்
சிந்தை இறந்து தெளிந்ததும் ஆங்கே
எந்த நிலைகளும் ஆங்கே - கண்ட
யான்தான் இரண்டுஅற்று இருந்ததும் ஆங்கே - சங்கர 20

பொழிப்புரை:

தோழி! ஓர் எண்ணம் பிறந்ததும் ஆங்கே; அந்த எண்ணம் இறந்துபட்டு, தெளிவு பிறந்ததும் ஆங்கே; எந்த ஒரு நிலையும் ஆங்கே; கண்ட நான், தான் என்று இரண்டற்று இருந்ததும் ஆங்கேதான்.

..1443..

ஆங்குஎன்றும் ஈங்குஎன்றும் உண்டோ - சச்சி
    தானந்த ஜோதி அகண்ட வடிவாய்
ஓங்கி நிறைந்தது கண்டால் - பின்னர்
    ஒன்றுஎன்று இரண்டுஎன்று உரைத்திடல் ஆமோ - சங்கர   21

பொழிப்புரை:

தோழி! ஆங்கு என்றும், ஈங்கு என்றும், உண்டோ? சத்தாயும், சித்தாயும், ஆனந்தமாயும், சோதியாயும், அகண்டதாயும், ஓங்கி நிறைந்து நிற்பது கண்ட பிறகு; ஒன்று என்றோ, இரண்டு என்றோ, சொல்லவும் முடியுமோ?

..1444..

என்றும் அழியும்இக் காயம் - இத்தை
    ஏதுக்கு மெய்என்று இருந்தீர் உலகீர்
ஒன்றும் அறியாத நீரோ - யமன்
    ஓலைவந் தால்சொல்ல உத்தரம் உண்டோ - சங்கர   22

பொழிப்புரை:

தோழி! இந்த உடம்பு எப்பொழுது வேண்டுமானாலும் அழியும்; இதனை எதற்காக உண்மை என்று கொண்டீர், உலகவரே! ஒன்றும் அறியாத நீவிர், எமன் ஓலை வரும் போது, சொல்ல மறுமொழி வைத்துள்ளீரோ?

..1445..

உண்டோ நமைப்போல வஞ்சர் - மலம்
    ஊறித் ததும்பும் உடலைமெய் என்று
கொண்டோ பிழைப்பதுஇங்கு ஐயோ-அருள்
    கோலத்தை மெய்என்று கொள்ளவேண் டாவோ - சங்கர   23

பொழிப்புரை:

தோழி! நம்மைப்போல் வஞ்சகர் இவ்வுலகிலுண்டோ? மலம் ஊறித் ததும்பும் உடலை மெய் என நினைத்து, இங்குப் பிழைப்பு நடத்தலாமா? ஐயோ! பரிதாபம்! இறைவனது அருள்வடிவை மெய் என்று கொள்ள வேண்டாமோ?

..1446..

வேண்டா விருப்பும் வெறுப்பும் - அந்த
வில்லங்கத் தாலே விளையும் ஜனனம்
ஆண்டான் உரைத்த படியே-சற்றும்
அசையாது இருந்துகொள் அறிவுஆகி நெஞ்சே - சங்கர 24

பொழிப்புரை:

தோழி! பிறப்பு என்பது, வேண்டாத விருப்பு வெறுப்பு என்னும் வில்லங்கத்தால் விளைவது; ஆட்கொண்ட குருநாதன் சொன்னபடி சற்றும் அசையாது, நல்லறிவோடு சேர்ந்து மனமே, நீ இருந்துகொள்.

..1447..

அறிவாரும் இல்லையோ ஐயோ - என்னை
யார்என்று அறியாத அங்கதே சத்தில்
வறிதே காமத்தீவில் சிக்கி-உள்ள
வான்பொருள் தோற்கவோ வந்தேன்நான் தோழி - சங்கர 25

பொழிப்புரை:

தோழி! ஐயோ! தன்னை யார் என்று அறிவார் எவரும் இலரோ? என்னுடைய உடம்பாகிய நாட்டில், என்னை நான் யார் என்று அறியவில்லை; வீணே காமம் என்னும் தீவில் சிக்கி, உண்மையாய்உள்ள மேலான பொருளை (இறைவனை) அடைவதை விட்டு, தோற்றுப் போகவோ, இப்பிறப்பெடுத்து வந்தேன்?

..1448..

வந்த வரவை மறந்து-மிக்க
மாதர்பொன் பூமி மயக்கத்தில் ஆழும்
இந்தம யக்கை அறுக்க-எனக்கு
எந்தை மெய்ஞ்ஞான எழில்வாள் கொடுத்தான் - சங்கர 26

பொழிப்புரை:

தோழி! வந்த நோக்கத்தை மறந்த, மிகுந்த மயக்கம் செய்யும் பெண், பொன், மண் ஆகிய இவற்றின்மீது ஆசை வைக்கும் அறியாமையை அறுக்க, எனக்கு எம்தந்தை மெய்ஞ்ஞானம் என்னும் அழகிய வாளினைக் கொடுத்தான்.

..1449..

வாள்ஆரும் கண்ணியர் மோகம் - யம
வாதைக் கனலை வளர்க்கும்மெய் என்றே
வேளான் அவனும்மெய் விட்டான்-என்னில்
மிக்கோர் துறக்கை விதிஅன்றோ தோழி - சங்கர 27

பொழிப்புரை:

தோழி! வாள் போன்ற கூர்மையான பார்வையுடைய மகளிர் மீது கொள்ளும் மோகம், எம வாதனை என்னும் நெருப்பை வளரச் செய்யும் என்பது அறிந்து, மன்மதனும் தன் உடம்பை இழந்துவிட்டான். எனவே அறிவுடையோர் துறத்தல் என்பது விதி அல்லவோ?

..1450..

விதிக்கும் பிரபஞ்சம் எல்லாம்-சுத்த
வெயில் மஞ்சள்என்னவே வேதாக மங்கள்
மதிக்கும் அதனை மதியார்-அவர்
மார்க்கம்துன் மார்க்கம்சன் மார்க்கமோ மானே - சங்கர 28

பொழிப்புரை:

மான் போன்ற மருண்ட பார்வை உடைய என் தோழியே! நான்முகனால் படைக்கப்பட்ட இந்த உலகம், வெயிலில் மஞ்சள் வெளுப்பதுபோல ஒளி மழுங்கும். வேத ஆகமங்கள் மதிக்கும்உண்மையை மதியாதவர் நெறி, தீயநெறி அல்லவோ? அதனை ஞானநெறி என்று சொல்ல முடியுமா?

..1451..

துன்மார்க்க மாதர் மயக்கம்-மனத்
தூயர்க்குப் பற்றாது சொன்னேன் ஜனகன்
தன்மார்க்க நீதிதிஷ் டாந்தம்-அவன்
தான்அந்தம் ஆன சதானந்தன் அன்றோ - சங்கர 29

பொழிப்புரை:

தோழி! மாதர் மயக்கம் என்பது தீயநெறியே ஆகும். மனம் தூய்மை உடையோர்க்கு இதனைக் கூறினேன்; சனகன் கடைபிடித்தது இல்லறமே ஆனாலும், அது நல்லறமே என்பதற்கு அவன் வாழ்வே சான்று; அதனால் அவன் இடையறா இன்பம் பெற்றான்.

..1452..

அன்றுஎன்றும் ஆம்என்றும் உண்டோ-உனக்கு
ஆனந்தம் வேண்டின் அறிவுஆகிச் சற்றே
நின்றால் தெரியும் எனவே-மறை
நீதிஎம் ஆதி நிகழ்த்தினான் தோழி. 30

பொழிப்புரை:

தோழி! இல்லை என்றும், உண்டு என்றும் பாகுபாடு உண்டோ? உனக்குப் பேரின்பம் தேவைப்படின், அறிவு மயமாய் சற்றே நின்றால், தெரிந்து கொள்ளலாம்; அவ்வாறான மறை நீதியை எம் போன்றோர்க்கு எம் தலைவன் கூறியருளினான்.

சங்கர சங்கர சம்பு-சிவ, சங்கர சங்கர சங்கர சம்பு.

திருச்சிற்றம்பலம்

ஸ்ரீதாயுமான சுவாமிகள் மாணாக்கர்

அருளையர்

ஸ்ரீதாயுமான சுவாமிகளைத் துதிசெய்த

அருள்வாக்கிய அகவல்

திருவளர் கருணைச் சிவானந்த பூரணம்
ஒருவரும் அறியா ஒருதனிச் சித்து
நவம்தரு பேதமாய் நாடகம் நடித்துப்
பவம்தனை நீக்கிப் பரிந்துஅருள் பராபரம்
கண்ணும் கருத்தும் கதிர்ஒளி போல

நண்ணிட எனக்கு நல்கிய நன்மை
ஒன்றாய்ப் பலவாய் ஒப்புஇலா மோனக்
குன்றாய் நிறைந்த குணப்பெருங் குன்றம்
மண்ணையும் புனலையும் வளியையும் கனலையும்
விண்ணையும் படைத்த வித்துஇலா வித்துப்

பந்தம் அனைத்தையும் பாழ்பட நூறிஎன்
சிந்தையுள் புகுந்த செழுஞ்சுடர் ஜோதி
விள்ஒணா ஞானம் விளங்கிய மேலோர்
கொள்ளைகொண்டு உண்ணக் குறைவுஇலா நிறைவு
தாள்தா மரைமலர்த் தாள்நினைப் பவர்க்குக்

காட்டா இன்பம் காட்டிய கதிநிலை
வாக்கால் மனத்தால் மதித்திட அரிதுஎன
நோக்காது இருக்க நோக்கிய நோக்கம்
ஆதியாய் அறிவாய் அகண்டமாய் அகண்ட
ஜோதியாய் விரிந்து துலங்கிய தோற்றம்

பரவெளி தன்னில் பதிந்தஎன் உளத்தில்
விரவி விரவி மேற்கொளும் வெள்ளம்
சுட்டுக்கு அடங்கா ஜோதி அடியார்
மட்டுக்கு அடங்கும் வான்பெருங் கருணை
எல்லைக்கு அடங்கா ஏகப் பெருவெளி

தில்லைப் பொதுவில் திருநடத் தெய்வம்
வரதவூர் எந்தையை வரிசையாய் விழுங்கும்
போதவூர் மேவுகர்ப் பூர விளக்குச்
சுகரை அகண்டத் தூவெளி எல்லாம்
திகழவே காட்டும் சின்மய சாக்ஷி

செழுந்தமிழ் அப்பரைச் சிவலிங்கம் ஆகி
விழுங்கிய ஞான வித்தக வேழம்
எழில்தரு பட்டினத்து இறைவரை என்றும்
அழிவுஇலா இலிங்கம் ஆக்கிய அநாதி
சாந்த பூமி தண்அருள் வெள்ளம்

ஆர்ந்த நீழல் அசையாக் ககனம்
பரவுவார் நெஞ்சில் பரவிய மாட்சி
இரவுபகல் அற்ற ஏகாந்தக் காட்சி
ஆட்சிபோல் இருக்கும் அகிலம் தனக்குச்
சாக்ஷியாய் இருக்கும் தாரகத் தனிமுதல்

ஆணும் பெண்ணும் அலியும்அல் லாததுஓர்
தாணுவாய் நின்ற சத்துஆம் தனிச்சுடர்
எள்ளும் எண்ணெயும் எப்படி அப்படி
உள்ளும் புறம்பும் உலாவிய ஒருபொருள்
அளவுஇலா மதம்தொறும் அவர்அவர் பொருள்என

உளம்நிறைந்து இருக்கும் ஒருபொன் பணிதி
துள்ளும் மனப்பேய் துடிக்கத் தறிக்கக்
கொள்ளு மோனவாள் கொடுத்திடும் அரசு
பெரிய பேறு பேசாப் பெருமை
அரிய உரிமை அளவுஇலா அளவு

துரிய நிறைவு தோன்றா அநீதம்
விரியும்நல் அன்பு விளைத்திடும் விளைவு
தீராப் பிணிஆம் ஜெனனம் அறுக்க
வாரா வரவாய் வந்தசஞ் சீவி
ஆலைக் கரும்புபாகு அமுதக் கட்டிநீள்
சோலைக் கனிபலாச் சுளைகத லிக்கனி
பாங்குறு மாங்கனி பால்தேன் சருக்கரை
ஓங்குகற் கண்டுசேர்த்து ஒன்றாய்க் கூட்டி
அருந்திய ரசம்என அறிஞர் சமாதியில்
பொருந்திய இன்பம் பொழிசித் சுகோதயம்
எங்கணும் நிறைந்த இயல்பினை எனக்குச்
செங்கையால் விளங்கத் தெரித்தமெய்த் தேசிகன்
தன்னைஅறி வித்துத் தத்பரம் ஆகி
என்உளத்து இருந்துஅருள் ஏக நாயகன்
அடிமுடி இல்லா அரும்பொருள் தனக்கு
முடிஅடி இதுஎன மொழிந்திடும் முதல்வன்
மெய்அலால் மற்றவை மெய்அல எல்லாம்
பொய்என அறிஎனப் புன்னகை புரிந்தோன்
அருளும் பொருளும் அபேதமாய் இருந்தும்
இருதிறன் என்னும் இயலும்உண்டு என்றோன்
அருள்உனக்கு உண்டேல் அருளும் வெளிப்படும்
பொருள்மயம் தானே பொருந்தும்என்று உரைத்தோன்
சத்துஅசத்து இரண்ட தன்மையும் தானே
ஒத்தலால் சதசத்து உனக்குஎன உரைத்தோன்
ஆணவம் அறாவிடின் அருள்உறாது என்னக்
காணரு நேர்மையால் காணவே உரைத்தோன்
ஜென்மம்உள் ளளவும் தீராது இழுக்கும்
கன்மம் விடாதுஎனக் காட்டிய வள்ளல்
உளதுஇலது எனவும் உறுதலால் மாயை
வளம்இலது எனவும் வகுத்துஇனிது உரைத்தோன்

இல்லறத்து இருந்தும் இதயம் அடக்கிய
வல்லவன் தானே மகாயோகி என்றோன்
துறவறத்து இருந்தும் சூழ்மனக் குரங்குஒன்று
அறவகை அறியான் அஞ்ஞானி என்றோன்
இறவா மனம்தான் இறக்க உணர்த்திப் 85

பிறவா வரம்தரும் பேரறி வாளன்
அத்தனது அருளால் அனைத்தையும் இயக்கும்
சுத்தமா மாயையின் தோற்றம்என்று உரைத்தோன்
இருள்மலம் அகல இசைந்துஅதில் அழுந்தும்
பொருள்அருள் திரோதைப் பொற்புஎனப் புகன்றோன் 90

வீறு சிவம்முதல் விளம்பிய படியே
ஆறும் அநாதிஎன்று அறிஞருக்கு உரைப்போன்
கொல்லா விரதம் குவலயத் தோர்கள்
எல்லாம் பெறுமின்என்று இயம்பிய தயாநிதி
தருமமும் தானமும் தவமும் புரிபவர்க்கு 95

உரிமையாய் அவரோடு உறவு கலப்பவன்
தன்உயிர் போலத் தரணியில் மருவிய
மன்உயிர் அனைத்தையும் வளர்த்திடும் வேந்தன்
களவுவஞ் சனைகள்செய் கருமிகள் தமக்கும்
தெளிவுவந்து உறஅருள் செய்திடும் திறத்தோன் 100

தான்பெறும் பேறு ஜகம்எலாம் பெறவே
வான்பெருங் கருணை வழங்கிய மாரி
தஞ்சம்என்று அடைந்த தாபதர் தம்மை
அஞ்சல்என்று ஆளும் அறிஞர் சிகாமணி
ஜீவ கோடிகளும் சித்தர் கோடிகளும் 105

யாவரும் புகழ யாவையும் உணர்ந்தோன்
யான்எனது என்னா இறைவன்எம் பெருமான்
தான்அவன் ஆகிய தலைவன்எம் கோமான்
அருண கிரியார்க்கு ஆறு முகன்சொலும்
பொருள்நலம், அல்லது பொருள்என மதியான் 110

பூதம் முதலாப் பொலிந்திடும் நாத
பேதமும் கடந்த பெருந்தகை மூர்த்தி
மூலா தார முதலாய் உள்ள
மேல்ஆ தாரமும் வெறுவெளி கண்டவன்
மண்டலம் மூன்றிலும் மன்னிய உருவிலும்.

கண்டவை யத்திலும் கடவுளாய் நின்றோன்
பகர்சம யம்தொறும் பரமே இருந்து
சுகநடம் புரியும் தொழில்எனச் சொன்னோன்
பேத அபேத பேதா பேத
போதம் இதுஎனப் புகன்றிடும் புண்ணியன்

அதுநான் எனவே ஆற்றிடும் அனுபவம்
சதுர்வே தாந்தத் தன்மைஎன்று உரைத்தோன்
அல்லும் பகலும் அறிவுஆ னோர்க்குச்
சொல்லும் பொருளும் சுமைஎனச் சொன்னோன்
சுதனே குருஆம் சுவாமிநா யகற்குஎனின்

அதிகமெய்ஞ் ஞானம் அல்லவோ என்றோன்
நேசயோ கத்துறு நிருபர்எல் லாம்தொழும்
இராஜயோ கத்துஇறை இராஜ யோகத்தான்
பொறுமை தெளிவு புனித ஆசாரம்
மறுஇலா வண்மை வாரம் இயற்கை

தன்அமர் சாந்தம் தயங்கிய கீர்த்தி
எண்ணெண் கலைபயில் இணையிலாக் கல்வி
நல்ல இரக்கம் நடுநிலை சத்தியம்
இல்லை என்னாமல் எவர்க்கும் தரும்கொடை
நற்குணன் எல்லாம் நண்ணிய பெருந்தகை

சிற்குண வாதி திருஅருள் செல்வன்
கரம்மேல் எடுத்துக் கருத்துஉற வணங்கிப்
பரமே உனக்குப் பரம்எனப் பகர்ந்தோன்
ஆல்அடி மேவும் அரசினை அடுத்தே
சீலமெய்ஞ் ஞானம் தெளிந்தனன் எனவும்

சித்த மவுனி திடசித்தம் ஆக
வைத்த நிலையில் வளர்ந்தனன் எனவும்
மூலன் மரபில் முளைத்த மவுனிதன்
பாலன்யான் எனவும் பரிவொடும் பகர்ந்தோன்
வடமொழி இயற்கையின் மகிமையை உணர்ந்து   145

திடம்உற முப்பொருள் திறத்தையும் தெளிந்து
கண்டுஅமுது என்னக் கனிரசம் என்னத்
தண்தமிழ் மாரி தன்னைப் பொழிந்து
சித்தியும் முக்தியும் சிறந்துஅருள் கொழிக்கும்
நித்திய நிரஞ்சன நிராலம்ப நிறைவைப்   150

பாடியும் நாடியும் பணிந்துஎழுந்து அன்பால்
ஆடியும் அரற்றியும் அகம்குழைவு எய்தியும்
உடலம் குழைய உரோமம் சிலிர்ப்பப்
படபடென்று உள்ளம் பதைத்துப் பதைத்துப்
பாங்குஉறு நெட்டுயிர்ப்பு ஆகிப் பரதவித்து   155

ஏங்கி ஏங்கி இரங்கி இரங்கி
ஓய்ந்த பம்பரம்போல் ஒடுங்கியே சிறிதும்
ஏய்ந்த விழிகள் இமைப்பதும் இன்றிச்
சோர்ந்து சோர்ந்து துவண்டு துவண்டுமெய்
ஆர்ந்த அன்போடு அவசம்உற்று அடிக்கடி   160

உள்நடுக்கு உறவே உருகியே சற்றுத்
தன்அமர் மொழியும் தழுதழுத் திடவே
உள்ளும் புறம்பும் ஒருமித்து உருகி
வெள்ள நீர்போல் விழிநீர் பெருகிக்
கன்று பசுவைக் கருதிக் கதறிச்   165

சென்றுசென்று ஓடித் திகைப்பது போல
என்புநெக்கு உடைய இருகரம் குவித்துப்
புன்புலால் யாக்கை பொருந்தாது இனிஎன
உணர்ந்துஉணர்ந்து அன்பாய் உவகைமேற் கொண்டுஇனிக்
கணம்பிரி யேன்எனக் கருதியே குறித்துத்   170

திருஉரு எல்லாம் திருநீறு இலங்க
இருகர நளினம் இயல்முடி குவித்துப்
பூரண சந்திரன் போல்ஒளி காட்டும்
காரண வதனம் கவின்குறு வெயர்வுஉற
இளநிலா எனவே இலங்கிய சிறுநகை

தளதள என்னத் தயங்கில் எழில்பெற
இத்தன்மை எல்லாம் இசைந்து இவன்அருள்
சித்துஎனச் சிவகதி தேர்ந்தவர் உரைப்பப்
பாத்திரம் ஆடப் பரிவுடன் ஆடிச்
சாத்திரம் காட்டித் தயவுசெய்து அருளும்

வல்லவன் எனவே மன்உயிர்க்கு ஆக
எல்லைஇல் அன்பன் இவன்என விளங்கி
ஈன உலகத்து இயற்கைபொய் என்றே
ஞானநூல் மெய்என நவின்றுஇனிது இரங்கிக்
கேவல சகலம் கீழ்ப்பட மேலாய்

மேவரும் சுத்த மெய்யினை நல்க
அருளே உருவுகொண்டு அவனியில் வந்த
பொருளே இவன்எனப் பொலிந்திடும் புனிதன்
சைவம் சிவனுடன் சம்பந்தம் என்பது
மெய்வளர் ஞானம் விளக்கும்என்று இசைத்தோன்

கதிர்விழி ஒளிஉறக் கலத்தல் சித்தாந்த
விதிமுறை ஆம்என விளம்பிய மேலோன்
முடிவினில் ஆகம முறைமையின் உண்மையை
அடியரைக் குறித்துஉரைத்து அருளிய அண்ணல்
சிதம்பர நேர்மை திறமா உரைத்துஇறை

பதம்பரவு எனப்பகர் பரமமெய்ஞ் ஞானி
முக்திபஞ் சாக்ஷர முறைமையில் அயிக்கியம்
சத்தியம் இதுஎனச் சார்ந்தவர்க்கு உரைத்தோன்
அஞ்சுஎழுத்து உள்ளே அனைத்தையும் காட்டிஎன்
நெஞ்சுஅழுத் தியகுரு நீதி மாதவன்.

எல்லாம் நிறைந்த இறைவன் செயல்எனக்
கல்லா எனக்கும் கருணைசெய் கடவுள்
குருஅரு ளாலே கூடுவது அல்லால்
திருஅருள் உறாதுஎனத் தெரிந்திட உரைத்தோன்
குருஉரு அருள்எனக் கொண்டபின் குறையாப்

பொருள்மயம் ஆம்எனப் புகன்றிடு போதன்
எந்தமூர்த் திகளையும் எழில்குரு வடிவுஎனச்
சிந்தையில் தியக்குஅறத் தேர்ந்தவர்க்கு உரைத்தோன்
சதாசிவம் என்றபேர் தான்படைத் ததுதான்
எதுஆவதே பொருள்என்று எடுத்துஎடுத்து உரைத்தோன்.

கல்ஆனை கன்னல் கவர்ந்திடச் செய்தவன்
எல்லாம் வல்லசித்து எம்இறை என்றோன்
எவ்உயிர் தோறும் இறைமே வியதிறம்
செவ்விய பிரம்புஅடி செப்பிடும் என்றோன்
எவ்வணம் எவர்எவர் இசைத்தனர் அவர்அவர்க்கு

அவ்வணம் ஆவன்எம் மான்என அறைந்தோன்
ஒருபாண னுக்கே ஒருசிவன் ஆட்படின்
வரும்அடி யார்திறம் வழுத்தொணாது என்றோன்
சிவன்அடி யாரைச் சிவன்எனக் காண்பவன்
எவன்அவன் சிவனே என்றுஎடுத்து உரைத்தோன்

விருப்பு வெறுப்பினை வேர்அறப் பறித்துக்
கருப்புகாது என்னைக் காத்துஅருள் செய்தோன்
இருசொல் உரையாது யான்இன்பம் எய்த
ஒருசொல் உரைத்த உயர்குண பூதரன்
அத்துவா மார்க்கம் ஆறையும் அகற்றித்

தத்துவா தீதத் தன்மையைத் தந்தோன்
திருமகள் மருவிய திகழ்வள மறைசையில்
வரும்உணர் வாளன் மருள்இலா மனத்தான்
எண்ணிய எண்ணம்எல் லாம்தெரிந்து எனக்குத்
தண்அருள் செய்தவன் தாயு மானவன்

ஒருமொழி பகர்ந்த உதவியால் அவன்தன்
இருபதம் முப்போது இறைஞ்சிவாழ்த் துவனே.

பாடல் முதற்குறிப்பு அகரவரிசை

	பாடல் எண்
அகண்டம்	237
அகத்தூடுஅணு	861
அகம்மேவும்	1026
அகரஉயிர்	25
அங்கமேநின்வடிவம்	846
அங்குஇங்கு	1
அங்கும்இங்கும்	1387
அங்கைகொடு	26
அஞ்சல்அஞ்சல்என்று	759
அஞ்சுமுகம்	1092
அஞ்சுஎழுத்தின்	1311
அடக்கிப்புலனை	1427
அடிகள்அடிக்கீழ்	1155
அடிமுடிகாட்டாத	1208
அடிமுடியும்	191
அடிஎனும்	278
அடுத்தஇயல்புஆக	854
அடையார்	455
அண்டபகிரண்டமும்	7
அண்டபகிரண்டம்	958
அண்டபகிரண்டம்அனை	1348
அண்டபிண்டம்	914
அண்டமுடி	86
அண்டமுமாய்பிண்ட	333
அண்டம்அனைத்திலு	749
அண்டர்அண்டகோடி	1218
அண்டர்அண்டம்	1419
அண்டருக்கும்	1199
அண்டனே	1383
அண்ணலேஉன்	234
அதுஎன்றால்	154
அதுஎன்றுஉன்னும்	222
அத்தன்என்ற	1417
அத்தனே	229
அத்தனைச்சிற்றம்	404
அத்தாநின்பொன்தாள்	1356
அத்தாவிமலா	1344
அத்துவாஎல்லாம்	1245
அத்வைதஅநுபவத்தை	396
அத்வைதம்ஆன	928
அத்வைதம்என்ற	1302
அத்வைதம் பெறும்	330
அத்வைத வஸ்துவை	2
அந்தகனுக்கு	1157
அந்தகாரத்தைஓர்	10
அந்தக்கரணம்உயிர்	1173
அந்தக்கரணம்எனும்	886
அந்தக்கரணம்அடங்க	728

	பாடல் எண்		பாடல் எண்
அந்தணர்நால்வர்	174	அளியும்கனியொத்து	454
அந்தமுடன்ஆதி	1025	அள்ளக்குறையா	1382
அந்தரத்தேநின்று	1232	அறிந்தஅறிவுஎல்லாம்	535
அந்தோஈதுஅதிசயம்	142	அறியாஅறிவில்	1268
அப்பன்என்றும்	917	அறியாதுஅறிந்து	1294
அப்பாஎன்	660	அறியாதஎன்னை	430
அப்பும்உப்பும்போன்ற	782	அறியாநான்செய்	798
அப்பொருளும்	475	அறியாமைஈதுஎன்று	1007
அம்மாஈதுஅதிசயம்	631	அறியாமைசாரின்	481
அரசேநின் திருக்கருணை	590	அறியாமைமேலிட்டு	463
அருமறையின்	21	அறியாயோஎன்னை	494
அரும்பொனே	83	அறியும்தரமோ	315
அருஉருவம்எல்லாம்	1204	அறிவுஆகிஆனந்த	150
அருள்பனவும்அன்றி	1421	அறிவாரும்இல்லையோ	1447
அருள்ஆகிநின்றசுகம்	888	அறிவிப்பான்நீஎன்றால்	885
அருளால்எவையும்பார்	1435	அறிவில்அறியாமை	492
அருள்எலாம்திரண்டு	261	அறிவிற்குஅறிவு	283
அருளேஓர்	551	அறிவைஅறிவதுவே	1270
அருள்பழுத்த	138	அறிவோடுஅறியாமை	1272
அருள்வடிவுஏழும்	357	அற்பமனமே	472
அல்லல்ஆம்	170	அற்றவர்கட்கு	1258
அல்லல்எல்லாம்	963	அனந்தபதஉயிர்கள்	133
அல்லும்பகலும்	1378	அனைத்துமாய்நின்றாயே	720
அல்லும்பகலும்அறிவு	726	அன்பருக்குஅன்புஆன	1432
அல்லும்பகலும்உன்	444	அன்பர்எல்லாம்	889
அல்லும்பகலும்பே	499	அன்பர்பணிசெய்ய	790
அவன்அன்றிஓர்	89	அன்பால்கரைந்து	730
அவனேபரமும்	522	அன்பின்வழிஅறியாத	78
அவ்வியம்	28	அன்பைப்பெருக்கி	649
அவ்உயிர்போல்	1312	அன்றுஅந்த	916
அழுக்குஆர்ந்த	434	அன்றுநால்வருக்கும்	310
அழுக்காற்றல்நெஞ்சம்	932	அன்றுமுதல்	161

பாடல் முதற்குறிப்பு அகரவரிசை

	பாடல் எண்		பாடல் எண்
அன்றுஎனச்சொல்	265	ஆண்டநின்னை நீங்கா	955
அன்றும்என்றும்	1452	ஆண்டான் மவுனி	1297
அன்றோஆமோஎனவும்	607	ஆதிகாலத்தில் எனை	881
அன்னேஅனேஎனவும்	90	ஆதிக்கம் நல்கினவர்	39
அன்னைபோல	1420	ஆதிப்பிரானேஎன்	1362
அன்னைஅப்பன்என்	218	ஆதிஅந்தம்காட்டாது	1090
அன்னைஇலாச்சேய்	692	ஆதிஅந்தம்காட்டாத	24
ஆகத்தைநீக்கும்	1080	ஆதிஅந்தம் காட்டாமல்	1179
ஆகாரபுவனம்	132	ஆதிஅந்தம்நீ	875
ஆகியசற்காரிய	145	ஆதிஅந்தம்இல்லாஅரிய	1265
ஆக்கிஅளித்து	1441	ஆதிஅந்தம்இல்லாத	1219
ஆக்குவை	570	ஆதிஅந்தம்எனும்	135
ஆக்கைஎனும்	27	ஆதிஅநாதியும்ஆகி	1423
ஆங்காரம்அற்று	709	ஆதிஆம்வாழ்வாய்	1366
ஆங்காரம்ஆன	45	ஆதியாய்நடுவாய்	305
ஆங்காரம் என்னும்	1150	ஆத்திரம்வந்தவர்	459
ஆங்கு என்றும்	1443	ஆயிரம்சொன்னாலும்	830
ஆசனமூர்த்தங்கள்	1310	ஆயும்கலையும்	443
ஆசைக்குழூர்	13	ஆயும்அறிவு	156
ஆசைச்சுழல்கடலில்	1363	ஆரணங்கள்	470
ஆசைநிகளத்தினை	37	ஆரணமார்க்கத்து	272
ஆசைஎன்மீது	874	ஆரணமும்காணா	1205
ஆசைஎனும்	322	ஆரணம்ஆகமம்	425
ஆடலையேகாட்டி	1292	ஆர்அறிவார்	640
ஆடாமல்ஓய்ந்திட்ட	114	ஆராஅமிர்தம்	320
ஆடிஓய்பம்பரம்போல்	840	ஆராஅமுதுஅனைய	1412
ஆடுகறங்குஆகி	1336	ஆராஅமுதுஎன	420
ஆடும்கறங்கும்	456	ஆராஅமுதே	639
ஆடுவதும்பாடுவதும்	776	ஆராமைக்கண்டு	560
ஆணவத்தைநீக்கி	1197	ஆராயும்வேளையில்	6
ஆணவத்தோடு	1298	ஆர்அரும்காணாத	1279
ஆணிலே	63	ஆர்ஆர்எனக்குஎன்ன	117

	பாடல் எண்		பாடல் எண்
ஆர்இருந்துளன்	755	இடம்பொருள்ஏவலை	188
ஆருடனேசேரும்	1261	இடைந்துஇடைந்து	304
ஆரும்அறியாமல்என்னை	1028	இந்தநாள்	680
ஆலம்படைத்த	435	இந்தநிருவிகற்பத்து	521
ஆஆஎன்றுஅழுது	596	இந்தவெளியினை	907
ஆவிக்குள்ஆவினும்	1027	இந்திரஜாலம்	19
ஆவித்துணையே	1403	இப்பிறவி	112
ஆவியேஉனை	192	இமைஅளவு	103
ஆழித்துரும்புஎனவே	671	இம்மாநிலத்தில்	1283
ஆழ்ஆழிஎன்ன	1137	இயல்புஎன்றும்	141
ஆழ்ஆழிகரைஇன்றி	12	இரக்கமொடு	635
ஆழ்ந்தாயேஇவ்வுலகில்	872	இரப்பான்அங்கு	323
ஆழ்ந்துநினைக்கின்	1123	இரவுபகல்	702
ஆறுஆனகண்ணீர்	1029	இருக்குஆதி	1414
ஆறுசமயத்தும்	1088	இருநிலம்ஆதி	294
ஆறுஉள்ஒன்றைநாடின்	1103	இருநிலாய்த்தீஆகி	1257
ஆறுஒத்துஇலங்கு	411	இருப்பாய்	545
ஆற்றப்படாதுதுன்பம்	802	இரும்பைக்காந்தம்	217
ஆனந்தம்கதி	251	இருவரே	266
ஆனந்தம்ஆனநின்னை	842	இல்லாதகாரியத்தை	828
ஆனந்தமோனகுரு	532	இல்லைஇல்லை	152
ஆனபுறக்கருவி	1156	இல்லைஉண்டுஎன்று	207
ஆனம்ஆன	220	இல்லைஎன்றிடின்	173
ஆனாலும்	616	இவ்உடம்புநீங்குமுனே	1341
இகபரமும்	17	இறப்பும்பிறப்பும்	1433
இகம்முழுதும்	469	இற்றைவரைக்கு	866
இக்காயம்பொய்	892	இனியகருணைமுகில்	508
இங்குஅற்றபடி	56	இனியகருப்புவட்டை	537
இடம்கானம்	528	இனிஏதுஎமக்கு	104
இடத்தைக்காத்திட்ட	348	இன்பக்கடலில்	285
இடம்ஒரு	273	இன்பநிஷ்டை	949
இடம்பெறுவீடும்	417	இன்பநிருவிகற்பம்	987

	பாடல் எண்		பாடல் எண்
இன்பமயமாய்	550	உலகமாயையிலே	328
இன்புஅருளஆடை	1030	உளவுஅறிந்து	363
இன்றுபுதிது	678	உள்ளக்கொதிப்புஅகல	1003
இன்றுஉனக்குஅன்பு	213	உள்ளம்குழையஉடல்	996
இன்றுஎன	172	உள்ளது உணரா	969
இன்றோஇருவினை	795	உள்ளதும்இல்லதுமாய்	1430
இன் அமுது	77	உள்ளத்தின்உள்ளே	1079
இன்னம்பிறப்பதற்கு	108	உள்ளத்தின்ஒளித்து	562
ஈறுஆகவல்வினை	1010	உள்ளத்தின்தான்	1222
ஈனம்தரும்நாடு	1177	உள்ளத்தையும்	440
ஈனம்தரும்உடலம்	655	உள்நின்றுஉணர்த்தும்	1338
ஈனம்இல்லா	1191	உள்ளபடியாதும்என	910
உடம்புஅறியும்	1169	உள்ளபடிஎன்னவும்நீ	190
உடலைப்பழித்து	493	உள்ளபடிஒன்றை	853
உடல்குழைய	55	உள்ளபொருள்ஆவி	871
உடல்பொய்உறவு	460	உள்ளம்அறியாது	855
உணர்த்தும்உனை	908	உள்ளம்அறிவாய்	668
உண்டவர்க்குஅன்றி	263	உள்ளமே	275
உண்டுஉடுத்துப்பூண்டு	779	உள்ளும்புறம்பும்	1322
உண்டுபோல்இன்றாம்	909	உறஉடலை	398
உண்டோஉனமைப்போல	1445	உற்றதுணை	181
உண்டோநீ	618	உற்றவேளைக்கு	270
உந்திச்சுழியால்	1135	உற்றுஅறியும்	661
உந்துபிறப்பு	1148	உற்றுஉணர்ந்து	389
உய்யும்படிக்குஉன்	317	உற்றுநினைக்கில்	693
உருஇருப்ப	1126	உற்றுஉற்று	681
உருவெளிதான்	991	உனக்குநான்	296
உரைஇறந்த	641	உனக்குஉவமைஆன	983
உரைஇறந்துபெருமை	159	உன்மனிக்குள்	231
உரைஇறந்துஉளத்து	245	உன்னஉன்னஎன்னை	1411
உரைஉணர்வுஇறந்து	335	உன்னாமல்ஒன்று	1031
உலகநெறிபோல்	993	உன்னாவெளியாய்	1001

	பாடல் எண்		பாடல் எண்
உன்நிலையும்	99	எண்ணரியபிறவிதனில்	60
உன்னில்உன்னும்	1262	எண்ணாதஎண்ணம்	670
உன்னும்மனம்கர்ப்பூர	894	எண்ணாததுஎண்ணிய	413
உன்னைஉடலை	530	எண்ணியஎண்ணம்	575
உன்னைநினைந்து	697	எண்ணில்பலகோடி	912
ஊர்அனந்தம்	2	எண்நிறைந்த	1385
ஊரும்இலார்பேரும்	1032	எண்திசைக்கீழ்மேல்	768
ஊரைப்பாராமல்	1033	எத்தனைதான்	679
ஊன்ஆகநிற்கும்	1377	எத்தனைப்பிறப்போ	358
ஊன்இருந்தகாயம்	1349	எத்தனையோகோடி	915
ஊன்ஒன்றி	1121	எத்தனையோநின்	1404
ஊன்பற்றும்	1296	எத்தனையோ தேர்	716
எக்கணும்ஆம்	1194	எத்தனை விதங்கள்தான்	75
எக்கலையும்கற்று	848	எத்தன்மைக்குற்றம்	715
எக்காலமும்தனக்கு	76	எத்தால்பிழைப்பேனோ	690
எங்கணும்நீ	956	எத்திக்கும்தான் ஆகி	642
உங்ஙனேஐய்ய	225	எந்தச்சமயம்	1210
எங்கும்சிவமே	525	எந்தநாள்உனக்கு	184
எங்கும்என்னை	262	எந்தநாளைக்கும்	248
எங்கும்வியாபித்து	452	எந்தநாள்	87
எங்குஎங்கும்	1207	எந்தப்படிஉன்இதயம்	757
எங்குஎங்கே	719	எந்தமடலூடும் எழுதா	1035
எங்கேஎங்கே	612	எந்தஉடலேனும்எடுத்த	812
எச்சில்என்று	727	எந்தெந்தநாளும்எனை	758
எடுத்தேகம்இறக்கும்	259	எந்தைசனற்குமரன்	1096
எடுத்தேகம்பொருள்	556	எந்நாளும்	88
எட்டத்தொலையாத	1280	எந்நெஞ்சமேனும்	833
எட்டுத்திசைக்கீழ்மேல்	1180	எப்பொருளும்	704
எட்டுத்திசையும்	973	எம்பராபர	378
எண்ணம்அறிந்தே	695	எம்மால்அறிவது	1375
எண்ணமும்தான்	796	எம்மைவினையை	1165
எண்ணரியசித்தர்	1115	எல்லாம்சிவன்செயல்	445

	பாடல் எண்		பாடல் எண்
எல்லாம்தெரியும்	1347	என்றும்கருணைபெற்ற	775
எல்லாம்இறந்த	1192	என்றும்இருந்தபடிக்கு	767
எல்லாம்உன்	49	என்றும்அடைந்தோர்	937
எல்லாமே	533	என்றும்அழியும்	1444
எல்லாம்அறிந்தவரும்	119	என்றும்உன்னை	202
எல்லாம்உதவும்	431	என்றுவிடியும்இறைவா	1034
எல்லாம்நினதுசெயல்	970	என்றுஉளைநீ	622
எல்லாரும்இன்புற்று	856	எனதுயான்என்பது	1304
எல்லையில்பேரின்ப	1217	எனதுயான்என்னல்	851
எவ்வடிவும்பூரண	1307	என்அரசே	1389
எவ்வாறுஇங்கு	1211	என் அறிவுக்குள்ளே	1361
எவ்விடத்தும்	552	என்அறிவும்யானும்	747
எவ்உயிரும்தன்உயிர்	1256	என்அறிவைஎள்	1102
எவ்உயிரும்என்உயிர்	700	என்னுடைஉயிரே	361
எவ்வுயிர்த்திரளும்	129	என்னுடையதோழனு	1260
எள்ளத்தனையும்	1331	என்னேநான்	632
எள்அளவும்	682	என்னைஅறிய	1353
எள்ளுக்குள்	1203	என்னைஇன்னது	797
எறிதிரைக்கடல்	128	என்னைக்கெடுக்க	799
எனக்குஇனியார்	913	என்னைத்தான்இன்ன	364
எனக்கும்உனக்கும்	531	என்னைநான்	589
எனக்குள்நீஎன்றும்	1269	என்னைப்புரப்பது	1004
எனக்குள்ளேஉயிர்	209	என்னையும்தன்னையும்	1436
எனக்குஎனச்செயல்	362	என்னைஉன்தன்கைக்கு	760
எனக்குஎன்று	321	என்னைஉன்னை	519
எனக்குஓர்	416	ஏகமானஒரு	126
எனதுஎன்பதும்பொய்	316	ஏங்கிஇடையும்நெஞ்சம்	954
என்செயல்இன்றி	279	ஏசற்ற	543
என்செயினும்	1330	ஏடுஆர்மலர்சூடேன்	1037
என்புஉருகி	656	ஏதம்அற்றவர்க்கு	382
என்புஎல்லாம்	80	ஏதம்இன்றித்தன்	365
என்போல்எளியவரும்	751	ஏதுக்குச்சும்மா	464

	பாடல் எண்		பாடல் எண்
ஏதுக்கும்சும்மா	538	ஒருவர்என்உளத்து	212
ஏதுக்குடல்சுமை	495	ஒருவன்அவன்	160
ஏதுக்கும்உன்னைவிட	843	ஒளியே	446
ஏதும்திருவருளின்	473	ஒன்றதாய்ப்பல	373
ஏதும்தெரியாளி	978	ஒன்றனையும்காட்டா	1209
ஏதும்தெரியாதுளனை	1373	ஒன்றுஆகிப்பலஆகி	137
ஏதுவந்தும்ஏது	829	ஒன்றாய்ப்பலவாய்	1402
ஏதுஏதுசெய்தாலும்	1235	ஒன்றிஒன்றி	180
ஏதுஏதுசொன்னாலும்	975	ஒன்றுஇரண்டாய்	391
ஏதைச்சுமையா	817	ஒன்றுஇரண்டும்	1285
ஏய்ந்தநல்லருள்	386	ஒன்றுஇரண்டுஎன்று	925
ஏரின்சிவபோகம்	1108	ஒன்றும்தெரிந்திட	432
ஏழைக்குறும்புசெயும்	1139	ஒன்றும்அறநில்	478
ஏறுமயிர்ப்பாலம்	809	ஒன்றும்அறியா	935
ஏறுவாம்பரிஆம்	298	ஒன்றேபலவேஉருவே	753
ஐந்துபூதம்ஒரு	124	ஒன்மறநினைந்து	722
ஐந்துவகைஆகின்ற	30	ஓகோஉனைப்பிரிந்தார்	655
ஐந்துவகைஆகின்றபூதம்	38	ஓடும்கருத்துஒடுங்க	1339
ஐம்பூதத்தாலே	1142	ஓடும்இருநிதியும்	651
ஐயமற்றஅதிவருணர்	224	ஓதரியசுகர்போல	163
ஐயவாதனைப்பழக்கமே	350	ஓயாதோ	664
ஐயநேஉனை	238	ஓயாஉள்அன்பாய்	1365
ஐயாஅருணகிரி	485	ஓராமலே	517
ஐயோஉனைக்காண்	673	ஓராமல்எல்லாம்	979
ஐவகைஎனும்பூதம்	29	ஓராமல்மந்திரமும்	1295
ஐவர்என்றபுல	125	ஓர்உரையால்	939
ஐவரொடும்கூடாமல்	887	ஓஎன்ற	592
ஒட்டுடன்பற்றுஇன்றி	1111	கங்குல்பகல்அற்ற	780
ஒப்புஇலாஒன்றே	1407	கங்கைநிலவுஜடை	1091
ஒப்புயர்வுஒன்று	750	கச்சுஇருக்கும்கொங்கை	1133
ஒருமைமனது	95	கடத்தைமண்எனல்	352
ஒருமொழியே	186	கடல்அமுதே	667

	பாடல் எண்		பாடல் எண்
கடலின்மடைகண்டது	1238	கண்ணில்காண்பது	226
கடலின்மடைவிண்டது	1429	கண்ணின்உள்மணி	384
கடல்எத்தனை	438	கண்ணுள்நின்ற	268
கட்டும்கனமும்அந்த	918	கண்ணுள்மணிபோல்	1036
கட்டுநமன்செங்கோல்	1185	கண்ணே	645
கணமதேனும்	369	கண்ஒளியே	480
கண்களில்வெண்பீளை	1131	கண்மூடிக்கண்	733
கண்டஅறிவுஅகண்டா	1009	கந்தர்அநுபூதி	1114
கண்டஇடம்எல்லாம்	1254	கந்துஉகமதக்கரி	118
கண்டகண்ணுக்கு	257	கருணைமொழி	176
கண்டதனைக்கண்டு	1039	கருதிய	158
கண்டதுபொய்என்று	1112	கருதும்அடியார்கள்	926
கண்டவடிவுஎல்லாம்	921	கருத்தினுள்	277
கண்டவடிவுஎல்லாம்நின்	1379	கருப்புவட்டைவாய்	1281
கண்டுஅறியேன்	568	கருமருவு	32
கண்டனஅல்ல	167	கருமுகம்காட்டாமல்	1086
கண்டனவேகாணும்	1391	கரைந்துகரைந்து	498
கண்டார்உளத்தினில்	405	கரையில்இன்ப	232
கண்டார்கண்ட	290	கலக்கம் உறநெஞ்சை	959
கண்டார்நகைப்பு	1438	கலங்காத	626
கண்டிலையோ	627	கலந்த முக்தி	246
கண்டுகண்டும்	1159	கல்லாதஅறிவும்	42
கண்டுமொழிபேசி	1129	கல்லாதநெஞ்சம்	1352
கண்துயிலாதுஎன்	859	கல்லாதபேர்களே	66
கண்டேன்இங்கு	591	கல்லாதேன் ஆனாலும்	1018
கண்டேன்நினது	427	கல்ஆல்அடியில்வளர்	1392
கண்அகன்ற	249	கல்ஆலின்நீழல்தனில்	606
கண்ணாடிபோல	1369	கல்லால்எறிந்தும்	422
கண்ஆரக்கண்டோர்	637	கல்எறியப்பாசிகலைந்து	849
கண்ணாரநீர்மல்கி	93	கல்லேறும்	474
கண்ஆவாரேனும்	688	கல்லேனும்	79
கண்நிறைந்தமோன	1343	கல்லேன்மலரேன்	1038

	பாடல் எண்		பாடல் எண்
கல்லைஉற்ற	240	காகம்உறவு	555
கல்கண்டால்	1249	காக்கும்நின்அருள்	250
கல்குணத்தை	1243	காக்கைநரி	1118
களவுவஞ்சனை	380	காச்சச்சுடர்விடும்	989
கள்ளத்தலைவர்அவர்	1082	காடும்கரையும்	553
கள்ளம்பொருந்தும்	441	காட்சியெல்லாம்	472
கள்ளன்இவன்என்று	1233	காட்டஅருள்	714
கள்ளாதுகட்டுணவும்	943	காட்டியஅந்தக்கரண	448
கற்கண்டோ	466	காட்டுகின்றமுக்கண்	1323
கற்கும்நிலைகற்றால்	988	காட்டும்திருஅருளே	1200
கற்கும்மதுஉண்டு	957	காஷ்டத்தில்	947
கற்பதுஎல்லாம்	1395	காணரிய	148
கற்பனையாப்பாடு	976	காணாதகாட்சி	1040
கற்புறுசிந்தை	571	காணும்கண்ணில்	198
கற்றஅறிவால்	672	காண்டல்பெற	144
கற்றகலை	732	காண்பானும்காட்டு	1290
கற்றதும்கேட்டதும்	1415	காதலால்வாடினதும்	1042
கற்றாலும்கேட்டாலும்	920	காதுஅற்றுப்போன	486
கற்றும்என்பலன்	229	காதில்ஓலையை	332
கற்றும்பலபல	457	காந்தமதை	342
கன்மநெறிதப்பில்	1299	காந்தம்இரும்பை	1041
கன்மம்என்பது	858	காமனைவான்என்று	1130
கன்மம்ஏது	242	காயம்நிலைஅல்ல	781
கன்றினுக்குச்சேதா	669	காயாதமரமீது	107
கன்றுமனவெப்ப	1184	காய்இலை	70
கன்னம்கரிய	901	கார்அகம்ஆம்	862
கன்னல்அமுது	64	கார்ஆரும்	72
கன்னலுடன்	1223	காரிட்ட	31
கன்னல்தரும்	883	காலம்மூன்றும்	254
கன்னல்முக்கனி	370	காலமேகாலம்	624
காகம்ஆனதுகோடி	94	காலமொடு	164
காகமோடுகழுகு	122	காலம்ஒருமூன்றும்	826

சொல்	பாடல் எண்	சொல்	பாடல் எண்
காலர்பயம்தீர	837	கூறாயஜம்பூதச்சுமையை	609
காலன்தனை	502	கூறும்குணமும்	1045
காலால்வழிதடவும்	1408	கெஜதுரக	62
காலைஉயிர்என்னும்	1175	கெடுத்தே	1248
கால்பிடித்து	788	கெட்டவழிஆணவ	787
காற்றைப்பிடித்துமண்	587	கெட்டிஎன்றுஉன்	713
கானகம்இலங்கு	43	கேடுஇல்பசு	1196
கானல்ஜலம்போன்ற	1225	கேட்டதையே	824
கான்றசோறுஎன்ன	1388	கேட்டலுடன்	467
கிட்டிக்கொண்டு	1043	கேட்டல்முதல்	1303
கிட்டூராய்நெஞ்சில்	1044	கேவலசகலம்	336
குடக்கொடு	101	கேவலத்தில்நான்	1316
குத்திரமெய்ப்புற்றகத்து	1231	கைத்தலம்	106
குருலிங்க-அருள்	1314	கையினால்	252
குருலிங்க-கரு	482	கையும்குவித்து	1372
குருஆகித்தண்அருளை	536	கையும்மெய்யும்	201
குருஉருஆகி	280	கைவிளக்கின்பின்னே	1195
குலம்இலான்	351	கொடியவெவ்வினை	255
குறிகளோடு	123	கொடுக்கின்	327
குறித்தவிதம்	1161	கொடுத்தேனே	500
குறியும்குணமும்	539	கொந்துஅவிழ்	110
குறைவுஇல்அருள்	1100	கொலைகளவுகள்காமம்	923
குறைவுஇலா	293	கொல்லாமை	67
குற்றம்குறைய	938	கொல்லாவிரதம்ஒன்று	827
குற்றச்சமயக்குறும்பு	1251	கொல்லாவிரதம்	689
குன்றாத	182	கொழுந்தாது	407
குன்றிடாத	260	கொழுந்தில்	723
கூடியநின்	565	கொழுந்து	286
கூடுதல்உடன்	33	கொள்ளித்தேள்	807
கூர்த்தஅறிவுஅத்தனை	666	கொள்ளைவெள்ள	847
கூர்த்தஅறிவால்	904	கோட்டாலைஆன	1247
கூறாநின்ற	288	கோலம்இன்றி	197

	பாடல் எண்		பாடல் எண்
ஜடத்துள்உயிர்	1193	சித்தம்மவுனம்	911
ஜகத்தின்	253	சித்தமவுனி	426
ஜகம்அனைத்தும்	465	சித்தம்எனும்	1151
ஜகம்எலாம்தனி	385	சித்துஆனநாம்	1386
ஜாக்கிரமா	346	சித்திநெறிகேட்டல்	902
ஜாதிகுலம்	18	சித்தும்ஜடமும்	542
சக்கரவர்த்தி	1113	சிந்தனைபோய்	772
சஞ்சலம்அற்று	1013	சிந்திக்கும்தோறும்தெவி	1315
சஞ்சிதமேஆதி	1162	சிந்திக்கும்தோறும்என்	936
சட்டைஒத்தஇவ்உடலை	1346	சிந்தித்தஎல்லாம்	638
சத்தம்முதலாத்தழைத்து	1164	சிந்தித்ததுஎல்லாம்	1308
சத்தமுதல்ஆம்	1143	சிந்தைஅவிழ்ந்து	710
சத்துஆகிநின்றோர்	879	சிந்தைசிதைய	903
சத்தொடுசித்து	1206	சிந்தைத்துயர்	318
சந்ததமும்நின்கருணை	890	சிந்தைபிறந்ததும்	1442
சந்ததமும்எனது	8	சிந்தைமயக்கம்	964
சந்ததமும்வேத	53	சிந்தைமருவித்தெளி	1047
சந்திரனைநாடும்	1230	சிந்தைமறந்து	1202
சருகுசல	44	சிந்தைஅன்புசேரவே	1418
சன்மார்க்க	143	சிந்தையினுக்கு	1095
சன்னல்பின்னல்	1167	சிந்தையும்என்	960
சாட்டைஇலாப்பம்பரம்	1326	சிவம்ஆதி	410
சாட்டைஇல்	324	சிவன்செயலாலே	302
சாதனைஎல்லாம்	934	சிற்பரேதற்பரே	884
சாலக்கபாட	1186	சிற்றம்பலம்மன்னும்	1099
சாலோகம்	1220	சிற்றரும்புஉன	355
சாற்றரியஇன்ப	1371	சிற்றறிவுமெள்ள	1287
சிஷ்டர்க்குளிய	1337	சிற்றின்பம்உண்டு	1216
சித்திருவிகற்பம்	880	சினம்இறக்கக்கற்றாலும்	804
சித்தநினைவும்	652	சின்னஞ்சிறியர்கள்	822
சித்தம்தெளிந்து	783	சின்னம்சிறியேன்	1046
சித்தம்தெளிந்தோர்	1215	சீர்ஆரும்தெய்வ	636

	பாடல் எண்		பாடல் எண்
சுகம்ஆகும்	408	சொல்லற்குஅரிய	282
சுக்கிலும்நீரும்	1116	சொல்ஆடா	711
சுட்டுஅழகாய்	1358	சொல்லஆய	625
சுட்டிஉணராமல்	764	சொல்லாலும்	345
சுத்தமும்	71	சொல்லாலே	594
சுத்தஅறிவாய்ச்சுகம்	657	சொல்லால்அடங்கா	662
சுத்தவித்தை	1153	சொல்லால்தொடர்	429
சும்மாஇருக்கச்சுகம்உத	511	சொல்லான	92
சும்மாஇருக்கச்சுகம்	436	சொல்லால்மவுனம்	424
சும்மாஇருப்பதுவே	705	சொல்லால்மனத்தால்	1273
சுருதியே	339	சொல்இறந்து	1048
சுஷூப்திஇதயம்	347	சொல்இறப்பச்சற்குரு	1019
சூட்டிஎனது	291	சொல்லில்பதர்	931
சூதுஆடுவார்போல்	806	சொல்லுக்குஅடங்கா	484
சூதானம்என்று	1181	சொல்லும்சமய	940
சூதுஒன்றும்	765	சொல்லும்பொருளும்	865
சூரியர்கள்சந்திரர்கள்	1183	சொல்லும்பொருளும்அற்று	685
ஜெகத்தைஎல்லாம்	593	சொல்லைஉன்னி	200
செங்கதிரின்முன்மதியம்	1274	சொன்னசொல்	1424
செங்கிருமிஆதி	1119	சொன்னத்தை	684
செப்பரியசமயநெறி	140	சொன்னத்தைச்சொல்லி	794
செப்பரியதண்கருணை	1276	சொன்னவர்தாம்	520
செப்புவதுஎல்லாம்	754	ஜோதியாய்	628
செம்பொன்	204	ஜோதியேநந்தா	1359
செம்மைஅறிவால்	1170	ஜோதியேசுடரே	215
செய்யும்செய்கையும்	205	சோதியாது	247
செய்யும்தவம்	403	சோற்றுத்துருத்தி	852
சென்றிடம்எல்லாம்	944	ஞாலத்தைமெய்	819
சென்றுசென்றே	1264	ஞானநெறிக்கு	541
சேராமல்சிற்றினத்தை	600	ஞானநெறிதானே	1300
சேராமல்சேர்ந்து	1368	ஞானமே	307
சைவசமயமேசமயம்	554	தக்கேள்வியில்	219

	பாடல் எண்		பாடல் எண்
தக்கநின்அருள்	387	தன்னைஅறிந்தவர்	394
தக்கரவிகண்ட	1228	தன்னைஅறிந்துஅருளே	731
தட்டுவைத்தசேலை	1136	தன்னைஅறிந்தால்	729
தத்துவப்பேயோடே	488	தன்னைஅறியத்தனது	569
தத்துவம்ஆம்	1171	தன்னைஅறியாது	924
தத்துவம்எல்லாம்	1002	தன்னைஅறியும்	1050
தத்துவர்தொண்	1120	தன்னைஒருவர்க்கு	312
தந்திரத்தை	1288	தாகம்அறிந்து	659
தந்தேனோர்	773	தாக்கும்நல்ஆனந்த	1440
தந்தைதாயும்நீ	331	தாங்கரியமையல்	1051
தந்தைதாய்தமர்தாரம்	113	தாங்கியபார்விண்	1309
தந்தைதாய்தமர்மகவு	371	தாயர்கர்ப்பத்தூடு	770
தந்தைதாய்மகவுமனை	588	தாய்ஆன	633
தந்தைஇரு	1093	தாய்இருந்தும்	984
தப்பிதர்ஒன்று	1393	தாயினும்இனிய	577
தம்உயிர்போல்	784	தாயினும்நல்ல	1329
தர்க்கமிட்டு	1252	தாயும்தந்தையும்	341
தற்பரத்தின்உள்ளேயும்	1221	தாராஅருளைஎல்லாம்	873
தற்பரம்ஆம்	402	தாராதஅருள்	34
தற்போதத்தாலே	1049	தாவியதுஓர்மர்க்கடம்	1052
தனிஇருந்து	374	தான்அந்தம்ஆன	962
தனிவளர்	301	தானம்தவம்சற்றும்	415
தன்செயலால்ஒன்றும்	922	தானம்தவம்தருமம்	793
தன்மயம்	354	தானம்தவம்ஞானம்	529
தன்மயமாய்நின்ற	953	தானமும்தவமும்	299
தன்மயம்ஆனசுபா	442	தானவன்ஆம்	1284
தன்னதுஎன்று	195	தான்ஆகவந்து	876
தன்அரசுநாடாம்	1409	தான்ஆதல்பூரணமே	893
தன்னிலே	397	தான்ஆனதன்மயமே	153
தன்நெஞ்சம்நினைப்பு	325	தான்ஆனதன்மை	518
தன்னைஅறியும்தருணம்	1050	தான்என்னைமுன்	1259
தன்னைத்தந்துஎன்னை	762	தானேசுபாவம்	1081

	பாடல் எண்		பாடல் எண்
தானேஅகண்டாகார	287	துன்பக்கண்ணீரில்	674
தானேஆம்	1005	துன்பம்எனும்	1351
தானேயும்	193	துன்மார்க்கமாதர்	1451
திகையாதோ	602	தூங்காமல்தூங்கி	1324
திக்கொடுகீழ்	643	தூங்கிவிழித்து	1054
திக்கொடுகிகந்தமும்	57	தூயஅறிவுஆன	1277
திங்கள்அமுதாநின்	1410	தூயதுஆன	236
திடம்உறவே	559	தூயபனித்திங்கள்	1138
திண்ணியநெஞ்ச	1128	தூள்ஏறு	584
திருந்து	375	தெட்டிலே வலிய	579
திருஅருள்ஞானம்	1422	தெய்வம்வேறுஉளது	269
திருவருள்தெய்வ	241	தெரிவாக	5
திரைஅற்றநீர்போல்	1267	தெருளாகி	68
திரைஇல்லா	183	தெளிவொடு	383
தினமேசெல	437	தேகச்செயல்தானும்	510
தினைஅத்தனையும்	1350	தேகம்முதல்நான்	1163
தீங்கரும்புஎன்றால்	1226	தேகம்இரும்என்று	816
தீதுஅணையாக்கர்ப்பூர	1278	தேகம்யாதேனும்	992
தீதுஎலாம்	573	தேகாதிபொய்எனவே	933
தீதுஎனவும்	1008	தேக்கிஇன்பம்	221
தீரத்தினால்துறவு	906	தேசிகர்கோன்ஆன	1313
தீராக்கருவழக்கை	1053	தேடாததேட்டினரே	869
தீராதளன்	400	தேடினேன்திக்கு	835
துங்கம்மழு	507	தேடும்திரவியமும்	868
துச்சப்புலனால்	1282	தேடுவார்தேடும்	1405
துச்சன்என	687	தேடுவேன்நின்அருளை	995
துஷ்டனை	1244	தேவர்எலாம்	619
துய்யகரமலரால்	1094	தேவர்தொழும்	162
துய்யன்	372	தேன்முகம்	165
துரியம்கடந்த	1317	தொல்லைக்கவலை	1055
துள்ளும்அறியா	54	தொல்லைப்பிறவித்துயர்	1333
துன்பக்கடலில்	497	தொல்லைவினைக்கு	489

	பாடல் எண்		பாடல் எண்
தோல்பாவை	818	நான்நான்எனக்குளறும்	891
நடக்கினும்	412	நித்தமாய்ஒன்றாய்	1342
நடத்திஇவ்வுலகை	300	நித்தியமாய்	14
நலம்ஏதும்	1439	நித்தியம்ஒன்று	815
நன்றுஅறியேன்	677	நித்திரையாய்த்தானே	948
நன்றுஎனவும்	610	நித்திரையாய்வந்து	1166
நன்னெஞ்சத்து	1056	நித்திரையில்செத்த	832
நாடும்நகரும்	867	நித்திரையும்பாழ்த்த	1021
நாட்டம்மூன்று	360	நியமலக்ஷணமும்	127
நாட்டாதே	696	நிர்க்குணநிராமய	47
நாள்பட்டுஅலைந்த	895	நில்லாதஆக்கைநிலை	187
நாதகீதன்	243	நில்லாதுதேகம்எனும்	96
நாதமே	605	நில்லாப்பொருளை	514
நாதனைநாதாதீத	574	நில்லாமல்நின்று	1104
நரம்பிரமம்என்றால்	1305	நிறைகுடம்தான்	506
நாய்க்கும்கடை	1376	நிற்கும்நன்னிலை	199
நாவழுத்தும்	882	நினைப்புஅறவே	1263
நாள்அவங்கள் - நான்	1101	நினைப்பும்மறப்பும்	1213
நாள்அவங்கள் - நாள்	523	நினையும்நினைவுக்கு	313
நாளும்பொறிவழி	1144	நினையும்நினைவும்	439
நாள்பட்ட	614	நினைவுஒன்று	185
நாற்றஜடலத்தை	418	நின்போதத்தாலே	721
நாற்றம்மிகக்காட்டும்	1125	நின்றநிலையேநிலையா	1413
நான்ஆனதன்மைநழுவி	1201	நின்நிறைவே	897
நான்ஆனதன்மை	860	நின்னைச்சரண்புகுந்தால்	898
நான்நான்இங்கு	179	நின்னைஉணர்ந்தோர்	850
நான்எனநிற்கும்	171	நீக்கப்பிரியா	1198
நான்எனவும்	353	நீக்கிமலக்கட்டு	1085
நான்என்றுஒருமுதல்	414	நீங்காதுஉயிருக்கு	409
நான்என்னும்	146	நீட்சிகுறுகல்இல்லாத	945
நானேகருதின்	1057	நீதியாய்க்கல்ஆலின்	509
நான்தான்எனும்	540	நீஎங்கே	615

	பாடல் எண்		பாடல் எண்
நீஅற்றஅந்நிலையே	512	பஞ்சசுத்திசெய்து	789
நீஅன்றிநான்ஆர்	845	பஞ்சப்பொறியை	1172
நீஎனநான்என	458	பஞ்சரித்து	718
நீயேஇங்கு	597	பஞ்சாய்ப்பறக்கும்	1335
நீயேநான்என்று	1012	படிப்புஅற்றுக்கேள்வி	878
நீராய்க்கசிந்து	870	பட்டப்பகல்போல	997
நீர்க்குமிழிபூண்	1117	பட்டப்பகல்பொழுதை	50
நீர்க்குமிழிபோல்ஆன்	839	பணிஅற்று	1374
நீர்க்குமிழிபோன்ற	1058	பண்டும்காணேன்	1236
நீர்ப்புற்புதமாய்	838	பண்டுஒருகால்	1390
நீர்பூத்தவேணி	1083	பண்ணின் இசை	1271
நூல்ஏணியின்ஏற	821	பண்ணேன்	52
நெஞ்சகத்தில்	1059	பதம்மூன்றும்	392
நெஞ்சகமேகோயில்	786	பதிஉண்டு	578
நெஞ்சகம்வேறு	1397	பக்தர் அருந்தும்	905
நெஞ்சத்தினூடே	566	பக்தர்சித்தர்	1017
நெஞ்சுகந்துஉனை	210	பக்திநீ	576
நெறிகள்தாம்பல	367	பக்திநெறி	36
நெறிபார்க்கின்	608	பந்தமயக்கு	971
நேசம்சிறிதும்இலேன்	1360	பந்தம்அறும்	151
நேசத்தால்நின்னை	942	பந்தம்எலாம்தீர	961
நேசநிருவிகற்ப	686	பரமாப்பரவெளி	994
நேசிக்கும்சிந்தை	491	பரம்உனக்குஎன்று	698
நேராய்அம்மௌனநிலை	471	பரம்பரம்	276
நேரேதான்	157	பரவிய	395
நேரேஇனதுஅருள்	734	பவம்புரிந்திடும்	388
நேற்றுஉளார்	337	பழுதுஉண்டு	433
நோக்கற்குஅரிதுஆன	477	பள்ளங்கள்தோறும்	1398
நோயும்வெம்கலி	557	பற்றலாம்பொருளே	271
பச்சென்றகொங்கை	1134	பற்று அற்று இருக்கும்	877
பச்சைகண்டநாட்டின்	1061	பற்றியபற்று அற	1425
பச்சைநிறமாய்	1089	பற்றினைப்பற்றும்	1406

பாடல்	பாடல் எண்	பாடல்	பாடல் எண்
பற்றும்பயிர்க்கு	724	பார்ஆதிபூதம்எல்லாம்	461
பற்றுவன	82	பார்ஆதிஅண்டம்	189
பற்றுவெகு	46	பார்ஆதிவிண்	155
பற்றுஒழிந்து	990	பாராதேநின்று	1384
பன்மார்க்கம்ஆன	1301	பாராயோ என் துயரம்	598
பன்மாலைத்திரள்	175	பாராயோஎன்னைமுகம்	663
பன்முகச்சமய	131	பாரொடுநல்நீர்	59
பன்முத்திரை	1060	பார்க்கின்அணு	998
பாகத்தினால்	102	பார்க்கின் அண்ட	752
பாகமோ	583	பார்த்த இடம்	647
பக்கியங்கள்எல்லாம்	1255	பார்த்தனஎல்லாம்	621
பாசஜாலங்கள்	811	பாலரொடு	778
பாசநிகளங்கள்	1364	பாவம்என்றால்	986
பாசபந்தம்செய்த	1062	பாவிபடும்கண்கலக்கம்	896
பாசம்அகலாமல்	1286	பாவியேன்இனிஎன்	303
பாசம்போய்	676	பாழ்ஆகிஅண்ட	544
பாடாதுபாடிப்படித்து	115	பிடித்ததையே	941
பாடிப்படித்துஉலகில்	683	பித்தர்இறை	1109
பாடிஆடிநின்று	379	பித்தனைஏதும்	769
பாடுகின்றபனுவ	1416	பிறியாதுஉயிர்க்கு	974
பாட்டளி	58	பிள்ளைமதி	504
பாட்டுக்கோ	999	பிறிதுஒன்றில்	1266
பாதிவிருத்தத்தால்	1098	பிறியாததன்னருள்	116
பாயப்புலிமுனம்	401	பின்னும்உடல்சுமை	496
பார்அகமும்	737	பின்னும்முன்னுமாய்	376
பார் அறியாது	748	புகல்அரியநின்	634
பார் அனைத்தும்	516	புகழும்கல்வியும்	267
பார் ஆசை	1063	புண்ணியபாவங்கள்	1227
பார் ஆதி அண்டங்கள்	84	புண்ணீர்மையாளர்	1240
பார் ஆதிக்கனப்பரப்பும்	100	புத்தமிர்த போகமும்	121
பார் ஆதிநீயா	739	புத்தியனும்	1149
பார்ஆதிபூதம்நீஅல்லை	1431	புத்திநெறிஆக உனை	567

	பாடல் எண்		பாடல் எண்
புந்தியினால்	982	பைங்கூழ்வினை	1160
புரந்தோர்தம்	863	பைம்பயிரைநாடும்	1065
புலர்ந்தேன்	1239	பொங்கியநின்	777
புலன் ஐந்துமதானே	505	பொங்குழதம்	1237
புலியின் அதள் உடை	483	பொய்கண்டார்	1097
புன்புலால்நரம்பு	206	பொய்குவித்த	927
புன்மலத்தைச்சேர்ந்து	1158	பொய்க்காட்சி	1178
பூங்காவனநிழலும்	527	பொய்க்கூடுகொண்டு	1066
பூட்டுஅற்றுத்தேகம்	930	பொய்திகழும்	61
பூட்டிவைத்து	1023	பொய்ப்பணி	1067
பூகமுதல்ஆகவே	580	பொய்ம்முடங்கும்	1242
பூதம்முதல்நாதம்வரை	1014	பொய்ம்மயமே	1354
பூதமொடுபழகிவளர்	585	பொய்அகலமெய்	950
பூதலயம்ஆகின்ற	9	பொய்யன்இவன்	694
பூரணிபுராதனி	582	பொய்ஆர்உலகம்	419
பூராயமாய்	803	பொய்யினேன்	74
பெண்ஆண்அலி	1212	பொய்உணர்வாய்	1024
பெரிய அண்டங்கள்	368	பொய்உலகவாழ்க்கை	820
பெருமைக்கே இறு	230	பொய்உலகும்பொய்	1320
பெருவெளியாய்	16	பொய்எல்லாம்	813
பெற்றவட்கேதெரியும்	595	பொய்என்றுஅறிந்தும்	1328
பெற்றவர்பெற்ற	309	பொய்யைப்பொய்	740
பெற்றார்அனுபூதி	1011	பொருந்துஜகம்	623
பெற்றோம்பிறவாமை	501	பொருளாக்கண்ட	20
பேசாஅனுபூதியை	284	பொருளே நின்	617
பேசாஇடும்பைகள்	1426	பொருளைப்பூவை	319
பேசாதமோனநிலை	919	பொல்லாதகாம	1154
பேச்சுஆகாமோனம்	712	பொல்லாதமாமர்க்கட	449
பேச்சுமூச்சுஇல்லாத	1214	பொறியில்செறி	334
பேதித்தசமயமோ	85	பொறிவழியே	810
பேதைப்பருவத்தே	1064	பொற்பினொடு கைகாலில்	65
பேறுஅனைத்தும்	134	பொற்புஉறும்	343

	பாடல் எண்		பாடல் எண்
பொன் ஆரும்	1084	மருமலர்ச்சோலைசெறி	111
பொன்னை மாதரை	194	மலைமலையாம்காட்சி	147
போக்குவரவு	1289	மறக்கின்றதன்மை	447
போதமாய்ஆதிநடு	35	மறம்மலிஉலக	308
போதம்என்பதே	338	மறைமுழக்குஒலிப்ப	169
போதவூர்நாடு அறிய	1110	மற்றுஉனக்கு	244
போதாந்தப்புண்ணிய	653	மனதேகல்லால்எனக்கு	1434
போற்றேன் என்றாலும்	1241	மனத்தாலும் வாக்காலும்	479
போனகம் இருக்கின்ற	41	மனம்ஆனவானர	1146
போனநாட்கு	613	மன்றுஆடும்வாழ்வே	1327
மடிமைஎனும்	836	மாசுஅற்றஅன்பர்	1318
மட்டுஇல்லாச்சிற்சுகம்	1355	மாசுஆனநெஞ்சன்	1394
மட்டுபடாதமயக்கம்	1069	மாடுமக்கள்	603
மண்டலத்தின்மிசை	390	மாதத்திலேஒரு	451
மண்ணாதிஐந்தொடு	48	மாயமயக்குஒழிந்தார்	831
மண் ஆதிபூதம்	1006	மாயாஜகத்தை	468
மண் ஆனமாயை	967	மாயாஜகம்இலையேல்	742
மண்நீர்மையாலே	968	மாயாவிகாரமலம்ஒழி	1168
மண்ணும்மறிகடலும்	1022	மாயாவிகாரமலம்அகல	1319
மண்ணும்விண்ணும்	774	மாயைமுதல்ஆம்	746
மண்உறங்கும்	1068	மார்க்கண்டர்க்கு	763
மண்ணுடுஉழுன்ற	1224	மாலைவளர்த்து	1070
மண்ணொடுவிண்காட்டி	717	மால்காட்டிச்சிந்தை	703
மதியும் கங்கையும்	264	மால்வைத்தசிந்தை	966
மத்தமதகரிமுகில்	105	மாறாஅனுபூதி	658
மத்தர்பேயரொடு	130	மாறாதுன்பம்எல்லாம்	899
மந்தஅறிவுஆகி	834	மாறுபடுதற்கம்	69
மந்திரத்தை	951	மிடிஇட்டவாழ்க்கை	581
மயக்கு சிந்தனை	356	மின்போலும் இடை	120
மயக்குறும்என்	629	மின்அனைய-நிலை	40
மரபைக்கெடுத்தனன்	1428	மின்அனைய-பொய்	814
மரஉரிஉடுத்தும்மலை	97	மின்னைப்போன்றன	340

	பாடல் எண்		பாடல் எண்
மின்னை அன்னபொய்	377	மெல்லியலார்மோக	1357
முகம்எலாம்கணீர்	558	மேலொடுகீழ்	1293
முக்குணத்தால்	801	மேவுபஞ்சவண்ணம்	1072
முக்குணத்தை	1174	மேல்கொண்டவாயு	428
முச்சகமேஆதி	1306	மைகாட்டும்	965
முத்தனையமூரலும்	98	மைஉலாம்விழிமாதர்	233
முத்தாந்தவித்தே	1000	மைவண்ணம்தீர்ந்த	707
முத்தாந்தவீதி	654	மோனகுரு அளித்த	534
முக்திக்கு வித்து	1020	மோனம்தரும்ஞானம்	980
முக்தியிலும்தேகமிசை	844	யாதுமனம்நினையும்	15
முத்தேவளமே	644	யான்எனல்காணேன்	311
மும்மலச்சேறு	1124	யான்தான்எனல்	524
முருந்துஇளநகையார்	572	யோகியர்க்கேஞானம்	725
முற்றுமோனக்கு	620	வஞ்சகத்துக்கு	1332
முன்அளவில்கர்மம்	1396	வஞ்சநமன்	756
முன்னாள் மெய்ஞ்ஞான	857	வஞ்சமோ	546
முன்-சுட்டுஒழிநெஞ்சே	423	வஞ்சனை அழுக்காறு	295
முன்-சுட்டுஒழிதிஎன	329	வஞ்சனையும்பொய்யும்	675
முன்நினைக்க	1399	வடிவுஅனைத்தும்தந்த	177
முன்னொடுபின்	706	வடிவுஇலாவடிவாய்	281
மூச்சுஅற்று	1246	வடிவுஎலாம்நின்வடிவு	227
மூர்த்திதலம்தீர்த்தம்	791	வட்டம்இட்டுஒளிர்	586
மூர்த்திஎல்லாம்	864	வண்டாய்த்துவண்டு	745
மூல இருள்கால்வாங்க	1370	வந்ததையும்	808
மூன்றுகண்ணா	490	வந்த-மறந்துமிக்க	1448
மெய்த்தகுலம்கல்வி	1250	வந்த-மறந்துஉலகாய்	549
மெய்ஆனதன்மை	462	வந்தவாறு இந்த	344
மெய்யில்நோய்	1071	வந்தித்துநின்னை	699
மெய்யில்சிவம்	1141	வந்துஎன்உடல்	149
மெய்யைப்பொய்	526	வம்பனேன்கள்ளம்	292
மெய்விடாநாஉள்ள	51	வரும்போஎன்னும்இரு	314
மெய்வீசும்	1127	வரும்போம்என்பனவும்	192

	பாடல் எண்		பாடல் எண்
வருவான்வந்தேன்	741	வாய்பேசாஒமை	761
வல்லமையே	800	வாராதுஎலாம்	11
வல்லாளாமோனனின்	1400	வாராய்நெஞ்சே	450
வழிஇதுஎன்றும்	151	வாராவரவுஆக	1075
வளம்பெறுஞான	274	வாராவரவாய்	547
வன்புஒன்றுநீங்கா	977	வாரிஎழும் மலையும்	211
வன்மைஇன்றி	1016	வாரிக்கொண்டுஎனை	223
வாக்கு ஆதி	1145	வால்அற்றபட்டம்என	1321
வாக்காய்மனதாய்	646	வாவாஎன்றுஇன்பம்	513
வாக்கால்மனத்தால்	1340	வாவிக்கமலமலர்	563
வாக்குமனம்அற்ற	1106	வாழாதுவாழஉனை	561
வாக்குமனம்ஒன்றுபட்ட	1015	வாழிசோபனம்	326
வாக்கும்மனமும்ம்மவுனம்	1401	வாழ்த்துநின்னருள்	214
வாசகஞானத்தால்	823	வாழ்வுஅனைத்தும்தந்த	393
வாசாகயிங்கரியம்	4	வாழ்வுஅனைத்தும் மயக்கம்	178
வாடாதே	1291	வாழ்வுஎனவயங்கி	297
வாடுமுகம்கண்டு	981	வாழ்வுஎனவும்தாழ்வு	611
வாட்டப்படாத	1074	வாள்ஆரும்கண்ணார்	1334
வாதஹூராளிதனை	1325	வாள்ஆரும்கண்ணியர்	1449
வாதனைப்பழக்கத்தினால்	349	வானநாயகவானவர்	381
வாதனையோடு	1380	வான் அந்தம்மண்	648
வாதனைவிட்டு	736	வானமுகில்கண்ட	1229
வாதுக்குவந்து	805	வானம்எல்லாம்	650
வாதைப்பிறவி	1190	வான் ஆதிதத்துவமாய்	946
வாயாதோ இன்ப	548	வான் ஆதிநீனனவே	743
வாயால்கிணறுவெட்ட	985	வான் ஆதிபூதமாய்	73
வாயில்ஒர்ஜந்தில்	306	வானூடு அடங்கும்	1275
வாயினால்பேசாமவுன	691	வானேமுதலாம்	289
வாய்உண்டுவாழ்த்த	421	வானைப்போலவளைந்து	216
வாய்ஒன்றும்	766	வான் காணவேண்டின்	735
வாய்க்கும்கைக்கும்	235	வான் கெடுத்துத்தேடும்	1176
வாய்திறவாவண்ணம்	1073	வான்பொருள் ஆகி	359

	பாடல் எண்		பாடல் எண்
விஞ்சுபுலப்பாடு	900	வெட்டவெளி	701
விண்கருணை	952	வெந்துவெடிக்கின்ற	1182
விண்டுமொழிகுளறி	1140	வெந்நீர்பொறாதுஎன்	81
விண்அருவிமேன்மேல்	503	வெம்பந்தம்தீர்ந்து	1107
விண்ணவர் இந்திரன்	139	வெய்யபிறவிவெயில்	1189
விண்ணவர்தம்	1076	வெய்யபுவிபார்த்து	1188
விண்ணவன்தாள்	1187	வெள்ளக்கருணை	744
விண்நாடர்காணா	1234	வெள்ளம்குலாவுஜடை	487
விண்ணாதிபூதம்	22	வெளியாய் அருளில்	825
விண் ஆரக்கண்ட	1367	வெளியான நீ என்	406
விண்ட ஆர்நிலவுதவழ்	1078	வெளியில் நின்ற	239
விண்ஆறுவெற்பின்	564	வேட்டைப்புலப் புலைவர்	1147
விண்நிறைந்தவெளி	23	வேண்டாவிருப்பும்	1446
விண்ணுக்கும்	785	வேண்டியநாள்	399
விண்ணுள்வளி	1077	வேண்டும்சீர்அருள்	208
விதிக்கும்பிரபஞ்சம்	1450	வேண்டும்யாவும்	258
விதியையும்விதித்து	256	வேண்டுவபடைத்தாய்	166
வித்துஅன்றியாதும்	708	வேதம்முதலாய்	476
வித்தியாதத்துவங்கள்	1152	வேதமுடன் ஆகம	91
விமலம்முதல்குணம்	136	வேதம்எத்தனை	366
விரிந்தமனம்ஒடுங்கும்	771	வேதாந்தம்சித்தாந்தம்	841
விரும்பும்சரியைமுதல்	792	வேதாவைஇவ்வணம்	109
விளக்கும்தகளியையும்	738	வேலைஇலாவேதன்	1122
விளங்கவெண்ணீறு	168	வேறுபடும்சமயம்	630
விளங்களனக்கு	604	வைதிகம் ஆம்சைவ	1105
விளையும்சிவானந்தபூமி	1437	வைத்தசுவர்அலம்பின்	929
வீங்கித்தளர்ந்து	1132	வைத்ததேகம்வருந்த	203
வீணேபிறந்துஇறந்து	1345	வைத்தபொருள்உடல்	601
வீரியவேதாந்தமுதல்	1253	வைத்திடும்காலை	599
வெஞ்சேல்எனும்	1087	வையகமாதர்சுகத்தை	453